ದ ಹ್ಯಾರಿ ಪಾಟರ್

ಎಂಡ್ ದ

ಕರ್ಸ್‌ಡ್ ಚೈಲ್ಡ್

ಭಾಗ ಒಂದು ಹಾಗೂ ಎರಡು

ನಾಟಕ ಚಿತ್ರಕಥೆ

WIZARDING
WORLD

ಜೆ.ಕೆ ರೌಲಿಂಗ್

ಅವರ ಮೂಲ ಹೊಸ ಕಥೆಯನ್ನು ಆಧರಿಸಿದೆ

ಜಾನ್ ಟಿಫಾನಿ ಹಾಗೂ ಜಾಕ್ ಥಾರ್ನ್

ಮೊದಲು ನಿರ್ಮಿಸಿದವರು

ಸೋನಿಯಾ ಫ್ರೆಡ್‌ಮನ್ ಪ್ರೊಡಕ್ಷನ್ಸ್, ಕಾಲಿನ್ ಕಾಲಂಡರ್

ಹಾಗೂ ಹ್ಯಾರಿ ಪಾಟರ್ ಥಿಯಾಟ್ರಿಕಲ್ ಪ್ರೊಡಕ್ಷನ್ಸ್

ಮೂಲ ವೆಸ್ಟ್ ಎಂಡ್ ನಿರ್ಮಾಣದ

ಮೂಲ ಚಿತ್ರಕಥೆ

ನಿರ್ಣಾಯಕ ಹಾಗೂ ಅಂತಿಮ ಚಿತ್ರಕಥೆ

ದ ಹ್ಯಾರಿ ಪಾಟರ್

ಎಂಡ್ ದ

ಕರ್ಸ್‌ಡ್ ಚೈಲ್ಡ್

ಭಾಗ ಒಂದು ಹಾಗೂ ಎರಡು

ನಾಟಕ ಚಿತ್ರಕಥೆ

- ಅನುವಾದ -

ರಾಜು ಶಾನಭಾಗ್

BLOOMSBURY

NEW DELHI LONDON OXFORD NEW YORK SYDNEY

BLOOMSBURY INDIA
Bloomsbury Publishing India Pvt. Ltd
Second Floor, LSC Building No. 4, DDA Complex, Pocket C – 6 & 7,
Vasant Kunj, New Delhi 110070

BLOOMSBURY, BLOOMSBURY INDIA and
the Diana logo are trademarks of Bloomsbury Publishing Plc

First published in print in Great Britain in 2016 by Little, Brown

Kannada translation of *Harry Potter and The Cursed Child*
First published in Kannada, 2019

Kannada Edition co-ordination by TranslationPanacea, Pune
Translated from English to Kannada by Raju Shanbhag

ISBN: 978-93-88912-93-8

2 4 6 8 10 9 7 5 3 1

Printed and bound in India by Manipal Technologies Limited, Manipal

www.wearelumos.org
www.pottermore.com
www.bloomsbury.com

ಪರಿವಿಡಿ

ಜೆ.ಕೆ. ರೌಲಿಂಗ್

ನನ್ನ ಜಗತ್ತನ್ನು ಪ್ರವೇಶಿಸಿ ಅಲ್ಲಿ
ಸುಂದರವಾದ ಕೆಲಸಗಳನ್ನು ಸಾಕಾರಗೊಳಿಸಿದ
ಜಾಕ್ ಥಾರ್ನ್ ಅವರಿಗೆ

ಜಾನ್ ಟಿಫಾನಿ

ಜೋ, ಲೂಯಿಸ್, ಮ್ಯಾಕ್ಸ್, ಸೋನಿ ಹಾಗೂ ಮರ್ಲ್‌ಗೆ...
ಎಲ್ಲರೂ ಜಾದೂಗಾರರು ...

ಜಾಕ್ ಥಾರ್ನ್

ನಾವು ಅಭ್ಯಾಸ ಮಾಡುತ್ತಿದ್ದಾಗ ಕಿಲಕಿಲ ಎನ್ನುತ್ತಿದ್ದ
7 ಏಪ್ರಿಲ್ 2016ರಂದು ಜನಿಸಿದ ಇಲಿಯಟ್ ಥಾರ್ನ್‌ಗೆ.

ಚಿತ್ರಕಥೆಗಳನ್ನು ಓದುವ ಬಗೆಗಿನ ಒಂದು ಮಾತುಕತೆ

ನಿರ್ದೇಶಕ ಜಾನ್ ಟಿಫಾನಿ
ಹಾಗೂ
ನಾಟಕಕರ್ತ ಜಾಕ್ ಥಾರ್ನ್ ಅವರ ನಡುವೆ

ಜಾಕ್

ನಾನು ಓದಿದ ಮೊತ್ತಮೊದಲ ನಾಟಕ *ಜೋಸೆಫ್ ಎಂಡ್ ದ ಅಮೇಜಿಂಗ್ ಟೆಕ್ನಿಕಲರ್ ಡ್ರೀಮ್‌ಕೋಟ್* ಆಗಿತ್ತು. ನಾನಾಗ ಪ್ರಾಥಮಿಕ ಶಾಲೆಯಲ್ಲಿದ್ದೆ ಹಾಗೂ ನನಗೆ ತುಂಬಾ ರೋಮಾಂಚನವಾಗಿತ್ತು. ನನಗೆ ಸರಿಯಾಗಿ ನೆನಪಿಲ್ಲದಿದ್ದರೂ ನಾನು ಅದರಲ್ಲಿ ನನ್ನ ಸಾಲುಗಳನ್ನು ಹುಡುಕುತ್ತಿದ್ದೆ ಎಂದು ಅನಿಸುತ್ತದೆ. ಹೌದು, ನಾನೊಬ್ಬ ಸೊಕ್ಕಿನ ಹುಡುಗನಾಗಿದ್ದೆ ಮತ್ತು ಹೌದು, ನಾನು ಜೋಸೆಫ್ ಪಾತ್ರ ವಹಿಸುತ್ತಿದ್ದೆ. ನಾನು ಓದಿದ ಮುಂದಿನ ನಾಟಕ *ಸಿಲ್ವರ್ ಸ್ವೋರ್ಡ್* ಎನ್ನುವುದಾಗಿತ್ತು, ಹಾಗೂ ಅದು ಇಯಾನ್ ಸೀರಿಯಲಿಯರ್ ಅವರ ಕೃತಿಯ ಒಂದು ರಂಗಮಂಚದ ಅವತರಣಿಕೆಯಾಗಿತ್ತು. ಅದರಲ್ಲಿ ನನ್ನದು ಮುಖ್ಯ ಭೂಮಿಕೆಯಾಗಿರಲಿಲ್ಲ - ನಾನು ಬಹುಶಃ 'ಮೂರನೆಯ ಹುಡುಗ' ಅಥವಾ ಆ ಥರದ್ದೇನೋ ಪಾತ್ರ ಮಾಡಿದೆ ಎಂದು ಅನಿಸುತ್ತದೆ. ನನಗೆ ಎಡೆಕ್ ಬಾಲಿಕಿ ಪಾತ್ರ ಮಾಡುವ ಆಸೆಯಿತ್ತು, ಆದರೆ ದುರದೃಷ್ಟವಶಾತ್ ಆ ವೇಳೆಗಾಗಲೇ ನನ್ನ ನಟನಾ ವೃತ್ತಿ ಇಳಿಮುಖವಾಗಿತ್ತು. ಆಗ ನನಗೆ ಒಂಬತ್ತು ವರ್ಷ.

ಜಾನ್

ನಾನು ಓದಿದ ಮೊದಲ ಚಿತ್ರಕಥೆ ಓಲಿವರ್ ಆಗಿತ್ತು! ನನಗಾಗ ಒಂಬತ್ತು ವರ್ಷವಾಗಿತ್ತು (ಅಷ್ಟು ಚಿಕ್ಕ ಅವಯಸ್ಸಿನಲ್ಲೂ ನನಗೆ ಅಲ್ಲಿದ್ದ ಆಶ್ಚರ್ಯಸೂಚಕ ಚಿನ್ಹೆ ಅದೊಂದು ಸಂಗೀತ ನಾಟವಾಗಿತ್ತೆಂದು ಸೂಚಿಸುತ್ತಿತ್ತೆಂದು, ಅಂದರೆ ಓಲಿವರ್.. ಹಾಡುಗಳ ಜೊತೆಗೆ! ಎಂದು ಇತ್ತೆಂದು ತಿಳಿದಿತ್ತು). ನನ್ನನ್ನು ಹಡ್ಲ್ ಫೀಲ್ಡ್ ಅಮೆಚ್ಯೂರ್ ಆಪರೇಟಿಕ್ ಸೊಸೈಟಿಯ 1981ರ ನಿರ್ಮಾಣದಲ್ಲಿ ಒಬ್ಬ ನಾಮಸೂಚಕ ಅನಾಥನನ್ನಾಗಿ ತೆಗೆದುಕೊಳ್ಳಲಾಗಿತ್ತು. ನನ್ನ ಉಚ್ಚಾರವನ್ನು ಬದಲಿಸಿಕೊಳ್ಳಲು ನಾನು ಯಾವ ಪ್ರಯತ್ನ ಮಾಡಿದ್ದೂ ನನಗೆ ನೆನಪಿಲ್ಲ, ಹೀಗಾಗಿ ನಮ್ಮ ನಿರ್ಮಾಣ ಒಲಿವರ್‌ನ ತಾಯಿ ವೆಸ್ಟ್ ಯಾರ್ಕ್‌ಶೈರ್‌ನಲ್ಲಿರುವ

ಒಂದು ಉಗ್ರಾಣಕ್ಕೆ ಜನ್ಮ ನೀಡಲು ಬರುವ ಡಿಕೆನ್ಸ್ ನ ಮೂಲ ಕೃತಿಯ ಒಂದು ವಿಚಿತ್ರವಾದ ಮರು ಕಲ್ಪನೆಯಾಗಿತ್ತು ಎಂದು ನಮಗೆ ಅನಿಸುತ್ತದೆ. ನಿಮ್ಮಂತೆ ನಾನೂ ಕೂಡ ನನ್ನ ಸಾಲುಗಳಿಗಾಗಿ ಹುಡುಕುತ್ತ ಚಿತ್ರಕಥೆಯನ್ನು ಓದಿದೆ. ಒಲಿವರ್‌ನ ಸಾಲುಗಳನ್ನು ನನ್ನ ಚಿತ್ರಕಥೆಯಲ್ಲಿ ಪ್ರಕಾಶಿಸಲು ಸಾಧ್ಯವಾಗುವಂತೆ ಒಂದು ವಿಶೇಷವಾದ ಪ್ರಯಾಣ ಮಾಡಿದ್ದು ನನಗೆ ನೆನಪಿದೆ ಹಾಗೂ ನನ್ನ ಸಹ ಪಾತ್ರಧಾರಿಗಳೂ ಇದನ್ನೇ ಮಾಡಿದ್ದೂ ನನಗೆ ನೆನಪಿದೆ. ಹೀಗೆ ಮಾಡಿದರೆ ನಿಮ್ಮನ್ನು ಒಬ್ಬ ಪರಿಣಿತ ನಟ ಎಂದು ಪರಿಗಣಿಸುತ್ತಾರೆ ಎಂದು ನಾನು ಅಂದುಕೊಂಡಿದ್ದೆ. ನಂತರ ಆರ್ಟ್‌ಫುಲ್ ಡಾಡ್ಜರ್ ನಾನು ನನ್ನ ಸಾಲುಗಳನ್ನು ಕೇವಲ ಪ್ರಕಾಶಿಸುವುದಷ್ಟೇ ಅಲ್ಲದೇ ಅವುಗಳನ್ನು ಬಾಯಿಪಾಠ ಮಾಡಿಕೊಳ್ಳಬೇಕಿತ್ತೆಂದೂ ಹೇಳಿದರು. ಈ ರೀತಿಯಾಗಿ ಚಿತ್ರಕಥೆಗಳನ್ನು ಓದುವ ನನ್ನ ಶಿಕ್ಷಣ ಪ್ರಾರಂಭವಾಯಿತು.

ಜಾಕ್

ನಿಮ್ಮ ಒಲಿವರ್ ಅನ್ನು ನಾನು ನೋಡಿರಬೇಕಿತ್ತೆಂದು ನನಗೆ ಅನಿಸುತ್ತದೆ. ನಿಮ್ಮ ಪ್ರಕಾಶಿತ ಚಿತ್ರಕಥೆಯನ್ನೂ ನಾನು ನೋಡಿರಬೇಕಿತ್ತು. ನಿಮ್ಮ ಪರಿಶುದ್ಧವಾದ ಕಂದು ನಿರ್ದೇಶನದ ನೋಟ್‌ಬುಕ್‌ಗಳೆಂದರೂ ನನಗೆ ಇಷ್ಟ. ನನ್ನ ಚಿತ್ರಕಥೆಗಳು ಯಾವತ್ತೂ ನಾಯಿ ಕಿವಿಯಂತೆ ಕಾಣುತ್ತವೆ, ಓದಲಾಗದ ಟಿಪ್ಪಣಿಗಳಿಂದ ತುಂಬಿ ಹೋಗಿರುತ್ತವೆ ಹಾಗೂ ಮಕ್ಕಳ ವಾಂತಿಯ ಕಲೆಯಿರುತ್ತದೆ (ಸರಿ. ವಾಂತಿ ಇತ್ತೀಚಿನ ಸೇರ್ಪಡೆ).

ಹಾಗಾದರೆ ಚಿತ್ರಕಥೆಗಳನ್ನು ಹೇಗೆ ಓದಬೇಕು? ಅವುಗಳನ್ನು ಹೇಗೆ ಓದಲು ಸಾಧ್ಯವಿದೆ? ನಾನು ಪ್ರಕಟಣೆಗಳಿಗಾಗಿ ರಂಗಭೂಮಿಯ ನಿರ್ದೇಶನಗಳನ್ನು ಬರೆಯಲು ಪ್ರಯತ್ನಿಸುತ್ತಿದ್ದಾಗ - ನಾವು ಪ್ರಾರಂಭಿಸಿದ ಮೊದಲಿನ ಕೆಲವು ಅಂತಿಮ ವಾರಗಳ ಗುದ್ದಾಟದಲ್ಲಿ - ನನಗೆ ಇದೆಲ್ಲದರ ಬಗ್ಗೆಯೂ ತುಂಬಾ ಚಿಂತೆಯಾಗುತ್ತಿತ್ತು. ನಾವು ಅಭ್ಯಾಸ ಮಾಡುವಾಗ ನಮ್ಮ ನಟರು ಕೇವಲ ನೋಟದಿಂದಲೇ ಅಪ್ರಯತ್ನಪೂರ್ವಕವಾಗಿ ಸಂಹವನ ಸಾಧಿಸುತ್ತಿದ್ದರಿಂದ ನಾನು ಬರೆದ ಚಿತ್ರಕಥೆಯಲ್ಲಿನ ದೊಡ್ಡ ದೊಡ್ಡ ಭಾಗಗಳನ್ನು ನಾವು ತೆಗೆದು ಹಾಕುತ್ತಿದ್ದಿದ್ದು ನನಗೆ ನೆನಪಿದೆ. ಈ ಚಿತ್ರಕಥೆಯನ್ನು ಒಂದು ನಿರ್ದಿಷ್ಟ ಗುಂಪಿನ ನಟರಿಗಾಗಿ ಸೃಷ್ಟಿಸಲಾಗಿದ್ದರೂ ಇತರರೂ ಆ ಪಾತ್ರಗಳನ್ನು ಆವಾಹಿಸಿಕೊಳ್ಳಬೇಕಿತ್ತು. ನಿರ್ದೇಶಕರಂತೆ ಓದುಗರೂ ಕೂಡ ಪಾತ್ರಗಳನ್ನು ಕಲ್ಪಿಸಿಕೊಳ್ಳಬೇಕು.

ನೀವು ಮೊದಲ ಬಾರಿಗೆ ಚಿತ್ರಕಥೆ ಓದುತ್ತಿರುವಾಗ ನೀವು ಅದರಲ್ಲಿ ಏನನ್ನು ನೋಡುತ್ತೀರಿ?

ಜಾನ್

ಒಬ್ಬ ನಿರ್ದೇಶಕನಾಗಿ ನೀವು ಮೊದಲ ಬಾರಿ ಚಿತ್ರಕಥೆ ಓದುವುದು ಅತ್ಯಂತ ಮುಖ್ಯವಾಗುತ್ತದೆ. ಒಬ್ಬ ಪ್ರೇಕ್ಷಕರು ಈ ಚಿತ್ರಕಥೆಯ ನಿರ್ಮಾಣವನ್ನು

ಓದುವುದಕ್ಕೆ ನೀವು ಎಲ್ಲಕ್ಕಿಂತ ಹತ್ತಿರ ಬರುವುದು ಇದೇ ಸಮಯದಲ್ಲಾಗಿರುತ್ತದೆ. ಒಂದು ಪೂರ್ಣಗೊಂಡ ಚಿತ್ರಕಥೆಯನ್ನು ಓದುವುದು ಅದರ ಕಥೆ, ಪಾತ್ರಗಳು ಹಾಗೂ ನಾಟಕಕರ್ತರು ಪ್ರಸ್ತುಪಡಿಸುತ್ತಿರುವ ವಿಷಯವಸ್ತುವನ್ನು ಪ್ರವೇಶಿಸಲು ನೆರವಾಗುತ್ತವೆ. ಒಂದು ಚಿತ್ರಕಥೆ ನಮ್ಮನ್ನು ಅಳುವಂತೆ ಮಾಡಬಲ್ಲದು ಹಾಗೂ ನಗುವಂತೆ ಕೂಡ ಮಾಡಬಲ್ಲದು. ಇದು ನಮ್ಮನ್ನು ಕಥೆಯ ಸಂಭ್ರಮದಲ್ಲಿ ಭಾಗಿಯಾಗಿಸಬಹುದು ಹಾಗೂ ಅದರ ಪಾತ್ರಗಳು ಅನುಭವಿಸುವ ಆಳವಾದ ನೋವನ್ನು ನಾವೂ ಅನುಭವಿಸುವಂತೆ ಮಾಡಬಹುದು. ಒಂದು ಚಿತ್ರಕಥೆ ಸಂಪೂರ್ಣವಾಗಿ ನನಸಾಗುವ ನಿರ್ಮಾಣದ ಕಡೆಗಿನ ಮೊದಲ ಹೆಜ್ಜೆಯಾಗಿದೆ ಹಾಗೂ ಇದು ಪ್ರೇಕ್ಷಕರ ಜೊತೆ ಹಂಚಿಕೊಳ್ಳಬಹುದಾದ ಒಂದು ಅನುಭವವಾಗಿದೆ.

ಒಬ್ಬ ನಾಟಕಕರ್ತನಾಗಿ ಒಂದು ಚಿತ್ರಕಥೆಯನ್ನು ಬರೆಯುವಾಗ ನೀವು ಇದರಲ್ಲಿ ಎಷ್ಟರ ಮಟ್ಟಿಗಿನ ಪೂರ್ಣವಾದ ಅನುಭವವನ್ನು ಕಲ್ಪಿಸಿಕೊಳ್ಳುತ್ತೀರಿ? ನೀವು ಟೈಪ್ ಮಾಡುತ್ತಿದ್ದ ಹಾಗೇ ಪಾತ್ರಗಳ ಸಂಭಾಷಣೆಗಳನ್ನು ದೊಡ್ಡದಾಗಿ ಓದುತ್ತೀರೇ?

ಜಾಕ್

ನಾನು ಮಾಡುವುದು ಅದಕ್ಕಿಂತ ಕೆಟ್ಟದ್ದು, ನಾನು ಆ ಪಾತ್ರಗಳ ಹಾಗೇ ಚಲಿಸುತ್ತೇನೆ. ಇದು ನೀವು ಪ್ರಸಿದ್ಧ ಕಾಫಿ ಶಾಪ್‌ಗಳು ಅಥವಾ ಸ್ಯಾಂಡ್‌ವಿಚ್ ರಿಟೇಲರ್‌ಗಳಲ್ಲಿ ಕೆಲಸ ಮಾಡುತ್ತಿದ್ದಲ್ಲಿ ಜನರು ನಿಮ್ಮನ್ನು ವಿಚಿತ್ರವಾಗಿ ನೋಡುವುದನ್ನು ಒಳಗೊಳ್ಳಬಹುದು. ನಾನು ನಾನೇ ಪಾತ್ರವಾಗಿ ಅವುಗಳ ಥರ ನಟನೆ ಮಾಡುತ್ತೇನೆ. ಇದು ತುಂಬಾ ಮುಜುಗರವುಂಟುಮಾಡುತ್ತದೆ.

ಈ ಚಿತ್ರಕಥೆ ಬರೆಯುವ ಬಗ್ಗೆ ಎಲ್ಲಕ್ಕಿಂತ ಹೆಚ್ಚು ಆಸಕ್ತಿಕರವಾಗಿದ್ದೆಂದರೆ ನಾನು ಯಾವತ್ತೂ ಕಲಾವಿದರ ಜೊತೆ ಹೆಚ್ಚು ಸಮಯ ಕಳೆದಿಲ್ಲ - ಯಾವತ್ತೂ ಇಲ್ಲ. ಅನೇಕ ವಾರಗಳ ಕಾರ್ಯಾಗಾರಗಳು ಹಾಗೂ ನಂತರ ಅನೇಕ ವಾರಗಳ ರಿಹರ್ಸಲ್‌ಗಳ ಸಮಯದಲ್ಲಿ ನಾವೆಲ್ಲರೂ ಒಂದೇ ಕೋಣೆಗಳಲ್ಲಿ ಬಹಳ ಕಾಲ ಒಟ್ಟಿಗೇ ಇದ್ದೆವು, ನಾವೆಲ್ಲರೂ ಅಂದರೆ ಡಿಸೈನ್ ಟೀಮ್‌ನಿಂದ ಹಿಡಿದು ಸೌಂಡ್ ಟೀಮ್‌ನಿಂದ ಲೈಟ್‌ಗಳವರೆಗೆ ಎಲ್ಲರೂ ಒಟ್ಟಿಗೆ ಇದ್ದೆವು. ನಮ್ಮಲ್ಲಿ ಯಾರೂ ಆ ರೀತಿಯದ್ದೇನೂ ಅನುಭವಿಸಿಲ್ಲ - ಇದೆಲ್ಲಾ ಆಗುವುದಕ್ಕೆ ಒಟ್ಟಾರೆಯಾಗಿ ಬಹುಶಃ ಎಂಟು ತಿಂಗಳಾಗಬಹುದು. ಇದು ಸೃಷ್ಟಿಸಲ್ಪಡುವ ಕೃತಿಯ ಮೇಲೆ ಯಾವ ಪ್ರಭಾವವನ್ನು ಹೊಂದಿರಬಹುದು ಎಂದು ನಿಮಗೆ ಅನಿಸುತ್ತದೆ? ಅದು ಇನ್ನೂ ಉತ್ತಮವಾಯಿತೆಂದು ನನಗೆ ಭರವಸೆಯಿದೆ. ಆದರೆ ಇದು ನಾವು ಮಾಡುವುದರ ಶೈಲಿಯನ್ನು ಬದಲಾಯಿಸಿತು ಎಂದು ನಿಮಗೆ ಅನಿಸುತ್ತಿದೆಯೇ?

ಜಾನ್

ನೀವು ಕೆಫೆಗಳಲ್ಲಿ ಕುಳಿತು ನಿಮ್ಮ ನಾಟಕಗಳ ಪಾತ್ರಗಳ ಸಂಭಾಷಣೆ ಹೇಳುವುದು ಹಾಗೂ ಅವುಗಳ ಥರ ನಟಿಸುವುದನ್ನು ಕಲ್ಪಿಸಿಕೊಳ್ಳಲು ನನಗೆ ಸಂತೋಷವೆನಿಸುತ್ತದೆ! ಬಹುಶಃ ಇದಕ್ಕೂ ಪ್ರೇಕ್ಷಕರಿರಬಹುದೇನೋ ಎಂದು

ನನಗೆ ಅನಿಸುತ್ತಿದೆ ಜಾಕ್. ಇದು ತುಂಬ ವಿಶಿಷ್ಟವಾದ ರೀತಿಯ ಅಭಿನಯ ಎಂದು ನನಗೆ ಅನಿಸುತ್ತದೆ.

ಕಾರ್ಯಾಗಾರಗಳು ಹಾಗೂ ರಿಹರ್ಸಸಲ್‌ಗಳಲ್ಲಿ ನಾವು ಕಳೆದ ಗಣನೀಯ ಪ್ರಮಾಣದ ಸಮಯವು ನಾವು ಸೃಷ್ಟಿಸಿದ್ದರ ಮೇಲೆ ಒಂದು ಸಕಾರಾತ್ಮಕ ಪ್ರಭಾವವನ್ನು ಬೀರಿದೆ ಎಂದು ನನಗೆ ಖಚಿತವಾಗಿ ಅನಿಸುತ್ತಿದೆ. ಈ ಎಲ್ಲಾ ಕ್ರಮವಿಧಾನವು ಅಷ್ಟೊಂದು ಸುಸ್ಪಷ್ಟ, ಸಜೀವ ಹಾಗೂ ಸ್ಪಷ್ಟವಾಗಿ ಇನ್ನೂ ನನಗೆ ಕಾಣಿಸುತ್ತಿದೆ. 2014ರ ಪ್ರಾರಂಭದಲ್ಲಿ ಜೋ ಜೊತೆಗೆ ಮಾಡಿದ್ದ ಪ್ರಾರಂಭಿಕ ಮೀಟಿಂಗ್‌ಗಳಿಂದ ಪ್ರಾರಂಭಿಸಿ 2016ರ ಬೇಸಗೆಯಲ್ಲಿ ಈ ನಿರ್ಮಾಣವನ್ನು ಮೊದಲ ಬಾರಿಗೆ ನೋಡಿದ ಪ್ರೇಕ್ಷಕರವರೆಗೆ ಈ ನಾಟಕಕ್ಕೆ ಕೊಡುಗೆ ನೀಡಿದ ಎಷ್ಟೊಂದು ನಟರು, ಸೃಜನಾತ್ಮಕ ವ್ಯಕ್ತಿಗಳು, ಕಲಾವಿದರು, ನಿರ್ಮಾಪಕರು, ನಿರ್ಮಾಣ ಹಾಗೂ ತಾಂತ್ರಿಕ ತಂಡಗಳಿವೆ. ಹೀಗಾಗಿ ಪ್ರಕಟಣೆಯಾದ ಚಿತ್ರಕಥೆಯಲ್ಲಿ ಅವರೆಲ್ಲರ ಹೆಸರನ್ನು ಸೇರಿಸಲು ನಾನು ತುಂಬಾ ಆಸಕ್ತಿ ವಹಿಸಿದ್ದೆ. ಇದೇ ಕಾರಣಕ್ಕಾಗಿ ಪ್ರಕಟಿತ ಚಿತ್ರಕಥೆಯು ಒಂದು ರಂಗಭೂಮಿಯಲ್ಲಿ ಒಂದು ನಿರ್ಮಾಣವನ್ನು ನೋಡುವ ಸಂಪೂರ್ಣ ಅನುಭವಕ್ಕಾಗಿ ಇರುವ ಒಂದೇ ದಾರಿಯಾಗಿದೆ.

ಹೀಗಾಗಿ ಈ ಚಿತ್ರ ಕಥೆಯ ಬರಹಗಾರನಾಗಿ ಈ ನಿರ್ಮಾಣವನ್ನು ಇನ್ನೂ ನೋಡಲು ಸಾಧ್ಯವಾಗದ ಜನರು ಈ ನಾಟಕವನ್ನು ಓದುತ್ತಿರುವಾಗ ಅವರ ಕಲ್ಪನೆಗಳಲ್ಲಿ ಏನಾಗುತ್ತದೆ ಎಂದು ನಿಮಗೆ ಅನಿಸುತ್ತದೆ?

ಜಾಕ್

ಇದು ಉತ್ತರಿಸಲು ಒಂದು ಕಠಿಣವಾದ ಪ್ರಶ್ನೆಯಾಗಿದೆ ಎಂದು ನನಗೆ ಅನಿಸುತ್ತದೆ. ಈ ನಾಟಕವನ್ನು ಪ್ರದರ್ಶಿಸುವ ಹಿಂದಿನ ದಿನ ನಾನು ಒಂದು ಟ್ವೀಟ್ ಬರೆದೆ ಹಾಗೂ ಆ ಟ್ವೀಟ್‌ನಲ್ಲಿ "ಇದನ್ನು ಜನರು ಬಂದು ನೋಡಿದರೆ ನನಗೆ ಆನಂದವಾಗುತ್ತದೆ, ಏಕೆಂದರೆ ಇದನ್ನು ಓದುವುದಕ್ಕಿಂತ ನೋಡುವುದು ಒಳ್ಳೆಯದು: ನಾಟಕಗಳು ಶೀಟ್ ಮ್ಯೂಸಿಕ್ ಇದ್ದ ಹಾಗೆ. ಇವುಗಳನ್ನು ಹಾಡಬೇಕು ಹಾಗೂ ನಮ್ಮ ಪಾತ್ರವರ್ಗ ಹಾಗೂ ತಂಡವು ಬಿಯಾನ್ಸೆಯಷ್ಟು ಚೆನ್ನಾಗಿದೆ" ಎಂದು ಬರೆದೆ. ಹೀಗಾಗಿ ಇದು ಅದಕ್ಕೆ ಉತ್ತರವಾಗಿರಬಹುದು ಅವರು ನಟನಾ ಜಗತ್ತಿನ ಬಿಯಾನ್ಸೆಗಳಾಗಿದ್ದಾರೆ. ಅವರು ಭಾವನಾತ್ಮಕವಾದ ಹಾಗೂ ಕರುಣಾಮಯಿಗಳಾದ ದಿಗ್ಗಜರಾಗಿದ್ದಾರೆ ಅವರು ತಮ್ಮ ಗಾಂಭೀರ್ಯ ಹಾಗೂ ಗೌರವದೊಂದಿಗೆ ಒಂದು ಸಾಲನ್ನು ಪರಿಪೂರ್ಣವಾಗಿಸುತ್ತಾರೆ. (ಏಕೆಂದರೆ ಅದೇ ಸತ್ಯ. ನಮ್ಮ ಪಾತ್ರವರ್ಗ ಅಸಾಮಾನ್ಯವಾಗಿದೆ) ಹಾಗೂ ಇಲ್ಲಿ ರಂಗಭೂಮಿ ಹಾಗೂ ಚಲನೆ ಹಾಗೂ ಉಡುಗೆಗಳು ಹಾಗೂ ಬೆಳಕು ಹಾಗೂ ವಿಡಿಯೋ ಹಾಗೂ ಶಬ್ದಗಳು ಅತ್ಯುತ್ತಮವಾಗಿವೆ.

ಅವರಿಗೆ ನಾನು ಅದನ್ನು ಬರೆದ ಹಾಗೆ ಓದಲು ಸಾಧ್ಯವಾಗುತ್ತದೆ ಎಂದು ನಾನು ಆಶಿಸುತ್ತೇನೆ. ನನ್ನ ಒಂದು ಭುಜದ ಮೇಲೆ ಜೋ ಕುಳಿತು ಕೊಂಡಿದ್ದಾರೆ

ಹಾಗೂ ಇನ್ನೊಂದು ಭುಜದ ಮೇಲೆ ನೀವು, ಅಂದರೆ ಜಾನ್ ಕುಳಿತುಕೊಂಡಿದ್ದೀರಿ. ಹೀಗಿರುವಾಗ ನಾನು ಹ್ಯಾರಿ ಪಾಟರ್ ಪುಸ್ತಕಗಳಲ್ಲಿ ಇರುವ ಪ್ರತಿ ಸಾಲಿನಲ್ಲೂ ತುಳುಕುವ ಭಾವನಾತ್ಮಕ ಸತ್ಯ ಹಾಗೂ ಪ್ರಾಮಾಣಿಕತೆಯನ್ನು ಅಭಿವ್ಯಕ್ತಿಗೊಳಿಸಲು ನನಗೆ ಸಾಧ್ಯವಾದಷ್ಟೂ ಪ್ರಯತ್ನಿಸುತ್ತೇನೆ. ಇಲ್ಲಿ ತುಂಬಾ ಕಷ್ಟವಾದದ್ದು ಎಂದರೆ ಸಾಲುಗಳ ನಡುವೆ ಇಣುಕುವ ಅರ್ಥಗಳು ಹಾಗೂ ನೋಟಗಳಲ್ಲಿ ಅಭಿವ್ಯಕ್ತಿಗೊಳಿಸಬೇಕಾದ ಭಾವನೆಗಳು ಹಾಗೂ ಒಂದು ಚಿತ್ರಕಥೆಯಲ್ಲಿನ ಆಂತರಿಕ ಸಂಭಾಷಣೆಯನ್ನು ಸೆರೆಹಿಡಿಯುವ ಅಸಾಧ್ಯವಾದ ಸವಾಲು. ಗದ್ಯದಲ್ಲಿ ನೀವು ಯಾರಿಗಾದರೂ ಹೇಗೆ ಅನಿಸುತ್ತಿದೆ ಎಂದು ಬರೆಯಬಹುದು ಹಾಗೂ ನಿರ್ಮಾಣದಲ್ಲಿ ಪಾತ್ರವರ್ಗವು ಆಂತರಿಕ ಮಾತುಕತೆಯನ್ನು ಮುಖಗಳಲ್ಲಿ ಅಭಿವ್ಯಕ್ತಿಗೊಳಿಸಬಹುದು. ಇದರ ಜೊತೆಗೆ ರಂಗಭೂಮಿಯ ಮೇಲೆ ಬಹಳಷ್ಟು ಜಾದು ಎನಿಸುವ ವಿಷಯಗಳಿವೆ. ಇದನ್ನು ನಾನು ಈಗ ವಿವರಿಸಲಾಗುವುದಿಲ್ಲ. ಏಕೆಂದರೆ ಅದು ನಾಟಕ ನೋಡುವ ಆನಂದವನ್ನು ಹಾಳು ಮಾಡುತ್ತದೆ ಹಾಗೂ ಇಲ್ಯೂಷನ್ಸ್ ಅಂಡ್ ಮ್ಯಾಜಿಕ್ ವಿಭಾಗದ ಜೆಮಿ ಹ್ಯಾರಿಸನ್ ಅವರನ್ನು ಮ್ಯಾಜಿಕ್ ಸರ್ಕಲ್‌ನಿಂದ ಹೊರಗಡೆ ಹೋಗುವಂತೆ ಮಾಡುತ್ತದೆ! ಬಹುಶಃ ಅವರು ತಮ್ಮ ಕಲ್ಪನೆಯಲ್ಲಿ ಅದನ್ನು ನಟಿಸಬಹುದು. ಬಹುಶಃ ಅವರು ನನ್ನಷ್ಟೇ ಹುಚ್ಚು ಹಿಡಿಸಿಕೊಳ್ಳಬಹುದು ಹಾಗೂ ಒಂದು ಕೆಫೆಯಲ್ಲಿ ಕುಳಿತು ಎಲ್ಲಾ ಭಾಗಗಳನ್ನು ನಟಿಸಬಹುದು. ಜನರು ಅದನ್ನು ಹೇಗೆ ಓದಬೇಕು ಎಂದು ನೀವು ಬಯಸುತ್ತೀರಿ?

ಜಾನ್

ನೀವೇ ಹೇಳಿದ ಹಾಗೆ ಗದ್ಯದಲ್ಲಿ ಒಬ್ಬ ವ್ಯಕ್ತಿಯ ಭಾವನೆಯನ್ನು ಆಂತರಿಕ ಸಂಭಾಷಣೆಯ ಮೂಲಕ ನೈಜವಾಗಿ ಅಭಿವ್ಯಕ್ತಿಗೊಳಿಸಬಹುದು ಹಾಗೂ ಸಮೃದ್ಧವಾದ ನಿರೂಪಣೆಯ ಮೂಲಕ ದೃಶ್ಯದ ವಿವರಣೆಯನ್ನು ನೀಡಬಹುದು. ರಂಗಭೂಮಿಯ ಮೇಲೆ ಈ ಅಂಶಗಳನ್ನು ಸಜೀವಗೊಳಿಸಲು ನಾವು ನಟರು ಹಾಗೂ ಸೃಜನಾತ್ಮಕ ಸಂಘಟಕರ ಸಂಯೋಜನೆಯನ್ನು ಹೊಂದಿರುತ್ತೇವೆ. ಆದರೂ ಕಥೆಯ ನಿರೂಪಣೆಯಲ್ಲಿ ನಿರ್ದಿಷ್ಟ ಕ್ಷಣವನ್ನು ಪೂರ್ಣವಾಗಿ ಸಜೀವಗೊಳಿಸಲು ನಾವು ಅನೇಕ ಬಾರಿ ಪ್ರೇಕ್ಷಕರ ಒಟ್ಟಾರೆಯಾದ ಕಲ್ಪನೆಯನ್ನು ಅವಲಂಬಿಸಿರುತ್ತೇವೆ ಇದಕ್ಕೇ ನನಗೆ ರಂಗಭೂಮಿ ಎಂದರೆ ತುಂಬಾ ಇಷ್ಟ. ಚಲನಚಿತ್ರಗಳಲ್ಲಿ ಕಂಪ್ಯೂಟರ್ ಉತ್ಪಾದಿತ ಚಿತ್ರಗಳಿದ್ದರೆ ನಾವು ಪ್ರೇಕ್ಷಕರ ಕಲ್ಪನೆಯನ್ನು ಅವಲಂಬಿಸಿದ್ದೇವೆ. ಎರಡೂ ಕೂಡ ತುಂಬಾ ಪ್ರಭಾವಶಾಲಿಯಾಗಿದೆ

ಓದುಗರು ತಮ್ಮ ತಲೆಯಲ್ಲಿ ಚಿತ್ರಕತೆಯನ್ನು ನಟಿಸುವ ಕಲ್ಪನೆಯ ಬಗ್ಗೆ ಒಂದು ಅದ್ಭುತವಾದ ವಿಷಯವಿದೆ ಎಂದು ನನಗೆ ಅನಿಸುತ್ತದೆ. ಇದನ್ನು ಅವರು ತಮ್ಮ ಮಲಗುವ ಕೋಣೆಗಳಲ್ಲಿ ತಮ್ಮ ಸಂಗಾತಿಗಳ ಜೊತೆಗೂ ಕೂಡ ಅಭಿನಯಿಸಿಕೊಳ್ಳಬಹುದು. ಬಹುಶಃ ಇದು ಹಾಗೂ ನಮ್ಮ ನೇರ ಪ್ರೇಕ್ಷಕರ

ಕಲ್ಪನೆಗಳಲ್ಲಿ ಏನೋ ಸಂಪರ್ಕವಿದೆ. ಹ್ಯಾರಿ ಪಾಟರ್ ಅಂಡ್ ಕರ್ಸಡ್ ಚೈಲ್ಡ್ ನ ನಮ್ಮ ನಿರ್ಮಾಣವನ್ನು ನೋಡಬಯಸುವ ಎಲ್ಲರಿಗೂ ಇದು ಸಾಧ್ಯವಾಗಲು ನಾವು ಶ್ರಮವಹಿಸಿ ಕೆಲಸ ಮಾಡುತ್ತೇವೆ. ಅದು ಲಂಡನ್ನಿನ ಪ್ಯಾಲೇಸ್ ಥಿಯೇಟರ್ ಆಗಿರಲಿ ಅಥವಾ ಬೇರೆ ಕಡೆ ನಡೆಯುವ ಹೊಸ ನಿರ್ಮಾಣಗಳಾಗಿರಲಿ. ಇದೇ ಸಮಯದಲ್ಲಿ ನಮ್ಮ ಓದುಗರ ಕಲ್ಪನೆಗಳಲ್ಲಿ ಅವರು ನಿಮ್ಮ ನಾಟಕದ ಸಾರವನ್ನು ಹೀರಿಕೊಳ್ಳುತ್ತಿದ್ದ ಹಾಗೆ ನಡೆಯುವ ಅಸಂಖ್ಯಾತ ನಿರ್ಮಾಣಗಳ ಬಗ್ಗೆ ನಾನು ನಿಜವಾಗಿಯೂ ಉತ್ಸುಕನಾಗಿದ್ದೇನೆ.

Timestamp TK

ಭಾಗ ಒಂದು

ಭಾಗ ಒಂದು

ಆಕ್ಟ್ ಒಂದು

ಆಕ್ಟ್ ಒಂದು ದೃಶ್ಯ ಒಂದು

ರಾಜನ ಶಿಲುಬೆ

ಒಂದು ಜನಭರಿತ ರೈಲ್ವೆ ಸ್ಟೇಷನ್ನಿನಲ್ಲಿ ಎಲ್ಲರೂ ಎಲ್ಲಿಗೋ ಹೋಗಲು ಪ್ರಯತ್ನಿಸುತ್ತಿದ್ದಾರೆ. ಆ ಗಡಿಬಿಡಿಯಲ್ಲಿ ಎರಡು ದೊಡ್ಡ ಪಂಜರಗಳು 2 ದೊಡ್ಡದಾದ ಟ್ರಾಲಿ ಗಳ ಮೇಲೆ ಶಬ್ದಮಾಡುತ್ತ ಬರುತ್ತಿವೆ ಅವುಗಳನ್ನು ಇಬ್ಬರು ಹುಡುಗರು ತಳ್ಳುತ್ತಿದ್ದಾರೆ ಹ್ಯಾರಿ ಪಾಟರ್ ಹಾಗೂ ಆಲ್ಬಸ್ ಪಾಟರ್ ಅವರ ತಾಯಿಯಾದ ಜಿನ್ನಿ ಅವರ ಹಿಂದೆ ಬರುತ್ತಿದ್ದಾಳೆ 37 ವರ್ಷ ಪ್ರಾಯದ ಗಂಡಸಾದ ಹ್ಯಾರಿ ತನ್ನ ಮಗಳಾದ ಲಿಲ್ಲಿಯನ್ನು ತನ್ನ ಕಂಕುಳಲ್ಲಿ ಎತ್ತಿಕೊಂಡಿದ್ದಾನೆ.

ಆಲ್ಬಸ್

ಅಪ್ಪಾ. ಅವನು ಮತ್ತೆ ಅದನ್ನೇ ಹೇಳುತ್ತಿದ್ದಾನೆ

ಹ್ಯಾರಿ

ಜೇಮ್ಸ್.. ಹೋಗಲಿ ಬಿಡು

ಜೇಮ್ಸ್

ನಾನು ಕೇವಲ ಅವನು ಸ್ಲಿಥೆರಿನ್‌ನಲ್ಲಿ ಇರಬಹುದು ಎಂದು ಮಾತ್ರ ಹೇಳಿದೆ... ಅವನು ಅಲ್ಲಿ ಇದ್ದಿರಲೂಬಹುದು, ಹಾಗಾಗಿ... (*ಅಪ್ಪ ಗುರಾಯಿಸುತ್ತಿದ್ದಾನೆ*) ಸರಿ.

ಆಲ್ಬಸ್ (*ಅಮ್ಮನನ್ನು ನೋಡುತ್ತ*)

ನನಗೆ ಬರೆಯುತ್ತೀಯಾ, ಅಲ್ಲವೇ?

ಜಿನ್ನಿ

ನಿನಗೆ ಬೇಕೆಂದರೆ ಪ್ರತೀ ದಿನ

ಆಲ್ಬಸ್

ಪ್ರತೀ ದಿನ ಬೇಡ. ಜೇಮ್ಸ್ ಬಹಳಷ್ಟು ಜನರಿಗೆ ತಿಂಗಳಿಗೆ ಕೇವಲ ಒಂದೇ ಬಾರಿ ಮನೆಯಿಂದ ಪತ್ರ ಬರುತ್ತದೆ ಎಂದು ಹೇಳುತ್ತಿದ್ದ.. ನಾನು....

ಹ್ಯಾರಿ

ಕಳೆದ ವರ್ಷ ನಿನ್ನ ತಮ್ಮನಿಗೆ ನಾವು ವಾರಕ್ಕೆ ಮೂರು ಬಾರಿ ಪತ್ರ ಬರೆಯುತ್ತಿದ್ದೆವು.

ಆಲ್ಬಸ್

ಏನು? ಜೇಮ್ಸ್!

ಆಲ್ಬಸ್ ಜೇಮ್ಸ್ ಅನ್ನು ದೂರುವಂತೆ ನೋಡುತ್ತಿದ್ದಾನೆ, ಜೇಮ್ಸ್ ಅವನನ್ನು ನೋಡಿ ಹಲ್ಲು ಕಿರಿಯುತ್ತಿದ್ದಾನೆ.

ಜಿನ್ನಿ

ಹೌದು.. ಅವ್ನು ಹಾಗ್‌ವಾರ್ಟ್ಸ್ ಬಗ್ಗೆ ಹೇಳಿದ್ದೆಲ್ಲಾ ನಂಬಬೇಡ. ನಿನ್ನ ಅಣ್ಣನಿಗೆ ತಮಾಷೆ ಮಾಡುವುದು ಎಂದರೆ ಇಷ್ಟ..

ಜೇಮ್ಸ್

ಈಗ ನಾವು ಹೋಗಬಹುದೇ?

ಆಲ್ಬಸ್ ಅಪ್ಪನನ್ನು, ನಂತರ ಅಮ್ಮನನ್ನು ನೋಡುತ್ತಾನೆ,

ಜಿನ್ನಿ

ನೀನು ಪ್ಲಾಟ್‌ಫಾರ್ಮ್ ಒಂಬತ್ತು ಹಾಗೂ ಹತ್ತರ ನಡುವಿರುವ ಗೋಡೆಗಳ ಮಧ್ಯೆ ನೆಟ್ಟಗೆ ಹೋದರಾಯಿತು. ಅಷ್ಟೇ.

ಲಿಲ್ಲಿ

ನನಗೆ ರೋಮಾಂಚನವಾಗುತ್ತಿದೆ

ಹ್ಯಾರಿ

ನಿಲ್ಲಬೇಡ ಮತ್ತೆ ನೀನು ಅದಕ್ಕೆ ಬಡಿಯುತ್ತೀಯ ಎಂದು ಹೆದರಬೇಡ. ಇದು ತುಂಬಾ ಮುಖ್ಯ. ನಿನಗೆ ಗಾಬರಿಯಾದಲ್ಲಿ ಓಡುತ್ತ ಮಾಡುವುದು ಒಳ್ಳೆಯದು.

ಆಲ್ಬಸ್

ನಾನು ಸಿದ್ಧವಾಗಿದ್ದೇನೆ.

ಹ್ಯಾರಿ ಹಾಗೂ ಲಿಲ್ಲಿ ಆಲ್ಬಸ್ ಟ್ರಾಲಿಯ ಮೇಲೆ ಕೈ ಇಡುತ್ತಾರೆ - ಜಿನ್ನಿ ಜೇಮ್ಸ್ ನ ಟ್ರಾಲಿಯನ್ನು ಸೇರಿಕೊಳ್ಳುತ್ತಾಳೆ - ಹಾಗೂ ಒಟ್ಟಾಗಿ ಕುಟುಂಬವು ತಡೆಗೋಡೆಯ ಒಳಗೆ ಓಡುತ್ತದೆ.

ಆಕ್ಟ್ ಒಂದು ದೃಶ್ಯ ಎರಡು

ಪ್ಲಾಟ್‌ಫಾರ್ಮ್ ಒಂಬತ್ತು ಹಾಗೂ ಮೂರೂ-ಮುಕ್ಕಾಲು

ಅದು ಹಾಗ್‌ವಾರ್ಟ್ಸ್ ಎಕ್ಸ್ ಪ್ರೆಸ್‌ನಿಂದ ಬರುತ್ತಿರುವ ದಪ್ಪನೆಯ ಬಿಳಿಯಾದ ಉಗಿಯಲ್ಲಿ ಮುಚ್ಚಿಹೋಗಿದೆ.

ಅದು ಜನರಿಂದ ತುಂಬಿ ಹೋಗಿದೆ - ಆದರೆ ಅಲ್ಲಿ ಸೂಟು ಬೂಟು ಧರಿಸಿರುವ ಜನರು ತಮ್ಮ ಕೆಲಸಸಕ್ಕೆ ಹೋಗುವ ಬದಲು ಮಾಂತ್ರಿಕರು ಹಾಗೂ ಮಂತ್ರವಾದಿನಿಯರು ತಮ್ಮ ನಿಲುವಂಗಿಗಳಲ್ಲಿ ಬರುತ್ತಿದ್ದಾರೆ ಹಾಗೂ ತಮ್ಮ ಮಕ್ಕಳನ್ನು ಹೇಗೆ ಬೀಳ್ಕೊಡುವುದೆಂದು ಚಿಂತಿಸುತ್ತಿದ್ದಾರೆ

ಆಲ್ಬಸ್

ಇಷ್ಟೇ

ಲಿಲ್ಲಿ

ವಾವ್!

ಆಲ್ಬಸ್

ಪ್ಲಾಟ್‌ಫಾರ್ಮ್ ಒಂಬತ್ತು ಹಾಗೂ ಮೂರೂ-ಮುಕ್ಕಾಲು

ಲಿಲ್ಲಿ

ಅವರೆಲ್ಲಿ? ಅವರು ಇಲ್ಲಿದ್ದಾರೆಯೇ? ಅಥವಾ ಅವರು ಬಂದಿಲ್ಲವೇ?

ಹ್ಯಾರಿ ರಾನ್, ಹರ್ಮಿಯಾನ್ ಹಾಗೂ ಅವರ ಮಗಳಾದ ರೋಸ್ ಕಡೆಗೆ ಕೈ ತೋರಿಸುತ್ತಾನೆ. ಲಿಲ್ಲಿ ಅವರ ಕಡೆಗೆ ಓಡಿ ಹೋಗುತ್ತಾಳೆ.

ಅಂಕಲ್ ರಾನ್. ಅಂಕಲ್ ರಾನ್!!!

ರಾನ್ ಅವರ ಕಡೆಗೆ ತಿರುಗಿದಾಗ ಲಿಲ್ಲಿ ಅವರ ಕಡೆ ಓಡಿ ಬರುತ್ತಿದ್ದಾಳೆ. ಅವನು ಅವಳನ್ನು ಎತ್ತಿಕೊಳ್ಳುತ್ತಾನೆ.

ರಾನ್

ಇವಳು ನನ್ನ ನೆಚ್ಚಿನ ಪಾಟರ್ ಅಲ್ಲವೇ?

ಲಿಲ್ಲಿ

ನನಗೆ ಯಾವುದಾದರೂ ಹೊಸಾ ಜಾದೂ ಇದೆಯೇ?

ರಾನ್

ನಿನಗೆ ವೀಸ್ಲಿ ಮಾಂತ್ರಿಕನ ಮೂಗು ಕದಿಯುವ ಉಸಿರಾಟದ ಬಗ್ಗೆ ಗೊತ್ತೇ?

ರೋಸ್

ಅಮ್ಮಾ.. ಅಪ್ಪ ಮತ್ತೆ ಅದೇ ಹಳಸಲು ಜಾದು ಮಾಡುತ್ತಿದ್ದಾರೆ.

ಹರ್ಮಿಯಾನ್

ನಿನ್ನ ಪ್ರಕಾರ ಹಳಸಲು, ಅಪ್ಪನ ಪ್ರಕಾರ ಅದ್ಭುತ, ನನ್ನ ಪ್ರಕಾರ.. ಇದೆರಡರ ಮಧ್ಯದಲ್ಲಿ.

ರಾನ್

ಇಲ್ಲಿ ನೋಡು. ನಾನೀಗ ಇದನ್ನು ತಿನ್ನುತ್ತಿದ್ದೇನೆ... ಗಾಳಿಯನ್ನ. ಈಗ ನಾನು ಬರೀ.. ಆದರೆ ನನ್ನ ಉಸಿರಿನಿಂದ ಬೆಳ್ಳುಳ್ಳಿ ವಾಸನೆ ಬರುತ್ತಿದೆಯೇ...

ಅವನು ಅವಳ ಮುಖದ ಎದುರು ಉಸಿರಾಡುತ್ತಾನೆ. ಲಿಲ್ಲಿ ನಗುತ್ತಿದ್ದಾಳೆ,

ಲಿಲ್ಲಿ

ನಿಮ್ಮಿಂದ ಅವಲಕ್ಕಿ ವಾಸನೆ ಬರುತ್ತಿದೆ.

ರಾನ್

ಬಿಂಗ್. ಬಾಂಗ್. ಬೋಯಿಂಗ್. ಹುಡುಗಿ, ಈಗ ನಿನಗೆ ಯಾವ ವಾಸನೆಯೂ ಬರುವುದಿಲ್ಲ...

ಅವನು ಅವಳ ಮೂಗನ್ನು ಹಿಡಿದು ಎತ್ತುತ್ತಾನೆ

ಲಿಲ್ಲಿ

ನನ್ನ ಮೂಗೆಲ್ಲಿ?

ರಾನ್

ಟಡಾ!

ಅವನ ಕೈ ಖಾಲಿಯಿದೆ. ಅದು ಗೊಡ್ಡು ಟ್ರಿಕ್. ಎಲ್ಲರಿಗೂ ಗೊಡ್ಡುತನ ಇಷ್ಟವಾಗುತ್ತದೆ

ಲಿಲ್ಲಿ

ಇದು ದಡ್ಡ ಜಾದೂ.

ಆಲ್ಬಸ್

ಎಲ್ಲರೂ ಮತ್ತೆ ನಮ್ಮನ್ನೇ ನೋಡುತ್ತಿದ್ದಾರೆ.

ರಾನ್

ನನ್ನಿಂದಾಗಿ! ನಾನು ತುಂಬಾ ಪ್ರಸಿದ್ಧ. ನನ್ನ ಮೂಗಿನ ಪ್ರಯೋಗಗಳು ದಂತಕಥೆಗಳಾಗಿವೆ!

ಹರ್ಮಿಯಾನ್

ಅದರಲ್ಲಿ ಖಂಡಿತವಾಗಿಯೂ ಏನೋ ಇದೆ.

ಹ್ಯಾರಿ

ಹಾಗಾದರೆ ಸರಿಯಾಗಿ ನಿಲ್ಲಿಸಿದ್ದೀಯಾ?

ರಾನ್

ಸರಿಯಾಗೇ ಮಾಡಿದ್ದೆ. ಆದರೆ ಹರ್ಮಿಯಾನ್ ನಾನು ಒಂದು ಸರಳವಾದ ಚಾಲನಾ ಪರೀಕ್ಷೆಯಲ್ಲೂ ಉತ್ತೀರ್ಣನಾಗುವುದು ಸಾಧ್ಯವಿಲ್ಲವೆಂದು ನಂಬಿದ್ದಾಳೆ. ನಾನು ಪರೀಕ್ಷಕರಿಗೆ ಸುಳ್ಳು ಹೇಳಿರಬಹುದು ಎಂದು ಅವಳು ಅಂದುಕೊಂಡಿದ್ದಾಳೆ. ನಿನಗೂ ಹಾಗೇ ಅನಿಸುತ್ತಿದೆಯೇ?

ಹರ್ಮಿಯಾನ್

ನಾನೂ ಹಾಗೇನೂ ಯೋಚಿಸಿಲ್ಲ, ನನಗೆ ನಿನ್ನಲ್ಲಿ ಸಂಪೂರ್ಣ ವಿಶ್ವಾಸವಿದೆ.

ರೋಸ್

ಮತ್ತೆ ನನಗೆ ಅವರು ಪರೀಕ್ಷಕರಿಗೆ ಸುಳ್ಳು ಹೇಳಿದ್ದಾರೆಂದು ಸಂಪೂರ್ಣ ವಿಶ್ವಾಸವಿದೆ.

ರಾನ್

ಹೇಯ್!

ಆಲ್ಬಸ್

ಅಪ್ಪಾ...

ಆಲ್ಬಸ್ ಹ್ಯಾರಿಯ ನಿಲುವಂಗಿಯನ್ನು ಎಳೆಯುತ್ತಾನೆ. ಹ್ಯಾರಿ ಕೆಳಗೆ ನೋಡುತ್ತಾನೆ

ನಿಂಗೇನನಿಸುತ್ತದೆ - ನನ್ನನ್ನ - ನನ್ನನ್ನ ಸ್ಲಿಥೆರಿನ್‌ನಲ್ಲಿ ಹಾಕಿದರೆ...

ಹ್ಯಾರಿ

ಹಾಗೆ ಮಾಡಿದರೇನು ತಪ್ಪು?

ಆಲ್ಬಸ್

ಸ್ಲಿಥೆರಿನ್ ಹಾವುಗಳು, ಮಾಟ ಮಂತ್ರದ ಮನೆ ... ಅದು ಧೈರ್ಯಶಾಲಿ ಮಾಂತ್ರಿಕರ ಮನೆಯಲ್ಲ.

ಹ್ಯಾರಿ

ಆಲ್ಬಸ್ ಸೆವೆರಸ್, ನಿನ್ನ ಹೆಸರನ್ನು ಹಾಗ್‌ವಾರ್ಟ್ಸ್ ನ ಇಬ್ಬರು ಮುಖ್ಯೋಪಾಧ್ಯಾಯರ ಹೆಸರನ್ನು ಸೇರಿಸಿ ಇಡಲಾಗಿದೆ. ಅವರಲ್ಲಿ ಒಬ್ಬರ ಹೆಸರು ಸ್ಲಿಥೆರಿನ್ ಹಾಗೂ ಅವರು ನನಗೆ ಗೊತ್ತಿದ್ದ ಅತ್ಯಂತ ಧೈರ್ಯಶಾಲಿ ಮನುಷ್ಯರಲ್ಲೊಬ್ಬನಾಗಿದ್ದ.

ಆಲ್ಬಸ್

ಆದರೆ...

ಹ್ಯಾರಿ

ನಿನಗೆ ಏನಾದರೂ ವ್ಯತ್ಯಾಸವಾಗುತ್ತಿದ್ದಲ್ಲಿ ಸಾರ್ಟಿಂಗ್ ಹ್ಯಾಟ್ ನಿನ್ನ ಭಾವನೆಗಳನ್ನು ಲೆಕ್ಕಕ್ಕೆ ತೆಗೆದುಕೊಳ್ಳುತ್ತದೆ.

ಆಲ್ಬಸ್

ಹೌದೇ?

ಹ್ಯಾರಿ

ನನಗಂತೂ ಅದನ್ನು ಮಾಡಿದೆ

ಇದನ್ನು ಅವನು ಯಾವತ್ತೂ ಹೇಳಿಲ್ಲ, ಅದು ಸ್ವಲ್ಪ ಹೊತ್ತು ಅವನ ತಲೆಯಲ್ಲಿ ರಿಂಗಣಿಸುತ್ತಿದೆ.

ಹಾಗ್‌ವಾರ್ಟ್ಸ್ ನಿನ್ನನ್ನು ಸಿದ್ಧಗೊಳಿಸುತ್ತಾರೆ, ಆಲ್ಬಸ್. ನಾನು ನಿನಗೆ ಮಾತು ಕೊಡುತ್ತೇನೆ, ಇಲ್ಲಿ ಹೆದರುವಂಥದ್ದೇನೂ ಇಲ್ಲ.

ಜೇಮ್ಸ್ (*ಮೊನಚಾಗಿ*)

ಥೆಸ್ಟ್ರಲ್ಸ್ ಹೊರತುಪಡಿಸಿ. ಅವರ ಮೇಲೆ ಕಣ್ಣಿಟ್ಟಿರಿ.

ಆಲ್ಬಸ್

ಅವರು ಯಾರಿಗೂ ಕಾಣುವುದಿಲ್ಲವೆಂದುಕೊಂಡಿದ್ದೆ!

ಹ್ಯಾರಿ

ನಿನ್ನ ಪ್ರೊಫೆಸರ್‌ಗಳ ಮಾತು ಕೇಳು. ಜೇಮ್ಸ್ ಮಾತನ್ನಲ್ಲ. ಆನಂದಿಸುವುದನ್ನು ಮರೆಯಬೇಡ. ಈಗ ಈ ರೈಲು ನೀನಿಲ್ಲದೇ ಹೋಗಬಾರದು ಎಂದಿದ್ದಲ್ಲಿ, ನೀನು ಇದರಲ್ಲಿ ಹತ್ತಿಕೊಳ್ಳಬೇಕು...

ಲಿಲ್ಲಿ

ನಾನು ರೈಲಿಗಿಂತ ವೇಗವಾಗಿ ಓಡುತ್ತೇನೆ.

ಜಿನ್ನಿ

ಲಿಲ್ಲಿ, ಈಗಲೇ ವಾಪಸ್ಸು ಬಾ.

ಹರ್ಮಿಯಾನ್

ರೋಸ್. ನೆವಿಲ್ಲೆಗೆ ನಮ್ಮ ಪ್ರೀತಿ ತಿಳಿಸು.

ರೋಸ್

ಅಮ್ಮಾ. ಪ್ರೊಫೆಸರ್‌ಗೆ ಪ್ರೀತಿ ತಿಳಿಸಲು ಸಾಧ್ಯವಿಲ್ಲ!

ರೋಸ್ ರೈಲಿನಿಂದ ನಿರ್ಗಮಿಸುತ್ತಾಳೆ. ನಂತರ ಆಲ್ಬಸ್ ತಿರುಗಿ ಜಿನ್ನಿ ಹಾಗೂ ಹ್ಯಾರಿಯನ್ನು ಕೊನೆಯ ಬಾರಿ ಅಪ್ಪಿಕೊಳ್ಳುತ್ತಾನೆ ಹಾಗೂ ಅವಳ ಹಿಂದೆ ಹೋಗುತ್ತಾನೆ.

ಆಲ್ಬಸ್

ಸರಿ ಹಾಗಾದರೆ. ಬೈ

ಅವನು ರೈಲು ಹತ್ತುತ್ತಾನೆ. ಹರ್ಮಿಯಾನ್, ಜಿನ್ನಿ, ರಾನ್ ಹಾಗೂ ಹ್ಯಾರಿ ರೈಲನ್ನು ನೋಡುತ್ತ ನಿಂತಿದ್ದಾರೆ - ಪ್ಲಾಟ್‌ಫಾರ್ಮ್‌ನಲ್ಲಿ ರೈಲು ಶಿಳ್ಳೆ ಹೊಡೆಯುತ್ತಿದೆ.

ಜಿನ್ನಿ

ಅವರು ಆರಾಮವಾಗಿರುತ್ತಾರೆ, ಅಲ್ಲವೇ?

ಹರ್ಮಿಯಾನ್

ಹಾಗ್‌ವಾರ್ಟ್ಸ್ ತುಂಬಾ ದೊಡ್ಡ ಜಾಗ.

ರಾನ್

ದೊಡ್ಡದು. ಅದ್ಭುತವಾದದ್ದು. ಆಹಾರದಿಂದ ತುಂಬಿದೆ. ನಾನು ಮತ್ತೆ ವಾಪಸ್ಸು ಹೋಗಲು ಏನು ಬೇಕಾದರೂ ಮಾಡುತ್ತೇನೆ.

ಹ್ಯಾರಿ

ವಿಚಿತ್ರವೆಂದರೆ, ಆಲ್‌ಗೆ ಅವನನ್ನು ಸ್ಲಿಥೆರಿನ್‌ಗೆ ಹಾಕುತ್ತಾರೆನ್ನುವ ಭಯ ಕಾಡುತ್ತಿದೆ.

ಹರ್ಮಿಯಾನ್

ಅದೇನೂ ಅಲ್ಲ. ರೋಸ್ ಅವಳ ಮೊದಲ ಅಥವಾ ಎರಡನೆಯ ವರ್ಷದಲ್ಲೇ ಕ್ವಿಡ್ಡಿಟ್ಚ್ ಸ್ಕೋರಿಂಗ್ ದಾಖಲೆಯನ್ನು ಮುರಿಯುತ್ತಾಳೇ ಇಲ್ಲವೇ ಚಿಂತಿಸುತ್ತಿದ್ದಾಳೆ. ಅವಳು ತನ್ನ ಓ.ಡಬ್ಲ್ಯೂ.ಎಲ್‌ಗಳನ್ನು ಎಷ್ಟು ಬೇಗ ತೆಗೆದುಕೊಳ್ಳಬಹುದೆಂದೂ ಚಿಂತಿಸುತ್ತಿದ್ದಾಳೆ.

ರಾನ್

ಅವಳ ಆಸೆಗಳೆಲ್ಲ ಎಲ್ಲಿಂದ ಬರುತ್ತವೋ ನನಗಂತೂ ಗೊತ್ತಿಲ್ಲ.

ಜಿನ್ನಿ

ಹ್ಯಾರಿ, ನಿನಗೇನನಿಸುತ್ತದೆ, ಆಲ್ - ಅವನು?

ರಾನ್

ನಿನಗೆ ಗೊತ್ತೇ ಜಿನ್, ನಾವೆಲ್ಲರೂ ನಿನ್ನನ್ನು ಸ್ಲಿಥೆರಿನ್‌ನಲ್ಲಿ ಹಾಕುವ ಸಾಧ್ಯತೆ ಹೆಚ್ಚಿದೆಯೆಂದುಕೊಂಡಿದ್ದೆವು.

ಜಿನ್ನಿ

ಏನು?

ರಾನ್

ನಿಜ ಹೇಳಬೇಕೆಂದರೆ ಫ್ರೆಡ್ ಹಾಗೂ ಜಾರ್ಜ್ ಒಂದು ಪುಸ್ತಕವನ್ನೂ ಹೊಂದಿದ್ದರು.

ಹರ್ಮಿಯಾನ್

ನಾವು ಹೋಗೋಣವೇ? ಜನರು ನಮ್ಮನ್ನೇ ನೋಡುತ್ತಿದ್ದಾರೆ.

ಜಿನ್ನಿ

ನೀವು ಮೂವರೂ ಒಟ್ಟಿಗಿದ್ದರೆ ಜನರು ಯಾವಾಗಲೂ ನೋಡುತ್ತಾರೆ. ಅಲ್ಲದೇ ನೀವು ಬೇರೆಯಿದ್ದರೂ ಅವರು ಯಾವಾಗಲೂ ನಿಮ್ಮನ್ನು ನೋಡುತ್ತಾರೆ.

ನಾಲ್ಕು ಜನರು ಹೋಗುತ್ತಾರೆ. ಜಿನ್ನಿ ಹ್ಯಾರಿಯನ್ನು ನಿಲ್ಲಿಸುತ್ತಾಳೆ.

ಹ್ಯಾರಿ... ಅವನು ಆರಾಮಾಗಿರುತ್ತಾನೆ. ಅಲ್ಲವೇ?

ಹ್ಯಾರಿ

ಖಂಡಿತವಾಗಿಯೂ.

ಆಕ್ಟ್ ಒಂದು ದೃಶ್ಯ ಮೂರು

ಹಾಗ್‌ವಾಟ್ಸ್ ಎಕ್ಸ್ ಪ್ರೆಸ್

ಆಲ್ಬಸ್ ಹಾಗೂ ರೋಸ್ ರೈಲಿನ ಒಳಗೆ ನಡೆದುಕೊಂಡು ಹೋಗುತ್ತಿದ್ದಾರೆ. ಒಬ್ಬರಿಗೆ ಹೆದರಿಕೆಯಾಗಿದ್ದರೆ ಇನ್ನೊಬ್ಬರಿಗೆ ರೋಮಾಂಚನವಾಗಿದೆ.

ಇನ್ನೊಂದು ಬದಿಯಿಂದ ದ ಟ್ರಾಲಿ ವಿಚ್ ಬರುತ್ತಿದೆ, ಅದರ ಟ್ರಾಲಿಯನ್ನು ತಳ್ಳಲಾಗುತ್ತಿದೆ.

ಟ್ರಾಲಿ ವಿಚ್

ಟ್ರಾಲಿಯಿಂದ ಏನಾದರೂ ಬೇಕಾ ಮಕ್ಕಳಾ? ಕುಂಬಳಕಾಯಿ ಹಲ್ವಾ? ಚಾಕಲೇಟ್ ಕಪ್ಪೆ? ಕೌಲ್ಡ್ರನ್ ಕೇಕ್?

ರೋಸ್ *(ಆಲ್ಬಸ್ ಚಾಕಲೇಟ್ ಫ್ರಾಗ್‌ಗಳ ಕಡೆಗೆ ಪ್ರೀತಿಯಿಂದ ನೋಡುತ್ತಿರುವುದನ್ನು ನೋಡಿ)*

ಆಲ್. ನಾವು ಗಮನ ಕೇಂದ್ರೀಕರಿಸಬೇಕು.

ಆಲ್ಬಸ್

ಯಾವುದರ ಮೇಲೆ?

ರೋಸ್

ನಾವು ಯಾರ ಜೊತೆ ಸ್ನೇಹಿತರಾಗುತ್ತೇವೆ ಎನ್ನುವುದರ ಮೇಲೆ. ನನ್ನಮ್ಮ ಹಾಗೂ ಅಪ್ಪ ನಿಮ್ಮ ತಂದೆಯನ್ನು ಮೊದಲ ಬಾರಿ ಹಾಗ್‌ವಾಟ್ಸ್ ಎಕ್ಸ್ ಪ್ರೆಸ್‌ನಲ್ಲಿ ಭೇಟಿಯಾದರು ಗೊತ್ತಾ...

ಆಲ್ಬಸ್

ಹಾಗಾದರೆ ನಾವು ಜೀವನವಿಡೀ ಯಾರ ಜೊತೆ ಸ್ನೇಹಿತರಾಗುತ್ತೇವೆಂದು ಈಗ ಆರಿಸಿಕೊಳ್ಳಬೇಕೇ? ನನಗೆ ಭಯವಾಗುತ್ತಿದೆ.

ರೋಸ್

ನಿಜ ಹೇಳಬೇಕೆಂದರೆ, ಇದು ರೋಮಾಂಚಕವಾಗಿದೆ. ನಾನು ಗ್ರಾಂಗರ್-ವೀಸ್ಲಿ, ನೀನು ಪಾಟರ್ - ಎಲ್ಲರೂ ನಮ್ಮ ಜೊತೆ ಗೆಳೆತನ

ಮಾಡಬಯಸುತ್ತಾರೆ, ನಾವು ಯಾರನ್ನೂ ಬೇಕಾದರೂ ಆರಿಸಿಕೊಳ್ಳಬಹುದು.

ಆಲ್ಬಸ್

ಹಾಗಾದರೆ ನಾವು ಯಾವ ಬೋಗಿಗೆ ಹೋಗಬೇಕು ಎಂದು ನಾವು ನಿರ್ಧರಿಸಬಹುದೇ...

ರೋಸ್

ನಾವು ಅವರು ಎಲ್ಲರನ್ನೂ ನೋಡಿ ನಂತರ ನಿರ್ಧಾರ ತೆಗೆದುಕೊಳ್ಳಬಹುದು.

ಆಲ್ಬಸ್ ಒಂದು ಬೋಗಿಯ ಬಾಗಿಲನ್ನು ತೆಗೆಯುತ್ತಾನೆ - ಅಲ್ಲಿ ಒಬ್ಬ ಬಿಳಿಯ ಹುಡುಗ - ಸ್ಕಾರ್ಪಿಯಸ್- ಒಬ್ಬಂಟಿಯಾಗಿ ಕುಳಿತಿದ್ದಾನೆ. ಇನ್ನುಳಿದಂತೆ ಬೋಗಿ ಖಾಲಿಯಿದೆ. ಆಲ್ಬಸ್ ನಗುತ್ತಾನೆ. ಸ್ಕಾರ್ಪಿಯಸ್ ಕೂಡ ನಗುತ್ತಾನೆ.

ಆಲ್ಬಸ್

ಹಾಯ್. ಈ ಬೋಗಿ...

ಸ್ಕಾರ್ಪಿಯಸ್

ಇಲ್ಲಿ ನನ್ನನ್ನು ಬಿಟ್ಟು ಬೇರೆ ಯಾರೂ ಇಲ್ಲ.

ಆಲ್ಬಸ್

ಅದ್ಭುತ. ಹಾಗಾದರೆ - ನಾವು - ಸ್ವಲ್ಪ - ಒಳಗೆ ಬರಬಹುದೇ?

ಸ್ಕಾರ್ಪಿಯಸ್

ಪರವಾಗಿಲ್ಲ. ಬನ್ನಿ

ಆಲ್ಬಸ್

ಆಲ್ಬಸ್. ಆಲ್. ನಾನು - ನನ್ನ ಹೆಸರು ಆಲ್ಬಸ್...

ಸ್ಕಾರ್ಪಿಯಸ್

ಹಾಯ್ ಸ್ಕಾರ್ಪಿಯಸ್. ಅಂದರೆ, ನಾನು ಸ್ಕಾರ್ಪಿಯಸ್. ನೀನು ಆಲ್ಬಸ್. ನಾನು ಸ್ಕಾರ್ಪಿಯಸ್. ಹಾಗೂ ನೀನು...

ರೋಸ್

ರೋಸ್

ಸ್ಕಾರ್ಪಿಯಸ್

ಹಾಯ್ ರೋಸ್. ನನ್ನ ಜೊತೆ ಫಿಜಿಂಗ್ ವಿಜ್‌ಬೀಸ್ ತಿನ್ನುತ್ತೀಯಾ?

ರೋಸ್

ನಾನು ಈಗ ತಾನೇ ತಿಂಡಿ ತಿಂದೆ, ಧನ್ಯವಾದಗಳು

ಸ್ಕಾರ್ಪಿಯಸ್

ನನ್ನ ಬಳಿ ಕೆಲವು ಶಾಕ್-ಓ-ಚಾಕ್, ಪೆಪ್ಪರ್ ಇಂಪ್ಸ್ ಹಾಗೂ ಕೆಲವು ಜೆಲ್ಲಿ ಸ್ಲಗ್‌ಗಳಿವೆ. ಅಮ್ಮ ಕಳಿಸಿದ್ದು - ಅವಳು ಹೇಳುತ್ತಾಳೆ (*ಹಾಡುತ್ತಾನೆ*) "ಕೊಟ್ಟರೆ ಸಕ್ಕರೆ, ಗೆಳೆಯರು ಸಿಗುತ್ತಾರೆ" (*ಹಾಡುವುದು ತಪ್ಪಾಯಿತೆಂದು ಅವನಿಗೆ ಅರಿವಾಗುತ್ತದೆ*). ಬಹುಶಃ ಮೂರ್ಖ ಆಲೋಚನೆ.

ಆಲ್ಬಸ್

ನಾನು ಸ್ವಲ್ಪ ತಿನ್ನುತ್ತೇನೆ... ಅಮ್ಮ ನನಗೆ ಸಿಹಿ ತಿನ್ನಲು ಬಿಡುವುದಿಲ್ಲ. ಯಾವುದರಿಂದ ಶುರು ಮಾಡಲಿ?

ರೋಸ್ ಸ್ಕಾರ್ಪಿಯಸ್‌ಗೆ ಕಾಣದಂತೆ ಆಲ್ಬಸ್‌ಗೆ ಹೊಡೆಯುತ್ತಾಳೆ.

ಸ್ಕಾರ್ಪಿಯಸ್

ಸುಲಭ. ನಾನು ಯಾವತ್ತೂ ಪೆಪ್ಪರ್ ಇಂಪ್ ಅನ್ನು ಸಿಹಿತಿಂಡಿ ಚೀಲದ ರಾಜ ಎಂದು ಪರಿಗಣಿಸಿದ್ದೇನೆ. ಈ ಪೆಪ್ಪರ್‌ಮಿಂಟ್ ಸ್ವೀಟ್ ತಿಂದರೆ ನಿನ್ನ ಕಿವಿಗಳಲ್ಲಿ ಹೊಗೆ ಬರುತ್ತದೆ.

ಆಲ್ಬಸ್

ಅದ್ಭುತ. ಹಾಗಾದರೆ ನಾನೇನು - (*ರೋಸ್ ಅವನನ್ನುಮತ್ತೆ ಹೊಡೆಯುತ್ತಾಳೆ*) ರೋಸ್. ದಯವಿಟ್ಟು ನನಗೆ ಹೊಡೆಯುವುದನ್ನು ನಿಲ್ಲಿಸುತ್ತೀಯಾ?

ರೋಸ್

ನಾನು ನಿನಗೆ ಹೊಡೆಯುತ್ತಿಲ್ಲ.

ಆಲ್ಬಸ್

ನೀನು ಹೊಡೆಯುತ್ತಿದ್ದೀಯಾ, ನನಗೆ ನೋವಾಗುತ್ತಿದೆ.

ಸ್ಕಾರ್ಪಿಯಸ್ ಮುಖ ಬಾಡುತ್ತದೆ,

ಸ್ಕಾರ್ಪಿಯಸ್

ಅವಳು ನನ್ನಿಂದಾಗಿ ನಿನಗೆ ಹೊಡೆಯುತ್ತಿದ್ದಾಳೆ

ಆಲ್ಬಸ್

ಏನು?

ಸ್ಕಾರ್ಪಿಯಸ್

ನೀನು ಯಾರೆಂದು ನನಗೆ ಗೊತ್ತು, ಹಾಗಾಗಿ ನಾನು ಯಾರೆಂದು ನೀನು ತಿಳಿದುಕೊಳ್ಳಬೇಕು.

ಆಲ್ಬಸ್

ನಾನು ಯಾರೆಂದು ನಿನಗೆ ಗೊತ್ತಾ? ಅಂದರೆ?

ಸ್ಕಾರ್ಪಿಯಸ್

ನೀನು ಆಲ್ಬಸ್ ಪಾಟರ್. ಅವಳು ರೋಸ್ ಗ್ರ್ಯಾಂಗರ್-ವೆಸ್ಲಿ. ನಾನು ಸ್ಕಾರ್ಪಿಯಸ್ ಮಾಲ್‌ಫೋಯ್. ನನ್ನ ತಂದೆ ತಾಯಿ ಅಶ್ಟೋರಿಯಾ ಮತ್ತು ಡ್ರಾಕೋ ಮಾಲ್‌ಫೋಯ್. ನಮ್ಮ ತಂದೆತಾಯಿಗಳಲ್ಲಿ - ಹೊಂದಾಣಿಕೆಯಿರಲಿಲ್ಲ,

ರೋಸ್

ನೀನು ತುಂಬಾ ಸೌಮ್ಯವಾಗಿ ಹೇಳುತ್ತಿದ್ದೀಯಾ. ನಿಮ್ಮ ತಂದೆ ತಾಯಿ ಶವ ತಿನ್ನುತ್ತಾರೆ!

ಸ್ಕಾರ್ಪಿಯಸ್ (ಕೋಪದಿಂದ)

ನನ್ನಪ್ಪ ಹೌದು - ಆದರೆ ಅಮ್ಮ ಅಲ್ಲ.

ರೋಸ್ ಬೇರೆ ಕಡೆ ನೋಡುತ್ತಾಳೆ, ಹಾಗೂ ಸ್ಕಾರ್ಪಿಯಸ್‌ಗೆ ಅವಳು ಏಕೆ ಹಾಗೆ ಮಾಡುತ್ತಿದ್ದಾಳೆಂದು ತಿಳಿದಿದೆ.

ವದಂತಿಗಳ ಬಗ್ಗೆ ನನಗೂ ಗೊತ್ತು, ಆದರೆ ಅದೆಲ್ಲಾ ಸುಳ್ಳು.

ಆಲ್ಬಸ್ ಚಡಪಡಿಸುತ್ತಿರುವ ರೋಸ್ ಹಾಗೂ ಹತಾಶನಾಗಿರುವ ಸ್ಕಾರ್ಪಿಯಸ್ ಅನ್ನು ನೋಡುತ್ತಾನೆ

ಆಲ್ಬಸ್

ವದಂತಿ - ಏನು?

ಸ್ಕಾರ್ಪಿಯಸ್

ವದಂತಿ ಏನೆಂದರೆ ನನ್ನ ತಂದೆ ತಾಯಿಗಳಿಗೆ ಮಕ್ಕಳಾಗುತ್ತಿರಲಿಲ್ಲ. ನನ್ನ ಅಪ್ಪ ಮತ್ತು ಅಜ್ಜನಿಗೆ ಬಲಶಾಲಿಯಾದ ಉತ್ತರಾಧಿಕಾರಿ ಬೇಕೆಂದು ತುಂಬಾ ಆಸೆಯಿತ್ತು, ಆದ್ದರಿಂದ ಮಾಲ್‌ಫೋಯ್ ವಂಶ ಕೊನೆಗೊಳ್ಳುವುದನ್ನು ತಪ್ಪಿಸಲು, ಅವರು ನನ್ನ ಅಮ್ಮನನ್ನು ವಾಪಸ್ ಕಳಿಸಲು ಒಂದು ಟೈಮ್ ಟರ್ನರ್ ಬಳಸಿದರು-

ಆಲ್ಬಸ್

ವಾಪಸ್ಸು ಎಲ್ಲಿಗೆ ಕಳಿಸಲು?

ರೋಸ್

ವದಂತಿಗಳ ಪ್ರಕಾರ ಅವನು ವಾಲ್ಡೆ ಮಾರ್ಟ್‌ರ್ನ ಮಗ, ಆಲ್ಬಸ್.

ಒಂದು ಕೆಟ್ಟದಾದ, ಅಸಹನೀಯವಾದ ಮೌನ.

ಬಹುಶಃ ಅದು ಕಟ್ಟುಕಥೆಯಾಗಿರಬಹುದು. ಅಂದರೆ ...ನೋಡು, ನಿನಗೆ ಮೂಗಿದೆ.

ಈಗ ಮೌನ ಸ್ವಲ್ಪ ಮುರಿದಿದೆ, ಸ್ಕಾರ್ಪಿಯಸ್ ಕೃತಜ್ಞತೆಯಿಂದ ದಯನೀಯವಾಗಿ ನಗುತ್ತಾನೆ.

ಸ್ಕಾರ್ಪಿಯಸ್

ನನ್ನ ಮೂಗು ನನ್ನಪ್ಪನ ಹಾಗೇ ಇದೆ! ನಾನು ಅವರ ಮೂಗು, ಅವರ ಕೂದಲು ಹಾಗೂ ಅವರ ಹೆಸರನ್ನೂ ಪಡೆದಿದ್ದೇನೆ. ಅದೆಲ್ಲವೂ ಏನೋ ಅದ್ಭುತವೆಂದು ನಾನು ಹೇಳುತ್ತಿಲ್ಲ. ಅಂದರೆ - ಅಪ್ಪ - ಮಗನ ಮಧ್ಯ ಇರುವಂಥದ್ದು, ನಮ್ಮಲ್ಲೂ ಅದು ಇದೆ. ಆದರೆ ನಾನು ಒಬ್ಬ ಡಾರ್ಕ್ ಲಾರ್ಡ್ ಮಗನಾಗಿರುವುದರ ಬದಲು ಒಬ್ಬ ಮಾಲ್‌ಫೋಯ್ ಆಗಿರಲು ಇಷ್ಟಪಡುತ್ತೇನೆ.

ಸ್ಕಾರ್ಪಿಯಸ್ ಹಾಗೂ ಆಲ್ಬಸ್ ಒಬ್ಬರನ್ನೊಬ್ಬರು ನೋಡುತ್ತಾರೆ ಹಾಗೂ ಅವರಿಬ್ಬರ ನಡುವೆ ಏನೋ ಆಗುತ್ತದೆ.

ರೋಸ್

ಹೌದು. ಬಹುಶಃ ನಾವು ಬೇರೆಲ್ಲೋ ಕುಳಿತುಕೊಳ್ಳಬೇಕು. ನಡಿ. ಆಲ್ಬಸ್.

ಆಲ್ಬಸ್ ಆಳವಾಗಿ ಚಿಂತಿಸುತ್ತಿದ್ದಾನೆ

ಆಲ್ಬಸ್

ಇಲ್ಲ (*ರೋಸ್‌ಳಿಂದ ಮುಖ ತಿರುಗಿಸಿ*), ಪರವಾಗಿಲ್ಲ. ನೀನು ಹೋಗು...

ರೋಸ್

ಆಲ್ಬಸ್. ನಾನು ಕಾಯುವುದಿಲ್ಲ.

ಆಲ್ಬಸ್

ನೀನು ಹಾಗೆ ಮಾಡುತ್ತೀಯೆಂದು ನಾನು ಕಾಯಬಾರದು. ಆದರೆ ನಾನು ಇಲ್ಲೇ ಇರುತ್ತೇನೆ.

ರೋಸ್ ಅವವನನ್ನು ಒಂದು ಕ್ಷಣ ನೋಡಿ ನಂತರ ಬೋಗಿಯಿಂದ ಹೋಗುತ್ತಾಳೆ

ರೋಸ್

ಸರಿ!

ಸ್ಕಾರ್ಪಿಯಸ್ ಹಾಗೂ ಆಲ್ಬಸ್ ಉಳಿದಿದ್ದಾರೆ - ಅವರು ಒಬ್ಬರನ್ನೊಬ್ಬರು ಹಿಂಜರಿಯುತ್ತ ನೋಡುತ್ತಿದ್ದಾರೆ.

ಸ್ಕಾರ್ಪಿಯಸ್

ಧನ್ಯವಾದಗಳು

ಆಲ್ಬಸ್

ಪರವಾಗಿಲ್ಲ. ನಾನು ನಿನ್ನ ಸಲುವಾಗಿ - ಇಲ್ಲಿ ಉಳಿಯಲಿಲ್ಲ - ನಾನು ನಿನ್ನ ಸಿಹಿತಿಂಡಿಗಳ ಸಲುವಾಗಿ ಉಳಿದೆ.

ಸ್ಕಾರ್ಪಿಯಸ್

ಅವಳು ತುಂಬಾ ಹಠಮಾರಿ.

ಆಲ್ಬಸ್

ಹೌದು. ಕ್ಷಮಿಸು.

ಸ್ಕಾರ್ಪಿಯಸ್

ಇಲ್ಲ. ನನಗೆ ಅದು ಇಷ್ಟ. ನಿನ್ನನ್ನು ಆಲ್ಬಸ್ ಎಂದು ಕರೆಯಲೋ ಅಥವಾ ಆಲ್ ಎಂದೋ?

ಸ್ಕಾರ್ಪಿಯಸ್ ನಗುತ್ತ ತನ್ನ ಬಾಯಲ್ಲಿ ಎರಡು ಸಿಹಿತಿಂಡಿಗಳನ್ನು ಹಾಕಿಕೊಳ್ಳುತ್ತಾನೆ.

ಆಲ್ಬಸ್ (*ಚಿಂತಿಸುತ್ತಿದ್ದಾನೆ*)

ಆಲ್ಬಸ್.

ಸ್ಕಾರ್ಪಿಯಸ್ (*ಅವನ ಕಿವಿಗಳಿಂದ ಹೊಗೆ ಬರುತ್ತಿದೆ*)

ನನ್ನ ಸಹಿತಿಂಡಿಗಳಿಗಾಗಿ ಉಳಿದುಕೊಂಡಿದ್ದಕ್ಕೆ ಧನ್ಯವಾದಗಳು, ಆಲ್ಬಸ್!

ಆಲ್ಬಸ್ (*ನಗುತ್ತ*)

ವಾವ್.

ಆಕ್ಟ್ ಒಂದು ದೃಶ್ಯ ನಾಲ್ಕು

Transition scene

ಈಗ ನಾವು ಸಮಯ ಬದಲಾವಣೆಯ ಯಾವತ್ತೂ-ಇಲ್ಲದ ಜಗತ್ತನ್ನು ಪ್ರವೇಶಿ-ಸುತ್ತೇವೆ. ಈ ದೃಶ್ಯ ಇಂದ್ರಜಾಲದ ಬಗೆಗೆ.

ನಾವು ಜಗತ್ತಿನ ನಡುವೆ ಬದಲಾಗುತ್ತಿದ್ದಂತೆ ಬದಲಾವಣೆಗಳು ಕ್ಷಿಪ್ರವಾಗಿರುತ್ತವೆ. ಇಲ್ಲಿ ಯಾವುದೇ ವೈಯಕ್ತಿಕ ಸೀನ್‌ಗಳಿಲ್ಲದಿದ್ದರೂ, ಸಮಯದ ನಿರಂತರ ಬೆಳವಣಿಗೆಯನ್ನು ತೋರಿಸುವ ತುಣುಕುಗಳಿವೆ.

ಪ್ರಾರಂಭದಲ್ಲಿ ನಾವು ಹಾಗ್‌ವಾರ್ಟ್ಸ್ ಒಳಗೆ, ಗ್ರೇಟ್ ಹಾಲ್‌ನಲ್ಲಿದ್ದೇವೆ ಹಾಗೂ ಎಲ್ಲರೂ ಆಲ್ಬಸ್ ಸುತ್ತಲೂ ಕುಣಿಯುತ್ತಿದ್ದಾರೆ.

ಪಾಲಿ ಚಾಪ್‌ಮನ್

ಆಲ್ಬಸ್ ಪಾಟರ್

ಕಾರ್ಲ್ ಜೆನ್‌ಕಿನ್ಸ್

ಒಬ್ಬ ಪಾಟರ್. ನಿನ್ನ ಕಿವಿಯಲ್ಲಿ.

ಯಾನ್ ಫ್ರೆಡ್ರಿಕ್ಸ್

ಇವನಿಗೆ ಕೂದಲಿದೆ. ಅವನ ಹಾಗೇ ಇವನಿಗೆ ಕೂದಲಿದೆ.

ರೋಸ್

ಮತ್ತೆ ಇವನು ನನ್ನ ಸೋದರಸಂಬಂಧಿ. (*ಅವರು ತಿರುಗುತ್ತಿದ್ದ ಹಾಗೆ.*) ರೋಸ್ ಗ್ರ್ಯಾಂಗರ್-ವೆಸ್ಲಿ. ನಿಮ್ಮನ್ನು ಭೇಟಿಯಾಗಿ ಸಂತೋಷವಾಯಿತು.

ದ ಸ್ಪೋರ್ಟಿಂಗ್ ಹ್ಯಾಟ್ ವಿದ್ಯಾರ್ಥಿಗಳ ಮಧ್ಯದಿಂದ ಹೋಗುತ್ತಿದೆ ಹಾಗೂ ಅವರು ಅವರ ಮನೆಗಳಲ್ಲಿ ಜಿಗಿಯುತ್ತಿದ್ದಾರೆ.

ಅವನು ರೋಸ್ ಕಡೆ ಬರುತ್ತಿದ್ದಾನೆಂದು ಸ್ಪಷ್ಟವಾಗುತ್ತಿದೆ, ಅವಳು ತನಗೇನಾಗುತ್ತದೆಂದು ಕಾಯುತ್ತ ಉದ್ವಿಗ್ನಳಾಗಿದ್ದಾಳೆ.

ಸ್ಪೋರ್ಟಿಂಗ್ ಹ್ಯಾಟ್

ಶತಮಾನಗಳ ಕಾಲ ಇದೇ ನನ್ನ ಕೆಲಸ
ವಿದ್ಯಾರ್ಥಿಯ ತಲೆಯ ಮೇಲೆ ನನ್ನ ವಾಸ
ನಿಮ್ಮ ಆಲೋಚನೆಗಳು ನನಗೆ ತಿಳಿಯುತ್ತವೆ ಥಟ್ ಥಟ್
ಏಕೆಂದರೆ ನಾನೇ ಪ್ರಸಿದ್ಧ ಸಾರ್ಟಿಂಗ್ ಹ್ಯಾಟ್.

ನಾನು ಎಲ್ಲರನ್ನೂ ನೋಡಿದ್ದೇನೆ
ಶತಮಾನಗಳ ಕಾಲ ನಾನು ಎಲ್ಲವನ್ನೂ ತಿಳಿದಿದ್ದೇನೆ
ನನ್ನನ್ನು ತಲೆಯ ಮೇಲೆ ಹಾಕಿಕೋ
ನೀವು ಯಾವ ಮನೆಯಲ್ಲಿರಬೇಕು ಎಂದು ತಿಳಿದುಕೋ...
ರೋಸ್ ಗ್ರ್ಯಾಂಗರ್-ವೆಸ್ಲಿ.

ಅವನು ತನ್ನ ಹ್ಯಾಟ್ ಅನ್ನು ರೋಸ್ ತಲೆಯ ಮೇಲಿಡುತ್ತಾನೆ.

ಗ್ರಿಫಿನ್‌ಡೋರ್!

ರೋಸ್ ಹೋಗಿ ಅವರನ್ನು ಸೇರಿಕೊಳ್ಳುತ್ತಿದ್ದ ಹಾಗೆ ಗ್ರಿಫಿನ್‌ಡೋರ್ ಕಡೆಯಿಂದ ಹರ್ಷೋದ್ಗಾರ ಕೇಳಿಬರುತ್ತಿದೆ.

ರೋಸ್

ಧನ್ಯವಾದಗಳು ಡಂಬಲ್‌ಡೋರ್.

ಸಾರ್ಟಿಂಗ್ ಹ್ಯಾಟ್ ದಿಟ್ಟಿಸಿ ನೋಡುತ್ತಿದ್ದಾಗ ಸ್ಕಾರ್ಪಿಯಸ್ ಓಡಿ ಹೋಗಿ ರೋಸ್‌ಳ ಸ್ಥಾನ ತೆಗೆದುಕೊಳ್ಳುತ್ತಿದ್ದಾನೆ.

ಸಾರ್ಟಿಂಗ್ ಹ್ಯಾಟ್

ಸ್ಕಾರ್ಪಿಯಸ್ ಮಾಲ್‌ಫೊಯ್.

ಅವನು ತನ್ನ ಟೋಪಿಯನ್ನು ಸ್ಕಾರ್ಪಿಯಸ್ ತಲೆಯ ಮೇಲಿಡುತ್ತಾನೆ.

ಸ್ಲಿಥೆರಿನ್!

ಸ್ಕಾರ್ಪಿಯಸ್ ಇದನ್ನು ನಿರೀಕ್ಷಿಸುತ್ತಿದ್ದರಿಂದ, ಅವನು ತಲೆಯಲ್ಲಾಡಿಸಿ ಅರೆಬರೆ ನಗುತ್ತಾನೆ.

ಅವನು ಸ್ಲಿಥೆರಿನ್ ಅನ್ನು ಸೇರಿಕೊಳ್ಳುತ್ತಿದ್ದ ಹಾಗೆ ಅವರಿಂದ ಹರ್ಷೋದ್ಗಾರ ಕೇಳಿಬರುತ್ತಿದೆ.

ಪಾಲಿ ಚಾಪ್‌ಮನ್

ಸರಿ. ಅದು ಸರಿಯಾಗೇ ಇದೆ,

ಆಲ್ಬಸ್ ಬೇಗ ಬೇಗ ಮುಂದಿನ ಗೇಟ್ ಕಡೆ ಹೋಗುತ್ತಾನೆ.

ಸಾರ್ಟಿಂಗ್ ಹ್ಯಾಟ್

ಆಲ್ಬಸ್ ಪಾಟರ್

ಅವನು ತನ್ನ ಹ್ಯಾಟ್ ಅನ್ನು ಆಲ್ಬಸ್ ತಲೆಯ ಮೇಲಿಡುತ್ತಾನೆ - ಹಾಗೂ ಈ ಬಾರಿ ಅವನು ಬಹಳ ಹೊತ್ತು ತೆಗೆದುಕೊಳ್ಳುತ್ತಿದ್ದಾನೆ - ಅವನಿಗೆ ಗೊಂದಲವಾಗಿರುವಂತಿದೆ.

ಸ್ಲಿಥೆರಿನ್!

ಅಲ್ಲಿ ಮೌನವಿದೆ.

ಒಂದು ಪರಿಪೂರ್ಣ, ಅರ್ಥಗರ್ಭಿತ ಮೌನ.

ಸುಮ್ಮನಿರುವ, ಮಿಸುಕಾಡುತ್ತಿರುವ ಘಾಸಿಗೊಂಡ ಮೌನ.

ಪಾಲಿ ಚಾಪ್‌ಮನ್

ಸ್ಲಿಥೆರಿನ್?

ಕ್ರೈಗ್ ಬೌಕರ್ ಜ್ಯೂನಿಯರ್

ವಾವ್! ಒಬ್ಬ ಪಾಟರ್? ಸ್ಲಿಥೆರಿನ್‌ನಲ್ಲಿ.

ಆಲ್ಬಸ್ ಹೊರಗಿನವನಂತ ಕಾಣುತ್ತಿದ್ದಾನೆ, ಅವನಿಗೆ ಖಚಿತತೆಯಿಲ್ಲ. ಸ್ಕಾರ್ಪಿಯಸ್ ನಗುತ್ತಿದ್ದಾನೆ, ಅವನಿಗೆ ಸಂತೋಷವಾಗಿದೆ, ಅವನು ಕೂಗುತ್ತಾನೆ.

ಸ್ಕಾರ್ಪಿಯಸ್

ನೀನು ನನ್ನ ಪಕ್ಕ ನಿಲ್ಲಬಹುದು!

ಆಲ್ಬಸ್ (*ಸಂಪೂರ್ಣವಾಗಿ ಗೊಂದಲದಲ್ಲಿದ್ದಾನೆ*)

ಸರಿ. ಹೌದು.

ಯಾನ್ ಫ್ರೆಡೆರಿಕ್ಸ್

ಅವನು ಕೂದಲು ಹಾಗೇ ಇಲ್ಲವೆಂದು ನನಗೆ ಅನಿಸುತ್ತಿದೆ.

ರೋಸ್

ಆಲ್ಬಸ್? ಇದು ತಪ್ಪು, ಆಲ್ಬಸ್. ಇದು ಹೀಗೆ ಆಗಬಾರದು.

ಇದ್ದಕ್ಕಿದ್ದ ಹಾಗೇ ಮೇಡಮ್ ಹೂಚ್ ಜೊತೆಗೆ ಒಂದು ಹಾರಾಟದ ಪಾಠ ನಡೆಯುತ್ತಿದೆ.

ಮೇಡಮ್ ಹೂಚ್

ಏನು ಮುಖ ನೋಡುತ್ತಿದ್ದೀರಾ? ಎಲ್ಲರೂ ಕಸಬರಿಗೆಯ ಪಕ್ಕ ಬಂದು ನಿಂತುಕೊಳ್ಳಿ. ಬೇಗ ಬೇಗ.

ಮಕ್ಕಳೆಲ್ಲರೂ ಓಡಿ ಬಂದು ಅವರವರ ಕಸಬರಿಗೆಯ ಪಕ್ಕದಲ್ಲಿ ನಿಂತುಕೊಳ್ಳುತ್ತಾರೆ.

ಕಸಬರಿಗೆಯ ಮೇಲೆ ನಿಮ್ಮ ಕೈಗಳನ್ನಿಡಿ, ಹಾಗೂ ಹೇಳಿ, 'ಮೇಲೆ!'

ಎಲ್ಲರೂ

ಮೇಲೆ!

ರೋಸ್ ಹಾಗೂ ಯಾನ್‌ರ ಕಸಬರಿಗೆಗಳು ಅವರ ಕೈಯಲ್ಲಿ ತೇಲಿ ಬರುತ್ತವೆ.

ರೋಸ್ ಹಾಗೂ ಯಾನ್

ಹೌದು!

ಮೇಡಮ್ ಹೂಚ್

ಏನು ಮಾಡುತ್ತಿದ್ದೀರಾ? ದಡ್ಡರಿಗೆ ನನ್ನ ಬಳಿ ಸಮಯವಿಲ್ಲ. ಗಟ್ಟಿಯಾಗಿ 'ಮೇಲೆ'. 'ಮೇಲೆ' ಎಂದು ಹೇಳಿ.

ಎಲ್ಲರೂ (ರೋಸ್ ಹಾಗೂ ಯಾನ್ ಬಿಟ್ಟು)

ಮೇಲೆ!

ಸ್ಕಾರ್ಪಿಯಸ್ ಸೇರಿದಂತೆ ಎಲ್ಲರ ಕಸಬರಿಗೆಗಳು ಮೇಲೆ ಬರುತ್ತವೆ. ಕೇವಲ ಆಲ್ಬಸ್ ಕಸಬರಿಗೆ ಮಾತ್ರ ನೆಲದ ಮೇಲೇ ಇದೆ.

ಎಲ್ಲರೂ (ರೋಸ್, ಯಾನ್ ಹಾಗೂ ಆಲ್ಬಸ್ ಬಿಟ್ಟು)

ಹೌದು!

ಆಲ್ಬಸ್

ಮೇಲೆ. ಮೇಲೆ. ಮೇಲೆ

ಅವನ ಕಸಬರಿಗೆ ಅಲ್ಲಾಡುತ್ತಿಲ್ಲ. ಒಂದು ಇಂಚು ಕೂಡ ಅಲ್ಲಾಡುತ್ತಿಲ್ಲ. ಅದನ್ನು ಹತಾಶನಾಗಿ ನೋಡುತ್ತಿದ್ದಾನೆ. ತರಗತಿಯಲ್ಲಿ ಉಳಿದವರು ನಗುತ್ತಿದ್ದಾರೆ.

ಪಾಲಿ ಚಾಪ್‌ಮನ್

ಅಯ್ಯೋ ಮರ್ಲಿನ್ ಗಡ್ಡವೇ, ಎಷ್ಟು ಅವಮಾನಕಾರಿ! ಇವನು ಅವನ ಅಪ್ಪನ ಹಾಗಲ್ಲ. ಅಲ್ಲವೇ?

ಕಾರ್ಲ್ ಜೆನ್‌ಕಿನ್ಸ್

ಆಲ್ಬಸ್ ಪಾಟರ್, ಸ್ಲಿಥೆರಿನ್ ಸಂಕಟಗಾರ

ಮೇಡಮ್ ಹೂಚ್

ಸರಿ ಮಕ್ಕಳೇ. ಇದು ಹಾರಾಡುವ ಸಮಯ.

ಇದ್ದಕ್ಕಿದ್ದ ಹಾಗೆ ಹ್ಯಾರಿ ಎಲ್ಲಿಂದಲೋ ಆಲ್ಬಸ್ ಹತ್ತಿರ ಬರುತ್ತಾನೆ ಹಾಗೂ ವೇದಿಕೆಯ ಮೇಲೆ ಹೊಗೆ ಆವರಿಸಿಕೊಳ್ಳುತ್ತದೆ. ನಾವು ಮತ್ತೆ ಪ್ಲಾಟ್‌ಫಾರ್ಮ್ ಒಂಬತ್ತು ಹಾಗೂ ಮೂರು-ಮುಕ್ಕಾಲಕ್ಕೆ ಬಂದಿದ್ದೇವೆ ಹಾಗೂ ಸಮಯವು ಯಾವುದೇ ದಯೆಯಿಲ್ಲದೇ ಸರಿದು ಹೋಗಿದೆ. ಆಲ್ಬಸ್‌ಗೆ ಈಗ ಒಂದು ವರ್ಷ ಹೆಚ್ಚು ವಯಸ್ಸಾಗಿದೆ (ಹ್ಯಾರಿಗೂ ಒಂದು ವರ್ಷ ಹೆಚ್ಚು ವಯಸ್ಸಾಗಿದ್ದರೂ ಅದು ಅಷ್ಟಾಗಿ ಗಮನಕ್ಕೆ ಬರುತ್ತಿಲ್ಲ)

ಆಲ್ಬಸ್

ನಿನಗೆ ಸಾಧ್ಯವಾ ಎಂದು ಕೇಳುತ್ತಿದ್ದೇನೆ ಅಪ್ಪಾ - ನಿನಗೆ ನನ್ನಿಂದ ಸ್ವಲ್ಪ ದೂರ ನಿಲ್ಲಲು ಸಾಧ್ಯವೇ ಎಂದು ಕೇಳುತ್ತಿದ್ದೇನೆ.

ಹ್ಯಾರಿ (*ತಮಾಷೆಯಿಂದ*)

ಎರಡನೇ ವರ್ಷದವರಿಗೆ ಅವರ ಅಪ್ಪನ ಜೊತೆ ಕಾಣಿಸಿಕೊಳ್ಳುವುದು ಇಷ್ಟವಾಗುವುದಿಲ್ಲ. ಅಲ್ಲವೇ?

ಒಬ್ಬಳು ಅತಿಯಾಗಿ ಗಮನ ಕೊಡುತ್ತಿರುವ ವಿಜಾರ್ಡ್ ಅವರ ಸುತ್ತಲೂ ತಿರುಗುತ್ತಿದ್ದಾಳೆ.

ಆಲ್ಬಸ್

ಇಲ್ಲ. ಅದು ನೀನು ನೀನೇ ಮತ್ತೆ ನಾನು ನಾನೇ - ಮತ್ತೆ -

ಹ್ಯಾರಿ

ಜನರು ಬರೀ ನೋಡುತ್ತಿದ್ದಾರೆ, ಸರಿಯೇ? ಜನರು ನೋಡುತ್ತಾರೆ. ಹಾಗೂ ಅವರು ನನ್ನನ್ನು ನೋಡುತ್ತಿದ್ದಾರೆ, ನಿನ್ನನ್ನಲ್ಲ.

ಓವರ್ ಎಟೆಂಟಿವ್ ವಿಜಾರ್ಡ್ ಹ್ಯಾರಿಗೆ ಸಹಿ ಹಾಕಲು ಏನನ್ನೋ ಕೊಡುತ್ತಿದ್ದಾಳೆ. ಹ್ಯಾರಿ ಅದಕ್ಕೆ ಸಹಿ ಮಾಡುತ್ತಾನೆ

ಆಲ್ಬಸ್

ಹ್ಯಾರಿ ಪಾಟರ್ ಹಾಗೂ ಅವನ ನಿರಾಶಾಜನಕ ಮಗ.

ಹ್ಯಾರಿ

ಅಂದರೆ?

ಆಲ್ಬಸ್

ಹ್ಯಾರಿ ಪಾಟರ್ ಹಾಗೂ ಅವನ ಸ್ಲಿಥೆರಿನ್ ಮಗ

ಜೇಮ್ಸ್ ತನ್ನ ಬ್ಯಾಗ್ ಹಿಡಿದುಕೊಂಡು ಅವರನ್ನು ದಾಟಿ ಓಡುತ್ತಾನೆ

ಜೇಮ್ಸ್

ಅಳುವ ಸ್ಲಿಥೆರಿನ್, ಇದು ನಿನ್ನ ಗೋಳಾಟ ನಿಲ್ಲಿಸುವ ಸಮಯ, ಇದು ರೈಲು ಹತ್ತುವ ಸಮಯ.

ಹ್ಯಾರಿ

ಇದು ಬೇಕಿರಲಿಲ್ಲ, ಜೇಮ್ಸ್.

ಜೇಮ್ಸ್ (*ಆಗಲೇ ಹೋಗಿದ್ದಾನೆ*)

ಕ್ರಿಸ್‌ಮಸ್‌ನಲ್ಲಿ ಸಿಗೋಣ, ಡ್ಯಾಡ್.

ಹ್ಯಾರಿ ಚಿಂತೆಯಿಂದ ಆಲ್ಬಸ್ ಅನ್ನು ನೋಡುತ್ತಾನೆ

ಹ್ಯಾರಿ

ಆಲ್-

ಆಲ್ಬಸ್

ನನ್ನ ಹೆಸರು ಆಲ್ಬಸ್, ಆಲ್ ಅಲ್ಲ.

ಹ್ಯಾರಿ

ಬೇರೆ ಹುಡುಗರು ಸರಿಯಾಗಿ ನಡೆದುಕೊಳ್ಳುತ್ತಿಲ್ಲವೇ? ಅಷ್ಟೇನಾ? ನೀನು ಇನ್ನೂ ಹೆಚ್ಚು ಸ್ನೇಹಿತರನ್ನು ಮಾಡಿಕೊಳ್ಳಲು ಪ್ರಯತ್ನಿಸಬಹುದು - ಹರ್ಮಿಯಾನ್ ಹಾಗೂ ರಾನ್ ಇಲ್ಲದೇ ನನಗೆ ಹಾಗ್‌ವಾರ್ಟ್ಸ್ ನಲ್ಲಿ ಇರಲು ಸಾಧ್ಯವಾಗುತ್ತಿರಲಿಲ್ಲ, ನನಗೆ ಇರಲು ಸಾಧ್ಯವೇ ಆಗುತ್ತಿರಲಿಲ್ಲ.

ಆಲ್ಬಸ್

ಆದರೆ ನನಗೆ ರಾನ್ ಅಥವಾ ಹರ್ಮಿಯಾನ್ ಯಾರೂ ಬೇಡ - ನನಗೆ - ನನಗೆ ಒಬ್ಬ ಗೆಳೆಯನಿದ್ದಾನೆ, ಸ್ಕಾರ್ಪಿಯಸ್, ಅವನು ನಿನಗೆ ಇಷ್ಟವಿಲ್ಲವೆಂದು ನನಗೆ ಗೊತ್ತು ಆದರೆ ನನಗೆ ಅವನೊಬ್ಬನಿದ್ದರೆ ಸಾಕು

ಹ್ಯಾರಿ

ನೋಡು. ನೀನು ಸಂತೋಷವಾಗಿದ್ದರೆ ನನಗಷ್ಟೇ ಸಾಕು.

ಆಲ್ಬಸ್

ನೀನು ನನ್ನನ್ನು ಸ್ಟೇಷನ್‌ಗೆ ಕರೆದುಕೊಂಡು ಬರಬೇಕೆಂದಿರಲಿಲ್ಲ ಡ್ಯಾಡ್.

ಆಲ್ಬಸ್ ತನ್ನ ಪೆಟ್ಟಿಗೆಯನ್ನು ತೆಗೆದುಕೊಂಡು ಬೇಗ ಬೇಗ ಆ ಕಡೆ ಹೋಗುತ್ತಾನೆ

ಹ್ಯಾರಿ

ಆದರೆ ನನಗೆ ಇಲ್ಲಿರಬೇಕಿತ್ತು...

ಆದರೆ ಆಲ್ಬಸ್ ಹೋಗಿದ್ದಾನೆ. ಒಂದು ಪರಿಪೂರ್ಣವಾದ ನಿಲುವಂಗಿಯನ್ನು ಧರಿಸಿರುವ, ಅವನ ಬೆಳ್ಳಗಿನ ಜುಟ್ಟು ಚೆನ್ನಾಗಿ ಬಾಚಿರುವ ಡ್ರಾಕೋ ಮಾಲ್‌ಫಾಯ್ ಜನರೊಳಗಿನಿಂದ ಬಂದು ಹ್ಯಾರಿ ಪಕ್ಕ ಬಂದು ನಿಲ್ಲುತ್ತಾನೆ.

ಡ್ರಾಕೋ

ನನಗೊಂದು ಉಪಕಾರವಾಗಬೇಕು.

ಹ್ಯಾರಿ

ಡ್ರಾಕೋ

ಡ್ರಾಕೋ

ನನ್ನ ಮಗನ ತಂದೆತಾಯಿಗಳ ಬಗೆಗಿರುವ - ಈ ವದಂತಿಗಳು - ಅವು ಹೋಗುತ್ತಿಲ್ಲ. ಬೇರೆ ಹಾಗ್‌ವಾರ್ಟ್ಸ್ ವಿದ್ಯಾರ್ಥಿಗಳು ಸ್ಕಾರ್ಪಿಯಸ್‌ನನ್ನು ಒಂದೇ ಸಮನೆ ಅದರ ಬಗ್ಗೆ ಟೀಕಿಸುತ್ತಾರೆ - ಎಲ್ಲ ಟೈಮ್ ಟರ್ನರ್‌ಗಳೂ ಡಿಪಾರ್ಟ್‌ಮೆಂಟ್ ಆಫ್ ಮಿಸ್ಟರೀಸ್‌ನ ಯುದ್ಧದಲ್ಲಿ ನಾಶವಾದವೆಂದು ಮಿನಿಸ್ಟ್ರಿಯಲ್ಲಿ ಒಂದು ಹೇಳಿಕೆ ನೀಡಲು ಸಾಧ್ಯವಾದಲ್ಲಿ...

ಹ್ಯಾರಿ

ಡ್ರಾಕೋ, ಅದನ್ನು ಹಾಗೇ ಬಿಡು - ಅವುಗಳು ಹಾಗೇ ಕಣ್ಮರೆಯಾಗುತ್ತವೆ.

ಡ್ರಾಕೋ

ನನ್ನ ಮಗ ಸಂಕಟದಲ್ಲಿದ್ದಾನೆ ಹಾಗೂ - ಆಸ್ಟೋರಿಯಾಗೆ ಇತ್ತೀಚಿಗೆ ಹುಶಾರಿಲ್ಲ - ನನಗೆ ಎಲ್ಲಾ ಬೆಂಬಲ ಬೇಕು.

ಹ್ಯಾರಿ

ನೀವು ವದಂತಿಯನ್ನು ಉತ್ತರಿಸಿದರೆ, ನೀನು ಅದಕ್ಕೆ ಆಹಾರ ನೀಡಿದಂತೆ. ವಾಲ್ಡೆರ್‌ಮೋರ್ಟ್ ಮಗುವಿನ ಬಗ್ಗೆ ಅನೇಕ ವರ್ಷಗಳ ಕಾಲ ವದಂತಿಗಳಿವೆ. ಸ್ಕಾರ್ಪಿಯಸ್ ಈ ದೂರು ಬಂದವರಲ್ಲಿ ಮೊದಲನೆಯವನಲ್ಲ. ನಿನ್ನ ಹಾಗೂ ನನ್ನ ಸಲುವಾಗಿ ಮಿನಿಸ್ಟ್ರಿ ಇದೆಲ್ಲದರಿಂದ ದೂರವಿರಬೇಕು.

ಡ್ರಾಕೋ ಕಿರಿಕಿರಿಯಿಂದ ಹುಬ್ಬು ಗಂಟಿಕ್ಕುತ್ತಾನೆ, ವೇದಿಕೆ ಈಗ ಸ್ಪಷ್ಟವಾಗಿದೆ ಹಾಗೂ ರೋಸ್ ಹಾಗೂ ಆಲ್ಬಸ್ ತಮ್ಮ ಪೆಟ್ಟಿಗೆಗಳೊಡನೆ ಅಲ್ಲಿ ನಿಂತಿದ್ದಾರೆ.

ಆಲ್ಬಸ್

ರೈಲು ಬಿಟ್ಟ ತಕ್ಷಣ ನೀನು ನನ್ನ ಜೊತೆ ಮಾತಾಡಬೇಕೆಂದಿಲ್ಲ.

ರೋಸ್

ನನಗೆ ಗೊತ್ತು. ದೊಡ್ಡವರ ಮುಂದೆ ನಾವು ನಾಟಕ ಮಾಡಿದರೆ ಸಾಕು.

ಸ್ಕಾರ್ಪಿಯಸ್ ದೊಡ್ಡ ಆಸೆಗಳು ಹಾಗೂ ಇನ್ನೂ ದೊಡ್ಡ ಪೆಟ್ಟಿಗೆಯ ಜೊತೆ ಓಡಿ ಬರುತ್ತಿದ್ದಾನೆ.

ಸ್ಕಾರ್ಪಿಯಸ್ *(ಆಸೆಯಿಂದ)*

ಹಾಯ್ ರೋಸ್.

ರೋಸ್ (ಕ್ಲುಪ್ತವಾಗಿ)

ಬಾಯ್ ಆಲ್ಬಸ್.

ಸ್ಕಾರ್ಪಿಯಸ್ *(ಈಗಲೂ ಆಸೆಯಿಂದ)*

ಅವಳು ಕರಗುತ್ತಿದ್ದಾಳೆ.

ಹಾಗೂ ಇದ್ದಕ್ಕಿದ್ದಂತೆ ನಾವು ದ ಗ್ರೇಟ್ ಹಾಲ್‌ನಲ್ಲಿದ್ದೇವೆ ಹಾಗೂ ಪ್ರೊಫೆಸರ್ ಮ್ಯಾಕ್‌ಗೊನಾಗಲ್ ಮುಂದೆ ನಿಂತಿದ್ದಾಳೆ, ಅವಳ ಮುಖದ ಮೇಲೆ ಒಂದು ದೊಡ್ಡ ನಗುವಿದೆ.

ಪ್ರೊಫೆಸರ್ ಮ್ಯಾಕ್‌ಗೊನಾಗಲ್

ಹಾಗೂ ನನಗೆ ಗ್ರಿಫಿಂಡರ್‌ನ ಹೊಚ್ಚ ಹೊಸ ಸದಸ್ಯರನ್ನು ಕ್ವಿಡಿಚ್ ತಂಡಕ್ಕೆ ಸ್ವಾಗತಿಸಲು ಸಂತೋಷವೆನಿಸುತ್ತಿದೆ - ನಮ್ಮ - (ಅವಳಿಗೆ ತಾನು ಪಕ್ಷಪಾತ ಮಾಡಬಾರದು ಎಂದು ಅರಿವಾಗುತ್ತದೆ) ನಿಮ್ಮ ಅತ್ಯುತ್ತಮ ಹೊಸ ಚೇಸರ್ - ರೋಸ್ ಗ್ರಾಂಗರ್-ವೆಸ್ಲಿ

ಅಲ್ಲಿರುವವರು ಕರತಾಡನ ಮಾಡುತ್ತಿದ್ದಾರೆ. ಸ್ಕಾರ್ಪಿಯಸ್ ಅವರ ಜೊತೆ ಚಪ್ಪಾಳೆ ತಟ್ಟುತ್ತಿದ್ದಾನೆ.

ಆಲ್ಬಸ್

ನೀನೂ ಸಹ ಅವಳಿಗಾಗಿ ಚಪ್ಪಾಳೆ ತಟ್ಟುತ್ತಿದ್ದೀಯಾ? ನಮಗೆ ಕ್ವಿಡಿಚ್ ಇಷ್ಟವಿಲ್ಲ ಹಾಗೂ ಅವಳು ಇನ್ನೊಂದು ಮನೆಗಾಗಿ ಆಟವಾಡುತ್ತಿದ್ದಾಳೆ.

ಸ್ಕಾರ್ಪಿಯಸ್

ಅವಳು ನಿನ್ನ ಸೋದರಸಂಬಂಧಿ, ಆಲ್ಬಸ್.

ಆಲ್ಬಸ್

ಅವಳು ನನಗಾಗಿ ಚಪ್ಪಾಳೆ ತಟ್ಟುತ್ತಾಳೆ ಎಂದು ನಿನಗೆ ಅನಿಸುತ್ತದೆಯೇ?

ಸ್ಕಾರ್ಪಿಯಸ್

ಅವಳು ತುಂಬಾ ಬುದ್ಧಿವಂತೆ ಎಂದು ನನಗನಿಸುತ್ತದೆ.

ವಿದ್ಯಾರ್ಥಿಗಳು ಮತ್ತೊಮ್ಮೆ ಆಲ್ಬಸ್‌ನನ್ನು ಸುತ್ತುವರಿದಿದ್ದಾರೆ ಹಾಗೂ ಇದ್ದಕ್ಕಿದ್ದಂತೆ ಪ್ರಮಾಣಗಳ ತರಗತಿ ಪ್ರಾರಂಭವಾಗುತ್ತದೆ.

ಪಾಲಿ ಚಾಪ್‌ಮನ್

ಆಲ್ಬಸ್ ಪಾಟರ್. ಯಾರಿಗೂ ಬೇಡವಾದವನು. ಅವನು ಮೆಟ್ಟಿಲು ಹತ್ತಿ ಬರುತ್ತಿದ್ದರೆ ಚಿತ್ರಗಳೂ ಕೂಡ ಮುಖ ತಿರುಗಿಸಿಕೊಳ್ಳುತ್ತವೆ.

ಆಲ್ಬಸ್ ಒಂದು ಪ್ರಮಾಣದ ಮೇಲೆ ಬಗ್ಗಿ ನೋಡುತ್ತಿದ್ದಾನೆ.

ಆಲ್ಬಸ್

ಈಗ ನಾವು ಇದನ್ನು ಸೇರಿಸುತ್ತೇವೆ - ಇದು ಬೈಕಾರ್ನ್‌ರ್ನನ ಕೋಡೇ?

ಕಾರ್ಲ್ ಜೆನ್‌ಕಿನ್ಸ್

ಅದನ್ನು ಅವನಿಗೆ ಹಾಗೂ ವಾಲ್ಡೆಮಾರ್ಟ್‌ರ್ನ ಮಗನಿಗೆ ಬಿಡು.

ಆಲ್ಬಸ್

ಸ್ವಲ್ಪವೇ ಓತಿಕ್ಯಾತದ ರಕ್ತದ ಜೊತೆ

ಪ್ರಮಾಣವು ದೊಡ್ಡ ಶಬ್ದದೊಂದಿಗೆ ಸ್ಫೋಟಗೊಳ್ಳುತ್ತದೆ

ಸ್ಕಾರ್ಪಿಯಸ್

ಸರಿ. ಇದಕ್ಕೆ ಪ್ರತಿ ವಿಷವೇನು? ನಾವು ಏನನ್ನು ಬದಲಾಯಿಸಬೇಕು?

ಆಲ್ಬಸ್

ಎಲ್ಲವನ್ನೂ.

ಅದರ ಜೊತೆಗೆ ಸಮಯ ಮತ್ತೆ ಮುಂದಕ್ಕೆ ಸರಿಯುತ್ತಿದೆ. ಆಲ್ಬಸ್‌ನ ಕಣ್ಣುಗಳು ಇನ್ನೂ ಕಪ್ಪಾಗುತ್ತವೆ. ಅವನ ಮುಖ ಇನ್ನೂ ಬಿಳಿಚಿಕೊಳ್ಳುತ್ತಿದೆ. ಅವನು ಈಗಲೂ ಒಬ್ಬ ಸುಂದರವಾದ ಹುಡುಗನಾಗಿದ್ದರೂ ಅದನ್ನು ಒಪ್ಪಿಕೊಳ್ಳಲು ಅವನು ಸಿದ್ಧನಿಲ್ಲ. ಈಗ

ಅವನು ಇದ್ದಕ್ಕಿದ್ದಂತೆ ಪ್ಲಾಟ್‌ಫಾರ್ಮ್ ಒಂಬತ್ತು ಹಾಗೂ ಮೂರೂ ಮುಕ್ಕಾಲರ ಮೇಲೆ ತನ್ನ ಅಪ್ಪನ ಜೊತೆಗೆ ಇದ್ದಾನೆ. ಅವನು ಈಗಲೂ ಮಗನನ್ನು (ಹಾಗೂ ತನ್ನನ್ನು) ಎಲ್ಲವೂ ಸರಿಯಾಗಿದೆ ಎಂದು ಒಪ್ಪಿಸಲು ಪ್ರಯತ್ನಿಸುತ್ತಿದ್ದಾನೆ. ಇಬ್ಬರಿಗೂ ಇನ್ನೊಂದು ವರ್ಷ ವಯಸ್ಸಾಗಿದೆ.

ಹ್ಯಾರಿ

ಮೂರನೆಯ ವರ್ಷ. ದೊಡ್ಡ ವರ್ಷ. ಹಾಗ್ಸ್ ಮೀಡ್‌ಗೆ ನಿನ್ನ ಅನುಮತಿ ಪತ್ರ ಇಲ್ಲಿದೆ.

ಆಲ್ಬಸ್

ನನಗೆ ಹಾಗ್ಸ್ ಮೀಡ್ ಸ್ವಲ್ಪವೂ ಇಷ್ಟವಿಲ್ಲ.

ಹ್ಯಾರಿ

ನೀನು ಇನ್ನೂ ಭೇಟಿ ನೀಡಿರದ ಯಾವುದರೂ ಸ್ಥಳವನ್ನು ನೀನು ಹೇಗೆ ದ್ವೇಷಿಸಬಹುದು?

ಆಲ್ಬಸ್

ಏಕೆಂದರೆ ಅದು ಹಾಗ್‌ವಾರ್ಟ್ಸ್ ವಿದ್ಯಾರ್ಥಿಗಳಿಂದ ತುಂಬಿರುತ್ತದೆ ಎಂದು ನನಗೆ ಗೊತ್ತು.

ಆಲ್ಬಸ್ ಪೇಪರ್ ಅನ್ನು ಎಸೆಯುತ್ತಾನೆ.

ಹ್ಯಾರಿ

ಕೇವಲ ಒಂದು ಬಾರಿ ಇದನ್ನು ಪ್ರಯತ್ನಿಸು. ಇದು ನಿನ್ನ ಅಮ್ಮನಿಗೆ ತಿಳಿಯದೆ ಜನಿಡ್ಯೂಕ್ಸ್ ನಲ್ಲಿ ಮೋಜು ಮಾಡಲು ನಿನ್ನ ಅವಕಾಶ. ಇಲ್ಲ ಆಲ್ಬಸ್. ನಿನಗೆ ಧೈರ್ಯವಿಲ್ಲ.

ಆಲ್ಬಸ್ (ತನ್ನ ಮಂತ್ರದಂಡವನ್ನು ತೋರಿಸುತ್ತ)

ಇನ್ಸೆಂಡಿಯೋ!

ಕಾಗದದ ಉಂಡೆಗೆ ಬೆಂಕಿ ಹತ್ತಿಕೊಳ್ಳುತ್ತದೆ ಹಾಗೂ ಅದು ವೇದಿಕೆಯ ಮೇಲೆ ಆ ಕಡೆ ಹೋಗುತ್ತದೆ.

ಹ್ಯಾರಿ

ಇದು ಬೇಕಿತ್ತಾ!

ಆಲ್ಬಸ್

ತಮಾಷೆಯೆಂದರೆ ಅದು ಕೆಲಸ ಮಾಡುತ್ತದೆ ಎಂದು ನಾನು ಅಂದುಕೊಂಡಿರಲಿಲ್ಲ. ನನಗೆ ಆ ಇಂದ್ರಜಾಲ ಸ್ವಲ್ಪವೂ ಬರುವುದಿಲ್ಲ.

ಹ್ಯಾರಿ

ಆಲ್-ಆಲ್ಬಸ್, ನಾನು ಪ್ರೊಫೆಸರ್ ಮ್ಯಾಕ್‌ಗೊನಾಗಲ್ ಜೊತೆ ಗೂಬೆಗಳನ್ನು ವಿನಿಮಯ ಮಾಡಿಕೊಳ್ಳುತ್ತಿದ್ದೇನೆ - ಅವರ ಪ್ರಕಾರ ನೀನು

ಪ್ರತ್ಯೇಕವಾಗಿರುತ್ತಿದ್ದೀಯಾ - ನೀನು ಪಾಠಗಳಲ್ಲಿ ಸಹಕರಿಸುತ್ತಿಲ್ಲ - ನೀನು ಒರಟಾಗಿದ್ದೀಯಾ - ನೀನು -

ಆಲ್ಬಸ್

ಹಾಗಾದರೆ ನಾನೇನು ಮಾಡಲಿ? ನಾನು ಜನಪ್ರಿಯನಾಗುವಂತೆ ಜಾದೂ ಮಾಡಲೇ? ಒಂದು ಹೊಸ ಮನೆಗೆ ಹೋಗುವಂತೆ ಮಂತ್ರ ಮಾಡಲೇ? ನನ್ನನ್ನು ನಾನೇ ಒಬ್ಬ ಒಳ್ಳೆಯ ವಿದ್ಯಾರ್ಥಿಯಾಗಿಸಲೇ? ಒಂದು ಮಂತ್ರ ಹೇಳು ಅಪ್ಪಾ , ಮತ್ತು ನಿನಗೆ ಹೇಗೆ ಬೇಕೋ ಹಾಗೆ ನನ್ನನ್ನು ಬದಲಾಯಿಸು, ಸರಿಯೇ? ಇದು ನಮ್ಮಿಬ್ಬರಿಗೂ ಚೆನ್ನಾಗಿ ಕೆಲಸ ಮಾಡುತ್ತದೆ. ನಾನು ಹೋಗಬೇಕು. ರೈಲಿನಲ್ಲಿ ಗೆಳೆಯನನ್ನು ಹುಡುಕಬೇಕು.

ಆಲ್ಬಸ್ ಸ್ಕಾರ್ಪಿಯಸ್ ಕಡೆ ಓಡಿಹೋಗುತ್ತಾನೆ, ಅವನು ತನ್ನ ಪೆಟ್ಟಿಗೆಯ ಮೇಲೆ ಕೂತಿದ್ದಾನೆ ಹಾಗೂ ಅವನಿಗೆ ಸುತ್ತಮುತ್ತ ಏನಾಗುತ್ತಿದೆ ಎಂದು ಅರಿವಿಲ್ಲ.

(*ಸಂತೋಷದಿಂದ*) ಸ್ಕಾರ್ಪಿಯಸ್...

(*ಚಿಂತೆಯಿಂದ*) ಸ್ಕಾರ್ಪಿಯಸ್ ... ನೀನು ಹುಶಾರಾಗಿದ್ದೀಯಾ?

ಸ್ಕಾರ್ಪಿಯಸ್ ಏನೂ ಹೇಳುತ್ತಿಲ್ಲ. ಆಲ್ಬಸ್ ತನ್ನ ಗೆಳೆಯನ ಕಣ್ಣುಗಳನ್ನು ಓದಲು ಪ್ರಯತ್ನಿಸುತ್ತಿದ್ದಾನೆ

ನಿನ್ನಮ್ಮ? ಅವರಿಗೆ ಇನ್ನೂ ಹುಶಾರಿಲ್ಲವೇ?

ಸ್ಕಾರ್ಪಿಯಸ್

ಅವರ್ ಆರೋಗ್ಯ ತುಂಬಾ ಕೆಟ್ಟುಹೋಗಿದೆ

ಆಲ್ಬಸ್ ಸ್ಕಾರ್ಪಿಯಸ್ ಪಕ್ಕ ಕುಳಿತುಕೊಳ್ಳುತ್ತಾನೆ.

ಆಲ್ಬಸ್

ನೀನು ಒಂದು ಗೂಬೆ ಕಳಿಸುತ್ತೀಯಾ ಅಂದುಕೊಂಡಿದ್ದೆ...

ಸ್ಕಾರ್ಪಿಯಸ್

ನನಗೆ ಏನು ಹೇಳಬೇಕೆಂದು ತಿಳಿಯಲಿಲ್ಲ.

ಆಲ್ಬಸ್

ಈಗ ನನಗೆ ನನಗೆ ಏನು ಹೇಳಬೇಕೆಂದು ತಿಳಿಯುತ್ತಿಲ್ಲ ...

ಸ್ಕಾರ್ಪಿಯಸ್

ಏನೂ ಹೇಳಬೇಡ.

ಆಲ್ಬಸ್

ನಾನೇನಾದರೂ ...

ಸ್ಕಾರ್ಪಿಯಸ್

ನನ್ನ ಒಳ್ಳೆಯ ಗೆಳೆಯನಾಗಿರು.

ಇದ್ದಕ್ಕಿದ್ದಂತೆ ಸಾರ್ಟಿಂಗ್ ಹ್ಯಾಟ್ ಮಧ್ಯಭಾಗದಲ್ಲಿದೆ ಹಾಗೂ ನಾವು ಗ್ರೇಟ್ ಹಾಲ್‌ಗೆ ಮರಳಿ ಬಂದಿದ್ದೇವೆ.

ಸಾರ್ಟಿಂಗ್ ಹ್ಯಾಟ್

ನಾನೇನು ಹೇಳುತ್ತೇನೆಂದು ಭಯವೇ?
ನಿಮಗೆ ಭಯವಾಗುವ ಹೆಸರಿನ ಕನಸೇ?
ಸ್ಲಿಥೆರಿನ್ ಅಲ್ಲ! ಗ್ರಿಫಿನ್‌ಡೋರ್ ಅಲ್ಲ!
ಹಫಲ್‌ಪಫ್ ಅಲ್ಲ! ರಾವೆನ್‌ಕ್ಲಾ ಅಲ್ಲ!
ಹೆದರದಿರು ಮಗು ಇದು ನನ್ನ ಕೆಲಸ,
ಮೊದಲು ನೀನತ್ತರೆ ಆಮೇಲಿದೆ ಸಂತಸ.
ಲಿಲ್ಲಿ ಪಾಟರ್. ಗ್ರಿಫಿನ್‌ಡೋರ್!

ಲಿಲ್ಲಿ

ಹೌದು!

ಆಲ್ಬಸ್

ಅದ್ಭುತ.

ಸ್ಕಾರ್ಪಿಯಸ್

ಅವಳು ನಿಜವಾಗಿಯೂ ನಮ್ಮ ಬಳಿ ಬರುತ್ತಾಳೆ ಎಂದು ನಿನಗೆ ಅನಿಸುತ್ತದೆಯೇ? ಪಾಟರ್‌ಗಳು ಸ್ಲಿಥೆರಿನ್‌ನವರಲ್ಲ.

ಆಲ್ಬಸ್

ಇವಳು ಇಲ್ಲಿಯವಳೇ.

ಅವನು ಹಿನ್ನೆಲೆಯಲ್ಲಿ ಕರಗಿಹೋಗಲು ಪ್ರಯತ್ನಿಸುತ್ತಿದ್ದಂತೆ, ಇತರ ವಿದ್ಯಾರ್ಥಿಗಳು ನಗುತ್ತಿದ್ದಾರೆ. ಅವನು ಅವರೆಲ್ಲರನ್ನೂ ನೋಡುತ್ತಾನೆ.

ನಾನು ಆರಿಸಿಕೊಳ್ಳಲಿಲ್ಲ. ನಿಮಗೆ ಗೊತ್ತೇ? ನಾನು ಅವನ ಮಗನಾಗಿರುವುದನ್ನು ಆರಿಸಿಕೊಳ್ಳಲಿಲ್ಲ.

ಆಕ್ಟ್ ಒಂದು ದೃಶ್ಯ ಐದು

ಮಿನಿಸ್ಟ್ರಿ ಆಫ್ ಮ್ಯಾಜಿಕ್ ಹ್ಯಾರಿಯ ಕಛೇರಿ

ಹರ್ಮಿಯಾನ್ ಹ್ಯಾರಿಯ ಅಸ್ತವ್ಯಸ್ತವಾದ ಕಚೇರಿಯಲ್ಲಿ ಕಾಗದದ ರಾಶಿಯ ಎದುರು ಕುಳಿತಿದ್ದಾಳೆ. ಅವಳು ನಿಧಾನವಾಗಿ ಅದೆಲ್ಲವನ್ನೂ ಸರಿಮಾಡಿ ಇಡುತ್ತಿದ್ದಾಳೆ. ಅವಳು ಅವುಗಳನ್ನು ಓದುತ್ತಿದ್ದಾಳೆ ಹಾಗೂ ಅರ್ಥಮಾಡಿಕೊಳ್ಳಲು ಪ್ರಯತ್ನಿಸುತ್ತಿದ್ದಾಳೆ. ಹ್ಯಾರಿ ಗಡಿಬಿಡಿಯಲ್ಲಿ ಅಲ್ಲಿಗೆ ಬರುತ್ತಾನೆ. ಅವನ ಕೆನ್ನೆಯಲ್ಲಿ ತರಚುಗಾಯವಾಗಿ ರಕ್ತಸ್ರಾವವಾಗುತ್ತಿದೆ. ಹರ್ಮಿಯಾನ್ ಕಣ್ಣಿನಲ್ಲಿ ನೀರು ತುಂಬಿಕೊಂಡು ಮೇಲೆ ನೋಡುತ್ತಾಳೆ.

ಹರ್ಮಿಯಾನ್

ಇದು ಹೇಗಾಯಿತು?

ಹ್ಯಾರಿ (*ನಗುತ್ತ*)

ಅದು ನಿಜವಾಗಿತ್ತು.

ಹರ್ಮಿಯಾನ್

ಥಿಯೋಡೋರ್ ನಾಟ್?

ಹ್ಯಾರಿ

ಬಂಧನದಲ್ಲಿ.

ಹರ್ಮಿಯಾನ್

ಟೈಮ್-ಟರ್ನರ್ ಕೂಡಾ?

ಹ್ಯಾರಿ ಟೈಮ್-ಟರ್ನರ್ ಅನ್ನು ತೋರಿಸುತ್ತಾನೆ. ಅದು ಆಕರ್ಷಕವಾಗಿ ಹೊಳೆಯುತ್ತಿದೆ. ಹರ್ಮಿಯಾನ್‌ಗೆ ಅದನ್ನು ನೋಡಿ ಆಶ್ಚರ್ಯವೆನಿಸುತ್ತಿದೆ.

ಇದು ನಿಜವೇ? ಇದು ಕೆಲಸ ಮಾಡುತ್ತಿದೆಯೇ? ಇದು ಕೇವಲ ಒಂದು ತಾಸು ಹಿಂದಕ್ಕೆ ಹೋಗುವುದು ಮಾತ್ರವಲ್ಲದೇ ಇನ್ನೂ ಹಿಂದಕ್ಕೆ ಹೋಗುತ್ತದೆಯೇ?

ಹ್ಯಾರಿ

ನಮಗೆ ಇನ್ನೂ ಏನೂ ಗೊತ್ತಿಲ್ಲ. ನಾನು ಅದನ್ನು ಅಲ್ಲೇ ನೋಡಬಯಸಿದರೂ ಅಲ್ಲಿದ್ದ ಬುದ್ಧಿವಂತರು ನನ್ನನ್ನು ತಡೆದರು.

ಹರ್ಮಿಯಾನ್

ಸರಿ. ಈಗ ಇದು ನಮ್ಮ ಹತ್ತಿರವಿದೆ

ಹ್ಯಾರಿ

ಇದನ್ನು ಇಟ್ಟುಕೊಳ್ಳುವ ಬಗ್ಗೆ ನಿಮಗೆ ಖಚಿತತೆಯಿದೆಯೇ?

ಹರ್ಮಿಯಾನ್

ನಮಗೆ ಯಾವುದೇ ಆಯ್ಕೆಯಿದೆ ಎಂದು ನಮಗನಿಸುವುದಿಲ್ಲ. ಇದನ್ನು ನೋಡಿ. ಇದು ನನ್ನ ಬಳಿ ಇದ್ದ ಟೈಮ್ ಟರ್ನರ್‌ಗಿಂತ ಬಹಳ ವಿಭಿನ್ನವಾಗಿದೆ.

ಹ್ಯಾರಿ (ನೀರಸವಾಗಿ)

ಇಂದ್ರಜಾಲವು ನಾವು ಮಕ್ಕಳಾಗಿದ್ದಕ್ಕಿಂತ ಈಗ ಬೇರೆಯಾಗಿದೆಯೆಂದು ಅನಿಸುತ್ತಿದೆ.

ಹರ್ಮಿಯಾನ್

ನಿನಗೆ ರಕ್ತ ಬರುತ್ತಿದೆ.

ಹ್ಯಾರಿ ಕನ್ನಡಿಯಲ್ಲಿ ತನ್ನ ಮುಖ ನೋಡಿಕೊಳ್ಳುತ್ತಾನೆ. ಅವನು ತನ್ನ ಬಟ್ಟೆಯಿಂದ ತನ್ನ ಗಾಯಗಳನ್ನು ಒರೆಸಿಕೊಳ್ಳುತ್ತಾನೆ.

ಚಿಂತಿಸಬೇಡಿ. ಅದು ಗಾಯದ ಜೊತೆಗೆ ಹೋಗುತ್ತದೆ.

ಹ್ಯಾರಿ (ನಗುತ್ತ)

ನೀನು ನನ್ನ ಕಛೇರಿಯಲ್ಲೇನು ಮಾಡುತ್ತಿದ್ದೀಯಾ, ಹರ್ಮಿಯಾನ್?

ಹರ್ಮಿಯಾನ್

ನನಗೆ ಥಿಯಾಡರ್ ನಾಟ್ ಬಗ್ಗೆ ಕೇಳಲು ತುಂಬಾ ಕುತೂಹಲವಿತ್ತು - ಹಾಗೂ ನಾನು ನೀನು ಹೇಳಿದ ಮಾತನ್ನು ಉಳಿಸಿಕೊಂಡಿದ್ದೀಯೇ ಹಾಗೂ ನಿನ್ನ ಕಾಗದಪತ್ರಗಳು ಸರಿಯಾಗಿವೆಯೇ ಎಂದು ನೋಡಲು ಬಂದಿದ್ದೆ.

ಹ್ಯಾರಿ

ಹಾಗಾದರೆ ಅವು ಸರಿಯಾಗಿಲ್ಲ ಎಂದು ಅನಿಸುತ್ತಿದೆ.

ಹರ್ಮಿಯಾನ್

ಖಂಡಿತವಾಗಿಯೂ ಇಲ್ಲ. ಇಷ್ಟೊಂದು ಅಸ್ತವ್ಯಸ್ತವಾಗಿದ್ದಾಗ ನೀನು ಯಾವುದಾದರೂ ಕೆಲಸವನ್ನು ಹೇಗೆ ಮಾಡಿಕೊಳ್ಳುತ್ತೀಯ ಹ್ಯಾರಿ?

ಹ್ಯಾರಿ ತನ್ನ ಕೈಯಾಡಿಸಿದಾಗ ಕಾಗದಗಳು ಹಾಗೂ ಪುಸ್ತಕಗಳು ಅಚ್ಚುಕಟ್ಟಾದ ಫೈಲುಗಳಾಗಿ ಪರಿವರ್ತನೆ ಹೊಂದುತ್ತವೆ. ಹ್ಯಾರಿ ನಗುತ್ತಿದ್ದಾನೆ.

ಹ್ಯಾರಿ

ಈಗ ಅಸ್ತವ್ಯಸ್ತವಾಗಿಲ್ಲ.

ಹರ್ಮಿಯಾನ್

ಆದರೆ ಈಗಲೂ ಅವುಗಳನ್ನು ನಿರ್ಲಕ್ಷಿಸಲಾಗಿದೆ. ಇಲ್ಲಿ ಕೆಲವೊಂದು ಆಸಕ್ತಿಕರ ವಿಷಯಗಳಿವೆ... ಇಲ್ಲಿ ಹಂಗೇರಿಯ ಮೂಲಕ ಹಾದುಹೋಗುತ್ತಿರುವ ಪರ್ವತಾರೋಹಿ ಗ್ರಾಫನ್‌ಗ್ರ್ಗಳಿವೆ. ಅವುಗಳು ಗ್ರೀಕ್ ಸಮುದ್ರಗಳ ಮೂಲಕ ಹೋಗುತ್ತಿರುವಾಗ ಅವುಗಳ ಬೆನ್ನ ಮೇಲೆ ಬೃಹದಾಕಾರಾದ ಹಚ್ಚೆಗಳು ಕಾಣುತ್ತವೆ, ಹಾಗೂ ವೃಕಮಾನವಗಳು ಸಂಪೂರ್ಣವಾಗಿ ಭೂಗತವಾಗಿವೆ-

ಹ್ಯಾರಿ

ಅದ್ಭುತ. ನಾವಲ್ಲಿ ಹೋಗೋಣ. ನಾನು ತಂಡವನ್ನು ಒಟ್ಟುಮಾಡುತ್ತೇನೆ.

ಹರ್ಮಿಯಾನ್

ಹ್ಯಾರಿ, ನನಗೆ ಅರ್ಥವಾಗುತ್ತದೆ. ಕಾಗದಪತ್ರಗಳ ಕೆಲಸ ಬೇಸರ ತರುತ್ತದೆ...

ಹ್ಯಾರಿ

ನಿನಗಲ್ಲ.

ಹರ್ಮಿಯಾನ್

ನನಗೆ ನನ್ನದೇ ಕೆಲಸವಿದೆ. ಇವು ವಾಲ್ಡೆರ್‌ಮಾರ್ಟ್ ಜೊತೆ ಮಹಾ ಐಂದ್ರಜಾಲಿಕರ ಯುದ್ಧದಲ್ಲಿ ಹೋರಾಡಿದ ಜನರು ಹಾಗೂ ಪಶುಗಳಾಗಿವೆ. ಇವುಗಳು ಕತ್ತಲೆಯ ಸ್ನೇಹಿತರಾಗಿವೆ. ನಾವೀಗ ತಾನೇ ಥಿಯೋಡರ್ ನಾಟ್‌ನಲ್ಲಿ ಕಂಡುಹಿಡಿದ್ದಿದ್ದರ ಜೊತೆ ಇವುಗಳನ್ನು ಸೇರಿಸಿದರೆ ಇದರ ಅರ್ಥ ಗುರುತರವಾಗುತ್ತದೆ. ಆದರೆ ಇಂದ್ರಜಾಲದ ಕಾನೂನು ಜಾರಿ ಇಲಾಖೆಯ ಮುಖ್ಯಸ್ಥರು ಅವರ ಕಡತಗಳನ್ನು ಓದದೇ ಇದ್ದರೆ-

ಹ್ಯಾರಿ

ಆದರೆ ನಾನು ಅದನ್ನು ಓದಬೇಕಾಗಿಲ್ಲ - ನಾನಲ್ಲಿದ್ದೇನೆ, ಅದನ್ನು ಆಲಿಸುತ್ತಿದ್ದೇನೆ. ಥಿಯೋಡರ್ ನಾಟ್ - ಟೈಮ್ ಟರ್ನರ್ ಬಗೆಗಿನ ವದಂತಿಗಳನ್ನು ಕೇಳಿದ್ದು ನಾನು ಹಾಗೂ ಅದರ ಬಗ್ಗೆ ಮೊದಲು ಕೆಲಸ ಮಾಡಿದ್ದೇ ನಾನು. ನಾನು ಹೋಗಬೇಕೆಂದು ನೀನು ಹೇಳಬೇಕಿಲ್ಲ.

ಹರ್ಮಿಯಾನ್ ಹ್ಯಾರಿಯನ್ನು ನೋಡುತ್ತಾಳೆ. ಇದು ರಹಸ್ಯಮಯವಾಗಿದೆ.

ಹರ್ಮಿಯಾನ್

ನಿನಗೆ ಟಾಫಿ ಬೇಕೇ? ರಾನ್‌ಗೆ ಹೇಳಬೇಡ.

ಹ್ಯಾರಿ

ನೀನು ವಿಷಯ ಬದಲಾಯಿಸುತ್ತಿದ್ದೀಯ.

ಹರ್ಮಿಯಾನ್

ಹೌದು. ಟಾಫಿ?

ಹ್ಯಾರಿ

ಸಾಧ್ಯವಿಲ್ಲ. ಸದ್ಯಕ್ಕೆ ನಾವು ಸಕ್ಕರೆ ತಿನ್ನುತ್ತಿಲ್ಲ.

ಬೀಟ್.

ನಿನಗೆ ಗೊತ್ತೇ? ನೀನು ಆ ವಸ್ತುವಿನ ಚಟ ಅಂಟಿಸಿಕೊಳ್ಳಬಾರದು.

ಹರ್ಮಿಯಾನ್

ನಾನೇನು ಹೇಳಲಿ? ನನ್ನ ತಂದೆ ತಾಯಿ ದಂತವೈದ್ಯರಾಗಿದ್ದರು, ನಾನು ಯಾವಾಗಲಾದರೂ ದಂಗೆಯೇಳಲೇಬೇಕಿತ್ತು. ನಲವತ್ತು ಅದನ್ನು ಮಾಡಲು ಸ್ವಲ್ಪ ತಡವಾದರೂ... (*ಅವಳು ತನ್ನ ಸ್ನೇಹಿತನನ್ನು ನೋಡಿ ನಗುತ್ತಾಳೆ*) ನೋಡು, ನೀನು ಒಂದು ಅದ್ಭುತವಾದ ಕೆಲಸ ಮಾಡಿದ್ದೀಯಾ. ನಿನಗೆ ಹೋಗು ಎಂದು ಹೇಳುತ್ತಿಲ್ಲ - ನೀನು ಆಗಾಗ ನಿನ್ನ ಕಾಗದಪತ್ರಗಳ ಮೇಲೆ ಗಮನವಿಟ್ಟರೆ ಸಾಕು. ಇದನ್ನು ಮಿನಿಸ್ಟರ್ ಫಾರ್ ಮ್ಯಾಜಿಕ್‌ನಿಂದ ಒಂದು ಸೌಮ್ಯವಾದ ತಳ್ಳುವಿಕೆಯೆಂದು ಪರಿಗಣಿಸು - (*ಹ್ಯಾರಿ ಹುಬ್ಬು ಗಂಟಿಕ್ಕುತ್ತಾನೆ*)

ಹ್ಯಾರಿ ಅವಳು ಒತ್ತು ನೀಡಿದ ಶಬ್ದದ ಪರಿಣಾಮವನ್ನು ಆಲಿಸುತ್ತಾನೆ; ಅವನು ತಲೆಯಲ್ಲಾಡಿಸುತ್ತಾನೆ.

ಜಿನ್ನಿ ಹೇಗಿದ್ದಾಳೆ? ಆಲ್ಬಸ್ ಹೇಗಿದ್ದಾನೆ?

ಹ್ಯಾರಿ

ನಾನು ತಂದೆಯಾಗಿರುವ ಕೆಲಸವನ್ನು ನನ್ನ ಕಾಗದಪತ್ರಗಳ ಕೆಲಸಗಳಷ್ಟೇ ಚೆನ್ನಾಗಿ ಮಾಡುತ್ತೇನೆಂದು ಅನಿಸುತ್ತಿದೆ. ರೋಸ್ ಹೇಗಿದ್ದಾಳೆ? ಹ್ಯೂಗೋ ಹೇಗಿದ್ದಾನೆ?

ಹರ್ಮಿಯಾನ್ (*ನಗುತ್ತ*)

ರಾನ್ ಪ್ರಕಾರ ನಾನು ಅವನಿಗಿಂತ ಹೆಚ್ಚಾಗಿ ಕಾರ್ಯದರ್ಶಿ ಎಥೆಲ್‌ಳನ್ನೇ (*ಅವಳು ಸೂಚನೆ ನೀಡುತ್ತಾಳೆ*) ನೋಡುತ್ತೇನೆ. ನೀನು ಯಾವುದೋ ಒಂದು ಹಂತದಲ್ಲಿ ಆಯ್ಕೆ ಮಾಡಿಕೊಂಡಿದ್ದೀಯೆಂದು ನಿನಗೆ ಅನಿಸುತ್ತಿದೆಯೇ - ವರ್ಷದ ಪಾಲಕ ಅಥವಾ -ವರ್ಷದ ಸಚಿವಾಲಯದ ಅಧಿಕಾರಿ? ಹೇಳು. ನಿನ್ನ ಕುಟುಂಬವಿದ್ದಲ್ಲಿ ಹೋಗು ಹ್ಯಾರಿ, ಹಾಗ್‌ವಾರ್ಟ್ಸ್ ಎಕ್ಸ್ ಪ್ರೆಸ್ ಈಗ ಹೋದರೆ ಇನ್ನೊಂದು ವರ್ಷ ಬರುವುದಿಲ್ಲ - ನಿನ್ನ ಬಳಿ ಉಳಿದ ಸಮಯವನ್ನು ಆನಂದಿಸು - ನಂತರ ಇಲ್ಲಿ ಬಂದು ಒಂದು ಚೇತೋಹಾರಿ ಮನಸ್ಸಿನಿಂದ ಈ ಕಡತಗಳನ್ನು ಓದು.

ಹ್ಯಾರಿ

ಇದಕ್ಕೆಲ್ಲ ಏನಾದರೂ ಅರ್ಥವಿದೆ ಎಂದು ನಿನಗೆ ಅನಿಸುತ್ತಿದೆಯೇ?

ಹರ್ಮಿಯಾನ್ (ನಗುತ್ತ)

ಇರಬಹುದು. ಆದರೆ ಹಾಗಾಗಿದ್ದಲ್ಲಿ, ನಾವು ಅದರ ವಿರುದ್ಧ ಹೋರಾಡಲು ಒಂದು ದಾರಿ ಕಂಡುಕೊಳ್ಳೋಣ, ಹ್ಯಾರಿ. ನಾವು ಯಾವಾಗಲೂ ಹಾಗೇ ಮಾಡಿದ್ದೇವೆ.

ಅವಳು ಮತ್ತೊಮ್ಮೆ ನಗುತ್ತಾಳೆ. ತನ್ನ ಬಾಯಲ್ಲಿ ಒಂದು ಟಾಫಿ ಹಾಕಿಕೊಂಡು ಕಛೇರಿಯಿಂದ ಹೋಗುತ್ತಾಳೆ. ಹ್ಯಾರಿ ಒಬ್ಬನೇ ಇದ್ದಾನೆ. ಅವನು ತನ್ನ ಬ್ಯಾಗ್ ಪ್ಯಾಕ್ ಮಾಡುತ್ತಾನೆ. ಅವನು ಆಫೀಸಿನಿಂದ ಹೊರಗೆ ಒಂದು ಮೊಗಸಾಲೆಯಲ್ಲಿ ಹೋಗುತ್ತಿದ್ದಾನೆ. ಅವನ ಮೇಲೆ ಇಡೀ ಜಗತ್ತಿನ ಭಾರವಿರುವಂತೆ ಕಾಣುತ್ತಿದೆ.

ಅವನು ಸುಸ್ತಾಗಿ ಒಂದು ಟೆಲಿಫೋನ್ ಬೂತ್ ಇದ್ದಲ್ಲಿ ಹೋಗುತ್ತಿದ್ದಾನೆ, ಅವನು 62442 ಅನ್ನು ಡಯಲ್ ಮಾಡುತ್ತಾನೆ.

ಟೆಲಿಫೋನ್ ಬಾಕ್ಸ್

ವಿದಾಯ, ಹ್ಯಾರಿ ಪಾಟರ್

ಅವನು ಮಿನಿಸ್ಟ್ರಿ ಆಫ್ ಮ್ಯಾಜಿಕ್‌ನಿಂದ ಮೇಲಕ್ಕೆ ಹೋಗುತ್ತಾನೆ

ಆಕ್ಟ್ ಒಂದು ದೃಶ್ಯ ಆರು

ಹ್ಯಾರಿ ಹಾಗೂ ಜಿನ್ನಿ ಪಾಟರ್ ಮನೆ

ಆಲ್ಬಸ್‌ಗೆ ನಿದ್ದೆ ಬರುತ್ತಿಲ್ಲ ಅವನು ಮೆಟ್ಟಿಲುಗಳ ಮೇಲೆ ಕುಳಿತುಕೊಂಡಿದ್ದಾನೆ. ಅವನ ಕೆಳಗಿನಿಂದ ಧ್ವನಿಗಳು ಕೇಳುತ್ತಿವೆ. ಹ್ಯಾರಿ ಕಾಣುವ ಮೊದಲು ನಮಗೆ ಹ್ಯಾರಿಯ ಧ್ವನಿ ಕೇಳುತ್ತದೆ. ಅವನ ಜೊತೆಗೆ ಗಾಲಿ ಕುರ್ಚಿಯ ಮೇಲೆ ಕುಳಿತುಕೊಂಡ ಒಬ್ಬ ವಯಸ್ಸಾದ ಮನುಷ್ಯನಿದ್ದಾನೆ- ಅವನು ಎಮೋಸ್ ಡಿಗಾರಿ

ಹ್ಯಾರಿ

ಎಮೋಸ್, ನನಗೆ ನಿಜವಾಗಿಯೂ ಅರ್ಥವಾಗುತ್ತಿದೆ - ಆದರೆ ನಾನು ಈಗ ತಾನೇ ಮನೆಗೆ ಬಂದಿದ್ದೇನೆ ಮತ್ತು -

ಎಮೋಸ್

ನಾನು ಸಚಿವಾಲಯದ ಜೊತೆ ಭೇಟಿಯನ್ನು ನಿಗದಿಪಡಿಸಲು ಪ್ರಯತ್ನಿಸಿದ್ದೇನೆ. ಅವರು ಮಿಸ್ಟರ್. ಡಿಗಾರಿ. ನಾವು ನಿಮಗಾಗಿ ಭೇಟಿಯನ್ನು ಯೋಜಿಸುತ್ತೇವೆ. ನೋಡೋಣ. ಎರಡು ತಿಂಗಳಲ್ಲಿ.' ಎನ್ನುತ್ತಾರೆ. ನಾನು ತುಂಬಾ ಸಹನೆಯಿಂದ ಕಾಯುತ್ತಿದ್ದೇನೆ.

ಹ್ಯಾರಿ

- ಮತ್ತೆ ನನ್ನ ಮನೆಗೆ ಮಧ್ಯರಾತ್ರಿ - ನನ್ನ ಮಕ್ಕಳು ಅವರ ಹೊಸ ವರ್ಷದ ಪ್ರಯಾಣಕ್ಕೆ ಸಿದ್ಧರಾಗುತ್ತಿರುವಾಗ ಬರುವುದು - ಸ್ವಲ್ಪವೂ ಸರಿಯಿಲ್ಲ.

ಎಮೋಸ್

ಎರಡು ತಿಂಗಳು ಕಳೆಯುತ್ತದೆ, ನನ್ನ ಬಳಿ ಒಂದು ಗೂಬೆ ಬರುತ್ತದೆ, 'ಮಿಸ್ಟರ್ ಡಿಗಾರಿ, ಕ್ಷಮಿಸಿ, ಆದರೆ ಮಿಸ್ಟರ್ ಪಾಟರ್ ಅವರನ್ನು ಒಂದು ತುರ್ತು ಕೆಲಸಕ್ಕಾಗಿ ಕರೆಯಲಾಗಿದೆ, ನಾವು ಇಲ್ಲಿರುವುದನ್ನೆಲ್ಲ ಸ್ವಲ್ಪ ಬದಲಾಯಿಸಬೇಕು, ನೋಡೋಣ, ನೀವು ಎರಡು ತಿಂಗಳಲ್ಲಿ ಒಂದು ಭೇಟಿಗೆ ಲಭ್ಯರಿದ್ದೀರೇ.' ಅದು ಮತ್ತೆ ಮತ್ತೆ ಪುನರಾವರ್ತನೆಗೊಳ್ಳುತ್ತಿದೆ.

ನೀನು ನನ್ನನ್ನು ಭೇಟಿಯಾಗುವುದನ್ನು ತಪ್ಪಿಸುತ್ತಿದ್ದೀಯಾ.

ಹ್ಯಾರಿ

ಖಂಡಿತವಾಗಿಯೂ ಇಲ್ಲ. ಆದರೆ, ನಾನು, ಇಂದ್ರಜಾಲದ ಕಾನೂನಿನ ಜಾರಿಯ ಇಲಾಖೆಯ ಮುಖ್ಯಸ್ಥನಾಗಿ ನನ್ನ ಜವಾಬ್ದಾರಿ-

ಎಮೋಸ್

ನಿನ್ನ ಜವಾಬ್ದಾರಿ ತುಂಬಾ ಇದೆ.

ಹ್ಯಾರಿ

ಏನು?

ಎಮೋಸ್

ನನ್ನ ಮಗ ಸೆಡ್ರಿಕ್. ನಿನಗೆ ಸೆಡ್ರಿಕ್ ನೆನಪಿದ್ದಾನಲ್ಲವೇ?

ಹ್ಯಾರಿ *(ಸೆಡ್ರಿಕ್‌ನನ್ನು ನೆನಪು ಮಾಡಿಕೊಂಡು ಅವನಿಗೆ ದುಃಖವಾಗುತ್ತಿದೆ)*

ಹೌದು, ನನಗೆ ನಿನ್ನ ಮಗ ನೆನಪಿದ್ದಾನೆ, ಅವನನ್ನು ಕಳೆದುಕೊಂಡಿದ್ದು-

ಎಮೋಸ್

ವಾಲ್ಡೆಮಾರ್ಟ್‌ಗೆ ಬೇಕಿದ್ದಿದ್ದು ನೀನು! ನನ್ನ ಮಗನಲ್ಲ! ನೀನೇ ನನಗೆ ಹೇಳಿದೆ, ಅವನು ಹೇಳಿದ ಶಬ್ದಗಳು 'ಸಣಕಲ ಮೈಯವನನ್ನು ಕೊಲ್ಲಿ' ಎಂದಾಗಿತ್ತು. 'ಸಣಕಲ ಮೈಯವನು. ನನ್ನ ಮಗ, ನನ್ನ ಸುಂದರವಾದ ಮಗ, 'ಸಣಕಲ ಮೈಯವನಾಗಿದ್ದ.

ಹ್ಯಾರಿ

ಮಿಸ್ಟರ್ ಡಿಗಾರಿ. ನಿಮಗೇ ಗೊತ್ತಿರುವಂತೆ ನಿಮ್ಮ ಮಗನಾದ ಸೆಡ್ರಿಕ್‌ನಿಗೆ ಸ್ಮಾರಕ ನೀಡುವ ನಿಮ್ಮ ಪ್ರಯತ್ನಕ್ಕೆ ನನ್ನ ಮರುಕವಿದೆ ಆದರೆ -

ಎಮೋಸ್

ಸ್ಮಾರಕ? ನನಗೆ ಸ್ಮಾರಕಗಳಲ್ಲಿ ಆಸಕ್ತಿಯಿಲ್ಲ - ಈಗಂತೂ ಇಲ್ಲ. ನನಗೆ ವಯಸ್ಸಾಗಿದೆ - ನಾನೊಬ್ಬ ವಯಸ್ಸಾದ, ಸಾಯುತ್ತಿರುವ ಮನುಷ್ಯ - ನಾನಿಲ್ಲಿ ಬಂದಿದ್ದು ಅವನನ್ನು ಮರಳಿ ಕೊಡುವಂತೆ ನಿಮ್ಮನ್ನು ಕೇಳಿಕೊಳ್ಳಲು - ಬೇಡಿಕೊಳ್ಳಲು.

ಹ್ಯಾರಿ ಆಶ್ಚರ್ಯದಿಂದ ಮೇಲಕ್ಕೆ ನೋಡುತ್ತಾನೆ.

ಹ್ಯಾರಿ

ಮರಳಿ ಪಡೆಯುವುದೇ? ಎಮೋಸ್, ಅದು ಸಾಧ್ಯವಿಲ್ಲ.

ಎಮೋಸ್

ಸಚಿವಾಲಯದ ಹತ್ತಿರ ಒಂದು ಟೈಮ್-ಟರ್ನರ್ ಇದೆ, ಅಲ್ಲವೇ?

ಹ್ಯಾರಿ

ಎಲ್ಲಾ ಟೈಮ್-ಟರ್ನರ್‌ಗಳನ್ನೂ ನಾಶಪಡಿಸಲಾಗಿದೆ.

ಎಮೋಸ್

ನಾನು ಇಷ್ಟೊಂದು ಗಡಿಬಿಡಿಯಿಂದ ಇಲ್ಲಿ ಬಂದಿರುವುದೇಕೆಂದರೆ ನಾನು ವದಂತಿಯನ್ನು ಕೇಳಿದ್ದೇನೆ - ಬಲವಾದ ವದಂತಿ - ಅದೇನೆಂದರೆ ಸಚಿವಾಲಯವು ಥಿಯೋಡಾರ್ ನಾಟ್‌ನಿಂದ ಒಂದು ಕಾನೂನುಬಾಹಿರ ಟೈಮ್-ಟರ್ನರ್ ಅನ್ನು ವಶಪಡಿಸಿಕೊಂಡಿದೆ ಹಾಗೂ ಅದನ್ನು ಇಟ್ಟುಕೊಂಡಿದೆ. ತನಿಖೆಗಾಗಿ. ನನಗೆ ಆ ಟೈಮ್-ಟರ್ನರ್ ಬಳಸಲು ಬಿಡಿ. ನನಗೆ ನನ್ನ ಮಗನನ್ನು ಮತ್ತೆ ಪಡೆಯಲು ಬಿಡಿ.

ಅಲ್ಲೊಂದು ಸುದೀರ್ಘವಾದ ನೀರವವಾದ ಮೌನವಿದೆ. ಹ್ಯಾರಿಗೆ ಅದು ತುಂಬಾ ಕಷ್ಟವೆನಿಸುತ್ತಿದೆ. ಆಲ್ಬಸ್ ಅದನ್ನು ಕೇಳುತ್ತಾ ಹತ್ತಿರ ಬರುತ್ತಿರುವುದನ್ನು ನಾವು ನೋಡುತ್ತೇವೆ.

ಹ್ಯಾರಿ

ಎಮೋಸ್? ಸಮಯದ ಜೊತೆ ಆಟವಾಡುತ್ತಿದ್ದೀಯಾ? ಅದನ್ನು ಮಾಡಲು ಸಾಧ್ಯವಿಲ್ಲ ಎಂದು ನಿನಗೂ ಗೊತ್ತು.

ಎಮೋಸ್

ಜೀವಿಸಿದ್ದ ಹುಡುಗನಿಗಾಗಿ ಎಷ್ಟು ಜನರು ಸತ್ತಿದ್ದಾರೆ? ಅವರಲ್ಲಿ ಒಬ್ಬನನ್ನು ಉಳಿಸುವಂತೆ ನಾನು ನಿನ್ನನ್ನು ಕೇಳುತ್ತಿದ್ದೇನೆ.

ಇದು ಹ್ಯಾರಿಗೆ ನೋವುಂಟುಮಾಡುತ್ತಿದೆ. ಅವನು ಚಿಂತಿಸುತ್ತಿದ್ದಾನೆ. ಅವನ ಮುಖ ಕಠಿಣವಾಗುತ್ತಿದೆ.

ಹ್ಯಾರಿ

ನೀನೇನೇ ಕೇಳಿದ್ದರೂ- ಥಿಯೋಡೊರ್ ನಾಟ್ ಕಥೆ ಕೇವಲ ಕಪೋಲಕಲ್ಪಿತವಾಗಿದೆ, ಎಮೋಸ್. ನನ್ನನ್ನು ಕ್ಷಮಿಸು

ಡೆಲ್ಫಿ

ಹಲೋ.

ಸುಮಾರು 20 ವರ್ಷ ವಯಸ್ಸಿನ ಡೆಲ್ಫಿ ಮುಖದಲ್ಲಿ ಧೃಢನಿರ್ಧಾರದೊಂದಿಗೆ ಮೆಟ್ಟಿಲ ಮೇಲೆ ನಿಂತು ತನ್ನನ್ನೇ ನೋಡುತ್ತಿರುವುದನ್ನು ನೋಡಿ ಆಲ್ಬಸ್ ತಕ್ಷಣ ಎದ್ದು ನಿಲ್ಲುತ್ತಾನೆ.

ಕ್ಷಮಿಸಿ, ನಿಮ್ಮನ್ನು ಹೆದರಿಸಬೇಕೆಂದುಕೊಂಡಿರಲಿಲ್ಲ. ಏಕೆಂದರೆ ನನಗೆ ಮೆಟ್ಟಿಲುಗಳ ಮೇಲೆ ನಿಂತುಕೊಂಡು ಕೇಳುವುದು ಎಂದರೆ ಇಷ್ಟ. ಇಲ್ಲಿ ಕುಳಿತುಕೊಂಡು ಯಾರಾದರೂ ಏನಾದರೂ ಹೇಳುತ್ತಾರೆ ಎಂದು ಕೇಳುವುದು ತುಂಬಾ ಆಸಕ್ತಿಕರವಾಗಿರುತ್ತದೆ.

ಆಲ್ಬಸ್

ನೀವು ಯಾರು? ಏಕೆಂದರೆ ಇದು ನನ್ನ ಮನೆ ಮತ್ತು...

ಡೆಲ್ಫಿ

ನಿಜ ಹೇಳಬೇಕೆಂದರೆ ನಾನು ಒಬ್ಬಳು ಕಳ್ಳಿ. ನಿಮ್ಮ ಬಳಿ ಇರುವುದನ್ನೆಲ್ಲ ನಾನು ಕದಿಯಲು ಬಂದಿದ್ದೇನೆ. ನಿಮ್ಮ ಬಳಿ ಇರುವ ಇರುವ ಬಂಗಾರ, ನಿಮ್ಮ ಮಂತ್ರದಂಡ ಹಾಗೂ ನಿಮ್ಮ ಚಾಕಲೇಟ್ ಫ್ರಾಗ್‌ಗಳನ್ನು ನನಗೆ ಕೊಡಿ! *(ಅವಳು ಕಠಿಣವಾಗಿರುವಂತೆ ಕಾಣುತ್ತಿದ್ದಾಳೆ ಹಾಗೂ ನಂತರ ನಗುತ್ತಾಳೆ.)* ಒಂದೇ ಅದು. ಇಲ್ಲದಿದ್ದಲ್ಲಿ ನಾನು ಡೆಲ್ಫಿನಿ ಡಿಗಾರಿ. *(ಅವಳು ಮೆಟ್ಟಿಲು ಮೇಲಕ್ಕೆ ಹತ್ತಿ ತನ್ನ ಕೈಯನ್ನು ಮುಂದಕ್ಕೆ ಚಾಚುತ್ತಾಳೆ.)* ಡೆಲ್ಫಿ. ನಾನು ಅವನನ್ನು ನೋಡಿಕೊಳ್ಳುತ್ತೇನೆ - ಎಮೋಸ್ - ಸರಿ, ನಾನು ಪ್ರಯತ್ನಿಸುತ್ತೇನೆ. *(ಅವಳು ಎಮೋಸ್‌ಗೆ ಸೂಚನೆ ನೀಡುತ್ತಾಳೆ)* ಮತ್ತೆ ನೀವು?

ಆಲ್ಬಸ್ *(ವಿಷಾದದಿಂದ ನಗುತ್ತ)*

ಆಲ್ಬಸ್

ಡೆಲ್ಫಿ

ಅಲ್ಲವೇ? ಹಾಗಾದರೆ ಹ್ಯಾರಿ ನಿನ್ನ ಅಪ್ಪನಲ್ಲವೇ? ಅದು ಅದ್ಭುತ. ಅಲ್ಲವೇ?

ಆಲ್ಬಸ್

ಹಾಗೇನೂ ಇಲ್ಲ.

ಡೆಲ್ಫಿ

ಅಯ್ಯೋ... ನಾನೇನಾದರೂ ತಪ್ಪಾಗಿ ಮಾತಾಡಿದ್ದೇನೇ? ನನ್ನ ಬಗ್ಗೆ ಶಾಲೆಯಲ್ಲಿ ಅದನ್ನೇ ಹೇಳುತ್ತಿದ್ದರು. ಡೆಲ್ಫಿನಿ ಡಿಗಾರಿ ತಪ್ಪಾಗಿ ಮಾತಾಡದ ದಿನವೇ ಇಲ್ಲ ಎಂದು ಹೇಳುತ್ತಿದ್ದರು.

ಆಲ್ಬಸ್

ನನ್ನ ಹೆಸರಿಗೂ ಅವರು ಏನೇನೋ ಹೇಳುತ್ತಿದ್ದರು.

ನಿಲ್ಲಿಸಿ. ಅವಳು ಅವನನ್ನು ಎಚ್ಚರಿಕೆಯಿಂದ ನೋಡುತ್ತಿದ್ದಾಳೆ.

ಎಮೋಸ್

ಡೆಲ್ಫಿ.

ಅವಳು ಹೊರಟವಳು ಹಿಂಜರಿಯುತ್ತ ಅಲ್ಲೇ ನಿಲ್ಲುತ್ತಾಳೆ. ಅವಳು ಆಲ್ಬಸ್‌ನನ್ನು ನೋಡಿ ನಗುತ್ತಾಳೆ.

ಡೆಲ್ಫಿ

ನಾವು ಯಾರ ಜೊತೆ ಸಂಬಂಧ ಹೊಂದಿರುತ್ತೇವೆ ಎಂದು ನಾವು ಆರಿಸಿಕೊಳ್ಳಲು ಸಾಧ್ಯವಾಗುವುದಿಲ್ಲ. ಎಮೋಸ್ ಕೇವಲ ನನ್ನ ರೋಗಿ ಮಾತ್ರವಲ್ಲ, ಅವರು ನನ್ನ ಚಿಕ್ಕಪ್ಪ ಕೂಡಾ, ಇದಕ್ಕೆ ನಾನು ಮೇಲಿನ ಫ್ಲಾಗ್ಲೇಯಲ್ಲಿ. ಉದ್ಯೋಗವನ್ನು ಆಯ್ದುಕೊಂಡಿದ್ದು. ಆದರೆ ಅದು ಅದನ್ನು ಇನ್ನೂ ಕಷ್ಟಕರವಾಗಿಸಿತು. ಭೂತಕಾಲದಲ್ಲಿ ಸಿಕ್ಕಿಹಾಕಿಕೊಂಡವರ ಜೊತೆ ಬದುಕುವುದು ಕಷ್ಟ, ಅಲ್ಲವೇ?

ಎಮೋಸ್

ಡೆಲ್ಫಿ!

ಆಲ್ಬಸ್

ಮೇಲಿನ ಫ್ಲಾಗ್ಲೇ?

ಡೆಲ್ಫಿ

ವಯಸ್ಸಾದ ಮಾಟಗಾತಿಯರು ಹಾಗೂ ಮಾಂತ್ರಿಕರಿಗೆ ಮನೆಯಾದ ಸೇಂಟ್ ಓಸ್ವಾಲ್ಡ್ಸ್ ಹೋಂ. ಯಾವಾಗಲಾದರೂ ಬಂದು ನಮ್ಮನ್ನು ಭೇಟಿಯಾಗು. ನಿನಗೆ ಇಷ್ಟವಿದ್ದಲ್ಲಿ.

ಎಮೋಸ್

ಡೆಲ್ಫಿ!

ಅವಳು ನಗುತ್ತಾಳೆ ಹಾಗೂ ಮೆಟ್ಟಿಲಿನಿಂದ ಕೆಳಗಡೆ ಇಳಿಯುತ್ತಿರುವಾಗ ಮುಗ್ಗರಿಸುತ್ತಾಳೆ. ಅವಳು ಎಮೋಸ್ ಹಾಗೂ ಹ್ಯಾರಿ ಇರುವ ಕೋಣೆಯನ್ನು ಪ್ರವೇಶಿಸುತ್ತಾಳೆ. ಆಲ್ಬಸ್ ಅವಳನ್ನು ನೋಡುತ್ತಿದ್ದಾನೆ.

ಡೆಲ್ಫಿ

ಹೇಳಿ ಅಂಕಲ್?

ಎಮೋಸ್

ಒಂದು ಕಾಲದ ದಿಗ್ಗಜನಾದ ಹ್ಯಾರಿ ಪಾಟರ್ ಅನ್ನು ಭೇಟಿಯಾಗು, ಅವನೀಗ ಒಬ್ಬ ಕಲ್ಲು ಹೃದಯದ ಸಚಿವಾಲಯದ ವ್ಯಕ್ತಿ. ನಾನು ನಿಮ್ಮನ್ನು ನೆಮ್ಮದಿಯಿಂದಿರಲು ಬಿಡುತ್ತೇನೆ ಸ್ವಾಮಿ. ನೆಮ್ಮದಿ ಅದಕ್ಕೆ ಸರಿಯಾದ ಶಬ್ದವಾಗಿದ್ದಲ್ಲಿ. ಡೆಲ್ಫಿ, ನನ್ನ ಕುರ್ಚಿ ...

ಡೆಲ್ಫಿ

ಸರಿ, ಅಂಕಲ್.

ಎಮೋಸ್ ಕೋಣೆಯಿಂದ ಹೊರಗಡೆ ತಳ್ಳಲ್ಪಟ್ಟಿದ್ದಾನೆ. ಹ್ಯಾರಿ ಚಿಂತೆಯಲ್ಲಿದ್ದಾನೆ. ಆಲ್ಬಸ್ ಎಚ್ಚರಿಕೆಯಿಂದ ಚಿಂತಿಸುತ್ತ ನೋಡುತ್ತಿದ್ದಾನೆ.

ಆಕ್ಟ್ ಒಂದು ದೃಶ್ಯ ಏಳು

ಹ್ಯಾರಿ ಹಾಗೂ ಜಿನ್ನಿ ಪಾಟರ್ ಮನೆ, ಆಲ್ಬಸ್‌ನ ಕೋಣೆ

ಆಲ್ಬಸ್ ತನ್ನ ಮಂಚದ ಮೇಲೆ ಕೂತಿದ್ದಾನೆ ಹಾಗೂ ಅವನು ತನ್ನದೇ ಆಲೋಚನೆಯಲ್ಲಿದ್ದಾನೆ. ಹೊರಗಡೆ ಕಲರವವಿದ್ದರೂ ಅವನು ಸ್ಥಿರವಾಗಿ ಕುಳಿತಿದ್ದಾನೆ. ನಾವು ಜೇಮ್ಸ್ ನಿಂದ ಒಂದು ಆರ್ಭಟವನ್ನು ಕೇಳುತ್ತೇವೆ (ದೂರದಿಂದ).

ಜಿನ್ನಿ

ಜೇಮ್ಸ್. ದಯವಿಟ್ಟು ನಿನ್ನ ಕೂದಲಿನ ಬಗ್ಗೆ ತಲೆ ಕೆಡಿಸಿಕೊಳ್ಳಬೇಡ, ಹಾಗೂ ಆ ಹಾಳಾದ ಕೋಣೆಯನ್ನು ಅಚ್ಚುಕಟ್ಟಾಗಿಡು ...

ಜೇಮ್ಸ್

ನಾನು ತಲೆ ಕೆಡಿಸಿಕೊಳ್ಳದೇ ಹೇಗಿರಲಿ? ಅದು ಗುಲಾಬಿಯಾಗಿದೆ! ನಾನು ನನ್ನ ಅದೃಶ್ಯವಾಗುವ ಹೊದಿಕೆಯನ್ನು ಹಾಕಿಕೊಳ್ಳಬೇಕು!

ಜೇಮ್ಸ್ ಬಾಗಿಲಲ್ಲಿ ಕಾಣಿಸಿಕೊಳ್ಳುತ್ತಾನೆ. ಅವನು ಗುಲಾಬಿ ಕೂದಲನ್ನು ಹೊಂದಿದ್ದಾನೆ.

ಜಿನ್ನಿ

ನಿನ್ನ ಅಪ್ಪ ನಿನಗೆ ಹೊದಿಕೆ ಕೊಟ್ಟಿದ್ದು ಇದನ್ನು ಮಾಡಲಲ್ಲ!

ಲಿಲ್ಲಿ

ನನ್ನ ಕಷಾಯಗಳ ಪುಸ್ತಕವನ್ನು ಯಾರು ನೋಡಿದ್ದೀರಿ?

ಜಿನ್ನಿ

ಲಿಲ್ಲಿ ಪಾಟರ್, ನೀನು ನಾಳೆ ಶಾಲೆಗೆ ಅದನ್ನು ಹಾಕಿಕೊಳ್ಳುತ್ತೀಯ ಅಂದುಕೊಳ್ಳಬೇಡ ...

ಲಿಲ್ಲಿ ಆಲ್ಬಸ್‌ನ ಕೋಣೆಯಲ್ಲಿ ಕಾಣಿಸಿಕೊಳ್ಳುತ್ತಾಳೆ. ಅವಳು ಬಡಿದುಕೊಳ್ಳುತ್ತಿರುವ ಯಕ್ಷಿಣಿಯ ರೆಕ್ಕೆಗಳನ್ನು ಧರಿಸಿದ್ದಾಳೆ.

ಲಿಲ್ಲಿ

ನನಗೆ ಅವು ಇಷ್ಟ. ಅವು ಬಡಿದುಕೊಳ್ಳುತ್ತಿವೆ.

ಅವಳು ಹೋಗುತ್ತಾಳೆ ಹಾಗೂ ಆಲ್ಬಸ್‌ನ ಬಾಗಿಲಲ್ಲಿ ಹ್ಯಾರಿ ಕಾಣಿಸಿಕೊಳ್ಳುತ್ತಾನೆ. ಅವನು ಒಳಗೆ ನೋಡುತ್ತಾನೆ.

ಹ್ಯಾರಿ

ಹಾಯ್.

ಅವರ ನಡುವೆ ಒಂದು ಅಸಹನೀಯವಾದ ಮೌನವಿದೆ. ಜಿನ್ನಿ ಬಾಗಿಲಲ್ಲಿ ಕಾಣಿಸಿಕೊಳ್ಳುತ್ತಾಳೆ. ಅವಳು ಏನಾಗುತ್ತಿದೆ ಎಂದು ನೋಡುತ್ತಾಳೆ ಹಾಗೂ ಒಂದು ಕ್ಷಣ ಅಲ್ಲೇ ನಿಲ್ಲುತ್ತಾಳೆ.

ಹಾಗ್‌ವಾರ್ಟ್ಸ್ ಪೂರ್ವದ ಬಹುಮಾನಗಳನ್ನು ವಿತರಿಸುತ್ತಿದ್ದೇನೆ - ಬಹುಮಾನಗಳು - ಇವುಗಳನ್ನು ರಾನ್ ಕಳಿಸಿದ್ದಾನೆ ...

ಆಲ್ಬಸ್

ಸರಿ, ಒಂದು ಪ್ರೇಮದ ಕಷಾಯ. ಸರಿ.

ಹ್ಯಾರಿ

ಇದು ಯಾವುದೋ ಒಂದರ ಬಗೆಗಿನ ತಮಾಷೆ ಎಂದು ನನಗನಿಸುತ್ತಿದೆ. ಅದೇನೆಂದು ನನಗೆ ಗೊತ್ತಿಲ್ಲ. ಲಿಲ್ಲಿಗೆ ಹೂಸು ಬಿಡುವ ಗ್ನೋಮ್ಸ್ ಸಿಕ್ಕಿದೆ. ಜೇಮ್ಸ್ ಗೆ ಅವನ ಕೂದಲನ್ನು ಗುಲಾಬಿ ಬಣ್ಣಕ್ಕೆ ತಿರುಗಿಸಿದ ಒಂದು ಬಾಚಣಿಗೆ ಸಿಕ್ಕಿದೆ. ರಾನ್ - ರಾನ್ ಅಂದರೆ ರಾನ್ ಅಲ್ಲವೇ?

ಹ್ಯಾರಿ ಆಲ್ಬಸ್‌ನ ಪ್ರೇಮದ ಕಷಾಯವನ್ನು ತನ್ನ ಮಂಚದ ಮೇಲಿಡುತ್ತಾನೆ.

ನಾನೂ ಕೂಡ - ಇದು ನನ್ನ ಕಡೆಯಿಂದ ...

ಅವನು ಒಂದು ಚಿಕ್ಕ ಕಂಬಳಿಯನ್ನು ತೋರಿಸುತ್ತಾನೆ ಜಿನ್ನಿ ಅದನ್ನು ನೋಡುತ್ತಾಳೆ ಅವಳು ಹ್ಯಾರಿ ಪ್ರಯತ್ನಿಸುತ್ತಿರುವುದನ್ನು ನೋಡುತ್ತಾಳೆ, ಹಾಗೂ ನಂತರ ನಿಧಾನವಾಗಿ ಅಲ್ಲಿಂದ ಹೋಗುತ್ತಾಳೆ.

ಆಲ್ಬಸ್

ಹಳೆಯ ಕಂಬಳಿ?

ಹ್ಯಾರಿ

ಈ ವರ್ಷ ನಿನಗೆ ಏನು ಕೊಡಬೇಕೆಂದು ನಾನು ಬಹಳ ಆಲೋಚಿಸಿದೆ. ಜೇಮ್ಸ್ - ಜೇಮ್ಸ್ ಬಹಳ ಕಾಲದಿಂದ ಅದೃಶ್ಯವಾಗುವ ಹೊದಿಕೆಯನ್ನು ಕೇಳುತ್ತಿದ್ದಾನೆ, ಹಾಗೂ ಲಿಲ್ಲಿ - ಅವಳಿಗೆ ರೆಕ್ಕೆಗಳು ಇಷ್ಟವೆಂದು ನನಗೆ ಗೊತ್ತು - ಆದರೆ ನೀನು. ನೀನು ಈಗ ಹದಿನಾಲ್ಕು ವರ್ಷವಾದವನಾಗಿದ್ದೀಯಾ ಆಲ್ಬಸ್, ಹಾಗೂ ನಾನು ನಿನಗೆ ಏನಾದರೂ ಮಹತ್ವಪೂರ್ಣವಾಗಿದ್ದನ್ನು ಕೊಡಬೇಕು ಎಂದುಕೊಂಡಿದ್ದೆ. ಇದು ನನ್ನ ಅಮ್ಮನಿಂದ ನಾನು ಪಡೆದುಕೊಂಡಿದ್ದ ಕೊನೆಯ ವಸ್ತು. ಕಟ್ಟಕಡೆಯ ವಸ್ತು. ಇದರಲ್ಲಿ ಡರ್ಸ್ಲೇಸ್

ಅನ್ನು ಸುತ್ತಿ ನನಗೆ ಕೊಡಲಾಗಿತ್ತು. ಇದು ಶಾಶ್ವತವಾಗಿ ಕಳೆದು ಹೋಗಿದೆ ಎಂದು ನಾನು ಅಂದುಕೊಂಡಿದ್ದೆ. ನಿನ್ನ ದಿಗ್ಗಜ ಚಿಕ್ಕಮ್ಮನಾದ ಪೆಟ್ಯೂನಿಯಾ ಸತ್ತಾಗ ಇದು ಅವಳ ವಸ್ತುಗಳಲ್ಲಿ ಅಡಗಿತ್ತು, ಆಶ್ಚರ್ಯವೆಂದರೆ ಡಡ್ಲಿ ಇದನ್ನು ಕಂಡುಹಿಡಿದ - ಹಾಗೂ ಅವನು ಉದಾರತೆಯಿಂದ ಇದನ್ನು ನನಗೆ ಕಳಿಸಿದ - ಆನಂತರ ನನಗೆ ಯಾವಾಗಲಾದರೂ ಅದೃಷ್ಟದ ಅವಶ್ಯಕತೆಯಿದ್ದಾಗಲೆಲ್ಲ ನನಗೆ ಇದು ಸಿಕ್ಕಿದೆ ಹಾಗೂ ನಾನು ಇದನ್ನು ಇಟ್ಟುಕೊಳ್ಳಲು ಪ್ರಯತ್ನಿಸಿದ್ದೇನೆ, ಈಗ ನೀನು ...

ಆಲ್ಬಸ್

ನಾನೂ ಇದನ್ನು ಇಟ್ಟುಕೊಳ್ಳಬೇಕೇ? ಸರಿ. ಆಯಿತು. ಇದು ನನಗೆ ಅದೃಷ್ಟ ತರುತ್ತದೆಂದು ಆಶಿಸೋಣ. ನನಗೆ ಖಂಡಿತವಾಗಿಯೂ ಸ್ವಲ್ಪ ಅದೃಷ್ಟ ಬೇಕು.

ಅವನು ಕಂಬಳಿಯನ್ನು ಮುಟ್ಟುತ್ತಾನೆ.

ಆದರೆ ಇದನ್ನು ನೀನು ಇಟ್ಟುಕೊಳ್ಳಬೇಕು.

ಹ್ಯಾರಿ

ನನಗನ್ನಿಸಿದ ಹಾಗೆ - ನಾನು ನಂಬುವ ಹಾಗೆ - ಪೆಟ್ಯೂನಿಯಾ ಇದನ್ನು ನಾನು ಇಟ್ಟುಕೊಳ್ಳಬೇಕೆಂದು ಬಯಸಿದ್ದಳು, ಅದಕ್ಕೇ ಅವಳು ಅದನ್ನು ಇಟ್ಟುಕೊಂಡಿದ್ದಳು ಹಾಗೂ ಈಗ ನೀನು ಇದನ್ನು ನನ್ನಿಂದ ತೆಗೆದುಕೊಳ್ಳಬೇಕೆಂದು ನಾನು ಬಯಸುತ್ತೇನೆ. ನನಗೆ ನನ್ನ ತಾಯಿಯ ಪರಿಚಯ ಅಷ್ಟಾಗಿ ಇಲ್ಲ. - ಆದರೆ ಅವಳೂ ಕೂಡ ಇದನ್ನು ನೀನೇ ಇಟ್ಟುಕೊಳ್ಳಬೇಕೆಂದು ಬಯಸುತ್ತಿದ್ದಳೋ ಏನೋ. ಬಹುಶಃ ನನಗೆ ನಿನ್ನನ್ನು ಹುಡುಕುಲು ಸಾಧ್ಯವಾಗಬಹುದು - ಹಾಗೂ ಇದು - ಹಾಲೋಸ್ ಹಬ್ಬದಲ್ಲಿ. ಅವರು ಸತ್ತ ರಾತ್ರಿ ನಾನು ಇದರ ಜೊತೆ ಇರಬಯಸುತ್ತೇನೆ - ಅದು ನಮ್ಮಿಬ್ಬರಿಗೂ ಒಳ್ಳೆಯದಾಗಬಹುದು ...

ಆಲ್ಬಸ್

ನನಗೆ ಬಹಳ ಪ್ಯಾಕಿಂಗ್ ಮಾಡುವುದಿದೆ, ಮತ್ತು ನಿನಗೂ ಕೂಡ ಸಚಿವಾಲಯದ ಕೆಲಸ ತಲೆಯ ಮೇಲಿದೆ. ಹೀಗಾಗಿ ...

ಹ್ಯಾರಿ

ಆಲ್ಬಸ್, ನೀನು ಕಂಬಳಿಯನ್ನು ಇಟ್ಟುಕೊಳ್ಳಬೇಕೆಂದು ನಾನು ಬಯಸುತ್ತೇನೆ.

ಆಲ್ಬಸ್

ಅದನ್ನಿಟ್ಟುಕೊಂಡು ನಾನೇನು ಮಾಡಲಿ? ಯಕ್ಷಿಣಿಯ ರೆಕ್ಕೆಗಳೇ ಆದಕ್ಕಿಂತ ಒಳ್ಳೆಯದೆಂದು ಅನಿಸುತ್ತದೆ, ಅಪ್ಪಾ, ಅದೃಶ್ಯವಾಗುವ ಹೊದಿಕೆ ಕೂಡಾ ಇನ್ನೂ ಒಳ್ಳೆಯದೆಂದು ಅನಿಸುತ್ತದೆ - ಆದರೆ ಇದು - ನಿಜವಾಗಿಯೂ?

ಹ್ಯಾರಿಗೆ ಸ್ವಲ್ಪ ಬೇಸರವಾಗಿದೆ. ಅವನು ತನ್ನ ಮಗನನ್ನು ನೋಡುತ್ತಾನೆ, ಅವನು ಅವನ ಜೊತೆ ಬೆರೆಯಲು ಪ್ರಯತ್ನಿಸುತ್ತಿದ್ದಾನೆ.

ಹ್ಯಾರಿ

ನಿನಗೆ ಸಹಾಯ ಮಾಡಲೇ? ಪ್ಯಾಕಿಂಗ್‌ನಲ್ಲಿ. ನನಗೆ ಯಾವತ್ತೂ ಪ್ಯಾಕಿಂಗ್ ಮಾಡುವುದೆಂದರೆ ಇಷ್ಟ. ಹಾಗೆ ಮಾಡುವಾಗ ನಾನು ಪ್ರೈವೆಟ್ ಡ್ರೈವ್ ಬಿಟ್ಟು ಹಾಗ್‌ವಾರ್ಟ್ಸ್ ಗೆ ಹೋಗುತ್ತಿದ್ದೇನೆಂದು ಅನಿಸುತ್ತದೆ. ಅದು ... ನಿನಗೆ ಅದು ಇಷ್ಟವಿಲ್ಲವೆಂದು ನನಗೆ ಗೊತ್ತು ... ಆದರೆ ...

ಆಲ್ಬಸ್

ನಿನಗೆ, ಅದು ಜಗತ್ತಿನಲ್ಲಿನ ಅತ್ಯಂತ ಅದ್ಭುತವಾದ ಸ್ಥಳ. ನನಗೆ ಗೊತ್ತು. ಪಾಪದ ಅನಾಥ, ಅವನ ಅಂಕಲ್ ಹಾಗೂ ಡರ್ಲ್ಸಿ ಆಂಟಿ ಅವನನ್ನು ಬೆದರಿಸುತ್ತಿದ್ದರು -

ಹ್ಯಾರಿ

ಆಲ್ಬಸ್. ದಯವಿಟ್ಟು - ನಾವು ಕೇವಲ -

ಆಲ್ಬಸ್

- ಸೋದರ ಸಂಬಂಧಿಯಾದ ಡಡ್ಲಿಯಿಂದ ಯಾವಾಗಲೂ ಕಿರಿಕಿರಿಗೊಳಗಾಗುತ್ತಿದ್ದ, ಹಾಗ್‌ವಾರ್ಟ್ಸ್ ಗಳು ಅವನನ್ನು ಉಳಿಸಿದರು. ನನಗೆ ಎಲ್ಲಾ ಗೊತ್ತು ಅಪ್ಪಾ. ಬ್ಲಾ ಬ್ಲಾ ಬ್ಲಾ.

ಹ್ಯಾರಿ

ನಾನು ನಿನ್ನ ಜಾಲದಲ್ಲಿ ಸಿಲುಕಿಕೊಳ್ಳುವುದಿಲ್ಲ ಆಲ್ಬಸ್ ಪಾಟರ್.

ಆಲ್ಬಸ್

ನಮ್ಮೆಲ್ಲರನ್ನೂ ರಕ್ಷಿಸಿದ ಪಾಪದ ಅನಾಥ - ನಾನು ಹೀಗೆ ಹೇಳಬಹುದೇ - ಮಂತ್ರವಾದಿಗಳ ಪರವಾಗಿ. ನಿನ್ನ ಧೀರೋದಾತ್ತವಾದ ಕೆಲಸಕ್ಕೆ ನಾವು ಚಿರಋಣಿಯಾಗಿದ್ದೇವೆ. ನಾನೀಗ ಬಗ್ಗಿ ನಮಸ್ಕಾರ ಮಾಡಬೇಕೇ ಅಥವಾ ಕೇವಲ ಮಾತು ಮಾತ್ರ ಸಾಕಾಗುತ್ತದೆಯೇ?

ಹ್ಯಾರಿ

ಆಲ್ಬಸ್, ದಯವಿಟ್ಟು - ನಾನು ಯಾವತ್ತೂ ಕೃತಜ್ಞತೆಗಾಗಿ ಹಂಬಲಿಸಿಲ್ಲ.

ಆಲ್ಬಸ್

ಆದರೆ ಈಗ ನನ್ನಲ್ಲಿ ಅದು ತುಂಬಿ ತುಳುಕುತ್ತಿದೆ - ಬಹುಶಃ ಈ ಹಳಸಿದ ಕಂಬಳಿಯ ಉದಾರವಾದ ಬಹುಮಾನದಿಂದ ಹಾಗಾಗಿರಬಹುದು ...

ಹ್ಯಾರಿ

ಹಳಸಿದ ಕಂಬಳಿ?

ಆಲ್ಬಸ್

ನಿನಗೆ ಏನಾಗುತ್ತದೆ ಅಂದು ಅನಿಸುತ್ತಿತ್ತು? ನಾವು ಅಪ್ಪಿಕೊಳ್ಳುತ್ತೇವೆ ಎಂದು ಅನಿಸುತ್ತಿತ್ತೇ? ನಾನು ಯಾವತ್ತೂ ನಿನ್ನನ್ನು ಇಷ್ಟಪಟ್ಟಿದ್ದೆ ಎಂದು ಹೇಳುತ್ತೇನೆ ಅಂದುಕೊಂಡಿದ್ದೆಯಾ? ಏನು? ಏನು?

ಹ್ಯಾರಿ (*ಕೊನೆಗೂ ಸಹನೆ ಕಳೆದುಕೊಂಡು*)

ನಿನಗೆ ಗೊತ್ತಾ? ನೀನು ದುಃಖದಲ್ಲಿರುವುದಕ್ಕೆ ನಾನೇ ಕಾರಣವೆಂದುಕೊಳ್ಳುವುದನ್ನು ನಾನು ನಿಲ್ಲಿಸಿದ್ದೇನೆ. ನಿನಗೆ ಕಡೇ ಪಕ್ಷ ಒಬ್ಬ ತಂದೆಯಾದರೂ ಇದ್ದಾನೆ. ನನಗೆ ಅದೂ ಇರಲಿಲ್ಲ. ಸರಿಯೇ?

ಆಲ್ಬಸ್

ಅದು ದುರದೃಷ್ಟಕರವೆಂದು ನಿನಗೆ ಅನಿಸುತ್ತಿದೆಯೇ? ನನಗೆ ಹಾಗನಿಸುತ್ತಿಲ್ಲ.

ಹ್ಯಾರಿ

ನಾನು ಸಾಯಬೇಕೆಂದು ನೀನು ಬಯಸಿದ್ದೀಯಾ?

ಆಲ್ಬಸ್

ಇಲ್ಲ! ನೀನು ನನ್ನ ಅಪ್ಪ ಆಗಿರಬಾರದಿತ್ತೆಂದು ನಾನು ಬಯಸುತ್ತೇನೆ.

ಹ್ಯಾರಿ (*ಕೋಪದಿಂದ*)

ಕೆಲವೊಮ್ಮೆ ನೀನು ನನ್ನ ಮಗನಾಗಿರಬಾರದಿತ್ತೆಂದು ನನಗೂ ಅನಿಸುತ್ತದೆ.

ಅಲ್ಲೊಂದು ಮೌನವಿದೆ. ಆಲ್ಬಸ್ ತಲೆಯಲ್ಲಾಡಿಸುತ್ತಾನೆ. ಸ್ಥಗಿತ. ಹ್ಯಾರಿಗೆ ತಾನು ಏನು ಹೇಳಿದ್ದೇನೆ ಎಂದು ಅರಿವಾಗುತ್ತಿದೆ.

ಇಲ್ಲ, ನನ್ನ ಅರ್ಥ ಅದಾಗಿರಲಿಲ್ಲ

ಆಲ್ಬಸ್

ಹೌದು, ನಿನ್ನ ಅರ್ಥ ಅದೇ ಆಗಿತ್ತು

ಹ್ಯಾರಿ

ಆಲ್ಬಸ್. ನೀನು ನನಗೆ ಎಷ್ಟು ಕೋಪ ತರಿಸಿದ್ದೆ ಎಂದು ನಿನಗೂ ಗೊತ್ತು.

ಆಲ್ಬಸ್

ನಿನ್ನ ಅರ್ಥ ಅದೇ ಆಗಿತ್ತು ಅಪ್ಪ, ನಿಜ ಹೇಳಬೇಕೆಂದರೆ ನಾನು ನಿನ್ನನ್ನು ದೂಷಿಸುತ್ತಿಲ್ಲ.

ಅಲ್ಲೊಂದು ಅಸಹನೀಯವಾದ ಮೌನವಿದೆ

ನೀನು ಈಗ ಬಹುಶಃ ನನ್ನನ್ನು ಒಬ್ಬಂಟಿಯಾಗಿ ಬಿಡಬೇಕು.

ಹ್ಯಾರಿ

ಆಲ್ಬಸ್, ದಯವಿಟ್ಟು

ಅಲ್ಬಸ್ ಕಂಬಳಿಯನ್ನು ಎತ್ತಿಕೊಂಡು ಅದನ್ನು ಎಸೆಯುತ್ತಾನೆ. ಅದು ರಾನ್‌ನ ಪ್ರೇಮ ಕಷಾಯಕ್ಕೆ ಹೋಗಿ ಬಡಿಯುತ್ತದೆ ಆ ಕಷಾಯ ಕಂಬಳಿಯ ಮೇಲೆಲ್ಲ ಚೆಲ್ಲುತ್ತದೆ ಹಾಗೂ ಸ್ವಲ್ಪ ಮಂಚದ ಮೇಲೂ ಚೆಲ್ಲುತ್ತದೆ. ಅದರಿಂದ ಚಿಕ್ಕದಾಗಿ ಹೊಗೆ ಬರುತ್ತಿದೆ.

ಆಲ್ಬಸ್

ಈಗ ನನಗೆ ಅದೃಷ್ಟವೂ ಇಲ್ಲ, ಪ್ರೀತಿಯೂ ಇಲ್ಲ.

ಆಲ್ಬಸ್ ಕೋಣೆಯಿಂದ ಹೊರಗಡೆ ಓಡುತ್ತಾನೆ. ಹ್ಯಾರಿ ಅವನ ಹಿಂದೆ ಹೋಗುತ್ತಾನೆ.

ಹ್ಯಾರಿ

ಆಲ್ಬಸ್, ಆಲ್ಬಸ್ ... ಪ್ಲೀಸ್ ...

ಆಕ್ಟ್ ಒಂದು ದೃಶ್ಯ ಎಂಟು

ಕನಸು, ಬಂಡೆಯ ಮೇಲಿನ ಗುಡಿಸಲು

ಒಂದು ದೊಡ್ಡ ಶಬ್ದವಿದೆ. ಅಲ್ಲೊಂದು ದೊಡ್ಡ ಸದ್ದು ಕೇಳುತ್ತದೆ. ಡಡ್ಲಿ ಡರ್ಸ್ಲಿ, ಆಂಟ್ ಪೆಟ್ಯೂನಿಯಾ ಹಾಗೂ ಅಂಕಲ್ ವರ್ನಾನ್ ಒಂದು ಮಂಚದ ಹಿಂದೆ ಹೋಗಿ ಅಡಗಿಕೊಳ್ಳುತ್ತಾರೆ.

ಡಡ್ಲಿ ಡರ್ಸ್ಲಿ

ಅಮ್ಮಾ. ಇದು ನನಗೆ ಇಷ್ಟವಾಗುತ್ತಿಲ್ಲ.

ಆಂಟ್ ಪೆಟ್ಯೂನಿಯಾ

ನಾವಿಲ್ಲಿ ಬಂದು ತಪ್ಪು ಮಾಡಿದ್ದೇವೆ ಎಂದು ನನಗೆ ಗೊತ್ತು. ವರ್ನಾನ್. ವರ್ನಾನ್. ನಾವು ಎಲ್ಲೂ ಅಡಗಿಕೊಳ್ಳಲು ಸಾಧ್ಯವಿಲ್ಲ. ಒಂದು ಲೈಟ್ ಹೌಸ್ ಕೂಡ ಸಾಕಷ್ಟು ದೂರವಿಲ್ಲ!

ಅಲ್ಲಿ ಇನ್ನೊಂದು ದೊಡ್ಡ ಶಬ್ದ ಕೇಳುತ್ತಿದೆ.

ಅಂಕಲ್ ವರ್ನಾನ್

ಇರಿ. ಇರಿ. ಅದೇನೇ ಆದರೂ ಅದು ಈ ಕಡೆ ಬರುತ್ತಿಲ್ಲ.

ಆಂಟ್ ಪೆಟ್ಯೂನಿಯಾ

ನಮಗೆ ಶಾಪ ಬಡಿದಿದೆ! ಅವನು ನಮಗೆ ಶಾಪ ಹಾಕಿದ್ದಾನೆ! ಆ ಹುಡುಗ ನಮಗೆ ಶಾಪ ಹಾಕಿದ್ದಾನೆ! (ಯುವ ಹ್ಯಾರಿಯನ್ನು ನೋಡುತ್ತ). ಇದೆಲ್ಲವೂ ನಿನ್ನದೇ ತಪ್ಪು. ನಿನ್ನ ಅಡಗುತಾಣಕ್ಕೆ ವಾಪಸ್ಸು ಹೋಗು.

ಅಂಕಲ್ ವರ್ನಾನ್ ತನ್ನ ರೈಫಲ್ ಹೊರತೆಗೆಯುತ್ತಿದ್ದ ಹಾಗೆ ಯುವ ಹ್ಯಾರಿ ಬೆದರುತ್ತಿದ್ದಾನೆ.

ಅಂಕಲ್ ವರ್ನಾನ್

ಅಲ್ಲಿ ಯಾರೇ ಇದ್ದರೂ ನನ್ನ ಹತ್ತಿರ ಆಯುಧವಿದೆ - ಎಚ್ಚರ.

ಈಗ ಒಂದು ತುಂಬಾ ದೊಡ್ಡ ಶಬ್ದ ಬರುತ್ತಿದೆ. ಹಾಗೂ ಅಲ್ಲಿರುವ ಬಾಗಿಲು ಕಿತ್ತು ಬೀಳುತ್ತಿದೆ. ಹ್ಯಾಗ್ರಿಡ್ ಬಾಗಿಲಲ್ಲಿ ನಿಂತಿದ್ದಾನೆ. ಅವನು ಎಲ್ಲರನ್ನೂ ನೋಡುತ್ತಿದ್ದಾನೆ.

ಹ್ಯಾಗ್ರಿಡ್

ಒಂದು ಕಪ್ ಚಹಾ ಬೇಕೇ ಎಂದೂ ಕೇಳುವುದಿಲ್ಲವೇ? ಪ್ರಯಾಣ ಸುಲಭವಾಗಿರಲಿಲ್ಲ.

ಡಡ್ಲಿ ಡರ್ಸ್ಲಿ

ಅವನನ್ನು. ನೋಡು

ಅಂಕಲ್ ವರ್ನಾನ್

ಹಿಂದಕ್ಕೆ ಬನ್ನಿ. ಹಿಂದಕ್ಕೆ ಬನ್ನಿ. ಪೆಟ್ಯೂನಿಯಾ. ನನ್ನ ಹಿಂದೆ. ಡಡ್ಲಿ, ನಾನು ಈ ಸ್ಕಾರಾಮ್ಯಾಂಗರ್ ಅನ್ನು ವಿಚಾರಿಸಿಕೊಳ್ಳುತ್ತೇನೆ.

ಹ್ಯಾಗ್ರಿಡ್

ಸ್ಕಾರಾ ಏನು? (*ಅವನು ಅಂಕಲ್ ವರ್ನಾನ್‌ನ ಗನ್ ಅನ್ನು ಎತ್ತಿಕೊಳ್ಳುತ್ತಾನೆ*). ಈ ಥರದ್ದನ್ನು ಸುಮಾರು ದಿನದಿಂದ ನೋಡಿಲ್ಲ. (*ಅವನು ಆ ಗನ್‌ನ ತುದಿಯನ್ನು ತಿರುಚಿ ಅದನ್ನು ಗಂಟಾಗಿಸಿ ಕಟ್ಟುತ್ತಿದ್ದಾನೆ*). ಅಯ್ಯೋ (*ನಂತರ ಅವನಿಗೆ ಹ್ಯಾರಿ ಕಡೆ ಗಮನ ಹೋಗುತ್ತಿದೆ. ಅವನು ಯುವ ಹ್ಯಾರಿಯನ್ನು ನೋಡಿದ್ದಾನೆ*) ಹ್ಯಾರಿ ಪಾಟರ್

ಯುವ ಹ್ಯಾರಿ

ಹಲೋ.

ಹ್ಯಾಗ್ರಿಡ್

ಕಡೆಯ ಬಾರಿ ನಾನು ನಿಮ್ಮನ್ನು ನೋಡಿದಾಗ ನೀನೊಂದು ಮಗುವಾಗಿದ್ದೆ. ನೀನು ನಿನ್ನ ಅಪ್ಪನ ಥರವೇ ಕಾಣುತ್ತಿದ್ದೆ. ಆದರೆ ನಿನಗೆ ನಿನ್ನ ಅಮ್ಮನ ಕಣ್ಣುಗಳು ಬಂದಿವೆ.

ಯುವ ಹ್ಯಾರಿ

ನಿಮಗೆ ನನ್ನ ಅಪ್ಪ ಅಮ್ಮ ಗೊತ್ತೇ?

ಹ್ಯಾಗ್ರಿಡ್

ನನ್ನ ಶಿಷ್ಟಾಚಾರ ಎಲ್ಲಿ ಹೋಯಿತು? ಜನ್ಮದಿನದ ಶುಭಾಶಯಗಳು. ಇಲ್ಲಿ ಸುಮಾರು ತಿಂಡಿ ಇದೆ. ನಾನು ಬಹುಶಃ ಅದರ ಮೇಲೆ ಕುಳಿತುಕೊಂಡಿರಬಹುದು. ಆದರೂ ಒಮ್ಮೆ ಅದನ್ನು ತಿಂದು ನೋಡುತ್ತೇನೆ.

ಅವನು ತನ್ನ ಕೋಟ್ ಒಳಗಿನಿಂದ ಸ್ವಲ್ಪ ಜಜ್ಜಿದ ಒಂದು ಚಾಕಲೇಟ್ ತೆಗೆಯುತ್ತಾನೆ ಹಾಗೂ ಅದರ ಮೇಲೆ ಹಸಿರು ಐಸ್‌ನಲ್ಲಿ 'ಜನ್ಮದಿನದ ಶುಭಾಶಯಗಳು ಹ್ಯಾರಿ' ಎಂದು ಬರೆದಿದೆ

ಯುವ ಹ್ಯಾರಿ

ಯಾರು ನೀವು?

ಹ್ಯಾಗ್ರಿಡ್ (ನಗುತ್ತ)

ನಿಜ. ನನ್ನನ್ನು ನಾನು ಪರಿಚಯಿಸಿಕೊಂಡಿಲ್ಲ, ರೂಬಸ್ ಹ್ಯಾಗ್ರಿಡ್, ಹಾಗ್‌ವಾರ್ಟ್ಸ್ ನಲ್ಲಿ ಕೀಲಿಗಳು ಹಾಗೂ ನೆಲಗಳ ರಕ್ಷಕ. (ಅವನು ತನ್ನ

ಸುತ್ತಲೂ ನೋಡುತ್ತಾನೆ). ಅಂದ ಹಾಗೇ ಆ ಚಹಾ ಎಲ್ಲಿ ಹೋಯಿತು? ಅದನ್ನು ಕುಡಿದರೆ ನನಗೇನೂ ಶಕ್ತಿ ಬರುತ್ತಿತ್ತೆಂದು ನಾನು ಹೇಳುವುದಿಲ್ಲ.

ಯುವ ಹ್ಯಾರಿ

ಹಾಗ್‌ವೆರ್?

ಹ್ಯಾಗ್ರಿಡ್

ಹಾಗ್‌ವಾರ್ಟ್ಸ್. ನೀನು ಹಾಗ್‌ವಾರ್ಟ್ಸ್ ಬಗ್ಗೆ ಖಂಡಿತವಾಗಿಯೂ ತಿಳಿದುಕೊಳ್ಳುತ್ತೀಯಾ.

ಯುವ ಹ್ಯಾರಿ

ಇಲ್ಲ. ಕ್ಷಮಿಸಿ.

ಹ್ಯಾಗ್ರಿಡ್

ಕ್ಷಮಿಸಿ? ಅವರು ಕ್ಷಮಿಸಿ ಎನ್ನಬೇಕು! ನಿನಗೆ ಅವರ ಪತ್ರಗಳು ಬರುತ್ತಿಲ್ಲವೆಂದು ನನಗೆ ಗೊತ್ತಿತ್ತು. ಆದರೆ ನಿನಗೆ ಹಾಗ್‌ವಾರ್ಟ್ಸ್ ಗಳ ಬಗ್ಗೆ ತಿಳಿದಿರುತ್ತಿತ್ತೆಂದು ನಾನು ಅಂದುಕೊಂಡಿರಲಿಲ್ಲ. ಹಾಗ್‌ವಾರ್ಟ್ಸ್ ದೊಡ್ಡದಾಗಿ ಅಳುತ್ತಿದ್ದಾರೆ! ನಿನ್ನ ಅಪ್ಪ ಅಮ್ಮ ಇದನ್ನೆಲ್ಲ ಎಲ್ಲಿ ಕಲಿತಿದ್ದಾರೆಂದು ನೀನು ಯಾವತ್ತಾದರೂ ಚಿಂತಿಸಿದ್ದೀಯಾ?

ಯುವ ಹ್ಯಾರಿ

ಏನನ್ನು ಕಲಿತಿರುವುದು?

ಹ್ಯಾಗ್ರಿಡ್ ಕೋಪದಿಂದ ನೋಡುತ್ತ ಅಂಕಲ್ ವರ್ನಾನ್ ಕಡೆ ತಿರುಗುತ್ತಾನೆ.

ಹ್ಯಾಗ್ರಿಡ್

ಈ ಹುಡುಗನಿಗೆ - ಈ ಹುಡುಗನಿಗೆ! ಯಾವುದರ ಬಗ್ಗೆಯೂ ಏನೂ ತಿಳಿದಿಲ್ಲ?

ಅಂಕಲ್ ವರ್ನಾನ್

ಅವನಿಗೆ ಏನೂ ಹೆಚ್ಚು ಹೇಳದಂತ ನಾನು ನಿನ್ನನ್ನು ನಿರ್ಬಂಧಿಸುತ್ತೇನೆ!

ಯುವ ಹ್ಯಾರಿ

ಏನನ್ನು ಹೇಳಬಾರದು?

ಹ್ಯಾಗ್ರಿಡ್ ಅಂಕಲ್ ವರ್ನಾನ್ ಹಾಗೂ ನಂತರ ಯುವ ಹ್ಯಾರಿಯನ್ನು ನೋಡುತ್ತಾನೆ

ಹ್ಯಾಗ್ರಿಡ್

ಹ್ಯಾರಿ. ನೀನೊಬ್ಬ ಮಾಂತ್ರಿಕ. ನೀನು ಎಲ್ಲವನ್ನು ಬದಲಾಯಿಸಿದೆ. ನೀನು ಇಡೀ ಜಗತ್ತಿನಲ್ಲಿ ಎಲ್ಲರಿಗಿಂತ ಪ್ರಸಿದ್ಧವಾದ ಮಾಂತ್ರಿಕ.

ನಂತರ ಕೋಣೆಯ ಹಿಂದಿನಿಂದ ಎಲ್ಲರ ಸುತ್ತಲೂ ಪಿಸುಗುಡುತ್ತ, ಸುಲಭವಾಗಿ ಗುರುತುಹಿಡಿಯುವ ಧ್ವನಿಯೊಂದಿಗೆ ವಾಲ್ಡೆಮಾರ್ಟ್‌ನ ಧ್ವನಿ ಹೇಳುತ್ತದೆ.

ಹ್ಯಾಆಆಆರಿ ಪಾಟಾಆಆಆರ್ ....

ಆಕ್ಟ್ ಒಂದು ದೃಶ್ಯ ಒಂಬತ್ತು

ಹ್ಯಾರಿ ಹಾಗೂ ಜಿನ್ನಿ ಪಾಟರ್ ಮನೆ, ಮಲಗುವ ಕೋಣೆ

ಹ್ಯಾರಿ ಇದ್ದಕ್ಕಿದ್ದಂತೆ ಎಚ್ಚರಗೊಳ್ಳುತ್ತಾನೆ. ರಾತ್ರಿ ಅವನು ಭಾರವಾಗಿ ಉಸಿರಾಡುತ್ತಿದ್ದಾನೆ.

ಅವನು ಒಂದು ಕ್ಷಣ ಕಾಯುತ್ತಾನೆ. ಅವನು ತನ್ನನ್ನು ತಾನು ಶಾಂತಗೊಳಿಸಿಕೊಳ್ಳುತ್ತಿದ್ದಾನೆ. ಅವನ ಹಣೆಯಲ್ಲಿ ತುಂಬಾ ನೋವಾಗುತ್ತಿದೆ. ಅವನ ಗಾಯದಲ್ಲಿ. ಅವನ ಸುತ್ತಲೂ ಮಾಟ ಸುತ್ತುತ್ತಿದೆ.

ಜಿನ್ನಿ

ಹ್ಯಾರಿ ...

ಹ್ಯಾರಿ

ಪರವಾಗಿಲ್ಲ. ನೀನು ನಿದ್ದೆ ಮಾಡು.

ಜಿನ್ನಿ

ಲ್ಯುಮೋಸ್

ಕೋಣೆಯಲ್ಲಿ ಅವಳ ಮಂತ್ರದಂಡದ ಬೆಳಕು ತುಂಬಿದೆ. ಹ್ಯಾರಿ ಅವಳನ್ನು ನೋಡುತ್ತಾನೆ.

ದುಃಸ್ವಪ್ನವೇ?

ಹ್ಯಾರಿ

ಹೌದು.

ಜಿನ್ನಿ

ಯಾವುದರ ಬಗ್ಗೆ?

ಹ್ಯಾರಿ

ಡರ್ಸ್ಲಿಗಳು - ಅದು ಅಲ್ಲಿಂದ ಪ್ರಾರಂಭವಾಯಿತು - ನಂತರ ಅದು ಬೇರೆ ಎಲ್ಲೋ ಹೋಯಿತು.

ನಿಲ್ಲಿಸಿ. ಜಿನ್ನಿ ಅವನನ್ನು ನೋಡುತ್ತಿದ್ದಾಳೆ - ಅವನು ಎಲ್ಲಿದ್ದಾನೆಂದು ತಿಳಿದುಕೊಳ್ಳಲು ಪ್ರಯತ್ನಿಸುತ್ತಿದ್ದಾಳೆ.

ಜಿನ್ನಿ

ನಿನಗೊಂದು ಸ್ಲೀಪಿಂಗ್ ಡ್ರಾಟ್ ಬೇಕೇ?

ಹ್ಯಾರಿ

ಇಲ್ಲ. ಪರವಾಗಿಲ್ಲ. ನೀನು ನಿದ್ದೆ ಮಾಡು.

ಜಿನ್ನಿ

ನೀನು ಹುಶಾರಾಗಿದ್ದೀಯೆಂದು ಅನಿಸುತ್ತಿಲ್ಲ.

ಹ್ಯಾರಿ ಏನೂ ಹೇಳುತ್ತಿಲ್ಲ.

(*ಅವನ ಉದ್ವೇಗವನ್ನು ನೋಡುತ್ತ.*) ಅದು ಸುಲಭವಾಗಿರಲ್ಲ ಎನಿಸುತ್ತಿದೆ - ಎಮೋಸ್ ಡಿಗಾರಿಯ ಜೊತೆಗೆ.

ಹ್ಯಾರಿ

ಅವನ ಸಿಟ್ಟನ್ನು ನಾನು ನಿರ್ವಹಿಸಬಲ್ಲೆ. ಆದರೆ ಅವನು ಹೇಳಿದ್ದು ಸರಿಯಾಗಿತ್ತು ಎನ್ನುವುದು ಇನ್ನೂ ಕಷ್ಟವಾಗಿತ್ತು. ಎಮೋಸ್ ನನ್ನಿಂದಾಗಿ ಅವನ ಮಗನನ್ನು ಕಳೆದುಕೊಂಡ -

ಜಿನ್ನಿ

ಹಾಗೆ ಹೇಳುವುದು ನಿನಗೆ ನೀನೇ ಅನ್ಯಾಯ ಮಾಡಿಕೊಂಡಂತೆ-

ಹ್ಯಾರಿ

- ನಾನು ಇನ್ನೇನೂ ಹೇಳಲು ಸಾಧ್ಯವಿಲ್ಲ. - ಯಾರಿಗೂ ಏನೂ ಹೇಳಲು ಸಾಧ್ಯವಿಲ್ಲ - ಬೇಕಾದರೆ ತಪ್ಪಾಗಿದ್ದನ್ನು ಹೇಳಬಹುದು.

ಜಿನ್ನಿಗೆ ಅವನು ಯಾವುದರ ಬಗ್ಗೆ - ಅಥವಾ ಯಾರ ಬಗ್ಗೆ ಹೇಳುತ್ತಿದ್ದಾನೆಂದು ತಿಳಿದಿದೆ.

ಜಿನ್ನಿ

ಓ. ಅದು ನಿನ್ನನ್ನು ಕಾಡುತ್ತಿದೆಯೇ? ಹಾಗ್‌ವಾರ್ಟ್ಸ್‌ಗಳ ಮುಂಚಿನ ರಾತ್ರಿ, ನೀನು ಹೋಗಬಯಸದಿದ್ದರೆ ಇದು ಯಾವತ್ತೂ ಒಳ್ಳೆಯ ರಾತ್ರಿಯಲ್ಲ. ಆಲ್‌ಗೆ ಕಂಬಳಿ ಕೊಟ್ಟಿದ್ದು ಒಳ್ಳೆಯ ಪ್ರಯತ್ನವಾಗಿತ್ತು.

ಹ್ಯಾರಿ

ಅಲ್ಲಿಂದ ಅದು ತುಂಬಾ ಕೆಟ್ಟದಾಗಿತ್ತು. ನಾನು ಸುಮಾರು ಮಾತಾಡಿದೆ ಜಿನ್ನಿ ...

ಜಿನ್ನಿ

ನಾನು ಕೇಳಿಸಿಕೊಂಡೆ.

ಹ್ಯಾರಿ

ನೀನು ಆದರೂ ನನ್ನ ಜೊತೆ ಮಾತಾಡುತ್ತಿದ್ದೀಯಾ?

ಜಿನ್ನಿ

ಏಕೆಂದರೆ ಸರಿಯಾದ ಸಮಯ ಬಂದಾಗ ಕ್ಷಮಿಸು ಎಂದು ಹೇಳುತ್ತೀಯಾ ಎಂದು ನನಗೆ ಗೊತ್ತು. ನೀನು ಹೇಳಿದ್ದರ ಅರ್ಥ ಅದಾಗಿರಲಿಲ್ಲ. ನೀನು ಹೇಳಿದ್ದರಲ್ಲಿ - ಬೇರೆ ವಿಷಯಗಳಿದ್ದವು ಎಂದೂ ನನಗೆ ಗೊತ್ತು. ನೀನು ಅವನ ಜೊತೆ ಪ್ರಾಮಾಣಿಕವಾಗಿರಬಹುದು ಹ್ಯಾರಿ ... ಅವನಿಗೆ ಅಷ್ಟೇ ಬೇಕು.

ಹ್ಯಾರಿ

ಅವನು ಜೇಮ್ಸ್ ಅಥವಾ ಲಿಲ್ಲಿಯ ಹಾಗಿರಬಹುದಿತ್ತೆಂದು ನಾನು ಆಶಿಸುತ್ತೇನೆ.

ಜಿನ್ನಿ (*ತಣ್ಣಗೆ*)

ಹೌದು, ಬಹುಶಃ ನೀನು ಅಷ್ಟೊಂದು ಪ್ರಾಮಾಣಿಕವಾಗಿರುವ ಅಗತ್ತವಿಲ್ಲ.

ಹ್ಯಾರಿ

ಇಲ್ಲ, ನಾನು ಅವನ ಬಗ್ಗೆ ಏನನ್ನೂ ಬದಲಾಯಿಸುವುದಿಲ್ಲ. ಮತ್ತು ಅವನು ಹೇಳಬಹುದು - ನಿನ್ನ ಹ್ಯಾರಿ ಪಾಟರ್ - ಬದಿಯ ಅನಾವರಣಗೊಂಡಾಗ. ಅವನಿಗೆ ನಿನ್ನ ನೈಜ ರೂಪವನ್ನು ನೋಡಬೇಕು.

ಹ್ಯಾರಿ

'ಸತ್ಯವೆನ್ನುವುದು ಒಂದು ಸುಂದರವಾದ ಹಾಗೂ ಭೀಕರವಾದ ವಸ್ತುವಾಗಿದೆ, ಹಾಗೂ ಆದ್ದರಿಂದ ಅದನ್ನು ತುಂಬಾ ಎಚ್ಚರಿಕೆಯಿಂದ ಬಳಸಬೇಕು.'

ಜಿನ್ನಿ ಆಶ್ಚರ್ಯದಿಂದ ಅವನನ್ನು ನೋಡುತ್ತಿದ್ದಾಳೆ.

ಡಂಬೆಲ್‌ಡೋರ್.

ಜಿನ್ನಿ

ಒಂದು ಮಗುವಿಗೆ ಹೇಳಲು ಒಂದು ವಿಚಿತ್ರವಾದ ವಿಷಯ.

ಹ್ಯಾರಿ

ಆ ಮಗು ಜಗತ್ತನ್ನು ರಕ್ಷಿಸಲು ಸಾಯಬೇಕೆಂದು ನಂಬುವಾಗ ಅಲ್ಲ.

ಹ್ಯಾರಿ ಮತ್ತೊಮ್ಮೆ ಉಸಿರೆಳೆದುಕೊಳ್ಳುತ್ತಾನೆ - ಹಾಗೂ ಅವನು ತನ್ನ ಹಣೆಯನ್ನು ಮುಟ್ಟಿಕೊಳ್ಳುವುದನ್ನು ತಡೆಯಲು ತುಂಬಾ ಪ್ರಯತ್ನಪಡುತ್ತಾನೆ.

ಜಿನ್ನಿ

ಹ್ಯಾರಿ, ಏನು ತೊಂದರೆಯಾಗಿದೆ?

ಹ್ಯಾರಿ

ಏನೂ ಇಲ್ಲ. ನಾನು ಚೆನ್ನಾಗಿದ್ದೇನೆ. ನನಗೆ ನೀನು ಹೇಳುವುದು ಕೇಳುತ್ತಿದೆ. ನಾನು ಪ್ರಯತ್ನಿಸುತ್ತೇನೆ -

ಜಿನ್ನಿ

ನಿನ್ನ ಗಾಯ ನೋಯುತ್ತಿದೆಯೇ?

ಹ್ಯಾರಿ

ಇಲ್ಲ. ನಾನು ಚೆನ್ನಾಗಿದ್ದೇನೆ. ಈಗ ಅದನ್ನು ಬಿಡು. ಎಲ್ಲರೂ ಸ್ವಲ್ಪ ನಿದ್ದೆ ಮಾಡೋಣ.

ಜಿನ್ನಿ

ಹ್ಯಾರಿ, ನಿನ್ನ ಗಾಯಕ್ಕೆ ನೋವಾಗಿ ಎಷ್ಟು ಕಾಲವಾಯಿತು?

ಹ್ಯಾರಿ ಜಿನ್ನಿ ಕಡೆ ತಿರುಗುತ್ತಾನೆ, ಅವನ ಮುಖ ಎಲ್ಲವನ್ನೂ ಹೇಳುತ್ತಿದೆ.

ಹ್ಯಾರಿ

ಇಪ್ಪತ್ತೆರಡು ವರ್ಷಗಳು.

ಆಕ್ಟ್ ಒಂದು ದೃಶ್ಯ ಹತ್ತು

ದ ಹಾಗ್‌ವಾರ್ಟ್ಸ್ ಎಕ್ಸ್ ಪ್ರೆಸ್

ಆಲ್ಬಸ್ ಜನನಿಬಿಡ ರೈಲಿನಲ್ಲಿ ಬೇಗನೆ ಹೋಗುತ್ತಿದ್ದಾನೆ. ಅವನು ತಲೆ ಕೆಳಗೆ ಹಾಕಿದ್ದಾನೆ, ಅವನು ಯಾರಾದರೂ ತನ್ನನ್ನು ನೋಡುವುದನ್ನು ತಪ್ಪಿಸಲು ಪ್ರಯತ್ನಿಸುತ್ತಿದ್ದಾನೆ.

ರೋಸ್

ನಾನು ನಿನ್ನನ್ನೇ ಹುಡುಕುತ್ತಿದ್ದೆ ...

ಆಲ್ಬಸ್

ನನ್ನನ್ನೇ? ಯಾಕೆ?

ತಾನು ಹೇಳುವುದನ್ನು ಹೇಗೆ ಹೇಳಬೇಕೆಂದು ರೋಸ್‌ಗೆ ತಿಳಿಯುತ್ತಿಲ್ಲ.

ರೋಸ್

ಆಲ್ಬಸ್, ಇದು ನಾಲ್ಕನೇ ವರ್ಷದ ಪ್ರಾರಂಭ, ಇದು ನಮಗೆಲ್ಲಾ ಒಂದು ಹೊಸ ವರ್ಷದ ಪ್ರಾರಂಭ. ನಾವು ಮತ್ತೆ ಸ್ನೇಹಿತರಾಗಬೇಕೆಂದು ನಾನು ಬಯಸುತ್ತೇನೆ.

ಆಲ್ಬಸ್

ನಾವು ಯಾವತ್ತೂ ಸ್ನೇಹಿತರಾಗಿರಲ್ಲಿಲ್ಲ.

ರೋಸ್

ಇದು ತುಂಬಾ ಒರಟಾಗಿತ್ತು! ನಾನು ಆರು ವರ್ಷದವಳಾಗಿದ್ದಾಗ ನೀನು ನನ್ನ ಅತ್ಯುತ್ತಮ ಸ್ನೇಹಿತನಾಗಿದ್ದೆ!

ಆಲ್ಬಸ್

ಅದು ತುಂಬಾ ಸಮಯದ ಹಿಂದೆ

ಅವನು ಆ ಕಡೆ ಹೋಗಲು ಹೊರಡುತ್ತಾನೆ. ಅವಳು ಅವನನ್ನು ಒಂದು ಖಾಲಿ ಬೋಗಿಯೊಳಗೆ ಎಳೆಯುತ್ತಾಳೆ.

ರೋಸ್

ನೀನು ವದಂತಿಗಳನ್ನು ಕೇಳಿದ್ದೀಯೇ? ಕೆಲವು ದಿನಗಳ ಮೊದಲು ಸಚಿವಾಲಯವು ದೊಡ್ಡ ದಾಳಿ ನಡೆಸಿತು. ನಿನ್ನ ತಂದೆ ತುಂಬಾ ಧೈರ್ಯ ತೋರಿಸಿದರು ಎಂದು ಎಲ್ಲರೂ ಹೇಳುತ್ತಿದ್ದಾರೆ.

ಆಲ್ಬಸ್

ಅದು ಹೇಗೆ ನಿನಗೆ ಯಾವತ್ತೂ ಇಂಥ ವಿಷಯಗಳ ಬಗ್ಗೆ ತಿಳಿದಿರುತ್ತದೆ, ಹಾಗೂ ನನಗಲ್ಲ?

ರೋಸ್

ಅವರು ದಾಳಿ ಮಾಡಿದ ಮಾಂತ್ರಿಕ -ಬಹುಶಃ ಥಿಯೋಡೋರ್ ನಾಟ್ - ಬಳಿ ಎಲ್ಲಾ ರೀತಿಯ ಕಾನೂನುಬಾಹಿರ ವಸ್ತುಗಳೂ ಇದ್ದವು ಹಾಗೂ ಅದರಲ್ಲಿ - ಇದರ ಬಗ್ಗೆ ಎಲ್ಲರೂ ಮಾತಾಡುತ್ತಿದ್ದಾರೆ - ಒಂದು ಟೈಮ್-ಟರ್ನರ್ ಕೂಡ ಇತ್ತು. ಹಾಗೂ ಅದು ಒಳ್ಳೆಯ ಸ್ಥಿತಿಯಲ್ಲೇ ಇತ್ತು.

ಆಲ್ಬಸ್ ರೋಸ್‌ಳನ್ನು ನೋಡುತ್ತಾನೆ, ಎಲ್ಲವೂ ಮೌನವಾಗಿದೆ.

ಆಲ್ಬಸ್

ಒಂದು ಟೈಮ್-ಟರ್ನರ್? ನನ್ನ ತಂದೆಗೆ ಒಂದು ಟೈಮ್-ಟರ್ನರ್ ಸಿಕ್ಕಿತ್ತೇ?

ರೋಸ್

ಶ್! ಹೌದು. ನನಗೆ ಗೊತ್ತು. ಅದ್ಭುತ ಅಲ್ಲವೇ?

ಆಲ್ಬಸ್

ನಿನಗೆ ಖಚಿತತೆಯಿದೆಯೇ?

ರೋಸ್

ಸಂಪೂರ್ಣವಾಗಿ.

ಆಲ್ಬಸ್

ಈಗ ನಾನು ಸ್ಕಾರ್ಪಿಯಸ್‌ನನ್ನು ಹುಡುಕಬೇಕು.

ಅವನು ರೈಲಿನಲ್ಲಿ ಮುಂದಕ್ಕೆ ಹೋಗುತ್ತಿದ್ದಾನೆ. ತಾನು ಹೇಳುವುದನ್ನು ಮುಗಿಸಬೇಕಾಗಿರುವ ರೋಸ್ ಅವನ ಹಿಂದೆ ಹೋಗುತ್ತಾಳೆ.

ರೋಸ್

ಆಲ್ಬಸ್.

ಆಲ್ಬಸ್ ಖಚಿತತೆಯಿಂದ ಹಿಂದಕ್ಕೆ ತಿರುಗುತ್ತಾನೆ

ಆಲ್ಬಸ್

ನೀನು ನನ್ನ ಜೊತೆ ಮಾತಾಡಬೇಕೆಂದು ಹೇಳಿದ್ದು ಯಾರು?

ರೋಸ್ (*ಗಾಬರಿಯಿಂದ*)

ಸರಿ, ಬಹುಶಃ ನಿನ್ನಮ್ಮ ನನ್ನಪ್ಪನಿಗೆ ಒಂದು ಗೂಬೆ ಕಳಿಸಿರಬಹುದು - ಆದರೆ ಅದು ಕೇವಲ ಅವಳು ನಿನ್ನ ಬಗ್ಗೆ ಚಿಂತಿಸುತ್ತಿದ್ದಿದ್ದಕ್ಕೆ ಮಾತ್ರ. ಮತ್ತು ನಾನು ಹೇಳುವುದೇನೆಂದರೆ-

ಆಲ್ಬಸ್

ನನ್ನನ್ನು ಒಬ್ಬಂಟಿಯಾಗಿ ಬಿಡು, ರೋಸ್.

ಸ್ಕಾರ್ಪಿಯಸ್ ತನ್ನ ಎಂದಿನ ಬೋಗಿಯಲ್ಲಿ ಕುಳಿತಿದ್ದಾನೆ. ಆಲ್ಬಸ್ ಮೊದಲು ಬರುತ್ತಾನೆ, ರೋಸ್ ಈಗಲೂ ಅವನನ್ನು ಹಿಂಬಾಲಿಸುತ್ತಿದ್ದಾಳೆ.

ಸ್ಕಾರ್ಪಿಯಸ್

ಆಲ್ಬಸ್! ಓ ಹಲೋ ರೋಸ್, ನಿನ್ನಿಂದ ಯಾವ ವಾಸನೆ ಬರುತ್ತಿದೆ?

ರೋಸ್

ನನ್ನಿಂದ ಯಾವ ವಾಸನೆ ಬರುತ್ತಿದೆ?

ಸ್ಕಾರ್ಪಿಯಸ್

ಇಲ್ಲ. ನಾನು ಅದನ್ನು ಒಳ್ಳೆಯ ರೀತಿಯಲ್ಲಿ ಹೇಳಿದ್ದೆ. ನಿನ್ನಿಂದ ತಾಜಾ ಹೂವುಗಳು ಹಾಗೂ ತಾಜಾ - ಬ್ರೆಡ್‌ನ ಮಿಶ್ರಣದ ವಾಸನೆ ಬರುತ್ತಿದೆ.

ರೋಸ್

ಆಲ್ಬಸ್, ನಿನಗೆ ಬೇಕಾದಲ್ಲಿ ನಾನಿಲ್ಲಿದ್ದೇನೆ. ಸರಿಯೇ?

ಸ್ಕಾರ್ಪಿಯಸ್ (*ಕಾತರದಿಂದ ಕೇಳುತ್ತಿದ್ದಾನೆ*)

ಅಂದರೆ, ಒಳ್ಳೆಯ ಬ್ರೆಡ್, ಚೆನ್ನಾಗಿರುವ ಬ್ರೆಡ್ ... ಬ್ರೆಡ್‌ನಲ್ಲೇನು ತಪ್ಪಿದೆ?

ರೋಸ್ ತಲೆಯಲ್ಲಾಡಿಸುತ್ತ ಅಲ್ಲಿಂದ ಹೋಗುತ್ತಾಳೆ.

ರೋಸ್

ಬ್ರೆಡ್‌ನಲ್ಲೇನು ತಪ್ಪಿದೆ?

ಆಲ್ಬಸ್

ನಾನು ಎಲ್ಲಾ ಕಡೆ ನಿನ್ನನ್ನು ಹುಡುಕುತ್ತಿದ್ದೇನೆ

ಸ್ಕಾರ್ಪಿಯಸ್

ಈಗ ನಾನು ನಿನಗೆ ಸಿಕ್ಕಿದ್ದೇನೆ. ಟಡಾ! ನಾನೆಲ್ಲೂ ಅಡಗಿರಲಿಲ್ಲ. ನನಗೆ ಬೇಗ ಬರುವುದು ಎಷ್ಟು ಇಷ್ಟವೆಂದು... ನಿನಗೂ ಗೊತ್ತು. ಜನರು ನೋಡುವುದನ್ನು, ಕೂಗುವುದನ್ನು, ನನ್ನ ಟ್ರಂಕ್ ಮೇಲೆ 'ವಾಲ್ಡೆರ್‌ಮಾರ್ಟ್‌ನ ಮಗ' ಎಂದು ಬರೆಯುವುದನ್ನು ತಪ್ಪಿಸಿಕೊಳ್ಳಬಹುದು. ಅದು ಯಾವತ್ತೂ ಹಳೆಯದಾಗುವುದಿಲ್ಲ. ಅವಳಿಗೆ ನಾನು ಇಷ್ಟವೇ ಇಲ್ಲ. ಅಲ್ಲವೇ?

ಆಲ್ಬಸ್ ತನ್ನ ಸ್ನೇಹಿತನನ್ನು ಅಪ್ಪಿಕೊಳ್ಳುತ್ತಾನೆ. ಗಟ್ಟಿಯಾಗಿ. ಅವರು ಸ್ವಲ್ಪ ಕ್ಷಣ ಹಾಗೇ ಇರುತ್ತಾರೆ. ಸ್ಕಾರ್ಪಿಯಸ್‌ಗೆ ಇದರಿಂದ ಆಶ್ಚರ್ಯವಾಗಿದೆ.

ಸರಿ. ಹಲೋ. ನಾವು ಮೊದಲು ಅಪ್ಪಿಕೊಂಡಿದ್ದೇವೇ? ನಾವು ಅಪ್ಪಿಕೊಳ್ಳುತ್ತೇವೆಯೇ?

ಇಬ್ಬರೂ ಹುಡುಗರು ಮುಜುಗರದಿಂದ ಬೇರೆಯಾಗುತ್ತಾರೆ.

ಆಲ್ಬಸ್

ಸ್ವಲ್ಪ ವಿಚಿತ್ರವಾದ ಇಪ್ಪತ್ನಾಲ್ಕು ಗಂಟೆಗಳು.

ಸ್ಕಾರ್ಪಿಯಸ್

ಅದರಲ್ಲಿ ಏನಾಯಿತು?

ಆಲ್ಬಸ್

ನಾನು ನಂತರ ಹೇಳುತ್ತೇನೆ. ನಾವು ಈ ರೈಲಿನಿಂದ ಇಳಿಯಬೇಕು.

ಈಗ ರೈಲು ಸಿಳ್ಳೆ ಹೊಡೆಯುತ್ತ ಚಲಿಸಲು ಪ್ರಾರಂಭಿಸಿದೆ.

ಸ್ಕಾರ್ಪಿಯಸ್

ಬಹಳ ತಡವಾಗಿದೆ. ರೈಲು ಹೊರಟಿದೆ. ಆಹಾ ಹಾಗ್‌ವಾರ್ಟ್ಸ್!

ಆಲ್ಬಸ್

ಹಾಗಿದ್ದಲ್ಲಿ ನಾವು ಚಲಿಸುತ್ತಿರುವ ರೈಲಿನಿಂದ ಜಿಗಿಯಬೇಕು.

ಟ್ರಾಲಿ ವಿಚ್

ಟ್ರಾಲಿಯಿಂದ ಏನಾದರೂ ಬೇಕೇ ಮಕ್ಕಳೇ?

ಆಲ್ಬಸ್ ಒಂದು ಕಿಟಕಿ ತೆಗೆದು ಹೊರಕ್ಕೆ ಹಾರಲು ಸಿದ್ಧನಾಗಿದ್ದಾನೆ.

ಸ್ಕಾರ್ಪಿಯಸ್

ಒಂದು ಚಲಿಸುತ್ತಿರುವ ಇಂದ್ರಜಾಲದ ರೈಲು.

ಟ್ರಾಲಿ ವಿಚ್

ಕುಂಬಳಕಾಯಿ ಹಲ್ವಾ? ಕೌಲ್ಡ್ರನ್ ಕೇಕ್?

ಸ್ಕಾರ್ಪಿಯಸ್

ಆಲ್ಬಸ್ ಸೆವೆರಸ್ ಪಾಟರ್, ನಿನ್ನ ಮುಖದಿಂದ ಆ ವಿಚಿತ್ರವಾದ ನೋಟವನ್ನು ತೆಗೆದುಹಾಕು.

ಆಲ್ಬಸ್

ಮೊದಲನೇ ಪ್ರಶ್ನೆ. ಟ್ರಿವಿಜಾರ್ಡ್ ಪಂದ್ಯಾವಳಿಯ ಬಗ್ಗೆ ನಿನಗೆಷ್ಟು ಗೊತ್ತು?

ಸ್ಕಾರ್ಪಿಯಸ್ (*ಸಂತೋಷದಿಂದ*)

ಓಹ್. ಒಂದು ರಸಪ್ರಶ್ನೆ! ಮೂರು ಶಾಲೆಗಳು ಒಂದು ಕಪ್‌ಗಾಗಿ ಮೂರು ಕೆಲಸಗಳಲ್ಲಿ ಭಾಗವಹಿಸಲು ಮೂರು ಚಾಂಪಿಯನ್‌ಗಳನ್ನು ಆರಿಸಿಕೊಳ್ಳುತ್ತವೆ. ಆದರೆ ಅದು ಯಾವುದಕ್ಕಾದರೂ ಏನು ಸಂಬಂಧ ಹೊಂದಿದೆ?

ಆಲ್ಬಸ್

ನಿನಗೆ ಗೊತ್ತೇ? ನೀನು ನಿಜವಾಗಿಯೂ ಒಬ್ಬ ಅಸಾಮಾನ್ಯ ಬುದ್ಧಿವಂತ!

ಸ್ಕಾರ್ಪಿಯಸ್

ಹೌದು.

ಆಲ್ಬಸ್

ಎರಡನೇ ಪ್ರಶ್ನೆ? ಟ್ರಿವಿಜಾರ್ಡ್ ಪಂದ್ಯಾವಳಿಯನ್ನು ಇಪ್ಪತ್ತು ವರ್ಷಗಳಿಗೂ ಹೆಚ್ಚು ಕಾಲ ಏಕೆ ನಡೆಸಿರಲಿಲ್ಲ?

ಸ್ಕಾರ್ಪಿಯಸ್

ಕೊನೆಯ ಪಂದ್ಯಾವಳಿಯಲ್ಲಿ ನಿಮ್ಮಪ್ಪ ಹಾಗೂ ಸೆಡ್ರಿಕ್ ಡಿಗಾರಿ ಎನ್ನುವ ಹುಡುಗನಿದ್ದ - ಅವರಿಬ್ಬರೂ ಒಟ್ಟಿಗೇ ಗೆಲ್ಲಲು ನಿರ್ಧರಿಸಿದರೂ ಆ ಕಪ್ ಒಂದು ಪೋರ್ಟ್‌ಕೀ ಆಗಿತ್ತು - ಹಾಗೂ ಅವರನ್ನು ವಾಲ್ಡೆರ್‌ಮಾರ್ಟ್‌ಗೆ ಸಾಗಿಸಲಾಯಿತು. ಸೆಡ್ರಿಕ್ ಕೊಲ್ಲಲ್ಪಟ್ಟ ಹಾಗೂ ಅವರು ಆ ಪಂದ್ಯಾವಳಿಯನ್ನು ನಂತರ ತಕ್ಷಣ ರದ್ದು ಮಾಡಿದರು.

ಆಲ್ಬಸ್

ಒಳ್ಳೆಯದು. ಮೂರನೆಯ ಪ್ರಶ್ನೆ. ಸೆಡ್ರಿಕ್‌ನನ್ನು ಕೊಲ್ಲುವದು ಅಗತ್ಯವಾಗಿತ್ತೇ? ಸುಲಭವಾದ ಪ್ರಶ್ನೆ, ಸುಲಭ ಉತ್ತರ: ಇಲ್ಲ. ವಾಲ್ಡೆರ್‌ಮಾರ್ಟ್ ಹೇಳಿದ ಶಬ್ದಗಳು 'ಸಣಕಲನನ್ನು ಕೊಲ್ಲಿ' ಎಂದಾಗಿದ್ದವು. ಸಣಕಲ. ಅವನು ನನ್ನ ತಂದೆಯ ಜೊತೆಗಿದ್ದಿದ್ದಕ್ಕೆ ಮಾತ್ರ ಅವನು ಸತ್ತ ಹಾಗೂ ನನ್ನ ತಂದೆ ಅವನನ್ನು ಉಳಿಸಲಾಗಲಿಲ್ಲ - ನಾವು ಉಳಿಸಬಹುದು. ಒಂದು ತಪ್ಪನ್ನು ಮಾಡಲಾಗಿದೆ ಹಾಗೂ ನಾವು ಅದನ್ನು ಸರಿ ಮಾಡುವವರಿದ್ದೇವೆ. ನಾವು ಒಂದು ಟೈಮ್-ಟರ್ನರ್ ಬಳಸುತ್ತೇವೆ. ನಾವು ಅವನನ್ನು ಮತ್ತೆ ಕರೆ ತರುತ್ತೇವೆ.

ಸ್ಕಾರ್ಪಿಯಸ್

ಆಲ್ಬಸ್, ಕಾರಣಗಳು ಸ್ಪಷ್ಟವಾಗಿವೆ. ನನಗೆ ಟೈಮ್-ಟರ್ನರ್ ಎಂದರೆ ಅಷ್ಟೇನೂ ಇಷ್ಟವಿಲ್ಲ...

ಆಲ್ಬಸ್

ಎಮೋಸ್ ಡಿಗಾರಿ ಟೈಮ್-ಟರ್ನರ್‌ಗಾಗಿ ಕೇಳಿದಾಗ ನನ್ನ ತಂದೆ ಅದು ಇರುವುದನ್ನೂ ಅಲ್ಲಗಳೆದರು. ತನ್ನ ಮಗುವನ್ನು ಮರಳಿ ಕೇಳುತ್ತಿದ್ದ ಒಬ್ಬ ಮುದುಕನಿಗೆ ಅವರು ಸುಳ್ಳು ಹೇಳಿದರು - ಅವನಿಗೆ ಕೇವಲ ತನ್ನ ಮಗನ ಮೇಲೆ ಪ್ರೀತಿಯಿತ್ತು. ಅವನು ಏಕೆ ಹಾಗೆ ಮಾಡಿದನೆಂದರೆ ಅವನು ತಲೆ ಕೆಡಿಸಿಕೊಳ್ಳಲಿಲ್ಲ. ಎಲ್ಲರೂ ಅಪ್ಪ ಮಾಡಿರುವ ಧೀರೋದಾತ್ತ ಕೆಲಸಗಳ ಬಗ್ಗೆ ಮಾತಾಡುತ್ತಾರೆ. ಆದರೆ ಅವರು ಕೆಲವು ತಪ್ಪುಗಳನ್ನೂ ಮಾಡಿದ್ದಾರೆ. ನಿಜ ಹೇಳಬೇಕೆಂದರೆ ಅವು ದೊಡ್ಡ ತಪ್ಪುಗಳು. ನಾನು ಅವುಗಳಲ್ಲಿ ಒಂದು ತಪ್ಪನ್ನು ಸರಿ ಮಾಡಬಯಸುತ್ತೇನೆ. ನಾನು ಸೆಡ್ರಿಕ್‌ನನ್ನು ಉಳಿಸಬಯಸುತ್ತೇನೆ.

ಸ್ಕಾರ್ಪಿಯಸ್

ಇಲ್ಲಿಯವರೆಗೂ ಸರಿಯಿದ್ದ ನಿನ್ನ ತಲೆ ಹಾಳಾಗಿದೆಯೆಂದು ಅನಿಸುತ್ತಿದೆ.

ಆಲ್ಬಸ್

ನಾನಿದನ್ನು ಮಾಡುತ್ತೇನೆ ಆಲ್ಬಸ್. ನಾನಿದನ್ನು ಮಾಡಬೇಕು. ಆದರೆ ನೀನು ಜೊತೆ ಬರದಿದ್ದಲ್ಲಿ ನನಗೆ ಇದನ್ನು ಮಾಡಲು ಸಾಧ್ಯವಾಗುವುದಿಲ್ಲವೆಂದು ನಿನಗೂ ಗೊತ್ತು. ಬಾ.

ಅವನು ನಗುತ್ತಾನೆ. ಹಾಗೂ ನಂತರ ಮಾಯವಾಗುತ್ತಾನೆ. ಸ್ಕಾರ್ಪಿಯಸ್ ಒಂದು ಕ್ಷಣ ಹಿಂಜಿರಿಯುತ್ತಾನೆ. ಅವನು ಮುಖ ಕಿವಿಚುತ್ತಾನೆ. ಆದರೆ ಅವನು ಏನು ಮಾಡಬೇಕೆಂದು ಅವನಿಗೆ ಗೊತ್ತು - ಅವನು ಏನು ಮಾಡುತ್ತಾನೆಂದು ಅವನಿಗೆ ಗೊತ್ತು. ಅವನು ಕೂಡ ಜಿಗಿದು ಅಲ್ಲಿಂದ ಮಾಯವಾಗುತ್ತಾನೆ.

ಆಕ್ಟ್ ಒಂದು ದೃಶ್ಯ ಹನ್ನೊಂದು

ಹಾಗ್‌ವಾರ್ಟ್ಸ್ ಎಕ್ಸ್‌ಪ್ರೆಸ್, ಛಾವಣಿ

ಎಲ್ಲ ದಿಕ್ಕುಗಳಿಂದಲೂ ಗಾಳಿ ಬೀಸುತ್ತಿದೆ ಹಾಗೂ ಅದು ಬಲವಾದ ಗಾಳಿಯಾಗಿದೆ ಹಾಗೂ ಛಾವಣಿಯ ಮೇಲೆ ಧೃಢ ನಿರ್ಧಾರ ಮಾಡಿರುವ ಆಲ್ಬಸ್ ಹಾಗೂ ಸ್ಕಾರ್ಪಿಯಸ್ ನಿಂತಿದ್ದಾರೆ.

ಸ್ಕಾರ್ಪಿಯಸ್

ಸರಿ. ನಾವೀಗ ರೈಲಿನ ಛಾವಣಿಯ ಮೇಲೆ ನಿಂತಿದ್ದೇವೆ, ಇದು ವೇಗವಾಗಿದೆ, ಭಯವಾಗುವಂತಿದೆ, ಇದು ಅದ್ಭುತವಾಗಿದೆ, ನಾನು ನನ್ನ ಬಗ್ಗೆ, ನಿನ್ನ ಬಗ್ಗೆ ಬಹಳ ಕಲಿತುಕೊಂಡಿದ್ದೇನೆ ಎಂದು ಅನಿಸುತ್ತಿದೆ. ಆದರೆ -

ಆಲ್ಬಸ್

ನಾನು ಲೆಕ್ಕ ಹಾಕುತ್ತಿರುವ ಹಾಗೆ ನಾವು ಬೇಗ ಕಮಾನುಸೇತುವೆಯ ಬಳಿ ಬರುತ್ತಿದ್ದೇವೆ ಹಾಗೂ ನಂತರ ಇದು ವಯಸ್ಸಾದ ಮಾಂತ್ರಿಕರು ಹಾಗೂ ಮಾಟಗಾತಿಯರ ಸೇಂಟ್ ಓಸ್ವಾಡ್ಸ್ ಮನೆಯ ಬಳಿ ಬರುತ್ತದೆ ...

ಸ್ಕಾರ್ಪಿಯಸ್

ಏನು? ಎಲ್ಲಿ? ನೋಡು.. ನನ್ನ ಜೀವನದಲ್ಲಿ ಮೊದಲ ಬಾರಿ ಕ್ರಾಂತಿಕಾರಿಯಾಗಲು ನಾನು ನಿನ್ನಷ್ಟೇ ಉತ್ಸುಕನಾಗಿದ್ದೇನೆ - ಯೇ - ರೈಲಿನ ಛಾವಣಿ - ಮಜಾ - ಆದರೆ ಈಗ - ಓಹ್

ಸ್ಕಾರ್ಪಿಯಸ್ ತನಗೆ ನೋಡಲು ಇಷ್ಟವಿಲ್ಲದ್ದನ್ನೇನೋ ನೋಡುತ್ತಾನೆ,

ಆಲ್ಬಸ್

ಮೆತ್ತೆಯ ರೀತಿಯದ್ದು ಏನೂ ಇಲ್ಲದಿದ್ದರೆ ನೀರು ತುಂಬಾ ಉಪಯುಕ್ತವಾಗುತ್ತದೆ.

ಸ್ಕಾರ್ಪಿಯಸ್

ಆಲ್ಬಸ್. ಟ್ರಾಲಿ ವಿಚ್.

ಆಲ್ಬಸ್

ಪ್ರಯಾಣಕ್ಕೇನಾದರೂ ತಿಂಡಿ ಬೇಕೆ?

ಸ್ಕಾರ್ಪಿಯಸ್

ಇಲ್ಲ. ಆಲ್ಬಸ್. ಟ್ರಾಲಿ ವಿಚ್ ನಮ್ಮ ಕಡೆ ಬರುತ್ತಿದ್ದಾಳೆ.

ಆಲ್ಬಸ್

ಇಲ್ಲ, ಅವಳಿಗೆ ಸಾಧ್ಯವಿಲ್ಲ. ನಾವು ರೈಲಿನ ಮೇಲಿದ್ದೇವೆ...

ಸ್ಕಾರ್ಪಿಯಸ್ ಆಲ್ಬಸ್‌ನನ್ನು ಸರಿಯಾದ ದಿಕ್ಕಿಗೆ ತೋರಿಸುತ್ತಾನೆ, ಈಗ ಅವನಿಗೆ ಟ್ರಾಲಿ ವಿಚ್ ಕಾಣುತ್ತಿದ್ದಾಳೆ, ಅವಳು ಆರಾಮವಾಗಿ ಅಲ್ಲಿಗೆ ಬರುತ್ತಾಳೆ. ಅವಳು ತನ್ನ ಟ್ರಾಲಿಯನ್ನು ತಳ್ಳುತ್ತಿದ್ದಾಳೆ.

ಟ್ರಾಲಿ ವಿಚ್

ಟ್ರಾಲಿಯಿಂದ ಏನಾದರೂ ಬೇಕೇ ಮಕ್ಕಳಾ? ಕುಂಬಳಕಾಯಿ ಸಿಹಿತಿಂಡಿ? ಚಾಕಲೇಟ್ ಫ್ರಾಗ್? ಕೌಲ್ಡ್ರನ್ ಕೇಕ್?

ಆಲ್ಬಸ್

ಓಹ್.

ಟ್ರಾಲಿ ವಿಚ್

ಜನರಿಗೆ ನನ್ನ ಬಗ್ಗೆ ಬಹಳ ಗೊತ್ತಿಲ್ಲ. ಅವರು ನನ್ನ ಕೌಲ್ಡ್ರನ್ ಕೇಕ್ ಖರೀದಿಸುತ್ತಾರೆ - ಆದರೆ ಅವರು ಯಾವತ್ತೂ ನನ್ನನ್ನು ಗಮನಿಸುವುದಿಲ್ಲ. ಕಳೆದ ಬಾರಿ ಯಾರಾದರೂ ನನ್ನ ಹೆಸರು ಕೇಳಿದ್ದು ಯಾವಾಗೆಂದು ನನಗೆ ನೆನಪಿಲ್ಲ.

ಆಲ್ಬಸ್

ನಿನ್ನ ಹೆಸರೇನು?

ಟ್ರಾಲಿ ವಿಚ್

ನನಗೆ ಮರೆತುಹೋಗಿದೆ. ಹಾಗ್‌ವಾರ್ಟ್ಸ್ ಎಕ್ಸ್ ಪ್ರೆಸ್ ಮೊದಲು ಪ್ರಾರಂಭವಾದಾಗ ಒಟ್ಟಾಲಿನ್ ಗಾಮ್ಬೋಲ್ ಅವಳಾಗಿಯೇ ನನಗೆ ಈ ಕೆಲಸವನ್ನು ನೀಡಿದಳು...

ಸ್ಕಾರ್ಪಿಯಸ್

ಅದು - ನೂರಾ ತೊಂಬತ್ತು ವರ್ಷಗಳ ಹಿಂದೆ. ನೀನು ಈ ಕೆಲಸವನ್ನು ನೂರಾ ತೊಂಬತ್ತು ವರ್ಷಗಳಿಂದ ಮಾಡುತ್ತಿದ್ದೀಯಾ?

ಟ್ರಾಲಿ ವಿಚ್

ಈ ಕೈಗಳು ಅರವತ್ತು ಲಕ್ಷಕ್ಕೂ ಹೆಚ್ಚು ಕುಂಬಳಕಾಯಿ ಸಿಹಿತಿಂಡಿಗಳನ್ನು ಮಾಡಿವೆ. ನಾನು ಅವುಗಳನ್ನು ಚೆನ್ನಾಗಿ ಮಾಡುತ್ತಿದ್ದೇನೆ. ಆದರೆ ಜನರು ನನ್ನ ಕುಂಬಳಕಾಯಿ ಸಿಹಿತಿಂಡಿಗಳು ಎಷ್ಟು ಸುಲಭವಾಗಿ ರೂಪಾಂತರ ಹೊಂದುತ್ತವೆಂದು ಗಮನಿಸುವುದಿಲ್ಲ...

ಅವಳು ಒಂದು ಕುಂಬಳಕಾಯಿ ಸಿಹಿತಿಂಡಿಯನ್ನು ಎತ್ತಿಕೊಳ್ಳುತ್ತಾಳೆ. ಅವಳು ಅದನ್ನು ಒಂದು ಗ್ರೆನೇಡ್ ರೀತಿಯಲ್ಲಿ ಎಸೆಯುತ್ತಾಳೆ. ಅದು ಸ್ಫೋಟಗೊಳ್ಳುತ್ತದೆ.

ನನ್ನ ಚಾಕೋಲೇಟ್ ಫ್ರಾಗ್ ಜೊತೆ ನಾನೇನು ಮಾಡಬಹುದೆಂದು ನಿನಗಿನ್ನೂ ಗೊತ್ತಿಲ್ಲ. ಯಾವತ್ತೂ ಇಲ್ಲ. ಈ ರೈಲು ಹತ್ತಿದವರು ಅವರ ಗಮ್ಯ ಸ್ಥಾನ ತಲುಪುವ ಮೊದಲೇ ಅವರನ್ನು ನಾನು ಯಾವತ್ತೂ ಬಿಟ್ಟಿಲ್ಲ. ಕೆಲವರು ಪ್ರಯತ್ನಿಸಿದ್ದಾರೆ - ಸಿರಿಯಸ್ ಬ್ಲಾಕ್ ಹಾಗೂ ಅವನ ಚೇಲಾಗಳು, ಫ್ರೆಡ್ ಹಾಗೂ ಜಾರ್ಜ್ ವೆಸ್ಲಿ. ಎಲ್ಲರೂ ವಿಫಲರಾಗಿದ್ದಾರೆ. ಏಕೆಂದರೆ ಈ ರೈಲು - ಇದರಿಂದ ಜನರು ಇಳಿಯುವುದು ಅದಕ್ಕೆ ಇಷ್ಟವಿಲ್ಲ. .

ಟ್ರಾಲಿ ವಿಚ್‌ನ ಕೈಗಳು ತುಂಬಾ ಚೂಪಾದ ಸಲಾಕೆಗಳಾಗಿ ಪರಿವರ್ತನೆಗೊಳ್ಳುತ್ತವೆ. ಅವಳು ನಗುತ್ತಾಳೆ.

ಆದ್ದರಿಂದ ಪ್ರಯಾಣ ಮುಗಿಯುವವರೆಗೂ ದಯವಿಟ್ಟು ನಿಮ್ಮ ಸ್ಥಾನದಲ್ಲಿ ಕುಳಿತುಕೊಳ್ಳಿ.

ಆಲ್ಬಸ್

ನೀನು ಹೇಳಿದ್ದು ಸರಿ ಸ್ಕಾರ್ಪಿಯಸ್. ಈ ರೈಲು ಐಂದ್ರಜಾಲಿಕವಾಗಿದೆ.

ಸ್ಕಾರ್ಪಿಯಸ್

ಈ ಸಮಯದಲ್ಲಿ ನನಗೆ ನಾನು ಸರಿಯಾಗಿ ಹೇಳಿದ್ದರ ಬಗ್ಗೆ ಅಷ್ಟೇನೂ ಸಂತೋಷವಿಲ್ಲ.

ಆಲ್ಬಸ್

ಆದರೆ ನಾನು ಕೂಡ - ಕಮಾನುಸೇತುವೆಯ ಬಗ್ಗೆ ಹೇಳಿದ್ದು ಸರಿಯಾಗಿತ್ತು - ಅಲ್ಲಿ ನೀರಿದೆ, ನಮ್ಮ ಮೆತ್ತೆಯ ಮೇಲೆ ಹಾರುವ ಸಮಯ.

ಸ್ಕಾರ್ಪಿಯಸ್

ಆಲ್ಬಸ್. ಅದು ಕೆಟ್ಟ ವಿಚಾರ.

ಆಲ್ಬಸ್

ಹೌದೇ? *(ಅವನು ಸ್ವಲ್ಪ ಹಿಂಜರಿಯುತ್ತಿದ್ದಾನೆ, ನಂತರ ಅವನು ಹಿಂಜರಿಯುವ ಸಮಯ ಕಳೆದಿದೆ ಎಂದು ಅರ್ಥ ಮಾಡಿಕೊಳ್ಳುತ್ತಾನೆ)* ಈಗ ಬಹಳ ತಡವಾಗಿದೆ. ಮೂರು. ಎರಡು. ಒಂದು. ಮೋಲಿಯೇರ್!

ಅವನು ಹಾರುತ್ತಿದ್ದ ಹಾಗೇ ಅವನು ಪಠಿಸುತ್ತಿದ್ದಾನೆ.

ಸ್ಕಾರ್ಪಿಯಸ್

ಆಲ್ಬಸ್... ಆಲ್ಬಸ್...

ಅವನು ಕಾತರದಿಂದ ತನ್ನ ಸ್ನೇಹಿತನನ್ನು ನೋಡುತ್ತಾನೆ. ಅವನು ತನ್ನ ಕಡೆ ಬರುತ್ತಿರುವ ಟ್ರಾಲಿ ವಿಚ್ ಅನ್ನು ನೋಡುತ್ತಾನೆ. ಅವಳ ಕೂದಲು ಗಾಳಿಗೆ ಹಾರಾಡುತ್ತಿದೆ. ಅವಳ ಸಲಾಕೆಗಳು ತುಂಬಾ ಚೂಪಾಗಿವೆ.

ನೀನೆಷ್ಟೇ ತಮಾಷೆಯಾಗಿ ಕಂಡರೂ ನಾನು ನನ್ನ ಸ್ನೇಹಿತನ ಜೊತೆ ಹೋಗಬೇಕು.

ಅವನು ತನ್ನ ಮೂಗನ್ನು ಚಿವುಟಿಕೊಳ್ಳುತ್ತಾನೆ. ಅವನು ಆಲ್ಬಸ್ ಹಿಂದೆ ಜಿಗಿಯುತ್ತಾನೆ. ಅವನೂ ಕೂಡ ಪರಿಸುತ್ತಿದ್ದಾನೆ.

ಮಾಲಿಯೇರ್!

ಆಕ್ಟ್ ಒಂದು ದೃಶ್ಯ ಟ್ವೆಲ್ವ್

ಮಿನಿಸ್ಟ್ರಿ ಆಫ್ ಮ್ಯಾಜಿಕ್, ಗ್ರಾಂಡ್ ಮೀಟಿಂಗ್ ರೂಮ್

ವೇದಿಕೆಯಲ್ಲಿ ಮಾಂತ್ರಿಕರು ಹಾಗೂ ಮಾಟಗಾತಿಯರು ತುಂಬಿ ಹೋಗಿದ್ದಾರೆ. ಎಲ್ಲ ನಿಜವಾದ ಮಾಂತ್ರಿಕರು ಹಾಗೂ ಮಾಟಗಾತಿಯರು ಮಾಡುವ ಹಾಗೆ ಅವರು ಹರಟೆ ಹೊಡೆಯುತ್ತಿದ್ದಾರೆ. ಅವರಲ್ಲಿ ಜಿನ್ನಿ, ಡ್ರಾಕೋ ಹಾಗೂ ರಾನ್ ಕೂಡ ಇದ್ದಾರೆ. ಅವರ ಮೇಲೆ ಒಂದು ವೇದಿಕೆಯಲ್ಲಿ ಹರ್ಮಿಯಾನ್ ಹಾಗೂ ಹ್ಯಾರಿ ಇದ್ದಾರೆ.

ಹರ್ಮಿಯಾನ್

ಆರ್ಡರ್. ಆರ್ಡರ್. ನಾನು ಮೌನಕ್ಕಾಗೂ ಜಾದೂ ಮಾಡಬೇಕೇ? (*ಅವಳು ತನ್ನ ಮಂತ್ರದಂಡವನ್ನು ಉಪಯೋಗಿಸಿ ಜನರಿಂದ ಮೌನವನ್ನು ಸೆಳೆದುಕೊಳ್ಳುತ್ತಾಳೆ*). ಒಳ್ಳೆಯದು. ಈ ಅಸಾಮಾನ್ಯವಾದ ಸಾಮಾನ್ಯ ಸಭೆಗೆ ಸ್ವಾಗತ. ನಿಮ್ಮಲ್ಲಿ ಇಷ್ಟೆಲ್ಲಾ ಜನರು ಬಂದಿದ್ದು ನೋಡಿ ನನಗೆ ತುಂಬಾ ಸಂತೋಷವಾಗಿದೆ. ಅನೇಕ ವರ್ಷಗಳ ಕಾಲ ಮಾಂತ್ರಿಕ ಜಗತ್ತು ಶಾಂತಿಯಿಂದ ಜೀವನ ನಡೆಸುತ್ತಿದೆ. ಹಾಗ್‌ವಾರ್ಟ್ಸ್ ಗಳ ಯುದ್ಧದಲ್ಲಿ ನಾವು ವಾಲ್ಡೆರ್‌ಮಾರ್ಟ್‌ರ್ನನ್ನು ಸೋಲಿಸಿ ಇಪ್ಪತ್ತೆರಡು ವರ್ಷಗಳಾದವು ಹಾಗೂ ಈ ಸಂಘರ್ಷದ ತುಂಬಾ ಕಡಿಮೆ ಅರಿವಿದ್ದ ಒಂದು ಪೀಳಿಗೆಯನ್ನು ಪರಿಚಯಿಸಲು ನನಗೆ ಸಂತೋಷವೆನಿಸುತ್ತಿದೆ. ಇಲ್ಲಿಯವರೆಗೂ. ಹ್ಯಾರಿ?

ಹ್ಯಾರಿ

ಈಗ ಕೆಲವು ತಿಂಗಳುಗಳಿಂದ ವಾಲ್ಡೆರ್‌ಮಾರ್ಟ್‌ರ್ನ ಸಹಚರರು ಕೆಲವೊಂದು ಚಲನೆಯನ್ನು ತೋರಿಸುತ್ತಿದ್ದಾರೆ. ಟ್ರೋಲ್‌ಗಳು ಯುರೋಪ್‌ನಾದ್ಯಂತ ಸಂಚರಿಸುತ್ತಿದ್ದಿದ್ದನ್ನು ನಾವು ಅನುಸರಿಸಿದ್ದೇವೆ. ದೈತ್ಯರು ಸಮುದ್ರ ದಾಟಲು ಪ್ರಾರಂಭಿಸಿದ್ದಾರೆ, ಹಾಗೂ ಮೃಕಮಾನವರು - ಅವರ ಜಾಡನ್ನು ಕೆಲವು ವಾರಗಳ ಹಿಂದೆ ಕಳೆದುಕೊಂಡೆವೆಂದು ಹೇಳಲು ನನಗೆ ಖೇದವಾಗುತ್ತಿದೆ. ಅವರು ಎಲ್ಲಿ ಹೋಗುತ್ತಿದ್ದಾರೆ ಅಥವಾ

ಅವರನ್ನು ಯಾರು ಹುರಿದುಂಬಿಸುತ್ತಿದ್ದಾರೆಂದು ನಮಗೆ ತಿಳಿದಿಲ್ಲ - ಆದರೆ ಅವರು ಚಲಿಸುತ್ತಿರುವುದು ನಮಗೆ ತಿಳಿದಿದೆ - ಹಾಗೂ ಅದೇನಾಗಿರಬಹುದೆಂದು ನಾವು ಚಿಂತಿಸುತ್ತಿದ್ದೇವೆ. ಹೀಗಾಗಿ ನಾವು ಕೇಳುತ್ತಿದ್ದೇವೆ - ಯಾರಾದರೂ ಏನಾದರೂ ನೋಡಿದ್ದಾರೆಯೇ? ಏನಾದರೂ ಭಾವಿಸಿದ್ದೀರೇ? ನೀವು ಮಂತ್ರದಂಡವನ್ನು ಎತ್ತರಿಸಿದರೆ. ನಾವು ಎಲ್ಲರೂ ಮಾತಾಡುವುದನ್ನು ಕೇಳಬಹುದು. ಪ್ರೊಫೆಸರ್ ಮ್ಯಾಕ್‌ಗೊನಾಗಾಲ್ - ಧನ್ಯವಾದಗಳು.

ಪ್ರೊಫೆಸರ್ ಮ್ಯಾಕ್‌ಗೊನಾಗಾಲ್

ನಾವು ಬೇಸಗೆಯ ರಜೆಯಿಂದ ವಾಪಸ್ಸು ಬಂದಾಗ ಇಲ್ಲಿ ಶೇಖರಿಸಿದ್ದ ಕಷಾಯಗಳನ್ನು ಮುಟ್ಟಲಾಗಿತ್ತೆಂದು ಕಾಣುತ್ತದೆ, ಆದರೆ ಬಹಳ ದೊಡ್ಡ ಪ್ರಮಾಣದ ಪದಾರ್ಥಗಳೇನೂ ಕಾಣೆಯಾಗಿರಲಿಲ್ಲ. ಕೆಲವು ವೃಕ್ಷಸರ್ಪದ ಚರ್ಮ ಹಾಗೂ ಲೇಸ್‌ವಿಂಗ್ ಕೀಟಗಳು ಮಾತ್ರ ಕಾಣೆಯಾಗಿದ್ದವು, ಯಾವುದೂ ನಿರ್ಭಂದಿತ ನೋಂದಣಿಯಲ್ಲಿರಲಿಲ್ಲ. ನಾವಿದು ಪೀವ್ಸ್ ಮಾಡಿದ್ದು ಎಂದುಕೊಂಡಿದ್ದೇವೆ.

ಹರ್ಮಿಯಾನ್

ಧನ್ಯವಾದಗಳು ಪ್ರೊಫೆಸರ್. ನಾವಿದನ್ನು ಶೋಧಿಸುತ್ತೇವೆ. *(ಅವಳು ಕೋಣೆಯ ಸುತ್ತಲೂ ನೋಡುತ್ತಾಳೆ).* ಬೇರೆ ಯಾರೂ ಇಲ್ಲವೇ? ಸರಿ, ಹಾಗೂ - ಎಲ್ಲಕ್ಕಿಂತ ಗಂಭೀರವೆಂದರೆ - ಇದು ವಾಲ್ಡೆರ್‌ಮಾರ್ಟ್‌ನ ನಂತರ ವರದಿಯಾಗಿರಲಿಲ್ಲ - ಹ್ಯಾರಿಯ ಗಾಯ ಮತ್ತೆ ನೋಯುತ್ತಿದೆ.

ಡ್ರಾಕೋ

ವಾಲ್ಡೆರ್‌ಮಾರ್ಟ್ ಸತ್ತಿದ್ದಾನೆ, ವಾಲ್ಡೆರ್‌ಮಾರ್ಟ್ ಇನ್ನಿಲ್ಲ.

ಹರ್ಮಿಯಾನ್

ಹೌದು, ಡ್ರಾಕೋ, ವಾಲ್ಡೆರ್‌ಮಾರ್ಟ್ ಸತ್ತಿದ್ದರೂ ಇವೆಲ್ಲಾ ವಿಷಯಗಳನ್ನು ನೋಡಿದಲ್ಲಿ ವಾಲ್ಡೆರ್‌ಮಾರ್ಟ್ - ಅಥವಾ ವಾಲ್ಡೆರ್‌ಮಾರ್ಟ್‌ನ ಕೆಲವು ಕುರುಹುಗಳು - ಮತ್ತೆ ಬಂದಿರಬಹುದೆಂದು ಅನಿಸುತ್ತಿದೆ.

ಅಲ್ಲೊಂದು ಪ್ರತಿಕ್ರಿಯೆಯಿದೆ.

ಹ್ಯಾರಿ

ಇದು ಕಷ್ಟವಾದರೂ ನಾವಿದನ್ನು ಸಾಬೀತು ಪಡಿಸಲು ಕೇಳಬೇಕು. ಡಾರ್ಕ್ ಮಾರ್ಕ್ ಜೊತೆಗಿದ್ದವರು... ನೀವೇನಾದರೂ ಭಾವಿಸಿದ್ದೀರೇ? ಸ್ವಲ್ಪವಾದರೂ?

ಡ್ರಾಕೋ

ಡಾರ್ಕ್ ಮಾರ್ಕ್ ಇರುವವರ ವಿರುದ್ಧ ಮತ್ತೆ ಪೂರ್ವಾಗ್ರಹ ತೋರಿಸುತ್ತಿದ್ದೇವೆ ಅಲ್ಲವೇ, ಪಾಟರ್?

ಹರ್ಮಿಯಾನ್

ಇಲ್ಲ, ಡ್ರಾಕೋ. ಹ್ಯಾರಿ ಕೇವಲ -

ಡ್ರಾಕೋ

ಇದು ಯಾವುದರ ಬಗೆಗೆಂದು ನಿಮಗೆ ಗೊತ್ತೇ? ಹ್ಯಾರಿಗೆ ದಿನಪತ್ರಿಕೆಯಲ್ಲಿ ಮತ್ತೆ ಅವನ ಮುಖ ಕಂಡರೆ ಸಾಕು. ನಾವು ವರ್ಷಕ್ಕೊಮ್ಮೆ ಪ್ರತೀ ವರ್ಷ ಡೇಲಿ ಪ್ರೊಫೆಟ್‌ನಲ್ಲಿ ವಾಲ್ಡರ್‌ಮಾರ್ಟ್ ಮತ್ತೆ ಬರುತ್ತಿರುವ ಬಗ್ಗೆ ಕೇಳಿದ್ದೇವೆ -

ಹ್ಯಾರಿ

ಅವುಗಳಲ್ಲಿ ಯಾವ ವದಂತಿಗಳೂ ನನ್ನಿಂದ ಬಂದಿಲ್ಲ!

ಡ್ರಾಕೋ

ಹೌದೇ? *ಡೇಲಿ ಪ್ರೊಫೆಟ್* ನ ಸಂಪಾದಕಿ ನಿನ್ನ ಪತ್ನಿಯಲ್ಲವೇ?

ಜಿನ್ನಿ ಕೋಪದಿಂದ ಅವನ ಕಡೆ ಬರುತ್ತಿದ್ದಾಳೆ.

ಜಿನ್ನಿ

ಅದು ಕ್ರೀಡಾ ಪುಟಗಳು!

ಹರ್ಮಿಯಾನ್

ಡ್ರಾಕೋ. ಹ್ಯಾರಿ ಈ ವಿಷಯವನ್ನು ಸಚಿವಾಲಯಕ್ಕೆ ಹೇಳಿದ್ದಾನೆ... ಹಾಗೂ ಸಚಿವಾಲಯದ ಸಚಿವನಾಗಿ ನಾನು -

ಡ್ರಾಕೋ

ನೀನು ಅವನ ಸ್ನೇಹಿತನಾಗಿದ್ದಕ್ಕೆ ಮಾತ್ರ ಆ ಮತ ಪಡೆದೆ.

ರಾನ್ ಡ್ರಾಕೋ ಕಡೆ ಹೋಗುತ್ತಿದ್ದ ಹಾಗೆ ಜಿನ್ನಿ ಅವನನ್ನು ಹಿಡಿದುಕೊಂಡಿದ್ದಾಳೆ.

ರಾನ್

ಬಾಯಿ ಮೇಲೆ ಹೊಡೆಯಬೇಕೇ?

ಡ್ರಾಕೋ

ಒಪ್ಪಿಕೊಳ್ಳಿ - ಅವನು ಪ್ರಸಿದ್ಧನಾಗಿರುವುದು ನಿಮ್ಮ ಮೇಲೆ ಪರಿಣಾಮ ಬೀರಿದೆ. ಎಲ್ಲರೂ ಹ್ಯಾರಿ ಹೆಸರನ್ನು ಪಠಿಸಲು ಏನು ಮಾಡಬೇಕೆಂದರೆ (*ಅವನು ಹ್ಯಾರಿಯ ಅನುಕರಣೆ ಮಾಡುತ್ತಿದ್ದಾನೆ*) 'ನನ್ನ ಗಾಯ ನೋಯುತ್ತಿದೆ, ನನ್ನ ಗಾಯ ನೋಯುತ್ತಿದೆ'. ಇದೆಲ್ಲದರ ಅರ್ಥ ನಿಮಗೆ ಗೊತ್ತೇ? ಎಲ್ಲ ವದಂತಿಕೋರರಿಗೆ ನನ್ನ ಮಗನ ತಂದೆತಾಯಿ ಬಗ್ಗೆ ಮಾತಾಡಲು ಇನ್ನೊಂದು ಒಳ್ಳೆಯ ಅವಕಾಶ ಸಿಕ್ಕಿದೆ.

ಹ್ಯಾರಿ

ಡ್ರಾಕೋ, ಇದು ಸ್ಕಾರ್ಪಿಯಸ್‌ಗೆ ಸಂಬಂಧಿಸಿದೆಯೆಂದು ಯಾರೂ ಹೇಳುತ್ತಿಲ್ಲ...

ಡ್ರಾಕೋ

ನನಗೆ ಈ ಸಭೆಯೇ ಹಾಸ್ಯಾಸ್ಪದವೆಂದು ಅನಿಸುತ್ತಿದೆ. ನಾನು ಹೋಗುತ್ತಿದ್ದೇನೆ.

ಅವನು ಹೋಗುತ್ತಿದ್ದಾನೆ. ಇತರರು ಅವನನ್ನು ಹಿಂಬಾಲಿಸುತ್ತಿದ್ದಾರೆ.

ಹರ್ಮಿಯಾನ್

ಇಲ್ಲ. ಹೀಗೆ ಮಾಡಬಾರದು... ವಾಪಸ್ಸು ಬನ್ನಿ. ನಮಗೆ ಒಂದು ಕಾರ್ಯತಂತ್ರ ಬೇಕು.

ಆಕ್ಟ್ ಒಂದು ದೃಶ್ಯ ಹದಿಮೂರು

ವಯಸ್ಸಾದ ಮಂತ್ರವಾದಿಗಳು ಹಾಗೂ ಮಾಟಗಾತಿಯರ ಸೇಂಟ್ ಓಸ್ವಾಲ್ಡ್ ನ ಮನೆ

ಇದು ಗೊಂದಲಮಯವಾಗಿದೆ. ಎಲ್ಲಾ ಕಡೆಗೂ ಜಾದೂ ಇದೆ. ಇದು ವಯಸ್ಸಾದ ಮಂತ್ರವಾದಿಗಳು ಹಾಗೂ ಮಾಟಗಾತಿಯರ ಸೇಂಟ್ ಓಸ್ವಾಲ್ಡ್ ನ ಮನೆಯಾಗಿದೆ ಹಾಗೂ ಅದು ಅದ್ಭುತವಾಗಿದೆ.

ಜಿಮ್ಮರ್ ಚೌಕಟ್ಟುಗಳು ಸಜೀವವಾಗಿವೆ ಹಾಗೂ ಪುರುಷ ನರ್ಸ್‌ಗಳು ಟಾಂಗೋ ಮಾಡುತ್ತಿದ್ದಾರೆ.

ಇವರಿಗೆ ಜಾದೂ ಮಾಡುವ ಹೊಣೆಗಾರಿಕೆಯಿಂದ ಮುಕ್ತಿ ಸಿಕ್ಕಿದ್ದಕ್ಕೆ ಸಂತೋಷವಾಗಿದೆ - ಬದಲಾಗಿ, ಈ ಮಂತ್ರವಾದಿಗಳು ಹಾಗೂ ಮಾಟಗಾತಿಯರು ತಮಾಷೆಗಾಗಿ ಜಾದೂ ಮಾಡುತ್ತಿದ್ದಾರೆ. ಹಾಗೂ ಅವರು ತುಂಬಾ ತಮಾಷೆ ಹೊಂದುತ್ತಿದ್ದಾರೆ.

ಆಲ್ಬಸ್ ಹಾಗೂ ಸ್ಕಾರ್ಪಿಯಸ್ ಅಲ್ಲಿಗೆ ಬರುತ್ತಾರೆ, ಅವರು ತಮ್ಮ ಸುತ್ತಲೂ ನೋಡುತ್ತಿದ್ದಾರೆ. ಅವರಿಗೆ ತಮಾಷೆಯೆನಿಸುತ್ತಿದೆ. ಹಾಗೂ ಅವರಿಗೆ ನಿಜ ಹೇಳಬೇಕೆಂದರೆ ಸ್ವಲ್ಪ ಹೆದರಿಕೆಯಾಗುತ್ತಿದೆ.

ಆಲ್ಬಸ್ ಹಾಗೂ ಸ್ಕಾರ್ಪಿಯಸ್

ಇಲ್ಲಿ ಕೇಳಿ ... ಇಲ್ಲಿ ಕೇಳಿ. ಇಲ್ಲಿ ಕೇಳಿ!

ಸ್ಕಾರ್ಪಿಯಸ್

ಸರಿ. ಇಲ್ಲಿ ತುಂಬಾ ಮೋಜು ನಡೆಯುತ್ತಿದೆ.

ಆಲ್ಬಸ್

ನಾವು ಎಮೋಸ್ ಡಿಗಾರಿಯನ್ನು ಹುಡುಕುತ್ತಿದ್ದೇವೆ.

ಅಲ್ಲಿ ಇದ್ದಕ್ಕಿದ್ದಂತೆ ಸಂಪೂರ್ಣ ಮೌನವಿದೆ. ಎಲ್ಲವೂ ತಕ್ಷಣ ಸ್ತಬ್ಧವಾಗಿದೆ. ಹಾಗೂ ಸ್ವಲ್ಪ ಖಿನ್ನವಾಗಿದೆ.

ವೂಲ್ ವುಮನ್

ಆ ಮುದುಕನ ಜೊತೆ ನಿಮಗೇನು ಕೆಲಸ?

ಡೆಲ್ಫಿ ನಗುತ್ತ ಅಲ್ಲಿಗೆ ಬರುತ್ತಾನೆ.

ಡೆಲ್ಫಿ

ಆಲ್ಬಸ್? ಆಲ್ಬಸ್? ನೀನು ಬಂದೆಯಾ? ಎಷ್ಟು ಒಳ್ಳೆಯದಾಯಿತು! ಬಾ ಎಮೋಸ್‌ನನ್ನು ಭೇಟಿಯಾಗು!

ಆಕ್ಟ್ ಒಂದು ದೃಶ್ಯ ಹದಿನಾಲ್ಕು

ವಯಸ್ಸಾದ ಮಂತ್ರವಾದಿಗಳು ಹಾಗೂ ಮಾಟಗಾತಿಯರ ಸೇಂಟ್ ಓಸ್ವಾಲ್ಡ್ ನ ಮನೆ

ಎಮೋಸ್ ಸ್ಕಾರ್ಪಿಯಸ್ ಹಾಗೂ ಆಲ್ಬಸ್‌ನನ್ನು ನೋಡುತ್ತಾಳೆ. ಅವನಿಗೆ ಕಿರಿಕಿರಿಯಾಗಿದೆ. ಡೆಲ್ಫಿ ಅವರೆಲ್ಲರನ್ನೂ ನೋಡುತ್ತಿದ್ದಾನೆ.

ಎಮೋಸ್

ಇದನ್ನು ಸರಿಯಾಗಿ ತಿಳಿದುಕೊಳ್ಳೋಣ. ನೀವು ಒಂದು ಸಂಭಾಷಣೆಯನ್ನು ಕೇಳುತ್ತೀರಿ - ನೀವು ಕೇಳಬಾರದ ಒಂದು ಸಂಭಾಷಣೆಯನ್ನು ಕೇಳುತ್ತೀರಿ -ಯಾರಿಗೂ ಹೇಳದೇ - ರಜೆ ತೆಗೆದುಕೊಳ್ಳದೇ ನೀವು ಮಧ್ಯೆ ಪ್ರವೇಶಿಸಲು ನಿರ್ಧರಿಸುತ್ತೀರಿ, ಹಾಗೂ ಬೇರೆಯವರ ವ್ಯವಹಾರದಲ್ಲಿ ಜೋರಾಗಿಯೇ ಮಧ್ಯೆ ಪ್ರವೇಶಿಸಿದ್ದೀರಿ.

ಆಲ್ಬಸ್

ನನ್ನ ತಂದೆ ನಿಮಗೆ ಸುಳ್ಳು ಹೇಳಿದ್ದಾರೆ - ಅವರು ಸುಳ್ಳು ಹೇಳಿದ್ದಾರೆಂದು ನನಗೆ ಗೊತ್ತು - ಅವರ ಬಳಿ ಒಂದು ಟೈಮ್-ಟರ್ನರ್ ಇದೆ.

ಎಮೋಸ್

ಅದು ನನಗೂ ಗೊತ್ತು. ನೀವೀಗ ಹೋಗಬಹುದು

ಆಲ್ಬಸ್

ಏನು? ನಾವು ಸಹಾಯ ಮಾಡಲು ಬಂದಿದ್ದೇವೆ.

ಎಮೋಸ್

ಇಷ್ಟು ಕುಳ್ಳ ಜೋಡಿ ಹದಿಹರೆಯದವರು ನನಗೇನು ಸಹಾಯ ಮಾಡಬಹುದು?

ಆಲ್ಬಸ್

ಮಾಂತ್ರಿಕ ಜಗತ್ತನ್ನು ಬದಲಾಯಿಸಲು ನೀವು ದೊಡ್ಡವರಾಗಿರಬೇಕೆಂದಿಲ್ಲವೆಂದು ನನ್ನಪ್ಪ ತೋರಿಸಿಕೊಟ್ಟಿದ್ದಾರೆ.

ಎಮೋಸ್

ಹಾಗಾದಲ್ಲಿ ನೀನು ಪಾಟರ್ ಎನ್ನುವ ಒಂದೇ ಕಾರಣಕ್ಕೆ ನಾನು ನಿನ್ನನ್ನು ಇದರಲ್ಲಿ ಬಿಡಬೇಕೇ? ನಿನ್ನ ಪ್ರಸಿದ್ಧವಾದ ಹೆಸರನ್ನು ನೀನು ಅವಲಂಬಿಸಿದ್ದೀಯೆ. ಅಲ್ಲವೇ?

ಆಲ್ಬಸ್

ಇಲ್ಲ!

ಎಮೋಸ್

ಸ್ಲಿಥೆರಿನ್ ಮನೆಯಲ್ಲಿರುವ ಒಬ್ಬ ಪಾಟರ್ - ಹೌದು, ನಾನು ನಿನ್ನ ಬಗ್ಗೆ ಓದಿದ್ದೇನೆ - ಹಾಗೂ ನೀನು ನಿನ್ನ ಜೊತೆ ಒಬ್ಬ ಮಾಲ್‌ಫಾಯ್ ಅನ್ನು ಕರೆದುಕೊಂಡು ಬಂದಿದ್ದೀಯೆ. ವಾಲ್ಡೆರ್‌ಮಾರ್ಟ್ ಆಗಿರಬಹುದಾದ ಒಬ್ಬ ಮಾಲ್‌ಫೋಯ್? ನೀನು ಕೂಡ ಮಾಟ ಮಾಡುತ್ತಿಲ್ಲವೆಂದು ಹೇಗೆ ಹೇಳುತ್ತೀಯಾ?

ಆಲ್ಬಸ್

ಆದರೆ-

ಎಮೋಸ್

ನಿನ್ನ ಮಾಹಿತಿ ಮೊದಲೇ ತಿಳಿದಿದ್ದರೂ ಅದರ ಧೃಢೀಕರಣ ಉಪಯುಕ್ತವಾಗಿತ್ತು. ನಿಮ್ಮಪ್ಪ ಸುಳ್ಳು ಹೇಳಿದ. ಈಗ ಹೋಗು. ಈ ಜೋಡಿ. ನನ್ನ ಸಮಯ ಹಾಳು ಮಾಡುವುದನ್ನು ನಿಲ್ಲಿಸು.

ಆಲ್ಬಸ್ (*ಬಲ ಹಾಗೂ ಶಕ್ತಿಯ ಜೊತೆ*)

ಇಲ್ಲ. ನಾನು ಹೇಳುವುದನ್ನು ನೀನು ಕೇಳಬೇಕು - ನನ್ನ ತಂದೆಯ ಕೈಯಲ್ಲಿ ರಕ್ತವಿದೆ. ಅದನ್ನು ಬದಲಾಯಿಸಲು ನಾನು ನಿಮಗೆ ಸಹಾಯ ಮಾಡುತ್ತೇನೆ. ಅವರ ತಪ್ಪುಗಳನ್ನು ಸರಿ ಮಾಡಲು ನಾನು ನಿಮಗೆ ಸಹಾಯ ಮಾಡುತ್ತೇನೆ. ನನ್ನನ್ನು ನಂಬಿ.

ಎಮೋಸ್ (*ಅವನ ಧ್ವನಿ ಜೋರಾಗಿದೆ*)

ನಾನು ಹೇಳಿದ್ದು ಕೇಳಿಲ್ಲವೇ? ನಿನ್ನನ್ನು ನಂಬಲು ನನ್ನ ಬಳಿ ಯಾವುದೇ ಕಾರಣವಿಲ್ಲ. ಹೋಗು. ಈಗಲೇ. ನಾನು ನಿನ್ನನ್ನು *ಹೋಗುವಂತೆ* ಮಾಡುವ ಮೊದಲೇ ಹೋಗು.

ಅವನು ಹೆದರಿಸುವಂತೆ ತನ್ನ ಕೈ ಎತ್ತುತ್ತಾನೆ. ಆಲ್ಬಸ್ ಮಂತ್ರದಂಡವನ್ನು ನೋಡುತ್ತಾನೆ. ಅವನು ಕುಗ್ಗಿದ್ದಾನೆ - ಎಮೋಸ್ ಅವನನ್ನು ಸೋಲಿಸಿದ್ದಾನೆ.

ಸ್ಕಾರ್ಪಿಯಸ್

ಬಾ. ನಮಗೆ ಚೆನ್ನಾಗಿ ಗೊತ್ತಿರುವ ಒಂದು ವಿಷಯವೆಂದರೆ ನಾವು ಎಲ್ಲಿ ಬೇಡವೆಂದು ನಾವು ತಿಳಿದುಕೊಂಡಿರುವುದಾಗಿದೆ.

ಆಲ್ಬಸ್ ಹೋಗಲು ಸಿದ್ಧನಿಲ್ಲ. ಸ್ಕಾರ್ಪಿಯಸ್ ಅವನ ತೋಳನ್ನು ಹಿಡಿದುಕೊಂಡು ಅವನನ್ನು ಕರೆದುಕೊಂಡು ಹೋಗುತ್ತಿದ್ದಾನೆ. ಅವರು ತಿರುಗಿ ಅಲ್ಲಿಂದ ಹೋಗುತ್ತಾರೆ.

ಡೆಲ್ಫಿ

ನೀವು ಅವರನ್ನು ನಂಬಬಹುದಾದ ಒಂದು ಕಾರಣವಿದೆ, ಅಂಕಲ್.

ಅವರು ನಿಲ್ಲುತ್ತಾರೆ.

ಅವರಾಗೇ ಬಂದು ಸಹಾಯ ಮಾಡುತ್ತೇನೆ ಎನ್ನುತ್ತಿದ್ದಾರೆ. ನಿಮ್ಮ ಮಗನನ್ನು ನಿಮಗೆ ತಂದುಕೊಡಲು ಅವರು ಶೌರ್ಯ ಪ್ರದರ್ಶಿಸಲು ಸಿದ್ಧರಿದ್ದಾರೆ. ನಿಜ ಹೇಳಬೇಕೆಂದರೆ ಅವರು ಇಲ್ಲಿ ಬರುವಾಗಲೂ ಸಾಕಷ್ಟು ಅಪಾಯ ಎದುರಿಸಿಯೇ ಬಂದಿದ್ದಾರೆ ಎಂದು ನನಗೆ ಅನಿಸುತ್ತಿದೆ...

ಎಮೋಸ್

ನಾವು ಮಾತಾಡುತ್ತಿರುವುದು ಸೆಡ್ರಿಕ್ ಬಗ್ಗೆ...

ಡೆಲ್ಫಿ

ಮತ್ತು -ಹಾಗ್‌ವಾರ್ಟ್ಸ್ ಒಳಗಡೆ ಯಾರನ್ನಾದರೂ ಹೊಂದಿರುವುದು ಅನುಕೂಲಕರವಾಗಬಹುದೆಂದು- ನೀವೇ ಹೇಳಲಿಲ್ಲವೇ?

ಡೆಲ್ಫಿ ಎಮೋಸ್‌ನ ತಲೆಯ ಮೇಲೆ ಮುತ್ತಿಡುತ್ತಾಳೆ. ಎಮೋಸ್ ಡೆಲ್ಫಿಯನ್ನು ನೋಡುತ್ತಾನೆ. ನಂತರ ಅವನು ಹುಡುಗರನ್ನು ನೋಡುತ್ತಾನೆ.

ಎಮೋಸ್

ನೀವೇಕೆ ಈ ಅಪಾಯವನ್ನು ಮೈಮೇಲೆ ಎಳೆದುಕೊಳ್ಳುತ್ತಿದ್ದೀರಿ? ಇದರಲ್ಲಿ ನಿಮಗೇನಿದೆ?

ಆಲ್ಬಸ್

ಸಣಕಲ ಮೈಯ್ಯನಾಗಿರುವುದೇನೆಂದು ನನಗೆ ಗೊತ್ತು. ನಿಮ್ಮ ಮಗ ಸಾಯಬಾರದಿತ್ತು, ಮಿಸ್ಟರ್ ಡಿಗಾರಿ. ಅವನನ್ನು ಮರಳಿ ಪಡೆಯಲು ನಾವು ನಿಮಗೆ ಸಹಾಯ ಮಾಡಬಹುದು.

ಎಮೋಸ್ (*ಕೊನೆಗೂ ಭಾವನೆಗಳನ್ನು ತೋರಿಸುತ್ತ*)

ನನ್ನ ಮಗ - ನನ್ನ ಮಗ ಈ ಜಗತ್ತಿನಲ್ಲಿ ನನಗಾದ ಅತ್ಯಂತ ಒಳ್ಳೆಯ ಸಂಗತಿಯಾಗಿದ್ದ - ಹೌದು, ನೀನು ಹೇಳಿದ್ದು ಸರಿ - ಅದು ಅನ್ಯಾಯವಾಗಿತ್ತು - ಒಂದು ದೊಡ್ಡ ಅನ್ಯಾಯ - ನೀವು ಗಂಭೀರವಾಗಿದ್ದಲ್ಲಿ ...

ಆಲ್ಬಸ್

ನಾವೆಲ್ಲರೂ ತುಂಬಾ ಗಂಭೀರರಾಗಿದ್ದೇವೆ.

ಎಮೋಸ್

ಇದು ಅಪಾಯಕಾರಿಯಾಗಿರುತ್ತದೆ.

ಆಲ್ಬಸ್

ನಮಗೆ ಗೊತ್ತು.

ಸ್ಕಾರ್ಪಿಯಸ್

ಹೌದೇ?

ಎಮೋಸ್

ಡೆಲ್ಫಿ - ಅವರ ಜೊತೆ ಹೋಗಲು ನೀನು ಸಿದ್ಧಳಿದ್ದೀಯೇ?

ಡೆಲ್ಫಿ

ನಿಮಗೆ ಅದು ಸಂತೋಷ ತರುವುದಾದಲ್ಲಿ, ಅಂಕಲ್.

ಅವಳು ಆಲ್ಬಸ್‌ನನ್ನು ನೋಡಿ ನಗುತ್ತಾಳೆ ಆಲ್ಬಸ್ ಅವಳನ್ನು ನೋಡಿ ಮರಳಿ ನಗುತ್ತಾನೆ

ಎಮೋಸ್

ಟೈಮ್-ಟರ್ನರ್ ಅನ್ನು ಕೇವಲ ಪಡೆದರೂ ಅದು ನಮ್ಮ ಜೀವಕ್ಕೆ ಅಪಾಯ ತರಬಹುದೆಂದು ನಿನಗೆ ತಿಳಿದಿದೆಯಲ್ಲವೇ?

ಆಲ್ಬಸ್

ನಾವು ನಮ್ಮ ಪ್ರಾಣವನ್ನೂ ಲೆಕ್ಕಿಸದೇ ಹೋರಾಡಲು ಸಿದ್ಧರಾಗಿದ್ದೇವೆ.

ಸ್ಕಾರ್ಪಿಯಸ್

ಹೌದೇ?

ಎಮೋಸ್ (*ಗಂಭೀರವಾಗಿ*)

ನಿಮಗೆ ಆ ಧೈರ್ಯವಿದೆ ಎಂದು ನಾನು ಆಶಿಸುತ್ತೇನೆ.

ಆಕ್ಟ್ ಒಂದು ದೃಶ್ಯ ಹದಿನೈದು

ಹ್ಯಾರಿ ಹಾಗೂ ಜಿನ್ನಿ ಪಾಟರ್‌ನ ಮನೆ, ಅಡುಗೆಮನೆ

ಹ್ಯಾರಿ, ರಾನ್, ಹರ್ಮಿಯಾನ್ ಹಾಗೂ ಜಿನ್ನಿ ಒಟ್ಟಿಗೇ ಕೂತು ಊಟ ಮಾಡುತ್ತಿದ್ದಾರೆ.

ಹರ್ಮಿಯಾನ್

ನಾನು ಡ್ರಾಕೋಗೆ ಮತ್ತೆ ಮತ್ತೆ ಹೇಳಿದ್ದೇನೆ - ಸಚಿವಾಲಯದಲ್ಲಿ ಯಾರೂ ಸ್ಕಾರ್ಪಿಯಸ್ ಬಗ್ಗೆ ಏನೂ ಹೇಳುತ್ತಿಲ್ಲ. ವದಂತಿಗಳು ನಮ್ಮಿಂದ ಬರುತ್ತಿಲ್ಲ.

ಜಿನ್ನಿ

ಅವನು ಅಸ್ಟೋರಿಯಾಳನ್ನು ಕಳೆದುಕೊಂಡ ಮೇಲೆ - ನಾನು ಅವನಿಗೆ ಬರೆದೆ - ನಾವು ಏನಾದರೂ ಮಾಡಬಹುದೇ ಎಂದು ಕೇಳಲು ಪತ್ರ ಬರೆದೆ. ಬಹುಶಃ - ಬಹುಶಃ ಅವನು ಆಲ್ಬಸ್‌ಗೆ ಅಷ್ಟು ಒಳ್ಳೆಯ ಸ್ನೇಹಿತನಾಗಿರುವುದರಿಂದ - ಸ್ಕಾರ್ಪಿಯಸ್ ಕ್ರಿಸ್‌ಮಸ್ ರಜೆಯಲ್ಲಿ ಉಳಿಸಲು ಬಯಸಬಹುದು ಅಥವಾ ... ನನ್ನ ಗೂಬೆ ಒಂದು ಒಂದು ಸರಳವಾದ ವಾಕ್ಯವನ್ನು ಹೊಂದಿದ್ದ ಒಂದು ಪತ್ರದೊಡನೆ ವಾಪಸ್ಸು ಬಂದಿತು: "ನಿನ್ನ ಗಂಡನಿಗೆ ನನ್ನ ಮಗನ ಬಗೆಗಿನ ವದಂತಿಗಳನ್ನು ಶಾಶ್ವತವಾಗಿ ನಿರಾಕರಿಸಲು ಹೇಳು.'

ಹರ್ಮಿಯಾನ್

ಅವನು ಅದರ ಬಗ್ಗೆ ತಲೆ ಕೆಡಿಸಿಕೊಂಡಿದ್ದಾನೆ.

ಜಿನ್ನಿ

ಅವನು ದುಃಖದಲ್ಲಿದ್ದಾನೆ - ಹಾಗೂ ಗೊಂದಲದಲ್ಲಿದ್ದಾನೆ.

ರಾನ್

ಅವನ ನಷ್ಟಕ್ಕೆ ನನಗೆ ಬೇಸರವಿದೆ, ಆದರೆ ಅವನು ಹರ್ಮಿಯಾನ್ ಮೇಲೆ (ಅವನು ಹ್ಯಾರಿಯನ್ನು ನೋಡುತ್ತಾನೆ) ಸುಳ್ಳು ಆಪಾದನೆ ಹೊರಿಸಿದಾಗ ನಾನು ಯಾವಾಗಲೂ ಅದರಲ್ಲಿ ಏನೂ ಇಲ್ಲವೆಂದು ಹೇಳಬಹುದು.

ಹರ್ಮಿಯಾನ್

ಅವಳು?

ರಾನ್

ಟ್ರೋಲ್‌ಗಳು ಯಾವುದೋ ಪಾರ್ಟಿಗೆ ಹೋಗುತ್ತಿರಬಹುದು, ದೈತ್ಯರು ಮದುವೆಗೆ ಹೋಗುತ್ತಿರಬಹುದು, ನೀವು ಆಲ್ಬಸ್ ಬಗ್ಗೆ ಚಿಂತೆ ಮಾಡುತ್ತಿರುವುದರಿಂದ ನಿಮಗೆ ಕೆಟ್ಟ ಕನಸು ಬೀಳಬಹುದು, ಹಾಗೂ ನಿನಗೆ ವಯಸ್ಸಾಗುತ್ತಿರುವುದರಿಂದ ನಿನ್ನ ಗಾಯ ನೋಯುತ್ತಿರಬಹುದು.

ಹ್ಯಾರಿ

ವಯಸ್ಸಾಗುತ್ತಿದೆಯೇ? ಧನ್ಯವಾದಗಳು, ಸ್ನೇಹಿತನೇ.

ರಾನ್

ನಿಜ ಹೇಳಬೇಕೆಂದರೆ ಪ್ರತೀ ಬಾರಿ ನಾನು ಕುಳಿತುಕೊಂಡಾಗಲೂ 'ಊಫ್' ಎನ್ನುವ ಸದ್ದು ಮಾಡುತ್ತೇನೆ. 'ಊಫ್' ಎನ್ನುವ ಸದ್ದು. ಮತ್ತೆ ನನ್ನ ಪಾದ - ನನ್ನ ಪಾದದಲ್ಲಿ ನನಗಿರುವ ತೊಂದರೆ - ನನ್ನ ಪಾದ ನನಗೆ ಕೊಡುತ್ತಿರುವ ನೋವಿನ ಬಗ್ಗೆ ನಾನು ಒಂದು ಹಾಡನ್ನೇ ಬರೆಯಬಹುದು - ಬಹುಶಃ ನಿನ್ನ ಗಾಯ ಹಾಗೇ ಇರಬಹುದು.

ಜಿನ್ನಿ

ನೀನು ತುಂಬಾ ಅಸಂಬದ್ಧವಾಗಿ ಮಾತಾಡುತ್ತೀಯಾ.

ರಾನ್

ಅದು ನನ್ನ ವಿಶೇಷತೆಯೆಂದು ನಾನು ಅಂದುಕೊಳ್ಳುತ್ತೇನೆ. ಅದು ಸ್ಕೈವಿಂಗ್ ಸ್ನಾಕ್‌ಬಾಕ್ಸ್ ಗಳ ನನ್ನ ಸರಣಿಯಾಗಿದೆ . ಹಾಗೂ ನಿಮ್ಮೆಲ್ಲರಿಗೂ ನನ್ನ ಪ್ರೀತಿಯಾಗಿದೆ. ಸ್ಕಿನ್ನಿ ಜಿನ್ನಿಗೂ ಕೂಡ.

ಜಿನ್ನಿ

ನೀನು ಸರಿಯಾಗಿ ನಡೆದುಕೊಳ್ಳದಿದ್ದಲ್ಲಿ, ರೋನಾಲ್ಡ್ ವೀಸ್ಲಿ, ನಾನು ಅಮ್ಮನಿಗೆ ಹೇಳುತ್ತೇನೆ.

ರಾನ್

ನೀನು ಹೇಳುವುದಿಲ್ಲ.

ಹರ್ಮಿಯಾನ್

ವಾಲ್ಡೆರ್‌ಮಾರ್ಟ್‌ನ ಯಾವುದೋ ಭಾಗ ಯಾವುದಾದರೂ ರೀತಿಯಲ್ಲಿ ಬದುಕಿದೆಯೆಂದುಕೊಂಡರೂ, ನಾನು ತಯಾರಾಗಿರಬೇಕು. ಹಾಗೂ ನನಗೆ ಹೆದರಿಕೆಯಾಗಿದೆ.

ಜಿನ್ನಿ

ನನಗೂ ಹೆದರಿಕೆಯಾಗುತ್ತಿದೆ.

ರಾನ್

ನನ್ನಗೆ ಅಮ್ಮನನ್ನು ಬಿಟ್ಟು ಬೇರೆ ಏನು ನೋಡಿದರೂ ಭಯವಾಗುವುದಿಲ್ಲ.

ಹರ್ಮಿಯಾನ್

ನಾನು ನಿಜವಾಗಿಯೂ ಹೇಳುತ್ತಿದ್ದೇನೆ ಹ್ಯಾರಿ. ನಾನು ಇದರ ಬಗ್ಗೆ ಕಾರ್ನೆಲಿಯಸ್ ಫಡ್ಜ್ ಆಗಿರುವುದಿಲ್ಲ. ನಾನು ಮರಳಿನಲ್ಲಿ ನನ್ನ ತಲೆ ಹೂತುಕೊಳ್ಳುವುದಿಲ್ಲ. ಹಾಗೂ ಅದರಿಂದಾಗಿ ಡ್ರಾಕೋ ಮಾಲ್‌ಫಾಯ್‌ಗೆ ನನ್ನ ಮೇಲೆ ಎಷ್ಟು ಬೇಸರವಾಗುತ್ತದೆಂದು ನಾನು ಚಿಂತಿಸುವುದಿಲ್ಲ.

ರಾನ್

ನೀನು ಯಾವತ್ತೂ ಜನಪ್ರಿಯತೆಯ ಬಗ್ಗೆ ಚಿಂತಿಸಿಲ್ಲ, ಅಲ್ಲವೇ?

ಹರ್ಮಿಯಾನ್ ರಾನ್‌ನನ್ನು ತಿರಸ್ಕಾರದಿಂದ ನೋಡುತ್ತಿದ್ದ ಹಾಗೆ ರಾನ್ ಆ ಕಡೆ ಹಾರಿ ತಪ್ಪಿಸಿಕೊಳ್ಳುತ್ತಾನೆ.

ತಪ್ಪಿಹೋಯಿತು

ಜಿನ್ನಿ ರಾನ್‌ನನ್ನು ಚಚ್ಚಿಹಾಕುತ್ತಾಳೆ. ರಾನ್ ನರಳುತ್ತಿದ್ದಾನೆ.

ಹೊಡೆದೆ, ಚೆನ್ನಾಗಿ ಹೊಡೆದೆ.

ಇದ್ದಕ್ಕಿದ್ದಂತೆ ಒಂದು ಗೂಬೆ ಕೋಣೆಗೆ ಬಂದಿದೆ. ಇದು ಕೆಳಕ್ಕೆ ಬಂದು ಹ್ಯಾರಿ ಪ್ಲೇಟ್‌ನಲ್ಲಿ ಒಂದು ಪತ್ರವನ್ನು ಬೀಳಿಸಿದೆ.

ಹರ್ಮಿಯಾನ್

ಗೂಬೆ ಬರುವುದು ಸ್ವಲ್ಪ ತಡವಾಗಿದೆ, ಅಲ್ಲವೇ?

ಹ್ಯಾರಿ ಪತ್ರ ತೆಗೆದು ಆಶ್ಚರ್ಯದಿಂದ ಓದುತ್ತಿದ್ದಾನೆ.

ಹ್ಯಾರಿ

ಇದು ಪ್ರೊಫೆಸರ್ ಮ್ಯಾಕ್‌ಗೊನಾಗಲ್ ಅವರಿಂದ.

ಜಿನ್ನಿ

ಅದರಲ್ಲಿ ಏನಿದೆ?

ಹ್ಯಾರಿ ಮುಖ ಬಾಡುತ್ತಿದೆ.

ಹ್ಯಾರಿ

ಜಿನ್ನಿ, ಅದು ಆಲ್ಬಸ್ - ಆಲ್ಬಸ್ ಹಾಗೂ ಸ್ಕಾರ್ಪಿಯಸ್ - ಅವರು ಶಾಲೆಗೆ ಹೋಗೇ ಇಲ್ಲ. ಅವರು ತಪ್ಪಿಸಿಕೊಂಡಿದ್ದಾರೆ!

ಆಕ್ಟ್ ಒಂದು ದೃಶ್ಯ ಹದಿನಾರು

ವೈಟ್‌ಆಲ್, ನೆಲಮಹಡಿ

ಆಲ್ಬಸ್ ಹಾಗೂ ಡೆಲ್ಫಿಯಿಂದ ಬೈಸಿಕೊಂಡ ಸ್ಕಾರ್ಪಿಯಸ್ ಒಂದು ಬಾಟಲಿಯನ್ನು ಮಳ್ಳಗಣ್ಣಿನಿಂದ ನೋಡುತ್ತಿದ್ದಾನೆ.

ಸ್ಕಾರ್ಪಿಯಸ್

ನಾವು ಆನ್ನು ತೆಗೆದುಕೊಂಡರೆ ಆಯಿತೇ?

ಆಲ್ಬಸ್

ಸ್ಕಾರ್ಪಿಯಸ್, ನಾನು ಇದನ್ನು ನಿಜವಾಗಿಯೂ ನಿನಗೆ ವಿವರಿಸಬೇಕೇ - ನೀನು ಒಳ್ಳೆಯ ತಂತ್ರಜ್ಞ ಹಾಗೂ ಕಷಾಯಗಳ ತಜ್ಞ - ನಿನಗೆ ಪಾಲಿಜ್ಯೂಸ್ ಎಂದರೆ ಏನೆಂದು ಹೇಳಬೇಕೇ? ಡೆಲ್ಫಿಯ ಅದ್ಭುತವಾದ ತಯಾರಿಯ ಕೆಲಸದಿಂದಾಗಿ ನಾವು ಈ ಕಷಾಯವನ್ನು ಕುಡಿದು ರೂಪಾಂತರ ಹೊಂದುತ್ತೇವೆ, ಹಾಗೂ ಹೀಗೆ ವೇಷ ಮರೆಸಿಕೊಂಡು ನಾವು ಮಿನಿಸ್ಟ್ರಿ ಆಫ್ ಮ್ಯಾಜಿಕ್ ಪ್ರವೇಶಿಸಬಹುದು.

ಸ್ಕಾರ್ಪಿಯಸ್

ಸರಿ. ಎರಡರಲ್ಲಿ ಮೊದಲ ಪ್ರಶ್ನೆ, ಅದು ನೋವಾಗುತ್ತದೆಯೇ?

ಡೆಲ್ಫಿ

ನನಗೆ ತಿಳಿದ ಹಾಗೆ - ತುಂಬಾ.

ಸ್ಕಾರ್ಪಿಯಸ್

ಧನ್ಯವಾದಗಳು. ತಿಳಿದಿದ್ದು ಒಳ್ಳೆಯದಾಯಿತು. ಎರಡನೆ ಪ್ರಶ್ನೆ - ಪಾಲಿಜ್ಯೂಸ್‌ನ ರುಚಿ ಹೇಗಿರುತ್ತದೆಂದು ನಿಮ್ಮಲ್ಲಿ ಯಾರಿಗಾದರೂ ಗೊತ್ತೇ? ಏಕೆಂದರೆ ಅದು ಮೀನಿನ ರುಚಿ ಹೊಂದಿದೆಯೆಂದು ನಾನು ಕೇಳಿದ್ದೇನೆ. ಹಾಗಿದ್ದಲ್ಲಿ ನಾನು ತಕ್ಷಣ ಅದನ್ನು ವಾಂತಿ ಮಾಡುತ್ತೇನೆ. ನನಗೆ ಮೀನು ಸರಿ ಹೊಂದುವುದಿಲ್ಲ. ಯಾವತ್ತೂ ಇಲ್ಲ. ಯಾವತ್ತೂ ಆಗುವುದೂ ಇಲ್ಲ.

ಡೆಲ್ಫಿ

ನಮಗೆ ಎಚ್ಚರಿಕೆ ಸಿಕ್ಕಿದೆ ಎಂದುಕೋ. *(ಅವಳು ಉಸಿರೆಳೆದುಕೊಂಡು ಕಷಾಯವನ್ನು ಒಂದೇ ಏಟಿಗೆ ಕುಡಿಯುತ್ತಾಳೆ.)* ಇದು ಮೀನಿನ ರುಚಿ ಹೊಂದಿಲ್ಲ. *(ಅವಳು ರೂಪಾಂತರ ಹೊಂದುತ್ತಿದ್ದಾಳೆ. ಅದು ನೋವುಭರಿತವಾಗಿದೆ).* ನಿಜ ಹೇಳಬೇಕೆಂದರೆ ಇದು ಒಳ್ಳೆಯ ರುಚಿ ಹೊಂದಿದೆ. ಇದು ನೋವುಭರಿತವಾಗಿದ್ದರೂ ... *(ಅವಳು ದೊಡ್ಡದಾಗಿ ತೇಗುತ್ತಾಳೆ)* ಇದನ್ನು ವಾಪಸ್ ತೆಗೆದುಕೋ. ಸ್ವಲ್ಪ - *(ಅವಳು ಮತ್ತೆ ತೇಗುತ್ತಾಳೆ ಹಾಗೂ ಹರ್ಮಿಯಾನ್ ಕಡೆ ತಿರುಗುತ್ತಾಳೆ)* ಸ್ವಲ್ಪ - ಕಮಟು ವಾಸನೆಯಿದೆ - ಮೀನಿನ ಪಳಿಯುಳಿಕೆ.

ಆಲ್ಬಸ್

ಸರಿ, ಅದು - ಅದ್ಭುತವಾಗಿದೆ!

ಸ್ಕಾರ್ಪಿಯಸ್

ತುಂಬಾ ಅದ್ಭುತವಾಗಿದೆ!

ಡೆಲ್ಫಿ /ಹರ್ಮಿಯಾನ್

ಇದು ನಾನು ಹೇಗೆ - ನಾನು ಅವಳ ಹಾಗೇ ಮಾತಾಡುತ್ತಿದ್ದೇನೆ! ಇದು ಅತ್ಯದ್ಭುತ!

ಆಲ್ಬಸ್

ಸರಿ. ಈಗ ನಾನು

ಸ್ಕಾರ್ಪಿಯಸ್

ಇಲ್ಲ. ಸಾಧ್ಯವೇ ಇಲ್ಲ ಜೋಸ್. ನಾವಿದನ್ನು ಮಾಡುತ್ತಿದ್ದಲ್ಲಿ, ನಾವಿದನ್ನು ಒಟ್ಟಿಗೇ ಮಾಡುತ್ತೇವೆ *(ಅವನು ನಗುತ್ತ ಒಂದೇ ರೀತಿ ಕಾಣುವ ಕನ್ನಡಕಗಳನ್ನು ಹಾಕಿಕೊಳ್ಳುತ್ತಿದ್ದಾನೆ)*

ಆಲ್ಬಸ್

ಮೂರು. ಎರಡು. ಒಂದು.

ಅವರು ನುಂಗುತ್ತಾರೆ.

ಇಲ್ಲ. ಇದು ಒಳ್ಳೆಯದು *(ಅವನಿಗೆ ತುಂಬಾ ನೋವಾಗುತ್ತಿದೆ).* ಅದು ಕಡಿಮೆ ಒಳ್ಳೆಯದು.

ಅವರಿಬ್ಬರೂ ರೂಪಾಂತರ ಹೊಂದುತ್ತಿದ್ದಾರೆ ಹಾಗೂ ಅದು ನೋವುಭರಿತವಾಗಿದೆ.

ಆಲ್ಬಸ್ ರಾನ್ ಆಗಿದ್ದಾನೆ, ಸ್ಕಾರ್ಪಿಯಸ್ ಹ್ಯಾರಿಯಾಗಿದ್ದಾನೆ.

ಇಬ್ಬರೂ ಒಬ್ಬರನ್ನೊಬ್ಬರು ನೋಡುತ್ತಿದ್ದಾರೆ. ಅಲ್ಲೊಂದು ಮೌನವಿದೆ.

ಆಲ್ಬಸ್/ರಾನ್

ಇದು ಸ್ವಲ್ಪ ವಿಚಿತ್ರವಾಗಿರುತ್ತದೆ ಅಲ್ಲವೇ?

ಸ್ಕಾರ್ಪಿಯಸ್/ಹ್ಯಾರಿ (*ನಾಟಕೀಯವಾಗಿ - ಅವನು ಅದನ್ನು ಆಸ್ವಾದಿಸುತ್ತಿದ್ದಾನೆ*)

ನಿನ್ನ ಕೋಣೆಗೆ ಹೋಗು. ನೇರವಾಗಿ ನಿನ್ನ ಕೋಣೆಗೆ ಹೋಗು. ನೀನು ತುಂಬಾ ಹೊಲಸು ಮತ್ತೆ ಕೆಟ್ಟ ಮಗನಾಗಿದ್ದೀಯೆ.

ಆಲ್ಬಸ್/ರಾನ್ (*ನಗುತ್ತ*)

ಸ್ಕಾರ್ಪಿಯಸ್ ...

ಸ್ಕಾರ್ಪಿಯಸ್/ಹ್ಯಾರಿ (*ಅವನ ಭುಜದ ಮೇಲೆ ಮೇಲಂಗಿಯನ್ನು ಹಾರಿಸುತ್ತ*)

ಇದು ನಿನ್ನ ವಿಚಾರವಾಗಿತ್ತು - ನಾನು ಅವನಾಗುವುದು ಹಾಗೂ ನೀನು ರಾನ್ ಆಗುವುದು! ನಾನು ಇದನ್ನು ಮಾಡುವ ಮೊದಲು ನಾನು ಸ್ವಲ್ಪ ತಮಾಷೆ ಮಾಡಬಯಸುತ್ತೇನೆ ... (*ನಂತರ ಅವನು ದೊಡ್ಡದಾಗಿ ತೇಗುತ್ತಾನೆ*). ಸರಿ ಅದು ತುಂಬಾ ಕೆಟ್ಟದಾಗಿದೆ.

ಆಲ್ಬಸ್/ರಾನ್

ಅವನು ಅದನ್ನು ಚೆನ್ನಾಗಿ ಅಡಗಿಸಿಕೊಳ್ಳುತ್ತಾನೆ, ಆದರೆ ಅಂಕಲ್ ರಾನ್‌ನ ಕರುಳು ಸ್ವಲ್ಪ ಬೆಳೆಯುತ್ತಿದೆ.

ಡೆಲ್ಫಿ/ಹರ್ಮಿಯಾನ್

ನಾವು ಹೋಗಬೇಕು - ನಿನಗೆ ಹಾಗನ್ನಿಸುತ್ತಿಲ್ಲವೇ?

ಅವರು ಬೀದಿಗೆ ಬರುತ್ತಾರೆ. ಅವರು ಒಂದು ಟೆಲಿಫೋನ್ ಬಾಕ್ಸಿಗೆ ಹೋಗುತ್ತಾರೆ. ಅವರು 62442 ಅನ್ನು ಡಯಲ್ ಮಾಡುತ್ತಾರೆ.

ಟೆಲಿಫೋನ್ ಬಾಕ್ಸ್

ಸ್ವಾಗತ, ಹ್ಯಾರಿ ಪಾಟರ್, ಸ್ವಾಗತ, ಹರ್ಮಿಯಾನ್ ಗ್ರ್ಯಾಂಗರ್, ಸ್ವಾಮಿ ರಾನ್ ವೀಸ್ಲಿ.

ಟೆಲಿಫೋನ್ ಬಾಕ್ಸ್ ನೆಲದ ಮೇಲೆ ಮಾಯವಾಗುತ್ತಿದ್ದ ಹಾಗೇ ಅವರು ನಗುತ್ತಾರೆ.

ಆಕ್ಟ್ ಒಂದು ದೃಶ್ಯ ಹದಿನೇಳು

ಮಿನಿಸ್ಟ್ರಿ ಆಫ್ ಮ್ಯಾಜಿಕ್, ಮೀಟಿಂಗ್ ರೂಮ್

ಹ್ಯಾರಿ, ಹರ್ಮಿಯಾನ್, ಜಿನ್ನಿ ಹಾಗೂ ಡ್ರಾಕೋ ಒಂದು ಸಣ್ಣ ಕೋಣೆಯಲ್ಲಿ ನಡೆದಾಡುತ್ತಿದ್ದಾರೆ. ಎಲ್ಲರ ಮುಖದಲ್ಲೂ ಚಿಂತೆಯಿದೆ.

ಡ್ರಾಕೋ

ನಾವು ಹಳಿಯ ಪಕ್ಕ ಸರಿಯಾಗಿ ಹುಡುಕಿದ್ದೇವೆಯೇ?

ಹ್ಯಾರಿ

ನನ್ನ ಇಲಾಖೆಯವರು ಒಂದು ಬಾರಿ ಹುಡುಕಿದ್ದಾರೆ ಹಾಗೂ ಮತ್ತೊಮ್ಮೆ ಹುಡುಕುತ್ತಿದ್ದಾರೆ.

ಡ್ರಾಕೋ

ಟ್ರಾಲಿ ವಿಚ್ ನಮಗೆ ಉಪಯೋಗವಾಗುವಂಥದ್ದನ್ನು ಏನೂ ಹೇಳುತ್ತಿಲ್ಲವೇ?

ಹರ್ಮಿಯಾನ್

ಟ್ರಾಲಿ ವಿಚ್‌ಗೆ ಕೋಪ ಬಂದಿದೆ. ಅವಳು ಒಟ್ಟಾಲಿನ್ ಗ್ಯಾಂಬೋಲ್ ಅನ್ನು ನಿರಾಸೆಗೊಳಿಸಿದ್ದರ ಬಗ್ಗೆ ಮಾತಾಡುತ್ತಿದ್ದಾಳೆ. ಅವಳಿಗೆ ತನ್ನ ಹಾಗ್‌ವಾರ್ಟ್ಸ್ ಡೆಲಿವರಿ ದಾಖಲೆಯ ಬಗ್ಗೆ ಹೆಮ್ಮೆಯಿದೆ.

ಜಿನ್ನಿ

ಮಗಲ್ಸ್ ಗಳು ಯಾವುದೇ ಜಾದೂ ಮಾಡಿದ ಬಗ್ಗೆ ವರದಿಗಳಿವೆಯೇ?

ಹರ್ಮಿಯಾನ್

ಇಲ್ಲಿಯವರೆಗೂ ಇಲ್ಲ. ನಾನು ಮಗಲ್ಸ್ ಗಳ ಪ್ರಧಾನ ಮಂತ್ರಿಗೆ ವಿಷಯ ತಿಳಿಸಿದ್ದೇನೆ ಹಾಗೂ ಅವರು ಮಿಸ್ಟರ್ ಎಂದು ಕರೆಯುವ ಒಂದು ವಸ್ತುವನ್ನು ಬಳಸುತ್ತಿದ್ದಾರೆ. ಅದು ಒಂದು ಜಾದೂ ಥರ ಕಂಡರೂ ಅದು ಹಾಗಲ್ಲ.

ಡ್ರಾಕೋ

ಹಾಗಾದರೆ ಈಗ ನಾವು ನಮ್ಮ ಮಕ್ಕಳನ್ನು ಹುಡುಕಲು ಮಗಲ್ಸ್ ಗಳನ್ನು ಅವಲಂಬಿಸುತ್ತಿದ್ದೇವೇ? ನಾವು ಅವರಿಗೆ ಹ್ಯಾರಿಯ ಗಾಯದ ಬಗ್ಗೆಯೂ ಹೇಳಿದ್ದೇವೆಯೇ?

ಹರ್ಮಿಯಾನ್ ಅಲ್ಲಿ ಉಂಟಾಗುತ್ತಿರುವ ವಾತಾವರಣವನ್ನು ಶಾಂತಗೊಳಿಸಲು ಹೇಳುತ್ತಾನೆ.

ಹರ್ಮಿಯಾನ್

ನಾವು ಕೇವಲ ಮಗಲ್ಸ್ ಗಳಿಗೆ ಸಹಾಯ ಮಾಡಲು ಕೇಳುತ್ತಿದ್ದೇವೆ. ಹ್ಯಾರಿಯ ಗಾಯಕ್ಕೂ ಇದಕ್ಕೂ ಏನು ಸಂಬಂಧವೆಂದು ತಿಳಿದಿಲ್ಲದಿದ್ದರೂ ಅದು ಚಿಂತೆಯ ವಿಷಯವಂತೂ ಹೌದು. ನಮ್ಮ ಆರರ್‌ಗಳು ಮಾಟ ಮಂತ್ರ ಮಾಡುತ್ತಿರುವವರ ಬಗ್ಗೆ ತನಿಖೆ ಮಾಡುತ್ತಿದ್ದಾರೆ ಮತ್ತು-

ಡ್ರಾಕೋ

ಇದು ಮೃತರನ್ನು ತಿನ್ನುವವರ ಬಗೆಗಲ್ಲ.

ಹರ್ಮಿಯಾನ್

ನನಗೆ ನಿನ್ನಷ್ಟು ವಿಶ್ವಾಸವಿಲ್ಲ...

ಡ್ರಾಕೋ

ನನಗೆ ವಿಶ್ವಾಸವಿಲ್ಲ. ನಾನು ಹೇಳುವುದು ಸರಿಯಾಗಿದೆ. ಈಗ ಮಾಟ ಮಂತ್ರ ಮಾಡುತ್ತಿರುವವರು ಕ್ರೆಟಿನ್‌ಗಳು. ನನ್ನ ಮಗ ಒಬ್ಬ ಮಾಲ್ಫಾಯ್, ಅವರಿಗೆ ಆ ಧೈರ್ಯವಿಲ್ಲ.

ಹ್ಯಾರಿ

ಆದರೆ ಅಲ್ಲೇನಾದರೂ ಇದ್ದ್ದರೆ, ಏನಾದರೂ-

ಜಿನ್ನಿ

ನನಗೆ ಡ್ರಾಕೋ ಹೇಳುವುದು ಸರಿ ಎನಿಸುತ್ತಿದೆ - ಇದು ಅಪಹರಣವಾಗಿದ್ದಲ್ಲಿ - ಆಲ್ಬಸ್‌ನನ್ನು ತೆಗೆದುಕೊಂಡು ಹೋಗುವುದು, ಅವರಿಬ್ಬರನ್ನೂ ತೆಗೆದುಕೊಂಡು ಹೋಗುವುದು ...

ಹ್ಯಾರಿ ಜಿನ್ನಿಯನ್ನೇ ನೋಡುತ್ತಿದ್ದಾನೆ. ಅವನು ಏನು ಹೇಳಬೇಕೆಂದು ಅವಳು ಬಯಸುತ್ತಿದ್ದಾಳೆ ಎಂದು ಸ್ಪಷ್ಟವಾಗುತ್ತಿದೆ.

ಡ್ರಾಕೋ

ನಾನು ಸ್ಕಾರ್ಪಿಯಸ್‌ನನ್ನು ಎಷ್ಟೇ ಸಿದ್ಧಗೊಳಿಸಲು ಪ್ರಯತ್ನಿಸಿದರೂ ಸ್ಕಾರ್ಪಿಯಸ್ ಒಬ್ಬ ಹಿಂಬಾಲಕ. ಅವನು ಮುಂದಾಳುವಲ್ಲ. ಹೀಗಾಗಿ ಅವನನ್ನು ಆ ರೈಲಿನಿಂದ ಕರೆದುಕೊಂಡು ಹೋಗಿರುವುದು ನಿಸ್ಸಂಶಯವಾಗಿಯೂ ಆಲ್ಬಸ್ ಹಾಗೂ ಇಲ್ಲಿ ನನ್ನ ಪ್ರಶ್ನೆಯೆಂದರೆ, ಅವನು ಅವನನ್ನು ಎಲ್ಲಿಗೆ ಕರೆದುಕೊಂಡು ಹೋಗಬಹುದು?

ಜಿನ್ನಿ

ಹ್ಯಾರಿ, ಅವರು ಓಡಿ ಹೋಗಿದ್ದಾರೆ. ನನಗೂ ನಿನಗೂ ಇದು ಗೊತ್ತು.

ಡ್ರಾಕೋ ಅವರಿಬ್ಬರೂ ಒಬ್ಬರನ್ನೊಬ್ಬರು ನೋಡುತ್ತಿರುವುದನ್ನು ನೋಡುತ್ತಾನೆ. ಏನನ್ನೋ ಸಂವಹಿಸಲಾಗುತ್ತಿದೆ ಎಂದು ಅವನಿಗೆ ಗೊತ್ತು.

ಡ್ರಾಕೋ

ನಿಮಗೆ? ಗೊತ್ತೇ? ನೀವು ನನಗೆ ಏನು ಹೇಳುತ್ತಿಲ್ಲ?

ಅಲ್ಲೊಂದು ಮೌನವಿದೆ.

ನೀವು ಯಾವುದೇ ಮಾಹಿತಿಯನ್ನು ಅಡಗಿಸಿಟ್ಟಿದ್ದರೂ, ನೀವು ಅದನ್ನು ಈಗಲೇ ಹೇಳಬೇಕೆಂದು ನಾನು ಶಿಫಾರಸ್ಸು ಮಾಡುತ್ತೇನೆ.

ಹ್ಯಾರಿ

ಆಲ್ಬಸ್ ಹಾಗೂ ನನಗೆ ಸ್ವಲ್ಪ ಜಗಳವಾಯಿತು, ಮೊನ್ನೆ.

ಡ್ರಾಕೋ

ಮತ್ತೆ...

ಹ್ಯಾರಿ ಹಿಂಜರಿಯುತ್ತಿದ್ದಾನೆ ಹಾಗೂ ಡ್ರಾಕೋನನ್ನು ಧೈರ್ಯದಿಂದ ನೋಡುತ್ತಾನೆ

ಹ್ಯಾರಿ

ಅವನು ನನ್ನ ಮಗನಾಗಿರಬಾರದಿತ್ತೆಂದು ನಾನು ಅವನಿಗೆ ಹೇಳಿದೆ.

ಅಲ್ಲಿ ಇನ್ನೊಂದು ಮೌನವಿದೆ. ಇದು ಬಲವಾದ ಮೌನ. ನಂತರ ಡ್ರಾಕೋ ಹ್ಯಾರಿಯನ್ನೇ ಕೋಪದಿಂದ ನೋಡುತ್ತ ಬರುತ್ತಿದ್ದಾನೆ.

ಡ್ರಾಕೋ

ಸ್ಕಾರ್ಪಿಯಸ್‌ಗೆ ಏನಾದರೂ ಆದರೆ..

ಜಿನ್ನಿ ಹ್ಯಾರಿ ಹಾಗೂ ಡ್ರಾಕೋ ನಡುವೆ ಬರುತ್ತಾಳೆ.

ಜಿನ್ನಿ

ಹೆದರಿಸಬೇಡ ಡ್ರಾಕೋ.. ದಯವಿಟ್ಟು ಹಾಗೆ ಮಾಡಬೇಡ.

ಡ್ರಾಕೋ (*ಕೋಪದಿಂದ*)

ನನ್ನ ಮಗ ಕಾಣೆಯಾಗಿದ್ದಾನೆ!

ಜಿನ್ನಿ (*ಅಷ್ಟೇ ಕೋಪದಿಂದ*)

ನನ್ನ ಮಗನೂ!

ಇಬ್ಬರೂ ಒಬ್ಬರನ್ನೊಬ್ಬರು ನೋಡುತ್ತಿದ್ದಾರೆ. ಈಗ ಕೋಣೆಯಲ್ಲಿ ಭಾವನೆಗಳ ಮಹಾಪೂರ ಹರಿಯುತ್ತಿದೆ.

ಡ್ರಾಕೋ (*ತುಟಿಯನ್ನು ಕಿವುಚುತ್ತ, ತನ್ನ ಅಪ್ಪನ ಹಾಗೇ*)

ನಿನಗೆ ಬಂಗಾರ ಬೇಕಿದ್ದಲ್ಲಿ... ಮಾಲ್ಫಾಯ್‌ಗಳ ಹತ್ತಿರ ಇದ್ದದ್ದೆಲ್ಲವೂ.. ಅವನು ನನ್ನ ಒಬ್ಬನೇ ಉತ್ತರಾಧಿಕಾರಿ.. ಅವನು ನನ್ನ - ಏಕೈಕ ಕುಟುಂಬ.

ಹರ್ಮಿಯಾನ್

ಸಚಿವಾಯಲದ ಹತ್ತಿರ ಬೇಕಾದಷ್ಟಿದೆ, ಧನ್ಯವಾದಗಳು ಡ್ರಾಕೋ.

ಡ್ರಾಕೋ ಅಲ್ಲಿಂದ ಹೊರಡುತ್ತಾನೆ. ಅವನು ನಿಲ್ಲುತ್ತಾನೆ. ಅವನು ಹ್ಯಾರಿಯನ್ನು ನೋಡುತ್ತಾನೆ.

ಡ್ರಾಕೋ

ನೀನೇನು ಮಾಡಿದೆ ಅಥವಾ ನೀನು ಯಾರನ್ನು ಉಳಿಸಿದೆ ಎನ್ನುವುದು ನನಗೆ ಮುಖ್ಯವಲ್ಲ, ನೀನು ಯಾವತ್ತೂ ನನ್ನ ಕುಟುಂಬಕ್ಕೆ ಒಂದು ನಿರಂತರ ಶಾಪ, ಹ್ಯಾರಿ ಪಾಟರ್.

ಆಕ್ಟ್ ಒಂದು ದೃಶ್ಯ ಹದಿನೆಂಟು

ಇಂದ್ರಜಾಲದ ಸಚಿವಾಲಯ, ಪಡಸಾಲೆ

ಸ್ಕಾರ್ಪಿಯಸ್/ಹ್ಯಾರಿ

ಅದು ಅಲ್ಲಿದೆ ಎಂದು ನಿನಗೆ ಖಚಿತತೆಯಿದೆಯೇ?

ಒಬ್ಬ ಕಾವಲುಗಾರ ಸ್ಕಾರ್ಪಿಯಸ್/ಹ್ಯಾರಿ ಹಾಗೂ ಡೆಲ್ಫಿ/ಹರ್ಮಿಯಾನ್ ಕಡೆಯಿಂದ ಹೋಗುತ್ತಾನೆ

ಹೌದು. ಮಂತ್ರಿಗಳೇ. ಇದು ಖಂಡಿತವಾಗಿಯೂ ಸಚಿವಾಲಯವು ಆಳವಾಗಿ ಯೋಚಿಸಬೇಕಾದ ವಿಷಯವಾಗಿದೆ.

ಕಾವಲುಗಾರ (*ತಲೆಯಲ್ಲಾಡಿಸಿ*)

ಮಂತ್ರಿಗಳೇ.

ಡೆಲ್ಫಿ/ಹರ್ಮಿಯಾನ್

ಇದನ್ನು ಒಟ್ಟಾಗಿ ಆಲೋಚಿಸೋಣ.

ಕಾವಲುಗಾರ ಒಳಗೆ ಹೋಗುತ್ತಾನೆ, ಅವರು ಸಮಾಧಾನದ ನಿಟ್ಟುಸಿರು ಬಿಡುತ್ತಿದ್ದಾರೆ.

ವೆರಿಟಾಸೆರಮ್ ಬಳಸುವುದು ನನ್ನ ಮಾವನ ಆಲೋಚನೆಯಾಗಿತ್ತು - ನಾವು ಇಲ್ಲಿ ಬಂದಿದ್ದ ಒಬ್ಬ ಮಂತ್ರಿಯ ಪೇಯದಲ್ಲಿ ಅದನ್ನು ಬೆರೆಸಿದೆವು. ಅವರು ಟೈಮ್-ಟರ್ನರ್ ಇತ್ತೆಂದು ಹೇಳಿದರು ಹಾಗೂ ಅದು ಎಲ್ಲಿತ್ತೆಂದೂ ಹೇಳಿದರು - ಇಂದ್ರಜಾಲದ ಸಚಿವರೇ ಖುದ್ದಾಗಿ.

ಅವಳು ಒಂದು ಬಾಗಿಲನ್ನು ತೋರಿಸುತ್ತಾಳೆ. ಇದ್ದಕ್ಕಿದ್ದ ಹಾಗೆ ಅವರಿಗೆ ಒಂದು ಧ್ವನಿ ಕೇಳುತ್ತದೆ.

ಹರ್ಮಿಯಾನ್ (*ದೂರದಿಂದ*)

ಹ್ಯಾರಿ ... ನಾವು ಇದರ ಬಗ್ಗೆ ಮಾತಾಡಬೇಕು ...

ಹ್ಯಾರಿ (*ದೂರದಿಂದ*)

ಮಾತಾಡಲು ಏನೂ ಇಲ್ಲ.

ಡೆಲ್ಫಿ/ಹರ್ಮಿಯಾನ್

ಇಲ್ಲ.

ಆಲ್ಬಸ್/ರಾನ್

ಹರ್ಮಿಯಾನ್. ಹಾಗೂ ಅಪ್ಪ.

ಹೆದರಿಕೆ ತಕ್ಷಣ ಬರುತ್ತಿದೆ ಹಾಗೂ ಅದು ಎಲ್ಲರನ್ನೂ ಆವರಿಸಿಕೊಳ್ಳುತ್ತಿದೆ.

ಸ್ಕಾರ್ಪಿಯಸ್/ಹ್ಯಾರಿ

ಸರಿ. ಅಡಗುತಾಣಗಳು. ಯಾವುದೇ ಅಡಗುತಾಣಗಳಿಲ್ಲ. ಯಾವುದೇ ಮಾಯವಾಗುವ ಮಂತ್ರಗಳು ಯಾರಿಗಾದರೂ ಗೊತ್ತೇ?

ಡೆಲ್ಫಿ/ಹರ್ಮಿಯಾನ್

ನಾವು - ಅವರ ಕಛೇರಿಗೆ ಹೋಗುತ್ತೇವೆ?

ಆಲ್ಬಸ್/ರಾನ್

ಅವಳು ಅವಳ ಕಛೇರಿಗೆ ಬರುತ್ತಾಳೆ.

ಡೆಲ್ಫಿ/ಹರ್ಮಿಯಾನ್

ಬೇರೆ ಎಲ್ಲೂ ಜಾಗವಿಲ್ಲ.

ಅವಳು ಬಾಗಿಲನ್ನು ಪ್ರಯತ್ನಿಸುತ್ತಾಳೆ. ಅವಳು ಮತ್ತೆ ಪ್ರಯತ್ನಿಸುತ್ತಾಳೆ.

ಹರ್ಮಿಯಾನ್ (ದೂರದಿಂದ)

ನೀನು ನನ್ನ ಜೊತೆ ಅಥವಾ ಜಿನ್ನಿ ಜೊತೆ ಅದರ ಬಗ್ಗೆ ಮಾತಾಡಿದಲ್ಲಿ...

ಸ್ಕಾರ್ಪಿಯಸ್/ಹ್ಯಾರಿ

ಹಿಂದಕ್ಕೆ ನಿಲ್ಲಿ. ಅಲಹೋಮೋರಾ!

ಅವನು ತನ್ನ ಮಂತ್ರದಂಡವನ್ನು ಬಾಗಿಲ ಕಡೆ ಗುರಿ ಮಾಡುತ್ತಾನೆ. ಬಾಗಿಲು ತೆರೆಯುತ್ತದೆ. ಅವನು ಸಂತೋಷದಿಂದ ನಗುತ್ತಿದ್ದಾನೆ.

ಆಲ್ಬಸ್. ಅವಳನ್ನು ತಡೆಗಟ್ಟು. ಅದು ನೀನಾಗಿರಬೇಕು.

ಹ್ಯಾರಿ (ದೂರದಿಂದ)

ಇಲ್ಲಿ ಹೇಳಲು ಏನಿದೆ?

ಆಲ್ಬಸ್/ರಾನ್

ನಾನಾ. ಯಾಕೆ?

ಡೆಲ್ಫಿ/ಹರ್ಮಿಯಾನ್

ಇದು ನಮ್ಮಿಬ್ಬರಲ್ಲಿ ಒಬ್ಬರಾಗಿರಲು ಸಾಧ್ಯವಿಲ್ಲ ಅಲ್ಲವೇ? ನಾವೇ ಅವರು.

ಹರ್ಮಿಯಾನ್ (ದೂರದಿಂದ)

ನೀನು ಹೇಳಿದ್ದು ಸಂಪೂರ್ಣ ತಪ್ಪು - ಆದರೆ - ಇಲ್ಲಿ ನೀನು ಅಂದುಕೊಂಡಿದ್ದಕ್ಕಿಂತ ಹೆಚ್ಚು ವಿಷಯಗಳು ನಡೆಯುತ್ತಿವೆ -

ಆಲ್ಬಸ್/ರಾನ್

ಆದರೆ ನನಗೆ ಸಾಧ್ಯವಿಲ್ಲ... ಸಾಧ್ಯವಿಲ್ಲ...

ಅಲ್ಲೊಂದು ಚಿಕ್ಕ ಕೆರಫಲ್ ಇದೆ ಹಾಗೂ ನಂತರ ಆಲ್ಬಸ್/ರಾನ್ ಬಾಗಿಲ ಹೊರಗಡೆ ನಿಂತಿದ್ದಾರೆ ಹಾಗೂ ನಂತರ ದೂರದಿಂದ ಬರುತ್ತಾನೆ.

ಹ್ಯಾರಿ

ಹರ್ಮಿಯಾನ್, ನಿನ್ನ ಕಾಳಜಿಗೆ ನಾನು ಕೃತಜ್ಞನಾಗಿದ್ದೇನೆ, ಆದರೆ ಇದರ ಅವಶ್ಯಕತೆಯಿಲ್ಲ -

ಹರ್ಮಿಯಾನ್

ರಾನ್?

ಆಲ್ಬಸ್/ರಾನ್

ಆಶ್ಚರ್ಯ!!!

ಹರ್ಮಿಯಾನ್

ನೀನು ಇಲ್ಲೇನು ಮಾಡುತ್ತಿದ್ದೀಯಾ?

ಆಲ್ಬಸ್/ರಾನ್

ಒಬ್ಬ ಗಂಡನಿಗೆ ತನ್ನ ಹೆಂಡತಿ ನೋಡಲು ನೆಪ ಬೇಕೇ?

ಅವನು ಹರ್ಮಿಯಾನ್ ಅನ್ನು ಗಟ್ಟಿಯಾಗಿ ಚುಂಬಿಸುತ್ತಾನೆ.

ಹ್ಯಾರಿ

ನಾನು ಆ ಕಡೆ ಹೋಗುತ್ತೇನೆ...

ಹರ್ಮಿಯಾನ್

ಹ್ಯಾರಿ. ನಾನು ಹೇಳುವುದೇನೆಂದರೆ ಡ್ರಾಕೋ ಏನೇ ಹೇಳಿದರೂ - ನೀನು ಆಲ್ಬಸ್‌ಗೆ ಹೇಳಿದ ವಿಷಯಗಳು... ನೀನು ಅದರ ಬಗ್ಗೆ ಚಿಂತಿಸುತ್ತಿದ್ದಲ್ಲಿ ಅದು ನಮಗೆ ಯಾರಿಗೂ ಏನೂ ಉಪಯೋಗವಾಗುವುದಿಲ್ಲ.

ಆಲ್ಬಸ್/ರಾನ್

ಓಹ್... ನೀನು ಹ್ಯಾರಿ ಏಕೆ ಕೆಲವೊಮ್ಮೆ ನಾನು (*ಅವನು ತನ್ನನ್ನು ಸರಿಪಡಿಸಿಕೊಂಡಿದ್ದಾನೆ*) ಆಲ್ಬಸ್ ಅವನ ಮಗನಾಗಿರಬೇಕೆಂದು ಅನಿಸುತ್ತಿತ್ತು ಎಂದು ಹೇಳಿದ್ದರ ಬಗ್ಗೆ ಚಿಂತಿಸುತ್ತಿದ್ದೀಯಾ?

ಹರ್ಮಿಯಾನ್

ರಾನ್!

ಆಲ್ಬಸ್/ರಾನ್

ಒಳಗಿರುವುದಕ್ಕಿಂತ ಹೊರಗಿರುವುದೇ ಒಳ್ಳೆಯದು, ನಾನು ಹೇಳುವುದು ಅದನ್ನೇ ...

ಹರ್ಮಿಯಾನ್

ಅವನಿಗೆ ತಿಳಿಯುತ್ತದೆ ... ನಾವೆಲ್ಲರೂ ಕೆಲವೊಮ್ಮೆ ನಾವು ಹೇಳಬಾರದ್ದನ್ನು ಹೇಳುತ್ತೇವೆ. ಅವನಿಗೆ ಅದು ಗೊತ್ತು.

ಆಲ್ಬಸ್/ರಾನ್

ಆದರೆ ಕೆಲವೊಮ್ಮೆ ನಾವು ಹೇಳಬೇಕು ಅಂದೊಕೊಂಡಿದ್ದನ್ನೇ ಹೇಳಿದರೆ ... ಆಗೇನು?

ಹರ್ಮಿಯಾನ್

ರಾನ್.. ಈಗ ಆ ಸಮಯವಲ್ಲ. ನಿಜವಾಗಿಯೂ.

ಆಲ್ಬಸ್/ರಾನ್

ಖಂಡಿತವಾಗಿಯೂ ಅಲ್ಲ. ಬೈ ಬೈ ಡಾರ್ಲಿಂಗ್.

ಆಲ್ಬಸ್/ರಾನ್ ಅವಳು ಹೋಗುವುದನ್ನು ನೋಡುತ್ತಿದ್ದಾರೆ, ಅವಳು ತನ್ನ ಕಛೇರಿಯನ್ನು ದಾಟಿ ಆ ಕಡೆ ಹೋಗುತ್ತಾಳೆ ಎಂದು ಅವರು ಆಶಿಸುತ್ತಿದ್ದಾರೆ. ಆದರೆ ಅವಳು ಹಾಗೆ ಮಾಡುತ್ತಿಲ್ಲ. ಅವಳು ಬಾಗಿಲ ಮೂಲಕ ಹೋಗುವ ಮೊದಲೇ ಅವಳನ್ನು ತಡೆಯಲು ಅವನು ಓಡಿ ಹೋಗುತ್ತಾನೆ., ಅವನು ಅವಳನ್ನು ಒಮ್ಮೆ ತಡೆಯುತ್ತಾನೆ ಹಾಗೂ ಮತ್ತೊಮ್ಮೆ ತಡೆಯುತ್ತಾನೆ, ಅವನು ಹಾಗೆ ಮಾಡಲು ತನ್ನ ತುಟಿಗಳನ್ನು ಅಲ್ಲಾಡಿಸುತ್ತಿದ್ದಾನೆ.

ಹರ್ಮಿಯಾನ್

ನನ್ನ ಕಛೇರಿಗೆ ಹೋಗುವುದನ್ನು ನೀನೇಕೆ ತಡೆಯುತ್ತಿದ್ದೀಯಾ?

ಆಲ್ಬಸ್/ರಾನ್

ನಾನು ಏನನ್ನೂ ತಡೆಯುತ್ತಿಲ್ಲ.

ಅವಳು ಮತ್ತೆ ಬಾಗಿಲ ಕಡೆ ಹೋಗುತ್ತಾಳೆ, ಅವನು ಮತ್ತೆ ಅವಳನ್ನು ತಡೆಯುತ್ತಾನೆ.

ಹರ್ಮಿಯಾನ್

ನೀನು ತಡೆಯುತ್ತಿದ್ದೀಯಾ. ನನ್ನನ್ನು ಕೋಣೆಯ ಒಳಗೆ ಬಿಡು, ರಾನ್.

ಹರ್ಮಿಯಾನ್ ಅವನನ್ನು ದಾಟಿ ಹೋಗಲು ಪ್ರಯತ್ನಿಸುತ್ತಾಳೆ.

ಆಲ್ಬಸ್/ರಾನ್

ಇನ್ನೊಂದು ಮಗು ಮಾಡಿಕೊಳ್ಳೋಣ.

ಹರ್ಮಿಯಾನ್

ಏನು?

ಆಲ್ಬಸ್/ರಾನ್

ಇನ್ನೊಂದು ಮಗು ಅಲ್ಲದಿದ್ದಲ್ಲಿ, ರಜಾ ದಿನಕ್ಕೆ ಹೋಗೋಣ. ನನಗೆ ಒಂದು ಮಗು ಅಥವಾ ರಜಾದಿನ ಬೇಕು ಹಾಗೂ ನನಗೆ ಅದು ಬೇಕೇ ಬೇಕು.

ನಾವು ಅದರ ಬಗ್ಗೆ ನಂತರ ಮಾತಾಡೋಣವೇ? ಲೀಕಿ ಕೌಲ್ಡ್ರನ್‌ನಲ್ಲಿ ಒಂದು ಪೇಯ ಕುಡಿಯುತ್ತಲೂ ಮಾತಾಡಬಹುದಲ್ಲ? ನಾನು ನಿನ್ನನ್ನು ಪ್ರೀತಿಸುತ್ತೇನೆ.

ಹರ್ಮಿಯಾನ್ ಚಿಂತಿಸುತ್ತಿದ್ದಾಳೆ. ಅವಳು ಅವನನ್ನು ಅನುಮಾನದಿಂದ ನೋಡುತ್ತಿದ್ದಾಳೆ ಹಾಗೂ ಮತ್ತೆ ಬಾಗಿಲ ಕಡೆ ನೋಡುತ್ತಿದ್ದಾಳೆ. ಅವಳು ಕೊನೆಗೂ ಒಪ್ಪಿಕೊಳ್ಳುತ್ತಾಳೆ.

ಹರ್ಮಿಯಾನ್

ಅಲ್ಲಿ ಇನ್ನೊಂದು ದುರ್ವಾಸನೆಯ ಉಂಡೆಯಿದ್ದಲ್ಲಿ ಮರ್ಲಿನ್ ನಿಮಗೆ ಸಹಾಯ ಮಾಡುವುದಿಲ್ಲ. ಸರಿ. ನಾವು ಹೇಗಿದ್ದರೂ ಮಗಲ್ಸ್ ಗಳಿಗೆ ವಿಷಯ ತಿಳಿಸಬೇಕು.

ಅವಳು ಹೋಗುತ್ತಾಳೆ. ಹ್ಯಾರಿ ಅವಳ ಜೊತೆ ಹೋಗುತ್ತಾನೆ.

ಆಲ್ಬಸ್/ರಾನ್ ಬಾಗಿಲ ಕಡೆ ಬರುತ್ತಾರೆ. ಅವಳು ಮತ್ತೆ ಬರುತ್ತಾಳೆ, ಈಗ ಒಬ್ಬಳೇ ಬಂದಿದ್ದಾಳೆ.

ಒಂದು ಮಗು - ಅಥವಾ - ಒಂದು ರಜಾದಿನ? ಕೆಲವೊಮ್ಮೆ ನೀನು ಏನೇನೋ ಮಾತಾಡುತ್ತಿಯಾ.. ಗೊತ್ತಾ?

ಆಲ್ಬಸ್/ರಾನ್

ಅದಕ್ಕೆ ಅಲ್ಲವೇ ನೀನು ನನ್ನನ್ನು ಮದುವೆಯಾಗಿದ್ದು? ನನ್ನ ಹೊಲಸು ಹಾಸ್ಯಪ್ರಜ್ಞೆಗಾಗಿ.

ಅವಳು ಮತ್ತೆ ಹೋಗುತ್ತಾಳೆ. ಅವನು ಬಾಗಿಲು ತೆಗೆಯಲು ಶುರು ಮಾಡುತ್ತಾನೆ ಆದರೆ ಅವಳು ಮತ್ತೆ ಬಂದಿದ್ದಾಳೆ, ಅವನು ಅದನ್ನು ಜೋರಾಗಿ ಮುಚ್ಚುತ್ತಾನೆ.

ಹರ್ಮಿಯಾನ್

ನನಗೆ ಮೀನಿನ ವಾಸನೆ ಬರುತ್ತಿದೆ. ಆ ಫಿಶ್ ಫಿಂಗರ್ ಸ್ಯಾಂಡ್‌ವಿಚ್‌ಗಳಿಂದ ದೂರವಿರು ಎಂದು ನಾನು ನಿನಗೆ ಹೇಳಿದ್ದೆ.

ಆಲ್ಬಸ್/ರಾನ್

ನೀನು ಹೇಳಿದ್ದು ಸರಿ.

ಅವಳು ಹೋಗುತ್ತಾಳೆ. ಅವಳು ಹೋಗಿದ್ದಾಳೆಯೇ ಇಲ್ಲವೇ ಎಂದು ಅವನು ಪರೀಕ್ಷಿಸುತ್ತಾನೆ ಹಾಗೂ ಅವನು ಬಾಗಿಲು ತೆಗೆದ ತಕ್ಷಣ ಅವನಿಗೆ ಸಮಾಧಾನವಾಗಿದೆ.

ಆಕ್ಟ್ ಒಂದು ದೃಶ್ಯ ಹತ್ತೊಂಬತ್ತು

ಮಿನಿಸ್ಟ್ರಿ ಆಫ್ ಮ್ಯಾಜಿಕ್, ಹರ್ಮಿಯಾನ್‌ಳ ಕಛೇರಿ

ಸ್ಕಾರ್ಪಿಯಸ್/ಹ್ಯಾರಿ ಹಾಗೂ ಡೆಲ್ಫಿ/ಹರ್ಮಿಯಾನ್ ಹರ್ಮಿಯಾನ್ ಕಛೇರಿಯ ಇನ್ನೊಂದು ಬದಿಯಲ್ಲಿ ಕಾಯುತ್ತಿದ್ದಾರೆ ಹಾಗೂ ಆಲ್ಬಸ್/ರಾನ್ ಅಲ್ಲಿಗೆ ಬರುತ್ತಾರೆ. ಅವನು ಸುಸ್ತಾಗಿ ಅಲ್ಲೇ ಕುಳಿತುಕೊಂಡಿದ್ದಾನೆ.

ಆಲ್ಬಸ್/ರಾನ್

ಇದೆಲ್ಲವೂ ಬಹಳ ವಿಚಿತ್ರವಾಗಿದೆ .

ಡೆಲ್ಫಿ/ಹರ್ಮಿಯಾನ್

ನೀನು ಚೆನ್ನಾಗಿ ಕೆಲಸ ಮಾಡಿದೆ. ಚೆನ್ನಾಗಿ ತಡೆಗಟ್ಟಿದೆ.

ಸ್ಕಾರ್ಪಿಯಸ್/ಹ್ಯಾರಿ

ನಿನ್ನ ಚಿಕ್ಕಮ್ಮನಿಗೆ ಸುಮಾರು ಐನೂರು ಬಾರಿ ಮುತ್ತು ಕೊಟ್ಟಿದ್ದಕ್ಕೆ ನಿನಗೆ ಧನ್ಯವಾದ ಹೇಳಬೇಕೇ ಅಥವಾ ಬಯ್ಯಬೇಕೇ ಎಂದು ನನಗೆ ಅರ್ಥವಾಗುತ್ತಿಲ್ಲ!

ಆಲ್ಬಸ್/ರಾನ್

ರಾನ್‌ಗೆ ಜನರ ಮೇಲೆ ಪ್ರೀತಿ ಜಾಸ್ತಿ. ಅವನು ಅವಳ ಗಮನವನ್ನು ಬೇರೆ ಕಡೆ ಸೆಳೆಯಲು ಪ್ರಯತ್ನಿಸುತ್ತಿದ್ದ. ಸ್ಕಾರ್ಪಿಯಸ್. ನಾನು ಅವಳ ಗಮನವನ್ನು ಬೇರೆ ಕಡೆ ಸೆಳೆದೆ.

ಸ್ಕಾರ್ಪಿಯಸ್/ಹ್ಯಾರಿ

ನಂತರ ನೀನು ನಿನ್ನ ಅಪ್ಪ ಹೇಳಿದ್ದನ್ನು ನೆನಪು ಮಾಡಿಕೋ ...

ಡೆಲ್ಫಿ/ಹರ್ಮಿಯಾನ್

ಹುಡುಗರೇ.. ಅವಳು ವಾಪಸ್ ಬರುತ್ತಾಳೆ. ನಮ್ಮ ಬಳಿ ಹೆಚ್ಚು ಸಮಯವಿಲ್ಲ.

ಆಲ್ಬಸ್/ರಾನ್ (ಸ್ಕಾರ್ಪಿಯಸ್/ಹ್ಯಾರಿಗೆ)

ನೀವೇನು ಕೇಳಿದಿರಿ?

ಡೆಲ್ಫಿ/ಹರ್ಮಿಯಾನ್

ಹರ್ಮಿಯಾನ್ ಟೈಮ್-ಟರ್ನರ್ ಅನ್ನು ಎಲ್ಲಿ ಅಡಗಿಸಿಡಬಹುದು? (*ಅವಳು ಕೋಣೆಯಲ್ಲಿ ಎಲ್ಲಾ ಕಡೆ ನೋಡುತ್ತಾಳೆ ಹಾಗೂ ಅವಳಿಗೆ ಪುಸ್ತಕದ ಶೆಲ್ಫ್ ಕಾಣುತ್ತದೆ*). ಪುಸ್ತಕದ ಶೆಲ್ಫ್ ಹುಡುಕಿ.

ಅವರು ಹುಡುಕಲು ಪ್ರಾರಂಭಿಸುತ್ತಾರೆ. ಸ್ಕಾರ್ಪಿಯಸ್/ಹ್ಯಾರಿ *ತನ್ನ ಸ್ನೇಹಿತನನ್ನು ಚಿಂತೆಯಿಂದ ನೋಡುತ್ತಿದ್ದಾರೆ*

ಸ್ಕಾರ್ಪಿಯಸ್/ಹ್ಯಾರಿ

ನೀನು ನನಗೆ ಏಕೆ ಹೇಳಲಿಲ್ಲ?

ಆಲ್ಬಸ್/ರಾನ್

ನನ್ನಪ್ಪ ನಾನು ಅವನ ಮಗನಾಗಿರಬಾರದಿತ್ತೆಂದು ಹೇಳುತ್ತಾನೆ. ಇದು ಮಾತನ್ನು ಪ್ರಾರಂಭಿಸುವ ವಿಧಾನವಲ್ಲ, ಅಲ್ಲವೇ?

ಸ್ಕಾರ್ಪಿಯಸ್/ಹ್ಯಾರಿ *ಏನು ಹೇಳಬೇಕೆಂದು ಚಿಂತಿಸುತ್ತಿದ್ದಾರೆ.*

ಸ್ಕಾರ್ಪಿಯಸ್/ಹ್ಯಾರಿ

ವಾಲ್ಡೆರ್‌ಮಾರ್ಟ್ ವಿಷಯವು ನಿಜವಲ್ಲವೆಂದು ನನಗೆ ಗೊತ್ತು - ಹಾಗೂ - ಕೆಲವೊಮ್ಮೆ, ನನ್ನಪ್ಪ ಹೀಗೆ ಯೋಚಿಸಬಹುದು ಎಂದು ನನಗನಿಸುತ್ತದೆ: ನಾನು ಇದನ್ನು ಹೇಗೆ ಮಾಡಿದೆ?

ಆಲ್ಬಸ್/ರಾನ್

ಅದು *ಈಗಲೂ* ನನ್ನಪ್ಪನಿಗಿಂತಲೂ ಒಳ್ಳೆಯದು. ಅವನು ಬಹಳ ಕಾಲ ಇದನ್ನೇ ಚಿಂತಿಸುತ್ತಾನೆ ಎಂದು ನನಗೆ ಗೊತ್ತು: ಇವನನ್ನು ವಾಪಸ್ಸು ಕೊಡುವುದು ಹೇಗೆ?

ಡೆಲ್ಫಿ/ಹರ್ಮಿಯಾನ್ ಸ್ಕಾರ್ಪಿಯಸ್/ಹ್ಯಾರಿಯನ್ನು *ಪುಸ್ತಕದ ಶೆಲ್ಫ್ ಕಡೆಗೆ ಕರೆದುಕೊಂಡು ಹೋಗಲು ಪ್ರಯತ್ನಿಸುತ್ತಾಳೆ.*

ಡೆಲ್ಫಿ/ಹರ್ಮಿಯಾನ್

ನಾವು ಏನು ಮಾಡಲು ಬಂದಿದ್ದೇವೆಂದು ನಾವು ನೋಡಿದರೆ ಒಳ್ಳೆಯದೇನೋ.

ಸ್ಕಾರ್ಪಿಯಸ್/ಹ್ಯಾರಿ

ನಾನು ಹೇಳುವುದೇನೆಂದರೆ. ನಾವೆಲ್ಲಾ ಸ್ನೇಹಿತರಾಗಿರಲು ಒಂದು ಕಾರಣವಿದೆ. ನಾವು ಒಬ್ಬರನ್ನೊಬ್ಬರು ಭೇಟಿಯಾಗಲೂ ಒಂದು ಕಾರಣವಿದೆ. ಈ - ಸಾಹಸ ಯಾವುದರ ಬಗೆಗಾದರೂ ಆಗಿರಲಿ ...

ನಂತರ ಅವನಿಗೆ ಶೆಲ್ಫ್ ಮೇಲೆ ಒಂದು ಪುಸ್ತಕ ಕಾಣುತ್ತದೆ ಹಾಗೂ ಅವನು ಹುಬ್ಬು ಗಂಟಿಕ್ಕಿ ಅದನ್ನೇ ನೋಡುತ್ತಿದ್ದಾನೆ.

ಈ ಶೆಲ್ಫುಗಳ ಮೇಲಿಟ್ಟಿದ್ದ ಪುಸ್ತಕಗಳನ್ನು ನೀವು ನೋಡಿದ್ದೀರಾ? ಇಲ್ಲಿ ಕೆಲವೊಂದು ಗಂಭೀರವಾದ ಪುಸ್ತಕಗಳಿವೆ. ನಿಷೇಧಿತ ಪುಸ್ತಕಗಳು. ಶಾಪಗ್ರಸ್ತ ಪುಸ್ತಕಗಳು.

ಆಲ್ಬಸ್/ರಾನ್

ಸ್ಕಾರ್ಪಿಯಸ್ ಗಮನವನ್ನು ಕಷ್ಟಕರವಾದ ಭಾವನಾತ್ಮಕ ವಿಷಯಗಳಿಂದ ಬೇರೆ ಕಡೆ ತಿರುಗಿಸುವುದು ಹೇಗೆಂದರೆ, ಅವನನ್ನು ಲೈಬ್ರರಿಗೆ ಕರೆದುಕೊಂಡು ಹೋಗಿ

ಸ್ಕಾರ್ಪಿಯಸ್/ಹ್ಯಾರಿ

ನಿರ್ಬಂಧಿತ ವಿಭಾಗದಲ್ಲಿರುವ ಎಲ್ಲಾ ಪುಸ್ತಕಗಳು ಹಾಗೂ ಇನ್ನೂ ಕೆಲವು. *ಮ್ಯಾಜಿಕ್ ಮೋಸ್ಟ್ ಎವಿಲ್ಲೆ,ಫಿಫ್ಟೀನ್ ಸೆಂಚುರಿ ಫೈಯಿಂಡ್ಸ್, ಸೊನೆಟ್ಸ್ ಆಫ್ ಅ ಸಾರ್ಸರರ್* - ಇದನ್ನು ಹಾಗ್‌ವಾರ್ಟ್ಸ್ ನಲ್ಲೂ ಕೂಡ ಅನುಮತಿಸಲಾಗಿಲ್ಲ.

ಆಲ್ಬಸ್/ರಾನ್

ಶಾಡೋಸ್ ಎಂಡ್ ಸ್ಪಿರಿಟ್ಸ್. ಡಾದರ್ ನೈಟ್‌ಶೇಡ್ ಗೈಡ್ ಟು ನೆಕ್ರೋಮಾನ್ಸಿ.

ಡೆಲ್ಫಿ/ಹರ್ಮಿಯಾನ್

ಅವೆಲ್ಲವೂ ಅದ್ಬುತ ಅಲ್ಲವೇ...

ಆಲ್ಬಸ್/ರಾನ್

ಡಾದರ್ ಟ್ರೂ ಹಿಸ್ಟರಿ ಆಫ್ ಓಪಲ್ ಫೈರ್. ದ ಇಂಪೀರಿಯಸ್ ಕರ್ಸ್ ಎಂಡ್ ಹವ್ ಟು ಅಬ್ಯೂಸ್ ಇಟ್.

ಸ್ಕಾರ್ಪಿಯಸ್/ಹ್ಯಾರಿ

ಮತ್ತೆ ಇಲ್ಲಿ ನೋಡು. ವಾವ್. *ಮೈ ಆಯ್ಸ್ ಎಂಡ್ ಹೌ ಟು ಸೀ ಪಾಸ್ಟ್ ದೆಮ್*, ಸೈಬಿಲ್ ಟ್ರೆಲಾವ್ನೀ ಅವರಿಂದ. ಕಣಿ ಹೇಳುವುದರ ಬಗ್ಗೆ ಒಂದು ಪುಸ್ತಕ. ಹರ್ಮಿಯಾನ್ ಗ್ರ್ಯಾಂಗರ್‌ಗೆ ಕಣಿ ಹೇಳುವುದು ಇಷ್ಟವಿಲ್ಲ. ಇದು ಅದ್ಭುತವಾಗಿದೆ. ಇದು ಒಂದು ಶೋಧ...

ಅವನು ಆ ಪುಸ್ತಕವನ್ನು ಶೆಲ್ಫಿನಿಂದ ತೆಗೆಯುತ್ತಾನೆ. ಅದು ಕೆಳಗೆ ಬೀಳುತ್ತದೆ ಹಾಗೂ ಅದು ತೆರೆದುಕೊಂಡಿದೆ. ಹಾಗೂ ಅದು ಮಾತಾಡುತ್ತಿದೆ.

ಪುಸ್ತಕ

ಇದು ನಾಲ್ಕನೆಯ, ಒಂದು ನಿರಾಶಾದಾಯಕ ಗುರುತಾಗಿದೆ.

ನೀವಿದನ್ನು ಪಾರ್ಕ್ ಮಾಡಿರುತ್ತೀರಿ ಆದರೆ ಇದು ಪಾರ್ಕಿನಲ್ಲಿಲ್ಲ.

ಸ್ಕಾರ್ಪಿಯಸ್/ಹ್ಯಾರಿ

ಸರಿ. ಮಾತಾಡುವ ಪುಸ್ತಕ. ಸ್ವಲ್ಪ ವಿಚಿತ್ರವಾಗಿದೆ.

ಪುಸ್ತಕ

ಎರಡನೆಯದು ಎರಡು ಕಾಲುಗಳ ಮೇಲೆ ನಡೆಯುವವರ ಬಗ್ಗೆ ಕಡಿಮೆ ಕರುಣೆ ತೋರಿಸುತ್ತಿದೆ.

ಕೊಳಕಾದ, ಮೊಟ್ಟೆಯ ಒಂದು ರೋಮಭರಿತ ರೋಗ.

ಮೂರನೆಯದು ಒಂದು ಹತ್ತಬಲ್ಲ ಪರ್ವತ ಹಾಗೂ ಹೋಗಬಹುದಾದ ದಾರಿಯೂ ಆಗಿದೆ.

ಆಲ್ಬಸ್/ರಾನ್

ಇದೊಂದು ಒಗಟು. ಅದು ನಮಗೆ ಒಗಟು ಕೊಡುತ್ತಿದೆ.

ಪುಸ್ತಕ

ನಗರದಲ್ಲಿ ಒಂದು ತಿರುವು, ಸರೋವರದಲ್ಲಿ ತೆಗೆದುಕೊಳ್ಳಬೇಕಾದ ಒಂದು ವಿಹಾರ.

ಡೆಲ್ಫಿ/ಹರ್ಮಿಯಾನ್

ನೀನೇನು ಮಾಡಿದ್ದೀಯಾ?

ಸ್ಕಾರ್ಪಿಯಸ್/ಹ್ಯಾರಿ

ನಾನು, ಅಹ್, ನಾನೊಂದು ಪುಸ್ತಕ ತೆರೆದಿದ್ದೇನೆ. ಇದು - ಇಷ್ಟು ವರ್ಷ ಈ ಭೂಮಿಯ ಮೇಲೆ - ಯಾವತ್ತೂ ಅಪಾಯಕಾರಿಯಾದ ಚಟುವಟಿಕೆಯಾಗಿರಲಿಲ್ಲ.

ಆ ಪುಸ್ತಕವು ಹೊರಗಡೆ ಬಂದು ಆಲ್ಬಸ್/ರಾನ್ ಅವರನ್ನು ತಲುಪುತ್ತದೆ. ಅವನು ಹೇಗೋ ಮಾಡಿ ಅದರ ಹಿಡಿತದಿಂದ ತಪ್ಪಿಸಿಕೊಳ್ಳುತ್ತಾನೆ.

ಆಲ್ಬಸ್/ರಾನ್

ಅದೇನು?

ಡೆಲ್ಫಿ/ಹರ್ಮಿಯಾನ್ (*ಉತ್ಸಾಹದಿಂದ*)

ಅವಳು ಅದರಲ್ಲಿ ಆಯುಧವಿಟ್ಟಿದ್ದಾಳೆ. ಅವಳು ತನ್ನ ಗ್ರಂಥಾಲಯದಲ್ಲೆಲ್ಲಾ ಆಯುಧವಿಟ್ಟಿದ್ದಾಳೆ. ಟೈಮ್-ಟರ್ನರ್ ಇಲ್ಲೇ ಇರುತ್ತದೆ. ಈ ಒಗಟು ಬಿಡಿಸಿದಲ್ಲಿ ನಮಗೆ ಅದು ಕಾಣುತ್ತದೆ.

ಆಲ್ಬಸ್/ರಾನ್

ಮೊದಲನೆಯದು ನಾಲ್ಕನೆಯದು. ನೀವದನ್ನು ಪಾರ್ಕ್ ಮಾಡಿದ್ದನ್ನು ನೋಡಿದರೂ ಪಾರ್ಕಿನಲ್ಲಲ್ಲ. ಎಡ್ -ಡೆ -

ಸ್ಕಾರ್ಪಿಯಸ್/ಹ್ಯಾರಿ

ಎರಡನೆಯದು ಒಂದು ಮೊಟ್ಟೆಯ ರೋಗ, ಎರಡು ಕಾಲುಗಳ ಮೇಲೆ ನಡೆಯುವವರ ಬಗ್ಗೆ ಇದು ಕಡಿಮೆ ಕರುಣೆ ಹೊಂದಿದೆ...

ಡೆಲ್ಫಿ/ಹರ್ಮಿಯಾನ್ (*ಅತ್ಯುತ್ಸಾಹದಿಂದ*)

ಮನುಷ್ಯರು! ಡಿ -ಮೆನ್ - ಟಾರ್ಸ್. ನಾವು ಡಿಮೆಂಟಾರ್ಸ್‌ಗಳ ಬಗ್ಗೆ ಇರುವ ಪುಸ್ತಕವನ್ನು ಹುಡುಕಬೇಕು. (*ಅವಳು ಒಂದು ಪುಸ್ತಕದ ಶೆಲ್ಫ್ ಕಡೆ ಬರುತ್ತಾಳೆ ಹಾಗೂ ಅದು ಅವಳನ್ನು ನುಂಗಲು ಪ್ರಯತ್ನಿಸುತ್ತಿದೆ. ಅವಳಿಗೆ ಆಶ್ಚರ್ಯವಾಗುತ್ತಿದೆ.*) ಆಲ್ಬಸ್!

ಆಲ್ಬಸ್/ರಾನ್ ಪುಸ್ತಕದ ಶೆಲ್ಫ್ ಕಡೆ ಹೋಗುತ್ತಾರೆ. ಆದರೂ ಅವರು ಹೋಗುವಷ್ಟರಲ್ಲಿ ತುಂಬಾ ತಡವಾಗಿದೆ. ಆ ಪುಸ್ತಕ ಅವಳನ್ನು ಇಡಿಯಾಗಿ ನುಂಗಿ ಹಾಕಿದೆ.

ಆಲ್ಬಸ್/ರಾನ್

ಡೆಲ್ಫಿ! ಏನು ನಡೆಯುತ್ತಿದೆ?

ಸ್ಕಾರ್ಪಿಯಸ್/ಹ್ಯಾರಿ

ಗಮನವಿರಿಸಿ, ಆಲ್ಬಸ್. ಅವಳು ಹೇಳಿದ್ದನ್ನು ಮಾಡಿ. ಡೆಮೆಂಟರ್ಸ್ ಬಗ್ಗೆ ಒಂದು ಪುಸ್ತಕವನ್ನು ಹುಡುಕಿಕೊಳ್ಳಿ ಹಾಗೂ ತುಂಬಾ ಎಚ್ಚರಿಕೆಯಿಂದಿರಿ.

ಆಲ್ಬಸ್/ರಾನ್

ಇಲ್ಲಿದೆ. *ಡಾಮಿನೇಟಿಂಗ್ ಡೆಮೆಂಟರ್ಸ್: ಎ ಟ್ರೂ ಹಿಸ್ಟರಿ ಆಫ್ ಅಜ್ಕಬಾನ್.*

ಪುಸ್ತಕ ತೆರೆದುಕೊಳ್ಳುತ್ತದೆ ಹಾಗೂ ಅದು ಸ್ಕಾರ್ಪಿಯಸ್/ಹ್ಯಾರಿಯ ಕಡೆ ಅಪಾಯಕಾರಿಯಾಗಿ ಹಾರುತ್ತದೆ, ಅವರು ತಪ್ಪಿಸಿಕೊಳ್ಳುತ್ತಾರೆ. ಅವನು ಒಂದು ಪುಸ್ತಕದ ಶೆಲ್ಫ್ ಕಡೆ ಹೋಗಿ ಬೀಳುತ್ತಾನೆ ಹಾಗೂ ಅದು ಅವನನ್ನು ನುಂಗಲು ಪ್ರಯತ್ನಿಸುತ್ತದೆ.

ಪುಸ್ತಕ

ನಾನೊಂದು ಪಂಜದರದಲ್ಲಿ ಹುಟ್ಟಿದೆ
ಆದರೆ ಅದನ್ನು ಕೋಪದಿಂದ ಕುಟ್ಟಿದೆ
ನನ್ನೊಳಗಿನ ಸಣಕಲ
ನನಗೆ ನೀಡಿದ ಪ್ರತಿಫಲ
ಈಗ ನನಗೆ ಬಂದಿದೆ ಬಲ

ಆಲ್ಬಸ್/ರಾನ್

ವಾಲ್ಡೆರ್‌ಮಾರ್ಟ್.

ಡೆಲ್ಫಿ ತಾನಾಗಿಯೇ ತನ್ನ ರೂಪದಲ್ಲಿ ಪುಸ್ತಕಗಳಿಂದ ಹೊರ ಬರುತ್ತಾಳೆ.

ಡೆಲ್ಫಿ

ವೇಗವಾಗಿ ಕೆಲಸ ಮಾಡು!

ಅವಳು ಕೂಗುತ್ತ ಹಿಂದಕ್ಕೆ ಎಳೆದುಕೊಂಡಿದ್ದಾಳೆ.

ಆಲ್ಬಸ್/ರಾನ್

ಡೆಲ್ಫಿ! ಡೆಲ್ಫಿ!

ಅವನು ಅವಳ ಕೈಯನ್ನು ಎಳೆಯಲು ಪ್ರಯತ್ನಿಸಿದರೂ ಅವಳು ಆಗಲೇ ಹೋಗಿದ್ದಾಳೆ.

ಸ್ಕಾರ್ಪಿಯಸ್/ಹ್ಯಾರಿ

ಅವಳು ಮತ್ತೆ ಅವಳೇ ಆಗಿದ್ದಾಳೆ - ನೀನು ನೋಡಿದೆಯಾ?

ಆಲ್ಬಸ್/ರಾನ್

ಇಲ್ಲ! ಏಕೆಂದರೆ ಅವಳನ್ನು ಯಾವುದಾದರೂ ಪುಸ್ತಕದ ಶೆಲ್ಫ್ ತಿಂದು ಹಾಕುತ್ತದೆಂದು ನನಗೆ ಚಿಂತೆಯಾಗುತ್ತಿತ್ತು! ಕಂಡುಹಿಡಿ. ಏನಾದರೂ. ಅವನ ಬಗ್ಗೆ ಏನನ್ನಾದರೂ.

ಅವನು ಒಂದು ಪುಸ್ತಕವನ್ನು ಕಂಡುಹಿಡಿಯುತ್ತಾನೆ.

ಡಾಕ್ಟರ್ ಹೈಯರ್ ಆಫ್ ಸ್ಲಿಥೆರಿನ್? ನಿನಗೆ ಅನಿಸುತ್ತಿದೆಯೇ?

ಅವನು ಶೆಲ್ಫಿನಿಂದ ಪುಸ್ತಕವನ್ನು ಎಳೆಯುತ್ತಾನೆ, ಅದು ವಾಪಸ್ಸು ಎಳೆಯುತ್ತದೆ. ಅವನು ಅದರ ಜೊತೆ ಹೋರಾಡಲು ತುಂಬಾ ಪ್ರಯತ್ನಿಸುತ್ತಿದ್ದಾನೆ, ಆದರೆ ಆಲ್ಬಸ್/ರಾನ್ ಇಬ್ಬರನ್ನೂ ಪುಸ್ತಕದ ಶೆಲ್ಫ್ ತಿಂದುಹಾಕಿದೆ.

ಸ್ಕಾರ್ಪಿಯಸ್/ಹ್ಯಾರಿ

ಆಲ್ಬಸ್? ಆಲ್ಬಸ್!!

ಸ್ಕಾರ್ಪಿಯಸ್/ಹ್ಯಾರಿ ಅವನ ಹತ್ತಿರ ಹೋಗುವ ಮೊದಲೇ, ಆಲ್ಬಸ್/ರಾನ್ ಹೋಗಿದ್ದಾರೆ. ಅವನು ಒಂದು ಕ್ಷಣ ಯೋಚಿಸುತ್ತಾನೆ, ಅವನಲ್ಲಿ ಅನುಮಾನವಿದೆ, ಹಾಗೂ ನಂತರ ಅವನಿಗೆ ಈಗ ತಾನು ತನ್ನ ಕೆಲಸ ಮಾಡಬೇಕೆಂದು ಅರಿವಾಗುತ್ತಿದೆ.

ಸರಿ. ಅದಲ್ಲ. ವಾಲ್ಡೆರ್‌ಮಾರ್ಟ್. ವಾಲ್ಡೆರ್‌ಮಾರ್ಟ್. ವಾಲ್ಡೆರ್‌ಮಾರ್ಟ್

ಅವನು ಶೆಲ್ಫುಗಳನ್ನು ನೋಡುತ್ತಿದ್ದಾನೆ.

ಮಾರ್ವೊಲೋ: ಡಾಕ್ಟರ್ ಟ್ರುಥ್, ಇದು ...

ಅವನು ಅದನ್ನು ತೆರೆಯುತ್ತಾನೆ. ಮತ್ತೆ ಅದು ಆ ಕಡೆ ತೂಗುತ್ತದೆ ಹಾಗೂ ಆಗ ಅಲ್ಲೊಂದು ಸೀಳು ಸೀಳಾದ ಬೆಳಕು ಕಾಣುತ್ತಿದೆ, ಹಾಗೂ ಮೊದಲು ಕೇಳಿದ್ದಕ್ಕಿಂತ ಒಂದು ಆಳವಾದ ಧ್ವನಿ ಕೇಳುತ್ತಿದೆ.

ಪುಸ್ತಕ

ನಾನು ನೀನು ನೋಡಿರದ ಸೃಷ್ಟಿ
ನಾನು ನೀನು. ನಾನು ನಾನು. ಕೇಳಿರದ ಪ್ರತಿಧ್ವನಿಯ ದೃಷ್ಟಿ
ಕೆಲವೊಮ್ಮೆ ಹಿಂದೆ, ಕೆಲವೊಮ್ಮೆ ಮುಂದೆ
ಆದರೆ ನಾವೆಲ್ಲರೂ ಎಂದಿಗೂ ಒಟ್ಟಿಗೇ ಎಂದಂದೆ.

ಆಲ್ಬಸ್ ಪುಸ್ತಕಗಳಿಂದ ಹೊರಗೆ ಬರುತ್ತಾನೆ. ಅವನು ಈಗ ತಾನಾಗಿದ್ದಾನೆ.

ಸ್ಕಾರ್ಪಿಯಸ್/ಹ್ಯಾರಿ

ಆಲ್ಬಸ್...

ಅವನು ಅವನನ್ನು ಹಿಡಿದುಕೊಳ್ಳಲು ಪ್ರಯತ್ನಿಸುತ್ತಾನೆ. ಆದರೆ ಬುಕ್ ಶೆಲ್ಫ್ ತುಂಬಾ ಬಲವಾಗಿದೆ.

ಆಲ್ಬಸ್

ಇಲ್ಲ. ಕೇವಲ - ಚಿಂತಿಸು.

ಆಲ್ಬಸ್ ಅನ್ನು ಮತ್ತೆ ಪುಸ್ತಕದ ಶೆಲ್ಫ್ ಒಳಗಡೆ ಎಳೆದುಕೊಳ್ಳಲಾಗಿದೆ.

ಸ್ಕಾರ್ಪಿಯಸ್/ಹ್ಯಾರಿ

ಆದರೆ ನನಗೆ ಸಾಧ್ಯವಿಲ್ಲ... ಒಂದು ಕಣ್ಣಿಗೆ ಕಾಣದ ಪ್ರತಿಧ್ವನಿ, ಹಾಗೆಂದರೇನು? ನನಗೆ ಕೇವಲ ಚಿಂತಿಸಲು ಮಾತ್ರ ಬರುತ್ತದೆ ಹಾಗೂ ನಾನು ಚಿಂತಿಸಬೇಕೆಂದಲ್ಲಿ - ನನಗೆ ಅದು ಸಾಧ್ಯವಾಗುತ್ತಿಲ್ಲ.

ಪುಸ್ತಕಗಳು ಅವನನ್ನು ಒಳಕ್ಕೆ ಎಳೆದುಕೊಳ್ಳುತ್ತಿವೆ; ಅವನಿಗೆ ಶಕ್ತಿಯಿಲ್ಲ. ಇದು ಹೆದರಿಕೆ ಹುಟ್ಟಿಸುವಂತಿದೆ.

ಅಲ್ಲಿ ಮೌನವಿದೆ. ಮೂರೂ ಜನರನ್ನು ನುಂಗಲಾಗಿದೆ.

ಅಲ್ಲೇನೂ ಇಲ್ಲ.

ನಂತರ ದೊಡ್ಡ ಶಬ್ದ - ಪುಸ್ತಕದ ಶೆಲ್ಫಿನಿಂದ ತುಂಬಾ ಪುಸ್ತಕಗಳು ಬೀಳುತ್ತಿವೆ - ಹಾಗೂ ಸ್ಕಾರ್ಪಿಯಸ್ ಮತ್ತೆ ಬರುತ್ತಿದ್ದಾನೆ. ಅವನು ಪುಸ್ತಕಗಳನ್ನು ಪಕ್ಕಕ್ಕಿಡುತ್ತಾನೆ.

ಸ್ಕಾರ್ಪಿಯಸ್

ಇಲ್ಲ! ಹಾಗೆ ಮಾಡಬೇಡ! ಸೈಬಿಲ್ ಟ್ರೆಲಾವ್ನಿ. ಇಲ್ಲ!!!

ಅವನು ಸುತ್ತಲೂ ನೋಡುತ್ತಾನೆ, ಅವನು ಕುಸಿದು ಹೋಗಿದ್ದರೂ ಅವನಲ್ಲಿ ಇನ್ನೂ ಶಕ್ತಿಯಿದೆ.

ಇದೆಲ್ಲವೂ ತಪ್ಪು, ಆಲ್ಬಸ್? ನಿನಗೆ ನಾನು ಹೇಳುವುದು ಕೇಳುತ್ತಿದೆಯೇ? ಇದೆಲ್ಲವೂ ಬರೀ ಟೈಮ್-ಟರ್ನರ್. ಯೋಚಿಸು. ಯೋಚಿಸು ಸ್ಕಾರ್ಪಿಯಸ್. ಯೋಚಿಸು.

ಪುಸ್ತಕಗಳು ಅವನನ್ನು ಹಿಡಿದುಕೊಳ್ಳಲು ಪ್ರಯತ್ನಿಸಿದರೂ ಅವನು ತಪ್ಪಿಸಿಕೊಳ್ಳುತ್ತಾನೆ.

ಒಬ್ಬ ನಿರಂತರ ಸಂಗಾತಿ. ಕೆಲವೊಮ್ಮೆ ಹಿಂದೆ. ಕೆಲವೊಮ್ಮೆ ಮುಂದೆ. ನನಗೆ ಅದು ತಪ್ಪಿಹೋಗಿದೆ. ನೆರಳು, ನೀನೊಂದು ನೆರಳು. ಶಾಡೋ ಎಂಡ್ ಸ್ಪಿರಿಟ್ಸ್. ಅದು ...

ಅವನು ಪುಸ್ತಕದ ಶೆಲ್ಫ್ ಮೇಲೆ ಹತ್ತುತ್ತಾನೆ, ಅದು ಅವನ ಮೇಲೆ ಬರುತ್ತಿದ್ದು ಅದು ಭಯಾನಕವಾಗಿದೆ. ಪ್ರತೀ ಹೆಜ್ಜೆಯಲ್ಲೂ ಅದು ಅವನನ್ನು ಹಿಡಿದುಕೊಳ್ಳಲು ಪ್ರಯತ್ನಿಸುತ್ತಿದೆ.

ಅವನು ಶೆಲ್ಫಿನಿಂದ ಪುಸ್ತಕವನ್ನು ಎಳೆದುಕೊಳ್ಳುತ್ತಾನೆ. ಅದು ಹೊರಗೆ ಬರುತ್ತದೆ ಹಾಗೂ ಧ್ವನಿ ಹಾಗೂ ಗೊಂದಲಗಳು ಇದ್ದಕ್ಕಿದ್ದಂತೆ ನಿಲ್ಲುತ್ತವೆ.

ಅದು -

ಇದ್ದಕ್ಕಿದ್ದಂತೆ ಅಲ್ಲಿ ಏನೋ ಬಡಿಯುತ್ತದೆ ಹಾಗೂ ಆಲ್ಬಸ್ ಹಾಗೂ ಡೆಲ್ಫಿ ಶೆಲ್ಫಿನಿಂದ ಹೊರಗಡೆ ಬೀಳುತ್ತಾರೆ ಹಾಗೂ ನೆಲದ ಮೇಲೆ ಬಿದ್ದಿದ್ದಾರೆ.

ನಾವಿದನ್ನು ಸೋಲಿಸಿದ್ದೇವೆ! ನಾವು ಗ್ರಂಥಾಲಯವನ್ನು ಸೋಲಿಸಿದ್ದೇವೆ!

ಆಲ್ಬಸ್ ಕುತೂಹಲದಿಂದ ಡೆಲ್ಫಿಯನ್ನು ನೋಡಿದಾಗ ಅವಳು ವಿಜಯೋತ್ಸಾಹದಿಂದ ತನ್ನ ಕೈಗಳನ್ನು ಮೇಲಕ್ಕೆತ್ತುತ್ತಾಳೆ.

ಆಲ್ಬಸ್

ಡೆಲ್ಫಿ, ನೀನು...?

ಡೆಲ್ಫಿ

ವಾವ್. ಸವಾರಿ ಚೆನ್ನಾಗಿತ್ತು.

ಆಲ್ಬಸ್ ಸ್ಕಾರ್ಪಿಯಸ್ ತನ್ನ ಎದೆಗೆ ಆವಚಿಕೊಂಡು ಹಿಡಿದುಕೊಂಡಿರುವ ಪುಸ್ತಕವನ್ನು ನೋಡುತ್ತಾನೆ.

ಆಲ್ಬಸ್

ಅದು ...? ಸ್ಕಾರ್ಪಿಯಸ್? ಆ ಪುಸ್ತಕದ ಒಳಗೆ ಏನಿದೆ?

ಡೆಲ್ಫಿ

ನಾವದನ್ನು ನೋಡಬೇಕು ಅಲ್ಲವೇ?

ಸ್ಕಾರ್ಪಿಯಸ್ ಪುಸ್ತಕವನ್ನು ತೆಗೆಯುತ್ತಾನೆ. ಅದರ ಮಧ್ಯದಲ್ಲಿ - ಒಂದು ತಿರುಗುತ್ತಿರುವ ಟೈಮ್-ಟರ್ನರ್ ಇದೆ.

ವಾವ್.

ಸ್ಕಾರ್ಪಿಯಸ್

ನಾವು ಟೈಮ್-ಟರ್ನರ್ ಅನ್ನು ಹುಡುಕಿದ್ದೇವೆ - ನಾವು ಇಷ್ಟು ದೂರ ಬರುತ್ತೇವೆಂದು ನಾನು ಯಾವತ್ತೂ ಅಂದುಕೊಂಡಿರಲಿಲ್ಲ.

ಆಲ್ಬಸ್

ಗೆಳೆಯ., ಈಗ ನಮಗೆ ಇದು ಸಿಕ್ಕಿದೆ. ಮುಂದಿನ ಹೆಜ್ಜೆಯೆಂದರೆ ಸೆಡ್ರಿಕ್‌ನನ್ನು ಉಳಿಸುವುದಾಗಿದೆ. ನಮ್ಮ ಪ್ರಯಾಣ ಈಗ ತಾನೇ ಮುಗಿದಿದೆ.

ಸ್ಕಾರ್ಪಿಯಸ್

ಈಗ ತಾನೇ ಮುಗಿದಿದೆ ಹಾಗೂ ಇದು ಈಗಾಗಲೇ ನಮ್ಮನ್ನು ಅರ್ಧ ಕೊಂದಿದೆ. ಒಳ್ಳೆಯದು. ಇದು ಚೆನ್ನಾಗಿರುತ್ತದೆ.

ಪಿಸುಮಾತುಗಳು ಅಬ್ಬರವಾಗುತ್ತಿವೆ. ಹಾಗೂ ನಾವು ಕಪ್ಪಿಗೆ ಕಟ್ ಮಾಡುತ್ತೇವೆ.

ಮಧ್ಯಂತರ

ಭಾಗ ಒಂದು

ಆಕ್ಟ್ ಎರಡು

ಆಕ್ಟ್ ಎರಡು ದೃಶ್ಯ ಒಂದು

ಕನಸು, ಪ್ರಿವೆಟ್ ಡ್ರೈವ್, ಮೆಟ್ಟಿಲಿಗಳ ಕೆಳಗಿನ ಕಪಾಟು

ಯುವ ಹ್ಯಾರಿ, ಮೆಟ್ಟಿಲುಗಳ ಕೆಳಗಿನ ಕಪಾಟಿನಲ್ಲಿ ನಿದ್ದೆ ಹೋಗಿದ್ದಾನೆ, ಅವನಿಗೆ ದುಸ್ವಪ್ನ ಬೀಳುತ್ತಿದೆ. ಅವನಿಗೆ ತನ್ನ ಸುತ್ತಲೂ ತಾವುದೋ ಕೆಟ್ಟ ಶಕ್ತಿ ಇರುವಂತೆ ಅನಿಸುತ್ತಿದೆ ಹಾಗೂ ಅವನು ಹೊರಳಾಡುತ್ತಿದ್ದಾನೆ.

ಆಂಟ್ ಪೆಟ್ಯೂನಿಯಾ (ಆಫಸ್ಟೇಜ್)

ಹ್ಯಾರಿ, ಹ್ಯಾರಿ, ಮಡಿಕೆಗಳು ಸ್ವಚ್ಛವಾಗಿಲ್ಲ. ಈ ಮಡಿಕೆಗಳು ಅವಮಾನಕರವಾಗಿವೆ. ಹ್ಯಾರಿ ಪಾಟರ್. ಎದ್ದೇಳು.

ಯುವ ಹ್ಯಾರಿ ಎದ್ದಾಗ ಆಂಟ್ ಪೆಟ್ಯೂನಿಯಾ ಅವನ ಎದುರಿಗೆ ನಿಂತಿದ್ದಾಳೆ.

ಯುವ ಹ್ಯಾರಿ

ಆಂಟ್ ಪೆಟ್ಯೂನಿಯಾ, ಎಷ್ಟು ಗಂಟೆಯಾಗಿದೆ?

ಆಂಟ್ ಪೆಟ್ಯೂನಿಯಾ

ಸಾಕಷ್ಟು ಸಮಯವಾಗಿದೆ. ನಾವು ನಿನ್ನನ್ನು ಒಳಕ್ಕೆ ತೆಗೆದುಕೊಳ್ಳಲು ಒಪ್ಪಿದಾಗ, ನಾವು ನಿನ್ನನ್ನು ಸುಧಾರಿಸಬಹುದೆಂದು- ನಿನ್ನನ್ನು ನಿರ್ಮಿಸಿಸಬಹುದೆಂದು - ಆಶಿಸಿದ್ದೆವು ಹಾಗೂ ನಿನ್ನನ್ನು ಒಬ್ಬ ಸನ್ನಡತೆಯ ಮಾನವನನ್ನಾಗಿ ಮಾಡಬಹುದೆಂದು ಅಂದುಕೊಂಡಿದ್ದೆವು. ಆದರೆ ನೀನು ಹೀಗಾಗಿದ್ದನ್ನು ನೋಡಿದರೆ ನಮಗೆ ನಾವೇ ಬೈದುಕೊಳ್ಳಬೇಕೆಂದು ಅನಿಸುತ್ತಿದೆ - ನೀನು ತುಂಬಾ ನಿರಾಶಾಜನಕವಾಗಿದ್ದೀಯಾ.

ಯುವ ಹ್ಯಾರಿ

ನಾನು ಪ್ರಯತ್ನಿಸುತ್ತಿದ್ದೇನೆ-

ಆಂಟ್ ಪೆಟ್ಯೂನಿಯಾ

ಪ್ರಯತ್ನಿಸುವುದು ಯಶಸ್ವಿಯಾಗುವುದಲ್ಲ, ಅಲ್ಲವೇ? ಇವುಗಳು ಗಾಜಿನ ಮೇಲೆ ಮಸಿಯ ಕಲೆಗಳಾಗಿವೆ. ಮಡಿಕೆಗಳ ಮೇಲೆ ಉಜ್ಜಿದ ಗುರುತುಗಳಿವೆ. ಈಗ ಎದ್ದು ಅಡುಗೆ ಮನೆಗೆ ಹೋಗು ಹಾಗೂ ತಿಕ್ಕುವುದನ್ನು ಮುಂದುವರಿಸು.

ಅವನು ಮಂಚದಿಂದ ಮೇಲಕ್ಕೇಳುತ್ತಾನೆ. ಅವನ ಚಡ್ಡಿಯ ಹಿಂದೆ ಒಂದು ಒದ್ದೆ ಕಲೆಯಿದೆ.

ಅಯ್ಯಯ್ಯೋ... ನೀನೇನು ಮಾಡಿದ್ದೀಯಾ? ಮತ್ತೆ ಹಾಸಿಗೆ ಒದ್ದೆ ಮಾಡಿದ್ದೀಯಾ.

ಅವಳು ಕವರ್‌ನ ಹಿಂಬದಿಯನ್ನು ಎಳೆಯುತ್ತಾಳೆ.

ಇದನ್ನು ಒಪ್ಪಿಕೊಳ್ಳಲು ಸಾಧ್ಯವೇ ಇಲ್ಲ.

ಯುವ ಹ್ಯಾರಿ

ಕ್ಷಮಿಸಿ... ನನಗೆ ಕೆಟ್ಟ ಕನಸು ಬೀಳುತ್ತಿತ್ತೆಂದು ಅನಿಸುತ್ತಿದೆ.

ಆಂಟ್ ಪೆಟ್ಯೂನಿಯಾ

ನಿನ್ನನ್ನು ನೋಡಿದರೆ ಅಸಹ್ಯವಾಗುತ್ತದೆ. ಕೇವಲ ಪ್ರಾಣಿಗಳು ಮಾತ್ರ ತಮ್ಮನ್ನು ತಾವು ಒದ್ದೆ ಮಾಡಿಕೊಳ್ಳುತ್ತವೆ. ಪ್ರಾಣಿಗಳು ಹಾಗೂ ಕೊಳಕು ಚಿಕ್ಕ ಹುಡುಗರು.

ಯುವ ಹ್ಯಾರಿ

ಅದು ನನ್ನ ಅಪ್ಪ ಅಮ್ಮನ ಬಗೆಗಾಗಿತ್ತು. ನಾನು ಅವರನ್ನು ನೋಡಿದೆ ಎಂದು ಅನಿಸುತ್ತಿತ್ತು - ನಾನು ಅವರು - ಸಾಯುವುದನ್ನು ನೋಡಿದೆ ಎಂದು ಅನಿಸುತ್ತಿತ್ತು?

ಆಂಟ್ ಪೆಟ್ಯೂನಿಯಾ

ನನಗೆ ಅದರಲ್ಲಿ ಸ್ವಲ್ಪವಾದರೂ ಆಸಕ್ತಿ ಏಕಿರುತ್ತದೆ?

ಯುವ ಹ್ಯಾರಿ

ಅಲ್ಲೊಬ್ಬ ಮನುಷ್ಯ ಅಡ್ಕವಾ ಅಡ್-ಏನೋ ಅಬಾಕಬರಾ -ಅಡ್ - ಎಂದು ಏನೋ ಹೇಳುತ್ತಿದ್ದ - ಹಾಗೂ ಹಾವು ಭುಸ್ಸೆನ್ನುವ ಶಬ್ದ ಬರುತ್ತಿತ್ತು. ನನ್ನ ಅಮ್ಮ ಕೂಗುವುದು ನನಗೆ ಕೇಳುತ್ತಿತ್ತು.

ಆಂಟ್ ಪೆಟ್ಯೂನಿಯಾ ತನ್ನನ್ನು ತಾನು ಸರಿ ಮಾಡಿಕೊಳ್ಳಲು ಒಂದು ಕ್ಷಣ ತೆಗೆದುಕೊಳ್ಳುತ್ತಾಳೆ.

ಆಂಟ್ ಪೆಟ್ಯೂನಿಯಾ

ನೀನು ನಿಜವಾಗಿಯೂ ಅವರ ಸಾವನ್ನು ಅನುಭವಿಸುತ್ತಿದ್ದಲ್ಲಿ, ನೀನು ಬರೀ ಬ್ರೇಕ್ ಹಾಕುವ ಶಬ್ದ ಮತ್ತು ಒಂದು ಭಯಾನಕವಾದ ಡಿಕ್ಕಿಯ ಶಬ್ದವನ್ನು ಕೇಳುತ್ತಿದ್ದೆ. ನಿನ್ನ ತಂದೆತಾಯಿ ಒಂದು ಕಾರ್ ಅಕ್ಸಿಡೆಂಟ್‌ನಲ್ಲಿ ಸತ್ತು ಹೋದರು. ನಿನಗೆ ಅದು ಗೊತ್ತು. ನಿನ್ನ ಅಮ್ಮನಿಗೆ ಕೂಗಲೂ ಸಮಯವಿತ್ತೆಂದು ನನಗೆ ಅನಿಸುವುದಿಲ್ಲ. ಅದಕ್ಕಿಂತ ಹೆಚ್ಚಿನ ವಿವರಗಳು ನಿನಗೆ ಬೇಕು ಎಂದೂ ನನಗೆ ಅನಿಸುವುದಿಲ್ಲ. ಈಗ ಆ ಹಾಳೆಗಳನ್ನು ಹರಿದು ಹಾಕು. ಅಡುಗೆ ಮನೆಗೆ ಹೋಗು. ನಾನು ನಿನಗೆ ಮತ್ತೆ ಹೇಳಬೇಕೆಂದಿಲ್ಲ.

ಅವಳು ಜೋರಾಗಿ ಶಬ್ದ ಮಾಡಿ ಹೋಗುತ್ತಾಳೆ.

ಯುವ ಹ್ಯಾರಿ ಹಾಳೆಗಳನ್ನು ಹಿಡಿದುಕೊಂಡು ನಿಂತಿದ್ದಾನೆ.

ಕನಸು ಸಂಪೂರ್ಣವಾಗಿ ಬೇರೆಯಾಗುತ್ತಿದೆ ಹಾಗೂ ವೇದಿಕೆ ನಿಯಂತ್ರಿಸಲ್ಪಡುತ್ತಿದೆ ಹಾಗೂ ಮರಗಳು ಮೇಲಕ್ಕೇಳುತ್ತಿವೆ.

ಇದ್ದಕ್ಕಿದ್ದಂತೆ ಮರಗಳ ಒಳಗಿನಿಂದ ಆಲ್ಬಸ್ ಕಾಣಿಸಿಕೊಳ್ಳುತ್ತಾನೆ ಹಾಗೂ ಅವನು ಯುವ ಹ್ಯಾರಿಯನ್ನು ನೋಡುತ್ತಿದ್ದಾನೆ.

ಹಾಗೂ ನಂತರ ಅವನನ್ನು ಗಟ್ಟಿಯಾಗಿ ಎಳೆದುಕೊಳ್ಳಲಾಗುತ್ತಿದೆ.

ಅವನ ಕಿವಿಯಲ್ಲಿ ಪಾರ್ಸೆಲ್‌ಟಂಗ್ ಪಿಸುಮಾತುಗಳು ರಿಂಗಣಿಸುತ್ತಿವೆ.

ಅವನು ಬರುತ್ತಿದ್ದಾನೆ. ಅವನು ಬರುತ್ತಿದ್ದಾನೆ.

ಸರಿಯಾಗಿ ಗುರುತು ಹಿಡಿಯಬಹುದಾದ ಧ್ವನಿಯ ಶಬ್ದಗಳು. ವಾಲ್ಡೆರ್‌ಮಾರ್ಟ್‌ನ ಧ್ವನಿ...

ಹ್ಯಾಆಆಆಅರಿ ಪಾಆಆಆಟರ್...

ಆಕ್ಟ್ ಎರಡು ದೃಶ್ಯ ಎರಡು

ಹ್ಯಾರಿ ಹಾಗೂ ಜಿನ್ನಿ ಪಾಟರ್‌ಳ ಮನೆ, ಮೆಟ್ಟಿಲು

ಹ್ಯಾರಿ ಕತ್ತಲಲ್ಲಿ ಎದ್ದು ಕುಳಿತುಕೊಳ್ಳುತ್ತಾನೆ, ಆಳವಾಗಿ ಉಸಿರಾಡುತ್ತಿದ್ದಾನೆ. ಅವನ ಆಯಾಸ ಎದ್ದು ಕಾಣುತ್ತಿದೆ, ಅವನ ಹೆದರಿಕೆ ಸ್ಪಷ್ಟವಾಗಿದೆ.

ಹ್ಯಾರಿ

ಲ್ಯೂಮೋಸ್.

ಜಿನ್ನಿ ಬರುತ್ತಾಳೆ, ಅವಳಿಗೆ ಬೆಳಕನ್ನು ನೋಡಿ ಆಶ್ಚರ್ಯವಾಗಿದೆ.

ಜಿನ್ನಿ

ಸರಿ...?

ಹ್ಯಾರಿ

ನಾನು ನಿದ್ದೆ ಮಾಡುತ್ತಿದ್ದೆ.

ಜಿನ್ನಿ

ಹೌದು.

ಜಿನ್ನಿ

ಇಲ್ಲ. ಏನಾದರೂ - ಸುದ್ದಿಯಿದೆಯೇ? ಯಾವುದೇ ಗೂಬೆಗಳು ಅಥವಾ...?

ಜಿನ್ನಿ ಅವನನ್ನು ನೋಡುತ್ತಾಳೆ, ಅವಳಿಗೆ ಸುಸ್ತಾಗಿದೆ ಹಾಗೂ ಭಯವಾಗಿದೆ.

ಜಿನ್ನಿ

ಏನೂ ಇಲ್ಲ.

ಹ್ಯಾರಿ

ನಾನು ಕನಸು ಕಾಣುತ್ತಿದ್ದೆ - ನಾನು ಮೆಟ್ಟಿಲುಗಳ ಕೆಳಗಿದ್ದೆ ಹಾಗೂ ನಂತರ ನಾನು - ನಾನು ಅವನನ್ನು ಕೇಳಿದೆ - ವಾಲ್ಡೆರ್‌ಮಾರ್ಟ್ - ಇಷ್ಟು ಸ್ಪಷ್ಟವಾಗಿ.

ಜಿನ್ನಿ

ವಾಲ್ಡೆರ್‌ಮಾರ್ಟ್?

ಹ್ಯಾರಿ

ಹಾಗೂ ನಂತರ ನಾನು ನೋಡಿದೆ - ಆಲ್ಬಸ್. ಕೆಂಪಾಗಿ - ಅವನು ಡರ್ಮ್‌ಸ್ಟ್ರಾಂಗ್ ಬಟ್ಟೆಯನ್ನು ಧರಿಸಿದ್ದ.

ಜಿನ್ನಿ

ಡರ್ಮ್‌ಸ್ಟ್ರಾಂಗ್ ಬಟ್ಟೆಗಳು?

ಹ್ಯಾರಿ ಚಿಂತಿಸುತ್ತಿದ್ದಾನೆ

ಹ್ಯಾರಿ

ಜಿನ್ನಿ, ಅವನು ಎಲ್ಲಿದ್ದಾನೆಂದು ನನಗೆ ಗೊತ್ತೆಂದು ನನಗೆ ಅನಿಸುತ್ತಿದೆ...

ಆಕ್ಟ್ ಎರಡು ದೃಶ್ಯ ಮೂರು

ಹಾಗ್‌ವಾರ್ಟ್ಸ್, ಮುಖ್ಯೋಪಾಧ್ಯಾಯರ ಕಛೇರಿ

ಹ್ಯಾರಿ ಹಾಗೂ ಜಿನ್ನಿ ಪ್ರೊಫೆಸರ್ ಮ್ಯಾಕ್‌ಗೊನೋಗಾಲ್ ಅವರ ಕಛೇರಿಯಲ್ಲಿ ನಿಂತಿದ್ದಾರೆ

ಪ್ರೊಫೆಸರ್ ಮ್ಯಾಕ್‌ಗೊನೋಗಾಲ್

ಹಾಗೂ ನಿರ್ಬಂಧಿತ ಕಾಡು ಎಲ್ಲಿದೆ ಎಂದು ನಮಗೆ ಗೊತ್ತಿಲ್ಲ ಅಲ್ಲವೇ?

ಹ್ಯಾರಿ

ನಾನು ಅನೇಕ ವರ್ಷಗಳ ಕಾಲ ಇದರಂಥ ಕನಸನ್ನು ಹೊಂದಿರಲಿಲ್ಲ. ಆದರೆ ಆಲ್ಬಸ್ ಅಲ್ಲಿದ್ದ. ಅವನು ಅಲ್ಲಿದ್ದದ್ದು ನನಗೆ ಗೊತ್ತು.

ಜಿನ್ನಿ

ನಾವು ಆದಷ್ಟು ಬೇಗ ಹುಡುಕಲು ಪ್ರಾರಂಬಿಸಬೇಕು.

ಪ್ರೊಫೆಸರ್ ಮ್ಯಾಕ್‌ಗೊನೋಗಾಲ್

ನಾನು ನಿಮಗೆ ಪ್ರೊಫೆಸರ್ ಲಾಂಗ್‌ಬಾಟಮ್ ಅನ್ನು ಕೊಡಬಹುದು - ಅವರ ಸಸ್ಯಗಳ ಬಗೆಗಿನ ಜ್ಞಾನ ಉಪಯುಕ್ತವಾಗಬಹುದು - ಹಾಗೂ -

ಇದ್ದಕ್ಕಿದ್ದಂತೆ ಚಿಮ್ನಿಯಲ್ಲಿ ಒಂದು ಗಲಾಟೆಯಿದೆ. ಪ್ರೊಫೆಸರ್ ಮ್ಯಾಕ್‌ಗೊನೋಗಾಲ್ ಅದರ ಕಡೆ ನೋಡುತ್ತಾರೆ. ಅವರಿಗೆ ಚಿಂತೆಯಾಗುತ್ತಿದೆ. ನಂತರ ಹರ್ಮಿಯಾನ್ ಹೊರಗಡೆ ಬರುತ್ತಾನೆ.

ಹರ್ಮಿಯಾನ್

ಇದು ನಿಜವೇ? ನಾನು ಸಹಾಯ ಮಾಡಬಹುದೇ?

ಪ್ರೊಫೆಸರ್ ಮ್ಯಾಕ್‌ಗೊನೋಗಾಲ್

ಮಂತ್ರಿಗಳೇ - ಇದು ಅನಿರೀಕ್ಷಿತವಾಗಿದೆ ...

ಜಿನ್ನಿ

ಅದು ನನ್ನ ತಪ್ಪಾಗಿರಬಹುದು - ನಾನು ಅವರಿಗೆ ಡೈಲಿ ಪ್ರಾಫೆಟ್‌ನ ಒಂದು ತುರ್ತುಪರಿಸ್ಥಿತಿಯ ಆವೃತ್ತಿಯನ್ನು ತರಲು ಹೇಳಿದೆ. ನಾನು ಸ್ವಯಂಸೇವಕರಿಗಾಗಿ ಕೇಳಿದೆ.

ಪ್ರೊಫೆಸರ್ ಮ್ಯಾಕ್‌ಗೊನೋಗಾಲ್

ಸರಿ. ತುಂಬಾ ಸರಿಯಾಗಿದೆ. ನಾನು ನಿರೀಕ್ಷಿಸುತ್ತಿದ್ದೇನೆ ... ಅಲ್ಲಿ ಹಲವಾರಿರುತ್ತವೆ.

ರಾನ್ ಒಳಗಡೆ ಬರುತ್ತಾನೆ. ಅವನು ಹೊಗೆ ಮಸಿಯಿಂದ ಮುಚ್ಚಿ ಹೋಗಿದ್ದಾನೆ. ಅವನು ಒಂದು ಸಾಂಬಾರ್ ಕಲೆಯಿರುವ ಊಟದ ನ್ಯಾಪ್‌ಕಿನ್ ಧರಿಸಿದ್ದಾನೆ.

ರಾನ್

ನಾನು ಎಲ್ಲವನ್ನೂ ತಪ್ಪಿಸಿಕೊಂಡಿದ್ದೇನೆ - ನಾನು ಯಾವ ಫ್ಲೂಗೆ ಹೋಗಬೇಕೆಂದು ನನಗೆ ಅರ್ಥವಾಗಲಿಲ್ಲ. ನಾನು ಅದು ಹೇಗೋ ಅಡುಗೆ ಮನೆಯಲ್ಲಿ ಬಂದು ಸೇರಿಕೊಂಡೆ (ಹರ್ಮಿಯಾನ್ ತನ್ನಿಂದ ತಾನು ನ್ಯಾಪ್‌ಕಿನ್ ಎಳೆದುಕೊಂಡು ಅವನನ್ನೇ ನೋಡುತ್ತಿದ್ದಾಳೆ) ಏನು?

ಇದ್ದಕ್ಕಿದ್ದಂತೆ ಚಿಮ್ನಿಯಲ್ಲಿ ಇನ್ನೊಂದು ಶಬ್ದ ಕೇಳುತ್ತಿದೆ ಹಾಗೂ ಡ್ರಾಕೋ ಜೋರಾಗಿ ಹೊರಗೆ ಬಂದಿದ್ದಾನೆ, ಹಾಗೂ ಅವನು ಹೊಗೆಮಸಿ ಹಾಗೂ ಧೂಳಿನಿಂದ ಮುಚ್ಚಲ್ಪಟ್ಟಿದ್ದಾನೆ.

ಎಲ್ಲರೂ ಅವನನ್ನು ನೋಡುತ್ತಾರೆ. ಅವನು ನಿಂತು ಹೊಗೆಮಸಿಯನ್ನು ಕೊಡವಿಕೊಳ್ಳುತ್ತಾನೆ.

ಡ್ರಾಕೋ

ನಿಮ್ಮ ನೆಲದ ಬಗ್ಗೆ ಕ್ಷಮೆಯಿರಲಿ, ಮಿನೆವೆರಾ.

ಪ್ರೊಫೆಸರ್ ಮ್ಯಾಕ್‌ಗೊನೋಗಾಲ್

ಚಿಮಣಿಯನ್ನು ಇಟ್ಟುಕೊಂಡಿದ್ದು ನನ್ನ ತಪ್ಪೆಂದು ನನಗೆ ಅನಿಸುತ್ತದೆ.

ಹ್ಯಾರಿ

ನಿನ್ನನ್ನು ನೋಡಿ ನನಗೆ ಆಶ್ಚರ್ಯವಾಗಿದೆ, ಡ್ರಾಕೋ. ನೀನು ನನ್ನ ಕನಸನ್ನು ನಂಬಲಿಲ್ಲ ಎಂದು ನನಗೆ ಅನಿಸುತ್ತಿತ್ತು.

ಡ್ರಾಕೋ

ನಾನು ನಂಬುತ್ತಿಲ್ಲ. ಆದರೆ ನನಗೆ ನಿನ್ನ ಅದೃಷ್ಟದಲ್ಲಿ ನಂಬಿಕೆಯಿದೆ. ಹ್ಯಾರಿ ಪಾಟರ್ ಇದ್ದಲ್ಲಿ ಯಾವಾಗಲೂ ಏನಾದರೂ ಆಗುತ್ತಿರುತ್ತದೆ. ಹಾಗೂ ನನಗೆ ನನ್ನ ಮಗ ಸುರಕ್ಷಿತವಾಗಿ ಬೇಕು.

ಜಿನ್ನಿ

ಹಾಗೂ ನಂತರ ನಿರ್ಬಂಧಿತ ಕಾಡಿಗೆ ಹೋಗಿ ಹಾಗೂ ಅವರಿಬ್ಬರನ್ನೂ ಹುಡುಕಿ.

ಆಕ್ಟ್ ಎರಡು ದೃಶ್ಯ ನಾಲ್ಕು

ನಿರ್ಬಂಧಿತ ಕಾಡಿನ ತುದಿ

ಆಲ್ಬಸ್ ಹಾಗೂ ಡೆಲ್ಫಿ ಒಬ್ಬರನ್ನೊಬ್ಬರು ನೋಡುತ್ತಿದ್ದಾರೆ.

ಆಲ್ಬಸ್

ಎಕ್ಸ್ ಪೆಲಿಯಾರ್ಮಸ್!

ಡೆಲ್ಫಿಯ ಮಂತ್ರದಂಡ ಗಾಳಿಯಲ್ಲಿ ಹಾರುತ್ತಿದೆ.

ಡೆಲ್ಫಿ

ನಿನಗೀಗ ಅದು ಅರ್ಥವಾಗುತ್ತಿದೆ. ನೀನು ಇದನ್ನು ಚೆನ್ನಾಗಿ ಮಾಡುತ್ತಿದ್ದೀಯೆ.

ಅವಳು ತನ್ನ ಮಂತ್ರದಂಡವನ್ನು ಅವನಿಂದ ವಾಪಸ್ಸು ತೆಗೆದುಕೊಳ್ಳುತ್ತಾಳೆ.

ಭಾರೀ ಧ್ವನಿಯಲ್ಲಿ.

'ನೀನು ಒಬ್ಬ ಯುವಕನನ್ನು ನಿರಾಯುಧಗೊಳಿಸುತ್ತಿದ್ದೀಯಾ.'

ಆಲ್ಬಸ್

ಎಕ್ಸ್ ಪೆಲಿಯಾರ್ಮಸ್!

ಅವಳ ಮಂತ್ರದಂಡ ಮತ್ತೆ ಹಾರುತ್ತಿದೆ.

ಡೆಲ್ಫಿ

ಇಲ್ಲೊಬ್ಬ ವಿಜೇತನಿದ್ದಾನೆ.

ಇಬ್ಬರೂ ಒಬ್ಬರಿಗೊಬ್ಬರು ಹೈ-ಫೈ ಕೊಡುತ್ತಿದ್ದಾರೆ.

ಆಲ್ಬಸ್

ನಾನು ಯಾವತ್ತೂ ಮಂತ್ರಗಳಲ್ಲಿ ಚೆನ್ನಾಗಿರಲಿಲ್ಲ.

ಸ್ಕಾರ್ಪಿಯಸ್ ವೇದಿಕೆಯ ಹಿಂಭಾಗದಲ್ಲಿ ಕಾಣಿಸಿಕೊಳ್ಳುತ್ತಾನೆ. ಅವನು ತನ್ನ ಸ್ನೇಹಿತನು ಒಬ್ಬಳು ಹುಡುಗಿಯ ಜೊತೆ

ಮಾತಾಡುತ್ತಿದ್ದಿದ್ದನ್ನು ನೋಡುತ್ತಾನೆ - ಅವನಿಗೆ ಒಂದು ಮೂಲೆಯಲ್ಲಿ ಅದು ಇಷ್ಟವಾಗುತ್ತಿದೆ ಹಾಗೂ ಇನ್ನೊಂದು ಕಡೆ ಅದು ಇಷ್ಟವಾಗುತ್ತಿಲ್ಲ.

ಡೆಲ್ಫಿ

ನಾನು ಕೆಟ್ಟದಾಗಿದ್ದೆ - ಹಾಗೂ ನಂತರ ಏನೋ ಹೊಳೆಯಿತು. ನಿನಗೂ ಹಾಗೇ ಆಗುತ್ತದೆ. ನಾನೇನು ಅದ್ಭುತವಾದ ಮಾಟಗಾತಿಯಲ್ಲ. ಆದರೆ ನೀನು ಅದ್ಭುತವಾದ ಮಾಟಗಾತಿಯಾಗುತ್ತಿದ್ದೀಯೆ ಎಂದು ನನಗೆ ಅನಿಸುತ್ತಿದೆ, ಆಲ್ಬಸ್ ಪಾಟರ್.

ಆಲ್ಬಸ್

ಹಾಗಿದ್ದಲ್ಲಿ ನೀನು ಇದನ್ನು ಬಿಡಬಾರದು - ನನಗೆ ಇನ್ನೂ ಹೆಚ್ಚನ್ನು ಕಲಿಸು -

ಡೆಲ್ಫಿ

ಖಂಡಿತವಾಗಿಯೂ ನಾನಿಲ್ಲೇ ಇರುತ್ತೇನೆ, ನಾವು ಸ್ನೇಹಿತರಲ್ಲವೇ?

ಆಲ್ಬಸ್

ಹೌದು. ಹೌದು. ಖಂಡಿತವಾಗಿಯೂ ಸ್ನೇಹಿತರು. ಖಂಡಿತವಾಗಿಯೂ.

ಡೆಲ್ಫಿ

ಅದ್ಭುತ. ವಿಜ್ಜೋ!

ಸ್ಕಾರ್ಪಿಯಸ್

ವಿಜ್ಜೋ ಎಂದರೆ?

ಸ್ಕಾರ್ಪಿಯಸ್ ಗಟ್ಟಿಯಾಗಿ ಮುಂದಕ್ಕೆ ಹೆಜ್ಜೆ ಹಾಕುತ್ತಾನೆ.

ಆಲ್ಬಸ್

ಆ ಮಂತ್ರವನ್ನು ತಿಳಿದುಕೊಂಡೆ. ಅಂದರೆ, ಇದು ತುಂಬ ಮೂಲಭೂತವಾಗಿದೆ, ಆದರೆ ನಾನು - ಸರಿ, ನಾನು ಅದನ್ನು ತಿಳಿದುಕೊಂಡಿದ್ದೇನೆ.

ಸ್ಕಾರ್ಪಿಯಸ್ (*ಅತೀ ಸಂತೋಷದಿಂದ, ಸೇರಲು ಪ್ರಯತ್ನಿಸುತ್ತ*)

ಹಾಗೂ ನಾನು ಶಾಲೆಯನ್ನು ತಿಳಿದುಕೊಂಡಿದ್ದೇನೆ. ಕೇಳಿ. ಇದು ಕೆಲಸ ಮಾಡುತ್ತದೆಂದು ನಮಗೆ ಖಚಿತತೆಯಿದೆಯೇ ...

ಡೆಲ್ಫಿ

ಹೌದು!

ಆಲ್ಬಸ್

ಇದೊಂದು ಅದ್ಭುತವಾದ ಯೋಜನೆ. ಸೆಡ್ರಿಕ್ ಹತ್ಯೆಗೊಳಗಾದಂತೆ ನೋಡಿಕೊಳ್ಳಲು ಇರುವ ರಹಸ್ಯವೆಂದರೆ ಅವನು ಟ್ರಿವಿಜಾರ್ಡ್ ಪಂದ್ಯಾವಳಿಯನ್ನು ಗೆಲ್ಲುವುದನ್ನು ತಡೆಯುವುದಾಗಿದೆ. ಅವನು ಗೆಲ್ಲದಿದ್ದಲ್ಲಿ, ಅವನನ್ನು ಕೊಲ್ಲಲು ಸಾಧ್ಯವಿಲ್ಲ.

ಸ್ಕಾರ್ಪಿಯಸ್

ಹಾಗೂ ನನಗೆ ಅದು ಅರ್ಥವಾಗುತ್ತಿದೆ ಆದರೆ...

ಆಲ್ಬಸ್

ಹಾಗಾದರೆ ನಮ್ಮ ಮೊದಲನೇ ಕೆಲಸವೆಂದರೆ ನಾವು ಅವನ ಅವಕಾಶವನ್ನು ಸಾಧ್ಯವಾದಷ್ಟೂ ಹಾಳು ಮಾಡುವುದಾಗಿದೆ. ಮೊದಲ ಕೆಲಸವೆಂದರೆ ಒಂದು ಡ್ರಾಗನ್‌ನಿಂದ ಬಂಗಾರದ ಮೊಟ್ಟೆಯನ್ನು ಪಡೆಯುವುದಾಗಿದೆ - ಸೆಡ್ರಿಕ್ ಡ್ರಾಗನ್‌ನ ಗಮನವನ್ನು ಬೇರೆ ಕಡೆ ಹೇಗೆ ಸೆಳೆದ -

ಡೆಲ್ಫಿ ತನ್ನ ಕೈಯನ್ನು ಗಾಳಿಯಲ್ಲಿಟ್ಟುಕೊಳ್ಳುತ್ತಾಳೆ. ಆಲ್ಬಸ್ ನಗುತ್ತಾನೆ ಹಾಗೂ ಅವಳನ್ನು ತೋರಿಸುತ್ತಾನೆ. ಇವರಿಬ್ಬರೂ ನಿಜವಾಗಿಯೂ ಚೆನ್ನಾಗಿ ಹೊಂದಿಕೊಂಡಿದ್ದಾರೆ.

ಡಿಗಾರಿ.

ಡೆಲ್ಫಿ

- ಒಂದು ಕಲ್ಲನ್ನು ಒಂದು ನಾಯಿಯಾಗಿ ಮಾಡುವ ಮೂಲಕ

ಆಲ್ಬಸ್

- ಸರಿ, ಒಂದು ಚಿಕ್ಕ ಎಕ್ಸ್ ಪೆಲಿಯಾರ್ಮಸ್ ಆದಲ್ಲಿ ಅವನಿಗೆ ಅದನ್ನು ಮಾಡಲು ಸಾಧ್ಯವಿಲ್ಲ.

ಸ್ಕಾರ್ಪಿಯಸ್ ಡೆಲ್ಫಿ ಆಲ್ಬಸ್‌ನ ದ್ವಿ ಅಂಕವನ್ನು ಆನಂದಿಸುತ್ತಿದ್ದಾನೆ.

ಸ್ಕಾರ್ಪಿಯಸ್

ಸರಿ, ಎರಡು ಅಂಶಗಳು, ಮೊದಲ ಹಂತದಲ್ಲಿ ಡ್ರಾಗನ್ ಅವನನ್ನು ಕೊಲ್ಲುವುದಿಲ್ಲವೆಂದು ನಮಗೆ ಖಚಿತತೆಯಿದೆಯೇ?

ಡೆಲ್ಫಿ

ಅವನ ಜೊತೆ ಇದು ಯಾವತ್ತೂ ಎರಡು ಹಂತಗಳಲ್ಲವೇ? ಅದು ಖಂಡಿತವಾಗಿಯೂ ಕೊಲ್ಲುವುದಿಲ್ಲ. ಇದು ಹಾಗ್‌ವಾರ್ಟ್ಸ್. ಅವರು ಯಾವುದೇ ವಿಜೇತರಿಗೆ ಹಾನಿಯಾಗಲು ಬಿಡುವುದಿಲ್ಲ.

ಸ್ಕಾರ್ಪಿಯಸ್

ಸರಿ, ಎರಡನೆಯ ವಿಷಯ - ಹೆಚ್ಚು ಮಹತ್ತರವಾದ ವಿಷಯ - ನಾವು ನಂತರ ಮತ್ತೆ ಹಿಂದಕ್ಕೆ ಪ್ರಯಾಣಿಸಲು ಸಾಧ್ಯವಿದೆಯೇ ಎನ್ನುವ ಜ್ಞಾನದೊಡನೆ ನಾವು ವಾಪಸ್ಸು ಹೋಗುತ್ತಿದ್ದೇವೆ. ಅದು ರೋಮಾಂಚಕಾರಿಯಾಗಿದೆ. ಬಹುಶಃ ನಾವು ಕೇವಲ - ಒಂದು ತಾಸಿನಲ್ಲಿ ಮರಳಿ ಹೋಗಲು ಪ್ರಯತ್ನಿಸಬಹುದು, ಮೊದಲು, ಹಾಗೂ ನಂತರ ...

ಡೆಲ್ಫಿ

ಕ್ಷಮಿಸು, ಸ್ಕಾರ್ಪಿಯಸ್, ನಮ್ಮ ಬಳಿ ಸಮಯವಿಲ್ಲ. ಶಾಲೆಗೆ ಇಷ್ಟೊಂದು ಹತ್ತಿರದಲ್ಲಿ ಕಾಯುವುದು ಬಹಳ ಅಪಾಯಕಾರಿ - ಅವರು ನಿನ್ನನ್ನು ಹುಡುಕುತ್ತಿದ್ದಾರೆ ಎಂದು ನನಗೆ ಗೊತ್ತು ಹಾಗೂ ...

ಆಲ್ಬಸ್

ಅವಳು ಹೇಳುವುದು ಸರಿ.

ಡೆಲ್ಫಿ

ಈಗ ನೀನು ಇದನ್ನು ಹಾಕಿಕೊಳ್ಳಬೇಕು -

ಅವಳು ಎರಡು ದೊಡ್ಡ ಕಾಗದದ ಚೀಲಗಳನ್ನು ತೆಗೆದುಕೊಳ್ಳುತ್ತಾಳೆ ಹುಡುಗರು ಅವುಗಳಿಂದ ಉಡುಗೆಗಳನ್ನು ತೆಗೆಯುತ್ತಾರೆ

ಆಲ್ಬಸ್

ಆದರೆ ಇವುಗಳು ನಮ್ಮ ಡರ್ಮ್‌ಸ್ಟ್ರಾಂಗ್ ಉಡುಗೆಗಳು

ಡೆಲ್ಫಿ

ನನ್ನ ಚಿಕ್ಕಪ್ಪನ ಆಲೋಚನೆ. ನೀವು ಹಾಗ್‌ವಾರ್ಟ್ಸ್ ಉಡುಗೆಗಳನ್ನು ಬಳಸುತ್ತಿದ್ದಲ್ಲಿ ಜನರಿಗೆ ನೀವು ಯಾರು ಎಂದು ತಿಳಿಯುವ ನಿರೀಕ್ಷೆ ಇರುತ್ತದೆ. ಆದರೆ ಟ್ರಿವಿಜಾರ್ಡ್ ಟೂರ್ನಮೆಂಟಿನಲ್ಲಿ ಸ್ಪರ್ಧಿಸುತ್ತಿರುವ ಇನ್ನೂ ಎರಡು ಶಾಲೆಗಳಿವೆ. ಹಾಗೂ ನೀವು ಡರ್ಮ್‌ಸ್ಟ್ರಾಂಗ್ ಉಡುಗೆಯನ್ನು ಹಾಕಿಕೊಂಡಿದ್ದರೆ ನೀವು ಹಿನ್ನಲೆಯಲ್ಲಿ ನಿಶಬ್ದವಾಗಿ ಕರಗಿ ಹೋಗಬಹುದು, ಅಲ್ಲವೇ?

ಆಲ್ಬಸ್

ಇದು ಒಳ್ಳೆಯ ಆಲೋಚನೆ! ಇರು.. ನಿನ್ನ ಉಡುಗೆಗಳು ಎಲ್ಲಿವೆ?

ಡೆಲ್ಫಿ

ಆಲ್ಬಸ್.. ನನಗೆ ಸಂತೋಷವಾಗುತ್ತಿದೆ. ಆದರೆ ನಾನು ಒಂದು ವಿದ್ಯಾರ್ಥಿ ಎಂದು ನಟಿಸಲು ನಾನು ಸಿದ್ಧಳಿಲ್ಲ. ಅಲ್ಲವೇ? ನಾನು ಹಿನ್ನಲೆಯಲ್ಲಿರುತ್ತೇನೆ ಹಾಗೂ ನಾನು ನಾನು ಒಬ್ಬ ಡ್ರಾಗನ್ ತರಬೇತುದಾರಳು ಎಂದು ನಟಿಸಬಹುದು. ಹೇಗಿದ್ದರೂ ನೀನು ಎಲ್ಲಾ ಮಂತ್ರಗಳನ್ನು ಮಾಡುತ್ತಿದ್ದೀಯಾ.

ಸ್ಕಾರ್ಪಿಯಸ್ ಅವಳನ್ನು ನೋಡುತ್ತಾನೆ ಹಾಗೂ ನಂತರ ಆಲ್ಬಸ್ ಅನ್ನು ನೋಡುತ್ತಾನೆ.

ಸ್ಕಾರ್ಪಿಯಸ್

ನೀನು ಬರಬಾರದು

ಡೆಲ್ಫಿ

ಏನು?

ಸ್ಕಾರ್ಪಿಯನ್

ನೀನು ಹೇಳುವುದು ಸರಿ ಮಂತ್ರಕ್ಕಾಗಿ ನಮಗೆ ನಿನ್ನ ಅವಶ್ಯಕತೆಯಿಲ್ಲ ಹಾಗೂ ನೀನು ವಿದ್ಯಾರ್ಥಿಯ ಉಡುಗೆಯನ್ನು ಉಟ್ಟುಕೊಳ್ಳಲು ಸಾಧ್ಯವಾಗದಿದ್ದಲ್ಲಿ ಅದು ಬಹಳ ದೊಡ್ಡ ಅಪಾಯವಾಗುತ್ತದೆ.. ಕ್ಷಮಿಸು ಅಲ್ಲಿ ನೀನು ಬರಬಾರದು

ಡೆಲ್ಫಿ

ಆದರೆ ನಾನು ಬರಲೇಬೇಕು... ಅವನು ನನ್ನ ಸೋದರ ಸಂಬಂಧಿ - ಆಲ್ಬಸ್.

ಆಲ್ಬಸ್

ಅವನು ಹೇಳುವುದು ಸರಿ ಎಂದು ನನಗೆ ಅನಿಸುತ್ತಿದೆ ಕ್ಷಮಿಸು

ಡೆಲ್ಫಿ

ಏನು.

ಆಲ್ಬಸ್

ನಾವು ಇದನ್ನು ಹಾಳು ಮಾಡಿಕೊಳ್ಳಬಾರದು

ಡೆಲ್ಫಿ

ನಾನಿಲ್ಲದೆ ನಿಮಗೆ ಟೈಮ್ ಟರ್ನರ್ ಮೇಲೆ ಕೆಲಸ ಮಾಡಲು ಸಾಧ್ಯವಾಗುವುದಿಲ್ಲ

ಸ್ಕಾರ್ಪಿಯಸ್

ಟೈಮ್ ಟರ್ನರ್ ಅನ್ನು ಹೇಗೆ ಬಳಸುವುದು ಎಂದು ನೀನು ನಮಗೆ ಕಲಿಸಿದ್ದೀಯಾ..

ಡೆಲ್ಫಿಗೆ ನಿಜವಾಗಿಯೂ ಬೇಸರವಾಗಿದೆ.

ಡೆಲ್ಫಿ

ಇದನ್ನು ಮಾಡಲು ನಾನು ನಿಮಗೆ ಬಿಡುವುದಿಲ್ಲ.. ನಿಮ್ಮ ಚಿಕ್ಕಪ್ಪನಿಗೆ ನಮ್ಮನ್ನು ನಂಬುವಂತೆ ನೀನು ಹೇಳಿದ್ದೀಯಾ.. ಈಗ ನಿನ್ನ ಸರದಿ. ಈಗ ಶಾಲೆ ಮುಚ್ಚಿದೆ. ನಾವೀಗ ಇಲ್ಲಿಂದ ಹೋಗಬೇಕು.

ಡೆಲ್ಫಿ ಅವರಿಬ್ಬರನ್ನು ನೋಡುತ್ತಾಳೆ ಹಾಗೂ ಆಳವಾಗಿ ಉಸಿರೆಳೆದುಕೊಳ್ಳುತ್ತಾಳೆಅವಳು ತನಗೆ ತಾನೇ ತಲೆಯಾಡಿಸುತ್ತಾನೆ ಹಾಗೂ ನಗುತ್ತಿದ್ದಾಳೆ .

ಡೆಲ್ಫಿ

ಹಾಗಾದರೆ ಹೋಗಿ. ಆದರೆ - ಇಷ್ಟನ್ನು ಮಾತ್ರ ತಿಳಿದುಕೊಳ್ಳಿ ... ಇಂದು ನಿಮಗೆ ಕೆಲವೇ ಕೆಲವರಿಗೆ ಸಿಗುವ ಅವಕಾಶ ಸಿಗುತ್ತದೆ - ಇಂದು ನಿಮಗೆ ಇತಿಹಾಸವನ್ನು ಬದಲಾಯಿಸುವ ಅವಕಾಶವಿದೆ - ಇಂದು ನೀವು ಸಮಯವನ್ನೇ ಬದಲಾಯಿಸಬಹುದು. ಆದರೆ ಅದೆಲ್ಲಕ್ಕಿಂತ ಹೆಚ್ಚಾಗಿ ಇಂದು ನೀವು ಒಬ್ಬ ವಯಸ್ಸಾದ ವ್ಯಕ್ತಿಗೆ ಅವನ ಮಗನನ್ನು ಮರಳಿ ನೀಡುವ ಅವಕಾಶವನ್ನು ಹೊಂದಿದ್ದೀರಿ

ಅವಳು ನಗುತ್ತಾಳೆ. ಅವಳು ಆಲ್ಬಸ್ ಕಡೆಗೆ ಬಗ್ಗಿ ನಿಧಾನವಾಗಿ ಅವನ ಎರಡೂ ಕೆನ್ನೆಗಳ ಮೇಲೆ ಮುತ್ತಿಡುತ್ತಾಳೆ.

ಅವಳು ಕಾಡಿನಲ್ಲಿ ವಾಪಸ್ಸು ನಡೆದುಕೊಂಡು ಹೋಗುತ್ತಾಳೆ. ಆಲ್ಬಸ್ ಅದನ್ನು ನೋಡುತ್ತಿದ್ದಾನೆ

ಸ್ಕಾರ್ಪಿಯಸ್

ಅವಳು ನನಗೆ ಮುತ್ತು ಕೊಟ್ಟಳು. ನೀನು ಅದನ್ನು ನೋಡಿದೆಯಾ? (ಅವನು ತನ್ನ ಸ್ನೇಹಿತನನ್ನು ನೋಡುತ್ತಾನೆ) ನೀನು ಚೆನ್ನಾಗಿದ್ದೀಯಾ? ನೀನು ಸ್ವಲ್ಪ ಬಿಳಿಚಿಕೊಂಡಂತೆ ಕಾಣುತ್ತಿದ್ದೀಯಾ ಹಾಗೂ ಕೆಂಪಾಗಿದ್ದೀಯಾ? ನೀನು ಒಂದೇ ಸಮಯದಲ್ಲಿ ಬಿಳಿಚಿಕೊಂಡಂತೆ ಹಾಗೂ ಕೆಂಪಾದಂತೆ ಕಾಣುತ್ತಿದ್ದೀಯಾ.

ಆಲ್ಬಸ್

ಇದನ್ನು ಮಾಡೋಣ.

ಆಕ್ಟ್ ಎರಡು ದೃಶ್ಯ ಐದು

ನಿರ್ಬಂಧಿತ ಅರಣ್ಯ

ಕಾಡು ದೊಡ್ಡದಾಗಿ ದಟ್ಟವಾಗಿರುವಂತೆ ತೋರುತ್ತದೆ ಹಾಗೂ ಮರಗಳ ಮಧ್ಯದಲ್ಲಿ ಜನರು ಹುಡುಕುತ್ತಿದ್ದಾರೆ. ಅವರು ಕಳೆದುಹೋಗಿರುವ ಮಾಂತ್ರಿಕರಿಗಾಗಿ ಹುಡುಕುತ್ತಿದ್ದಾರೆ. ಆದರೆ ನಿಧಾನವಾಗಿ ಎಲ್ಲ ಜನರು ಕರಗಿ ಹೋಗುತ್ತಿದ್ದಾರೆ ಹಾಗೂ ಹ್ಯಾರಿ ಒಬ್ಬನೇ ಉಳಿದುಕೊಂಡಿದ್ದಾನೆ.

ಅವನಿಗೆ ಏನೋ ಕೇಳುತ್ತದೆ. ಅವನು ತನ್ನ ಬಲಕ್ಕೆ ತಿರುಗುತ್ತಾನೆ.

ಹ್ಯಾರಿ

ಅಲ್ಬಸ್? ಸ್ಕಾರ್ಪಿಯಸ್? ಆಲ್ಬಸ್?

ನಂತರ ಅವನಿಗೆ ಖುರಪುಟಗಳ ಶಬ್ದ ಕೇಳುತ್ತದೆ. ಹ್ಯಾರಿಗೆ ಗಾಬರಿಯಾಗುತ್ತದೆ. ಅವನು ಶಬ್ದ ಎಲ್ಲಿಂದ ಬರುತ್ತಿದೆ ಎಂದು ಸುತ್ತಲೂ ನೋಡುತ್ತಿದ್ದಾನೆ.

ಆಗ ಬೇನ್ ಬೆಳಕಿಗೆ ಬರುತ್ತಾನೆ. ಅವನು ಒಬ್ಬ ಅದ್ಭುತವಾದ ನರಾಶ್ವವಾಗಿದ್ದಾನೆ

ಬೇನ್

ಹ್ಯಾರಿಪಾಟರ್.

ಹ್ಯಾರಿ

ಒಳ್ಳೆಯದು. ನಿನಗೆ ಈಗಲೂ ನನ್ನ ಪರಿಚಯವಿದೆ.

ಬೇನ್

ನಿನಗೆ ವಯಸ್ಸಾಗಿದೆ.

ಹ್ಯಾರಿ

ಹೌದು.

ಬೇನ್

ಆದರೆ ಬುದ್ಧಿವಂತನಾಗಿಲ್ಲ. ಏಕೆಂದರೆ ನೀನು ನಮ್ಮ ಭೂಮಿಯ ಮೇಲೆ ಅತಿಕ್ರಮಣ ಮಾಡಿದ್ದೀಯಾ.

ಹ್ಯಾರಿ

ನಾನು ಯಾವತ್ತೂ ಅಶ್ವ ಮಾನವರನ್ನು ಗೌರವಿಸುತ್ತೇನೆ. ನಾವು ಶತ್ರುಗಳಲ್ಲ ನಾವು ಹಾಗ್‌ವಾರ್ಟ್ಸ್ ಗಳ ಯುದ್ಧದಲ್ಲಿ ವೀರರಂತೆ ಹೋರಾಡಿದ್ದೇವೆ. ಹಾಗೂ ನಾನು ನಿನ್ನ ಬದಿಗೆ ಹೋರಾಡಿದ್ದೇನೆ.

ಬೇನ್

ನಾನು ನನ್ನ ಕೆಲಸ ಮಾಡಿದ್ದೇನೆ. ಆದರೆ ಅದು ನನ್ನವರಿಗಾಗಿ. ನನ್ನ ಗೌರವಕ್ಕಾಗಿ. ನಿನಗಾಗಿ ಅಲ್ಲ. ಆ ಯುದ್ಧದ ನಂತರ ಈ ಕಾಡನ್ನು ನರಾಶ್ವ ಮಾನವರ ಕಾಡು ಎಂದು ಘೋಷಿಸಲಾಯಿತು ಹಾಗೂ ನೀನು ಅನುಮತಿ ಇಲ್ಲದೆ ನಮ್ಮ ನೆಲದ ಮೇಲೆ ಬಂದಿದ್ದಲ್ಲಿ ನೀನು ನಮ್ಮ ಶತ್ರುವಾಗಿದ್ದೀಯೆ.

ಹ್ಯಾರಿ

ನನ್ನ ಮಗ ಕಾಣೆಯಾಗಿದ್ದಾನೆ. ಅವನನ್ನು ಕಂಡುಹಿಡಿಯಲು ನನಗೆ ನಿನ್ನ ಸಹಾಯ ಬೇಕು.

ಬೇನ್

ಅವನು ಇಲ್ಲಿದ್ದಾನೆಯೇ? ನಮ್ಮ ಕಾಡಿನಲ್ಲಿ?

ಹ್ಯಾರಿ

ಹೌದು.

ಬೇನ್

ಹಾಗಿದ್ದಲ್ಲಿ ಅವನು ನಿನ್ನಷ್ಟೇ ಮೂರ್ಖ.

ಹ್ಯಾರಿ

ನೀನು ನನಗೆ ಸಹಾಯ ಮಾಡಬಹುದೇ ಬೇನ್?

ಅಲ್ಲೊಂದು ವಿರಾಮವಿದೆ. ಬೇನ್ ಅಸಡ್ಡೆಯಿಂದ ಹ್ಯಾರಿಯನ್ನು ನೋಡುತ್ತಾನೆ.

ಬೇನ್

ನಾನು ನಿನಗೆ ನನಗೆ ತಿಳಿದಿರುವುದನ್ನು ಮಾತ್ರ ಹೇಳಬಹುದು. ಆದರೆ ನಾನು ಅದನ್ನು ನಿನ್ನ ಲಾಭಕ್ಕಲ್ಲದೆ ನನ್ನವರ ಲಾಭಕ್ಕೆ ಹೇಳುತ್ತಿದ್ದೇನೆ. ನರಾಶ್ವ ಮಾನವರಿಗೆ ಇನ್ನೊಂದು ಯುದ್ಧ ಬೇಕಿಲ್ಲ.

ಹ್ಯಾರಿ

ಅದು ನಮಗೂ ಬೇಕಿಲ್ಲ. ನಿನಗೇನು ತಿಳಿದಿದೆ?

ಬೇನ್

ನಾನು ನಿನ್ನ ಮಗನನ್ನು ನೋಡಿದ್ದೇನೆ. ಹ್ಯಾರಿ ಪಾಟರ್. ನಕ್ಷತ್ರಗಳ ಚಲನೆಯಲ್ಲಿ ಅವನನ್ನು ನೋಡಿದ್ದೇನೆ.

ಹ್ಯಾರಿ

ನೀನು ಅವನನ್ನು ನಕ್ಷತ್ರಗಳಲ್ಲಿ ನೋಡಿದ್ದಿಯಾ?

ಬೇನ್

ಅವನು ಎಲ್ಲಿದ್ದಾನೆ ಎಂದು ನಾನು ಹೇಳಲು ಸಾಧ್ಯವಿಲ್ಲ. ನೀನು ಅವನನ್ನು ಹೇಗೆ ಕಂಡುಹಿಡಿಯಬೇಕೆಂದು ನನಗೆ ಹೇಳಲು ಸಾಧ್ಯವಿಲ್ಲ.

ಹ್ಯಾರಿ

ಬೇನ್. ನೀನೇನಾದರೂ ನೋಡಿದ್ದೀಯಾ? ನಿನಗೆ ಏನಾದರೂ ಭಾಸವಾಗಿದೆಯೇ?

ಬೇನ್

ನಿನ್ನ ಮಗನ ಸುತ್ತಲೂ ಒಂದು ದಟ್ಟವಾದ ಮೋಡವಿದೆ. ಒಂದು ಅಪಾಯಕಾರಿಯಾದ ಕಪ್ಪು ಮೋಡ.

ಹ್ಯಾರಿ

ಆಲ್ಬಸ್‌ನ ಸುತ್ತಲೂ?

ಬೇನ್

ನಮಗೆಲ್ಲರಿಗೂ ಅಪಾಯ ತಂದೊಡ್ಡಬಹುದಾದ ಒಂದು ಕಪ್ಪು ಮೋಡ. ನೀನು ನಿನ್ನ ಮಗನನ್ನು ಮತ್ತೆ ನೋಡುತ್ತೀಯಾ ಹ್ಯಾರಿ ಪಾಟರ್. ಆದರೆ ನಂತರ ನೀನು ಅವನನ್ನು ಶಾಶ್ವತವಾಗಿ ಕಳೆದುಕೊಳ್ಳಬಹುದು.

ಅವನು ಕುದುರೆ ಹೋಗುತ್ತಿರುವಂತೆ ಶಬ್ದ ಮಾಡುತ್ತಾನೆ ನಂತರ ಅವನು ಇದ್ದಕ್ಕಿದ್ದಂತೆ ತಿರುಗಿ ಹೊರಟು ಹೋಗುತ್ತಾನೆ. ಹ್ಯಾರಿ ಗಾಬರಿಯಿಂದ ಅವನನ್ನು ನೋಡುತ್ತಿದ್ದಾನೆ.

ಹ್ಯಾರಿ ಮತ್ತೊಮ್ಮೆ ಹುಡುಕಲು ಪ್ರಾರಂಭಿಸಿದ್ದಾನೆ. ಅವನು ಈಗ ಇನ್ನೂ ಧೃಢ ನಿರ್ಧಾರದೊಂದಿಗೆ ಹುಡುಕುತ್ತಿದ್ದಾನೆ.

ಹ್ಯಾರಿ

ಆಲ್ಬಸ್! ಆಲ್ಬಸ್!

ಆಕ್ಟ್ ಎರಡು ದೃಶ್ಯ ಆರು

ನಿರ್ಬಂಧಿತ ಅರಣ್ಯದ ಅಂಚು

ಸ್ಕಾರ್ಪಿಯಸ್ ಹಾಗೂ ಆಲ್ಬಸ್ ಒಂದು ಮೂಲೆಗೆ ಬಂದಾಗ ಅವರಿಗೆ ಮರಗಳಲ್ಲಿ ಒಂದು ಅಂತರ ಕಾಣುತ್ತದೆ.

ಒಂದು ಕಣ್ಣಿಗೆ ಗೋಚರಿಸುವ ಅಂತರ. ಒಂದು ಅದ್ಭುತವಾದ ಬೆಳಕು.

ಸ್ಕಾರ್ಪಿಯಸ್

ಇದು ಅಲ್ಲಿದೆ...

ಅಲ್ಬಸ್ ಅದನ್ನು ನೋಡಿ ಅದನ್ನು ಅನುಭವಿಸುತ್ತಿದ್ದಾನೆ.

ಆಲ್ಬಸ್

ಹಾಗ್‌ವಾರ್ಟ್ಸ್‌ಗಳು. ಈ ನೋಟವನ್ನು ಮೊದಲು ಎಂದೂ ನೋಡಿರಲಿಲ್ಲ

ಸ್ಕಾರ್ಪಿಯಸ್

ಈಗಲೂ ಮೈ ಜುಮ್ಮೆನ್ನುತ್ತದೆ.. ಅಲ್ಲವೇ? ಅದನ್ನು ನೋಡಿದಾಗ.

ಹಾಗೂ ಮರಗಳ ಮೂಲಕ ಹಾಗ್‌ವಾರ್ಟ್ಸ್ ಕಾಣುತ್ತಿದೆ. ಹೊಳೆಯುವ ಕಟ್ಟಡಗಳು ಹಾಗೂ ಗೋಪುರಗಳ ಒಂದು ಅದ್ಭುತವಾದ ರಾಶಿ.

ನಾನು ಇದರ ಬಗ್ಗೆ ಮೊದಲ ಬಾರಿ ಕೇಳಿದಾಗಿನಿಂದ ನಾನು ಇಲ್ಲಿ ಹೋಗಲು ಕಾತುರದಿಂದಿದ್ದೆ. ಅಂದರೆ ಅಪ್ಪನಿಗೆ ಅದು ಹೆಚ್ಚು ಇಷ್ಟವಾಗದಿದ್ದರೂ ಅವರು ಅದನ್ನು ವಿವರಿಸಿದ ರೀತಿ ಕಣ್ಣಿಗೆ ಕಟ್ಟುವಂತಿತ್ತು. ನಾನು ಹತ್ತು ವರ್ಷದವನಿದ್ದಾಗ ನಾನು ಪ್ರತಿದಿನ ಬೆಳಿಗ್ಗೆ ದ ಡೇಲಿ ಪ್ರಾಫೆಟ್ ಅನ್ನು ನೋಡುತ್ತಿದ್ದೆ.. ಏಕೆಂದರೆ ನನಗೆ ಅದರ ಮೇಲೆ ಯಾವುದಾದರೂ ಕೆಟ್ಟ ವಾರ್ತೆ ಎರಗುತ್ತಿದೆ ಎಂದು ಅನಿಸುತ್ತಿತ್ತು. ನನಗೆ ಅದನ್ನು ನೋಡಲು ಸಿಗುವುದಿಲ್ಲ ಎಂದೂ ಅನಿಸುತ್ತಿತ್ತು

ಆಲ್ಬಸ್

ನೀನು ನಂತರ ಅಲ್ಲಿ ಹೋದಾಗ ಅದು ನಿಜವಾಗಿಯೂ ಕೆಟ್ಟದಾಗಿತ್ತು.

ಸ್ಕಾರ್ಪಿಯಸ್

ನನಗಲ್ಲ.

ಆಲ್ಬಸ್ ತನ್ನ ಸ್ನೇಹಿತನನ್ನು ಗಾಬರಿಯಿಂದ ನೋಡುತ್ತಾನೆ

ನಾನು ಯಾವತ್ತು ಹಾಗೂ ಹಾಗ್‌ವಾರ್ಟ್ಸ್‌ಗೆ ಹೋಗಿ ತಮಾಷೆ ಮಾಡಲು ಒಬ್ಬ ಸ್ನೇಹಿತನನ್ನು ಹುಡುಕುತ್ತಿದ್ದೆ. ಹ್ಯಾರಿ ಪಾಟರ್‌ನ ಹಾಗೆ. ಹಾಗೂ ನನಗೆ ಅವನ ಮಗ ಸಿಕ್ಕಿದ. ನಿಜವಾಗಿಯೂ ಹೇಳಬೇಕೆಂದರೆ ಅದು ಅದೃಷ್ಟ.

ಆಲ್ಬಸ್

ಆದರೆ ನಾನು ನನ್ನ ಅಪ್ಪನ ರೀತಿ ಇಲ್ಲ

ಸ್ಕಾರ್ಪಿಯಸ್

ನೀನು ಇನ್ನು ಚೆನ್ನಾಗಿದ್ದೀಯಾ. ನೀನು ನನ್ನ ಅತ್ಯುತ್ತಮ ಸ್ನೇಹಿತ - ಆಲ್ಬಸ್ ಹಾಗೂ ಇದು ಅತ್ಯುನ್ನತ ದರ್ಜೆಯ ಉನ್ಮಾದ - ಇದು ಅದ್ಭುತವಾಗಿದೆ. ತುಂಬಾ ಅದ್ಭುತವಾಗಿದೆ. ನಿಜ ಹೇಳಬೇಕೆಂದರೆ - ನನಗೆ ನಿಜ ಹೇಳಲು ಹೆದರಿಕೆಯಿಲ್ಲ - ನನಗೆ ಸ್ವಲ್ಪ ಭಯವಾಗುತ್ತಿದೆ.

ಅಲ್ಬಸ್ ಸ್ಕಾರ್ಪಿಯಸ್‌ನನ್ನು ನೋಡಿ ನಗುತ್ತಾನೆ

ಆಲ್ಬಸ್

ನೀನು ನನ್ನ ಅತ್ಯುತ್ತಮ ಸ್ನೇಹಿತ.. ಹಾಗೂ ಚಿಂತಿಸಬೇಡ. ನನಗೆ ಇದು ಒಳ್ಳೆಯದಾಗುತ್ತದೆ ಎಂದು ಅನಿಸುತ್ತಿದೆ.

ನಮಗೆ ದೂರದಿಂದ ರಾನ್‌ನ ಧ್ವನಿ ಕೇಳುತ್ತದೆ. ಅವನು ಇಲ್ಲೇ ಎಲ್ಲೋ ಹತ್ತಿರದಲ್ಲಿದ್ದಾನೆ

ರಾನ್

ಆಲ್ಬಸ್? ಆಲ್ಬಸ್!

ಅಲ್ಬಸ್ ಧ್ವನಿ ಬಂದ ಕಡೆ ತಿರುಗುತ್ತಾನೆ. ಅವನಿಗೆ ಭಯವಾಗಿದೆ.

ಆಲ್ಬಸ್

ಆದರೆ ನಾವೀಗ ಹೋಗಬೇಕು - ಈಗಲೇ!

ಆಲ್ಬಸ್ ಸ್ಕಾರ್ಪಿಯಸ್‌ನಿಂದ ಟೈಮ್ ಟರ್ನರ್ ಅನ್ನು ತೆಗೆದುಕೊಳ್ಳುತ್ತಾನೆ. ಅವನು ಅದನ್ನು ಒತ್ತಿದಾಗ ಟೈಮ್ ಟರ್ನರ್ ಕಂಪಿಸಲು ಪ್ರಾರಂಭವಾಗುತ್ತಿದೆ. ಹಾಗೂ ನಂತರ ಅಲ್ಲಿ ಇದ್ದಕ್ಕಿದ್ದಂತೆ ಚಲನೆಯ ಸ್ಫೋಟವಾಗಿದೆ ಹಾಗೂ ಅದರ ಜೊತೆ ವೇದಿಕೆ ಬದಲಾಗಲು ಪ್ರಾರಂಭವಾಗಿದೆ. ಇಬ್ಬರೂ ಹುಡುಗರು ಅದರಲ್ಲಿ ನೋಡುತ್ತಿದ್ದಾರೆ

ನಂತರ ಇದ್ದಕ್ಕಿದ್ದಂತೆ ಒಂದು ಕಣ್ಣು ಕೋರೈಸುವ ಬೆಳಕು ಬಂದಿದೆ. ದೊಡ್ಡ ಶಬ್ದವಾಗುತ್ತಿದೆ. ಹಾಗೂ ಸಮಯ ನಿಲ್ಲುತ್ತಿದೆ. ನಂತರ ಅದು ತನ್ನ ಬದಿಯನ್ನು ಬದಲಾಯಿಸುತ್ತದೆ. ಒಂದು ಸ್ವಲ್ಪ ಯೋಚಿಸುತ್ತದೆ ಹಾಗೂ ಅದು ಹಿಂದಕ್ಕೆ ಹೋಗಲು ಪ್ರಾರಂಭವಾಗುತ್ತಿದೆ, ಮೊದಲು ನಿಧಾನವಾಗಿ...

ನಂತರ ಅದರ ವೇಗ ಹೆಚ್ಚಾಗುತ್ತದೆ.

ಆಕ್ಟ್ ಎರಡು ದೃಶ್ಯ ಏಳು

ಟ್ರಿವಿಜಾರ್ಡ್ ಟೂರ್ನಮೆಂಟ್, ನಿರ್ಬಂಧಿತ ಅರಣ್ಯದ ತುದಿ, 1994

ಇದ್ದಕ್ಕಿದ್ದ ಹಾಗೆ ಅಲ್ಲಿ ತುಂಬಾ ಶಬ್ದವಾಗುತ್ತದೆ. ಹಾಗೂ ಆಲ್ಬಸ್ ಹಾಗೂ ಸ್ಕಾರ್ಪಿಯಸ್ ಜನಜಂಗುಳಿಯಲ್ಲಿ ಕಳೆದುಹೋಗುತ್ತಿದ್ದಾರೆ.

ನಂತರ ಇದ್ದಕ್ಕಿದ್ದಂತೆ ಭೂಮಿಯ ಮೇಲಿನ ಅತ್ಯುತ್ತಮ ಐಂದ್ರಜಾಲಿಕನಾದ (ಈ ಮಾತುಗಳು ಅವನದ್ದು ನಮ್ಮವಲ್ಲ) ವೇದಿಕೆಯ ಮೇಲಿದ್ದಾನೆ ಅವನು ತನ್ನ ಧ್ವನಿಯನ್ನು ದೊಡ್ಡದಾಗಿಸಲು ಒಂದು ಸೋನೋರಸ್ ಬಳಸುತ್ತಿದ್ದಾನೆ. ಹಾಗೂ ಅವನ ಬಳಿ ಒಂದು.... ಚೆಂಡು.... ಇದೆ.

ಲೂಡೋ ಬಾಗ್ಮನ್

ಮಹಿಳೆಯರೇ ಹಾಗೂ ಮಹನೀಯರೇ, ಹುಡುಗರೆ ಹಾಗೂ ಹುಡುಗಿಯರೇ, ನಾನು ನಿಮಗೆ ಅದ್ಭುತವಾದ ಆಕರ್ಷಕವಾದ ಏಕಮೇವಾದ್ವಿತೀಯವಾದ ಟ್ರಿವಿಜಾರ್ಡ್ ಟೂರ್ನಮೆಂಟ್ ಅನ್ನು ಪ್ರಸ್ತುತಪಡಿಸುತ್ತಿದ್ದೇನೆ.

ಅಲ್ಲಿ ಒಂದು ದೊಡ್ಡದಾದ ಚಪ್ಪಾಳೆಯಿದೆ.

ನೀವು ಹಾಗು ಹಾಗ್‌ವಾರ್ಟ್ಸ್ ಕಡೆಯವರಾದರೆ ಚಪ್ಪಾಳೆ ತಟ್ಟಿ.

ಅಲ್ಲಿ ಚಪ್ಪಾಳೆ ತಟ್ಟಲಾಗುತ್ತಿದೆ

ಡರ್ಮ್‌ಸ್ಟ್ರಾಂಗ್ ಕಡೆಯವರಾದರೆ ಈಗ ಚಪ್ಪಾಳೆ ತಟ್ಟಿ

ಅಲ್ಲಿ ಒಂದು ದೊಡ್ಡ ಚಪ್ಪಾಳೆ ತಟ್ಟಲಾಗುತ್ತಿದೆ.

ಹಾಗೂ ನೀವು ಬ್ಯೂಕ್ಸ್ ಬೇಟನ್ಸ್ ಕಡೆಯವರಾಗಿದ್ದರೆ ಚಪ್ಪಾಳೆ ತಟ್ಟಿ

ಅಲ್ಲಿ ಸ್ವಲ್ಪ ಕಡಿಮೆ ಮಟ್ಟದ ಚಪ್ಪಾಳೆ ಇದೆ

ಅಲ್ಲಿರುವ ಫ್ರೆಂಚರಿಂದ ಸ್ವಲ್ಪ ಕಡಿಮೆ ಉತ್ಸಾಹದ ಚಪ್ಪಾಳೆಗಳು.

ಸ್ಕಾರ್ಪಿಯಸ್ (ನಗುತ್ತಾ)

ಇದು ಕೆಲಸ ಮಾಡುತ್ತಿದೆ. ಅದು ಲೂಡೋ ಬಾಗ್ಮನ್.

ಲೂಡೋ ಭಾಗ್ಮನ್

ಇವರು ಇಲ್ಲಿದ್ದಾರೆ - ಮಹಿಳೆಯರು ಹಾಗೂ ಮಹನೀಯರೇ - ಹುಡುಗರು ಹಾಗೂ ಹುಡುಗಿಯರೇ - ಪ್ರಸ್ತುತ ಪಡಿಸುತ್ತಿದ್ದೇನೆ ನಾವೆಲ್ಲಾ ಇಲ್ಲಿ ಸೇರಿರುವ ಕಾರಣ - ದ ಚಾಂಪಿಯನ್ಸ್ ಡರ್ಮ್‌ಸ್ಟ್ರಾಂಗ್ ಅನ್ನು ಪ್ರತಿನಿಧಿಸುತ್ತಿರುವ ಹುಡುಗರು. ಎಂಥ ಹುಬ್ಬುಗಳು, ಎಂಥಾ ನಿಲುವು, ಇಂಥ ಹುಡುಗ. ಕಸಬರಿಗೆಯಲ್ಲಿ ಅವನಿಗೆ ಬರದೇ ಇದ್ದಿದ್ದು ಏನೂ ಇಲ್ಲ. ಅದು ವಿಕ್ಟರ್ ಕ್ರೇಜಿ ಕ್ರಮ್

ಸ್ಕಾರ್ಪಿಯಸ್ *ಹಾಗೂ* ಆಲ್ ಬಸ್ (*ಈಗ ಅವರು ಸಂಪೂರ್ಣವಾಗಿ ಡರ್ಮ್‌ಸ್ಟ್ರಾಂಗ್ ವಿದ್ಯಾರ್ಥಿಗಳಂತೆ ನಟಿಸುತ್ತಿದ್ದಾರೆ*)

ಬಾಬಾ ಕ್ರೇಜಿ ಕ್ರಮ್ ಬಾಬಾ ಕ್ರೇಜಿ ಕ್ರಮ್

ಲೂಡೋ ಬಾಗ್ಮನ್

ಬ್ಯೂಕ್ಸ್ ಬೇಟನ್ಸ್ ಅಕಾಡೆಮಿಯಿಂದ - ಝುಟ್ ಆಲರ್ಸ್

ಅಲ್ಲಿ ಸೌಮ್ಯವಾದ ಚಪ್ಪಾಳೆಯಿದೆ.

ಹಾಗೂ ಹಾಗ್‌ವಾರ್ಟ್ಸ್ ನಿಂದ ಒಬ್ಬರಲ್ಲದೆ ಇಬ್ಬರು ವಿದ್ಯಾರ್ಥಿಗಳು. ಅವನ ಹೆಸರು ನಮ್ಮಲ್ಲಿ ರೋಮಾಂಚನವನ್ನುಂಟುಮಾಡುತ್ತದೆ - ಅವನು ಸೆಡ್ರಿಕ್ ಡಿಲಿಷಿಯಸ್ ಡಿಗಾರಿ.

ಜನರು ಈಗ ಉತ್ಸಾಹದಿಂದ ಚಪ್ಪಾಳೆ ತಟ್ಟುತ್ತಿದ್ದಾರೆ.

ನಂತರ ಇನ್ನೊಬ್ಬನಿದ್ದಾನೆ. ನಿಮಗೆಲ್ಲರಿಗೂ ಅವನು ಅದ್ಭುತವಾದ ಹುಡುಗನೆಂದು ಗೊತ್ತು. ನನಗೆ ಅವನು ನಮ್ಮನ್ನು ನಿರಂತರವಾಗಿ ಆಶ್ಚರ್ಯಗೊಳಿಸುವ ಹುಡುಗನೆಂದು ಗೊತ್ತು.

ಅಲ್ಬಸ್

ಅದು ನನ್ನ ತಂದೆ.

ಲೂಡೋ ಬಾಗ್ಮನ್

ಹೌದು. ಇದು ಹ್ಯಾರಿಸ್ ಲಕ್ಕಿ ಪಾಟರ್.

ಎಲ್ಲರೂ ಚಪ್ಪಾಳೆ ತಟ್ಟುತ್ತಿದ್ದಾರೆ. ಜನರ ತುದಿಯಲ್ಲಿರುವ ಗಾಬರಿಯಾಗಿರುವ ಒಬ್ಬಳು ಹುಡುಗಿ ಕೂಡ ಚಪ್ಪಾಳೆ ತಟ್ಟುತ್ತಿದ್ದಾಳೆ ಇದು ಯುವ ಹರ್ಮಿಯಾನ್ ಆಗಿದ್ದಾಳೆ (ಇವಳ ಪಾತ್ರವನ್ನು ರೋಸ್ ಪಾತ್ರವಹಿಸಿದ ನಟಿಯೇ ನಿರ್ವಹಿಸುತ್ತಾಳೆ) ಹ್ಯಾರಿಗಾಗಿ ಬರುತ್ತಿರುವ ಚಪ್ಪಾಳೆ ಸೆಡ್ರಿಕ್‌ಗಾಗಿ ಬರುತ್ತಿರುವ ಚಪ್ಪಾಳೆಗಳಿಗಿಂತ ಸ್ವಲ್ಪ ಕಡಿಮೆ ಇದೆ ಎನ್ನುವುದನ್ನು ಗಮನಿಸಬಹುದು.

ಹಾಗೂ ಈಗ - ದಯವಿಟ್ಟು ಎಲ್ಲರೂ ಸುಮ್ಮನಿರಿ - ಮೊದಲು ಕೆಲಸ - ಒಂದು ಚಿನ್ನದ ಮೊಟ್ಟೆಯನ್ನು ಮರಳಿ ಪಡೆಯುವುದು. ಅದು ಇರುವ ಗೂಡು - ಮಹಿಳೆಯರೇ ಹಾಗೂ ಮಹನೀಯರೇ - ಹುಡುಗರೇ ಹಾಗೂ

ಹುಡುಗಿಯರೇ - ಪ್ರಸ್ತುತಪಡಿಸುತ್ತಿದ್ದೇನೆ ಡ್ರ್ಯಾಗನ್‌ಗಳು - ಹಾಗೂ ಡ್ರ್ಯಾಗನ್‌ಗಳಿಗೆ ಮಾರ್ಗದರ್ಶನ ನೀಡುತ್ತಿರುವವರು ಚಾರ್ಲಿ ವಿಸ್ಲೆ

ಅಲ್ಲಿ ಇನ್ನೂ ಹೆಚ್ಚು ಚಪ್ಪಾಳೆ ತಟ್ಟಲಾಗುತ್ತಿದೆ.

ಯುವ ಹರ್ಮಿಯಾನ್

ನೀನು ನನಗೆ ಇಷ್ಟು ಹತ್ತಿರ ನಿಲ್ಲುವುದಾದರೆ ಅಷ್ಟೊಂದು ಉಸಿರಾಡಬೇಡ.

ಸ್ಕಾರ್ಪಿಯಸ್

ರೋಸ್. ನೀನು ಇಲ್ಲೇನು ಮಾಡುತ್ತಿದ್ದೀಯಾ?

ಯುವ ಹರ್ಮಿಯಾನ್

ರೋಸ್ ಎಂದರೆ ಯಾರು? ಹಾಗೂ ನಿನ್ನ ಉಚ್ಚಾರಣೆ ಏಕೆ ಭಿನ್ನವಾಗಿದೆ?

ಆಲ್ಬಸ್ (*ಕೆಟ್ಟ ಉಚ್ಚಾರಣೆಯೊಂದಿಗೆ*)

ಕ್ಷಮಿಸಿ ಹರ್ಮಿಯಾನ್. ಅವರು ನಿಮ್ಮನ್ನು ಬೇರೆ ಯಾರೋ ಎಂದು ತಿಳಿದುಕೊಂಡಿದ್ದಾರೆ.

ಯುವ ಹರ್ಮಿಯಾನ್

ಆದರೆ ನಿಮಗೆ ನನ್ನ ಹೆಸರು ಹೇಗೆ ತಿಳಿಯಿತು?

ಲೂಡೋ ಬಾಗ್ಮನ್

ನಾವು ಯಾವುದೇ ಸಮಯ ವ್ಯರ್ಥ ಮಾಡದೆ ನಮ್ಮ ಮೊದಲ ವಿಜೇತರನ್ನು ಕರೆಯೋಣ - ಅವರು ಒಬ್ಬ ಸ್ವೀಡಿಶ್ ಕುಳ್ಳನನ್ನು ಎದುರಿಸುತ್ತಿದ್ದಾರೆ - ಪ್ರಸ್ತುತಪಡಿಸುತ್ತಿದ್ದೇನೆ - ಸೆಡ್ರಿಕ್ ಡಿಗಾರಿ!

ಒಂದು ಡ್ರ್ಯಾಗನ್‌ನ ನನ್ನ ಕೂಗು ಯುವ ಹರ್ಮಿಯಾನ್ ಅನ್ನು ವಿಚಲಿತಗೊಳಿಸುತ್ತದೆ ಹಾಗೂ ಆಲ್ಬಸ್ ತನ್ನ ಮಂತ್ರದಂಡವನ್ನು ಹಿಡಿದುಕೊಳ್ಳುತ್ತಾನೆ.

ಹಾಗೂ ಸೆಡ್ರಿಕ್ ಡಿಗಾರಿ ವೇದಿಕೆಯ ಮೇಲೆ ಬಂದಿದ್ದಾನೆ. ಅವನು ಸಿದ್ಧವಾಗಿದ್ದಾನೆ ಎಂದು ಅನಿಸುತ್ತಿದೆ. ಅವರು ಹೆದರಿದ್ದರೂ ಸಿದ್ಧವಾಗಿದ್ದಾನೆ - ಅವನು ತನ್ನ ಹಾದಿಯನ್ನು ತಪ್ಪಿಸಿಕೊಳ್ಳುತ್ತಿದ್ದಾನೆ. ಅವನು ತಪ್ಪಿಸಿಕೊಳ್ಳುತ್ತಿದ್ದಾರೆ. ಅವನು ಡ್ರ್ಯಾಗನ್‌ನಿಂದ ತಪ್ಪಿಸಿಕೊಳ್ಳುತ್ತಿದ್ದ ಹಾಗೆ ಹುಡುಗಿಯರು ಅವನನ್ನು ಮೆಚ್ಚುಗೆಯಿಂದ ನೋಡುತ್ತಿದ್ದಾರೆ. ಅವರು ಒಟ್ಟಿಗೆ ಕೂಗುತ್ತಿದ್ದಾರೆ: ಡ್ರ್ಯಾಗನ್ ಅವರೇ ನಮ್ಮ ಡಿಗಾರಿಗೆ ಏನೂ ಮಾಡಬೇಡಿ.

ಸ್ಕಾರ್ಪಿಯಸ್ *ಚಿಂತೆಯಲ್ಲಿದ್ದಾನೆ.*

ಸ್ಕಾರ್ಪಿಯಸ್

ಆಲ್ಬಸ್. ಇಲ್ಲಿ ಏನೋ ತಪ್ಪಾಗುತ್ತಿದೆ. ಟೈಮ್-ಟರ್ನರ್. ಅದು ಅಲ್ಲಾಡುತ್ತಿದೆ.

ಒಂದು ಟಿಕ್ ಟಿಕ್ ಎನ್ನುವ ಶಬ್ದ ಕೇಳುತ್ತಿದೆ. ಅದು ನಿರಂತರವಾಗಿದೆ ಹಾಗೂ ಅಪಾಯಕಾರಿಯಂತೆ ತೋರುತ್ತಿದೆ. ಅದು ಟೈಮ್ ಟರ್ನರ್‌ನಿಂದ ಬರುತ್ತಿದೆ.

ಲೂಡೋ ಬಾಗ್ಮನ್

ಸೆಡ್ರಿಕ್ ಎಡಕ್ಕೆ ಹೋಗುತ್ತಿದ್ದಾನೆ ಹಾಗೂ ಬಲಕ್ಕೆ ಹಾರುತ್ತಿದ್ದಾನೆ. ಅವನು ತನ್ನ ಮಂತ್ರದಂಡವನ್ನು ಸಿದ್ಧಪಡಿಸುತ್ತಿದ್ದಾನೆ. ಈಗ ಈ ಯುವ, ವೀರನಾದ. ಸುಂದರವಾದ ಹುಡುಗ ಏನು ಮಾಡುತ್ತಾನೆ?

ಆಲ್ಬಸ್ *(ತನ್ನ ಮಂತ್ರದಂಡವನ್ನು ವಿಸ್ತರಿಸುತ್ತ)*

ಎಕ್ಸ್ ಪೆಲ್ಲಿಯಾರ್ಮಸ್!

ಸೆಡ್ರಿಕ್‌ನ ಮಂತ್ರದಂಡ ಆಲ್ಬಸ್ ಕೈಗೆ ಬರುತ್ತಿದೆ

ಲೂಡೋ ಬಾಗ್ಮನ್

ಇದೇನಾಯಿತು? ಇದು ಮಾಟವೇ ಅಥವಾ ಇದು ಸಂಪೂರ್ಣವಾಗಿ ಏನಾದರೂ ಬೇರೆಯೇ? ಸೆಡ್ರಿಕ್ ಡಿಗಾರಿ ನಿರಾಯುಯುಧನಾಗಿದ್ದಾನೆ -

ಸ್ಕಾರ್ಪಿಯಸ್

ಆಲ್ಬಸ್. ಟೈಮ್ ಟರ್ನರ್‌ನಲ್ಲಿ ಏನೋ ತಪ್ಪಾಗುತ್ತಿದೆ.

ಟೈಮ್ ಟರ್ನರ್‌ನಿಂದ ಬರುತ್ತಿರುವ ಟಿಕ್ ಟಿಕ್ ಶಬ್ದ ದೊಡ್ಡದಾಗುತ್ತಿದೆ.

ಲೂಡೋ ಬಾಗ್ಮನ್

ಡಿಗಾರ್‌ಗೆ ಎಲ್ಲವೂ ತಪ್ಪಾಗುತ್ತಿದೆ. ಇದು ಅವನಿಗೆ ಈ ಕೆಲಸದ ಕೊನೆಯಾಗಬಹುದು. ಇದು ಈ ಪಂದ್ಯಾವಳಿಯ ಕೊನೆಯಾಗಬಹುದು.

ಆಲ್ಬಸ್ ಸ್ಕಾರ್ಪಿಯಸ್‌ನನ್ನು ಹಿಡಿದು ಎಳೆಯುತ್ತಾನೆ.

ಈಗ ಟಿಕ್ ಟಿಕ್ ಶಬ್ದ ತುಂಬ ಜೋರಾಗಿದೆ ಹಾಗೂ ಒಂದು ಕಣ್ಣು ಕೋರೈಸುವ ಬೆಳಕು ಬರುತ್ತಿದೆ. ಸಮಯವನ್ನು ಪ್ರಸ್ತುತ ಸಮಯಕ್ಕೆ ತಿರುಗಿಸಲಾಗಿದೆ. ಆಲ್ಬಸ್ ನೋವಿನಿಂದ ನರಳುತ್ತಿದ್ದಾನೆ

ಸ್ಕಾರ್ಪಿಯಸ್

ಆಲ್ಬಸ್! ನಿನಗೆ ಪೆಟ್ಟಾಗಿದೆಯೇ? ಆಲ್ಬಸ್ ನೀನು -

ಆಲ್ಬಸ್

ಏನಾಯಿತು?

ಸ್ಕಾರ್ಪಿಯಸ್

ಅಲ್ಲಿ ಏನೋ ಮಿತಿ ಇದೆ ಎಂದು ಅನಿಸುತ್ತಿದೆ. ಟೈಮ್-ಟರ್ನರ್‌ನಲ್ಲಿ ಯಾವುದೋ ರೀತಿಯ ಸಮಯದ ಮಿತಿ ಇರಬೇಕು...

ಆಲ್ಬಸ್

ನಾವು ಅದನ್ನು ಮಾಡಿದ್ದೇವೆ ಎಂದು ನಿನಗೆ ಅನಿಸುತ್ತಿದೆಯೇ? ನಾವು ಏನನ್ನಾದರೂ ಬದಲಾಯಿಸಿದ್ದೇವೆ ಎಂದು ನಿನಗೆ ಅನಿಸುತ್ತಿದೆಯೇ?

ಇದ್ದಕ್ಕಿದ್ದಂತೆ ವೇದಿಕೆಯನ್ನು ಎಲ್ಲ ಬದಿಯಿಂದಲೂ ಹ್ಯಾರಿ, ರಾನ್ (ಈಗ ಅವನ ಒಂದು ಬದಿ ತೆರೆಯುತ್ತಿದೆ ಹಾಗೂ ಅವನ ಬಟ್ಟೆಗಳು ಪೇಲವವಾಗಿದೆ) ಜಿನ್ನಿ ಹಾಗೂ ಡ್ರಾಕೋ ಸುತ್ತುವರೆದಿದ್ದಾರೆ.

ಸ್ಕಾರ್ಪಿಯಸ್ ಅವರೆಲ್ಲರನ್ನೂ ನೋಡುತ್ತಾನೆ ಹಾಗೂ ಅವನು ಟೈಮ್ ಟರ್ನರ್ ಅನ್ನು ಮತ್ತೆ ತನ್ನ ಕಿಸೆಯಲ್ಲಿ ಇಟ್ಟುಕೊಳ್ಳುತ್ತಾನೆ. ಆಲ್ಬಸ್ ಯಾವ ಭಾವನೆಯೂ ಇಲ್ಲದೆ ಅವರನ್ನು ನೋಡುತ್ತಿದ್ದಾನೆ. ಅವನು ತುಂಬಾ ನೋವಿನಲ್ಲಿದ್ದಾನೆ.

ರಾನ್

ನಾನು ನೋಡಿದ್ದೇನೆ. ನಾನು ಅವರನ್ನು ನೋಡಿದ್ದೆ ಎಂದು ನಾನು ಹೇಳಿದ್ದೆ.

ಸ್ಕಾರ್ಪಿಯಸ್

ನಾವು ಇನ್ನೇನು ಕಂಡುಹಿಡಿಯುವ ಹಂತದಲ್ಲಿದ್ದೇವೆ

ಆಲ್ಬಸ್

ಹಲೋ ಅಪ್ಪ ಏನಾದರೂ ತಪ್ಪಾಗಿದೆಯೇ?

ಹಾರಿ ತನ್ನ ಮಗನನ್ನು ಅಪನಂಬಿಕೆಯಿಂದ ನೋಡುತ್ತಾನೆ

ಹ್ಯಾರಿ

ಹೌದು. ನೀನು ಹಾಗೆ ಹೇಳಬಹುದು.

ಆಲ್ಬಸ್ ನೆಲದ ಮೇಲೆ ಕುಸಿದು ಬೀಳುತ್ತಾನೆ. ಹಾರಿ ಹಾಗೂ ಜಿನ್ನಿ ಅವನಿಗೆ ಸಹಾಯ ಮಾಡಲು ಬರುತ್ತಿದ್ದಾರೆ.

ಆಕ್ಟ್ ಎರಡು ದೃಶ್ಯ ಎಂಟು

ಹಾಗ್‌ವಾರ್ಟ್ಸ್‌ಗಳು ಆಸ್ಪತ್ರೆಯ ವಿಭಾಗ

ಆಲ್ಬಸ್ ಒಂದು ಆಸ್ಪತ್ರೆಯ ಮಂಚದಲ್ಲಿ ನಿದ್ದೆ ಮಾಡುತ್ತಿದ್ದಾನೆ. ಹ್ಯಾರಿ ತೊಂದರೆಗೊಳಗಾದಂತೆ ಕಾಣುತ್ತಿದ್ದಾನೆ ಹಾಗೂ ಅವನು ಆಲ್ಬಸ್ ಎದುರಿಗೆ ಕುಳಿತುಕೊಂಡಿದ್ದಾನೆ. ಅವರ ಮೇಲೆ ಒಬ್ಬ ಚಿಂತೆಯಲ್ಲಿರುವ, ದಯಾಮಯಿ ಎಂದು ತೋರುವ ಮನುಷ್ಯನ ಚಿತ್ರವಿದೆ. ಆ ಚಿತ್ರವು ಅವರಿಬ್ಬರನ್ನೂ ಎಚ್ಚರಿಕೆಯಿಂದ ನೋಡುತ್ತಿರುವಂತೆ ಅನಿಸುತ್ತಿದೆ. ಹ್ಯಾರಿ ತನ್ನ ಕಣ್ಣುಗಳನ್ನು ಮುಚ್ಚಿಕೊಳ್ಳುತ್ತಾನೆ. ಅವನು ಎದ್ದು ನಿಂತು ಕೋಣೆಯಲ್ಲಿ ತಿರುಗಾಡುತ್ತಾನೆ. ಅವನು ಮೈ ಮುರಿಯುತ್ತಿದ್ದಾನೆ.

ನಂತರ ಅವನು ಆ ಚಿತ್ರವನ್ನು ನೋಡುತ್ತಾನೆ. ಆ ಚಿತ್ರಕ್ಕೆ ಹ್ಯಾರಿ ತನ್ನನ್ನು ನೋಡಿರುವುದರಿಂದ ಹೆದರಿಕೆಯಾಗಿದೆ ಎಂದು ಅನಿಸುತ್ತಿದೆ. ಹಾಗೂ ಹ್ಯಾರಿ ಗಾಬರಿಯಿಂದ ಆ ಚಿತ್ರವನ್ನು ನೋಡುತ್ತಿದ್ದಾನೆ.

ಹ್ಯಾರಿ

ಪ್ರೊಫೆಸರ್ ಡಂಬಲ್‌ಡೋರ್

ಡಂಬಲ್‌ಡೋರ್

ನಮಸ್ಕಾರ ಹ್ಯಾರಿ.

ಹ್ಯಾರಿ

ನನಗೆ ನೀನಿಲ್ಲದೆ ಬೇಸರವಾಗಿತ್ತು. ನಾನು ಯಾವತ್ತೂ ಮುಖ್ಯೋಪಾಧ್ಯಾಯರ ಹತ್ತಿರ ಬಂದಾಗಲೂ ನಿನ್ನ ಫ್ರೇಮ್ ಖಾಲಿಯಾಗಿತ್ತು.

ಡಂಬಲ್‌ಡೋರ್

ಹಾ ಹೌದು. ನಾನು ಆಗಾಗ ನನ್ನ ಇತರ ಚಿತ್ರಗಳಲ್ಲಿ ಹೋಗಲು ಬಯಸುತ್ತೇನೆ. (ಅವನು ಆಲ್ಬಸ್‌ನನ್ನು ನೋಡುತ್ತಾನೆ) ಇವನು ಗುಣವಾಗುತ್ತಾನೆಯೇ?

ಹ್ಯಾರಿ

ಅವನು ಇಪ್ಪತ್ನಾಲ್ಕು ಗಂಟೆಗಳಿಂದ ಎಚ್ಚರ ತಪ್ಪಿದ್ದಾನೆ. ಅದು ಬಹುತೇಕವಾಗಿ ಮೇಡಂ ಪಾಮ್‌ಫ್ರೆ ಅವನ ತೋಳನ್ನು ಸರಿಮಾಡಲೆಂದಾಗಿತ್ತು. ಅವಳ ಪ್ರಕಾರ ಅದು ಅತ್ಯಂತ ಆಶ್ಚರ್ಯಜನಕವಾದ ವಿಚಾರವಾಗಿದೆ. ಅದು 20 ವರ್ಷದ ಮೊದಲು ಆಗಿತ್ತು ಹಾಗೂ ಅದನ್ನು ವಿರುದ್ಧವಾದ ದಿಕ್ಕಿನಲ್ಲಿ ಸರಿಯಾಗಲು ಅಳವಡಿಸಿರುವಂತೆ ಕಾಣುತ್ತಿದೆ. ಅವಳು ಹೇಳುವ ಪ್ರಕಾರ ಇವನು ಗುಣವಾಗುತ್ತಾನೆ.

ಡಂಬಲ್‌ಡೋರ್

ನಿನ್ನ ಮಗ ನೋವಿನಲ್ಲಿ ಇರುವುದನ್ನು ನೋಡುವುದು ಕಷ್ಟಕರವಾದ ವಿಷಯವಾಗಿದೆ ಎಂದು ನನಗೆ ಅನಿಸುತ್ತಿದೆ

ಹ್ಯಾರಿ ಡಂಬಲ್‌ಡೋರ್ ಅನ್ನು ನೋಡುತ್ತಾನೆ. ನಂತರ ಅವನು ಮತ್ತೆ ಆಲ್ಬಸ್‌ನನ್ನು ನೋಡುತ್ತಿದ್ದಾನೆ.

ಹ್ಯಾರಿ

ಅವನಿಗೆ ನಿನ್ನ ಹೆಸರನ್ನು ಇಟ್ಟ ನಂತರ ನಿನಗೆ ಹೇಗನಿಸಿತು ಎಂದು ನಾನು ಯಾವತ್ತೂ ಕೇಳಲಿಲ್ಲ ಅಲ್ಲವೇ?

ಡಂಬಲ್‌ಡೋರ್

ನಿಜ ಹೇಳಬೇಕೆಂದರೆ ಹ್ಯಾರಿ... ಆ ಪಾಪದ ಹುಡುಗನ ಮೇಲೆ ನೀನು ಅತಿಯಾದ ಹೊರೆಯನ್ನು ಹಾಕಿದ ಹಾಗೆ ಅನಿಸಿತು

ಹ್ಯಾರಿ

ನನಗೆ ನಿನ್ನ ಸಹಾಯ ಬೇಕು. ನನಗೆ ನಿನ್ನ ಸಲಹೆ ಬೇಕು. ಬೇನ್ ಆಲ್ಬಸ್ ಅಪಾಯದಲ್ಲಿದ್ದಾರೆ ಎಂದು ಹೇಳುತ್ತಿದ್ದಾನೆ. ನನ್ನ ಮಗನನ್ನು ನಾನು ಹೇಗೆ ರಕ್ಷಿಸಿಕೊಳ್ಳುವುದು, ಡಂಬಲ್‌ಡೋರ್?

ಡಂಬಲ್‌ಡೋರ್

ಎಲ್ಲರನ್ನೂ ಬಿಟ್ಟು ಅದಲ್ಲಿರುವ ಒಬ್ಬ ಹುಡುಗನನ್ನು ರಕ್ಷಿಸಿಕೊಳ್ಳುವುದು ಹೇಗೆ ಎಂದು ನೀನು ನನ್ನನ್ನು ಕೇಳುತ್ತಿದ್ದೀಯಾ? ನಾವು ಬಾಲಕರನ್ನು ಅಪಾಯದಿಂದ ರಕ್ಷಿಸಲು ಸಾಧ್ಯವಿಲ್ಲ. ನೋವು ಬರಬೇಕು ಹಾಗೂ ಬರುತ್ತದೆ.

ಹ್ಯಾರಿ

ಹಾಗಾದರೆ ನಾನು ಸುಮ್ಮನೆ ನಿಂತು ನೋಡಬೇಕೇ

ಡಂಬಲ್‌ಡೋರ್

ಇಲ್ಲ ನೀನು ಅವನಿಗೆ ಜೀವನವನ್ನು ಎದುರಿಸುವುದು ಹೇಗೆಂದು ಕಲಿಸಬೇಕು.

ಹ್ಯಾರಿ

ಹೇಗೆ? ಅವನು ನನ್ನ ಮಾತು ಕೇಳುವುದಿಲ್ಲ.

ಡಂಬಲ್‌ಡೋರ್

ಬಹುಶಃ ಅವನು ನೀನು ತನ್ನನ್ನು ಸ್ಪಷ್ಟವಾಗಿ ನೋಡುವುದನ್ನು ಕಾಯುತ್ತಿದ್ದಾನೆ.

ಹ್ಯಾರಿ ಇದನ್ನು ಜೀರ್ಣಿಸಿಕೊಳ್ಳಲು ಪ್ರಯತ್ನಿಸುತ್ತಾ ಹುಬ್ಬುಗಂಟಿಕ್ಕುತ್ತಾನೆ.

(*ಸಂವೇದನೆಯಿಂದ*) ಇದು ಒಂದು ಚಿತ್ರದ ಶಾಪ ಹಾಗೂ ವರ ಎರಡೂ ಆಗಿದೆ. ವಿಷಯಗಳನ್ನು ಕೇಳುವುದು - ಶಾಲೆಯಲ್ಲಿ ಸಚಿವಾಲಯದಲ್ಲಿ ಜನರು ಮಾತನಾಡುವುದನ್ನು ನಾನು ಕೇಳುತ್ತೇನೆ.

ಹ್ಯಾರಿ

ಹಾಗೂ ನನ್ನ ಮತ್ತು ನನ್ನ ಮಗನ ಬಗ್ಗೆ ಏನು ವದಂತಿಗಳಿವೆ?

ಡಂಬಲ್‌ಡೋರ್

ವದಂತಿಗಳಲ್ಲ. ಚಿಂತೆಗಳು ನೀವಿಬ್ಬರೂ ಸೆಣಸಾಡುತ್ತಿದ್ದೀರಿ ಎನ್ನುವ ಚಿಂತೆಗಳು. ಅವನನ್ನು ನಿರ್ವಹಿಸುವುದು ಕಷ್ಟವಾಗಿದೆ ಎನ್ನುವ ಚಿಂತೆಗಳು. ಅವನು ನಿನ್ನ ಮೇಲೆ ಕೋಪಗೊಂಡಿದ್ದಾರೆ. ನೀನು ಅವನ ಮೇಲೆ ಅತಿಯಾದ ಪ್ರೀತಿ ಇಟ್ಟಿರುವುದರಿಂದ ನೀನು ಕುರುಡನಾಗಿದ್ದೀಯಾ ಎಂದು ನನಗೆ ಅನಿಸುತ್ತಿದೆ.

ಹ್ಯಾರಿ

ಕುರುಡನಾಗಿದ್ದೇನೆಯೇ.

ಡಂಬಲ್‌ಡೋರ್

ನೀನು ಅವನನ್ನು ಅವನು ಇರುವ ಹಾಗೆ ನೋಡಬೇಕು ಹ್ಯಾರಿ. ಅವನಿಗೆ ಏನು ಅಪಾಯ ಮಾಡುತ್ತಿದೆ ಎಂದು ನೀನು ನೋಡಬೇಕು

ಹ್ಯಾರಿ

ನಾನು ಅವನು ಇರುವ ಹಾಗೆ ಅವನನ್ನು ನೋಡಿಲ್ಲವೇ? ನನ್ನ ಮಗನಿಗೆ ಏನು ಅಪಾಯ ಮಾಡುತ್ತಿದೆ? (*ಅವನು ಚಿಂತಿಸುತ್ತಿದ್ದಾನೆ*) ಅಥವಾ ನನ್ನ ಮಗನಿಗೆ ಯಾರು ಅಪಾಯ ಮಾಡುತ್ತಿದ್ದಾರೆ?

ಆಲ್ಬಸ್ (*ನಿದ್ದೆಯಲ್ಲಿ ಕನವರಿಸುತ್ತಿದ್ದಾನೆ*)

ಅಪ್ಪ.

ಹ್ಯಾರಿ

ಈ ಕಪ್ಪು ಮೋಡ - ಇದು ಯಾರೋ ವ್ಯಕ್ತಿಯಲ್ಲವೇ? ಇದು ಬೇರೆ ಏನೋ ಅಲ್ಲವೇ?

ಡಂಬಲ್‌ಡೋರ್

ಇಲ್ಲಿ ನನ್ನ ಅಭಿಪ್ರಾಯಕ್ಕೆ ಎಲ್ಲಿ ಬೆಲೆ ಎಲ್ಲಿದೆ? ನಾನೊಂದು ಚಿತ್ರ ಹಾಗೂ ಒಂದು ನೆನಪು ಹ್ಯಾರಿ.. ಚಿತ್ರ ಹಾಗೂ ನೆನಪು. ನನಗೆ ಯಾವತ್ತೂ ಮಗನಿರಲಿಲ್ಲ

ಹ್ಯಾರಿ

ಆದರೆ ನನಗೆ ನಿನ್ನ ಸಲಹೆ ಬೇಕು

ಆಲ್ಬಸ್

ಅಪ್ಪಾ

ಹ್ಯಾರಿಸ್ ಆಲ್ಬಸ್ ಕಡೆ ನೋಡುತ್ತಾನೆ ಹಾಗೂ ನಂತರ ಮತ್ತೆ ಡಂಬಲ್‌ಡೋರ್ ಕಡೆ ನೋಡುತ್ತಾನೆ ಆದರೆ ಡಂಬಲ್‌ಡೋರ್ ಹೋಗಿದ್ದಾನೆ.

ಹ್ಯಾರಿ

ಇಲ್ಲ ನೀನೀಗ ಎಲ್ಲಿ ಹೋದೆ?

ಆಲ್ಬಸ್

ನಾವು ಆಸ್ಪತ್ರೆಯಲ್ಲಿದ್ದೇವೆಯೇ?

ಹಾರಿ ತನ್ನ *ಗಮನವನ್ನು ಮತ್ತೆ* ಆಲ್ಬಸ್ ಕಡೆಗೆ ಹರಿಸುತ್ತಾನೆ

ಹ್ಯಾರಿ (*ಚಿಂತೆಯಿಂದ*)

ಹೌದು. ನೀನು ಗುಣವಾಗುತ್ತೀಯೆ. ಚೇತರಿಕೆಗಾಗಿ ಮೇಡಂ ಫಾಮ್‌ಪ್ರೇ ಏನನ್ನು ಸೂಚಿಸಬೇಕು ಎಂದು ಗೊಂದಲದಲ್ಲಿದ್ದರು. ಹಾಗೂ ಬಹುಶಃ ನೀನು ಬಹಳಷ್ಟು ಚಾಕಲೇಟ್ ತಿನ್ನಬೇಕು ಎಂದು ಹೇಳಿದರು. ನಾನು ಸ್ವಲ್ಪ ತಿಂದರೆ ತೊಂದರೆ ಇಲ್ಲ ತಾನೇ? ನಾನು ನಿನಗೆ ಏನೋ ಹೇಳಬೇಕು ಹಾಗೂ ನಿನಗೆ ಅದು ಇಷ್ಟವಾಗುವುದಿಲ್ಲ ಎಂದು ನನಗೆ ಅನಿಸುತ್ತಿದೆ.

ಅಲ್ಬಸ್ ತನ್ನ ಅಪ್ಪನನ್ನು ನೋಡುತ್ತಾನೆ ಅವನು ಏನು ಹೇಳಿದ್ದಾನೆ? ಅವನು ತೊಡಗಿಸಿಕೊಳ್ಳದಿರಲು ನಿರ್ಧರಿಸುತ್ತಾನೆ.

ಆಲ್ಬಸ್

ಅದು ಸರಿ ಎಂದೆನಿಸುತ್ತಿದೆ

ಹ್ಯಾರಿ ಕೆಲವು ಚಾಕಲೇಟ್ ಗಳನ್ನು ತೆಗೆದುಕೊಳ್ಳುತ್ತಾನೆ. ಅವನು ಒಂದು ದೊಡ್ಡ ತುಂಡನ್ನು ತಿನ್ನುತ್ತಾನೆ. ಆಲ್ಬಸ್ *ಗೊಂದಲದಿಂದ ತನ್ನ ಅಪ್ಪನನ್ನು ನೋಡುತ್ತಿದ್ದಾನೆ.*

ಒಳ್ಳೆಯದೆನಿಸುತ್ತಿದೆಯೇ?

ಹ್ಯಾರಿ

ಬಹಳಷ್ಟು

ಅವನು ತನ್ನ ಮಗನಿಗೆ ಚಾಕಲೇಟ್ ಕೊಡುತ್ತಾನೆ. ಆಲ್ಬಸ್ ಒಂದು ತುಂಡನ್ನು ತೆಗೆದುಕೊಳ್ಳುತ್ತಾನೆ ಹಾಗೂ ಅಪ್ಪ ಮಗ ಇಬ್ಬರೂ ಒಟ್ಟಿಗೆ ತಿನ್ನುತ್ತಿದ್ದಾರೆ

ಈಗ ನಿನ್ನ ತೋಳು ಹೇಗನಿಸುತ್ತಿದೆ?

ಆಲ್ಬಸ್ ತನ್ನ ತೋಳನ್ನು ಚಾಚುತ್ತಾನೆ.

ಆಲ್ಬಸ್

ಅದು ಒಳ್ಳೆಯದೆನಿಸುತ್ತದೆ

ಹ್ಯಾರಿ (ಮೃದುವಾಗಿ)

ನೀನು ಎಲ್ಲಿ ಹೋಗಿದ್ದೆ ಅಲ್ಬಸ್? ಅದರಿಂದ ನಾವು ಎಷ್ಟು ಚಿಂತೆ ಅನುಭವಿಸುತ್ತಿದ್ದೆವು ಎಂದು ಹೇಳಲು ನನಗೆ ಸಾಧ್ಯವಿಲ್ಲ. ನಿನ್ನ ಅಮ್ಮ ತುಂಬಾ ಚಿಂತೆ ಮಾಡುತ್ತಿದ್ದಳು.

ಅಲ್ಬಸ್ ಮೇಲಕ್ಕೆ ನೋಡುತ್ತಾನೆ. ಅವನೊಬ್ಬ ಸುಳ್ಳುಗಾರ

ಆಲ್ಬಸ್

ನಾವು ಶಾಲೆಗೆ ಹೋಗುವುದು ಬೇಡವೆಂದು ನಾವು ನಿರ್ಧರಿಸಿದೆವು. ನಾವು ಮತ್ತೊಮ್ಮೆ ಪ್ರಾರಂಭಿಸಬಹುದು ಎಂದು ಚಿಂತಿಸಿದೆವು. ಮಗಲ್ ಜಗತ್ತಿನಲ್ಲಿ. ಆದರೆ ನಮ್ಮ ಯೋಚನೆ ತಪ್ಪಾಗಿತ್ತು ಎಂದು ನಮಗೆ ತಿಳಿಯಿತು. ನಾವು ಹಾಗೂ ಹಾಗ್‌ವಾರ್ಟ್ಸ್ ಗೆ ವಾಪಸ್ಸು ಬರುತ್ತಿದ್ದಾಗ ನೀನು ನಮ್ಮನ್ನು ನೋಡಿದೆ.

ಹ್ಯಾರಿ

ಡರ್ಮ್‌ಸ್ಟ್ರ್ಯಾಂಗ್ ಬಟ್ಟೆಗಳಲ್ಲೇ?

ಆಲ್ಬಸ್

ಬಟ್ಟೆಗಳಿಂದಲೇ ಇಷ್ಟೆಲ್ಲಾ ಆಯಿತು - ಸ್ಕಾರ್ಪಿಯಸ್ ಹಾಗೂ ನಾನು ನಾವು ವಿಚಾರ ಮಾಡಲಿಲ್ಲ.

ಹ್ಯಾರಿ

ಯಾಕೆ ಓಡಿ ಹೋದಿರಿ? ನನ್ನಿಂದಲೇ? ನಾನು ಹೇಳಿದ್ದರಿಂದಲೇ?

ಆಲ್ಬಸ್

ನನಗೆ ಗೊತ್ತಿಲ್ಲ... ಹಾಗ್‌ವಾರ್ಟ್ಸ್ ಅಲ್ಲಿ ಹೊಂದಿಕೊಳ್ಳದವರಿಗೆ ಒಂದು ಒಳ್ಳೆಯ ಜಾಗವಲ್ಲ..

ಹ್ಯಾರಿ

ಸ್ಕಾರ್ಪಿಯಸ್ ಹೋಗಬೇಕೆಂದು ನಿನಗೆ ಹೇಳಿದನೇ?

ಆಲ್ಬಸ್

ಸ್ಕಾರ್ಪಿಯಸ್ ಇಲ್ಲ

ಸ್ಕಾರ್ಪಿಯಸ್ ಆಲ್ಬಸ್ ಕಡೆ ನೋಡುತ್ತಾನೆ. ಅವನು ಅವನ ಸುತ್ತಲೂ ಒಂದು ಪ್ರಭಾವಳಿಯನ್ನು ನೋಡಲು ಪ್ರಯತ್ನಿಸುತ್ತಿದ್ದಾನೆ. ಅವನು ಆಳವಾಗಿ ಆಲೋಚಿಸುತ್ತಿದ್ದಾನೆ.

ಹ್ಯಾರಿ

ನೀನು ಸ್ಕಾರ್ಪಿಯಸ್ ಮಲ್ಫಾಯ್‌ನಿಂದ ದೂರವಿರಬೇಕು

ಅಲ್ಬಸ್

ಏನು? ಸ್ಕಾರ್ಪಿಯಸ್?

ಹ್ಯಾರಿ

ನೀವಿಬ್ಬರೂ ಹೇಗೆ ಗೆಳೆಯರಾಗಿದ್ದೇವೆ ಎಂದು ನನಗೆ ಗೊತ್ತಿಲ್ಲ. ಆದರೂ ನೀವು - ಆದರೆ ಈಗ - ನೀನು

ಆಲ್ಬಸ್

ನನ್ನ ಅತ್ಯುತ್ತಮ ಸ್ನೇಹಿತ? ನನ್ನ ಒಬ್ಬನೇ ಸ್ನೇಹಿತ?

ಹ್ಯಾರಿ

ಅವನು ಅಪಾಯಕಾರಿ

ಆಲ್ಬಸ್

ಸ್ಕಾರ್ಪಿಯಸ್ ಅಪಾಯಕಾರಿಯೇ? ನೀನು ಅವನನ್ನು ಭೇಟಿ ಮಾಡಿದ್ದೀಯಾ ಅಪ್ಪಾ? ಅವನು ವಾಲ್ಡೆರ್‌ಮಾರ್ಟ್‌ನ ಮಗನಾಗಿರುವುದರಿಂದ ಹೀಗೆ ಹೇಳಬೇಕೆಂದು ನಿನಗೆ ಅನಿಸಿದಲ್ಲಿ -

ಹ್ಯಾರಿ

ಅವನು ಏನೆಂದು ನನಗೆ ಗೊತ್ತಿಲ್ಲ. ನೀನು ಅವನಿಂದ ದೂರವಿರಬೇಕೆಂದು ಮಾತ್ರ ನನಗೆ ಗೊತ್ತು. ಬೇನ್ ನನಗೆ ಹೇಳಿದ.

ಆಲ್ಬಸ್

ಬೇನ್ ಎಂದರೆ ಯಾರು?

ಹ್ಯಾರಿ

ಅದ್ಭುತವಾದ ಭವಿಷ್ಯ ಹೇಳುವ ಕಲೆ ಇರುವ ಒಬ್ಬ ನರಾಶ್ವ. ಅವನು ನಿನ್ನ ಸುತ್ತಲೂ ಒಂದು ಕಪ್ಪು ಮೋಡವಿದೆ ಎಂದು ಹೇಳಿದ ಹಾಗೂ -

ಅಲ್ಬಸ್

ಒಂದು ಕಪ್ಪು ಮೋಡ?

ಹ್ಯಾರಿ

ಮಾಟಗಳು ಮತ್ತೆ ಬರುತ್ತೇವೆ ಎಂದು ನಂಬಲು ನನಗೆ ಒಳ್ಳೆಯ ಕಾರಣವಿದೆ. ಹಾಗೂ ನಾನು ನಿನ್ನನ್ನು ಅದರಿಂದ ಸುರಕ್ಷಿತವಾಗಿಡಬೇಕು. ಅವನಿಂದ ಸುರಕ್ಷಿತವಾಗಿಡಬೇಕು. ಸ್ಕಾರ್ಪಿಯಸ್‌ನಿಂದ ಸುರಕ್ಷಿತವಾಗಿಡಬೇಕು

ಆಲ್ಬಸ್ ಒಂದು ಕ್ಷಣ ಹಿಂಜರಿಯುತ್ತಾನೆ. ನಂತರ ಅವನ ಮುಖದಲ್ಲಿ ದೃಢ ನಿರ್ಧಾರ ಕಾಣುತ್ತಿದೆ.

ಆಲ್ಬಸ್

ನಾನು ಹಾಗೆ ಮಾಡದಿದ್ದಲ್ಲಿ? ಅವನಿಂದ ದೂರ ಇರದಿದ್ದಲ್ಲಿ?

ಹ್ಯಾರಿ ತನ್ನ ಮಗನನ್ನು ನೋಡುತ್ತಿದ್ದಾನೆ. ಅವನು ವೇಗವಾಗಿ ಆಲೋಚಿಸುತ್ತಿದ್ದಾನೆ.

ಹ್ಯಾರಿ

ಒಂದು ನಕ್ಷೆ ಇದೆ. ಅದನ್ನು ಹೇಳಿದ ಮಾತು ಕೇಳದವರಿಗಾಗಿ ಬಳಸಲಾಗುತ್ತಿತ್ತು. ನಾವು ಅದನ್ನು ಒಂದು ಕಣ್ಣಿಡಲು ಬಳಸುತ್ತಿದ್ದೇವೆ - ಒಂದು ಶಾಶ್ವತವಾದ ಕಣ್ಣು - ನಿನ್ನ ಮೇಲೆ. ಪ್ರೊಫೆಸರ್ ಮ್ಯಾಕ್‌ಗೊನಾಗಲ್ ನಿನ್ನನ್ನು ಪ್ರತಿಕ್ಷಣವೂ ಗಮನಿಸುತ್ತಾಳೆ. ನೀವಿಬ್ಬರೂ ಯಾವುದೇ ಸಮಯದಲ್ಲೂ ಒಟ್ಟಿಗೆ ಕಂಡರೂ ಅವಳು ಹಾರಿ ಬರುತ್ತಾಳೆ. ನೀವು ಯಾವುದೇ ಸಮಯದಲ್ಲಿ ಹಾಗ್‌ವಾರ್ಟ್ಸ್ ಬಿಡಲು ಪ್ರಯತ್ನಿಸುತ್ತಿದ್ದರೂ ಅವಳು ಹಾರುತ್ತಾಳೆ. ನಿನ್ನ ಪಾಠಗಳನ್ನು ನೀನು ಪೂರೈಸಬೇಕೆಂದು ನಾನು ನಿರೀಕ್ಷಿಸುತ್ತೇನೆ ಹಾಗೂ ಅವುಗಳಲ್ಲಿ ಯಾವುದನ್ನೂ ನೀನು ಸ್ಕಾರ್ಪಿಯಸ್ ಜೊತೆ ಹಂಚಿಕೊಳ್ಳುವುದಿಲ್ಲ. ಹಾಗೂ ಈ ಮಧ್ಯದಲ್ಲಿ ಗ್ರಿಫಿನ್‌ಡೋರ್ ಸಾಮಾನ್ಯ ಕೋಣೆಯಲ್ಲಿ ಇರುತ್ತೀಯಾ!

ಆಲ್ಬಸ್

ನೀನು ನನ್ನನ್ನು ಗ್ರಿಫಿನ್‌ಡೋರ್‌ನಲ್ಲಿ ಹೋಗುವಂತೆ ಮಾಡಬಾರದು! ನಾನು ಸ್ಲಿಥೆರಿನ್!

ಹ್ಯಾರಿ

ಆಟ ಆಡಬೇಡ ಆಲ್ಬಸ್ ನೀನು ಯಾವ ಮನೆಯವನು ಎಂದು ನಿನಗೆ ಗೊತ್ತು. ಅವಳು ನಿನ್ನನ್ನು ಸ್ಕಾರ್ಪಿಯಸ್ ಜೊತೆ ನೋಡಿದಲ್ಲಿ ನಾನು ನಿನ್ನ ಮೇಲೆ ಮಂತ್ರ ಮಾಡುತ್ತೇನೆ. ಅದು ನೀನು ಮಾಡುವ ಪ್ರತಿ ಚಲನೆಗೂ ನನಗೆ ಕಣ್ಣುಗಳು ಹಾಗೂ ಕಿವಿಗಳನ್ನು ಕೊಡುತ್ತದೆ. ನೀನು ಮಾತನಾಡುವ ಪ್ರತಿಯೊಂದು ಮಾತನ್ನೂ ನನಗೆ ಕೇಳಿಸುತ್ತದೆ. ಈ ಮಧ್ಯದಲ್ಲಿ ಅವನ ನಿಜವಾದ ವಂಶಕ್ಕೆ ಸಂಬಂಧಿಸಿದಂತೆ ನನ್ನ ಇಲಾಖೆಯಲ್ಲಿ ತನಿಖೆಗಳು ಪ್ರಾರಂಭವಾಗುತ್ತವೆ.

ಆಲ್ಬಸ್ (*ಅಳಲು ಪ್ರಾರಂಭಿಸುತ್ತಿದ್ದಾನೆ*)

ಆದರೆ ಅಪ್ಪಾ - ನೀನು ಹಾಗೆ ಮಾಡಬಾರದು - ಏಕೆಂದರೆ

ಹ್ಯಾರಿ

ನೀನು ನನ್ನನ್ನು ಇಷ್ಟಪಡದೆ ಇರುವುದರಿಂದ ನಾನು ನಿನಗೆ ಒಳ್ಳೆಯ ಅಪ್ಪನಲ್ಲವೆಂದು ನಾನು ಬಹಳ ಕಾಲ ಚಿಂತಿಸಿದ್ದೆ. ಆದರೆ ನೀನು ನನ್ನನ್ನು ಇಷ್ಟಪಡಬೇಕೆಂದಿಲ್ಲವೆಂದು ಈಗ ತಾನೇ ನಾನು ಕಂಡುಕೊಂಡಿದ್ದೇನೆ. ನೀನು ನಾನು ಹೇಳುವುದನ್ನು ಏಕೆ ಕೇಳಬೇಕೆಂದರೆ ನಾನು ನಿನ್ನ ಅಪ್ಪ ಹಾಗೂ ನನಗೆ ನಿನಗಿಂತ ಚೆನ್ನಾಗಿ ಗೊತ್ತು. ಕ್ಷಮಿಸು ಆಲ್ಬಸ್. ಇದು ಹೀಗೇ ಇರಬೇಕು.

ಆಕ್ಟ್ ಎರಡು ದೃಶ್ಯ ಒಂಬತ್ತು

ಹಾಗ್‌ವಾರ್ಟ್ಸ್, ಮೆಟ್ಟಿಲುಗಳು

ಅಲ್ಬಸ್ ವೇದಿಕೆಯ ಮೇಲೆ ಹ್ಯಾರಿ ಹಿಂದೆ ಹೋಗುತ್ತಿದ್ದಾನೆ.

134ಆಲ್ಬಸ್

ನಾನು ಓಡಿ ಹೋದರೆ? ನಾನು ಓಡಿ ಹೋಗುತ್ತೇನೆ.

ಹ್ಯಾರಿ

ಹೋಗಿ ಮಲಗು

ಆಲ್ಬಸ್

ನಾನು ಮತ್ತೆ ಓಡಿ ಹೋಗುತ್ತೇನೆ.

ಹ್ಯಾರಿ

ಇಲ್ಲ. ನೀನು ಓಡಿ ಹೋಗುವುದಿಲ್ಲ

ಆಲ್ಬಸ್

ನಾನು ಓಡಿ ಹೋಗುತ್ತೇನೆ. ಈ ಬಾರಿ ರಾನ್ ನಮ್ಮನ್ನು ಕಂಡು ಹಿಡಿಯದಂತೆ ನಾನು ಖಚಿತಪಡಿಸಿಕೊಳ್ಳುತ್ತೇನೆ

ರಾನ್

ನನಗೆ ನನ್ನ ಹೆಸರು ಕೇಳಿಸುತ್ತಿದೆಯೇ?

ರಾನ್ ಒಂದು ಮೆಟ್ಟಿಲುಗಳ ಮೇಲೆ ಬರುತ್ತಾನೆ. ಅವನ ಬದಿ ಈಗ ತುಂಬಾ ಆಕ್ರಮಣಕಾರಿಯಾಗಿದೆ. ಅವನ ಬಟ್ಟೆಗಳು ಸ್ವಲ್ಪ ಗಿಡ್ಡವಾಗಿವೆ. ಈಗ ಅವನ ಬಟ್ಟೆಗಳ ತುಂಬಾ ಕಲೆಯಿದೆ.

ಆಲ್ಬಸ್

ಚಿಕ್ಕಪ್ಪ ರಾನ್! ಧನ್ಯವಾದಗಳು ಡಂಬೆಲ್‌ಡೋರ್. ನಮಗೆ ನಿನ್ನ ಹಾಸ್ಯದ ಅಗತ್ಯವಿದ್ದರೆ ಅದು ಈಗಲೇ...

ರಾನ್ ಹುಬ್ಬು ಗಂಟಿಕ್ಕುತ್ತಾನೆ. ಅವನಿಗೆ ಗೊಂದಲವಾಗಿದೆ.

ರಾನ್

ಹಾಸ್ಯವೇ? ನನಗೆ ಯಾವ ಹಾಸ್ಯವೂ ಗೊತ್ತಿಲ್ಲ

ಆಲ್ಬಸ್

ನಿನಗೆ ಖಂಡಿತವಾಗಿಯೂ ಗೊತ್ತು. ನಿನ್ನ ಹತ್ತಿರ ಒಂದು ಜೋಕ್ ಶಾಪ್ ಇದೆ.

ರಾನ್ (*ಈಗ ತುಂಬಾ ಗೊಂದಲದಿಂದ*)

ಜೋಕ್ ಶಾಪ್? ಹೇಗಿದ್ದರೂ ನಿನ್ನನ್ನು ಹಿಡಿದಿರುವುದಕ್ಕೆ ನನಗೆ ಸಂತೋಷವಾಗಿದೆ. ನಾನು ಒಂದಿಷ್ಟು ಸಿಹಿ ತಿಂಡಿಯನ್ನು ತರುತ್ತೇನೆ. ನೀನು... ಬೇಗ ಗುಣವಾಗಲಿ... ಎಂದು ಹೇಳಲೇ... ಆದರೆ ಪದ್ಮ... ಅವಳು ವಿಷಯಗಳ ಬಗ್ಗೆ ಬಹಳ ತಲೆ ಕೆಡಿಸಿಕೊಳ್ಳುತ್ತಾಳೆ ನಾನು ತಲೆ ಕೆಡಿಸಿಕೊಳ್ಳುವುದಕ್ಕಿಂತ ಹೆಚ್ಚು. ಅವಳು ನೀವು ಶಾಲೆಗೆ ತೆಗೆದುಕೊಂಡು ಹೋಗಲು ಏನಾದರೂ ಒಳ್ಳೆಯದನ್ನು ಕೊಡಬೇಕು ಎಂದು ಅಂದುಕೊಂಡಿದ್ದಳು. ಆದ್ದರಿಂದ ನಾವು ನಿನಗೆ ಒಂದು ದೊಡ್ಡ ಗರಿಗಳ ಗೊಂಚಲನ್ನು ತಂದಿದ್ದೇವೆ. ಹೌದು. ಹೌದು. ಹೌದು. ಇವುಗಳನ್ನು ನೋಡು. ಇವು ತುಂಬಾ ಒಳ್ಳೆಯದಾಗಿವೆ.

ಆಲ್ಬಸ್

ಪದ್ಮ ಎಂದರೆ ಯಾರು?

ಹ್ಯಾರಿ ಆಲ್ಬಸ್‌ನನ್ನು ನೋಡಿ ಹುಬ್ಬು ಗಂಟಿಕ್ಕುತ್ತಾನೆ.

ಹ್ಯಾರಿ

ನಿನ್ನ ಚಿಕ್ಕಮ್ಮ

ಆಲ್ಬಸ್

ನನಗೆ ಪದ್ಮ ಎನ್ನುವ ಚಿಕ್ಕಮ್ಮ ಇದ್ದಾಳೆಯೇ?

ರಾನ್

(*ಹ್ಯಾರಿಗೆ*) ಕನ್‌ಫಂಡಸ್ ಮಂತ್ರ ಅವನ ತಲೆಗೆ ಹೋಗಿದೆ ಅಲ್ಲವೇ? (*ಆಲ್ಬಸ್‌ಗೆ*) ನನ್ನ ಹೆಂಡತಿ ಪದ್ಮ ನಿನಗೆ ನೆನಪಿದೆಯೇ? ಅವಳು ನಿನ್ನ ಮುಖದ ಬಹಳ ಹತ್ತಿರ ಬಂದು ಮಾತನಾಡುತ್ತಾಳೆ. ಸ್ವಲ್ಪ ಸೊಪ್ಪಿನ ವಾಸನೆ ಇದೆ. (*ಅವನು ಹತ್ತಿರ ಬರುತ್ತಾನೆ*) ಪದ್ಮ ಪಂಜುವಿನ ತಾಯಿ. (*ಹ್ಯಾರಿಗೆ*) ನಾನು ಅದಕ್ಕೇ ಇಲ್ಲಿದ್ದೇನೆ - ಪಂಜು ಸಲುವಾಗಿ - ಅವನು ಮತ್ತೆ ತೊಂದರೆಯಲ್ಲಿದ್ದಾನೆ. ನಾನು ಬರೀ ಒಂದು ಹೌಲರ್ ಕಳಿಸಬೇಕು ಎಂದುಕೊಂಡಿದ್ದೆ. ಆದರೆ ಪದ್ಮ ನಾನು ಖುದ್ದಾಗಿ ಬರಬೇಕೆಂದು ಹೇಳಿದಳು. ಅದು ಏಕೆಂದು ನನಗೆ ಗೊತ್ತಿಲ್ಲ. ಅವನು ನನ್ನನ್ನು ನೋಡಿ ನಗುತ್ತಾನೆ.

ಆಲ್ಬಸ್

ಆದರೆ ನಿನ್ನ ಮದುವೆ ಹರ್ಮಿಯಾನ್ ಜೊತೆಗೆ ಆಗಿದೆ

ರಾನ್‌ಗೆ ಇದು ಅರ್ಥವೇ ಆಗುತ್ತಿಲ್ಲ

ರಾನ್

ಹರ್ಮಿಯಾನ್? ಇಲ್ಲ. ಇಲ್ಲಾ. ಮರ್ಲಿನ್‌ನ ಗಡ್ಡ

ಹ್ಯಾರಿ

ಆಲ್ಬಸ್ ಬಹಳ ಅನುಕೂಲಕರವಾಗಿ ಅವನ್ನು ಗ್ರಿಫಿನ್‌ಡೋರ್‌ನಲ್ಲಿ ಹಾಕಲಾಗಿದೆ ಎನ್ನುವದನ್ನೂ ಮರೆತುಬಿಟ್ಟಿದ್ದಾನೆ

ರಾನ್

ಹೌದು. ಕ್ಷಮಿಸು. ವಯಸ್ಸಾದವನೇ. ನೀನು ಗ್ರಿಫಿನ್‌ಡೋರ್

ಆಲ್ಬಸ್

ಆದರೆ ನನ್ನನ್ನು ಗ್ರಿಫಿನ್‌ಡೋರ್‌ಗೆ ಹೇಗೆ ಹಾಕಿದರು?

ರಾನ್

ನಿನಗೆ ನೆನಪಿಲ್ಲವೇ? ನೀನು ವಿಂಗಡಿಸುವ ಹಾಟ್‌ಗೆ ದುಂಬಾಲು ಬಿದ್ದಿದ್ದೆ? ಪಂಜು ನಿನ್ನ ಜೀವ ಹೋದರೂ ನೀನು ಗ್ರಿಫಿನ್‌ಡೋರ್‌ಗೆ ಹೋಗುವುದಿಲ್ಲ ಎಂದು ಪಂದ್ಯ ಕಟ್ಟಿದ್ದ. ಹೀಗಾಗಿ ನೀನು ಅವನನ್ನು ಸೋಲಿಸಲು ಗ್ರಿಫಿನ್‌ಡೋರ್‌ಗೆ ಹೋದೆ. ನಾನು ನಿನ್ನನ್ನು ದೂಷಿಸುವುದಿಲ್ಲ. (ತಣ್ಣಗೆ) ನಾವೆಲ್ಲರೂ ಕೆಲವೊಮ್ಮೆ ಅವನ ಮುಖದ ಮೇಲಿನ ನಗುವನ್ನು ಅಳಿಸಬಯಸುತ್ತೇವೆ ಅಲ್ಲವೇ? (ಹೆದರಿಕೊಳ್ಳುತ್ತಾ) ಪದ್ಮಾಗೆ ನಾನು ಅದನ್ನು ಹೇಳಿದ್ದೇನೆ ಎಂದು ಹೇಳಬೇಡ.

ಅಲ್ಬಸ್

ಪಂಜು ಎಂದರೆ ಯಾರು?

ರಾನ್ ಹಾಗೂ ಹ್ಯಾರಿ ಆಲ್ಬಸ್‌ನನ್ನು ನೋಡುತ್ತಾರೆ

ರಾನ್

ದೇವರೇ! ನೀನು ನಿಜವಾಗಿಯೂ ನೀನಾಗಿಲ್ಲ ಅಲ್ಲವೇ? ನಾನೇ ಖುದ್ದಾಗಿ ಹೌಲರ್ ಕಳಿಸುವ ಮೊದಲು ನೀನು ಹೋಗುವುದು ಒಳ್ಳೆಯದು.

ಅವನು ಮುಗ್ಗರಿಸುತ್ತಾನೆ. ಅವನು ತಾನು ಮೊದಲಿದ್ದ ಮನುಷ್ಯನಾಗಿಲ್ಲ.

ಆಲ್ಬಸ್

ಇದು ನನಗೆ ಅರ್ಥವೇ ಆಗುತ್ತಿಲ್ಲ

ಹ್ಯಾರಿ

ನೀನು ಏನೇ ಹೇಳಿದರೂ ಅದು ಕೆಲಸ ಮಾಡುವುದಿಲ್ಲ. ನಾನು ನನ್ನ ಮನಸ್ಸು ಬದಲಾಯಿಸುವುದಿಲ್ಲ.

ಆಲ್ಬಸ್

ಅಪ್ಪಾ. ನಿನ್ನ ಬಳಿ ಎರಡು ಆಯ್ಕೆಗಳಿವೆ. ನೀನು ನನ್ನನ್ನು -

ಹ್ಯಾರಿ

ಇಲ್ಲ. ಆಯ್ಕೆ ಇರುವುದು ನಿನಗೆ ಅಲ್ಬಸ್. ನೀನು ಇದನ್ನು ಮಾಡು. ಇಲ್ಲದಿದ್ದಲ್ಲಿ ನೀನು ಆಳವಾಗಿ - ಬಹಳ ಆಳವಾಗಿ - ತೊಂದರೆಯಲ್ಲಿ ಸಿಲುಕಿಕೊಳ್ಳುತ್ತೀಯಾ. ಅರ್ಥವಾಯಿತೇ?

ಸ್ಕಾರ್ಪಿಯಸ್ ಮೆಟ್ಟಿಲುಗಳ ಇನ್ನೊಂದು ಬದಿಯಲ್ಲಿ ಕಾಣಿಸಿಕೊಳ್ಳುತ್ತಾನೆ. ಅವನಿಗೆ ಆಲ್ಬಸ್ ಅನ್ನು ನೋಡಿ ಸಂತೋಷವಾಗಿದೆ.

ಸ್ಕಾರ್ಪಿಯಸ್

ಆಲ್ಬಸ್? ನೀನು ಹುಷಾರಾಗಿದ್ದೀಯಾ? ಇದು ತುಂಬಾ ಒಳ್ಳೆಯ ಸುದ್ದಿ.

ಹ್ಯಾರಿ ಸ್ಕಾರ್ಪಿಯಸ್ ಅನ್ನು ನಿರ್ಲಕ್ಷಿಸಿ ಆ ಕಡೆ ಹೋಗುತ್ತಾನೆ.

ಹ್ಯಾರಿ

ಅವನು ಸಂಪೂರ್ಣವಾಗಿ ಗುಣವಾಗಿದ್ದಾನೆ. ನಾವು ಹೋಗಬೇಕು.

ಅಲ್ಬಸ್ ಸ್ಕಾರ್ಪಿಯಸ್ ಕಡೆ ನೋಡುತ್ತಾನೆ ಹಾಗೂ ಅವನ ಮನಸ್ಸಿಗೆ ಬೇಸರವಾಗಿದೆ. ಅವನು ತನ್ನ ಅಪ್ಪನನ್ನು ಹಿಂಬಾಲಿಸುತ್ತಾನೆ. ಅವನು ಹಾಗೆ ಮಾಡುವಾಗ ಸ್ಕಾರ್ಪಿಯಸ್ ಕಾತರದಿಂದ ಅವನ ಕಡೆ ನೋಡುತ್ತಿರುವುದನ್ನು ನಿರ್ಲಕ್ಷಿಸುತ್ತಾನೆ.

ಸ್ಕಾರ್ಪಿಯಸ್

ನಿನಗೆ ನನ್ನ ಮೇಲೆ ಬೇಸರವಾಗಿದೆಯೇ? ಇಲ್ಲಿ ಏನು ನಡೆಯುತ್ತಿದೆ?

ಆಲ್ಬಸ್ ನಿಂತು ಸ್ಕಾರ್ಪಿಯಸ್ ಕಡೆ ತಿರುಗುತ್ತಾನೆ

ಅಲ್ಬಸ್

ಅದು ಕೆಲಸ ಮಾಡಿದೆಯೇ? ಯಾವುದಾದರೂ ಕೆಲಸ ಮಾಡಿದೆಯೇ?

ಸ್ಕಾರ್ಪಿಯಸ್

ಇಲ್ಲ.. ಆದರೆ ಆಲ್ಬಸ್...

ಹ್ಯಾರಿ

ಆಲ್ಬಸ್... ನೀವು ಹುಚ್ಚುಚ್ಚಾಗಿ ಏನೇ ಮಾತನಾಡುತ್ತಿದ್ದರೂ ಅದನ್ನು ಈಗಲೇ ನಿಲ್ಲಿಸಬೇಕು. ಇದು ನಿನ್ನ ಕೊನೆಯ ಎಚ್ಚರಿಕೆ.

ಆಲ್ಬಸ್ ತನ್ನ ಅಪ್ಪ ಹಾಗೂ ತನ್ನ ಸ್ನೇಹಿತನ ನಡುವೆ ಸಿಲುಕಿಕೊಂಡಿದ್ದಾನೆ.

ಅಲ್ಬಸ್

ನನಗೆ ಸಾಧ್ಯವಿಲ್ಲ. ಸರಿಯೇ?

ಸ್ಕಾರ್ಪಿಯಸ್

ನಿನಗೆ ಏನು ಸಾಧ್ಯವಿಲ್ಲ?

ಆಲ್ಬಸ್

ಕೇವಲ ನಾವಿಬ್ಬರೂ ಒಬ್ಬರಿಲ್ಲದೇ ಒಬ್ಬರು ಸುಖವಾಗಿರುತ್ತೇವೆ. ಸರಿಯೇ?

ಸ್ಕಾರ್ಪಿಯಸ್ ಆಲ್ಬಸ್ ಹೋಗುತ್ತಿದ್ದಂತೆ ಬೇಸರದಿಂದ ಅವನನ್ನು ನೋಡುತ್ತಿದ್ದಾನೆ. ಅವನಿಗೆ ತುಂಬಾ ದುಃಖವಾಗಿದೆ.

ಆಕ್ಟ್ ಎರಡು ದೃಶ್ಯ ಹತ್ತು

ಹಾಗ್‌ವಾರ್ಟ್ಸ್, ಮುಖ್ಯೋಪಾಧ್ಯಾಯರ ಕಛೇರಿ

ಪ್ರೊಫೆಸರ್ ಮ್ಯಾಕ್‌ಗೊನಾಗಲ್ ತುಂಬಾ ಸಂತೋಷದಲ್ಲಿದ್ದಾನೆ. ಹ್ಯಾರಿ ಯಾವುದೋ ಉದ್ದೇಶದಲ್ಲಿದ್ದಾನೆ. ಜಿನ್ನಿಗೆ ತಾನು ಹೇಗಿರಬೇಕೆಂದು ತಿಳಿದಿಲ್ಲ.

ಪ್ರೊಫೆಸರ್ ಮ್ಯಾಕ್‌ಗೊನಾಗಲ್

ಮರೌಡರ್ಸ್ ಮ್ಯಾಪ್ ಇದನ್ನು ಮಾಡಬೇಕು ಎಂದು ನನಗೆ ಅನಿಸುತ್ತಿಲ್ಲ.

ಹ್ಯಾರಿ

ನೀವು ಅವರನ್ನು ಒಟ್ಟಿಗೆ ನೋಡಿದರೆ ಸಾಧ್ಯವಾದಷ್ಟು ಬೇಗ ಅವರ ಕಡೆ ಹೋಗಿ ಹಾಗೂ ಅವರನ್ನು ಪ್ರತ್ಯೇಕವಾಗಿಸಿ

ಪ್ರೊಫೆಸರ್ ಮ್ಯಾಕ್‌ಗೊನಾಗಲ್

ಹ್ಯಾರಿ. ಇದು ಸರಿಯಾದ ನಿರ್ಧಾರವೆಂದು ನಿನಗೆ ಅನಿಸುತ್ತಿದೆಯೇ? ಏಕೆಂದರೆ ನಾನು ನರಾಶ್ವರ ಬುದ್ಧಿವಂತಿಕೆಯ ಮೇಲೆ ಅನುಮಾನ ಪಡುತ್ತಿಲ್ಲ. ಆದರೆ ಬೇನ್ ಒಬ್ಬ ತುಂಬಾ ಕೋಪವಿರುವ ನರಾಶ್ವವಾಗಿದ್ದಾನೆ ಹಾಗೂ ಅವನು ತನ್ನ ಸ್ವಂತ ಸ್ವಾರ್ಥಕ್ಕಾಗಿ ಭವಿಷ್ಯವನ್ನೇ ತಿರುಚಲು ಹೇಸುವುದಿಲ್ಲ.

ಹ್ಯಾರಿ

ನನಗೆ ಬೇನ್ ಮೇಲೆ ನಂಬಿಕೆಯಿದೆ. ಆಲ್ಬಸ್ ಸ್ಕಾರ್ಪಿಯಸ್‌ನಿಂದ ದೂರವಿರಬೇಕು ಅದು ಅವನ ಹಾಗೂ ಬೇರೆಯವರ ಒಳ್ಳೆಯದಕ್ಕೆ ಆಗಿದೆ.

ಜಿನ್ನಿ

ಹ್ಯಾರಿ ಏನು ಹೇಳುತ್ತಿದ್ದಾನೆ ಎಂದರೆ

ಹ್ಯಾರಿ (ದೃಢವಾಗಿ)

ಪ್ರೊಫೆಸರ್ ಮ್ಯಾಕ್‌ಗೊನಾಗಲ್‌ಗೆ ನಾನು ಏನು ಹೇಳುತ್ತಿದ್ದೇನೆ ಎಂದು ಗೊತ್ತು.

ಜಿನ್ನಿ ಹ್ಯಾರಿಯನ್ನು ನೋಡುತ್ತಾಳೆ. ಅವನು ಅವಳ ಜೊತೆ ಹಾಗೆ ಮಾತನಾಡುವುದನ್ನು ನೋಡಿ ಅವಳಿಗೆ ಆಶ್ಚರ್ಯವಾಗಿದೆ.

ಪ್ರೊಫೆಸರ್ ಮ್ಯಾಕ್‌ಗೊನಾಗಲ್

ಆಲ್ಬಸ್‌ನನ್ನು ಅತ್ಯುತ್ತಮ ಮಾಟಗಾತಿಯರು ಹಾಗೂ ಮಂತ್ರವಾದಿಗಳು ಪರೀಕ್ಷಿಸಿದ್ದಾರೆ ಹಾಗೂ ಅವನ ಮೇಲೆ ಯಾವುದೇ ಮಾಟ-ಮಂತ್ರದ ಛಾಯೆಯನ್ನು ಯಾರೂ ನೋಡಿಲ್ಲ.

ಹ್ಯಾರಿ

ಹಾಗೂ ಡಂಬೆಲ್‌ಡೋರ್ - ಡಂಬೆಲ್‌ಡೋರ್ ಏನು ಹೇಳಿದರೆಂದರೆ

ಪ್ರೊಫೆಸರ್ ಮ್ಯಾಕ್‌ಗೊನಾಗಲ್

ಏನು?

ಹ್ಯಾರಿ

ಅವನ ಚಿತ್ರ - ನಾವು ಮಾತನಾಡಿದೆವು. ಅವನು ಹೇಳಿದ ಕೆಲವು ವಿಷಯಗಳಲ್ಲಿ ಅರ್ಥವಿತ್ತು-

ಪ್ರೊಫೆಸರ್ ಮ್ಯಾಕ್‌ಗೊನಾಗಲ್

ಡಂಬೆಲ್‌ಡೋರ್ ಸತ್ತಿದ್ದಾನೆ ಹ್ಯಾರಿ. ಹಾಗೂ ನಾನು ಇದನ್ನು ಮೊದಲೇ ಹೇಳಿದ್ದೇನೆ. ಚಿತ್ರಗಳು ಅವರ ಒಡೆಯರ ಅರ್ಥವನ್ನೂ ಕೂಡ ಪ್ರತಿನಿಧಿಸುವುದಿಲ್ಲ

ಹ್ಯಾರಿ

ಅವನ ಪ್ರಕಾರ ಪ್ರೀತಿ ನನ್ನನ್ನು ಕುರುಡರನ್ನಾಗಿಸಿದೆ.

ಪ್ರೊಫೆಸರ್ ಮ್ಯಾಕ್‌ಗೊನಾಗಲ್

ಒಬ್ಬ ಮುಖ್ಯೋಪಾಧ್ಯಾಯರ ಚಿತ್ರವು ಒಂದು ಜ್ಞಾಪನೆಯಾಗಿದೆ. ಇದು ನಾನು ಮಾಡಬೇಕಾದ ನಿರ್ಧಾರಗಳಿಗೆ ಒಂದು ಬೆಂಬಲ ವ್ಯವಸ್ಥೆಯಾಗಿದೆ. ಆದರೆ ನಾನು ಈ ಕೆಲಸದಲ್ಲಿ ನನಗೆ ಚಿತ್ರಗಳನ್ನು ವ್ಯಕ್ತಿಯೆಂದು ತಿಳಿದುಕೊಳ್ಳದಿರಲು ಹೇಳಲಾಯಿತು. ನೀನೂ ಹಾಗೆ ಮಾಡಿದರೆ ಒಳ್ಳೆಯದು

ಹ್ಯಾರಿ

ಆದರೆ ಅವನು ನಿಜ ಹೇಳುತ್ತಿದ್ದ. ನಾನು ಅದನ್ನು ಈಗ ನೋಡುತ್ತಿದ್ದೇನೆ.

ಪ್ರೊಫೆಸರ್ ಮ್ಯಾಕ್‌ಗೊನಾಗಲ್

ನೀನು ತುಂಬಾ ಒತ್ತಡದಲ್ಲಿದ್ದೀಯಾ. ಅಲ್ಬಸ್‌ನನ್ನು ಕಳೆದುಕೊಂಡಿದ್ದು. ಅವನಿಗಾಗಿ ಹುಡುಕಾಡಿದ್ದು. ನಿನ್ನ ಗಾಯ ಏನಾಗಿರಬಹುದೆಂದು ಭಯಗೊಂಡಿದ್ದು. ಆದರೆ ನಾನು ಹೇಳುವುದನ್ನು ನಂಬು. ನೀನು ತಪ್ಪು ಮಾಡುತ್ತಿದ್ದೀಯಾ

ಹ್ಯಾರಿ

ಆಲ್ಬಸ್ ಮೊದಲು ನನ್ನನ್ನು ಇಷ್ಟ ಪಡುತ್ತಿರಲಿಲ್ಲ. ಇನ್ನೂ ಮೇಲೆಯೂ ನನ್ನನ್ನು ಇಷ್ಟಪಡದೆ ಇರಬಹುದು. ಆದರೆ ಅವನು ಸುರಕ್ಷಿತವಾಗಿರುತ್ತಾನೆ ಗೌರವದಿಂದ ಹೇಳಬೇಕೆಂದರೆ - ಮಿನರ್ವ - ನಿನಗೆ ಮಕ್ಕಳಿಲ್ಲ.

ಜಿನ್ನಿ

ಹ್ಯಾರಿ!

ಹ್ಯಾರಿ

ನಿನಗೆ ಅರ್ಥವಾಗುವುದಿಲ್ಲ

ಪ್ರೊಫೆಸರ್ ಮ್ಯಾಕ್‌ಗೊನಾಗಲ್ *(ಬೇಸರದಿಂದ)*

ಕಲಿಕೆಯ ವೃತ್ತಿಯಲ್ಲಿ ಕಳೆದ ಇಡೀ ಜೀವನವು -

ಹ್ಯಾರಿ

ಈ ನಕ್ಷೆಯು ಯಾವಾಗಲೂ ನನ್ನ ಮಗ ಎಲ್ಲಿದ್ದಾನೆ ಎಂದು ನಿಮಗೆ ತಿಳಿಸುತ್ತದೆ. ನೀವು ಅದನ್ನು ಬಳಸಬೇಕೆಂದು ನಾನು ನಿರೀಕ್ಷಿಸುತ್ತೇನೆ. ನೀವು ಅದನ್ನು ಬಳಸಿಲ್ಲವೆಂದು ನನಗೆ ತಿಳಿದಲ್ಲಿ ನಾನು ಈ ಶಾಲೆಯ ಮೇಲೆ ಸಾಧ್ಯವಾದಷ್ಟು ಕಠಿಣವಾದ ಕ್ರಮ ತೆಗೆದುಕೊಳ್ಳುತ್ತೇನೆ. ನಾನು ಸಚಿವಾಲಯದ ಎಲ್ಲ ಬಲವನ್ನೂ ಉಪಯೋಗಿಸುತ್ತೇನೆ. ತಿಳಿಯಿತೇ?

ಪ್ರೊಫೆಸರ್ ಮ್ಯಾಕ್‌ಗೊನಾಗಲ್ *(ಹ್ಯಾರಿಯ ಧ್ವನಿಯಲ್ಲಿನ ಕಾಠಿಣ್ಯವನ್ನು ಕೇಳಿ ಗಾಬರಿಯಿಂದ)*

ಖಂಡಿತವಾಗಿಯೂ

ಜಿನ್ನಿ ಹ್ಯಾರಿಯನ್ನು ನೋಡುತ್ತಾಳೆ ಅವನು ಏನಾಗಿದ್ದಾನೆ ಎಂದು ಅವಳಿಗೆ ಅರ್ಥವಾಗುತ್ತಿಲ್ಲ. ಅವನು ತಿರುಗಿ ನೋಡುವುದಿಲ್ಲ.

ಆಕ್ಟ್ ಎರಡು ದೃಶ್ಯ ಹನ್ನೊಂದು

ಹಾಗ್‌ವಾರ್ಟ್ಸ್, ಮಾಟಗಳ ತರಗತಿಯ ವಿರುದ್ಧ ರಕ್ಷಣೆ

ಆಲ್ಬಸ್ ಸ್ವಲ್ಪ ಗೊಂದಲದಿಂದ ತರಗತಿಯ ಒಳಗಡೆ ಬರುತ್ತಾನೆ.

ಹರ್ಮಿಯಾನ್

ನಮ್ಮ ರೈಲಿನಿಂದ ತಪ್ಪಿಸಿಕೊಂಡು ಹೋದವನು ಈಗ ಬಂದಿದ್ದಾನೆ. ಅವನು ನಮ್ಮನ್ನು ಸೇರಿಕೊಂಡಿದ್ದಾನೆ.

ಆಲ್ಬಸ್

ಹರ್ಮಿಯಾನ್?

ಅವನಿಗೆ ಆಶ್ಚರ್ಯವಾಗಿದೆ. ಹರ್ಮಿಯಾನ್ ಪಾಠದ ಎದುರು ನಿಂತಿದ್ದಾಳೆ.

ಹರ್ಮಿಯಾನ್

ನನ್ನ ಹೆಸರು ಪ್ರೊಫೆಸರ್ ಗ್ರಾಂಗರ್ ಎಂದು ನನಗೆ ಅನಿಸುತ್ತಿದೆ. ಪಾಟರ್.

ಆಲ್ಬಸ್

ನೀನು ಇಲ್ಲೇನು ಮಾಡುತ್ತಿದ್ದೀಯಾ?

ಹರ್ಮಿಯಾನ್

ಕಲಿಸುತ್ತಿದ್ದೇನೆ. ನನ್ನ ಪಾಪಗಳಿಗಾಗಿ. ನೀನು ಇಲ್ಲೇನು ಮಾಡುತ್ತಿದ್ದೀಯಾ? ಕಲಿಯಲು ಬಂದಿದ್ದೀಯಾ ಎಂದು ನಾನು ಅಂದುಕೊಳ್ಳುತ್ತೇನೆ

ಆಲ್ಬಸ್

ಆದರೆ ನೀನು ಇನ್ನು ಇಂದ್ರಜಾಲದ ಸಚಿವೆ.

ಹರ್ಮಿಯಾನ್

ಮತ್ತೆ ನೀನು ಕನಸು ಕಾಣುತ್ತಿದ್ದೀಯಾ ಅಲ್ಲವೇ ಪಾಟರ್? ಇವತ್ತು ನಾವು ಪಟ್ರೋನಸ್ ಮಂತ್ರಗಳನ್ನು ಮತ್ತೆ ನೋಡುತ್ತಿದ್ದೇವೆ

ಆಲ್ಬಸ್ (*ಆಶ್ಚರ್ಯದಿಂದ*)

ನೀನು ಮಾಟಗಳ ಶಿಕ್ಷಕರ ವಿರುದ್ಧ ನಮ್ಮ ರಕ್ಷಣೆಯೇ?

ಎಲ್ಲರೂ ಗುಸುಗುಸು ಮಾತನಾಡುತ್ತಿದ್ದಾರೆ

ಹರ್ಮಿಯಾನ್

ನನ್ನ ಸಹನೆ ಮೀರುತ್ತಿದೆ. ಮೂರ್ಖತೆಗಾಗಿ ಗ್ರಿಫಿನ್‌ಡೋರ್‌ನಿಂದ ಹತ್ತು ಅಂಕಗಳು

ಪಾಲಿ ಚಾಪ್‌ಮನ್ (ಎದ್ದು ನಿಲ್ಲುತ್ತಾ, ಅದನ್ನು ವಿರೋಧಿಸುತ್ತಾ)

ಇಲ್ಲ. ಇಲ್ಲ. ಅವನು ಅದನ್ನು ಬೇಕೆಂದೇ ಮಾಡುತ್ತಿದ್ದಾನೆ. ಅವನಿಗೆ ಗ್ರಿಫಿನ್‌ಡೋರ್ ಎಂದರೆ ಇಷ್ಟವಿಲ್ಲ ಹಾಗೂ ಎಲ್ಲರಿಗೂ ಅದು ಗೊತ್ತು.

ಹರ್ಮಿಯಾನ್

ಕುಳಿತುಕೋ ಪಾಲಿ ಚಾಪ್‌ಮನ್. ಇಲ್ಲದಿದ್ದಲ್ಲಿ ಇದು ಇನ್ನೂ ಕೆಟ್ಟದಾಗುತ್ತದೆ. (ಪಾಲಿ ನಿಟ್ಟುಸಿರು ಬಿಟ್ಟು ಕುಳಿತುಕೊಳ್ಳುತ್ತಾಳೆ.) ಹಾಗೂ ನೀನು ಅಲ್ಲಿ ಹೋಗಿ ಕುಳಿತುಕೊ ಆಲ್ಬಸ್. ಈ ನಾಟಕವನ್ನು ಕೊನೆಗೊಳಿಸು

ಆಲ್ಬಸ್

ಆದರೆ ನೀನು ಇಷ್ಟೊಂದು ಕೆಟ್ಟವಳಲ್ಲ.

ಹರ್ಮಿಯಾನ್

ಹಾಗಾದರೆ ನಾನು ಇಷ್ಟೇ ಕೆಟ್ಟವನೆಂದು ಆಲ್ಬಸ್‌ಗೆ ತಿಳಿಸಲು ನಾನು ಇಪ್ಪತ್ತು ಅಂಕಗಳನ್ನು ತೆಗೆದುಕೊಳ್ಳುತ್ತಿದ್ದೇನೆ.

ಯಾನ್ ಫ್ರೆಡ್ರಿಕ್ಸ್

ನೀನು ಈಗಲೇ ಕುಳಿತುಕೊಳ್ಳದಿದ್ದಲ್ಲಿ... ಆಲ್ಬಸ್

ಆಲ್ಬಸ್ ಕುಳಿತುಕೊಳ್ಳುತ್ತಾನೆ

ಆಲ್ಬಸ್

ನಾನು ಇದನ್ನು ಹೇಳಬಹುದೇ

ಹರ್ಮಿಯಾನ್

ಇಲ್ಲ. ನೀನು ಹೇಳಬಾರದು. ಕುಳಿತುಕೋ.. ಪಾಟರ್ ಇಲ್ಲದಿದ್ದಲ್ಲಿ ನೀನು ಹೊಂದಿರುವ ಸೀಮಿತ ಜನಪ್ರಿಯತೆಯನ್ನೂ ನೀನು ಈಗಲೇ ಕಳೆದುಕೊಳ್ಳುತ್ತೀಯಾ.. ಈಗ ಪಟ್ರೋನಸ್ ಎಂದರೆ ಏನೆಂದು ನನಗೆ ಯಾರೂ ಹೇಳಬಹುದೇ? ಇಲ್ಲವೇ? ಯಾರೂ ಇಲ್ಲವೇ? ನಿಮ್ಮನ್ನು ನೋಡಿದರೆ ನನಗೆ ತುಂಬಾ ಬೇಸರವಾಗುತ್ತಿದೆ.

ಹರ್ಮಿಯಾನ್ ಒಂದು ತೆಳುವಾದ ನಗುವನ್ನು ನಗುತ್ತಾಳೆ ಅವಳು ನಿಜಕ್ಕೂ ಕೆಟ್ಟವಳಾಗಿದ್ದಾಳೆ.

ಆಲ್ಬಸ್

ಇಲ್ಲ ಇದು ಮೂರ್ಖತನ. ರೋಸ್ ಎಲ್ಲಿದ್ದಾಳೆ? ಅವಳು ನೀನು ಹಾಸ್ಯಾಸ್ಪದವಾಗಿದ್ದೀಯಾ ಎಂದು ಹೇಳುತ್ತಾಳೆ.

ಹರ್ಮಿಯಾನ್

ರೋಸ್ ಎಂದರೆ ಯಾರು? ನಿನ್ನ ಅದೃಶ್ಯ ಸ್ನೇಹಿತೆಯೇ?

ಆಲ್ಬಸ್

ರೋಸ್ ಗ್ರ್ಯಾಂಗರ್-ವೆಸ್ಲಿ! ನಿಮ್ಮ ಮಗಳು (ಅವನಿಗೆ ಅರಿವಾಗುತ್ತದೆ) ನೀವು ಹಾಗೂ ರಾನ್ ಇನ್ನೂ ಮದುವೆಯಾಗಿಲ್ಲ ರೋಸ್..

ಅಲ್ಲಿ ನಗುವಿದೆ

ಹರ್ಮಿಯಾನ್

ನಿನಗೆಷ್ಟು ಧೈರ್ಯ! ಗಿಫಿನ್‌ಡಾರ್‌ನಿಂದ ಐವತ್ತು ಪಾಯಿಂಟ್‌ಗಳು ಇನ್ನೂ ಯಾರಾದರೂ ನನಗೆ ಅಡ್ಡಿ ಮಾಡಿದರೆ ಅದು ನೂರು ಪಾಯಿಂಟ್‌ಗಳಾಗಿರುತ್ತದೆ ಎಂದು ನಾನು ಭರವಸೆ ನೀಡುತ್ತೇನೆ.

ಅವಳು ಕೋಣೆಯಲ್ಲಿ ಎಲ್ಲಾ ಕಡೆ ನೋಡುತ್ತಿದ್ದಾಳೆ. ಯಾರೂ ಮಾತಾಡುತ್ತಿಲ್ಲ

ಒಳ್ಳೆಯದು ಒಂದು ಪಾಟ್ರೋನಸ್ ಎಂದರೆ ಒಂದು ಇಂದ್ರಜಾಲದ ಮಂತ್ರವಾಗಿದೆ. ಇದು ನಿಮ್ಮ ಅತ್ಯಂತ ಧನಾತ್ಮಕ ಭಾವನೆಗಳ ಒಂದು ಸ್ವರೂಪವಾಗಿದೆ ಹಾಗೂ ಇದು ನೀವು ಅತ್ಯಂತ ಆಳವಾಗಿ ಸಂಬಂಧವಿದೆ ಎಂದು ಭಾವಿಸುವ ಒಂದು ಪ್ರಾಣಿಯ ಸ್ವರೂಪವನ್ನು ಪಡೆದುಕೊಳ್ಳುತ್ತದೆ. ಇದು ಬೆಳಕಿನ ಒಂದು ಉಡುಗೊರೆ. ನೀವು ಪೆಟ್ರೋನಸ್ ಮಂತ್ರದ ಮೇಲೆ ಹಿಡಿತ ಸಾಧಿಸಿದರೆ ನೀವು ಜಗತ್ತಿನಿಂದ ನಿಮ್ಮನ್ನು ರಕ್ಷಿಸಿಕೊಳ್ಳಬಹುದು. ಇದು ನಮ್ಮಲ್ಲಿ ಹಲವರಿಗೆ ಇತರರಿಗಿಂತ ಬಹಳ ಬೇಗ ಅಗತ್ಯವಾಗಬಹುದು

ಆಕ್ಟ್ ಎರಡು ದೃಶ್ಯ ಹನ್ನೆರಡು

Hogwarts, Staircases

ಆಲ್ಬಸ್ ಮೆಟ್ಟಿಲುಗಳನ್ನು ಹತ್ತುತ್ತಿದ್ದಾನೆ. ಅವನು ಹೋಗುವಾಗ ಸುತ್ತಲೂ ನೋಡುತ್ತಿದ್ದಾನೆ.

ಅವನಿಗೆ ಏನೂ ಕಾಣುತ್ತಿಲ್ಲ. ಅವನು ಹೋಗುತ್ತಾನೆ. ಮೆಟ್ಟಿಲು ನರ್ತಿಸುವ ಹಾಗೆ ಚಲಿಸುತ್ತಿದೆ.

ಸ್ಕಾರ್ಪಿಯಸ್ ಅವನ ಹಿಂದೆ ಬರುತ್ತಿದ್ದಾನೆ. ಅವನಿಗೆ ತಾನು ಆಲ್ಬಸ್‌ನನ್ನು ನೋಡಿದ್ದೇನೆ ಎಂದು ಅನಿಸುತ್ತಿದೆ. ಅವನು ಅಲ್ಲಿಲ್ಲವೆಂದು ಅವನಿಗೆ ತಿಳಿಯುತ್ತಿದೆ.

ಮೆಟ್ಟಿಲು ಅವನ ಸುತ್ತಲೂ ಸುತ್ತಿಕೊಳ್ಳುತ್ತಿದ್ದ ಹಾಗೆ ಅವನು ನೆಲಕ್ಕೆ ಕುಸಿಯುತ್ತಾನೆ.

ಮೇಡಮ್ ಮುಚ್ ಬರುತ್ತಾಳೆ ಹಾಗೂ ಮೆಟ್ಟಿಲು ಹತ್ತುತ್ತಿದ್ದಾಳೆ. ಮೇಲೆ ಹೋಗಿ, ಅವಳು ಸ್ಕಾರ್ಪಿಯಸ್‌ಗೆ ಬರುವಂತೆ ಸನ್ನೆ ಮಾಡುತ್ತಿದ್ದಾಳೆ.

ಅವನು ಬರುತ್ತಾನೆ. ಹಾಗೂ ಜಾರುತ್ತಾನೆ.

ಸ್ಕಾರ್ಪಿಯಸ್ ಬಂದು ಇನ್ನೊಂದರ ಮೇಲೆ ಹೋಗುತ್ತಾನೆ.

ಮೆಟ್ಟಿಲುಗಳು ಸೇರುತ್ತಿವೆ. ಇಬ್ಬರೂ ಹುಡುಗರು ಒಬ್ಬರನ್ನೊಬ್ಬರು ನೋಡುತ್ತಾರೆ.

ಅವರು ಕಳೆದುಹೋಗಿದ್ದಾರೆ ಹಾಗೂ ಭರವಸೆ ಹೊಂದಿದ್ದಾರೆ - ಒಟ್ಟಿಗೇ.

ಹಾಗೂ ನಂತರ ಆಲ್ಬಸ್ ಆ ಕಡೆ ನೋಡುತ್ತಾನೆ ಹಾಗೂ ಆ ಕ್ಷಣ ಮುರಿದು ಹೋಗಿದೆ - ಹಾಗೂ ಅದರ ಜೊತೆ ಬಹುಶಃ ಸ್ನೇಹ ಕೂಡ.

ಈಗ ಮೆಟ್ಟಿಲುಗಳು ಬೇರೆಯಾಗುತ್ತಿವೆ - ಇಬ್ಬರೂ ಒಬ್ಬರನ್ನೊಬ್ಬರು ನೋಡುತ್ತಿದ್ದಾರೆ - ಒಬ್ಬನು ತಪ್ಪಿತಸ್ಥ ಭಾವನೆಯಿಂದ - ಇನ್ನೊಬ್ಬನು ಅಸಂತೋಷದಿಂದ.

ಆಕ್ಟ್ ಎರಡು ದೃಶ್ಯ ಹದಿಮೂರು

ಹ್ಯಾರಿ ಹಾಗೂ ಜಿನ್ನಿ ಪಾಟರ್ ಮನೆ, ಅಡುಗೆ ಮನೆ

ಜಿನ್ನಿ ಹಾಗೂ ಹ್ಯಾರಿ ಒಬ್ಬರನ್ನೊಬ್ಬರು ಚಿಂತೆಯಿಂದ ನೋಡುತ್ತಿದ್ದಾರೆ. ಒಂದು ವಾದ ಆಗಬಹುದು ಎಂದು ಅನಿಸುತ್ತಿದೆ ಹಾಗೂ ಇಬ್ಬರಿಗೂ ಅದು ಗೊತ್ತು.

ಹ್ಯಾರಿ

ಇದು ಸರಿಯಾದ ನಿರ್ಧಾರ

ಜಿನ್ನಿ

ನೀನು ಹೆಚ್ಚೂ ಕಡಿಮೆ ನಿರ್ಧಾರ ಮಾಡಿಬಿಟ್ಟಿದ್ದೀಯಾ

ಹ್ಯಾರಿ

ನೀನು ಅವನ ಜೊತೆ ಪ್ರಾಮಾಣಿಕವಾಗಿರಲು ಹೇಳಿದೆ. ಅದರೆ ನನ್ನ ಜೊತೆ ನಾನೇ ಪ್ರಾಮಾಣಿಕವಾಗಿರಬೇಕು, ನನ್ನ ಮನಸ್ಸು ನನಗೆ ಏನು ಹೇಳುತ್ತಿತ್ತು ಎಂದು ನಂಬಬೇಕು...

ಜಿನ್ನಿ

ಹ್ಯಾರಿ, ನಿನ್ನ ಮನಸ್ಸು ಎಲ್ಲ ಮಾಂತ್ರಿಕರಿಗಿಂತ ದೊಡ್ಡದು, ಹಾಗೂ ನಿನ್ನ ಮನಸ್ಸು ನಿನಗೆ ಇದನ್ನು ಮಾಡಲು ಹೇಳಿತ್ತೆಂದು ನಾನು ನಂಬುವುದಿಲ್ಲ.

ಯಾರೋ ಬಾಗಿಲು ತಟ್ಟುತ್ತಿದ್ದಾರೆ.

ಬಾಗಿಲಿನಿಂದ ಉಳಿಯಿತು.

ಅವಳು ಹೋಗುತ್ತಾಳೆ.

ಒಂದು ಕ್ಷಣದ ನಂತರ, ಡ್ರಾಕೋ ಬರುತ್ತಾನೆ, ಅವನು ಕೋಪದಲ್ಲಿದ್ದರೂ ಅದನ್ನು ಚೆನ್ನಾಗಿ ಅಡಗಿಸಿಕೊಂಡಿದ್ದಾನೆ.

ಡ್ರಾಕೋ

ನನಗೆ ಬಹಳ ಹೊತ್ತು ಇರಲು ಸಾಧ್ಯವಿಲ್ಲ. ನನಗೆ ಬಹಳ ಹೊತ್ತು ಬೇಕಿಲ್ಲ.

ಹ್ಯಾರಿ

ನಾನು ಹೇಗೆ ಸಹಾಯ ಮಾಡಬಹುದು?

ಡ್ರಾಕೋ

ನಾನು ಇಲ್ಲಿ ನಿನ್ನ ಜೊತೆ ಜಗಳವಾಡಲು ಬಂದಿಲ್ಲ. ಆದರೆ ನನ್ನ ಮಗ ಅಳುತ್ತಿದ್ದಾನೆ ಹಾಗೂ ನಾನು ಅವನ ಅಪ್ಪ ಹಾಗೂ ನಾನು ನಿನ್ನನ್ನು ನೀನೇಕೆ ಇಬ್ಬರು ಒಳ್ಳೆಯ ಸ್ನೇಹಿತರನ್ನು ದೂರವಿಡುತ್ತಿಯಾ ಎಂದು ಕೇಳಲು ಬಂದಿದ್ದೇನೆ.

ಹ್ಯಾರಿ

ನಾನು ಅವರನ್ನು ದೂರವಿಡುತ್ತಿಲ್ಲ.

ಡ್ರಾಕೋ

ನೀನು ಶಾಲೆಯ ವೇಳಾಪಟ್ಟಿಯನ್ನು ಬದಲಿಸಿದ್ದೀಯಾ, ನೀನು ಇಬ್ಬರೂ ಶಿಕ್ಷಕರನ್ನೂ ಬೆದರಿಸಿದ್ದೀಯಾ ಹಾಗೂ ಆಲ್ಬಸ್‌ನನ್ನು ಕೂಡ. ಯಾಕೆ?

ಹ್ಯಾರಿ ಎಚ್ಚರಿಕೆಯಿಂದ ಡ್ರಾಕೋನನ್ನು ನೋಡುತ್ತಾನೆ ಹಾಗೂ ನಂತರ ಆ ಕಡೆ ತಿರುಗುತ್ತಾನೆ.

ಹ್ಯಾರಿ

ನಾನು ನನ್ನ ಮಗನನ್ನು ರಕ್ಷಿಸಬೇಕು.

ಡ್ರಾಕೋ

ಸ್ಕಾರ್ಪಿಯಸ್‌ನಿಂದಲೇ?

ಹ್ಯಾರಿ

ಬೇನ್ ನನ್ನ ಮಗನ ಸುತ್ತಲೂ ಒಂದು ಕಪ್ಪು ಪ್ರಭಾವಳಿಯನ್ನು ಕಂಡೆನೆಂದು ಹೇಳುತ್ತಿದ್ದ. ನನ್ನ ಮಗನ ಹತ್ತಿರ.

ಡ್ರಾಕೋ

ನೀನೇನು ಹೇಳುತ್ತಿದ್ದಿಯಾ, ಪಾಟರ್?

ಹ್ಯಾರಿ ತಿರುಗಿ ಡ್ರಾಕೋನನ್ನು ನೇರವಾಗಿ ನೋಡುತ್ತಿದ್ದಾನೆ

ಹ್ಯಾರಿ

ನಿನಗೆ ಖಚಿತತೆಯಿದೆಯೇ... ಅವನು ನಿನ್ನ ಮಗನೆಂದು ನಿನಗೆ ನಿಜವಾಗಿಯೂ ಖಚಿತತೆಯಿದೆಯೇ ಡ್ರಾಕೋ?

ಅಲ್ಲೊಂದು ಅಸಹನೀಯ ಮೌನವಿದೆ.

ಡ್ರಾಕೋ

ನೀನು ಆದನ್ನು ಹಿಂತೆಗೆದುಕೋ.. ಈಗಲೇ.

ಆದರೆ ಹ್ಯಾರಿ ಅದನ್ನು ವಾಪಸ್ ತೆಗೆದುಕೊಳ್ಳುತ್ತಿಲ್ಲ. ಡ್ರಾಕೋ ತನ್ನ ಮಂತ್ರದಂಡವನ್ನು ಹೊರಕ್ಕೆ ತೆಗೆಯುತ್ತಾನೆ.

ಹ್ಯಾರಿ

ನೀನಿದನ್ನು ಮಾಡಬೇಕೆಂದಿಲ್ಲ.

ಡ್ರಾಕೋ

ಹೌದು... ನಾನು ಮಾಡಬೇಕು.

ಹ್ಯಾರಿ

ನನಗೆ ನಿನ್ನನ್ನು ಗಾಯಗೊಳಿಸಲು ಇಷ್ಟವಿಲ್ಲ, ಡ್ರಾಕೋ

ಡ್ರಾಕೋ

ಎಷ್ಟು ತಮಾಷೆಯಾಗಿದೆ. ಏಕೆಂದರೆ ನನಗೆ ನಿನ್ನನ್ನು ಗಾಯಗೊಳಿಸಲು ಇಷ್ಟವಿದೆ.

ಇಬ್ಬರೂ ಒಬ್ಬರ ಎದುರಿಗೆ ಒಬ್ಬರು ಬಂದಿದ್ದಾರೆ. ಹಾಗೂ ತಮ್ಮ ತಮ್ಮ ಮಂತ್ರದಂಡಗಳನ್ನು ಬಿಟ್ಟಿದ್ದಾರೆ.

ಡ್ರಾಕೋ *ಹಾಗೂ* ಹ್ಯಾರಿ

ಎಕ್ಸ್ ಪೆಲಿಯಾರ್ಮಸ್!

ಅವರ ಮಂತ್ರದಂಡಗಳು ಹಿಂದೆ ಸರಿದು ಮುರಿದು ಹೋಗುತ್ತವೆ.

ಡ್ರಾಕೋ

ಇನ್‌ಕಾರ್ಸೆರಸ್!

ಹ್ಯಾರಿ *ಡ್ರಾಕೋ ಮಂತ್ರದಂಡದಿಂದ ಒಂದು ಸ್ಫೋಟವನ್ನು ತಪ್ಪಿಸಿಕೊಳ್ಳುತ್ತಾನೆ.*

ಹ್ಯಾರಿ

ತಂರಾಂತಾಲೆಗ್ರಾ!

ಡ್ರಾಕೋ *ಅದರಿಂದ ಬದಿಗೆ ಸರಿದು ತಪ್ಪಿಸಿಕೊಳ್ಳುತ್ತಾನೆ.*

ಹ್ಯಾರಿ

ನೀನು ಅಭ್ಯಾಸ ಮಾಡುತ್ತಿದ್ದೀಯಾ ಡ್ರಾಕೋ.

ಡ್ರಾಕೋ

ನೀನು ಅಭ್ಯಾಸ ಮಾಡುತ್ತಿಲ್ಲ, ಪಾಟರ್. ಡೆನ್ಸಾಯುಜೆಯೋ!

ಹ್ಯಾರಿ *ಸ್ವಲ್ಪದರಲ್ಲಿ ತಪ್ಪಿಸಿಕೊಳ್ಳುತ್ತಾನೆ.*

ಹ್ಯಾರಿ

ರಿಕ್ಟುಸೆಂಪ್ರಾ!

ಡ್ರಾಕೋ *ಆ ಸ್ಫೋಟದಿಂದ ತಪ್ಪಿಸಿಕೊಳ್ಳಲು ಒಂದು ಕುರ್ಚಿ ಬಳಸುತ್ತಾನೆ.*

ಡ್ರಾಕೋ

ಫ್ಲಿಪೆಂಡೋ!

ಹ್ಯಾರಿ *ಗಾಳಿಯಲ್ಲಿ ಹಾರಾಡುತ್ತಿದ್ದಾನೆ.* ಡ್ರಾಕೋ *ನಗುತ್ತಿದ್ದಾನೆ.*

ಸಹಿಸಿಕೋ, ಮುದುಕ.

ಹ್ಯಾರಿ

ನಾವಿಬ್ಬರೂ ಒಂದೇ ವಯಸ್ಸಿನವರು, ಡ್ರಾಕೋ.

ಡ್ರಾಕೋ

ಆದರೆ ಅದು ನನಗೆ ಚೆನ್ನಾಗಿ ಕಾಣುತ್ತದೆ.

ಹ್ಯಾರಿ

ಬ್ರಾಚಿಯಾಬಿಂಡೋ!

ಡ್ರಾಕೋನನ್ನು ಗಟ್ಟಿಯಾಗಿ ಕಟ್ಟಲಾಗಿದೆ.

ಡ್ರಾಕೋ

ಇದು ನಿನ್ನ ಅತ್ಯುತ್ತಮ ಪ್ರಯತ್ನವೇ? ಎಮಾನ್ಸಿಪೇರ್!

ಡ್ರಾಕೋ ತನ್ನನ್ನು ಕಟ್ಟಿದ್ದನ್ನು ಬಿಡಿಸಿಕೊಳ್ಳುತ್ತಾನೆ.

ಲೆವಿಕಾರ್ಪಸ್!

ಹ್ಯಾರಿ ತಪ್ಪಿಸಿಕೊಳ್ಳಲು ಆ ಕಡೆ ಹಾರುತ್ತಿದ್ದಾನೆ.

ಮಾಬಿಲಿಕಾರ್ಪಸ್! ಓಹ್, ಇದು ಬಹಳ ತಮಾಷೆಯಾಗಿದೆ ...

ಡ್ರಾಕೋ ಹ್ಯಾರಿಯನ್ನು ಟೇಬಲ್ ಮೇಲೆ ಕೆಳಗೆ ಆಡಿಸುತ್ತಿದ್ದಾನೆ. ಹಾಗೂ ಹ್ಯಾರಿ ಉರುಳಾಡುತ್ತಿದ್ದಂತೆ, ಡ್ರಾಕೋ ಟೇಬಲ್ ಮೇಲೆ ಹಾರುತ್ತಾನೆ - ಅವನು ತನ್ನ ಮಂತ್ರದಂಡವನ್ನು ಸಿದ್ಧಪಡಿಸುತ್ತಾನೆ, ಆದರೆ ಅವನು ಹಾಗೆ ಮಾಡುತ್ತಿರುವಾಗ ಹ್ಯಾರಿ ಒಂದು ಮಾಯಾಜಾಲದಿಂದ ಅವನನ್ನು ಹೊಡೆಯುತ್ತಾನೆ ...

ಹ್ಯಾರಿ

ಆಲ್ಬಸ್‌ಸ್ಕ್ಯೂರೋ!

ಅದು ಹೊಡೆಯುತ್ತಿದ್ದ ಹಾಗೆ ಡ್ರಾಕೋ ಅದರಿಂದ ತನ್ನನ್ನು ತಾನು ಬಿಡಿಸಿಕೊಳ್ಳುತ್ತಾನೆ.

ಇಬ್ಬರೂ ಒಬ್ಬರ ಎದುರಿಗೆ ಒಬ್ಬರು ನಿಂತಿದ್ದಾರೆ - ಹ್ಯಾರಿ ಒಂದು ಕುರ್ಚಿ ಎಸೆಯುತ್ತಾನೆ.

ಡ್ರಾಕೋ ಅದರ ಕೆಳಗೆ ಬಗ್ಗಿ ತನ್ನ ಮಂತ್ರದಂಡದಿಂದ ಅದನ್ನು ನಿಧಾನವಾಗಿಸುತ್ತಾನೆ.

ಜಿನ್ನಿ

ನಾನು ಕೇವಲ ಮೂರು ನಿಮಿಷಗಳ ಹಿಂದಷ್ಟೇ ಈ ಕೋಣೆಯಿಂದ ಹೋಗಿದ್ದೆ!

ಅವಳು ಅಡುಗೆ ಮನೆಯಲ್ಲಿ ಹರಡಿದ್ದನ್ನು ನೋಡುತ್ತಿದ್ದಾಳೆ. ಅವಳು ಗಾಳಿಯಲ್ಲಿ ತೇಲಾಡುತ್ತಿರುವ ಕುರ್ಚಿಗಳನ್ನು ನೋಡುತ್ತಿದ್ದಾಳೆ. ಅವಳು ತನ್ನ ಮಂತ್ರದಂಡದಿಂದ ಅವುಗಳನ್ನು ಕೆಳಕ್ಕಿಳಿಸುತ್ತಾಳೆ.

(*ಯಾವ ಭಾವನೆಯನ್ನೂ ವ್ಯಕ್ತಪಡಿಸದೇ.*) ನಾನೇನಾದರೂ ತಪ್ಪಿಸಿಕೊಂಡೆನಾ?

ಆಕ್ಟ್ ಎರಡು ದೃಶ್ಯ ಹದಿನಾಲ್ಕು

ಹಾಗ್‌ವಾರ್ಟ್ಸ್, ಮೆಟ್ಟಿಲುಗಳು

ಸ್ಕಾರ್ಪಿಯಸ್ ಅಸಂತೋಷದಿಂದ ಮೆಟ್ಟಿಲುಗಳಿಂದ ಇಳಿಯುತ್ತಿದ್ದಾನೆ. ಡೆಲ್ಫಿ ಇನ್ನೊಂದು ಬದಿಯಿಂದ ಓಡಿ ಬರುತ್ತಾಳೆ.

ಡೆಲ್ಫಿ

ತಾಂತ್ರಿಕವಾಗಿ ನಾನಿಲ್ಲಿರಬಾರದು.

ಸ್ಕಾರ್ಪಿಯಸ್

ಡೆಲ್ಫಿ?

ಡೆಲ್ಫಿ

ನಿಜ ಹೇಳಬೇಕೆಂದರೆ. ತಾಂತ್ರಿಕವಾಗಿ ನಾನು ನಮ್ಮ ಸಂಪೂರ್ಣ ಕಾರ್ಯಾಚರ್ಣೆಯನ್ನು ಅಪಾಯಕ್ಕೆ ಒಡ್ಡುತ್ತಿದ್ದೇನೆ ... ಅದು... ನಾನು ಸಹಜವಾಗಿ ಅಪಾಯವನ್ನು ಮೈಮೇಲೆ ಹಾಕಿಕೊಳ್ಳುವುವವಳಲ್ಲ. ನಾನು ಯಾವತ್ತೂ ಹಾಗ್‌ವಾರ್ಟ್ಸ್ ಗೆ ಹೋಗಿಲ್ಲ. ಇಲ್ಲಿ ಸಾಕಷ್ಟು ಭಧ್ರತೆಯಿಲ್ಲ, ಅಲ್ಲವೇ? ಇಲ್ಲಿ ಎಷ್ಟೊಂದು ಚಿತ್ರಗಳಿವೆ? ಹಾಗೂ ಜಗುಲಿಗಳು. ಹಾಗೂ ಭೂತಗಳು! ಈ ಅರ್ಧ ತಲೆಯಿಲ್ಲದ ವಿಚಿತ್ರವಾಗಿ ಕಾಣುವ ಭೂತ ನಿನ್ನನ್ನು ಎಲ್ಲಿ ಹುಡುಕಬಹುದೆಂದು ನನಗೆ ಹೇಳಿತು, ನೀನು ಅದನ್ನು ನಂಬಬಹುದೇ?

ಸ್ಕಾರ್ಪಿಯಸ್

ನೀನು ಯಾವತ್ತೂ ಹಾಗ್‌ವಾರ್ಟ್ಸ್ ಗೆ ಹೋಗಿಲ್ಲವೇ?

ಡೆಲ್ಫಿ

ನಾನು ಒಂದು ಮಗುವಾಗಿದ್ದಾಗ ಕೆಲವು ವರ್ಷಗಳ ಕಾಲ ನನಗೆ ಹುಶಾರಿರಲಿಲ್ಲ. ಉಳಿದವರು ಹೋದರು.. ನಾನು ಹೋಗಲಿಲ್ಲ.

ಸ್ಕಾರ್ಪಿಯಸ್

ನಿನಗೂ - ಹುಶಾರಿಲಿಲ್ಲವೇ? ಕ್ಷಮಿಸು, ನನಗೆ ಗೊತ್ತಿರಲಿಲ್ಲ.

ಡೆಲ್ಫಿ

ನಾನು ಅದರ ಬಗ್ಗೆ ತುತ್ತೂರಿ ಊದಲಿಲ್ಲ - ನನ್ನ ಮೇಲೆ ಯಾರೂ ಮರುಕ ಪಡುವುದು ನನಗಿಷ್ಟವಿಲ್ಲ, ನಿನಗೆ ಗೊತ್ತೇ?

ಇದು ಸ್ಕಾರ್ಪಿಯಸ್‌ಗೆ ತಟ್ಟುತ್ತದೆ. ಅವನು ಏನೋ ಹೇಳಲು ಮೇಲಕ್ಕೆ ನೋಡಿದಾಗ ಅಲ್ಲಿ ಒಬ್ಬ ವಿದ್ಯಾರ್ಥಿ ಬರುತ್ತಿರುವುದರಿಂದ ಅವಳು ಕೆಳಕ್ಕೆ ಬಗ್ಗುತ್ತಾಳೆ. ಆ ವಿದ್ಯಾರ್ಥಿ ಹೋಗುವವರೆಗೂ ಸ್ಕಾರ್ಪಿಯಸ್ ಸಹಜವಾಗಿ ಕಾಣಿಸಿಕೊಳ್ಳಲು ಪ್ರಯತ್ನಿಸುತ್ತಾನೆ.

ಅವರು ಹೋದರೇ?

ಸ್ಕಾರ್ಪಿಯಸ್

ಡೆಲ್ಫಿ, ನೀನು ಇಲ್ಲಿರುವುದು ನಿನಗೆ ಅಪಾಯಕಾರಿಯಾಗಬಹುದು -

ಡೆಲ್ಫಿ

ಯಾರಾದರೂ ಇದರ ಬಗ್ಗೆ ಏನಾದರೂ ಮಾಡಲೇಬೇಕು.

ಸ್ಕಾರ್ಪಿಯಸ್

ಡೆಲ್ಫಿ, ಅವು ಯಾವುದೂ ಕೆಲಸ ಮಾಡಲಿಲ್ಲ. ಟೈಮ್-ಟರ್ನಿಂಗ್, ನಾವು ವಿಫಲರಾದೆವು.

ಡೆಲ್ಫಿ

ನನಗೆ ಗೊತ್ತು. ಆಲ್ಬಸ್ ನನಗೆ ಗೂಬೆ ಕಳಿಸಿದ್ದ. ಈ ಚರಿತ್ರೆಯ ಪುಸ್ತಕಗಳು ಬದಲಾದರೂ ಸಾಕಷ್ಟಲ್ಲ - ಸೆಡ್ರಿಕ್ ಈಗಲೂ ಸತ್ತ.. ನಿಜ ಹೇಳಬೇಕೆಂದರೆ ಮೊದಲ ಕೆಲಸದಲ್ಲಿ ವಿಫಲನಾಗಿದ್ದು ಎರಡನೆಯ ಕೆಲಸವನ್ನು ಮಾಡಲು ಅವನನ್ನು ಇನ್ನೂ ಹೆಚ್ಚಾಗಿ ಪ್ರೇರೇಪಿಸಿತು.

ಸ್ಕಾರ್ಪಿಯಸ್

ರಾನ್ ಹಾಗೂ ಹರ್ಮಿಯಾನ್ ಸಂಪೂರ್ಣವಾಗಿ ಹುಚ್ಚರಾಗಿದ್ದಾರೆ - ಅದು ಏಕೆಂದು ನನಗೆ ಇನ್ನೂ ತಿಳಿದಿಲ್ಲ.

ಡೆಲ್ಫಿ

ಅದಕ್ಕೇ ಸೆಡ್ರಿಕ್ ಕಾಯಬೇಕು. ಇದೆಲ್ಲಾ ತುಂಬಾ ಗೊಂದಲಮಯವಾಗಿದೆ ಹಾಗೂ ನೀನು ಟೈಮ್-ಟರ್ನರ್ ಇಟ್ಟುಕೊಂಡಿರುವುದು ಸಂಪೂರ್ಣವಾಗಿ ಸರಿಯಾಗಿದೆ ಸ್ಕಾರ್ಪಿಯಸ್. ಆದರೆ ನಾನು ಏನು ಹೇಳುತ್ತಿದ್ದೆ ಎಂದರೆ ನಿಮ್ಮಿಬ್ಬರಲ್ಲಿ ಯಾರಾದರೂ ಒಬ್ಬರು ಏನಾದರೂ ಮಾಡಬೇಕು.

ಸ್ಕಾರ್ಪಿಯಸ್

ಓಹ್.

ಡೆಲ್ಫಿ

ನೀವಿಬ್ಬರೂ ಅತ್ಯುತ್ತಮ ಸ್ನೇಹಿತರು. ಅವನು ಕಳಿಸಿದ ಪ್ರತಿ ಗೂಬೆಯಲ್ಲೂ ನಿನ್ನ ಅನುಪಸ್ಥಿತಿ ನನಗೆ ಕಾಣುತ್ತಿದೆ. ಅವನು ಅದರಿಂದ ಸಂಪೂರ್ಣವಾಗಿ ನಾಶವಾಗಿದ್ದಾನೆ.

ಸ್ಕಾರ್ಪಿಯಸ್

ಅವನಿಗೆ ತನ್ನ ದುಃಖ ತೋಡಿಕೊಳ್ಳಲು ಯಾರೋ ಸಿಕ್ಕಿದ್ದಾರೆ ಎಂದು ಅನಿಸುತ್ತಿದೆ. ಅವನು ಇಲ್ಲಿಯವರೆಗೂ ನಿನಗೆ ಎಷ್ಟು ಗೂಬೆಗಳನ್ನು ಕಳಿಸಿದ್ದಾನೆ?

ಡೆಲ್ಫಿ ಮೃದುವಾಗಿ ನಗುತ್ತಾಳೆ.

ಕ್ಷಮಿಸು. ನಾನು ಹಾಗೆ ಹೇಳಬೇಕು ಎಂದು ಅಂದುಕೊಂಡಿರಲಿಲ್ಲ. ನನಗೆ ಏನು ನಡೆಯುತ್ತಿದೆ ಎಂದು ಅರ್ಥವಾಗುತ್ತಿಲ್ಲ. ನಾನು ಅವನನ್ನು ನೋಡಲು ಪ್ರಯತ್ನಿಸಿದ್ದೇನೆ, ಮಾತನಾಡಲು ಪ್ರಯತ್ನಿಸಿದ್ದೇನೆ, ಪ್ರತಿ ಬಾರಿ ನಾನು ಹಾಗೆ ಮಾಡಿದಾಗಲೂ ಅವನು ಓಡಿ ಹೋಗುತ್ತಾನೆ.

ಡೆಲ್ಫಿ

ನಿನಗೆ ಗೊತ್ತೇ, ನಾನು ನಿನ್ನ ವಯಸ್ಸಿನವಳಾಗಿದ್ದಾಗ ನನಗೆ ಅತ್ಯುತ್ತಮವಾದ ಸ್ನೇಹಿತರಿರಲಿಲ್ಲ. ನನಗೆ ಒಬ್ಬರು ಬೇಕಿತ್ತು. ನಾನು ತುಂಬಾ ಕಾತರದಿಂದ ಕಾಯುತ್ತಿದ್ದೆ. ನಾನು ಚಿಕ್ಕವಳಿದ್ದಾಗ ನಾನು ಯಾರನ್ನೋ ಕಂಡುಹಿಡಿದಿದ್ದೆ ಕೂಡ. ಆದರೆ -

ಸ್ಕಾರ್ಪಿಯಸ್

ನನಗೂ ಒಬ್ಬ ಸ್ನೇಹಿತನಿದ್ದ. ಅವನ ಹೆಸರು ಫ್ಲರಿ ಎಂದಾಗಿತ್ತು. ನಾವು ಗಾಬ್‌ಸ್ಟೋನ್‌ಗಳ ಸರಿಯಾದ ನಿಯಮದ ಬಗ್ಗೆ ಜಗಳವಾಡಿದೆವು..

ಡೆಲ್ಫಿ

ಆಲ್ಬಸ್‌ಗೆ ನಿನ್ನ ಅಗತ್ಯವಿದೆ ಸ್ಕಾರ್ಪಿಯಸ್. ಅದು ನಿಜವಾಗಿಯೂ ಅತ್ಯುತ್ತಮವಾದ ವಿಚಾರ

ಸ್ಕಾರ್ಪಿಯಸ್

ನಾನು ಅವನ ಸಲುವಾಗಿ ಏನು ಮಾಡಬೇಕು?

ಡೆಲ್ಫಿ

ಅದೊಂದು ಬೇರೆ ವಿಷಯ, ಅಲ್ಲವೇ? ಸ್ನೇಹದ ಬಗ್ಗೆ. ಅವನಿಗೆ ಏನು ಬೇಕೆಂದು ನಿನಗೆ ತಿಳಿದಿಲ್ಲ. ಅವನಿಗೆ ಏನೋ ಬೇಕೆಂದು ಮಾತ್ರ ನಿನಗೆ ಗೊತ್ತು. ಅವನನ್ನು ಹುಡುಕು ಸ್ಕಾರ್ಪಿಯಸ್. ನೀವಿಬ್ಬರೂ - ಒಬ್ಬರಿಗೊಬ್ಬರಾಗಿದ್ದೀರಾ.

ಆಕ್ಟ್ ಎರಡು ದೃಶ್ಯ ಹದಿನೈದು

ಹ್ಯಾರಿ ಹಾಗೂ ಡಿಂಜಿ ಪಾಟರ್ ಮನೆ, ಅಡುಗೆ ಮನೆ

ಹ್ಯಾರಿ ಹಾಗೂ ಡ್ರಾಕೋ ಒಬ್ಬರಿಂದ ಒಬ್ಬರು ದೂರ ಕುಳಿತಿದ್ದಾರೆ. ಜಿನ್ನಿ ಅವರ ಮಧ್ಯ ನಿಂತಿದ್ದಾಳೆ.

ಡ್ರಾಕೋ

ನಿನ್ನ ಅಡುಗೆ ಮನೆಯ ಬಗ್ಗೆ ಕ್ಷಮಿಸು, ಜಿನ್ನಿ

ಜಿನ್ನಿ

ಅದು ನನ್ನ ಅಡುಗೆ ಮನೆಯಲ್ಲ. ಬಹಳಷ್ಟು ಅಡುಗೆಯನ್ನು ಹ್ಯಾರಿಯೇ ಮಾಡುತ್ತಾನೆ.

ಅಲ್ಲೊಂದು ಮೌನವಿದೆ.

ಡ್ರಾಕೋ (*ಇದು ಅವನಿಗೆ ಕಷ್ಟಕರವಾಗಿದೆ*)

ನನಗೂ ಅವನ ಜೊತೆ ಮಾತನಾಡಲು ಸಾಧ್ಯವಾಗುತ್ತಿಲ್ಲ. ಸ್ಕಾರ್ಪಿಯಸ್. ವಿಶೇಷವಾಗಿ ಅಸ್ಟೋರಿಯಾ ಹೋದ ಮೇಲೆ - ಅವಳನ್ನು ಕಳೆದುಕೊಂಡಿದ್ದು ಅವನ ಮೇಲೆ ಹೇಗೆ ಪರಿಣಾಮ ಬೀರಿದೆ ಎಂದು ಕೂಡ ನಾನು ಅವನ ಜೊತೆ ಮಾತನಾಡಲು ಸಾಧ್ಯವಾಗುತ್ತಿಲ್ಲ. ನಾನು ಎಷ್ಟೇ ಪ್ರಯತ್ನಿಸಿದರೂ ಅವನನ್ನು ತಲುಪಲು ನನಗೆ ಸಾಧ್ಯವಾಗುತ್ತಿಲ್ಲ. ನಿನಗೆ ಆಲ್ಬಸ್ ಜೊತೆ ಮಾತನಾಡಲು ಸಾಧ್ಯವಾಗುತ್ತಿಲ್ಲ. ನನಗೆ ಸ್ಕಾರ್ಪಿಯೋ ಜೊತೆ ಮಾತನಾಡಲು ಸಾಧ್ಯವಾಗುತ್ತಿಲ್ಲ. ಇದೆಲ್ಲಾ ಅದರ ಬಗ್ಗೆ. ಇದು ನನ್ನ ಮಗ ಕೆಟ್ಟವನಾಗಿರುವ ಬಗ್ಗೆ ಅಲ್ಲ. ಏಕೆಂದರೆ ನೀನು ಒಬ್ಬ ದುರಹಂಕಾರಿ ನರಾಶ್ವನ ಮಾತನ್ನು ಎಷ್ಟೇ ನಂಬಿದ್ದರೂ ನಿನಗೆ ಸ್ನೇಹದ ಬಲ ಗೊತ್ತು.

ಹ್ಯಾರಿ

ಡ್ರಾಕೋ, ನೀನೇನೇ ವಿಚಾರ ಮಾಡಿದರೂ -

ಡ್ರಾಕೋ

ನನಗೆ ಯಾವತ್ತೂ ಅವರನ್ನು ನೋಡಿ ಹೊಟ್ಟೆಕಿಚ್ಚಾಗುತ್ತಿತ್ತು - ವೀಸ್ಲಿ ಹಾಗೂ ಗ್ರಾಂಗರ್. ನಾನು -

ಜಿನ್ನಿ

ಗ್ರಾಬಲ್ ಹಾಗೂ ಗಾಯ್ಲ್.

ಡ್ರಾಕೋ

ಕಸಬರಿಗೆಯ ಬುಡ ಯಾವುದು ತುದಿ ಯಾವುದು ಎಂದು ಗೊತ್ತಿರದ ಇಬ್ಬರು ಮೂರ್ಖರು. ನೀವು - ಮೂವರು ತುಂಬಾ ಬೆಳಗಿದ್ದೀರಿ ಎಂದು ನಿಮಗೆ ಗೊತ್ತೇ? ನೀವು ಒಬ್ಬರಿಗೊಬ್ಬರು ಇಷ್ಟವಾಗುತ್ತಿದ್ದಿರಿ. ನೀವು ಮಜಾ ಮಾಡಿದಿರಿ. ನಾನು ಬೇರೆಲ್ಲದಕ್ಕಿಂತ ಹೆಚ್ಚಾಗಿ ನಿಮ್ಮ ಸ್ನೇಹದ ಬಗ್ಗೆ ಹೊಟ್ಟೆಕಿಚ್ಚು ಪಡುತ್ತಿದ್ದೆ.

ಜಿನ್ನಿ

ನಾನು ಕೂಡ ಅವರ ಬಗ್ಗೆ ಹೊಟ್ಟೆ ಕಿಚ್ಚು ಪಡುತ್ತಿದ್ದೆ

ಹ್ಯಾರಿ ಆಶ್ಚರ್ಯದಿಂದ ಜಿನ್ನಿಯನ್ನು ನೋಡುತ್ತಿದ್ದಾನೆ.

ಹ್ಯಾರಿ

ನಾನು ಅವನನ್ನು ರಕ್ಷಿಸಬೇಕು-

ಡ್ರಾಕೋ

ನನ್ನ ಅಪ್ಪ ಅವನು ನನ್ನನ್ನು ರಕ್ಷಿಸುತ್ತಿದ್ದ ಎಂದು ತಿಳಿದುಕೊಂಡಿದ್ದ. ಬಹಳಷ್ಟು ಬಾರಿ. ತಂದೆ ತಾಯಿಗಳಾಗಿರುವುದು ಜಗತ್ತಿನಲ್ಲಿ ಅತ್ಯಂತ ಕಷ್ಟದ ಕೆಲಸ ಎಂದು ಜನರು ಹೇಳುತ್ತಾರೆ - ಅವರು ಹೇಳುವುದು ತಪ್ಪು. ಬೆಳೆಯುವುದು ಅತ್ಯಂತ ಕಷ್ಟದ ಕೆಲಸ. ಅದು ಎಷ್ಟು ಕಷ್ಟವೆಂದು ನಾವು ಮರೆತು ಹೋಗುತ್ತೇವೆ.

ಅವನು ಅದನ್ನು ಎಷ್ಟೇ ತಡೆದುಕೊಳ್ಳಲು ಪ್ರಯತ್ನಿಸಿದರೂ ಆ ಶಬ್ದಗಳು ಹ್ಯಾರಿಯ ಮನಸ್ಸಿನಲ್ಲಿ ಪ್ರತಿಧ್ವನಿಸುತ್ತಿವೆ.

ನೀನು ಒಂದು ಆಯ್ಕೆಯನ್ನು ಮಾಡಬೇಕು ಎಂದು ನನಗೆ ಅನಿಸುತ್ತದೆ. ಯಾವುದೋ ಒಂದು ಹಂತದಲ್ಲಿ ನೀನು ಯಾವ ರೀತಿಯ ಮನುಷ್ಯನಾಗಿರಬೇಕೆಂದು ನೀನು ಆಯ್ದುಕೊಳ್ಳಬೇಕು. ಒಂದು ಸಮಯದಲ್ಲಿ ನೀನು ಕೇವಲ ಅಪ್ಪನಾಗಿರಬಹುದು ಅಥವಾ ಒಬ್ಬ ಸ್ನೇಹಿತನಾಗಿರಬಹುದು. ಅಲ್ಲಿಯವರೆಗೆ ನೀನು ನಿನ್ನ ತಂದೆ ತಾಯಿಯನ್ನು ದ್ವೇಷಿಸುತ್ತಿದ್ದಲ್ಲಿ ಹಾಗೂ ನಿನಗೆ ಯಾವುದೇ ಸ್ನೇಹಿತರಿರದಿದ್ದಲ್ಲಿ ಆಗ ನೀನು ಒಬ್ಬಂಟಿಯಾಗುತ್ತೀಯಾ - ಹಾಗೂ ಒಬ್ಬಂಟಿಯಾಗಿರುವುದು ತುಂಬಾ ಕಷ್ಟ. ನಾನು ಒಬ್ಬಂಟಿಯಾಗಿದ್ದೆ ಹಾಗೂ ಅದು ನನ್ನನ್ನು ನಿಜವಾಗಿಯೂ ತುಂಬಾ ಕತ್ತಲಾದ ಒಂದು ಪ್ರದೇಶಕ್ಕೆ ಕರೆದುಕೊಂಡು ಹೋಗಿತ್ತು. ಬಹಳ ಕಾಲದವರೆಗೆ. ಟಾಮ್ ರಿಡಲ್ ಕೂಡ ಒಬ್ಬ ಒಬ್ಬಂಟಿಯಾದ ಮಗುವಾಗಿದ್ದ. ನಿನಗೆ ಅದು ಅರ್ಥವಾಗದೆ ಇರಬಹುದು ಹ್ಯಾರಿ. ಆದರೆ ನನಗೆ ಅರ್ಥವಾಗುತ್ತದೆ - ಜಿನ್ನಿಗೆ ಕೂಡ ಇದು ಅರ್ಥವಾಗುತ್ತದೆ ಎಂದು ನಾನು ಅಂದುಕೊಳ್ಳುತ್ತೇನೆ.

ಜಿನ್ನಿ

ಅವನು ಹೇಳುವುದು ಸರಿ

ಹ್ಯಾರಿ ಜಿನ್ನಿಯನ್ನು ನೋಡುತ್ತಾನೆ

ಡ್ರಾಕೋ

ಟಾಮ್ ರಿಡಲ್ ಅವನ ಕತ್ತಲಿನ ಪ್ರದೇಶದಿಂದ ಹೊರಗಡೆ ಬರಲಿಲ್ಲ. ಆದ್ದರಿಂದ ಲಾರ್ಡ್ ವಾಲ್ಡೆರ್‌ಮಾರ್ಟ್ ಆದ. ಬಹುಶಃ ಬೇನ್ ನೋಡಿದ ಕಪ್ಪು ಮೋಡ ಆಲ್ಬಸ್‌ನ ಒಬ್ಬಂಟಿತನವಾಗಿರಬಹುದು. ಅವನ ನೋವಾಗಿರಬಹುದು. ಅವನ ದ್ವೇಷವಾಗಿರಬಹುದು. ಆ ಹುಡುಗನನ್ನು ಕಳೆದುಕೊಳ್ಳಬೇಡ. ನೀನು ಅದಕ್ಕಾಗಿ ವಿಷಾದಪಡುತ್ತಿಯಾ. ಅವನು ಕೂಡ ವಿಷಾದಪಡುತ್ತಾನೆ. ಏಕೆಂದರೆ ಅವನಿಗೆ ನೀನು ಮತ್ತು ಸ್ಕಾರ್ಪಿಯಸ್ ಇಬ್ಬರೂ ಬೇಕು.

ಹ್ಯಾರಿ ಡ್ರಾಕೋನನ್ನು ನೋಡುತ್ತಾನೆ. ಅವನು ಚಿಂತಿಸುತ್ತಿದ್ದಾನೆ.

ಜಿನ್ನಿ

ಹ್ಯಾರಿ. ನೀನು ಫ್ಲೂ ಪೌಡರ್ ತರುತ್ತೀಯಾ ಅಥವಾ ನಾನೇ ತರಬೇಕಾ?

ಆಕ್ಟ್ ಎರಡು ದೃಶ್ಯ ಹದಿನಾರು

ಹಾಗ್‌ವಾರ್ಟ್ಸ್, ಗ್ರಂಥಾಲಯ

ಸ್ಕಾರ್ಪಿಯಸ್ ಗ್ರಂಥಾಲಯಕ್ಕೆ ಬರುತ್ತಾನೆ. ಅವನು ಎಡಕ್ಕೆ ಹಾಗೂ ಬಲಕ್ಕೆ ನೋಡುತ್ತಾನೆ. ನಂತರ ಅವನು ಆಲ್ಬಸ್‌ನನ್ನು ಆಲ್ಬಸ್ ಅವನನ್ನು ನೋಡುತ್ತಾನೆ.

ಸ್ಕಾರ್ಪಿಯಸ್
ಹಾಯ್.

ಆಲ್ಬಸ್
ಸ್ಕಾರ್ಪಿಯಸ್,, ನನಗೆ ಸಾಧ್ಯವಿಲ್ಲ...

ಸ್ಕಾರ್ಪಿಯಸ್
ನನಗೆ ಗೊತ್ತು. ನೀನು ಈಗ ಗ್ರಿಫಿನ್‌ಡೋರ್‌ನಲ್ಲಿದ್ದೀಯಾ. ನಿನಗೆ ಈಗ ನನ್ನನ್ನು ನೋಡಲು ಮನಸ್ಸಿಲ್ಲ. ಆದರೆ ನಾನು ಹೇಗಿದ್ದರೂ ಇಲ್ಲಿದ್ದೇನೆ. ನಿನ್ನ ಜೊತೆ ಮಾತನಾಡುತ್ತಿದ್ದೇನೆ.

ಆಲ್ಬಸ್
ಸರಿ. ನನಗೆ ಮಾತನಾಡಲು ಸಾಧ್ಯವಿಲ್ಲ.. ಹಾಗಾಗಿ...

ಸ್ಕಾರ್ಪಿಯಸ್
ನೀನು ಮಾತನಾಡಬೇಕು. ಇಲ್ಲಿಯವರೆಗೆ ಆಗಿದ್ದಲ್ಲವನ್ನೂ ನೀನು ನಿರ್ಲಕ್ಷಿಸಬಹುದು ಎಂದು ನಿನಗೆ ಅನಿಸುತ್ತಿದೆಯೇ? ಜಗತ್ತು ವಿಚಿತ್ರವಾಗಿದೆ. ನೀನು ಅದನ್ನು ಗಮನಿಸಿದ್ದೀಯೇ?

ಆಲ್ಬಸ್
ನನಗೆ ಗೊತ್ತು, ಸರಿಯೇ? ರಾನ್ ವಿಚಿತ್ರವಾಗಿ ಆಡುತ್ತಿದ್ದಾನೆ. ಹರ್ಮಿಯಾನ್ ಒಬ್ಬಳು ಪ್ರಾಧ್ಯಾಪಕಿಯಾಗಿದ್ದಾಳೆ, ಇದೆಲ್ಲವೂ ತಪ್ಪಾಗಿದೆ ಆದರೆ -

ಸ್ಕಾರ್ಪಿಯಸ್

ರೋಸ್ ಅಸ್ತಿತ್ವದಲ್ಲೇ ಇಲ್ಲ -

ಆಲ್ಬಸ್

ನನಗೆ ಗೊತ್ತು. ನೋಡು ನನಗೆ ಎಲ್ಲವೂ ಅರ್ಥವಾಗುತ್ತಿಲ್ಲ. ಆದರೆ ನೀನು ಇಲ್ಲಿರಬಾರದು.

ಸ್ಕಾರ್ಪಿಯಸ್

- ನಾವೇನು ಮಾಡಿದ್ದೇವೆ ಎನ್ನುವ ಕಾರಣಕ್ಕಾಗಿ ರೋಸ್ ಇನ್ನೂ ಹುಟ್ಟಿರಲಿಲ್ಲ. ಯೂಲ್ ಬಾಲ್‌ನಲ್ಲಿ ಟ್ರಿವಿಜಾರ್ಡ್ ಟೂರ್ನಮೆಂಟ್ ಬಗ್ಗೆ ಹೇಳಿದ್ದು ನಿನಗೆ ನೆನಪಿದೆಯೇ? ಎಲ್ಲಾ ನಾಲ್ಕು ಟ್ರಿವಿಜಾರ್ಡ್ ಚಾಂಪಿಯನ್‌ಗಳು ಒಬ್ಬ ಸಂಗಾತಿಯನ್ನು ಆರಿಸಿಕೊಂಡರು. ನಿಮ್ಮಪ್ಪ ಪಾರ್ವತಿ ಪಾಟೀಲ್ ಅನ್ನು ಆರಿಸಿಕೊಂಡ. ವಿಕ್ಟರ್ ಕ್ರುಮ್-

ಆಲ್ಬಸ್

ಹರ್ಮಿಯಾನ್ ಅನ್ನು ಆರಿಸಿಕೊಂಡ. ರಾನ್‌ಗೆ ಹೊಟ್ಟೆಕಿಚ್ಚು ಬಂದಿತು ಹಾಗೂ ಅವನು ತುಂಬಾ ಕೆಟ್ಟದಾಗಿ ನಡೆದುಕೊಂಡ.

ಸ್ಕಾರ್ಪಿಯಸ್

ಅವನು ಹಾಗೆ ಮಾಡಲಿಲ್ಲ. ನಾನು ಅವರ ಬಗ್ಗೆ ರೀಟಾ ಸ್ಕೀಟರ್ ಬರೆದ ಪುಸ್ತಕವನ್ನು ಓದಿದೆ. ಅದು ತುಂಬಾ ವಿಭಿನ್ನವಾಗಿದೆ ರಾನ್ ಹರ್ಮಿಯಾನ್ ಅನ್ನು ಬಾಲ್‌ಗೆ ಕರೆದುಕೊಂಡು ಹೋದ.

ಆಲ್ಬಸ್

ಏನು?

ಪಾಲಿ ಚಾಪ್‌ಮನ್

ಶ್!!!!

ಸ್ಕಾರ್ಪಿಯಸ್ ಪಾಲಿಯನ್ನು ನೋಡಿ ತನ್ನ ಶಬ್ದವನ್ನು ಕಡಿಮೆ ಮಾಡುತ್ತಾನೆ.

ಸ್ಕಾರ್ಪಿಯಸ್

ಸ್ನೇಹಿತರಾಗಿ. ಹಾಗೂ ಅವರು ಸ್ನೇಹಿತರಂತೆ ನರ್ತಿಸಿದರು ಹಾಗೂ ಅದು ಚೆನ್ನಾಗಿತ್ತು. ನಂತರ ಅವನು ಪದ್ಮಾ ಪಾಟೀಲ್ ಜೊತೆ ನರ್ತಿಸಿದ ಹಾಗೂ ಅದು ಇನ್ನೂ ಚೆನ್ನಾಗಿತ್ತು. ಹಾಗೂ ಅವರು ಒಬ್ಬರನ್ನೊಬ್ಬರು ಪ್ರೀತಿಸಲು ಪ್ರಾರಂಭಿಸಿದರು. ಹಾಗೂ ಅವನು ಸ್ವಲ್ಪ ಬದಲಾದ ಹಾಗೂ ಅವರು ಮದುವೆಯಾದರು. ಆ ಸಮಯದಲ್ಲಿ ಹರ್ಮಿಯಾನ್ ಒಬ್ಬಳು -

ಆಲ್ಬಸ್

-ಹುಚ್ಚಿಯಾದಳು.

ಸ್ಕಾರ್ಪಿಯಸ್

ಹರ್ಮಿಯಾನ್ ಕ್ರುಮ್ ಜೊತೆ ಆ ಬಾಲ್‌ಗೆ ಹೋಗಬೇಕಿತ್ತು - ಅವಳು ಯಾಕೆ ಹೋಗಲಿಲ್ಲ ಎಂದು ನಿನಗೆ ಗೊತ್ತೇ? ಏಕೆಂದರೆ ಅವಳು ಮೊದಲನೆಯ ಸವಾಲಿನ ಮೊದಲು ಭೇಟಿಯಾದ ಇಬ್ಬರು ವಿಚಿತ್ರವಾದ ಡರ್ಮ್‌ಸ್ಟ್ರಾಂಗ್ ಹುಡುಗರು ಸೆಡ್ರಿಕ್‌ನ ಮಂತ್ರದಂಡ ಮಾಯವಾಗುವುದರಲ್ಲಿ ಕೈವಾಡ ಹೊಂದಿದ್ದರು ಎಂದು ಅನುಮಾನ ಪಟ್ಟಿದ್ದಳು. ವಿಕ್ಟರ್‌ನ ಆಜ್ಞೆಯ ಮೇರೆಗೆ ನಾವು ಸೆಡ್ರಿಕ್‌ನ ಮೊದಲ ಸವಾಲನ್ನು ಹಾಳು ಮಾಡಿದ್ದೇವೆ ಎಂದು ಅವಳು ನಂಬಿದ್ದಳು ...

ಆಲ್ಬಸ್

ಅದ್ಭುತ.

ಸ್ಕಾರ್ಪಿಯಸ್

ಹಾಗೂ ಕ್ರುಮ್ ಇಲ್ಲದೆ ರಾನ್ ಎಂದೂ ಹೊಟ್ಟೆಕಿಚ್ಚು ಪಡಲಿಲ್ಲ ಹಾಗೂ ಹೊಟ್ಟೆಕಿಚ್ಚು ತುಂಬಾ ಮುಖ್ಯವಾಗಿತ್ತು ರಾನ್ ಹಾಗೂ ಹರ್ಮಿಯಾನ್ ತುಂಬಾ ಒಳ್ಳೆಯ ಸ್ನೇಹಿತರಾಗಿದ್ದರು. ಆದರೆ ಯಾವತ್ತೂ ಪ್ರೀತಿಯಲ್ಲಿ ಬೀಳಲಿಲ್ಲ - ಯಾವತ್ತೂ ಮದುವೆಯಾಗಲಿಲ್ಲ - ಯಾವತ್ತೂ ರೋಸ್‌ಗೆ ಜನ್ಮ ನೀಡಲಿಲ್ಲ.

ಆಲ್ಬಸ್ ಬೇಗ ಬೇಗ ಲೆಕ್ಕ ಹಾಕುತ್ತಿದ್ದಾನೆ.

ಆಲ್ಬಸ್

ಅಪ್ಪ ಕೂಡ ಅದಕ್ಕೆ ಬದಲಾಗಿದ್ದಾರೆಯೇ?

ಸ್ಕಾರ್ಪಿಯಸ್

ನಿನ್ನಪ್ಪ ಹಾಗೇ ಇದ್ದಾರೆ ಎಂದು ನನಗೆ ಖಚಿತತೆಯಿದೆ. ಇಂದ್ರಜಾಲದ ಕಾನೂನು ಜಾರಿಗೊಳಿಸುವಿಕೆಯ ಮುಖ್ಯಸ್ಥರು. ಜಿನ್ನಿಯನ್ನು ಮದುವೆಯಾಗಿದ್ದಾರೆ. ಮೂವರು ಮಕ್ಕಳಿದ್ದಾರೆ.

ಆಲ್ಬಸ್

ಹಾಗಾದರೆ ಅವರು ಹಾಗೇಕಿದ್ದಾರೆ -

ಒಬ್ಬ ಗ್ರಂಥಾಲಯದ ಪಾಲಕನು ಕೋಣೆಯ ಹಿಂಭಾಗದಲ್ಲಿ ಒಳಗಡೆ ಬರುತ್ತಾನೆ.

ಸ್ಕಾರ್ಪಿಯಸ್

ನಾನು ಹೇಳಿದ್ದು ಕೇಳುತ್ತಿದೆಯೇ ಆಲ್ಬಸ್? ಇದು ನೀನು ಹಾಗೂ ನಿನ್ನ ತಂದೆಗಿಂತ ದೊಡ್ಡದು. ಪ್ರೊಫೆಸರ್ ಕ್ರೋಕರ್ಸ್ ಅವರ ಕಾನೂನು - ಪ್ರಯಾಣಿಕರು ಅಥವಾ ಸ್ವತಃ ಸಮಯಕ್ಕೆ ಯಾವುದೇ ಹಾನಿ ಮಾಡದೆ ಯಾರಾದರೂ ಸಮಯದಲ್ಲಿ ಹೆಚ್ಚೆಂದರೆ ಐದು ತಾಸುಗಳ ಕಾಲ ಹಿಂದಕ್ಕೆ ಹೋಗಬಹುದು. ನಾವು ಅನೇಕ ವರ್ಷಗಳ ಕಾಲ ಹಿಂದಕ್ಕೆ ಹೋದೆವು. ಅತ್ಯಂತ ಸಣ್ಣ ಕ್ಷಣ, ಅತ್ಯಂತ ಸಣ್ಣ ಬದಲಾವಣೆ ಕೂಡ ದೊಡ್ಡ ಅಲೆಗಳನ್ನು

ಸೃಷ್ಟಿಸುತ್ತದೆ. ನಾವು ನಿಜವಾಗಿಯೂ ಕೆಟ್ಟ ಅಲೆಗಳನ್ನು ಸೃಷ್ಟಿಸಿದ್ದೇವೆ ನಾವು ಮಾಡಿದ್ದರಿಂದಾಗಿ ರೋಸ್ ಜನ್ಮ ತಾಳಲೇ ಇಲ್ಲ. ರೋಸ್.

ಗ್ರಂಥಪಾಲಕ

ಶ್!!!

ಆಲ್ಬಸ್ ಬೇಗನೇ ಚಿಂತಿಸುತ್ತಿದ್ದಾನೆ.

ಆಲ್ಬಸ್

ಸರಿ, ಮತ್ತೆ ಹಿಂದಕ್ಕೆ ಹೋಗೋಣ - ಅದನ್ನು ಸರಿಪಡಿಸೋಣ. ಸೆಡ್ರಿಕ್ ಹಾಗೂ ರೋಸ್ ಅನ್ನು ಮತ್ತೆ ಕರೆದುಕೊಂಡು ಬರೋಣ.

ಸ್ಕಾರ್ಪಿಯಸ್

...ಅದು ತಪ್ಪು ಉತ್ತರ.

ಆಲ್ಬಸ್

ನಿನ್ನ ಹತ್ತಿರ ಇನ್ನೂ ಟೈಮ್ ಟರ್ನರ್ ಇದೆ, ಅಲ್ಲವೇ? ಯಾರೂ ಅದನ್ನು ಕಂಡುಹಿಡಿಯಲಿಲ್ಲವೇ?

ಸ್ಕಾರ್ಪಿಯಸ್ ಅದನ್ನು ತನ್ನ ಕಿಸೆಯಿಂದ ಹೊರಗಡೆ ತೆಗೆಯುತ್ತಾನೆ.

ಸ್ಕಾರ್ಪಿಯಸ್

ಹೌದು, ಆದರೆ,,,

ಆಲ್ಬಸ್ ಅವನ ಕೈಯಿಂದ ಅದನ್ನು ಕಸಿದುಕೊಳ್ಳುತ್ತಾನೆ.

ಇಲ್ಲ. ಹಾಗೆ ಮಾಡಬೇಡ.. ಆಲ್ಬಸ್ ಇವೆಲ್ಲ ಎಷ್ಟು ಕೆಟ್ಟದಾಗಬಹುದೆಂದು ನಿನಗೆ ತಿಳಿದಿಲ್ಲವೇ?

ಸ್ಕಾರ್ಪಿಯಸ್ ಟೈಮ್ ಟರ್ನರ್ ಅನ್ನು ಕಸಿದುಕೊಳ್ಳಲು ಪ್ರಯತ್ನಿಸುತ್ತಿದ್ದಾನೆ. ಆಲ್ಬಸ್ ಅವನನ್ನು ಹಿಂದಕ್ಕೆ ತಳ್ಳುತ್ತಾನೆ. ಹಾಗೂ ಇಬ್ಬರು ಚಿಕ್ಕ ಮಕ್ಕಳಂತೆ ಹೊಡೆದಾಡುತ್ತಿದ್ದಾರೆ.

ಆಲ್ಬಸ್

ಇವೆಲ್ಲವನ್ನೂ ಸರಿಪಡಿಸಬೇಕು ಸ್ಕಾರ್ಪಿಯಸ್. ನಾವು ಸೆಡ್ರಿಕ್‌ನನ್ನು ಉಳಿಸಬೇಕು. ರೋಸ್‌ಳನ್ನು ಮತ್ತೆ ಕರೆದುಕೊಂಡು ಬರಬೇಕು. ಈ ಬಾರಿ ಹೆಚ್ಚು ಎಚ್ಚರಿಕೆಯಿಂದ ಇರೋಣ. ಕ್ರೋಕರ್ ಏನೇ ಹೇಳಲಿ. ಆದರೆ ನನ್ನನ್ನು ನಂಬು. ನಮ್ಮನ್ನು ನಂಬು. ಈ ಬಾರಿ ಇದನ್ನು ಸರಿಯಾಗಿ ಮಾಡುತ್ತೇವೆ.

ಸ್ಕಾರ್ಪಿಯಸ್

ಇಲ್ಲ. ನಾವು ಸರಿಯಾಗಿ ಮಾಡುವುದಿಲ್ಲ. ವಾಪಸ್ ಕೊಡು ಆಲ್ಬಸ್. ಅದನ್ನು ವಾಪಸ್ ಕೊಡು!

ಆಲ್ಬಸ್

ನನಗೆ ಸಾಧ್ಯವಿಲ್ಲ. ಇದು ಬಹಳ ಮುಖ್ಯವಾಗಿದೆ.

ಸ್ಕಾರ್ಪಿಯಸ್

ಹೌದು ಇದು ನಮಗೆ ಬಹಳ ಮುಖ್ಯವಾಗಿದೆ - ನಾವು ಇದಕ್ಕೆ ಅರ್ಹರಲ್ಲ. ನಾವು ಇದನ್ನು ತಪ್ಪಾಗಿ ಮಾಡಿದ್ದೇವೆ.

ಆಲ್ಬಸ್

ಮತ್ತೆ ನಾವು ಇದನ್ನು ತಪ್ಪಾಗಿ ಮಾಡುತ್ತೇವೆ ಎಂದು ಯಾರು ಹೇಳಿದ್ದು?

ಸ್ಕಾರ್ಪಿಯಸ್

ನಾನು ಹೇಳುತ್ತಿದ್ದೇನೆ. ಏಕೆಂದರೆ ನಾವು ಅದನ್ನೇ ಮಾಡುತ್ತೇವೆ. ನಾವು ಎಲ್ಲವನ್ನೂ ಹಾಳು ಮಾಡುತ್ತೇವೆ. ನಾವು ಸೋಲುತ್ತೇವೆ. ನಾವು ಸೋಲುವವರು. ನಿಜವಾದ ಹಾಗೂ ಸಂಪೂರ್ಣವಾದ ಸೋಲುವವರು. ನಿನಗೆ ಇನ್ನೂ ಅದು ಅರ್ಥವಾಗಿಲ್ಲವೇ?

ಆಲ್ಬಸ್ ಕೊನೆಗೂ ಅದರಲ್ಲಿ ಗೆಲ್ಲುತ್ತಾನೆ ಹಾಗೂ ಸ್ಕಾರ್ಪಿಯಸ್ ಅನ್ನು ನೆಲಕ್ಕೆ ಒತ್ತಿ ಹಿಡಿದಿದ್ದಾನೆ.

ಆಲ್ಬಸ್

ನಿನ್ನನ್ನು ಭೇಟಿಯಾಗುವ ಮೊದಲು ನಾನು ಯಾವತ್ತೂ ಸೋಲುತ್ತಿರಲಿಲ್ಲ.

ಸ್ಕಾರ್ಪಿಯಸ್

ಅಲ್ಬಸ್, ನೀನು ನಿನ್ನ ತಂದೆಗೆ ಏನೇ ಸಾಬೀತುಪಡಿಸಬೇಕೆಂದುಕೊಂಡಿದ್ದರೂ - ಇದು ಸರಿಯಾದ ರೀತಿಯಲ್ಲ-

ಆಲ್ಬಸ್

ನಾನು ನನ್ನ ತಂದೆಗೆ ಏನನ್ನೂ ಸಾಬೀತುಪಡಿಸಬೇಕೆಂದಿಲ್ಲ. ನನಗೆ ಸೆಡ್ರಿಕ್ ಹಾಗೂ ರೋಸ್‌ರನ್ನು ಉಳಿಸಬೇಕು. ಬಹುಶಃ ನೀನು ನನ್ನನ್ನು ತಡೆಯದಿದ್ದರೆ ನಾನು ಅದನ್ನು ಸರಿಯಾಗಿ ಮಾಡಬಹುದು.

ಸ್ಕಾರ್ಪಿಯಸ್

ನಾನಿಲ್ಲದೇ? ಅಯ್ಯೋ ಪಾಪದ ಆಲ್ಬಸ್ ಪಾಟರ್. ನಿನ್ನ ಭುಜದಲ್ಲಿಇರುವ ಚಿಪ್ ಜೊತೆಗೆ. ಪಾಪದ ಆಲ್ಬಸ್ ಪಾಟರ್. ನನಗೆ ಬೇಸರವೆನಿಸುತ್ತಿದೆ.

ಆಲ್ಬಸ್

ನೀನೇನು ಹೇಳುತ್ತಿದ್ದೀಯಾ?

ಸ್ಕಾರ್ಪಿಯಸ್ (ಕೋಪದಿಂದ)

ನಾನು ಹೇಳುವುದರ ಮೇಲೆ ನಂಬಿಕೆ ಬರುತ್ತಿಲ್ಲವೇ? ಜನರು ನಿನ್ನನ್ನು ಏಕೆ ನೋಡುತ್ತಾರೆ ಎಂದರೆ ನೀನು ಮಾಂತ್ರಿಕ ವರ್ಗದ ರಕ್ಷಕನಾದ ಪ್ರಸಿದ್ಧ ಹ್ಯಾರಿಪಾಟರ್ ಮಗ. ಜನರು ನನ್ನನ್ನು ಏಕೆ ನೋಡುತ್ತಾರೆ ಎಂದರೆ ಅವರು ನನ್ನ ಅಪ್ಪ ವಾಲ್ಡೆರ್‌ಮಾರ್ಟ್ ಎಂದು ಅಂದುಕೊಳ್ಳುತ್ತಾರೆ. ವಾಲ್ಡೆರ್‌ಮಾರ್ಟ್.

ಆಲ್ಬಸ್

ಹಾಗೆ ಹೇಳಬೇಡ -

ಸ್ಕಾರ್ಪಿಯಸ್

ಅದು ಹೇಗಿರುತ್ತದೆ ಎನ್ನುವ ಸ್ವಲ್ಪವಾದರೂ ಕಲ್ಪನೆ ನಿನಗಿದೆಯೇ? ನೀನು ಯಾವತ್ತಾದರೂ ಪ್ರಯತ್ನಿಸಿದ್ದೀಯೇ? ಇಲ್ಲ. ಏಕೆಂದರೆ ನೀನು ಯಾವತ್ತೂ ನಿನ್ನ ಮೂಗಿನ ನೇರಕ್ಕೆ ವಿಚಾರ ಮಾಡುತ್ತೀಯಾ. ಏಕೆಂದರೆ ನೀನು ಹಾಗೂ ನಿನ್ನ ಅಪ್ಪನನ್ನು ಬಿಟ್ಟು ಬೇರೆ ಏನನ್ನೂ ನೋಡಲು ನಿನಗೆ ಸಾಧ್ಯವಿಲ್ಲ. ಅವರು ಯಾವತ್ತೂ ಹ್ಯಾರಿ ಪಾಟರ್ ಆಗಿರುತ್ತಾರೆ. ನಿನಗೆ ಅದು ಗೊತ್ತು, ಅಲ್ಲವೇ? ನೀನು ಯಾವತ್ತೂ ಅವರ ಮಗನಾಗಿರುತ್ತೀಯಾ. ಅದು ಕಷ್ಟಕರವಾಗಿದೆ ಎಂದು ನನಗೆ ಗೊತ್ತು. ಇತರ ಹುಡುಗರು ಎಷ್ಟು ಕೆಟ್ಟದಾಗಿ ಮಾತನಾಡಿದರೂ ನೀನು ಅದರ ಜೊತೆ ಬದುಕುವುದನ್ನು ಕಲಿಯಬೇಕು. ಏಕೆಂದರೆ ಇಲ್ಲಿ ಇನ್ನೂ ತುಂಬಾ ಕೆಟ್ಟದಾದ ವಿಷಯಗಳಿವೆ. ಸರಿಯೇ?

ಬೀಟ್.

ಒಂದು ಕ್ಷಣ ನಾನು ರೋಮಾಂಚನಗೊಂಡಿದ್ದೆ, ಸಮಯ ಬೇರೆಯಾಗಿದೆ ಎಂದು ನನಗೆ ಅರಿವಾಗಿತ್ತು, ನನ್ನ ಅಮ್ಮ ಅನಾರೋಗ್ಯದಿಂದ ಇರದೇ ಇರುವ ಒಂದು ಕ್ಷಣ ಇರಬಹುದಿತ್ತು ಎಂದು ನನಗೆ ಅನಿಸಿತ್ತು, ಬಹುಶಃ ನನ್ನಮ್ಮ ಸತ್ತಿರದಿರಬಹುದು ಎಂದು ಅನಿಸುತ್ತು, ಆದರೆ ಅವಳು ಸತ್ತಿದ್ದಳು. ನಾನು ಇನ್ನೂ ತಾಯಿಯಿಲ್ಲದ ವಾಲ್ಡೆರ್‌ಮಾರ್ಟ್‌ರ್ನ ಮಗ. ವಾಪಸ್ಸು ಏನನ್ನೂ ಕೊಡಲಾರದ ಒಬ್ಬ ಹುಡುಗನಿಗೆ ದಯೆಯನ್ನು ಕೊಡುತ್ತಿದ್ದೀರಿ. ಆದ್ದರಿಂದ ನಾನು ನಿನ್ನ ಜೀವನವನ್ನು ಹಾಳು ಮಾಡಿದ್ದಕ್ಕೆ ನನ್ನನ್ನು ಕ್ಷಮಿಸು. ಏಕೆಂದರೆ ನಾನು ನಿನಗೆ ಹೇಳುತ್ತಿದ್ದೇನೆ - ನಿನಗೆ ನನ್ನ ಜೀವನವನ್ನು ಹಾಳು ಮಾಡುವ ಯಾವುದೇ ಅವಕಾಶವಿರುವುದಿಲ್ಲ. ಅದು ಈಗಾಗಲೇ ಹಾಳಾಗಿದೆ. ನೀನು ಅದನ್ನು ಇನ್ನೂ ಒಳ್ಳೆಯದಾಗಿಸಲಿಲ್ಲ. ಏಕೆಂದರೆ ನೀನು ತುಂಬಾ ಕೆಟ್ಟವನಾಗಿದ್ದೆ. ತುಂಬಾ - ಕೆಟ್ಟ - ಸ್ನೇಹಿತನಾಗಿದ್ದೆ.

ಆಲ್ಬಸ್ ಅದನ್ನು ಜೀರ್ಣಿಸಿಕೊಳ್ಳುತ್ತಾನೆ. ಅವನು ತನ್ನ ಸ್ನೇಹಿತನಿಗೆ ಏನು ಮಾಡಿದ್ದೇನೆ ಎನ್ನುವುದನ್ನು ನೋಡುತ್ತಾನೆ.

ಪ್ರೊಫೆಸರ್ ಮ್ಯಾಕ್‌ಗೊನಾಗಲ್ (*ದೂರದಿಂದ*)

ಆಲ್ಬಸ್? ಆಲ್ಬಸ್ ಪಾಟರ್? ಸ್ಕಾರ್ಪಿಯಸ್ ಮಾಲ್‌ಫಾಯ್. ನೀವಿಬ್ಬರೂ ಅಲ್ಲಿದ್ದೀರೇ? ಒಟ್ಟಿಗೆ? ಏಕೆಂದರೆ ನಾನು ನೀವು ಒಟ್ಟಿಗೆ ಇರಬಾರದು ಎಂದು ಸಲಹೆ ನೀಡುತ್ತೇನೆ.

ಆಲ್ಬಸ್ ಸ್ಕಾರ್ಪಿಯಸ್‌ನನ್ನು ನೋಡುತ್ತಾನೆ. ಅವನು ತನ್ನ ಚೀಲದಿಂದ ಒಂದು ಮೇಲಂಗಿಯನ್ನು ಹೊರಗೆ ತೆಗೆಯುತ್ತಾನೆ.

ಆಲ್ಬಸ್

ಬೇಗ.. ನಾವು ಅಡಗಿಕೊಳ್ಳಬೇಕು.

ಸ್ಕಾರ್ಪಿಯಸ್

ಏನು?

ಆಲ್ಬಸ್

ಸ್ಕಾರ್ಪಿಯಸ್. ನನ್ನನ್ನು ನೋಡು.

ಸ್ಕಾರ್ಪಿಯಸ್

ಅದು ಅದೃಶ್ಯವಾಗುವ ಮೆಲಂಗಿಯೇ? ಅದು ಜೇಮ್ಸ್ ನದ್ದಲ್ಲವೇ?

ಆಲ್ಬಸ್

ಅವಳು ನಮ್ಮನ್ನು ನೋಡಿದರೆ ನಮ್ಮನ್ನು ಶಾಶ್ವತವಾಗಿ ಬೇರ್ಪಡಿಸಲಾಗುತ್ತದೆ. ನನಗೆ ಅದು ಅರ್ಥವಾಗಲಿಲ್ಲ. ದಯವಿಟ್ಟು

ಪ್ರೊಫೆಸರ್ ಮ್ಯಾಕ್‌ಗೊನಾಗಲ್ *(ದೂರದಿಂದ, ಅವರಿಗೆ ಎಲ್ಲಾ ಅವಕಾಶವನ್ನು ಕೊಡಲು ಪ್ರಯತ್ನಿಸುತ್ತಾ)*

ನಾನು ಈಗ ಒಳಗಡೆ ಬರುತ್ತೇನೆ.

ಪ್ರೊಫೆಸರ್ ಮ್ಯಾಕ್‌ಗೊನಾಗಲ್ ಕೋಣೆಯೊಳಗೆ ಬರುತ್ತಾಳೆ ಅವಳ ಕೈಯಲ್ಲಿ ಮರೌಡರ್ಸ್ ಮ್ಯಾಪ್ ಇದೆ. ಹುಡುಗರು ನಿಲುವಂಗಿಯ ಕೆಳಗಡೆ ಮಾಯವಾಗುತ್ತಾರೆ. ಅವಳು ಆಯಾಸದಿಂದ ಸುತ್ತಲೂ ನೋಡುತ್ತಾಳೆ.

ಅವರೆಲ್ಲಿ ಹೋದರು - ನನಗೆ ಇದು ಬೇಕಿರಲಿಲ್ಲ ಹಾಗೂ ಇದು ನನಗೆ ಮೋಸ ಮಾಡುತ್ತಿದೆ.

ಅವಳು ಚಿಂತಿಸುತ್ತಿದ್ದಾಳೆ. ಅವಳು ಮತ್ತೆ ನಕ್ಷೆಯನ್ನು ನೋಡುತ್ತಿದ್ದಾಳೆ. ಅವರು ಎಲ್ಲಿರಬೇಕೆಂದು ಅವಳು ಗುರುತಿಸುತ್ತಿದ್ದಾಳೆ. ಅವಳು ಕೋಣೆಯಲ್ಲಿ ಸುತ್ತಲೂ ನೋಡುತ್ತಾಳೆ. ಹುಡುಗರು ಅದೃಶ್ಯವಾಗಿ ಚಲಿಸುತ್ತಿದ್ದ ಹಾಗೆ ವಸ್ತುಗಳು ಚಲಿಸುತ್ತಿವೆ. ಅವರು ಯಾವ ಕಡೆ ಹೋಗುತ್ತಿದ್ದಾರೆ ಎಂದು ಅವಳು ನೋಡುತ್ತಾಳೆ. ಅವಳು ಅವರನ್ನು ತಡೆಯಲು ಪ್ರಯತ್ನಿಸಿದರೂ ಅವರು ಅವಳಿಂದ ತಪ್ಪಿಸಿಕೊಳ್ಳುತ್ತಿದ್ದಾರೆ.

ಅಂತಿಮವಾಗಿ ಒಂದು ಬೀಳುತ್ತಿರುವ ಪುಸ್ತಕದಿಂದ ಅವಳಿಗೆ ಅವರು ಏನು ಮಾಡುತ್ತಿದ್ದಾರೆ ಎಂದು (ಹಾಗೂ ಏನನ್ನು ಬಳಸುತ್ತಿದ್ದಾರೆ ಎಂದು) ಅರ್ಥವಾಗುತ್ತಿದೆ.

ನಿನ್ನ ತಂದೆಯ ನಿಲುವಂಗಿ.

ಅವಳು ಮತ್ತೆ ನಕ್ಷೆಯನ್ನು ನೋಡುತ್ತಾಳೆ. ಮತ್ತೆ ಹುಡುಗರ ಕಡೆ ನೋಡುತ್ತಾಳೆ. ಅವಳು ಚಿಂತಿಸುತ್ತಿದ್ದಾಳೆ ಹಾಗೂ ಅವಳು ತನ್ನಲ್ಲಿ ತಾನೇ ನಗುತ್ತಿದ್ದಾಳೆ.

ಸರಿ. ನಾನು ನಿಮ್ಮನ್ನು ನೋಡಲಿಲ್ಲ ಎಂದರೆ, ನಾನು ನಿಮ್ಮನ್ನು ನೋಡಲಿಲ್ಲ.

ಅವಳು ಹೋಗುತ್ತಾಳೆ. ಇಬ್ಬರೂ ಹುಡುಗರು ನಿಲುವಂಗಿಯನ್ನು ತೆಗೆಯುತ್ತಾರೆ. ಅವರು ಒಂದು ಕ್ಷಣ ಸುಮ್ಮನೆ ಕುಳಿತುಕೊಳ್ಳುತ್ತಾರೆ.

ಆಲ್ಬಸ್

ಹೌದು ನಾನು ಇದನ್ನು ಜೇಮ್ಸ್ ನಿಂದ ಕದ್ದೆ. ಅವನಿಂದ ಕದಿಯುವುದು ತುಂಬಾ ಸುಲಭ, ಅವನ ಟ್ರಂಕಿನ ಸಂಯೋಜನೆ ಅವನು ಅವನ ಮೊದಲ ಕಸಬರಿಗೆಯನ್ನು ಪಡೆದ ದಿನಾಂಕವಾಗಿದೆ. ಈ ನಿಲುವಂಗಿಯಿಂದ ಕೆಟ್ಟ ಹುಡುಗರನ್ನು ತಡೆಗಟ್ಟುವುದು ತುಂಬಾ ಸುಲಭವೆಂದು ನಾನು ಕಂಡುಕೊಂಡಿದ್ದೇನೆ.

ಸ್ಕಾರ್ಪಿಯಸ್ ತಲೆಯಲ್ಲಾಡಿಸುತ್ತಾನೆ.

ಕ್ಷಮಿಸು - ನಿನ್ನ ಅಮ್ಮನ ಬಗ್ಗೆ. ಅವರ ಬಗ್ಗೆ ನಾವು ಹೆಚ್ಚು ಮಾತನಾಡುವುದಿಲ್ಲವೆಂದು ನನಗೆ ಗೊತ್ತು. ಆದರೆ ನನಗೆ ಇದರ ಬಗ್ಗೆ ಕೆಟ್ಟದೆನಿಸುತ್ತಿದೆ ಎಂದು ನಿನಗೆ ಅರ್ಥವಾಗುತ್ತದೆ ಎಂದು ನಾನು ಅಂದುಕೊಳ್ಳುತ್ತೇನೆ. ಕ್ಷಮಿಸು - ಅವಳಿಗೆ ಆಗಿದ್ದು ಸರಿಯಾಗಿರಲಿಲ್ಲ - ನಿನಗೆ ಆಗಿದ್ದು ಕೂಡ ಸರಿಯಾಗಿರಲಿಲ್ಲ.

ಸ್ಕಾರ್ಪಿಯಸ್

ಧನ್ಯವಾದಗಳು.

ಆಲ್ಬಸ್

ನನ್ನ ತಂದೆ ಹೇಳುತ್ತಿದ್ದರು - ನೀನು ನನ್ನ ಸುತ್ತಲೂ ಇರುವ ಕಪ್ಪು ಮೋಡ ಎಂದು ಅವರು ಹೇಳುತ್ತಿದ್ದರು. ನನ್ನ ತಂದೆ ಆಲೋಚಿಸಲು ಪ್ರಾರಂಭಿಸಿದ್ದರು - ನನಗೆ ನಾನು ದೂರವಿರಬೇಕೆಂದು ಅನಿಸುತ್ತಿತ್ತು. ನಾನು ದೂರವಿರದಿದ್ದಲ್ಲಿ ಹೀಗೆ ಮಾಡುತ್ತೇನೆ ಎಂದು ಹೇಳುತ್ತಿದ್ದೆ-

ಸ್ಕಾರ್ಪಿಯಸ್

ನಿಮ್ಮ ತಂದೆ ವದಂತಿಗಳು ನಿಜವೆಂದು ನಂಬಿದ್ದಾರೆ - ನಾನು ವಾಲ್ಡೆರ್‌ಮಾರ್ಟ್ ಮಗನೆಂದು?

ಆಲ್ಬಸ್ (*ತಲೆಯಲ್ಲಾಡಿಸುತ್ತಾನೆ*)

ಅವರ ಇಲಾಖೆ ಪ್ರಸ್ತುತ ಇದನ್ನು ತನಿಖೆ ಮಾಡುತ್ತಿದೆ.

ಸ್ಕಾರ್ಪಿಯಸ್

ಒಳ್ಳೆಯದು. ಅವರು ತನಿಖೆ ಮಾಡಲಿ. ಕೆಲವೊಮ್ಮೆ - ನನಗೆ ಅವರು ಹೇಳುವುದು ಕೂಡ ನಿಜವೆಂದು ಅನಿಸುತ್ತದೆ.

ಆಲ್ಬಸ್

ಇಲ್ಲ. ಅವರು ಹೇಳುವುದು ನಿಜವಲ್ಲ. ಏಕೆಂದು ನಾನು ನಿನಗೆ ಹೇಳುತ್ತೇನೆ. ಏಕೆಂದರೆ ವಾಲ್ಡೆರ್‌ಮಾರ್ಟ್‌ಗೆ ಒಬ್ಬ ದಯಾಮಯಿಯಾದ ಮಗನನ್ನು ಹೊಂದುವ ಸಾಮರ್ಥ್ಯವಿಲ್ಲ - ಹಾಗೂ ನೀನು ದಯಾಮಯಿ,

ಸ್ಕಾರ್ಪಿಯಸ್. ನಿನ್ನ ಹೊಟ್ಟೆಯ ಅಳದವರೆಗೆ. ನಿನ್ನ ಬೆರಳಿನ ತುದಿಯವರೆಗೆ. ನಾನು ನಿಜವಾಗಿಯೂ ವಾಲ್ಡೆರ್‌ಮಾರ್ಟ್‌ಗೆ ನಿನ್ನಂತ ಮಗ ಹುಟ್ಟಬಹುದೆಂದು ನಂಬಲು ಸಿದ್ಧನಿಲ್ಲ.

ಬೀಟ್. ಇದು ಸ್ಕಾರ್ಪಿಯಸ್‌ನನ್ನು ತಟ್ಟಿದೆ.

ಸ್ಕಾರ್ಪಿಯಸ್

ಇದು ಒಳ್ಳೆಯದು - ನೀನು ಇದನ್ನು ಚೆನ್ನಾಗಿ ಹೇಳಿದೆ.

ಆಲ್ಬಸ್

ಇದನ್ನು ನಾನು ಬಹಳ ಮೊದಲೇ ಹೇಳಬೇಕಿತ್ತು. ಆದರೆ ನಿನಗೆ ನನ್ನನ್ನು ತಡೆಯಲು ಸಾಧ್ಯವಾಗಲಿಲ್ಲ. ನೀನು ನನ್ನನ್ನು ಇನ್ನೂ ಬಲಶಾಲಿಯಾಗಿಸುತ್ತೀಯಾ. ಹಾಗೂ ನಮ್ಮ ತಂದೆ ನಮ್ಮನ್ನು ಬೇರ್ಪಡಿಸಿದಾಗ - ನೀನಿಲ್ಲದೆ -

ಸ್ಕಾರ್ಪಿಯಸ್

ನೀನಿಲ್ಲದೆ ನನ್ನ ಜೀವನ ಕೂಡ ನನಗೆ ಹೆಚ್ಚೇನೂ ಇಷ್ಟವಾಗಿರಲಿಲ್ಲ.

ಆಲ್ಬಸ್

ನಾನು ಯಾವತ್ತೂ ಹ್ಯಾರಿ ಪಾಟರ್ ಮಗನಾಗಿರುತ್ತೇನೆ ಎಂದು ನನಗೆ ಗೊತ್ತು - ನನ್ನ ತಲೆಯಲ್ಲಿ ನಾನು ಅದನ್ನು ಸರಿಪಡಿಸಿಕೊಳ್ಳುತ್ತೇನೆ - ನಿನಗೆ ಹೋಲಿಸಿದರೆ ನನ್ನ ಜೀವನ ಸಾಕಷ್ಟು ಚೆನ್ನಾಗಿದೆ ಎನ್ನುವುದು ಕೂಡ ನನಗೆ ಗೊತ್ತು, ಹಾಗೂ ನನ್ನ ತಂದೆ ಹಾಗೂ ನಾನು ಅದೃಷ್ಟಶಾಲಿಗಳು ಎಂದು ನನಗೆ ಗೊತ್ತು ಹಾಗೂ -

ಸ್ಕಾರ್ಪಿಯಸ್ (ಅಡ್ಡಿಪಡಿಸುತ್ತ)

ಇದು ಕ್ಷಮೆ ಕೇಳುವ ಒಂದು ಅದ್ಭುತವಾದ ವಿಧಾನ, ಆದರೆ ಮತ್ತೆ ನೀನು ನನಗಿಂತ ಹೆಚ್ಚಾಗಿ ನಿನ್ನ ಬಗ್ಗೆ ಮಾತನಾಡಲು ಪ್ರಾರಂಭಿಸಿದ್ದೀಯಾ, ಆದ್ದರಿಂದ ನೀನು ಮುಂದಿರುವಾಗಲೇ ಇದನ್ನು ಬಿಡುವುದು ಒಳ್ಳೆಯದು.

ಆಲ್ಬಸ್ ನಗುತ್ತಾ ತನ್ನ ಕೈಯನ್ನು ಮುಂದೆ ಚಾಚುತ್ತಾನೆ.

ಆಲ್ಬಸ್

ಗೆಳೆಯರೇ?

ಸ್ಕಾರ್ಪಿಯಸ್

ಯಾವತ್ತೂ.

ಸ್ಕಾರ್ಪಿಯಸ್ ತನ್ನ ಕೈ ಚಾಚುತ್ತಾನೆ ಹಾಗೂ ಆಲ್ಬಸ್ ಸ್ಕಾರ್ಪಿಯಸ್‌ನನ್ನು ಎಳೆದುಕೊಂಡು ಅಪ್ಪಿಕೊಳ್ಳುತ್ತಾನೆ.

ನೀನು ಇದನ್ನು ಮಾಡುತ್ತಿರುವುದು ಎರಡನೇ ಬಾರಿ.

ಇಬ್ಬರೂ ಹುಡುಗರು ಒಬ್ಬರಿಂದೊಬ್ಬರು ಬೇರೆಯಾಗಿ ನಗುತ್ತಿದ್ದಾರೆ.

ಆಲ್ಬಸ್

ಆದರೆ ನಾವು ಈ ಜಗಳ ಮಾಡಿದ್ದರಿಂದಾಗಿ ನನಗೆ ಒಂದು ಉತ್ತಮವಾದ ವಿಚಾರ ಬಂದಿದ್ದಕ್ಕೆ ನನಗೆ ಸಂತೋಷವಿದೆ.

ಸ್ಕಾರ್ಪಿಯಸ್

ಯಾವುದರ ಬಗ್ಗೆ?

ಆಲ್ಬಸ್

ಇದು ಎರಡನೆಯ ಸವಾಲನ್ನು ಒಳಗೊಂಡಿದೆ. ಹಾಗೂ ಅವಮಾನವನ್ನು.

ಸ್ಕಾರ್ಪಿಯಸ್

ನೀನು ಈಗಲೂ ಸಮಯದಲ್ಲಿ ಮತ್ತೆ ವಾಪಸ್ ಹೋಗುವ ಬಗ್ಗೆ ಮಾತನಾಡುತ್ತಿದ್ದೀಯಾ? ಅದರ ಬಗ್ಗೆ ಇನ್ನೂ ಮಾತನಾಡುತ್ತಿದ್ದೇವೆಯೇ?

ಆಲ್ಬಸ್

ಹೌದು - ನಾವು ಯಾವತ್ತೂ ಸೋಲುತ್ತೇವೆ. ನಾವು ಸೋಲುವುದರಲ್ಲಿ ನಿಸ್ಸೀಮರು. ಆದ್ದರಿಂದ ನಾವು ನಮ್ಮ ಜ್ಞಾನವನ್ನು ಇಲ್ಲಿ ಬಳಸಿಕೊಳ್ಳಬೇಕು. ನಮ್ಮದೇ ಸ್ವಂತ ಬಲವನ್ನು. ಸೋಲುವವರಿಗೆ ಸೋಲುವುದನ್ನು ಕಲಿಸಲಾಗುತ್ತದೆ ಹಾಗೂ ಸೋಲುವವರಿಗೆ ಕಲಿಸಲು ಒಂದೇ ಒಂದು ವಿಧಾನವಿದೆ - ನಮಗೆ ಅದು ಎಲ್ಲರಿಗಿಂತ ಚೆನ್ನಾಗಿ ಗೊತ್ತು - ಅವಮಾನ. ನಾವು ಅವನನ್ನು ಅವಮಾನಿಸಬೇಕು. ಆದ್ದರಿಂದ ಎರಡನೆಯ ಸವಾಲಿನಲ್ಲಿ ನಾವು ಅದನ್ನೇ ಮಾಡುತ್ತೇವೆ.

ಸ್ಕಾರ್ಪಿಯಸ್ *ಚಿಂತಿಸುತ್ತಿದ್ದಾನೆ - ಬಹಳ ಸಮಯ - ಹಾಗೂ ನಂತರ ನಗುತ್ತಾನೆ.*

ಸ್ಕಾರ್ಪಿಯಸ್

ಅದು ನಿಜವಾಗಿಯೂ ಒಳ್ಳೆಯ ತಂತ್ರ.

ಆಲ್ಬಸ್

ನನಗೆ ಗೊತ್ತು.

ಸ್ಕಾರ್ಪಿಯಸ್

ಅಂದರೆ ಇದು ನಿಜವಾಗಿಯೂ ಅದ್ಭುತವಾಗಿದೆ. ಸೆಡ್ರಿಕ್‌ನನ್ನು ಉಳಿಸಲು ಸೆಡ್ರಿಕ್‌ನನ್ನು ಅವಮಾನಿಸುವುದು. ತುಂಬಾ ಚೆನ್ನಾಗಿದೆ. ಮತ್ತೆ ರೋಸ್?

ಆಲ್ಬಸ್

ನಾನು ಅದನ್ನು ಒಂದು ಅಚ್ಚರಿಯೆಂದು ಇಟ್ಟುಕೊಂಡಿದ್ದೇನೆ. ನೀನಿಲ್ಲದೆ ನಾನು ಅದನ್ನು ಮಾಡಬಹುದು. ಆದರೆ ನೀನು ಅದಕ್ಕೆ ಇರಬೇಕು. ಏಕೆಂದರೆ ನಾನು ಇದನ್ನು ನಾವಿಬ್ಬರೂ ಒಟ್ಟಿಗೆ ಮಾಡಬೇಕೆಂದು ಬಯಸುತ್ತೇನೆ. ನಾವಿಬ್ಬರೂ ಕೂಡಿ ಇದನ್ನು ಸರಿ ಮಾಡೋಣ. ಹಾಗಾದರೆ ನೀನು ಬರುತ್ತೀಯಾ?

ಸ್ಕಾರ್ಪಿಯಸ್

ಆದರೆ, ಒಂದು ನಿಮಿಷ, ಎರಡನೆಯ ಸವಾಲು ಕೆರೆಯಲ್ಲಿ ನಡೆಯುತ್ತದೆ - ಅಲ್ಲವೇ - ಹಾಗೂ ನೀನು ಶಾಲೆಯ ಕಟ್ಟಡದಿಂದ ಹೊರಗೆ ಹೋಗಬಾರದು, ಅಲ್ಲವೇ?

ಆಲ್ಬಸ್ ನಗುತ್ತಾನೆ.

ಆಲ್ಬಸ್

ಹೌದು. ಅದಕ್ಕಾಗಿ ನಾವು ಮೊದಲ ಮಹಡಿಯಲ್ಲಿರುವ ಹುಡುಗಿಯರ ಸ್ನಾನದ ಮನೆಯನ್ನು ನೋಡಬೇಕು.

ಆಕ್ಟ್ ಎರಡು ದೃಶ್ಯ ಹದಿನೇಳು

ಹಾಗ್‌ವಾರ್ಟ್ಸ್, ಮೆಟ್ಟಿಲುಗಳು

ರಾನ್ ಮೆಟ್ಟಿಲುಗಳಿಂದ ಇಳಿದು ಹೋಗುತ್ತಿದ್ದಾನೆ ಅವನು ತನ್ನದೇ ಚಿಂತೆಯಲ್ಲಿದ್ದಾನೆ. ಅವನು ಹರ್ಮಿಯಾನ್ ಅನ್ನು ನೋಡುತ್ತಾನೆ ಹಾಗೂ ಅವನ ಭಾವನೆ ಸಂಪೂರ್ಣವಾಗಿ ಬದಲಾಗುತ್ತದೆ.

ರಾನ್

ಪ್ರೊಫೆಸರ್ ಗ್ರ್ಯಾಂಗರ್.

ಹರ್ಮಿಯಾನ್ ತಿರುಗಿ ನೋಡುತ್ತಾಳೆ, ಅವಳ ಹೃದಯ ಬಡಿತ ಹೆಚ್ಚಾಗುತ್ತಿದೆ (ಆದರೆ ಅವಳು ಅದನ್ನು ಒಪ್ಪಿಕೊಳ್ಳುತ್ತಿಲ್ಲ).

ಹರ್ಮಿಯಾನ್

ರಾನ್, ನೀನಿಲ್ಲೇನು ಮಾಡುತ್ತಿದ್ದೀಯಾ?

ರಾನ್

ಪಂಜು ಕಷಾಯದ ತರಗತಿಗಳಿಗೆ ಸಂಬಂಧಿಸಿದಂತೆ ಸ್ವಲ್ಪ ಕಷ್ಟದಲ್ಲಿದ್ದ. ನಾನು ಅವನಿಗೆ ಅದನ್ನು ಹೇಗೆ ಮಾಡುವುದು ಎಂದು ತೋರಿಸುತ್ತಿದ್ದೆ. ಅವನು ತಪ್ಪಾದ ವಸ್ತುವನ್ನು ತಪ್ಪಾದ ವಸ್ತುವಿನಲ್ಲಿ ಹಾಕಿದ್ದ. ಈಗ ಅವನಿಗೆ ಹುಬ್ಬುಗಳಿಲ್ಲ ಹಾಗೂ ಸ್ವಲ್ಪ ದೊಡ್ಡದಾದ ಮೀಸೆಯಿದೆ. ಅದು ಅವನಿಗೆ ಹೊಂದುತ್ತಿಲ್ಲ. ನನಗೆ ಬರಲು ಇಷ್ಟವಿಲ್ಲದಿದ್ದರೂ ಪದ್ಮ ಮುಖದ ಬೆಳವಣಿಗೆಗಳಿಗೆ ಸಂಬಂಧಿಸಿದಂತೆ ಮಗಂದಿರಿಗೆ ಅವರ ಅಪ್ಪಂದಿರ ಅವಶ್ಯಕತೆ ಇರುತ್ತದೆ ಎಂದು ಹೇಳುತ್ತಾಳೆ ನೀವು ನಿಮ್ಮ ಕೂದಲಿಗೆ ಏನಾದರೂ ಮಾಡಿಕೊಂಡಿದ್ದೀರಾ?

ಹರ್ಮಿಯಾನ್

ನಾನು ಅದನ್ನು ಬಾಚಿಕೊಂಡಿದ್ದೇನೆ ಎಂದು ಅನಿಸುತ್ತಿದೆ.

ರಾನ್

ಅದನ್ನು ಬಾಚಿಕೊಳ್ಳುವುದು ನಿಮಗೆ ಹೊಂದುತ್ತಿದೆ.

ಹರ್ಮಿಯಾನ್ ರಾನ್ ಅನ್ನು ಸ್ವಲ್ಪ ಆಶ್ಚರ್ಯದಿಂದ ನೋಡುತ್ತಾಳೆ.

ಹರ್ಮಿಯಾನ್

ರಾನ್, ನೀವು ನನ್ನನ್ನು ಹಾಗೆ ನೋಡುವುದನ್ನು ನಿಲ್ಲಿಸುತ್ತೀರೇ?

ರಾನ್ (*ಆತ್ಮವಿಶ್ವಾಸ ತೋರಿಸುತ್ತಾ*)

ನಿಮಗೆ ಗೊತ್ತೇ? ಹ್ಯಾರಿಯ ಮಗ ಅಲ್ಬಸ್ ಒಂದು ದಿನ ನೀವು ಹಾಗೂ ನಾನು ಇಬ್ಬರೂ - ಮದುವೆಯಾಗಿದ್ದೇವೆ ಎಂದು ಅವನಿಗೆ ಅನಿಸಿತ್ತು ಎಂದು ಹೇಳಿದ. ಹಾ ಹಾ ಹಾ. ವಿಚಿತ್ರವಲ್ಲವೇ. ನನಗೆ ಗೊತ್ತು.

ಹರ್ಮಿಯಾನ್

ತುಂಬಾ ವಿಚಿತ್ರ.

ರಾನ್

ನಮಗೆ ಒಬ್ಬಳು ಮಗಳಿದ್ದಾಳೆ ಎಂದೂ ಅವನಿಗೆ ಅನ್ನಿಸುತ್ತಿತ್ತು. ಅದು ಕೂಡ ವಿಚಿತ್ರವಾಗಿದೆಯಲ್ಲವೇ?

ಇಬ್ಬರೂ ಒಬ್ಬರನ್ನೊಬ್ಬರು ಕಣ್ಣಲ್ಲಿ ಕಣ್ಣಿಟ್ಟು ನೋಡುತ್ತಿದ್ದಾರೆ. ಹರ್ಮಿಯಾನ್ ಮೊದಲು ಆ ಕಡೆ ನೋಡುತ್ತಾಳೆ.

ಹರ್ಮಿಯಾನ್

ವಿಚಿತ್ರಕ್ಕಿಂತಲೂ ಹೆಚ್ಚು.

ರಾನ್

ಖಂಡಿತವಾಗಿಯೂ. ನಾವು - ಬರೀ ಸ್ನೇಹಿತರು ಮಾತ್ರ

ಹರ್ಮಿಯಾನ್

ಖಂಡಿತವಾಗಿಯೂ. - ಬರೀ ಸ್ನೇಹಿತರು ಮಾತ್ರ.

ರಾನ್

ಕೇವಲ - ಸ್ನೇಹಿತರು. ತಮಾಷೆಯಾದ ಶಬ್ದ. ಸ್ನೇಹಿತರು. ಅಷ್ಟೇನೂ ತಮಾಷೆಯಲ್ಲ. ಅದು ಕೇವಲ ಒಂದು ಶಬ್ದ. ಸ್ನೇಹಿತರು. ಸ್ನೇಹಿತರು ತಮಾಷೆಯಾದ ಸ್ನೇಹಿತರು. ನೀವು ನನ್ನ ತಮಾಷೆಯಾದ ಸ್ನೇಹಿತರು. ನನ್ನ ಹರ್ಮಿಯಾನ್ - ಅದೆಲ್ಲ - ನನ್ನ ಹರ್ಮಿಯಾನ್ ಅಲ್ಲ - ನಿಮಗೆ ಅರ್ಥವಾಗುತ್ತಿದೆಯೇ - ನನ್ನ ಹರ್ಮಿಯಾನ್ ಅಲ್ಲ - ನನ್ನವಳಲ್ಲ, ನಿಮಗೆ ಗೊತ್ತು... ಆದರೆ...

ಹರ್ಮಿಯಾನ್

ನನಗೆ ಗೊತ್ತು.

ಅಲ್ಲೊಂದು ಮೌನವಿದೆ. ಅವರಲ್ಲಿ ಒಬ್ಬರು ಕೂಡ ಸ್ವಲ್ಪವೂ ಅಲ್ಲಾಡುತ್ತಿಲ್ಲ. ಆ ಕ್ಷಣದಲ್ಲಿ ಎಲ್ಲವೂ ತುಂಬಾ ಮುಖ್ಯವೆಂದು ಅನಿಸುತ್ತಿದೆ. ನಂತರ ರಾನ್ ಕೆಮ್ಮುತ್ತಾನೆ.

ರಾನ್

ಸರಿ. ನಾನು ಹೋಗಬೇಕು. ಪಂಜುಗೆ ಸಹಾಯ ಮಾಡಬೇಕು. ಮೀಸೆ ಬೆಳೆಸಿಕೊಳ್ಳುವ ಉತ್ತಮವಾದ ಕಲೆಯನ್ನು ಅವನಿಗೆ ಕಲಿಸಬೇಕು.

ಅವನು ಹೋಗುತ್ತಿದ್ದಾನೆ. ಅವನು ಮತ್ತೆ ತಿರುಗಿ ಹರ್ಮಿಯಾನ್ ಅನ್ನು ನೋಡುತ್ತಾನೆ. ಅವಳು ಕೂಡ ವಾಪಸ್ಸು ನೋಡುತ್ತಿದ್ದಾಳೆ. ಅವನು ಬೇಗ ಬೇಗ ಹೋಗುತ್ತಾ ಹೇಳುತ್ತಾನೆ.

ನಿಮ್ಮ ಕೂದಲು ನಿಮಗೆ ನಿಜವಾಗಿಯೂ ತುಂಬಾ ಚೆನ್ನಾಗಿ ಹೊಂದುತ್ತದೆ.

ಆಕ್ಟ್ ಎರಡು ದೃಶ್ಯ ಹದಿನೆಂಟು

ಹಾಗ್‌ವಾರ್ಟ್ಸ್, ಮುಖ್ಯೋಪಾಧ್ಯಾಯರ ಕಚೇರಿ

ಪ್ರೊಫೆಸರ್ ಮ್ಯಾಕ್‌ಗೊನಾಗಲ್ ಒಬ್ಬಳೇ ವೇದಿಕೆಯ ಮೇಲಿದ್ದಾಳೆ. ಅವಳು ನಕ್ಷೆಯನ್ನು ನೋಡುತ್ತಿದ್ದಾಳೆ ಅವಳು ಹುಬ್ಬು ಗಂಟಿಕ್ಕುತ್ತಿದ್ದಾಳೆ. ಅವಳು ತನ್ನ ಮಂತ್ರದಂಡವನ್ನು ತಟ್ಟುತ್ತಿದ್ದಾಳೆ. ಅವಳು ತಾನು ಮಾಡಿದ ಒಳ್ಳೆಯ ನಿರ್ಧಾರವನ್ನು ನೆನೆಸಿಕೊಂಡು ನಗುತ್ತಿದ್ದಾಳೆ.

ಪ್ರೊಫೆಸರ್ ಮ್ಯಾಕ್‌ಗೊನಾಗಲ್

ತುಂಟತನವನ್ನು ಸರಿ ಮಾಡಲಾಯಿತು.

ಅಲ್ಲೊಂದು ಶಬ್ದವಿದೆ.

ಇಡೀ ವೇದಿಕೆ ಕಂಪಿಸುತ್ತಿರುವಂತೆ ಅನಿಸುತ್ತಿದೆ.

ಅಗ್ಗಷ್ಟಿಕೆಯಿಂದ ಮೊದಲು ಜಿನ್ನಿ ಬರುತ್ತಾಳೆ ಹಾಗೂ ನಂತರ ಹ್ಯಾರಿ ಬರುತ್ತಾನೆ.

ಜಿನ್ನಿ

ಪ್ರೊಫೆಸರ್, ಇದು ಇನ್ನೂ ಹೆಚ್ಚು ಗೌರವಯುತವಾಗಿರುತ್ತದೆ ಎಂದು ನನಗೆ ಅನಿಸುವುದಿಲ್ಲ.

ಪ್ರೊಫೆಸರ್ ಮ್ಯಾಕ್‌ಗೊನಾಗಲ್

ಪಾಟರ್. ನೀನು ಮತ್ತೆ ಬಂದಿದ್ದೀಯಾ. ಕೊನೆಗೂ ನೀನು ನನ್ನ ಕಂಬಳಿಯನ್ನು ಹಾಳು ಮಾಡಿದ್ದೀಯಾ.

ಹ್ಯಾರಿ

ನನಗೆ ನನ್ನ ಮಗನನ್ನು ಹುಡುಕಬೇಕು. ನಾವೆಲ್ಲರೂ ಹುಡುಕಬೇಕು.

ಪ್ರೊಫೆಸರ್ ಮ್ಯಾಕ್‌ಗೊನಾಗಲ್

ಹ್ಯಾರಿ, ನಾನು ಇದನ್ನು ಪರಿಗಣಿಸಿದ್ದೇನೆ ಹಾಗೂ ಇದರಲ್ಲಿ ನನಗೆ ಭಾಗವಾಗುವ ಇಚ್ಛೆಯಿಲ್ಲ. ನೀನು ಏನೇ ಹೆದರಿಕೆಯೊಡ್ಡಿದರೂ, ನಾನು –

ಹ್ಯಾರಿ

ಮಿನರ್ವಾ, ನಾನು ಇಲ್ಲಿ ಶಾಂತಿ ಸ್ಥಾಪಿಸಲು ಬಂದಿದ್ದೇನೆ, ಯುದ್ಧವನ್ನಲ್ಲ. ನಾನು ನಿನ್ನ ಬಳಿ ಆ ರೀತಿ ಮಾತನಾಡಬಾರದಿತ್ತು.

ಪ್ರೊಫೆಸರ್ ಮ್ಯಾಕ್‌ಗೊನಾಗಲ್

ನಾನು ಗೆಳೆತನದಲ್ಲಿ ಅಡ್ಡಿ ಮಾಡಬಹುದು ಎಂದು ನನಗೆ ಅನಿಸುತ್ತಿಲ್ಲ ಹಾಗೂ ನಾನು ಹೇಳುವುದೇನೆಂದರೆ -

ಹ್ಯಾರಿ

ನಾನು ನಿನ್ನ ಹತ್ತಿರ ಕ್ಷಮೆ ಕೇಳಬೇಕು ಹಾಗೂ ಆಲ್ಬಸ್ ಹತ್ತಿರ ಕೂಡ ಕ್ಷಮೆ ಕೇಳಬೇಕು, ನನಗೆ ಆ ಅವಕಾಶ ಕೊಡುತ್ತೀಯಾ?

ಡ್ರಾಕೋ ಯಾಕೋ ಅವರ ಹಿಂದೆ ಮುಖದ ಮೇಲೆಲ್ಲ ಕಪ್ಪು ಮಸಿ ಬಳಿದುಕೊಂಡು ಬರುತ್ತಾನೆ.

ಪ್ರೊಫೆಸರ್ ಮ್ಯಾಕ್‌ಗೊನಾಗಲ್

ಡ್ರಾಕೋ?

ಡ್ರಾಕೋ

ಅವನಿಗೆ ಅವನ ಮಗನನ್ನು ನೋಡಬೇಕು ಹಾಗೂ ನನಗೆ ನನ್ನ ಮಗನನ್ನು ನೋಡಬೇಕು.

ಹ್ಯಾರಿ

ನಾನು ಹೇಳಿದ ಹಾಗೆ - ಇದು - ಶಾಂತಿ - ಯುದ್ಧವಲ್ಲ.

ಪ್ರೊಫೆಸರ್ ಮ್ಯಾಕ್‌ಗೊನಾಗಲ್ ಅವನ ಮುಖವನ್ನು ನೋಡುತ್ತಿದ್ದಾಳೆ ಅವಳು ತಾನು ಬಯಸಿದ ಪ್ರಾಮಾಣಿಕತೆಯನ್ನು ಅಲ್ಲಿ ನೋಡುತ್ತಾಳೆ. ಅವಳು ತನ್ನ ಕಿಸೆಯಿಂದ ನಕ್ಷೆಯನ್ನು ಮತ್ತೆ ತೆಗೆದುಕೊಳ್ಳುತ್ತಾಳೆ ಹಾಗೂ ಅವಳು ಅದನ್ನು ತೆರೆಯುತ್ತಾಳೆ.

ಪ್ರೊಫೆಸರ್ ಮ್ಯಾಕ್‌ಗೊನಾಗಲ್

ನಾನು ಖಂಡಿತವಾಗಿಯೂ ಶಾಂತಿಯ ಭಾಗವಾಗಿರಲು ಬಯಸುತ್ತೇನೆ.

ಅವಳು ತನ್ನ ಮಂತ್ರದಂಡದಿಂದ ಅದನ್ನು ತಟ್ಟುತ್ತಾಳೆ ಹಾಗೂ ನಿಟ್ಟುಸಿರು ಬಿಡುತ್ತಾಳೆ.

ನಾನು ಏನನ್ನೂ ಒಳ್ಳೆಯದನ್ನು ಮಾಡುತ್ತಿಲ್ಲ ಎಂದು ನಾನು ಶಪಥ ಮಾಡುತ್ತೇನೆ.

ನಕ್ಷೆ ಈಗ ಹೊಳೆಯುತ್ತಿದೆ ಹಾಗೂ ಕೆಲಸ ಮಾಡುತ್ತಿದೆ.

ಅವರಿಬ್ಬರೂ ಒಟ್ಟಿಗಿದ್ದಾರೆ.

ಡ್ರಾಕೋ

ಮೊದಲ ಮಹಡಿಯಲ್ಲಿ ಹುಡುಗಿಯರ ಸ್ನಾನದ ಮನೆಯಲ್ಲಿ. ಅವರು ಅಲ್ಲಿ ಏನು ಮಾಡುತ್ತಿರಬಹುದು?

ಆಕ್ಟ್ ಎರಡು ದೃಶ್ಯ ಹತ್ತೊಂಬತ್ತು

ಹಾಗ್‌ವಾರ್ಟ್ಸ್, ಹುಡುಗಿಯರ ಸ್ನಾನದ ಮನೆ

ಸ್ಕಾರ್ಪಿಯಸ್ ಹಾಗೂ ಆಲ್ಬಸ್ ಒಂದು ಸ್ನಾನದ ಮನೆಯೊಳಗೆ ಬರುತ್ತಾರೆ. ಅದರ ಮಧ್ಯದಲ್ಲಿ ಒಂದು ದೊಡ್ಡದಾದ ವಿಕ್ಟೋರಿಯನ್ ಸಿಂಕ್ ಇದೆ.

ಸ್ಕಾರ್ಪಿಯಸ್

ನಾನಂದುಕೊಂಡಿದ್ದು ಸರಿಯಾಗಿದೆಯೇ? ಇಲ್ಲಿನ ಯೋಜನೆ ಎಂಗಾರ್ಜ್‌ಮೆಂಟ್ ...

ಆಲ್ಬಸ್

ಹೌದು ಸ್ಕಾರ್ಪಿಯಸ್.. ಸ್ವಲ್ಪ ಆ ಸೋಪನ್ನು ಕೊಡುತ್ತೀಯಾ?

ಸ್ಕಾರ್ಪಿಯಸ್ *ಸಿಂಕಿನಿಂದ ಒಂದು ಸೋಪ್ ತೆಗೆದು ಕೊಡುತ್ತಾನೆ.*

ಎಂಗಾರ್ಜಿಯೋ!

ಅವನು ತನ್ನ ಮಂತ್ರದಂಡದಿಂದ ಕೋಣೆಯಲ್ಲಿ ಒಂದು ಕಿಡಿಯನ್ನು ಹತ್ತಿಸುತ್ತಾನೆ. ಆ ಸೋಪ್ ತನ್ನ ಗಾತ್ರಕ್ಕಿಂತ ನಾಲ್ಕು ಪಟ್ಟು ದೊಡ್ಡದಾಗುತ್ತದೆ.

ಸ್ಕಾರ್ಪಿಯಸ್

ಒಳ್ಳೆಯದು.. ನಾನು ಎಂಗಾರ್ಜ್ ಇಂಪ್ರೆಸ್ ಆಗಿದ್ದೇನೆ ಎಂದು ಪರಿಗಣಿಸು.

ಆಲ್ಬಸ್

ಎರಡನೆಯ ಸವಾಲು ಕೆರೆಯ ಸವಾಲಾಗಿತ್ತು. ಅವರು ಅವರಿಂದ ಕದ್ದಿದ್ದ ಯಾವುದೋ ವಸ್ತುವನ್ನು ಮರಳಿ ಪಡೆಯಬೇಕಿತ್ತು ಹಾಗೂ ಅದು-

ಸ್ಕಾರ್ಪಿಯಸ್

- ಅವರು ಪ್ರೀತಿಸಿದ ಜನರಾಗಿತ್ತು.

ಆಲ್ಬಸ್

ಸೆಡ್ರಿಕ್ ಕೆರೆಯಲ್ಲಿ ಈಜಿಕೊಂಡು ಹೋಗಲು ಒಂದು ಬಬಲ್ ಹೆಡ್ ಮಂತ್ರವನ್ನು ಬಳಸಿದ್ದ. ನಾವು ಅವನನ್ನು ಅಲ್ಲಿ ಹಿಂಬಾಲಿಸಿದರೆ ಅಷ್ಟೇ

ಸಾಕು. ಹಾಗೂ ಅವನನ್ನು ಇನ್ನೂ ದೊಡ್ಡದಾಗಿಸಲು ಎಂಗಾರ್ಜ್‌ಮೆಂಟ್ ಅನ್ನು ಬಳಸಿದರೆ ಸಾಕು. ಟೈಮ್-ಟರ್ನರ್‌ನಲ್ಲಿ ನಮಗೆ ಹೆಚ್ಚು ಸಮಯವಿಲ್ಲವೆಂದು ನಮಗೆ ಗೊತ್ತು. ನಾವು ಇದನ್ನು ಬೇಗ ಮಾಡಬೇಕು. ಅವನ ತಲೆಯನ್ನು ಎಂಗಾರ್ಜಿಯೋ ಮಾಡಿದರೆ ಅವನು ಕೆರೆಯಿಂದ ಹೊರಗೆ ತೇಲಿ ಬರುವುದನ್ನು ನಾವು ನೋಡಬಹುದು - ಅವನು ಆ ಸವಾಲಿನಿಂದ ದೂರವಾಗುತ್ತಾನೆ - ಹಾಗೂ ಸ್ಪರ್ಧೆಯಿಂದ ದೂರವಾಗುತ್ತಾನೆ...

ಸ್ಕಾರ್ಪಿಯಸ್

ಆದರೆ ನಾವು ಕೆರೆಯ ಕಡೆ ಹೇಗೆ ಹೋಗುತ್ತೇವೆಂದು ನೀನು ನನಗೆ ಇನ್ನೂ ಹೇಳಿಲ್ಲ...

ಆಗ ಇದ್ದಕ್ಕಿದ್ದಂತೆ ಸಿಂಕಿನಿಂದ ನೀರು ಚಿಮ್ಮುತ್ತದೆ ಹಾಗೂ ಅದರಿಂದ ತುಂಬಾ ಒದ್ದೆಯಾದ ಮೋನಿಂಗ್ ಮಾರ್ಟೈಲ್ ಹೊರಗಡೆ ಬರುತ್ತಾಳೆ

ಮೋನಿಂಗ್ ಮಾರ್ಟೈಲ್

ವಾವ್! ಇದು ಅದ್ಭುತವಾಗಿದೆ. ಇದನ್ನು ನಾನು ಯಾವತ್ತು ಆನಂದಿಸಿರಲಿಲ್ಲ. ಆದರೆ ನಿಮಗೆ ನನ್ನ ವಯಸ್ಸಾದಾಗ ಇಲ್ಲಿ ನಿಮಗೆ ಸಿಗುವುದೆಲ್ಲವನ್ನೂ ಬಾಚಿಕೊಳ್ಳುತ್ತೀರಿ.

ಸ್ಕಾರ್ಪಿಯಸ್

ಖಂಡಿತವಾಗಿಯೂ, ನೀನು ತುಂಬಾ ಬುದ್ಧಿವಂತೆ, ಮೋನಿಂಗ್ ಮಾರ್ಟೈಲ್

ಮೋನಿಂಗ್ ಮಾರ್ಟೈಲ್

ನೀನು ನನ್ನನ್ನು ಏನೆಂದು ಕರೆದೆ? ನಾನು ಅಳುತ್ತೇನೇ? ನಾನು ಈಗ ಅಳುತ್ತಿದ್ದೇನೆಯೇ? ಹೌದೇ? ಹೌದೇ?

ಸ್ಕಾರ್ಪಿಯಸ್

ಇಲ್ಲ

ಮೋನಿಂಗ್ ಮಾರ್ಟೈಲ್

ನನ್ನ ಹೆಸರೇನು?

ಸ್ಕಾರ್ಪಿಯಸ್

ಮಾರ್ಟೈಲ್

ಮೋನಿಂಗ್ ಮಾರ್ಟೈಲ್

ನಿಖರವಾಗಿ - ಮಾರ್ಟೈಲ್. ಮಾರ್ಟೈಲ್ ಎಲಿಜಬೆತ್ ವಾರೆನ್ - ಒಂದು ಸುಂದರವಾದ ಹೆಸರು - ನನ್ನ ಹೆಸರು. ದುಃಖಿಸುವ ಅಗತ್ಯವಿಲ್ಲ.

ಅವಳು ನಗುತ್ತಾಳೆ

ಸ್ವಲ್ಪ ಕಾಲವಾಯಿತು. ಹುಡುಗರು. ನನ್ನ ಸ್ನಾನದ ಮನೆಯಲ್ಲಿ. ನನ್ನ ಹುಡುಗಿಯರ ಸ್ನಾನದ ಮನೆಯಲ್ಲಿ. ಅದು ಸರಿಯಲ್ಲ... ಆದರೂ ನನಗೆ

ಯಾವತ್ತೂ ಪಾಟರ್‌ಗಳೆಂದರೆ ಇಷ್ಟ ಹಾಗೂ ನನಗೆ ಮಾಲ್‌ಫೈ ಕೂಡ ಸ್ವಲ್ಪ ಇಷ್ಟವಾಗಿದ್ದ. ಈಗ ಈ ಜೋಡಿಗೆ ನಾನು ಹೇಗೆ ಸಹಾಯ ಮಾಡಬಹುದು?

ಆಲ್ಬಸ್

ನೀನು ಅಲ್ಲಿದ್ದೆ ಮಾರ್ಟೈಲ್ - ಕೆರೆಯಲ್ಲಿ. ಅವರು ನಿನ್ನ ಬಗ್ಗೆ ಬರೆದಿದ್ದರು. ಈ ಪೈಪುಗಳಿಂದ ಹೊರಗಡೆ ಬರಲು ಒಂದು ಮಾರ್ಗವಿರಬಹುದು.

ಮೋನಿಂಗ್ ಮಾರ್ಟೈಲ್

ನಾನು ಎಲ್ಲಾ ಕಡೆ ಇದ್ದೇನೆ. ಆದರೆ ನೀನು ನಿರ್ದಿಷ್ಟವಾಗಿ ಎಲ್ಲಿ ಚಿಂತಿಸುತ್ತಿದ್ದೆ?

ಆಲ್ಬಸ್

ಎರಡನೆಯ ಸವಾಲು. ಕೆರೆಯ ಸವಾಲು. ಟ್ರಿವಿಜಾರ್ಡ್ ಟೂರ್ನಮೆಂಟ್‌ನಲ್ಲಿ. ಇಪ್ಪತ್ತೈದು ವರ್ಷಗಳ ಹಿಂದೆ. ಹ್ಯಾರಿ ಹಾಗೂ ಸೆಡ್ರಿಕ್.

ಮೋನಿಂಗ್ ಮಾರ್ಟೈಲ್

ಆ ಸುಂದರವಾದ ಹುಡುಗ ಮರಣ ಹೊಂದಿದ್ದು ಎಂತಹ ನಾಚಿಕೆಗೇಡಿನ ವಿಚಾರ. ನಿನ್ನ ಅಪ್ಪ ನೋಡಲು ಚೆನ್ನಾಗಿರಲಿಲ್ಲವೆಂದಲ್ಲ - ಆದರೆ ಸೆಡ್ರಿಕ್ ಡಿಗಾರಿ - ಇದೇ ಸ್ನಾನದ ಮನೆಯಲ್ಲಿ ಎಷ್ಟೊಂದು ಹುಡುಗಿಯರು ಪ್ರೀತಿಯ ಮಂತ್ರಗಳನ್ನು ಹೇಳುತ್ತಿದ್ದರು ಎಂದು ಹೇಳಿದರೆ ನಿಮಗೆ ಆಶ್ಚರ್ಯವಾಗಬಹುದು... ಹಾಗೂ ಅವನನ್ನು ಬೇರೆಯವರು ತೆಗೆದುಕೊಂಡ ನಂತರ ಅವರು ತುಂಬಾ ಅಳುತ್ತಿದ್ದರು.

ಆಲ್ಬಸ್

ನಮಗೆ ಸಹಾಯ ಮಾಡು ಮಾರ್ಟೈಲ್. ನಮಗೆ ಅದೇ ಕೆರೆಗೆ ಹೋಗಲು ಸಹಾಯ ಮಾಡು.

ಮೋನಿಂಗ್ ಮಾರ್ಟೈಲ್

ನಿಮಗೆ ಕಾಲದಲ್ಲಿ ಪ್ರಯಾಣಿಸಲು ನಾನು ಸಹಾಯ ಮಾಡಬಹುದು ಎಂದು ನಿಮಗೆ ಅನಿಸುತ್ತಿದೆಯೇ?

ಆಲ್ಬಸ್

ನೀನು ಒಂದು ರಹಸ್ಯವನ್ನು ಕಾಯ್ದುಕೊಳ್ಳಬೇಕು.

ಮೋನಿಂಗ್ ಮಾರ್ಟೈಲ್

ನನಗೆ ರಹಸ್ಯಗಳೆಂದರೆ ಇಷ್ಟ. ನಾನು ಯಾರಿಗೂ ಹೇಳುವುದಿಲ್ಲ. ನನ್ನ ಎದೆ ಸೀಳಿದರೂ ನಾನು ಸಾಯಬಯಸುತ್ತೇನೆ - ಅಥವಾ ಅದಕ್ಕೆ ಸಮನಾದದ್ದು ಏನಾದರೂ. ಭೂತಗಳಿಗಾಗಿ. ನಿಮಗೆ ಗೊತ್ತೇ.

ಆಲ್ಬಸ್ ಸ್ಕಾರ್ಪಿಯಸ್‌ನನ್ನು ನೋಡಿ ತಲೆಯಲ್ಲಾಡಿಸುತ್ತಾನೆ, ಅವನು ಟೈಮ್-ಟರ್ನರ್ ಅನ್ನು ತೋರಿಸುತ್ತಾನೆ.

ಆಲ್ಬಸ್

ನಾವು ಕಾಲದಲ್ಲಿ ಪ್ರಯಾಣಿಸಬಹುದು. ನಮಗೆ ಪೈಪುಗಳ ಕಡೆ ಹೋಗಲು ನೀನು ಸಹಾಯ ಮಾಡುತ್ತೀಯಾ. ನಾವು ಸೆಡ್ರಿಕ್ ಡಿಗಾರಿಯನ್ನು ಉಳಿಸಬಹುದು.

ಮೋನಿಂಗ್ ಮಾರ್ಟೈಲ್ (ನಗುತ್ತಾಳೆ)

ಇದು ಮೋಜಿನದ್ದಾಗಬಹುದೆಂದು ನನಗೆ ಅನಿಸುತ್ತಿದೆ.

ಆಲ್ಬಸ್

ನಮ್ಮ ಬಳಿ ವ್ಯರ್ಥ ಮಾಡಲು ಸಮಯವಿಲ್ಲ

ಮೋನಿಂಗ್ ಮಾರ್ಟೈಲ್

ಈ ಸಿಂಕ್. ಈ ಸಿಂಕ್ ನೇರವಾಗಿ ಕೆರೆಯಲ್ಲಿ ಖಾಲಿಯಾಗುತ್ತದೆ. ಇದು ಪ್ರತಿ ನಿಯಮವನ್ನು ಮುರಿದರೂ ಈ ಶಾಲೆ ಯಾವತ್ತೂ ಹಳೆಯ ಸಂಪ್ರದಾಯಗಳನ್ನು ಪಾಲಿಸುತ್ತಿದೆ. ಒಳಗೆ ಹಾರಿದಲ್ಲಿ ನಿನ್ನನ್ನು ನೇರವಾಗಿ ಅದಕ್ಕೆ ಕರೆದುಕೊಂಡು ಹೋಗಲಾಗುತ್ತದೆ.

ಆಲ್ಬಸ್ ತನ್ನನ್ನು ತಾನು ಸಿಂಕಿನಲ್ಲಿ ಮುಳುಗಿಸಿಕೊಳ್ಳುತ್ತಾನೆ. ಅವನು ಹಾಗೆ ಮಾಡುವಾಗ ತನ್ನ ನಿಲುವಂಗಿಯನ್ನೂ ಅಲ್ಲೇ ಬಿಡುತ್ತಾನೆ, ಸ್ಕಾರ್ಪಿಯಸ್ ಅವನು ಮಾಡಿದ ಹಾಗೇ ಮಾಡುತ್ತಾನೆ.

ಆಲ್ಬಸ್ ಸ್ಕಾರ್ಪಿಯಸ್‌ಗೆ ತನ್ನ ಚೀಲದಲ್ಲಿರುವ ಹಸಿರು ಎಲೆಗಳ ಗೊಂಚಲನ್ನು ಕೊಡುತ್ತಾನೆ

ಆಲ್ಬಸ್

ಸ್ವಲ್ಪ ನನಗೆ ಹಾಗೂ ಸ್ವಲ್ಪ ನಿನಗೆ.

ಸ್ಕಾರ್ಪಿಯಸ್

ಜಿಲ್ಲಿವೀಡ್? ನಾವು ಜಿಲ್ಲಿವೀಡ್ ಬಳಸುತ್ತಿದ್ದೇವೆಯೇ? ನೀರಿನಡಿ ಉಸಿರಾಡಲು?

ಆಲ್ಬಸ್

ನನ್ನ ಅಪ್ಪ ಮಾಡಿದ ಹಾಗೆ. ಈಗ ನೀನು ಸಿದ್ಧವಾಗಿದ್ದೀಯೇ?

ಸ್ಕಾರ್ಪಿಯಸ್

ನೆನಪಿಟ್ಟುಕೋ, ಈ ಬಾರಿ ನಮ್ಮನ್ನು ಗಡಿಯಾರವು ಹಿಡಿದಿಟ್ಟುಕೊಳ್ಳಬಾರದು...

ಆಲ್ಬಸ್

ನಮ್ಮನ್ನು ಮತ್ತೆ ವರ್ತಮಾನ ಕಾಲಕ್ಕೆ ಎಳೆಯುವ ಮೊದಲು, ನಮ್ಮ ಬಳಿ ಕೇವಲ ಐದು ನಿಮಿಷಗಳಿವೆ.

ಸ್ಕಾರ್ಪಿಯಸ್

ಇದೆಲ್ಲವೂ ಸರಿಯಾಗಿರುತ್ತದೆಂದು ನನಗೆ ಹೇಳು.

ಆಲ್ಬಸ್ (ನಗುತ್ತ)

ಇದೆಲ್ಲವೂ ಸಂಪೂರ್ಣವಾಗಿ ಸರಿಯಾಗಿರುತ್ತದೆ. ನೀನು ಸಿದ್ಧವಾಗಿದ್ದೀಯೇ?

ಆಲ್ಬಸ್ ಜಿಲ್ಲಿವೀಡ್ ತೆಗೆದುಕೊಂಡು ಕೆಳಗಡೆ ನಾಪತ್ತೆಯಾಗುತ್ತಾನೆ.

ಸ್ಕಾರ್ಪಿಯಸ್

ಇಲ್ಲ, ಆಲ್ಬಸ್ - ಆಲ್ಬಸ್ -

ಅವನು ಮೇಲಕ್ಕೆ ನೋಡುತ್ತಾನೆ, ಅವನು ಹಾಗೂ ಮೋನಿಂಗ್ ಮಾರ್ಟೈಲ್ ಒಬ್ಬಂಟಿಯಾಗಿದ್ದಾರೆ.

ಮೋನಿಂಗ್ ಮಾರ್ಟೈಲ್

ನನಗೆ ಧೈರ್ಯಶಾಲಿ ಹುಡುಗರೆಂದರೆ ಇಷ್ಟ.

ಸ್ಕಾರ್ಪಿಯಸ್ (ಸ್ವಲ್ಪ ಹೆದರುತ್ತಾ, ಸ್ವಲ್ಪ ಧೈರ್ಯ ತೋರಿಸುತ್ತಾ)

ಹಾಗಿದ್ದಲ್ಲಿ ನಾನು ಸಂಪೂರ್ಣವಾಗಿ ಸಿದ್ಧನಾಗಿದ್ದೇನೆ. ಏನೇ ಬಂದರೂ.

ಅವನು ಜಿಲ್ಲಿವೀಡ್ ತೆಗೆದುಕೊಂಡು ಕೆಳಗಡೆ ನಾಪತ್ತೆಯಾಗುತ್ತಾನೆ.

ಮೋನಿಂಗ್ ಮಾರ್ಟೈಲ್ ವೇದಿಕೆಯಲ್ಲಿ ಒಬ್ಬನೇ ಇದ್ದಾಳೆ. ಅಲ್ಲಿ ದೊಡ್ಡ ಬೆಳಕಿದೆ ಹಾಗೂ ಇನ್ನೂ ದೊಡ್ಡ ಶಬ್ದವಿದೆ. ಸಮಯ ನಿಂತಿದೆ. ನಂತರ ಅದು ತಿರುಗುತ್ತದೆ, ಸ್ವಲ್ಪ ಚಿಂತಿಸುತ್ತದೆ} ಹಾಗೂ ಹಿಂದಕ್ಕೆ ಸುರುಳಿಯಾಕಾರದಲ್ಲಿ ಚಲಿಸಲು ಪ್ರಾರಂಭಿಸುತ್ತದೆ ...

ಹುಡುಗರು ಹೋಗಿದ್ದಾರೆ.

ಹ್ಯಾರಿ ಓಡುತ್ತಾ ಬರುತ್ತಾನೆ ಅವನ ಮುಖದ ಮೇಲೆ ಚಿಂತೆಯಿದೆ, ಅವನ ಹಿಂದೆ ಡ್ರಾಕೋ, ಜಿನ್ನಿ ಹಾಗೂ ಪ್ರೊಫೆಸರ್ ಮ್ಯಾಕ್‌ಗೊನಾಗಲ್ ಬರುತ್ತಾರೆ.

ಹ್ಯಾರಿ

ಆಲ್ಬಸ್ ... ಆಲ್ಬಸ್ ...

ಜಿನ್ನಿ

ಅವನು ಹೋಗಿದ್ದಾನೆ.

ಅವರಿಗೆ ನೆಲದ ಮೇಲೆ ಹುಡುಗರ ನಿಲುವಂಗಿಗಳು ಕಾಣುತ್ತವೆ.

ಪ್ರೊಫೆಸರ್ ಮ್ಯಾಕ್‌ಗೊನಾಗಲ್ (ನಕ್ಷೆಯನ್ನು ನೋಡುತ್ತಾ)

ಅವನು ಕಾಣೆಯಾಗಿದ್ದಾನೆ. ಇಲ್ಲ, ಅವನು ಹಾಗ್‌ವಾರ್ಟ್ಸ್ ನೆಲದ ಅಡಿ ಪ್ರಯಾಣ ಮಾಡುತ್ತಿದ್ದಾನೆ, ಇಲ್ಲ, ಅವನು ಕಾಣೆಯಾಗಿದ್ದಾನೆ -

ಡ್ರಾಕೋ

ಅವನು ಅದನ್ನು ಹೇಗೆ ಮಾಡುತ್ತಿದ್ದಾನೆ?

ಮೋನಿಂಗ್ ಮಾರ್ಟೈಲ್

ಅವನು ತುಂಬಾ ಅಗ್ಗದ ಜಾದೂ ಅನ್ನು ಬಳಸುತ್ತಿದ್ದಾನೆ.

ಹ್ಯಾರಿ

ಮಾರ್ಟೈಲ್!

ಮೋನಿಂಗ್ ಮಾರ್ಟೈಲ್

ಅಯ್ಯೋ, ನೀನು ನನ್ನನ್ನು ಹಿಡಿದೆ. ನಾನು ಅಡಗಿಕೊಳ್ಳಲು ಎಷ್ಟೆಲ್ಲಾ ಕಷ್ಟ ಪಡುತ್ತಿದ್ದೆ. ಹಲೋ, ಹ್ಯಾರಿ. ಹಲೋ, ಡ್ರಾಕೋ. ನೀವು ಮತ್ತೆ ಕೆಟ್ಟ ಹುಡುಗರಾಗಿದ್ದೀರಾ?

ಹ್ಯಾರಿ

ಅವನು ಯಾವಾಗ ಗಿಲೀಟು ಒಡವೆಯನ್ನು ಬಳಸುತ್ತಿದ್ದಾನೆ?

ಮೋನಿಂಗ್ ಮಾರ್ಟೈಲ್

ಇದು ಒಂದು ರಹಸ್ಯವಾಗಿತ್ತು ಎಂದು ನನಗೆ ಅನಿಸುತ್ತಿದೆ, ಆದರೆ ನನಗೆ ನಿನ್ನಿಂದ ಏನನ್ನೂ ಮುಚ್ಚಿಡಲು ಸಾಧ್ಯವಿಲ್ಲ ಹ್ಯಾರಿ. ನಿನಗೆ ವಯಸ್ಸಾದ ಹಾಗೆ ನೀನು ಇನ್ನೂ ಹೆಚ್ಚು ಸುಂದರವಾಗಿ ಹೇಗೆ ಕಾಣುತ್ತೀಯಾ?

ಹ್ಯಾರಿ

ನನ್ನ ಮಗ ಅಪಾಯದಲ್ಲಿದ್ದಾನೆ. ನನಗೆ ನಿನ್ನ ಸಹಾಯ ಬೇಕು. ಅವರೇನು ಮಾಡುತ್ತಿದ್ದಾರೆ ಮಾರ್ಟೈಲ್?

ಮೋನಿಂಗ್ ಮಾರ್ಟೈಲ್

ಅವನು ಒಬ್ಬ ವಿಚಿತ್ರವಾದ ಹುಡುಗನನ್ನು ಉಳಿಸಲು ಹೊರಟಿದ್ದಾನೆ. ಯಾರೋ ಸೆಡ್ರಿಕ್ ಡಿಗಾರಿಯಂತೆ.

ತಕ್ಷಣ ಹ್ಯಾರಿಗೆ ಏನಾಗಿದೆ ಎಂದು ಅರಿವಾಗುತ್ತದೆ, ಹಾಗೂ ಅವನಿಗೆ ಗಾಬರಿಯಾಗಿದೆ.

ಪ್ರೊಫೆಸರ್ ಮ್ಯಾಕ್‌ಗೊನಾಗಲ್

ಆದರೆ ಸೆಡ್ರಿಕ್ ಡಿಗಾರಿ ವರ್ಷಗಳ ಮೊದಲೇ ಮರಣ ಹೊಂದಿದ್ದಾನೆ ...

ಮೋನಿಂಗ್ ಮಾರ್ಟೈಲ್

ಅವನು ಆ ಸಮಸ್ಯೆಯನ್ನು ಪರಿಹರಿಸಬಹುದು ಎನ್ನುವ ಬಗ್ಗೆ ಅವನಿಗೆ ತುಂಬಾ ಆತ್ಮವಿಶ್ವಾಸವಿತ್ತು. ಅವನಿಗೆ ತುಂಬಾ ಆತ್ಮವಿಶ್ವಾಸವಿದೆ ಹ್ಯಾರಿ ನಿನ್ನ ಹಾಗೆ.

ಹ್ಯಾರಿ

ಅವನು ನಾನು ಎಮಾಸ್ ಡಿಗಾರಿಯ ಹತ್ತಿರ ಮಾತನಾಡುತ್ತಿರುವುದನ್ನು ಕೇಳಿದ್ದಾನೆ... ಅವನ ಹತ್ತಿರ... ಮಂತ್ರಾಲಯದ ಟೈಮ್ ಟರ್ನರ್ ಇರಬಹುದೇ. ಇಲ್ಲ, ಅದು ಅಸಾಧ್ಯ.

ಪ್ರೊಫೆಸರ್ ಮ್ಯಾಕ್‌ಗೊನಾಗಲ್

ಮಂತ್ರಾಲಯದ ಹತ್ತಿರ ಟೈಮ್ ಟರ್ನರ್ ಇದೆಯೇ? ಅವುಗಳನ್ನು ನಾಶಪಡಿಸಿದ್ದಾರೆ ಎಂದು ನಾನು ಅಂದುಕೊಂಡಿದ್ದೆ?

ಮೋನಿಂಗ್ ಮಾರ್ಟ್ಲೆಲ್

ಎಲ್ಲರೂ ಎಷ್ಟೊಂದು ತುಂಟರಾಗಿದ್ದಾರೆ ಅಲ್ಲವೇ?

ಡ್ರಾಕೋ

ಇಲ್ಲಿ ಏನು ನಡೆಯುತ್ತಿದೆಯೆಂದು ಯಾರಾದರೂ ದಯವಿಟ್ಟು ನನಗೆ ಹೇಳಬಹುದೇ?

ಹ್ಯಾರಿ

ಆಲ್ಬಸ್ ಹಾಗೂ ಸ್ಕಾರ್ಪಿಯಸ್ ಕಾಣೆಯಾಗಿ ಮತ್ತೆ ಬರುತ್ತಿಲ್ಲ, ಅವರು ಪ್ರಯಾಣಿಸುತ್ತಿದ್ದಾರೆ. ಕಾಲದಲ್ಲಿ ಪ್ರಯಾಣಿಸುತ್ತಿದ್ದಾರೆ.

ಆಕ್ಟ್ ಎರಡು ದೃಶ್ಯ ಟ್ವೆಂಟಿ

ಟ್ರಿವಿಜಾರ್ಡ್ ಟೂರ್ನಮೆಂಟ್, ಕೆರೆ, 1995

ಲ್ಯೂಡೋ ಬಾಗ್‌ಮನ್

ಮಹಿಳೆಯರೇ ಹಾಗೂ ಮಹನೀಯರೇ, ಹುಡುಗರೆ ಹಾಗೂ ಹುಡುಗಿಯರೇ, ಪ್ರಸ್ತುತಪಡಿಸುತ್ತಿದ್ದೇನೆ - ಅದ್ಭುತವಾದ - ಅತ್ಯಾಕರ್ಷಕವಾದ - ಏಕೈಕವಾದ ಟ್ರಿವಿಜಾರ್ಡ್ ಟೂರ್ನಮೆಂಟ್! ನೀವು ಹಾಗ್‌ವಾರ್ಟ್ಸ್ ನಿಂದ ಬಂದಿದ್ದರೆ. ಚಪ್ಪಾಳೆ ತಟ್ಟಿ.

ಅಲ್ಲೊಂದು ದೊಡ್ಡ ಚಪ್ಪಾಳೆಯಿದೆ.

ಈಗ ಆಲ್ಬಸ್ ಹಾಗೂ ಸ್ಕಾರ್ಪಿಯಸ್ ಕೆರೆಯಲ್ಲಿ ಈಜುತ್ತಿದ್ದಾರೆ. ಅವರು ನೀರನ್ನು ಸೀಳಿಕೊಂಡು ಆರಾಮವಾಗಿ

ಹೋಗುತ್ತಿದ್ದಾರೆ.

ನೀವು ಡರ್ಮ್‌ಸ್ಟ್ರಾಂಗ್‌ನಿಂದ ಬಂದಿದ್ದರೆ - ಚಪ್ಪಾಳೆ ತಟ್ಟಿ.

ಅಲ್ಲೊಂದು ದೊಡ್ಡ ಚಪ್ಪಾಳೆಯಿದೆ.

ನೀವು ಬ್ಯೂಕ್ಸ್ ಬೇಟನ್‌ನಿಂದ ಬಂದಿದ್ದರೆ ಚಪ್ಪಾಳೆ ತಟ್ಟಿ.

ಅಲ್ಲಿ ಸ್ವಲ್ಪ ಕಡಿಮೆ ಮಟ್ಟದ ಚಪ್ಪಾಳೆ ಇದೆ.

ಫ್ರೆಂಚರು ಇದರಲ್ಲಿ ಹೋಗುತ್ತಿದ್ದಾರೆ. ಹಾಗೂ ಅವರು ಹೊರಟಿದ್ದಾರೆ ... ವಿಕ್ಟರ್ ಒಬ್ಬ ಶಾರ್ಕ್, ಹಾಗೂ ಅವನು ಖಂಡಿತವಾಗಿಯೂ, ಒಬ್ಬ ಫ್ಲೂರ್ ಅದ್ಭುತವಾಗಿ ಕಾಣುತ್ತಿದೆ, ಜಿಗುಟಾದ ಹ್ಯಾರಿ ಜಿಲ್ಲಿವೀಡ್ ಬಳಸುತ್ತಿದ್ದಾನೆ, ಜಾಣ ಹ್ಯಾರಿ, ತುಂಬಾ ಜಾಣ - ಹಾಗೂ ಸೆಡ್ರಿಕ್ - ಸೆಡ್ರಿಕ್, ಎಂಥ ಸುಂದರವಾದ ನೋಟ ಮಹಿಳೆಯರೇ ಹಾಗೂ ಮಹನೀಯರೇ, ಸೆಡ್ರಿಕ್ ಒಂದು ಗುಳ್ಳೆಯನ್ನು ಬಳಸುತ್ತಿದ್ದಾನೆ. ಅವನು ಕೆರೆಯನ್ನು ಆರಾಮವಾಗಿ ದಾಟುತ್ತಾನೆ.

ಸೆಡ್ರಿಕ್ ಡಿಗಾರಿ ನೀರಿನ ಮೂಲಕ ಅವರ ಕಡೆ ಬರುತ್ತಾನೆ, ಅವನ ತಲೆಯ ಮೇಲೆ ಒಂದು ಗುಳ್ಳೆಯಿದೆ, ಆಲ್ಬಸ್ ಹಾಗೂ ಸ್ಕಾರ್ಪಿಯಸ್

ಒಟ್ಟಿಗೆ ತಮ್ಮ ಮಂತ್ರದಂಡವನ್ನು ಎತ್ತುತ್ತಾರೆ ಹಾಗೂ ನೀರಿನ ಮೂಲಕ ಒಂದು ಎಂಗಾರ್ಜ್‌ಮೆಂಟ್

ಮಂತ್ರವನ್ನು ಹೇಳುತ್ತಾರೆ.

ಅವನು ತಿರುಗಿ ಅವರನ್ನು ಗೊಂದಲದಿಂದ ನೋಡುತ್ತಾನೆ. ಮತ್ತು ಅದು ಅವನನ್ನು ಹೊಡೆಯುತ್ತದೆ. ಅವನ ಸುತ್ತಲಿನ ನೀರು ತಣ್ಣಗಾಗುತ್ತಿದೆ.

ನಂತರ ಸೆಡ್ರಿಕ್ ಬೆಳೆಯಲು ಪ್ರಾರಂಭಿಸುತ್ತಾನೆ - ಅವನು ಮತ್ತೆ ಬೆಳೆಯುತ್ತಿದ್ದಾನೆ - ಹಾಗೂ

ಇನ್ನೂ ಸ್ವಲ್ಪ ಬೆಳೆಯುತ್ತಾನೆ.

ಅವನು ತನ್ನ ಸುತ್ತಲೂ ನೋಡುತ್ತಾನೆ - ಹಾಗೂ ಸಂಪೂರ್ಣವಾಗಿ ಹೆದರಿದ್ದಾನೆ. ಹಾಗೂ ಹುಡುಗರು

ಸೆಡ್ರಿಕ್ ಅಸಹಾಯಕನಾಗಿ ನೀರಿನ ಮೂಲಕ ಬರುತ್ತಿರುವುದನ್ನು ನೋಡುತ್ತಾರೆ.

ಇಲ್ಲ, ಇದೇನಿದು ... ಸೆಡ್ರಿಕ್ ಡಿಗಾರಿ ನೀರಿನಿಂದ ಹೊರಗಡೆ ಬರುತ್ತಿದ್ದಾನೆ ಹಾಗೂ ಅವನು ಸ್ಪರ್ಧೆಯಿಂದ ಕೂಡ ಹೊರಗಡೆ ಬರುತ್ತಿರುವಂತೆ ಅನಿಸುತ್ತಿದೆ. ಓಹ್! ಮಹಿಳೆಯರೇ ಹಾಗೂ ಮಹನೀಯರೇ, ನಮ್ಮ ಬಳಿ ಇನ್ನೂ ನಮ್ಮ ವಿಜೇತರು ಇಲ್ಲದಿದ್ದರೂ ಸೋತವರು ಮಾತ್ರ ಖಂಡಿತ ಇದ್ದಾರೆ. ಸೆಡ್ರಿಕ್ ಡಿಗಾರಿ ಒಂದು ಬಲೂನ್ ಆಗಬಯಸುತ್ತಿದ್ದಾನೆ ಹಾಗೂ ಈ ಬಲೂನ್ ಹಾರ ಬಯಸುತ್ತಿದೆ. ಹಾರಿ, ಮಹಿಳೆಯರೇ ಹಾಗೂ ಮಹನೀಯರೇ, ಹಾರಿ. ಸವಾಲಿನಿಂದ ಹೊರಗಡೆ ಹಾರಿ ಹಾಗೂ ಪಂದ್ಯಾವಳಿಯಿಂದ ಹೊರಗಡೆ ಹಾರಿ ಹಾಗೂ - ಓಹ್, ಇದು ಇನ್ನೂ ವಿಚಿತ್ರವಾಗುತ್ತಿದೆ, ಸೆಡ್ರಿಕ್ ಸುತ್ತಲೂ ಪಟಾಕಿಗಳು ಸಿಡಿಯುತ್ತಿವೆ ಹಾಗೂ ಹೇಳುತ್ತಿದೆ - ರಾನ್ ಹರ್ಮಿಯಾನ್ ಅನ್ನು ಪ್ರೀತಿಸುತ್ತಾನೆ - ಹಾಗೂ ಜನರಿಗೆ ಅದು ಇಷ್ಟವಾಗುತ್ತಿದೆ - ಓಹ್ ಮಹಿಳೆಯರೇ ಹಾಗೂ ಮಹನೀಯರೇ, ಸೆಡ್ರಿಕ್ ಮುಖದ ಮೇಲಿನ ಭಾವನೆ ನೋಡುವಂತಿದೆ. ಇದೊಂದು ಚಿತ್ರದಂತಿದೆ, ಇದೊಂದು ನೋಟದಂತಿದೆ, ಇದೊಂದು ದುರಂತದಂತಿದೆ. ಇದು ಅವಮಾನ, ಇದಕ್ಕೆ ಬೇರೆ ಯಾವುದೇ ಶಬ್ದಗಳಿಲ್ಲ.

ಆಲ್ಬಸ್ ದೊಡ್ಡದಾಗಿ ನಕ್ಕು ನೀರಿನಲ್ಲಿ ಸ್ಕಾರ್ಪಿಯಸ್‌ಗೆ ಹೈ-ಫೈವ್ ಕೊಡುತ್ತಾನೆ

ಹಾಗೂ ಆಲ್ಬಸ್ ಮೇಲಕ್ಕೆ ತೋರಿಸುತ್ತಾನೆ, ಸ್ಕಾರ್ಪಿಯಸ್ ತಲೆಯಾಡಿಸುತ್ತಾನೆ, ಹಾಗೂ ಅವರು

ಮೇಲ್ಮುಖವಾಗಿ ಈಜಲು ಪ್ರಾರಂಭಿಸುತ್ತಾರೆ. ಸೆಡ್ರಿಕ್ ಮೇಲಕ್ಕೆ ಬರುತ್ತಿದ್ದ ಹಾಗೆ ಜನರು

ನಗುತ್ತಿದ್ದಾರೆ ಹಾಗೂ ಎಲ್ಲವೂ ಬದಲಾಗುತ್ತಿದೆ.

ಜಗತ್ತು ಕತ್ತಲಾಗುತ್ತಿದೆ. ನಿಜ ಹೇಳಬೇಕೆಂದರೆ ಜಗತ್ತು ಬಹುತೇಕ ಕಪ್ಪಾಗಿದೆ.

ಅಲ್ಲಿ ಕಣ್ಣು ಕೋರೈಸುತ್ತಿದೆ. ಒಂದು ದೊಡ್ಡ ಶಬ್ದವಿದೆ. ಟೈಮ್ ಟರ್ನರ್

ನಿಲ್ಲುತ್ತದೆ. ಈಗ ಅವರು ವರ್ತಮಾನ ಕಾಲಕ್ಕೆ ಮರಳಿ ಬಂದಿದ್ದಾರೆ.

ಸ್ಕಾರ್ಪಿಯಸ್ ಇದ್ದಕ್ಕಿದ್ದಂತೆ ಮೇಲೆ ಬರುತ್ತಾನೆ, ನೀರನ್ನು ಸೀಳಿಕೊಂಡು

ಬರುತ್ತಾನೆ. ಅವನು ವಿಜಯೋತ್ಸವವನ್ನು ಆಚರಿಸುತ್ತಿದ್ದಾನೆ.

ಸ್ಕಾರ್ಪಿಯಸ್

ವೂ – ಹೂ!

ಅವನು ಸುತ್ತಲೂ ಆಶ್ಚರ್ಯದಿಂದ ನೋಡುತ್ತಾನೆ. ಆಲ್ಬಸ್ ಎಲ್ಲಿದ್ದಾನೆ? ಅವನು ತನ್ನ ಕೈಗಳನ್ನು ಗಾಳಿಯಲ್ಲಿ ಮೇಲಕ್ಕೆತ್ತುತ್ತಾನೆ.

ನಾವಿದನ್ನು ಸಾಧಿಸಿದ್ದೇವೆ!

ಅವನು ಇನ್ನೊಂದು ಕ್ಷಣ ಕಾಯುತ್ತಾನೆ.

ಆಲ್ಬಸ್?

ಅಲ್ಬಸ್ ಈಗಲೂ ಬರುತ್ತಿಲ್ಲಸ್ಕಾರ್ಪಿಯಸ್ ನೀರಿನಲ್ಲಿ ಹುಡುಕುತ್ತಿದ್ದಾನೆ, ಅವನು

ಏನನ್ನೋ ಆಲೋಚಿಸಿ ಮತ್ತೆ ನೀರಿನೊಳಕ್ಕೆ ಮುಳುಗುತ್ತಾನೆ.

ಅವನು ಮತ್ತೆ ಮೇಲಕ್ಕೆ ಬರುತ್ತಾನೆ. ಈಗ ಅವನು ಸಂಪೂರ್ಣವಾಗಿ ಹೆದರಿದ್ದಾನೆ. ಅವನು ಸುತ್ತಲೂ ನೋಡುತ್ತಾನೆ.

ಆಲ್ಬಸ್... ಆಲ್ಬಸ್... ಆಲ್ಬಸ್.

ಪಾರ್ಸೆಲ್‌ಟಂಗ್‌ನಲ್ಲಿ ಪಿಸುಮಾತುಗಳು ಕೇಳುತ್ತಿವೆ. ಇದು ಪ್ರೇಕ್ಷಕರಲ್ಲಿ ವೇಗವಾಗಿ ಹರಡುತ್ತಿದೆ. ಅವನು ಬರುತ್ತಿದ್ದಾನೆ. ಅವನು ಬರುತ್ತಿದ್ದಾನೆ. ಅವನು ಬರುತ್ತಿದ್ದಾನೆ.

ಡೊಲೋರೆಸ್ ಅಂಬ್ರಿಜ್

ಸ್ಕಾರ್ಪಿಯಸ್ ಮಾಲ್‌ಫಾಯ್. ಕೆರೆಯಿಂದ ಹೊರಗಡೆ ಬಾ. ಕೆರೆಯಿಂದ ಹೊರಗಡೆ ಬಾ. ಈಗಲೇ.

ಅವಳು ಅವನನ್ನು ನೀರಿನಿಂದ ಹೊರಗಡೆ ಎಳೆಯುತ್ತಾಳೆ.

ಸ್ಕಾರ್ಪಿಯಸ್

ಮಿಸ್. ನನಗೆ ಸಹಾಯ ಬೇಕು. ದಯವಿಟ್ಟು. ಮಿಸ್.

ಡೊಲೋರೆಸ್ ಅಂಬ್ರಿಜ್

ಮಿಸ್? ನಾನು ಪ್ರೊಫೆಸರ್ ಅಂಬ್ರಿಜ್, ನಿಮ್ಮ ಶಾಲೆಯ ಮುಖ್ಯೋಪಾಧ್ಯಾಯಿನಿ. ನಾನು ಮಿಸ್ ಅಲ್ಲ.

ಸ್ಕಾರ್ಪಿಯಸ್

ನೀವು ಮುಖ್ಯೋಪಾಧ್ಯಾಯಿನಿಯೇ? ಆದರೆ ನಾನು ...

ಡೊಲೋರೆಸ್ ಅಂಬ್ರಿಜ್

ನಾನು ಶಾಲೆಯ ಮುಖ್ಯೋಪಾಧ್ಯಾಯಿನಿ ಹಾಗೂ ನಿನ್ನ ಕುಟುಂಬ ಎಷ್ಟೇ ಪ್ರತಿಷ್ಠಿತವಾಗಿರಲಿ ಇದು ನಿನಗೆ ವಸ್ತುಗಳನ್ನು ನಾಶಮಾಡಲು, ನಿನಗಿಷ್ಟ ಬಂದ ಹಾಗೆ ಮಾಡಲು ಅನುಮತಿ ನೀಡುವುದಿಲ್ಲ.

ಸ್ಕಾರ್ಪಿಯಸ್

ಕೆರೆಯಲ್ಲಿ ಒಬ್ಬ ಹುಡುಗನಿದ್ದಾನೆ. ನೀವು ಸಹಾಯ ಪಡೆಯಬೇಕು. ನಾನು ನನ್ನ ಸ್ನೇಹಿತನನ್ನು ಹುಡುಕುತ್ತಿದ್ದೇನೆ, ಮಿಸ್, ಪ್ರೊಫೆಸರ್. ಮುಖ್ಯೋಪಾಧ್ಯಾಯಿನಿ. ಹಾಗ್‌ವಾರ್ಟ್ಸ್ ನ ಒಬ್ಬ ವಿದ್ಯಾರ್ಥಿ ಮಿಸ್. ನಾನು ಆಲ್ಬಸ್ ಪಾಟರ್‌ಗಾಗಿ ಹುಡುಕುತ್ತಿದ್ದೇನೆ.

ಡೊಲೋರೆಸ್ ಅಂಬ್ರಿಜ್

ಪಾಟರ್? ಆಲ್ಬಸ್ ಪಾಟರ್? ಇಲ್ಲಿ ಅಂಥ ಯಾವುದೇ ವಿದ್ಯಾರ್ಥಿಯಿಲ್ಲ. ನಿಜ ಹೇಳಬೇಕೆಂದರೆ, ಅನೇಕ ವರ್ಷಗಳ ಕಾಲ ಹಾಗ್‌ವಾರ್ಟ್ಸ್ ನಲ್ಲಿ ಪಾಟರ್ ಎನ್ನುವ ಯಾವುದೇ ವಿದ್ಯಾರ್ಥಿ ಬಂದಿಲ್ಲ - ಅಲ್ಲದೆ ಆ ಹುಡುಗನ ನಿರ್ವಹಣೆ ಅಷ್ಟೇನೂ ಚೆನ್ನಾಗಿರಲಿಲ್ಲ. ಹ್ಯಾರಿ ಪಾಟರ್‌ನ ಆತ್ಮ ಅಷ್ಟೇನೂ ಶಾಂತಿಯಿಂದಿಲ್ಲ, ನಿಜ ಹೇಳಬೇಕೆಂದರೆ ತುಂಬಾ ದುಃಖದಲ್ಲಿದೆ. ತುಂಬಾ ತುಂಟ.

ಸ್ಕಾರ್ಪಿಯಸ್

ಹ್ಯಾರಿ ಪಾಟರ್ ಸತ್ತಿದ್ದಾನೆಯೇ?

ಇದ್ದಕ್ಕಿದ್ದಂತೆ ಆಡಿಟೋರಿಯಂ ಸುತ್ತಲೂ ಭಾರವಾದ ಉಸಿರಾಟದ ಶಬ್ದ ಗಾಳಿಯಲ್ಲಿ ಕೇಳುತ್ತಿದೆ. ಜನರ ಮಧ್ಯದಲ್ಲಿ ಕೆಲವು ಕಪ್ಪು ಬಟ್ಟೆಗಳು ಮೇಲಕ್ಕೇಳುತ್ತಿವೆ. ಕಪ್ಪು ಆಕಾರಗಳಾಗುವ ಕಪ್ಪು ಬಟ್ಟೆಗಳು. ಅವುಗಳು ಡಿಮೆಂಟರ್‌ಗಳಾಗುತ್ತಿವೆ.

ಆಡಿಟೋರಿಯಂನಲ್ಲಿ ಡಿಮೆಂಟರ್‌ಗಳು ಹಾರಾಡುತ್ತಿವೆ. ಈ ಕಪ್ಪಾದ ಭಯಾನಕವಾದ ಆಕೃತಿಗಳು, ಈ ಕಪ್ಪಾದ ಭಯಾನಕವಾದ ಶಕ್ತಿಗಳು. ಅವುಗಳು ಭಯ ಹುಟ್ಟಿಸುವಂತಿವೆ. ಮತ್ತು ಅವುಗಳು ಕೋಣೆಯಿಂದ ಚೈತನ್ಯವನ್ನು

ಸೆಳೆದುಕೊಳ್ಳುತ್ತವೆ.

ಗಾಳಿ ಮುಂದುವರಿಯುತ್ತಿದೆ. ಇದು ನರಕವಾಗಿದೆ. ನಂತರ ಕೋಣೆಯ ಸರಿಯಾಗಿ ಹಿಂಭಾಗದಿಂದ ಹಾಗೂ ಎಲ್ಲರ ಸುತ್ತಲೂ ಪಿಸುಗುಡುತ್ತಾ.

ಬಹಳ ಸರಿಯಾಗಿ ಗುರುತಿಸಬಹುದಾದ ಧ್ವನಿಯಲ್ಲಿ ಹೇಳಿದ ಶಬ್ದಗಳು. ಆ ಧ್ವನಿ ಯಾರದ್ದೆಂದರೆ ವಾಲ್ಡೆರ್‌ಮಾರ್ಟ್ ...

ಹಾರಿ ಪಾಟರ್ . . .

ಹ್ಯಾರಿಯ ಕನಸು ನನಸಾಗಿದೆ.

ಡೋಲೋರೆಸ್ ಅಂಬ್ರಿಜ್

ನೀನು ಅಲ್ಲಿ ತಮಾಷೆಯಾಗಿದ್ದೇನಾದರೂ ನುಂಗಿದ್ದೀಯಾ? ನಮ್ಮಲ್ಲಿ ಯಾರೂ ನೋಡದೇ ಒಂದು ಮಡ್‌ಬ್ಲಡ್ ಆಗಿದ್ದೀಯಾ? ಹ್ಯಾರಿ ಪಾಟರ್ ಸತ್ತು ಇಪ್ಪತ್ತು ವರ್ಷಗಳಿಗೂ ಮೇಲಾಗಿದೆ ಹಾಗೂ ಅವನು ಶಾಲೆಯಲ್ಲಿನ ವಿದ್ರೋಹದ ಫಲವಾಗಿ ಸತ್ತಿದ್ದಾನೆ - ನಾವು ಹಾಗ್‌ವಾರ್ಟ್ಸ್‌ನ ಯುದ್ಧದಲ್ಲಿ ಧೈರ್ಯದಿಂದ ಹೋರಾಡಿ ಹೊರ ತಳ್ಳಿದ ಡಂಬಲ್‌ಡೋರ್‌ನ ಭಯೋತ್ಪಾದಕರಲ್ಲಿ ಅವನು ಒಬ್ಬನಾಗಿದ್ದಾನೆ. ಈಗ ನನ್ನ ಜೊತೆ ಬಾ - ನೀನು ಯಾವ ರೀತಿಯ ಆಟವಾಡುತ್ತಿದ್ದೀಯಾ ಎಂದು ನನಗೆ ಗೊತ್ತಿಲ್ಲ ಆದರೆ ನೀನು ಡೆಮೆಂಟರ್‌ಗಳನ್ನು ಕೋಪಗೊಳಿಸುತ್ತಿದ್ದೀಯಾ ವಾಲ್ಡೆರ್‌ಮಾರ್ಟ್‌ರ್ನ ದಿನವನ್ನು ಸಂಪೂರ್ಣವಾಗಿ ಹಾಳು ಮಾಡುತ್ತಿದ್ದೀಯಾ *ಪಾರ್ಸೆಲ್‌ಟಂಗ್‌ನ ಪಿಸುಮಾತುಗಳು ದೊಡ್ಡದಾಗುತ್ತಿವೆ. ತುಂಬಾ ದೊಡ್ಡದಾಗುತ್ತಿವೆ.*

ಅವುಗಳ ಮೇಲೆ ಹಾವುಗಳ ಚಿತ್ರಗಳಿರುವ ದೊಡ್ಡ ಬ್ಯಾನರ್‌ಗಳು ವೇದಿಕೆಯ ಮೇಲೆ ಬರುತ್ತಿವೆ. ಸ್ಕಾರ್ಪಿಯಸ್ ಅವುಗಳ ಮಧ್ಯದಲ್ಲಿದ್ದಾನೆ ಹಾಗೂ ಅವನು ತುಂಬಾ ಹೆದರಿದ್ದಾನೆ.

ಸ್ಕಾರ್ಪಿಯಸ್

ವಾಲ್ಡೆರ್‌ಮಾರ್ಟ್‌ರ್ನ ದಿನ?

ನಾವು ಕಪ್ಪಿಗೆ ಕಟ್ ಮಾಡುತ್ತೇವೆ.

ಭಾಗ ಒಂದು ಅಂತ್ಯ

ಭಾಗ ಎರಡು

ಭಾಗ ಎರಡು

ಆಕ್ಟ್ ಮೂರು

ಆಕ್ಟ್ ಮೂರು ದೃಶ್ಯ ಒಂದು

ಹಾಗ್‌ವಾರ್ಟ್ಸ್, ಮುಖ್ಯೋಪಾಧ್ಯಾಯಿನಿಯ ಕಛೇರಿ

ಈಗ ನಾವು ಧೃಢವಾಗಿ ಮತ್ತೆ ಕೆಲಸ ಮಾಡಲ್ಪಟ್ಟ ಜಗತ್ತಿನಲ್ಲಿದ್ದೇವೆ.

ಅದೊಂದು ಕಪ್ಪು ಜಗತ್ತು.

ಭೂಮಿಯ ಮೇಲೆ ಅನಿಶ್ಚಿತತೆ ಹಾಗೂ ಭಯದ ವಾತಾವರಣವನ್ನು ನಿರ್ಮಿಸಿದ ಒಂದು ಹೊದಿಕೆಯಿದೆ.

ಇದನ್ನು ವೇದಿಕೆಯಲ್ಲಿ - ಸಂಗೀತದಲ್ಲಿ - ಎಲ್ಲಕ್ಕಿಂತ ಹೆಚ್ಚಾಗಿ ನಾವು ಮಾಡುವ ಆಯ್ಕೆಗಳ ಧ್ವನಿಯಲ್ಲಿ ಪ್ರತಿಧ್ವನಿಸಲಾಗುತ್ತದೆ.

ಹ್ಯಾರಿ ಸತ್ತಿದ್ದಾನೆ, ವಾಲ್ಡೆರ್‌ಮಾರ್ಟ್ ಬದುಕಿದ್ದಾನೆ ಹಾಗೂ ಅವನು ಅಳುತ್ತಿದ್ದಾನೆ. ಯಾವುದೂ ಕೂಡ ಅದು ಇರಬೇಕಾದ ಹಾಗೆ ಇಲ್ಲ.

ಸ್ಕಾರ್ಪಿಯಸ್ ಡೊಲೋರೆಸ್ ಅಂಬ್ರಿಜ್‌ಳ ಕಛೇರಿಗೆ ಬರುತ್ತಾನೆ. ಅವನು ದಟ್ಟವಾದ ಕಪ್ಪಾದ ಉಡುಗೆಯನ್ನು ಹಾಕಿಕೊಂಡಿದ್ದಾನೆ. ಅವನ ಮುಖದ ಮೇಲೆ ಕೋಪವಿದೆ. ಅವನಿಗೆ ಎಲ್ಲ ಕಡೆಯಿಂದಲೂ ಬರುತ್ತಿರುವ ಅಪಾಯಗಳ ಅರಿವಿದೆ ಹಾಗೂ ಅವನು ಎಲ್ಲಾ ಸಮಯದಲ್ಲೂ ಎಚ್ಚರಿಕೆಯಿಂದಿದ್ದಾನೆ.

ಡೊಲೋರೆಸ್ ಅಂಬ್ರಿಜ್

ಸ್ಕಾರ್ಪಿಯಸ್. ನನ್ನನ್ನು ನೋಡಲು ಬಂದಿದ್ದಕ್ಕಾಗಿ ಧನ್ಯವಾದಗಳು.

ಸ್ಕಾರ್ಪಿಯಸ್

ಮುಖ್ಯೋಪಾಧ್ಯಾಯಿನಿಯವರೇ.

ಡೊಲೋರೆಸ್ ಅಂಬ್ರಿಜ್

ಸ್ಕಾರ್ಪಿಯಸ್, ನಾನು ಬಹಳ ಕಾಲ ನೀನು ಹೆಡ್ ಬಾಯ್ ಆಗುವ ಸಾಮರ್ಥ್ಯ ಹೊಂದಿದ್ದೆ ಎಂದು ಚಿಂತಿಸುತ್ತಿದ್ದೆ. ಶುದ್ಧ ರಕ್ತದ, ಸಹಜವಾದ ಮುಂದಾಳು, ತುಂಬಾ ಸಧೃಢ ...

ಸ್ಕಾರ್ಪಿಯಸ್

ಸಧೃಢ?

ಡೋಲೋರೆಸ್ ಅಂಬ್ರಿಜ್

ನೀನು ವಿನಯ ಪ್ರದರ್ಶಿಸಬೇಕೆಂದಿಲ್ಲ, ಸ್ಕಾರ್ಪಿಯಸ್. ನಾನು ನಿನ್ನನ್ನು ಕ್ವಿಡಿಚ್ ಪಿಚ್‌ನಲ್ಲಿ ನೋಡಿದ್ದೇನೆ, ನೀನು ಹಿಡಿಯದ ಒಂದೇ ಒಂದು ಸ್ನಿಚ್ ಕೂಡ ಇಲ್ಲ. ನೀನು ತುಂಬಾ ಮೌಲ್ಯ ಹೊಂದಿರುವ ವಿದ್ಯಾರ್ಥಿ. ಶಿಕ್ಷಕರು ನಿನ್ನ ಮೌಲ್ಯವನ್ನು ಗುರುತಿಸುತ್ತಾರೆ. ವಿಶೇಷವಾಗಿ ನಾನು ನಿನ್ನ ಮೌಲ್ಯವನ್ನು ಗುರುತಿಸುತ್ತೇನೆ. ನಾನು ನಿನ್ನ ಬಗ್ಗೆ ಅರುಗ್ವೆಗೆ ಕಳುಹಿಸಿದ ವಸ್ತುಗಳಲ್ಲಿ ತುಂಬಾ ಧನಾತ್ಮಕವಾಗಿ ಹೊಗಳಿದ್ದೇನೆ. ಅಷ್ಟೇನೂ ಆಳವಾದ ಆಸಕ್ತಿಯಿಲ್ಲದಿರುವ ವಿದ್ಯಾರ್ಥಿಗಳನ್ನು ಈ ಶಾಲೆಯಿಂದ ಹೊರಹಾಕಲು ನಾವಿಬ್ಬರೂ ಒಟ್ಟಾಗಿ ಮಾಡಿದ ಕೆಲಸವು ಈ ಶಾಲೆಯನ್ನು ಸುರಕ್ಷಿತವಾದ - ಶುದ್ಧವಾದ - ಸ್ಥಳವಾಗಿಸಿದೆ.

ಸ್ಕಾರ್ಪಿಯಸ್

ಹೌದೇ?

ದೂರದಿಂದ ಯಾರೋ ಕೂಗಿದ ಶಬ್ದ ಬರುತ್ತಿದೆ. ಸ್ಕಾರ್ಪಿಯಸ್ ಅದರ ಕಡೆ ತಿರುಗುತ್ತಾನೆ. ಆದರೆ ಅವನು ಆ ಆಲೋಚನೆಯನ್ನು ತಳ್ಳಿ ಹಾಕುತ್ತಾನೆ. ಅವನು ತನ್ನನ್ನು ತಾನು ನಿಯಂತ್ರಿಸಿಕೊಳ್ಳಬೇಕು ಹಾಗೂ ನಿಯಂತ್ರಿಸಿಕೊಳ್ಳುತ್ತಾನೆ.

ಡೋಲೋರೆಸ್ ಅಂಬ್ರಿಜ್

ಆದರೆ ವಾಲ್ಡೆರ್‌ಮಾರ್ಟ್ ದಿನದಂದು ನಾನು ನಿನ್ನನ್ನು ಕೆರೆಯ ಪಕ್ಕ ನೋಡಿದಾಗಿನಿಂದ ಮೂರು ದಿನಗಳಲ್ಲಿ ನೀನು ಹೆಚ್ಚು ಹೆಚ್ಚು ... ವಿಚಿತ್ರವಾಗಿ ವರ್ತಿಸುತ್ತಿದ್ದೀಯೆ - ವಿಶೇಷವಾಗಿ ನಿನಗೆ ಇದ್ದಕ್ಕಿದ್ದಂತೆ ಹ್ಯಾರಿ ಪಾಟರ್ ಬಗ್ಗೆ ತುಂಬಾ ಆಸಕ್ತಿ ಬೆಳೆಯುತ್ತಿದೆ ...

ಸ್ಕಾರ್ಪಿಯಸ್

ನನಗೆ...

ಡೋಲೋರೆಸ್ ಅಂಬ್ರಿಜ್

ಹಾಗ್‌ವಾರ್ಟ್ಸ್ ಗಳ ಯುದ್ಧದ ಬಗ್ಗೆ ನಿನಗೆ ಸಾಧ್ಯವಿರುವ ಎಲ್ಲರಿಗೂ ಪ್ರಶ್ನೆ ಕೇಳುತ್ತಿದ್ದೀಯ. ಹ್ಯಾರಿ ಪಾಟರ್ ಸತ್ತಿದ್ದಾನೆ. ಪಾಟರ್ ಯಾಕೆ ಸತ್ತಿದ್ದಾನೆ. ಹಾಗೂ ಸೆಡ್ರಿಕ್ ಡಿಗಾರಿಯ ಬಗೆಗಿನ ಈ ಹುಚ್ಚು ಉನ್ಮಾದ. ಸ್ಕಾರ್ಪಿಯಸ್ - ನಾವು ನಿನ್ನನ್ನು ಮಾಟಗಳು ಹಾಗೂ ಶಾಪಗಳಿಗಾಗಿ ಪರೀಕ್ಷಿಸಿದ್ದೇವೆ - ನಮಗೆ ಏನೂ ಕಾಣಲಿಲ್ಲ, ಹೀಗಾಗಿ ನಾನು ಏನಾದರೂ ಮಾಡಬಹುದೇ ಎಂದು ಕೇಳುತ್ತಿದ್ದೇನೆ - ನೀನು ಮೊದಲು ಆಗಿದ್ದವನನ್ನಾಗಿ ನಿನ್ನನ್ನು ಮಾಡಲು ...

ಸ್ಕಾರ್ಪಿಯಸ್

ಇಲ್ಲ. ಇಲ್ಲ. ನಾನು ಮೊದಲು ಆಗಿದ್ದವನಾಗಿದ್ದೇನೆ ಎಂದು ಪರಿಗಣಿಸು. ತಾತ್ಕಾಲಿಕ ಉನ್ಮಾದ ಅಷ್ಟೇ.

ಡೊಲೋರೆಸ್ ಅಂಬ್ರಿಜ್

ಹಾಗಾದರೆ ನಾವು ಒಟ್ಟಾಗಿ ನಮ್ಮ ಕೆಲಸವನ್ನು ಮಾಡಬಹುದೇ?

ಸ್ಕಾರ್ಪಿಯಸ್

ನಾವು ಮಾಡಬಹುದು.

ಅವಳು ತನ್ನ ಕೈಯನ್ನು ತನ್ನ ಎದೆಯ ಮೇಲೆ ಇಟ್ಟುಕೊಳ್ಳುತ್ತಾಳೆ ಹಾಗೂ ತನ್ನ ಮಣಿಕಟ್ಟುಗಳನ್ನು ಒಟ್ಟಾಗಿಸುತ್ತಾಳೆ.

ಡೊಲೋರೆಸ್ ಅಂಬ್ರಿಜ್

ವಾಲ್ಡೆರ್‌ಮಾರ್ಟ್ ಹಾಗೂ ಗೌರವಕ್ಕಾಗಿ.

ಸ್ಕಾರ್ಪಿಯಸ್ (ನಕಲಿಸಲು ಪ್ರಯತ್ನಿಸುತ್ತ)

ಹಾಂ - ಹೌದು.

ಆಕ್ಟ್ ಮೂರು ದೃಶ್ಯ ಎರಡು

ಹಾಗ್‌ವಾರ್ಟ್ಸ್, ನೆಲ

ಈಗ ವೇದಿಕೆ ತಿರುಗುತ್ತಿದೆ ಹಾಗೂ ಸ್ಕಾರ್ಪಿಯಸ್ ಅದರ ಜೊತೆ ತಿರುಗುತ್ತಿದ್ದಾನೆ, ಅವನು ಏನನ್ನೋ ಹುಡುಕುತ್ತಿದ್ದಾನೆ, ಏನಾದರೂ - ಅವನು ಇರುವ ಗೊಂದಲವನ್ನು ಉತ್ತರಿಸಲು.

ಕಾರ್ಲ್ ಹಾಗೂ ಯಾನ್ ಸಮೃದ್ಧವಾದ ಚೈತನ್ಯ ಹಾಗೂ ಬಲವನ್ನು ಹೊಂದಿದ್ದಾರೆ. ಅವರು ಗಟ್ಟಿಯಾಗಿ ಸ್ಕಾರ್ಪಿಯಸ್ ಹತ್ತಿರ ಬರುತ್ತಿದ್ದಾರೆ.

ಕಾರ್ಲ್ ಜೆನ್‌ಕಿನ್ಸ್

ಹೇಯ್ ಸ್ಕಾರ್ಪಿಯನ್ ಕಿಂಗ್.

ಸ್ಕಾರ್ಪಿಯಸ್‌ಗೆ ಹೈ-ಫೈ ಕೊಡುತ್ತಾರೆ. ಅದು ನೋವುಂಟು ಮಾಡಿದರೂ ಅವನು ಅದನ್ನು ತೆಗೆದುಕೊಳ್ಳುತ್ತಾನೆ.

ಯಾನ್ ಫ್ರೆಡ್ರಿಕ್ಸ್

ನಾಳೆ ರಾತ್ರಿ ನಾವು ಇದನ್ನು ಮಾಡುತ್ತಿದ್ದೇವೆ, ಅಲ್ಲವೇ?

ಕಾರ್ಲ್ ಜೆನ್‌ಕಿನ್ಸ್

ಏಕೆಂದರೆ ನಾವು ಸರಿಯಾದ ಮಡ್‌ಬ್ಲಡ್ ಕರುಳನ್ನು ಹೊರಚೆಲ್ಲಲು ಸಿದ್ಧರಾಗಿದ್ದೇವೆ.

ಅವರು ಹೋಗುತ್ತಾರೆ.

ಪಾಲಿ ಚಾಪ್‌ಮನ್

ಸ್ಕಾರ್ಪಿಯಸ್.

ಪಾಲಿ ಚಾಪ್‌ಮನ್ ಮೆಟ್ಟಿಲುಗಳ ಮೇಲೆ ನಿಂತಿದ್ದಾಳೆ, ಸ್ಕಾರ್ಪಿಯಸ್ ಜೋರಾಗಿ ಅವಳ ಕಡೆ ತಿರುಗುತ್ತಾನೆ.

ಸ್ಕಾರ್ಪಿಯಸ್

ಪಾಲಿ ಚಾಪ್‌ಮನ್?

ಪಾಲಿ ಚಾಪ್‌ಮನ್

ನಾವು ನೇರವಾಗಿ ಅದಕ್ಕೆ ಹೋಗೋಣವೇ? ನೀನು ಯಾರನ್ನು ಕೇಳುತ್ತೀಯಾ ಎಂದು ಎಲ್ಲರೂ ಕಾಯುತ್ತಿದ್ದಾರೆ ಎಂದು ನನಗೆ ಗೊತ್ತು, ಏಕೆಂದರೆ ನೀನು ಯಾರನ್ನಾದರೂ ಕೇಳಲೇಬೇಕು. ಇವರೆಲ್ಲರೂ ನನ್ನನ್ನು ಈಗಾಗಲೇ ಕೇಳಿದ್ದಾರೆ ಹಾಗೂ ಅವರಿಗೆ ನಿರಾಕರಿಸಿದವನು ನಾನೊಬ್ಬನೇ ಅಲ್ಲವೆಂದು ನನಗೆ ಗೊತ್ತು. ಒಂದೊಮ್ಮೆ ನೀನು ನನ್ನನ್ನು ಕೇಳಬೇಕೆಂದು, ನಿನಗೆ ತಿಳಿದಿದ್ದಲ್ಲಿ.

ಸ್ಕಾರ್ಪಿಯಸ್

ಸರಿಯೇ.

ಪಾಲಿ ಚಾಪ್‌ಮನ್

ಅದು ಅದ್ಭುತವಾಗಿರುತ್ತದೆ. ನಿನಗೆ ಆಸಕ್ತಿಯಿದ್ದಲ್ಲಿ. ವದಂತಿಗಳ ಪ್ರಕಾರ - ನಿನಗೆ ಆಸಕ್ತಿಯಿದೆ. ಹಾಗೂ ಈ ಕ್ಷಣದಲ್ಲಿ ನಾನು ಸ್ಪಷ್ಟಪಡಿಸಲು - ಬಯಸುವುದೇನೆಂದರೆ ನನಗೆ ಕೂಡ ಆಸಕ್ತಿ ಇದೆ. ಹಾಗೂ ಅದು ವದಂತಿಯಲ್ಲ. ಅದು ನಿಜ. - ಸ-ತ್ಯ.

ಸ್ಕಾರ್ಪಿಯಸ್

ಇದೇನೋ ಒಳ್ಳೆಯದೇ - ಆದರೆ ನಾವು ಯಾವುದರ ಬಗ್ಗೆ ಮಾತನಾಡುತ್ತಿದ್ದೇವೆ?

ಪಾಲಿ ಚಾಪ್‌ಮನ್

ಬ್ಲಡ್ ಬಾಲ್ ಬಗ್ಗೆ - ನೀನು ಯಾರನ್ನು - ದ ಸ್ಕಾರ್ಪಿಯನ್ ಕಿಂಗ್, ಬ್ಲಡ್ ಬಾಲ್‌ಗೆ ಕರೆದುಕೊಂಡು ಹೊಗುತ್ತಿದ್ದೀಯಾ.

ಸ್ಕಾರ್ಪಿಯಸ್

ನಿನ್ನನ್ನು - ಪಾಲಿ ಚಾಪ್‌ಮನ್ ಅನ್ನು - ನಾನು ಬಾಲ್‌ಗೆ - ಕರೆದುಕೊಂಡು ಹೇಗಬೇಕೇ?

ಅವನ ಹಿಂದೆ ಯಾರೋ ಕೂಗಿದ ಶಬ್ದ ಬರುತ್ತಿದೆ.

ಅದೇನು ಕೂಗುವ ಶಬ್ದ?

ಪಾಲಿ ಚಾಪ್‌ಮನ್

ಖಂಡಿತವಾಗಿಯೂ ಮಡ್‌ಬ್ಲಡ್‌ಗಳು ನೆಲಮಾಳಿಗೆಗಳಲ್ಲಿ. ಇದು ನಿನ್ನ ಆಲೋಚನೆಯಾಗಿತ್ತು ಅಲ್ಲವೇ? ನಿನ್ನ ಮನಸ್ಸಿನಲ್ಲಿ ಏನು ನಡೆಯುತ್ತಿದೆ? ಓಹ್ ಪಾಟರ್, ನನ್ನ ಪಾದರಕ್ಷೆಗಳ ಮೇಲೆ ಮತ್ತೆ ರಕ್ತವಿದೆ ...

ಅವಳು ಬಾಗಿ ಎಚ್ಚರಿಕೆಯಿಂದ ತನ್ನ ಪಾದರಕ್ಷೆಗಳ ಮೇಲಿರುವ ರಕ್ತವನ್ನು ಸ್ವಚ್ಛಗೊಳಿಸುತ್ತಾಳೆ.

ಅರುಗ್ವೆ ಒತ್ತಿ ಹೇಳುವ ಹಾಗೆ - ಭವಿಷ್ಯವನ್ನು ನಾವೇ ರೂಪಿಸಿಕೊಳ್ಳಬಹುದು - ಆದ್ದರಿಂದ ನಾನು ಇಲ್ಲಿದ್ದೇನೆ - ಭವಿಷ್ಯವನ್ನು ರೂಪಿಸುತ್ತಾ - ನಿನ್ನ ಜೊತೆಗೆ. ವಾಲ್ಡೆರ್‌ಮಾರ್ಟ್ ಹಾಗೂ ಗೌರವಕ್ಕಾಗಿ.

ಸ್ಕಾರ್ಪಿಯಸ್

ಇದು ವಾಲ್ಡೆರ್‌ಮಾರ್ಟ್‌ಗಾಗಿ

ಪಾಲಿ ಒಳಗಡೆ ಬರುತ್ತಾಳೆ, ಸ್ಕಾರ್ಪಿಯಸ್ ನೋವಿನಿಂದ ಅವಳ ಪಕ್ಕದಲ್ಲಿ ಬರುತ್ತಿದ್ದಾನೆ. ಈ ಜಗತ್ತು

ಏನು - ಹಾಗೂ ಅದರೊಳಗೆ ಅವನೇನು?

ಅವನು ತಿರುಗುತ್ತಾನೆ ಹಾಗೂ ಅದರೊಳಗೆ . . .

ಆಕ್ಟ್ ಮೂರು ದೃಶ್ಯ ಮೂರು

ಮಿನಿಸ್ಟ್ರಿ ಆಫ್ ಮ್ಯಾಜಿಕ್, ಇಂದ್ರಜಾಲದ ಕಾನೂನು ಜಾರಿಗೊಳಿಸುವಿಕೆಯ ಮುಖ್ಯಸ್ಥರ ಕಚೇರಿ

ಡ್ರಾಕೋ ನಾವು ಹಿಂದೆಂದೂ ನೋಡಿರದ ರೀತಿಯಲ್ಲಿ ಪರಿಣಾಮಕಾರಿಯಾಗಿದ್ದಾನೆ. ಅವನು ಅಧಿಕಾರದ ಬಲವನ್ನು ಹೊಂದಿದ್ದಾನೆ ಹಾಗೂ ಅವನು ಅದನ್ನು ತೋರಿಸುತ್ತಿದ್ದಾನೆ. ಕೋಣೆಯ ಎರಡೂ ಬದಿಗೆ ಅರುಗ್ವೆ ಧ್ವಜಗಳು ಹಾರುತ್ತ ಬರುತ್ತಿವೆ ಹಾಗೂ ಅವುಗಳ ಮೇಲೆ ದುರಹಂಕಾರದ ರೀತಿಯಲ್ಲಿ ಹಕ್ಕಿಗಳ ಲಾಂಛನಗಳನ್ನು ಹಾಕಲಾಗಿದೆ.

ಡ್ರಾಕೋ
ನೀನು ತಡವಾಗಿ ಬಂದಿದ್ದೀಯಾ.

ಸ್ಕಾರ್ಪಿಯಸ್
ಇದು ನಿನ್ನ ಕಛೇರಿಯೇ?

ಡ್ರಾಕೋ
ನೀನು ತಡವಾಗಿ ಬಂದಿದ್ದೀಯಾ ಹಾಗೂ ಕ್ಷಮೆಯನ್ನೂ ಕೇಳುತ್ತಿಲ್ಲ. ಬಹುಶಃ ನೀನು ಸಮಸ್ಯೆಯನ್ನು ಇನ್ನೂ ಉಲ್ಬಣಗೊಳಿಸಲು ನಿರ್ಧಾರ ಮಾಡಿದ್ದೀಯಾ.

ಸ್ಕಾರ್ಪಿಯಸ್
ನೀನು ಕಾನೂನು ಜಾರಿಗೊಳಿಸುವಿಕೆಯ ಮುಖ್ಯಸ್ಥಳೇ?

ಡ್ರಾಕೋ
ನಿನಗೆಷ್ಟು ಧೈರ್ಯ? ನನ್ನನ್ನು ಕಾಯಿಸಲು ಹಾಗೂ ನಂತರ ಅದರ ಬಗ್ಗೆ ಕ್ಷಮೆ ಕೂಡ ಕೇಳದೆ ಇರಲು ನಿನಗೆಷ್ಟು ಧೈರ್ಯ!

ಸ್ಕಾರ್ಪಿಯಸ್
ಕ್ಷಮಿಸಿ...

ಡ್ರಾಕೋ

ಮಾನ್ಯರೇ.

ಸ್ಕಾರ್ಪಿಯಸ್ ಮೇಲಕ್ಕೆ ನೋಡಿ ಅವನ ಅಪ್ಪನ ಜೊತೆ ಏನು ನಡೆಯುತ್ತಿದೆಯೆಂದು ತಿಳಿದುಕೊಳ್ಳಲು ಪ್ರಯತ್ನಿಸುತ್ತಿದ್ದಾನೆ .

ಸ್ಕಾರ್ಪಿಯಸ್

ಕ್ಷಮಿಸಿ ಮಾನ್ಯರೇ.

ಡ್ರಾಕೋ

ನಿನ್ನನ್ನು ನಾನು ಸೋಮಾರಿಯಾಗಿರುವಂತೆ ಬೆಳೆಸಿಲ್ಲ, ಸ್ಕಾರ್ಪಿಯಸ್. ನಾನು ನಿನ್ನನ್ನು ಹಾಗ್‌ವಾರ್ಟ್ಸ್ ನಲ್ಲಿ ನನ್ನನ್ನು ಅವಮಾನ ಮಾಡಲು ಬೆಳೆಸಿಲ್ಲ.

ಸ್ಕಾರ್ಪಿಯಸ್

ನಿಮ್ಮನ್ನು ಅವಮಾನ ಮಾಡುವುದೇ, ಮಾನ್ಯರೇ?

ಡ್ರಾಕೋ

ಹ್ಯಾರಿ ಪಾಟರ್, ಎಲ್ಲಾ ಮುಜುಗರಗೊಳಿಸುವ ವಿಷಯಗಳಲ್ಲಿ ಹ್ಯಾರಿ ಪಾಟರ್ ಬಗ್ಗೆ ಪ್ರಶ್ನೆಗಳನ್ನು ಕೇಳುವುದು. ಮಾಲ್‌ಫಾಯ್ ಹೆಸರಿಗೆ ಅವಮಾನ ಮಾಡಲು ನಿನಗೆಷ್ಟು ಧೈರ್ಯ.

ಸ್ಕಾರ್ಪಿಯಸ್ ತಲೆಯಲ್ಲಿ ಒಂದು ಕೆಟ್ಟ ಆಲೋಚನೆ ಬರುತ್ತಿದೆ.

ಸ್ಕಾರ್ಪಿಯಸ್

ಇಲ್ಲ. ಇದಕ್ಕೆ ನೀನು ಜವಾಬ್ದಾರಿಯೇ? ಇಲ್ಲ. ಇಲ್ಲ. ಇದು ನೀನಾಗಿರಲು ಸಾಧ್ಯವಿಲ್ಲ.

ಡ್ರಾಕೋ

ಸ್ಕಾರ್ಪಿಯಸ್...

ಸ್ಕಾರ್ಪಿಯಸ್

ಇಂದಿನ ಡೇಲಿ ಪ್ರಾಫೆಟ್ - ಮೂರು ಮಾಂತ್ರಿಕರು ಸೇತುವೆಗಳನ್ನು ಸ್ಫೋಟಿಸಿದ್ದು ಇದನ್ನು ಅವರು ಒಂದೇ ಸ್ಫೋಟದಲ್ಲಿ ಎಷ್ಟು ಜನ ಮಗಲ್‌ಗಳನ್ನು ಕೊಲ್ಲಬಹುದೆಂದು ನೋಡಲು ಮಾಡಿದ್ದರು - ಅದು ನೀನೇ?

ಡ್ರಾಕೋ

ತುಂಬ ಜಾಗರೂಕರಾಗಿರು.

ಸ್ಕಾರ್ಪಿಯಸ್ ಪ್ರತಿ ಹಂತದಲ್ಲೂ ತನ್ನ ತಂದೆಯನ್ನು ದೂಷಿಸುತ್ತಾ, ಅವನ ಕಡೆ ಬರುತ್ತಾನೆ.

ಸ್ಕಾರ್ಪಿಯಸ್

'ಮಡ್‌ಬ್ಲಡ್' ಸಾವಿನ ಮನೆಗಳು,ಹಿಂಸಾಚಾರ, ಅವನನ್ನು ವಿರೋಧಿಸಿದವರನ್ನು ಜೀವಂತವಾಗಿ ಸುಟ್ಟು ಹಾಕುವುದು. ಅದರಲ್ಲಿ ನಿನ್ನ

ಪಾತ್ರ ಎಷ್ಟಿದೆ? ನನ್ನಮ್ಮ ಯಾವತ್ತೂ ನನಗೆ ಕಾಣುವುದಕ್ಕಿಂತ ನೀನು ಒಳ್ಳೆಯ ಮನುಷ್ಯ ಎಂದು ಹೇಳುತ್ತಿದ್ದಳು, ಆದರೆ ನಿನ್ನ ಗುಣ ನಿಜವಾಗಿಯೂ ಇದು, ಅಲ್ಲವೇ? ಒಬ್ಬ ಕೊಲೆಗಾರ, ಒಬ್ಬ ಹಿಂಸಾವಾದಿ, ಒಬ್ಬ-

ಡ್ರಾಕೋ ಮೇಲಕ್ಕೇಳುತ್ತಾನೆ ಹಾಗೂ ಸ್ಕಾರ್ಪಿಯಸ್‌ನನ್ನು ಬಲವಾಗಿ ಟೇಬಲ್ ಮೇಲೆ ಎಳೆಯುತ್ತಾನೆ.

ಹಿಂಸೆಯು ಆಶ್ಚರ್ಯಜನಕವಾಗಿದೆ ಹಾಗೂ ಮಾರಕವಾಗಿದೆ.

ಡ್ರಾಕೋ

ಅವಳ ಹೆಸರನ್ನು ಸುಮ್ಮನೆ ಹೇಳಬೇಡ ಸ್ಕಾರ್ಪಿಯಸ್. ಆ ರೀತಿಯಾಗಿ ಜಯ ಸಾಧಿಸಲು ನೋಡಬೇಡ. ಅವಳನ್ನು ನೀನು ಅದಕ್ಕಿಂತ ಚೆನ್ನಾಗಿ ನೋಡಿಕೊಳ್ಳಬೇಕು.

ಸ್ಕಾರ್ಪಿಯಸ್ ಏನೂ ಹೇಳುತ್ತಿಲ್ಲ. ಅವನು ಗಾಬರಿಯಾಗಿದ್ದಾರೆ ಹಾಗೂ ಹೆದರಿದ್ದಾನೆ, ಡ್ರಾಕೋ ಅದನ್ನು ಓದುತ್ತಿದ್ದಾನೆ. ಅವನು ಸ್ಕಾರ್ಪಿಯಸ್ ತಲೆಯನ್ನು ಬಿಡುತ್ತಾನೆ. ಅವನಿಗೆ ಅವನ ಮಗನನ್ನು ಗಾಯಗೊಳಿಸುವುದು ಇಷ್ಟವಿಲ್ಲ.

ಇಲ್ಲ. ಆ ಮೂರ್ಖರು ಮಗಲ್‌ಗಳನ್ನು ಸ್ಫೋಟಿಸಿದರೆ, ಅದನ್ನು ನಾನು ಮಾಡಿದ್ದಲ್ಲ, ಆದರೆ ಮಗಲ್‌ನ ಪ್ರಧಾನ ಮಂತ್ರಿಗಳಿಗೆ ಚಿನ್ನದ ಸೇತುವೆ ಕಟ್ಟಲು ಅರುಗ್ಗೆ ನನ್ನನ್ನೇ ಕರೆಯುತ್ತಾರೆ ...ನಿನ್ನಮ್ಮ ನನ್ನ ಬಗ್ಗೆ ನಿಜವಾಗಿಯೂ ಹಾಗೆ ಹೇಳಿದಳೇ?

ಸ್ಕಾರ್ಪಿಯಸ್

ಅವಳ ಅಜ್ಜ ಅವಳನ್ನು ಇಷ್ಟಪಡುತ್ತಿರಲಿಲ್ಲ ಎಂದು ಅವಳು ಹೇಳುತ್ತಿದ್ದಳು - ಅವರು ನಮ್ಮ ಜೋಡಿಯನ್ನು ವಿರೋಧಿಸಿದ್ದರು - ಅವಳಿಗೆ ಮಗಲ್‌ಗಳೆಂದರೆ ಬಹಳ ಪ್ರೀತಿ ಎಂದು ಅವರು ಅಂದುಕೊಂಡಿದ್ದರು - ಅವಳು ಬಹಳ ದುರ್ಬಲಳಾಗಿದ್ದಾಳೆ ಎಂದು ಅವರು ಅಂದುಕೊಂಡಿದ್ದರು - ಆದರೆ ನೀನು ಅವಳ ಸಲುವಾಗಿ ಅವರನ್ನು ವಿರೋಧಿಸಿದೆ. ಅವಳು ಅದು ತಾನು ನೋಡಿದ ಅತ್ಯಂತ ಧೈರ್ಯದ ವಿಷಯವಾಗಿತ್ತೆಂದು ಹೇಳಿದಳು.

ಡ್ರಾಕೋ

ಅವಳು ಧೈರ್ಯಶಾಲಿಯಾಗಿರುವುದನ್ನು ಬಹಳ ಸುಲಭವಾಗಿಸಿದಳು, ನಿಮ್ಮಮ್ಮ.

ಸ್ಕಾರ್ಪಿಯಸ್

ಆದರೆ ಆಗ - ನೀನು ಬೇರೆಯಾಗಿದ್ದೆ

ಅವನು ತನ್ನ ತಂದೆಯನ್ನು ನೋಡುತ್ತಾನೆ ಹಾಗೂ ಅವನ ತಂದೆ ಹುಬ್ಬುಗಂಟಿಕ್ಕಿ ಮತ್ತೆ ಅವನನ್ನು ನೋಡುತ್ತಾನೆ.

ನಾನು ಕೆಟ್ಟ ಕಾರ್ಯಗಳನ್ನು ಮಾಡಿದ್ದೇನೆ, ನೀನು ಇನ್ನೂ ಕೆಟ್ಟದ್ದನ್ನು ಮಾಡಿದ್ದೀಯಾ ನಾವಿಬ್ಬರೂ ಏನಾಗಿದ್ದೇವೆ, ಅಪ್ಪಾ?

ಡ್ರಾಕೋ

ನಾವು ಏನೂ ಆಗಿಲ್ಲ - ನಾವು ಕೇವಲ ನಾವಾಗಿದ್ದೇವೆ.

ಸ್ಕಾರ್ಪಿಯಸ್

ಮಾಲ್‌ಫಾಯ್‌ಗಳು. ಜಗತ್ತನ್ನು ಇನ್ನೂ ಇನ್ನೂ ಕೆಟ್ಟ ಸ್ಥಳವಾಗಿಸಲು ನೀವು ಯಾವಾಗಲೂ ನಂಬಿಕೆಯಿಡಬಹುದಾದ ಕುಟುಂಬ.

ಇದು ಡ್ರಾಕೋಗೆ ನೋವುಂಟು ಮಾಡುತ್ತಿದೆ ಅವನು ಎಚ್ಚರಿಕೆಯಿಂದ ಸ್ಕಾರ್ಪಿಯಸ್‌ನನ್ನು ನೋಡುತ್ತಿದ್ದಾನೆ.

ಡ್ರಾಕೋ

ಶಾಲೆಯಲ್ಲಿನ ಕೆಲಸ - ಅದಕ್ಕೆ ಸ್ಫೂರ್ತಿ ಕೊಟ್ಟಿದ್ದು ಏನು?

ಸ್ಕಾರ್ಪಿಯಸ್

ನನಗೆ ನಾನಾಗಿರುವುದು ಇಷ್ಟವಿಲ್ಲ.

ಡ್ರಾಕೋ

ಹಾಗೂ ಅದನ್ನು ಏನು ಉತ್ತೇಜಿಸಿದೆ?

ಸ್ಕಾರ್ಪಿಯಸ್ ತನ್ನ ಕಥೆಯನ್ನು ವಿವರಿಸುವ ಒಂದು ವಿಧಾನಕ್ಕಾಗಿ ಹುಡುಕುತ್ತಿದ್ದಾನೆ.

ಸ್ಕಾರ್ಪಿಯಸ್

ನಾನು ನನ್ನನ್ನು ಬೇರೆ ರೀತಿಯಲ್ಲಿ ನೋಡಿದ್ದೇನೆ.

ಡ್ರಾಕೋ

ನಿನ್ನ ಅಮ್ಮನ ಬಗ್ಗೆ ನಾನು ಹೆಚ್ಚಾಗಿ ಇಷ್ಟಪಟ್ಟಿದ್ದೇನು ಎಂದು ನಿನಗೆ ಗೊತ್ತೇ? ಅವಳು ಯಾವತ್ತೂ ನನಗೆ ಕತ್ತಲೆಯಲ್ಲಿ ಬೆಳಕನ್ನು ಹುಡುಕಲು ಸಹಾಯ ಮಾಡುತ್ತಿದ್ದಳು. ಅವಳು ಜಗತ್ತನ್ನು - ಅಂದರೆ ನನ್ನ ಜಗತ್ತನ್ನು - ಕಡಿಮೆ - ನೀನು ಬಳಸಿದ ಶಬ್ದ ಅದೇನಾಗಿತ್ತು? - 'ಕಪ್ಪಾಗಿಸಿದ್ದಳು'.

ಸ್ಕಾರ್ಪಿಯಸ್

ಹೌದೇ?

ಡ್ರಾಕೋ ತನ್ನ ಮಗನನ್ನು ಪರೀಕ್ಷಿಸುತ್ತಿದ್ದಾನೆ.

ಡ್ರಾಕೋ

ಅವಳಲ್ಲಿ ನಾನು ಅಂದುಕೊಂಡಿದ್ದಕ್ಕಿಂತ ಹೆಚ್ಚಿದೆ.

ಬೀಟ್. ಅವನು ಸ್ಕಾರ್ಪಿಯಸ್‌ನನ್ನು ಎಚ್ಚರಿಕೆಯಿಂದ ಪರೀಕ್ಷಿಸುತ್ತಿದ್ದಾನೆ.

ನೀನೇನೇ ಮಾಡಿದರೂ ಅದನ್ನು - ಸುರಕ್ಷಿತವಾಗಿ ಮಾಡು. ನಿನ್ನನ್ನೂ ಕೂಡ ಕಳೆದುಕೊಳ್ಳಲು ನಾನು ಸಿದ್ಧನಿಲ್ಲ.

ಸ್ಕಾರ್ಪಿಯಸ್

ಸರಿ. ಮಾನ್ಯರೇ.

ಡ್ರಾಕೋ ಕೊನೆಯ ಬಾರಿ ತನ್ನ ಮಗನನ್ನು ನೋಡುತ್ತಾನೆ - ಅವನು ಅವನನ್ನು ಅರ್ಥಮಾಡಿಕೊಳ್ಳಲು ಪ್ರಯತ್ನಿಸುತ್ತಿದ್ದಾನೆ.

ಅವನು ಈಗ ಎಲ್ಲರಿಗೂ ತಿಳಿದಿರುವ ವಿಧಾನದಲ್ಲಿ ಅವನ ಮಣಿಕಟ್ಟುಗಳ ಮೇಲೆ ತನ್ನ ಕೈಯನ್ನು ಆಡಿಸುತ್ತಾನೆ.

ಡ್ರಾಕೋ

ವಾಲ್ಡೆರ್‌ಮಾರ್ಟ್ ಹಾಗೂ ಗೌರವಕ್ಕಾಗಿ.

ಸ್ಕಾರ್ಪಿಯಸ್ ಅವನನ್ನು ನೋಡುತ್ತಾನೆ ಹಾಗೂ ಕೋಣೆಯಿಂದ ಹೊರಗಡೆ ಹೋಗಿದ್ದಾನೆ.

ಸ್ಕಾರ್ಪಿಯಸ್

ವಾಲ್ಡೆರ್‌ಮಾರ್ಟ್ ಹಾಗೂ ಗೌರವಕ್ಕಾಗಿ.

ಆಕ್ಟ್ ಮೂರು ದೃಶ್ಯ ನಾಲ್ಕು

ಹಾಗ್‌ವಾರ್ಟ್ಸ್, ಗ್ರಂಥಾಲಯ

ಸ್ಕಾರ್ಪಿಯಸ್ ಗ್ರಂಥಾಲಯದ ಒಳಗಡೆ ಬಂದು ಗಡಿಬಿಡಿಯಿಂದ ಪುಸ್ತಕಗಳಲ್ಲಿ ಹುಡುಕುತ್ತಿದ್ದಾನೆ. ಅವನಿಗೆ ಒಂದು ಚರಿತ್ರೆಯ ಪುಸ್ತಕ ಸಿಗುತ್ತದೆ.

ಸ್ಕಾರ್ಪಿಯಸ್

ಸೆಡ್ರಿಕ್ ಹೇಗೆ ಸತ್ತಿರುವವರನ್ನು ತಿನ್ನುವವನಾದ? ನಾನೇನು ತಪ್ಪಿಸಿಕೊಂಡಿದ್ದೇನೆ? ನನಗೆ ಕತ್ತಲೆಯಲ್ಲಿ - ಬೆಳಕನ್ನು ಹುಡುಕಲು ಸಹಾಯ ಮಾಡು.

ಕ್ರೇಗ್ ಬೌಕರ್ ಜ್ಯೂನಿಯರ್

ನೀನೇಕೆ ಇಲ್ಲಿದ್ದೀಯಾ?

ಸ್ಕಾರ್ಪಿಯಸ್ ತಿರುಗಿ ನೋಡಿದಾಗ ಅಲ್ಲಿ ಹತಾಶನಾಗಿ ಕಾಣುತ್ತಿರುವ ಕ್ರೇಗ್ ಇದ್ದಾನೆ.

ಸ್ಕಾರ್ಪಿಯಸ್

ನಾನು ಇಲ್ಲೇಕಿರಬಾರದು?

ಕ್ರೇಗ್ ಬೌಕರ್ ಜ್ಯೂನಿಯರ್

ನಾನಿನ್ನೂ ಸಿದ್ಧವಾಗಿಲ್ಲ. ನನಗೆ ಸಾಧ್ಯವಾದಷ್ಟೂ ಬೇಗ ಕೆಲಸ ಮಾಡುತ್ತಿದ್ದೇನೆ. ಆದರೆ ಪ್ರೊಫೆಸರ್ ಸ್ನೇಪ್ ಅದರಲ್ಲಿ ಬಹಳಷ್ಟನ್ನು ಅಳವಡಿಸುತ್ತಾರೆ ಹಾಗೂ ನಿಬಂಧವನ್ನು ಎರಡು ವಿಭಿನ್ನ ವಿಧಾನಗಳಲ್ಲಿ ಬರೆಯುತ್ತಿದ್ದಾರೆ. ಅಂದರೆ ನಾನೇನೂ ದೂರು ಹೇಳುತ್ತಿಲ್ಲ ... ಕ್ಷಮಿಸಿ..

ಸ್ಕಾರ್ಪಿಯಸ್

ಮತ್ತೊಮ್ಮೆ ಪ್ರಾರಂಭಿಸು. ಆರಂಭದಿಂದ. ಏನು ಸಿದ್ಧವಾಗಿಲ್ಲ?

ಕ್ರೇಗ್ ಬೌಕರ್ ಜ್ಯೂನಿಯರ್

ನಿನ್ನ ಕಷಾಯಗಳ ಮನೆ ಕೆಲಸ. ಇದನ್ನು ಮಾಡಲು ನನಗೆ ಸಂತೋಷವೆನಿಸುತ್ತಿದೆ - ನಾನು ಕೃತಜ್ಞನಾಗಿದ್ದೇನೆ - ನಿನಗೆ ಮನೆಗೆಲಸ

ಹಾಗೂ ಪುಸ್ತಕಗಳೆಂದರೆ ಇಷ್ಟವಿಲ್ಲ ಎಂದು ನನಗೆ ಗೊತ್ತು, ನಾನು ನಿನ್ನನ್ನು ಯಾವತ್ತೂ ನಿರಾಸೆಗೊಳಿಸುವುದಿಲ್ಲ, ಅದು ನಿನಗೂ ಗೊತ್ತು.

ಸ್ಕಾರ್ಪಿಯಸ್

ನಾನು - ಮನೆಗೆಲಸವನ್ನು - ದ್ವೇಷಿಸುತ್ತೇನೆಯೇ?

ಕ್ರೇಗ್ ಬೌಕರ್ ಜ್ಯೂನಿಯರ್

ನೀನು ಸ್ಕಾರ್ಪಿಯನ್ ಕಿಂಗ್. ಖಂಡಿತವಾಗಿಯೂ ನೀನು ಮನೆಗೆಲಸವನ್ನು ದ್ವೇಷಿಸುತ್ತೀಯಾ. A History of Magic ಜೊತೆಗೆ ನೀನೇನು ಮಾಡುತ್ತಿದ್ದೀಯಾ? ನನಗೂ ಆ ಅಭ್ಯಾಸವನ್ನು ಮಾಡಲು ಸಾಧ್ಯವಾಗುತ್ತಿತ್ತೇ?

ಪಾಸ್, ಸ್ಕಾರ್ಪಿಯಸ್ ಕ್ರೇಗ್‌ನನ್ನು ಒಂದು ಕ್ಷಣ ನೋಡುತ್ತಾನೆ ಹಾಗೂ ನಂತರ ಅವನ ಕಡೆ ಚರಿತ್ರೆಯ ಪುಸ್ತಕವನ್ನು ಎಸೆಯುತ್ತಾನೆ, ಕ್ರೇಗ್ ಅಲ್ಲಿಂದ ಅದನ್ನು ಹಿಡಿದುಕೊಂಡು ಹೋಗುತ್ತಾನೆ.

ಒಂದು ಕ್ಷಣದ ನಂತರ ಒಂದು ವಿಚಾರ ಬರುತ್ತಿದ್ದಂತೆ ಸ್ಕಾರ್ಪಿಯಸ್ ಹುಬ್ಬುಗಂಟಿಕ್ಕುತ್ತಾನೆ.

ಸ್ಕಾರ್ಪಿಯಸ್

ಅವನು ಸ್ನೇಪ್ ಎಂದು ಹೇಳಿದನೇ?

ಆಕ್ಟ್ ಮೂರು ದೃಶ್ಯ ಐದು

ಹಾಗ್‌ವಾರ್ಟ್ಸ್, ಕಷಾಯಗಳ ತರಗತಿ

ಸ್ಕಾರ್ಪಿಯಸ್ ಕಷಾಯಗಳ ತರಗತಿಯಲ್ಲಿ ಓಡಿ ಬರುತ್ತಾನೆ. ಹಿಂದಿನ ಬಾಗಿಲನ್ನು ಗಟ್ಟಿಯಾಗಿ ಹಾಕುತ್ತಾನೆ. ಸೆವೆರಸ್ ಸ್ನೇಪ್ ಅವನನ್ನು ನೋಡುತ್ತಾನೆ.

ಸ್ನೇಪ್

ನಿನಗೆ ಯಾರೂ ಬಾಗಿಲು ತಟ್ಟುವುದನ್ನು ಕಲಿಸಲಿಲ್ಲವೇ, ಹುಡುಗ?

ಸ್ಕಾರ್ಪಿಯಸ್ ಸ್ನೇಪ್ ಕಡೆ ಸ್ವಲ್ಪ ಉಸಿರು ನಿಲ್ಲಿಸಿಕೊಂಡು, ಸ್ವಲ್ಪ ಗೊಂದಲದಿಂದ, ಸ್ವಲ್ಪ ಸಂತೋಷದಿಂದ ಬರುತ್ತಾನೆ.

ಸ್ಕಾರ್ಪಿಯಸ್

ಸೆವೆರಸ್ ಸ್ನೇಪ್. ಇದೊಂದು ಗೌರವ.

ಸ್ನೇಪ್

ಪ್ರೊಫೆಸರ್ ಸ್ನೇಪ್ ಚೆನ್ನಾಗಿರುತ್ತಾರೆ. ನೀನು ಈ ಶಾಲೆಯ ರಾಜನಂತೆ ವರ್ತಿಸಬಹುದು ಮಾಲ್‌ಫಾಯ್, ಆದರೆ ಅದು ನಮ್ಮನ್ನು ನಿನ್ನ ಪ್ರಜೆಗಳನ್ನಾಗಿಸುವುದಿಲ್ಲ.

ಸ್ಕಾರ್ಪಿಯಸ್

ಆದರೆ ನೀನು ಉತ್ತರ ...

ಸ್ನೇಪ್ ಅವನು ಯಾವತ್ತೂ ಇರುವಷ್ಟೇ ಕಟುವಾಗಿದ್ದಾನೆ.

ಸ್ನೇಪ್

ನನಗೆಷ್ಟು ಸಂತೋಷವಾಗುತ್ತಿದೆ. ನಿನಗೆ ಏನಾದರೂ ಹೇಳಬೇಕೆಂದರೆ ದಯವಿಟ್ಟು ಅದನ್ನು ಹೇಳು ಇಲ್ಲದಿದ್ದರೆ ಹೊರಗೆ ಹೋಗುವಾಗ ...ಬಾಗಿಲು ಮುಚ್ಚು

ಸ್ಕಾರ್ಪಿಯಸ್

ನನಗೆ ನಿನ್ನ ಸಹಾಯ ಬೇಕು.

ಸ್ನೇಪ್

ನಾನು ಹುಟ್ಟಿರುವುದೇ ಸೇವೆ ಮಾಡಲು.

ಸ್ಕಾರ್ಪಿಯಸ್

ನನಗೆ ಏನು ಸಹಾಯ ಬೇಕು ಎಂದೇ ನನಗೆ - ಗೊತ್ತಿಲ್ಲ. ನೀನೀಗಲೂ ವೇಷಮರೆಸಿಕೊಂಡಿದ್ದೀಯಾ? ನೀನು ಈಗಲೂ ಡಂಬಲ್‌ಡೋರ್‌ಗೆ ರಹಸ್ಯವಾಗಿ ಕೆಲಸ ಮಾಡುತ್ತಿದ್ದೀಯಾ?

ಸ್ನೇಪ್

ಡಂಬಲ್‌ಡೋರ್? ಡಂಬಲ್‌ಡೋರ್ ಸತ್ತಿದ್ದಾನೆ. ಹಾಗೂ ಅವನ ಸಲುವಾಗಿ ನಾನು ಮಾಡಿದ ಕೆಲಸ ಸಾರ್ವಜನಿಕವಾಗಿತ್ತು - ನಾನು ಅವನಿಗೆ ಶಾಲೆಯಲ್ಲಿ ಕಲಿಸಿದ್ದೆ.

ಸ್ಕಾರ್ಪಿಯಸ್

ಇಲ್ಲ. ನೀವು ಬರೀ ಅಷ್ಟನ್ನೇ ಮಾಡಲಿಲ್ಲ. ನೀವು ಅವನ ಸಲುವಾಗಿ ಶವ ತಿನ್ನುವವರ ಮೇಲೆ ಕಣ್ಣಿಟ್ಟಿದ್ದಿರಿ. ನೀವು ಅವನಿಗೆ ಸಲಹೆ ನೀಡಿದಿರಿ. ಎಲ್ಲರೂ ನೀವೇ ಅವನ ಕೊಲೆ ಮಾಡಿದ್ದೀರಿ ಎಂದು ಅಂದುಕೊಂಡರು - ಆದರೆ ನೀವು ಅವನನ್ನು ಬೆಂಬಲಿಸುತ್ತಿದ್ದಿರಿ. ನೀವು ಜಗತ್ತನ್ನು ಉಳಿಸಿದಿರಿ.

ಸ್ನೇಪ್ ಭಯ ಹಾಗೂ ಕೋಪದಿಂದ ನಡುಗುತ್ತಿದ್ದಾನೆ .

ಸ್ನೇಪ್

ಇವು ತುಂಬಾ ಅಪಾಯಕಾರಿ ಅಪವಾದಗಳು, ಹುಡುಗನೇ. ಹಾಗೂ ಮಾಲ್‌ಫಾಯ್ ಹೆಸರು ನಿನಗೆ ಶಿಕ್ಷೆ ನೀಡುವುದರಿಂದ ನನ್ನನ್ನು ತಡೆಯುತ್ತದೆ ಎಂದು ಅಂದುಕೊಳ್ಳಬೇಡ.

ಸ್ಕಾರ್ಪಿಯಸ್

ಇನ್ನೊಂದು ಜಗತ್ತಿದೆ ಎಂದು ನಾನು ನಿಮಗೆ ಹೇಳಿದಲ್ಲಿ ಹೇಗನಿಸುತ್ತದೆ - ಆ ಜಗತ್ತಿನಲ್ಲಿ ವಾಲ್ಡೆರ್‌ಮಾರ್ಟ್ ಅನ್ನು ಸೋಲಿಸಲಾಗಿತ್ತು ಹಾಗೂ ಹಾಗ್‌ವಾರ್ಟ್ಸ್‌ಗಳ ಯುದ್ಧದಲ್ಲಿ ಹಾರಿ ಪಾಟರ್ ಹಾಗೂ ಡಂಬಲ್‌ಡೋರ್ ಸೈನ್ಯವು ಗೆದ್ದಿತು ಎಂದು ಹೇಳಿದರೆ ನಿಮಗೆ ಹೇಗೆನ್ನಿಸುತ್ತದೆ ...

ಸ್ನೇಪ್

ಹಾಗ್‌ವಾರ್ಟ್ಸ್ ನೆಚ್ಚಿನ ಸ್ಕಾರ್ಪಿಯನ್ ಕಿಂಗ್ ತಲೆ ಕೆಟ್ಟಿರುವ ವದಂತಿಗಳು ನಿಜ ಎಂದು ನನಗೆ ಅನಿಸುತ್ತದೆ.

ಸ್ಕಾರ್ಪಿಯಸ್

ಅಲ್ಲೊಂದು ಕದ್ದ ಟೈಮ್-ಟರ್ನರ್ ಇತ್ತು. ನಾನೊಂದು ಟೈಮ್-ಟರ್ನರ್ ಕದ್ದೆ. ಆಲ್ಬಸ್ ಜೊತೆಗೆ. ನಾವು ಸೆಡ್ರಿಕ್ ಡಿಗಾರಿಯನ್ನು ಅವನು ಸತ್ತ ಮೇಲೆ, ಸಾವಿನಿಂದ ಮರಳಿ ಪಡೆಯಲು ಪ್ರಯತ್ನಿಸಿದೆವು. ಅವನು ಟ್ರಿವಿಜಾರ್ಡ್ ಟೂರ್ನಮೆಂಟನ್ನು ಗೆಲ್ಲುವುದನ್ನು ತಡೆಯಲು ನಾವು ಪ್ರಯತ್ನಿಸಿದೆವು. ಆದರೆ ಹಾಗೆ ಮಾಡಿ ನಾವು ಅವನನ್ನು ವಿಭಿನ್ನ ವ್ಯಕ್ತಿಯಾಗಿ ಪರಿವರ್ತಿಸಿದೆವು.

ಸ್ನೇಪ್

ಹ್ಯಾರಿ ಪಾಟರ್ ಟ್ರೈವಿಜಾರ್ಡ್ ಟೂರ್ನಮೆಂಟನ್ನು ಗೆದ್ದನು

ಸ್ಕಾರ್ಪಿಯಸ್

ಅವನು ಅದನ್ನು ಒಬ್ಬನೇ ಮಾಡಬಾರದಿತ್ತು. ಅವನ ಜೊತೆ ಸೆಡ್ರಿಕ್ ಕೂಡ ಅದನ್ನು ಗೆಲ್ಲಬೇಕಿತ್ತು. ಆದರೆ ನಾವು ಅವನನ್ನು ಅವಮಾನಿಸಿ ಪಂದ್ಯಾವಳಿಯಿಂದ ಹೊರಗಡೆ ಹಾಕಿದೆವು. ಆ ಅವಮಾನದ ಪರಿಣಾಮವಾಗಿ ಅವನು ಶವ ತಿನ್ನುವವನಾದನು. ಅವನು ಹಾಗ್‌ವಾರ್ಟ್ಸ್‌ಗಳ ಯುದ್ಧದಲ್ಲಿ ಏನು ಮಾಡಿದನು, ಅವನು - ಯಾರನ್ನಾದರೂ ಕೊಂದನೇ ಇಲ್ಲವೇ ಎನ್ನುವುದು ನನಗೆ ತಿಳಿಯದೇ ಇರಬಹುದು - ಆದರೆ ಅವನು ಏನನ್ನೋ ಮಾಡಿದ್ದಾನೆ ಹಾಗೂ ಅದು ಎಲ್ಲವನ್ನೂ ಬದಲಾಯಿಸಿದೆ.

ಸ್ನೇಪ್

ಸೆಡ್ರಿಕ್ ಡಿಗಾರಿ ಒಬ್ಬ ಮಾಂತ್ರಿಕನನ್ನು ಕೊಂದ ಹಾಗೂ ಅವನು ಅಷ್ಟೇನೂ ಪ್ರಮುಖನಾಗಿರಲಿಲ್ಲ - ನೆವಿಲ್ ಲಾಂಗ್‌ಬಾಟಮ್

ಸ್ಕಾರ್ಪಿಯಸ್

ಓಹ್, ಹೌದು, ಹಾಗೇ ಆಗಿದೆ! ಪ್ರೊಫೆಸರ್ ಲಾಂಗ್‌ಬಾಟಮ್, ವಾಲ್ಡೆರ್‌ಮಾರ್ಟ್‌ನ ಹಾವಾದ ನಾಗಿಣಿಯನ್ನು ಕೊಲ್ಲಬೇಕಿತ್ತು. ವಾಲ್ಡೆರ್‌ಮಾರ್ಟ್ ಸಾಯುವ ಮೊದಲೇ ನಾಗಿಣಿ ಸಾಯಬೇಕಿತ್ತು. ಹಾಗೇ ಆಗಿದೆ! ನೀನು ಅದನ್ನು ಪರಿಹರಿಸಿದ್ದೀಯೆ! ನಾವು ಸೆಡ್ರಿಕ್‌ನನ್ನು ನಾಶಪಡಿಸಿದೆವು, ಅವನು ನೆವಿಲ್‌ನನ್ನು ಕೊಂದ, ವಾಲ್ಡೆರ್‌ಮಾರ್ಟ್ ಯುದ್ಧವನ್ನು ಗೆದ್ದ. ನೀನು ನೋಡುತ್ತಿದ್ದೀಯಾ? ನೀನು ಇದನ್ನು ನೋಡಬಹುದೇ?

ಸ್ನೇಪ್

ಇದೊಂದು ಮಾಲ್‌ಫಾಯ್ ಆಟವಾಗಿದೆ ಎಂದು ನನಗೆ ಕಾಣುತ್ತಿದೆ. ನಾನು ನಿನ್ನ ತಂದೆಗೆ ಹೇಳಿ ನಿನ್ನನ್ನು ತೊಂದರೆಗೆ ಸಿಲುಕಿಸುವ ಮೊದಲೇ ಇಲ್ಲಿಂದ ಹೋಗು.

ಸ್ಕಾರ್ಪಿಯಸ್ ಯೋಚಿಸುತ್ತಾನೆ ಹಾಗೂ ನಂತರ ಅವನ ಅಂತಿಮವಾದ, ಹತಾಶವಾದ ದಾಳವನ್ನು ಉರುಳಿಸುತ್ತಾನೆ

ಸ್ಕಾರ್ಪಿಯಸ್

ನೀನು ಅವನ ತಾಯಿಯನ್ನು ಪ್ರೀತಿಸಿದ್ದೆ. ನನಗೆ ಎಲ್ಲವೂ ನೆನಪಿಲ್ಲ. ಆದರೆ ನೀನು ಅವನ ತಾಯಿಯನ್ನು ಪ್ರೀತಿಸಿದ್ದೆ ಎಂದು ನನಗೆ ಗೊತ್ತು. ಹ್ಯಾರಿಯ ತಾಯಿ. ಲಿಲಿ. ನೀನು ವೇಷ ಮರೆಸಿಕೊಂಡು ವರ್ಷಾನುಗಟ್ಟಲೆ ಕಳೆದಿದ್ದೀಯಾ ಎಂದು ನನಗೆ ಗೊತ್ತು. ನೀನಿಲ್ಲದೆ ಈ ಯುದ್ಧವನ್ನು ಗೆಲ್ಲಲು ಸಾಧ್ಯವಾಗುತ್ತಿರಲಿಲ್ಲ ಎಂದೂ ನನಗೆ ಗೊತ್ತು. ನಾನು ಇನ್ನೊಂದು ಜಗತ್ತನ್ನು ನೋಡಿರದಿದ್ದರೆ ಇದು ನನಗೆ ಹೇಗೆ ತಿಳಿಯುತ್ತಿತ್ತು ...?

ಸ್ನೇಪ್ ಏನೂ ಹೇಳುತ್ತಿಲ್ಲ., ಅವನಿಗೆ ಆಶ್ಚರ್ಯವಾಗಿದೆ .

ಕೇವಲ ಡಂಬೆಲ್‌ಡೋರ್‌ಗೆ ಮಾತ್ರ ಗೊತ್ತಿತ್ತು, ಅಲ್ಲವೇ? ನೀನು ಅವನನ್ನು ಕಳೆದುಕೊಂಡಾಗ ನಿನಗೆ ಬಹಳ ಒಬ್ಬಂಟಿಯೆನಿಸಿರಬಹುದು. ನೀನು ಒಳ್ಳೆಯವನೆಂದು ನನಗೆ ಗೊತ್ತು. ಹ್ಯಾರಿ ಪಾಟರ್ ತನ್ನ ಮಗನಿಗೆ ನೀನೊಬ್ಬ ಅದ್ಭುತವಾದ ಮನುಷ್ಯನೆಂದು ಹೇಳಿದ.

ಸ್ನೇಪ್ ಕೋಪದಿಂದ ಸ್ಕಾರ್ಪಿಯಸ್ ಅನ್ನು ನೋಡುತ್ತಿದ್ದಾನೆ, ಅವನಿಗೆ ಅಲ್ಲಿ ಏನು ನಡೆಯುತ್ತಿದೆ ಎಂದು ತಿಳಿಯುತ್ತಿಲ್ಲ. ಇದೊಂದು ಮಾಯಾಜಾಲವೇ? ನಿಜವಾಗಿಯೂ ಅವನಿಗೆ ಏನು ನಡೆಯುತ್ತಿದೆ ಎಂದು ತಿಳಿಯುತ್ತಿಲ್ಲ.

ಸ್ನೇಪ್

ಹ್ಯಾರಿ ಪಾಟರ್ ಸತ್ತಿದ್ದಾನೆ.

ಸ್ಕಾರ್ಪಿಯಸ್

ನನ್ನ ಜಗತ್ತಿನಲ್ಲಲ್ಲ. ನೀನು ಅವನು ಭೇಟಿ ಮಾಡಿದ ಅತ್ಯಂತ ಶೂರನಾದ ವ್ಯಕ್ತಿಯಾಗಿದ್ದೆ ಎಂದು ಅವನು ಹೇಳಿದ. ಅವನಿಗೆ ತಿಳಿದಿತ್ತು - ಅವನಿಗೆ ನಿನ್ನ ರಹಸ್ಯ ತಿಳಿದಿತ್ತು - ನೀನು ಡಂಬಲ್‌ಡೋರ್‌ಗಾಗಿ ಏನು ಮಾಡಿದೆ ಎಂದು ಅವನಿಗೆ ತಿಳಿದಿತ್ತು. ಹಾಗೂ ಇದಕ್ಕಾಗಿ ಅವನು ನಿನ್ನನ್ನು ತುಂಬಾ - ಮೆಚ್ಚಿಕೊಳ್ಳುತ್ತಿದ್ದ. ಅದಕ್ಕಾಗಿಯೇ ಅವನು ಮಗನಿಗೆ - ನನ್ನ ಅತ್ಯುತ್ತಮ ಗೆಳೆಯನಿಗೆ - ನಿಮ್ಮಿಬ್ಬರ ಹೆಸರನ್ನು ಸೇರಿಸಿ ಹೆಸರಿಟ್ಟ. ಆಲ್ಬಸ್ ಸೆವೆರಸ್ ಪಾಟರ್.

ಸ್ನೇಪ್ ನಿಲ್ಲುತ್ತಾನೆ. ಇದು ಅವನ ಮೇಲೆ ಆಳವಾಗಿ ಪರಿಣಾಮ ಬೀರಿದೆ.

ದಯವಿಟ್ಟು - ಲಿಲಿಗಾಗಿ, ಜಗತ್ತಿಗಾಗಿ ನನಗೆ ಸಹಾಯ ಮಾಡಿ.

ಸ್ನೇಪ್ ವಿಚಾರ ಮಾಡುತ್ತಾನೆ ಹಾಗೂ ಅವನು ಸ್ಕಾರ್ಪಿಯಸ್ ಕಡೆ ಬರುತ್ತ ತನ್ನ ಮಂತ್ರದಂಡವನ್ನು ಹೊರಕ್ಕೆ ತೆಗೆಯುತ್ತಿದ್ದಾನೆ, ಸ್ಕಾರ್ಪಿಯಸ್ ಭಯದಿಂದ ಹಿಂದಕ್ಕೆ ಸರಿಯುತ್ತಿದ್ದಾನೆ, ಸ್ನೇಪ್ ತನ್ನ ಮಂತ್ರದಂಡವನ್ನು ಬಾಗಿಲ ಕಡೆ ತೋರಿಸುತ್ತಾನೆ

ಸ್ನೇಪ್

ಕೊಲೊರೊಪ್ಪಸ್!

ಒಂದು ಅದೃಶ್ಯ ಬೀಗವು ಅಲ್ಲಿ ಕಾಣಿಸಿಕೊಳ್ಳುತ್ತದೆ. ಸ್ನೇಪ್ ತರಗತಿಯ ಹಿಂಭಾಗದಲ್ಲಿ ಒಂದು ಚಿಲಕವನ್ನು ತೆರೆಯುತ್ತಾನೆ.

ಸರಿ, ಹಾಗಾದರೆ ಬಾ...

ಸ್ಕಾರ್ಪಿಯಸ್

ಒಂದೇ ಒಂದು ಪ್ರಶ್ನೆ - ನಾವು ನಿಖರವಾಗಿ - ಎಲ್ಲಿ ಹೋಗುತ್ತಿದ್ದೇವೆ?

ಸ್ನೇಪ್

ನಾವು ಅನೇಕ ಬಾರಿ ಚಲಿಸಬೇಕಾಯಿತು. ನಾವು ವಸತಿ ಹೊಡಿದಲ್ಲೆಲ್ಲ ಅವರು ನಾಶ ಮಾಡಿದರು. ಇದು ನಮ್ಮನ್ನು ವಾಂಫಿಂಗ್ ವಿಲ್ಲೋದಲ್ಲಿ ಅಡಗಿಸಿಟ್ಟ ಒಂದು ಕೋಣೆಗೆ ಕರೆದುಕೊಂಡು ಹೋಗುತ್ತದೆ.

ಸ್ಕಾರ್ಪಿಯಸ್

ಸರಿ, ನಾವು ಎಂದರೆ?

ಸ್ನೇಪ್

ಓಹ್. ನೀನೇ ನೋಡುತ್ತೀಯಾ.

ಆಕ್ಟ್ ಮೂರು ದೃಶ್ಯ ಆರು

ಅಭಿಯಾನದ ಕೊಠಡಿ

ನೆಲಮಾಳಿಗೆ. ಭೂಮಿಯ ವಾತಾವರಣ ಧೂಳು, ಹಾಗೂ ಕೆಟ್ಟದಾದ (ಆದರೆ ಅಗತ್ಯವಾದ) ಪ್ರವರ್ತನೆ.

ಸ್ಕಾರ್ಪಿಯಸ್‌ನನ್ನು ಅದ್ಭುತವಾಗಿ ಕಾಣುತ್ತಿರುವ ಹರ್ಮಿಯಾನ್ ಒಂದು ಟೇಬಲ್ಲಿಗೆ ಒತ್ತಿ ಹಿಡಿದಿದ್ದಾಳೆ. ಅವಳ ಬಟ್ಟೆಗಳು ಹಳತಾಗಿದ್ದರೂ ಅವಳ ಕಣ್ಣುಗಳು ಕೋರೈಸುತ್ತಿವೆ, ಅವಳು ಈಗ ಪೂರ್ಣ ಪ್ರಮಾಣದ ಯೋಧಳಾಗಿದ್ದಾಳೆ ಹಾಗೂ ಅದು ಅವಳಿಗೆ ಚೆನ್ನಾಗಿ ಹೊಂದುತ್ತಿದೆ.

ಹರ್ಮಿಯಾನ್

ನೀನು ಸ್ವಲ್ಪವೂ ಚಲಿಸಿದರೂ ನಿನ್ನ ಮೆದುಳು ಕಪ್ಪೆಯಾಗುತ್ತದೆ ಹಾಗೂ ನಿನ್ನ ತೋಳುಗಳು ರಬ್ಬರ್ ಆಗುತ್ತವೆ.

ಸ್ನೇಪ್ ಸ್ಕಾರ್ಪಿಯಸ್ ನಂತರ ಕೋಣೆಗೆ ಬರುತ್ತಾನೆ.

ಸ್ನೇಪ್

ಸುರಕ್ಷಿತ. ಅವನು ಸುರಕ್ಷಿತವಾದವನು. (*ಬೀಟ್.*) ನಿನಗೆ ಹೇಳುವುದು ಕೇಳುತ್ತಲೇ ಇಲ್ಲ. ನೀನು ನೀನು ತುಂಬಾ ಸಾಧಾರಣವಾದ ವಿದ್ಯಾರ್ಥಿಯಾಗಿದ್ದೆ ಹಾಗೂ ಈಗ ತುಂಬಾ ಸಾಧಾರಣವಾದ ನೀನೇನಾಗಿದ್ದೀಯೋ ಅದಾಗಿದ್ದೀಯಾ.

ಹರ್ಮಿಯಾನ್

ನಾನು ಅತ್ಯುತ್ತಮ ವಿದ್ಯಾರ್ಥಿಯಾಗಿದ್ದೆ.

ಸ್ನೇಪ್

ನೀನು ಸೌಮ್ಯದಿಂದ ಸಾಧಾರಣವಾಗಿದ್ದೆ. ಅವನು ನಮ್ಮ ಕಡೆಗಿದ್ದಾನೆ!

ಸ್ಕಾರ್ಪಿಯಸ್

ಹೌದು ಹರ್ಮಿಯಾನ್.

ಹರ್ಮಿಯಾನ್ ಸ್ಕಾರ್ಪಿಯಸ್‌ನನ್ನು ಇನ್ನೂ ಅಪನಂಬಿಕೆಯಿಂದ ನೋಡುತ್ತಿದ್ದಾಳೆ.

ಹರ್ಮಿಯಾನ್

ಬಹಳಷ್ಟು ಜನರು ನನ್ನನ್ನು ಗ್ರ್ಯಾಂಗರ್ ಎಂದು ಕರೆಯುತ್ತಾರೆ. ನಾನು ನೀನು ಹೇಳುವ ಒಂದು ಶಬ್ದವನ್ನೂ ನಂಬುವುದಿಲ್ಲ, ಮಲ್ಫಾಯ್.

ಸ್ಕಾರ್ಪಿಯಸ್

ಇದು ನನ್ನ ತಪ್ಪು. ನನ್ನ ತಪ್ಪು. ಹಾಗೂ ಆಲ್ಬಸ್‌ನದ್ದು.

ಹರ್ಮಿಯಾನ್

ಆಲ್ಬಸ್? ಆಲ್ಬಸ್ ಡಂಬಲ್‌ಡೋರ್? ಆಲ್ಬಸ್ ಡಂಬಲ್‌ಡೋರ್‌ಗೂ ಇದಕ್ಕೂ ಏನು ಸಂಬಂಧ?

ಸ್ನೇಪ್

ಅವನು ಹೇಳಿದ್ದು ಡಂಬಲ್‌ಡೋರ್ ಅಲ್ಲ. ನೀನು ಕುಳಿತುಕೊಳ್ಳಬೇಕಾಗಬಹುದು.

ರಾನ್ ಓಡಿ ಬರುತ್ತಾನೆ ಅವನ. ಕೂದಲುಗಳು ಎದ್ದು ನಿಂತಿವೆ. ಅವನ ಬಟ್ಟೆಗಳು ಅಸ್ತವ್ಯಸ್ತವಾಗಿದೆ. ಈ ಕ್ರಾಂತಿಕಾರಿ ನೋಟದಲ್ಲಿ ಹರ್ಮಿಯಾನ್ ಅವನಿಗಿಂತ ಚೆನ್ನಾಗಿ ಕಾಣುತ್ತಿದ್ದಾಳೆ.

ರಾನ್

ಸ್ನೇಪ್, ಒಂದು ಘನಂದಾರಿ ಭೇಟಿ ಹಾಗೂ - (*ಅವನು ಸ್ಕಾರ್ಪಿಯಸ್‌ನನ್ನು ನೋಡುತ್ತಾನೆ ಹಾಗೂ ತಕ್ಷಣ ಅವನಿಗೆ ಎಚ್ಚರಿಕೆಯಾಗಿದೆ*) ಇವನ್ನು ಇಲ್ಲೇನು ಮಾಡುತ್ತಿದ್ದಾನೆ?

ಅವನು ತನ್ನ ಮಂತ್ರದಂಡವನ್ನು ತೆಗೆದುಕೊಳ್ಳುತ್ತಾನೆ.

ನನ್ನ ಬಳಿ ಶಸ್ತ್ರವಿದೆ - ಸಂಪೂರ್ಣವಾಗಿ ಅಪಾಯಕಾರಿಯಾಗಿದ್ದೇನೆ ಹಾಗೂ ನಾನು ನಿನಗೆ ಗಂಭೀರವಾಗಿ ಸಲಹೆ ನೀಡುತ್ತೇನೆ -

ಅವನ ಮಂತ್ರದಂಡವು ತಪ್ಪು ದಿಕ್ಕಿನಲ್ಲಿದೆ ಎಂದು ಅವನಿಗೆ ಅರಿವಾಗುತ್ತಿದೆ ಹಾಗೂ ಅವನು ಅದನ್ನು ಸರಿಯಾಗಿ ಹಿಡಿದುಕೊಳ್ಳುತ್ತಾನೆ.

-ತುಂಬ ಜಾಗರೂಕನಾಗಿರು-

ಸ್ನೇಪ್

ಅವನು ಸುರಕ್ಷಿತವಾದವನು. ರಾನ್.

ರಾನ್ ಹರ್ಮಿಯಾನ್ ಅನ್ನು ನೋಡುತ್ತಾನೆ, ಅವಳು ತಲೆಯಲ್ಲಾಡಿಸುತ್ತಾಳೆ.

ರಾನ್

ಅದಕ್ಕಾಗಿ ಡಂಬಲ್‌ಡೋರ್‌ಗೆ ಧನ್ಯವಾದಗಳು.

ಆಕ್ಟ್ ಮೂರು ದೃಶ್ಯ ಏಳು

ಅಭಿಯಾನದ ಕೊಠಡಿ

ಹರ್ಮಿಯಾನ್ ಕುಳಿತು ಟೈಮ್ ಟರ್ನರ್ ಅನ್ನು ಅಭ್ಯಸಿಸುತ್ತಿದ್ದಾಳೆ ಹಾಗೂ ರಾನ್ ಇದೆಲ್ಲವನ್ನೂ ಜೀರ್ಣಿಸಿಕೊಳ್ಳಲು ಪ್ರಯತ್ನಿಸುತ್ತಿದ್ದಾನೆ

ರಾನ್

ಸಂಪೂರ್ಣ ಚರಿತ್ರೆ ನೆವಿಲ್ ಲಾಂಗ್‌ಬಾಟಮ್ ಅನ್ನು ಅವಲಂಬಿಸಿದೆ... ಎಂದು ನೀನು ನನಗೆ ಹೇಳುತ್ತಿದ್ದೀಯಾ? ಇದು ತುಂಬ ವಿಚಿತ್ರವಾಗಿದೆ.

ಹರ್ಮಿಯಾನ್

ಅದು ನಿಜ, ರಾನ್.

ರಾನ್

ಸರಿ. ಆದರೆ ನಿನಗೇಕೆ ಖಚಿತತೆಯಿದೆಯೆಂದರೆ...

ಹರ್ಮಿಯಾನ್

ಅವನಿಗೆ ಸ್ನೇಪ್ ಬಗ್ಗೆ ತಿಳಿದಿರುವುದು - ನಮ್ಮೆಲ್ಲರ ಬಗ್ಗೆ ತಿಳಿದಿರುವುದು - ಅದೆಲ್ಲವೂ ಬೇರೆ ರೀತಿಯಲ್ಲಿ ಸಾಧ್ಯವೇ ಇರಲಿಲ್ಲ ...

ರಾನ್

ಬಹುಶಃ ಅವನು ತುಂಬಾ ಚೆನ್ನಾಗಿ ಊಹಿಸುತ್ತಾನೆ?

ಸ್ಕಾರ್ಪಿಯಸ್

ಇಲ್ಲ. ನೀವು ನನಗೆ ಸಹಾಯ ಮಾಡಬಹುದೇ?

ರಾನ್

ಕೇವಲ ನಾವು ಮಾತ್ರ ನಿನಗೆ ಸಹಾಯ ಮಾಡಬಹುದು. ಡಂಬಲ್‌ಡೋರ್‌ನ ಸೈನ್ಯವು ಅದರ ಉಚ್ಛ್ರಾಯ ಕಾಲದಲ್ಲಿ ಇದ್ದುದಕ್ಕಿಂತ ಗಣನೀಯವಾಗಿ ಕುಸಿದಿದೆ, ನಿಜ ಹೇಳಬೇಕೆಂದರೆ -

ಅವನು ಒಂದು ಕ್ಷಣ ತಡೆಯುತ್ತಾನೆ, ಇದು ಅವನಿಗೆ ನೋವುಂಟು ಮಾಡುತ್ತಿದೆ.

- ನಾವಿಷ್ಟೇ ಜನರು ಉಳಿದಿದ್ದೇವೆ, ಆದರೆ ನಾವು ಇನ್ನೂ ಹೋರಾಡುತ್ತಿದ್ದೇವೆ. ಈಗಲೂ. ಎಲ್ಲರಿಗೂ ಕಾಣುವ ಹಾಗೆ. ಅವರ ಮೂಗಿನ ಕೂದಲುಗಳಿಗೆ ಕಚಗುಳಿಯಿಡಲು ನಮ್ಮ ಕೈಲಿ ಸಾಧ್ಯವಾದದ್ದನ್ನೆಲ್ಲ ಮಾಡುತ್ತಿದ್ದೇವೆ. ಗ್ರ್ಯಾಂಗರ್ ಒಬ್ಬ ಬೇಕಾಗಿರುವ ಮಹಿಳೆಯಾಗಿದ್ದಾಳೆ. ನಾನೊಬ್ಬ ಬೇಕಾಗಿರುವ ಗಂಡು.

ಸ್ನೇಪ್ (ತಣ್ಣಗೆ)

ಕಡಿಮೆ ಬೇಕಾಗಿರುವ.

ಹರ್ಮಿಯಾನ್

ಸ್ಪಷ್ಟವಾಗಿರಲು: ಈ ಜಗತ್ತಿನಲ್ಲಿ ... ನೀನು ಅಡ್ಡಿ ಮಾಡುವ ಮೊದಲು?

ಸ್ಕಾರ್ಪಿಯಸ್

ವಾಲ್ಡೆರ್‌ಮಾರ್ಟ್ ಸತ್ತಿದ್ದಾನೆ. ಹಾಗ್‌ವಾರ್ಟ್ಸ್ ನ ಯುದ್ಧದಲ್ಲಿ ಕೊಲ್ಲಲ್ಪಟ್ಟಿದ್ದಾನೆ. ಹ್ಯಾರಿ ಇಂದ್ರಜಾಲದ ಕಾನೂನು ಜಾರಿಗೊಳಿಸುವಿಕೆಯ ಮುಖ್ಯಸ್ಥ. ನೀನು ಇಂದ್ರಜಾಲದ ಮಂತ್ರಿ.

ಹರ್ಮಿಯಾನ್ ನಿಲ್ಲುತ್ತಾಳೆ, ಅವಳಿಗೆ ಇದರಿಂದ ಆಶ್ಚರ್ಯವಾಗಿದೆ ಹಾಗೂ ಅವಳು ನಗುತ್ತ ನೋಡುತ್ತಿದ್ದಾಳೆ.

ಹರ್ಮಿಯಾನ್

ನಾನು ಇಂದ್ರಜಾಲದ ಮಂತ್ರಿಯೇ?

ರಾನ್ (ತಮಾಷೆಯಾಗಿ)

ಅದ್ಭುತ. ನಾನೇನು ಮಾಡುತ್ತೇನೆ?

ಸ್ಕಾರ್ಪಿಯಸ್

ನೀನು ವೀಸ್ಲಿಯ ವಿಜಾರ್ಡ್ ವೀಜ್‌ಗಳನ್ನು ನಡೆಸುತ್ತಿದ್ದೀಯಾ.

ರಾನ್ ಮುಖ ಸಣ್ಣದಾಗುತ್ತದೆ.

ರಾನ್

ಸರಿ, ಅವಳು ಇಂದ್ರಜಾಲದ ಮಂತ್ರಿ, ಮತ್ತೆ ನಾನು - ಜೋಕ್ ಶಾಪ್ ನಡೆಸುತ್ತೇನೆಯೇ?

ಸ್ಕಾರ್ಪಿಯಸ್ ರಾನ್‌ನ ಬಾಡಿದ ಮುಖವನ್ನು ನೋಡುತ್ತಾನೆ.

ಸ್ಕಾರ್ಪಿಯಸ್

ನೀನು ಬಹುತೇಕವಾಗಿ ನಿನ್ನ ಮಕ್ಕಳನ್ನು ಬೆಳೆಸುವುದರ ಮೇಲೆ ಗಮನ ಹರಿಸುತ್ತಿದ್ದೀಯಾ.

ರಾನ್

ಅದ್ಭುತ. ಅವರ ತಾಯಿಯಾದರೂ ನೋಡಲು ಚೆನ್ನಾಗಿದ್ದಾಳೆ ಎಂದು ನಾನು ಅಂದುಕೊಳ್ಳುತ್ತೇನೆ.

ಸ್ಕಾರ್ಪಿಯಸ್ (ನಾಚುತ್ತ)

ಇದು ನೀನೇನು ಯೋಚಿಸುತ್ತೀಯಾ ಎನ್ನುವುದನ್ನು ಅವಲಂಬಿಸಿದೆ... ವಿಷಯ ಏನೆಂದರೆ ನೀವಿಬ್ಬರೂ ಮಕ್ಕಳನ್ನು ಹೊಂದುತ್ತೀರಿ - ಒಟ್ಟಾಗಿ. ಒಬ್ಬಳು ಮಗಳು ಹಾಗೂ ಮಗ.

ಇಬ್ಬರೂ ಆಶ್ಚರ್ಯದಿಂದ ನೋಡುತ್ತಿದ್ದಾರೆ.

ಮದುವೆಯಾಗಿದೆ. ಪ್ರೀತಿಯಲ್ಲಿ. ಎಲ್ಲವೂ. ನೀನು ಇನ್ನೊಂದು ಬಾರಿಯೂ ನನ್ನನ್ನು ಆಶ್ಚರ್ಯಪಡಿಸಿದೆ. ನೀನು ಮಾಟಮಂತ್ರಗಳ ಶಿಕ್ಷಕರ ವಿರುದ್ಧ ರಕ್ಷಣೆಯಾಗಿದ್ದಾಗ ಹಾಗೂ ರಾನ್ ಪದ್ಮಾಳನ್ನು ಮದುವೆಯಾಗಿದ್ದಾಗ. ನಿನಗೆ ಯಾವತ್ತೂ ಅದರಿಂದ ಆಶ್ಚರ್ಯವಾಗುತ್ತದೆ.

ಹರ್ಮಿಯಾನ್ ಹಾಗೂ ರಾನ್ ಇಬ್ಬರೂ ಒಬ್ಬರನ್ನೊಬ್ಬರು ನೋಡುತ್ತಾರೆ ಹಾಗೂ ನಂತರ ಬೇರೆ ಬೇರೆ ಕಡೆ ನೋಡುತ್ತಾರೆ. ನಂತರ ರಾನ್ ಮತ್ತೆ ನೋಡುತ್ತಾನೆ. ಅವನು ಪದೇ ಪದೇ ತನ್ನ ಗಂಟಲು ಸರಿಮಾಡಿಕೊಳ್ಳುತ್ತಾನೆ. ಪ್ರತಿ ಬಾರಿಯೂ ಅವನ ಮುಖದಲ್ಲಿ ಕಡಿಮೆ ದೃಢತೆಯಿದೆ.

ಹರ್ಮಿಯಾನ್

ನೀನು ನನ್ನನ್ನು ನೋಡುವಾಗ ನಿನ್ನ ಬಾಯಿ ಮುಚ್ಚಿಕೋ, ವೀಸ್ಲಿ.

ರಾನ್ ಹಾಗೇ ಮಾಡುತ್ತಾನೆ. ಆದರೆ ಅವನು ಈಗಲೂ ಆಶ್ಚರ್ಯದಲ್ಲಿದ್ದಾನೆ.

ಮತ್ತೆ - ಸ್ನೇಪ್? ಸ್ನೇಪ್ ಇನ್ನೊಂದು ಜಗತ್ತಿನಲ್ಲಿ ಏನು ಮಾಡುತ್ತಾನೆ?

ಸ್ನೇಪ್

ಬಹುಶಃ ನಾನು ಸತ್ತು ಹೋಗಿದ್ದೇನೆ.

ಅವನು ಸ್ಕಾರ್ಪಿಯಸ್‌ನನ್ನು ನೋಡುತ್ತಾನೆ ಹಾಗೂ ಅವನು ಸತ್ಯವನ್ನು ಮರೆಮಾಚಲು ತುಂಬಾ ಪ್ರಯತ್ನ ಮಾಡುತ್ತಿದ್ದಾನೆ ಆದರೆ ಅದನ್ನು ಪ್ರತಿಫಲಿಸುವುದು ಅವನಿಗೆ ತಡೆಯಲು ಸಾಧ್ಯವಾಗುತ್ತಿಲ್ಲ. ಸ್ನೇಪ್ ಸಣ್ಣಗೆ ನಗುತ್ತಾನೆ.

ನನ್ನನ್ನು ನೋಡಿ ನಿನಗೆ ಬಹಳವೇ ಆಶ್ಚರ್ಯವಾಗಿತ್ತು. ಹೇಗೆ?

ಸ್ಕಾರ್ಪಿಯಸ್

ಧೈರ್ಯದಿಂದ.

ಸ್ನೇಪ್

ಯಾರು?

ಸ್ಕಾರ್ಪಿಯಸ್

ವಾಲ್ಡೆರ್‌ಮಾರ್ಟ್.

ಸ್ನೇಪ್

ಎಷ್ಟು ಕಿರಿಕಿರಿಯ ವಿಚಾರ.

ಸ್ನೇಪ್ ಇದನ್ನು ಅರಗಿಸಿಕೊಳ್ಳುತ್ತಿದ್ದ ಹಾಗೆ ಅಲ್ಲೊಂದು ಮೌನವಿದೆ.

ಆದರೂ ಮಾಟದ ಮಾಂತ್ರಿಕನಿಂದ ಕೊಲ್ಲಲ್ಪಡುವುದರಲ್ಲಿ ವೈಭವವಿದೆ ಎಂದು ನಾನು ಅಂದುಕೊಳ್ಳುತ್ತೇನೆ.

ಹರ್ಮಿಯಾನ್

ಕ್ಷಮಿಸು ಸೆವೆರಸ್.

ಸ್ನೇಪ್ ಅವಳನ್ನು ನೋಡುತ್ತಾನೆ ಹಾಗೂ ನೋವನ್ನು ನುಂಗಿಕೊಳ್ಳುತ್ತಾನೆ. ಅವನು ತನ್ನ ತಲೆ ಅಲ್ಲಾಡಿಸಿ ರಾನ್‌ಗೆ ಸೂಚನೆ ನೀಡುತ್ತಾನೆ.

ಸ್ನೇಪ್

ಕಡೇ ಪಕ್ಷ ನನ್ನ ಮದುವೆ ಅವನ ಜೊತೆ ಆಗಿಲ್ಲ.

ಹರ್ಮಿಯಾನ್

ನೀನು ಯಾವ ಮಂತ್ರಗಳನ್ನು ಬಳಸಿದೆ?

ಸ್ಕಾರ್ಪಿಯಸ್

ಎಕ್ಸ್ ಪೆಲಿಯಾರ್ಮಸ್ ಮೊದಲನೇ ಸವಾಲು ಹಾಗೂ ಎಂಗಾರ್ಜಿಯೋ ಎರಡನೆಯದು.

ರಾನ್

ಅವೆರಡನ್ನೂ ಸರಳವಾದ ಶೀಲ್ಡ್ ಮಂತ್ರಗಳು ಸರಿಪಡಿಸುತ್ತವೆ.

ಸ್ನೇಪ್

ಹಾಗೂ ನಂತರ ನೀನು ಹೊರಟು ಹೋದೆಯಾ?

ಸ್ಕಾರ್ಪಿಯಸ್

ಟೈಮ್-ಟರ್ನರ್ ನಮ್ಮನ್ನು ಮತ್ತೆ ಕರೆದುಕೊಂಡು ಹೋಯಿತು, ಹೌದು. ಇದೇ ವಿಷಯ - ಈ ಟೈಮ್-ಟರ್ನರ್‌ನಿಂದ ನಿನಗೆ ಭೂತಕಾಲದಲ್ಲಿ ಕೇವಲ ಐದು ನಿಮಿಷಗಳು ಮಾತ್ರ ಸಿಗುತ್ತವೆ.

ಹರ್ಮಿಯಾನ್

ಈಗಲೂ ನೀನು ಕೇವಲ ಕಾಲದಲ್ಲಿ ಮಾತ್ರ ಪ್ರಯಾಣಿಸಬಹುದೇ ಸ್ಥಳದಲ್ಲಲ್ಲವೇ?

ಸ್ಕಾರ್ಪಿಯಸ್

ಹೌದು, ಹೌದು, ಅದು - ಓಹ್ ನೀವು ನಿಂತುಕೊಂಡಿರುವ ಅದೇ ಸ್ಥಳಕ್ಕೆ ನೀವು ಮತ್ತೆ ಪ್ರಯಾಣಿಸುತ್ತೀರಿ

ಹರ್ಮಿಯಾನ್

ಆಸಕ್ತಿದಾಯಕವಾಗಿದೆ.

ಸ್ನೇಪ್ ಹಾಗೂ ಹರ್ಮಿಯಾನ್ ಇಬ್ಬರಿಗೂ ಇದರ ಅರ್ಥವೇನೆಂದು ಗೊತ್ತು.

ಸ್ನೇಪ್

ಹಾಗಾದರೆ ಅದು ಕೇವಲ ನಾನು ಮತ್ತೆ ಈ ಹುಡುಗ.

ಹರ್ಮಿಯಾನ್

ಬೇಜಾರಾಗಬೇಡ ಸ್ನೇಪ್ ಆದರೆ ನಾನು ಇದರಲ್ಲಿ ಯಾರ ಮೇಲೂ ನಂಬಿಕೆ ಇಡುತ್ತಿಲ್ಲ ... ಇದು ತುಂಬಾ ಮುಖ್ಯವಾಗಿದೆ.

ಸ್ನೇಪ್

ಹರ್ಮಿಯಾನ್, ನೀನು ಮಾಂತ್ರಿಕ ಜಗತ್ತಿನಲ್ಲಿ ಎಲ್ಲರಿಗಿಂತ ಹೆಚ್ಚು ಬೇಕಾಗಿರುವ ಮಾಟಗಾತಿ. ಇದನ್ನು ಮಾಡಲು ನೀನು ಹೊರಗಡೆ ಹೋಗಬೇಕು. ನೀನು ಕೊನೆಯ ಬಾರಿ ಹೊರಗಡೆ ಹೋಗಿದ್ದು ಯಾವಾಗ?

ಹರ್ಮಿಯಾನ್

ಬಹಳ ದಿನವಲ್ಲದಿದ್ದರೂ

ಸ್ನೇಪ್

ನೀನು ಹೊರಗಡೆ ಕಂಡುಬಂದಲ್ಲಿ ಡಿಮೆಂಟರ್‌ಗಳು ನಿನಗೆ ಮುತ್ತಿಡುತ್ತಾರೆ - ಅವರು ನಿನ್ನ ಆತ್ಮವನ್ನು ಹೀರಿಕೊಳ್ಳುತ್ತಾರೆ...

ಹರ್ಮಿಯಾನ್

ಸವೆರಸ್ ನನಗೆ ತುಣುಕುಗಳ ಮೇಲೆ ಬದುಕಿ ಸಾಕಾಗಿ ಹೋಗಿದೆ. ಕ್ರಾಂತಿ ಮಾಡುವ ವಿಫಲ ಪ್ರಯತ್ನಗಳನ್ನು ಮಾಡಿ ಸಾಕಾಗಿದೆ. ಇದು ಜಗತ್ತನ್ನು ಸರಿಪಡಿಸಲು ನಮ್ಮ ಕೊನೆಯ ಅವಕಾಶ.

ಅವಳು ರಾನ್ ಕಡೆ ನೋಡಿ ತಲೆಯಲ್ಲಾಡಿಸುತ್ತಾಳೆ.. ಅವನು ಒಂದು ನಕ್ಷೆಯನ್ನು ತೆಗೆಯುತ್ತಾನೆ.

ಪಂದ್ಯಾವಳಿಯ ಮೊದಲ ಸವಾಲು ನಿರ್ಬಂಧಿತ ಅರಣ್ಯದ ತುದಿಯಲ್ಲಿ ನಡೆಯಿತು. ನಾವಿಲ್ಲಿ ಕಾಲವನ್ನು ತಿರುಗಿಸುತ್ತಿದ್ದೇವೆ, ಪಂದ್ಯಾವಳಿಗೆ ಹೋಗುತ್ತೇವೆ - ಮಂತ್ರವನ್ನು ತಡೆದು ನಂತರ ಸುರಕ್ಷಿತವಾಗಿ ಬರುತ್ತೇವೆ. ನಿಖರತೆಯಿಂದಿಗೆ - ಇದನ್ನು ಮಾಡಬಹುದು ಹಾಗೂ ಇದಕ್ಕಾಗಿ ನಾವು ನಮ್ಮ ಮುಖಗಳನ್ನು ಕಾಲದ ಹೊರಗೆ ತೋರಿಸಬೇಕೆಂದಿಲ್ಲ. ನಂತರ ನಾವು ಮತ್ತೆ ಸಮಯವನ್ನು ತಿರುಗಿಸುತ್ತೇವೆ, ಕೆರೆಗೆ ಬರುತ್ತೇವೆ, ಹಾಗೂ ಎರಡನೆಯ ಸವಾಲನ್ನು ತಿರುಗಿಸುತ್ತೇವೆ.

ಸ್ನೇಪ್

ನೀನು ಎಲ್ಲವನ್ನೂ ಅಪಾಯಕ್ಕೊಡ್ಡುತ್ತಿದ್ದೀಯಾ-

ಹರ್ಮಿಯಾನ್

ನಾವಿದನ್ನು ಸರಿಯಾಗಿ ಮಾಡಿದರೆ ಹ್ಯಾರಿ ಬದುಕುತ್ತಾನೆ ವಾಲ್ಡೆರ್‌ಮಾರ್ಟ್ ಸಾಯುತ್ತಾನೆ ಹಾಗೂ ಆಗುರೆ ಹೋಗುತ್ತದೆ. ಅದಕ್ಕಾಗಿ ಯಾವುದೂ

ದೊಡ್ಡ ಅಪಾಯವಲ್ಲ. ಆದರೆ ಇದರಿಂದ ನಿನಗೆ ಏನಾಗುತ್ತದೆ ಎನ್ನುವುದರ ಬಗ್ಗೆ ನಾನು ಕ್ಷಮೆ ಕೇಳುತ್ತೇನೆ.

ಸ್ನೇಪ್

ಕೆಲವೊಮ್ಮೆ ವೆಚ್ಚಗಳನ್ನು ಮಾಡುವುದೇ ಭರಿಸಲೆಂದಾಗಿರುತ್ತದೆ.

ಇಬ್ಬರೂ ಒಬ್ಬರನ್ನೊಬ್ಬರು ನೋಡುತ್ತಾರೆ. ಸ್ನೇಪ್ ತಲೆಯಲ್ಲಾಡಿಸುತ್ತಾನೆ, ಹರ್ಮಿಯಾನ್ ಅವನನ್ನು ನೋಡಿ ತಲೆಯಲ್ಲಾಡಿಸುತ್ತಾಳೆ, ಸ್ನೇಪ್ ಮುಖ ಸ್ವಲ್ಪ ಬಾಡುತ್ತದೆ.

ನಾನು ಈಗ ತಾನೇ ಡಂಬಲ್‌ಡೋರ್ ಬಗ್ಗೆ ಮಾತಾಡಿದೆನೇ?

ಹರ್ಮಿಯಾನ್ (ನಗುತ್ತ)

ಅದು ಶುದ್ಧವಾದ ಸೆವೆರಸ್ ಸ್ನೇಪ್ ಎಂದು ನನಗೆ ಖಚಿತತೆಯಿದೆ.

ಅವಳು ಸ್ಕಾರ್ಪಿಯಸ್ ಕಡೆ ತಿರುಗುತ್ತಾಳೆ, ಅವಳು ಟೈಮ್-ಟರ್ನರ್ ಅನ್ನು ತೋರಿಸುತ್ತಾಳೆ.

ಮಾಲ್‌ಫಾಯ್

ಸ್ಕಾರ್ಪಿಯಸ್ ಅವಳಿಗೆ ಟೈಮ್ ಟರ್ನರ್ ಅನ್ನು ತೋರಿಸುತ್ತಾನೆ. ಅವಳು ಅದನ್ನು ನೋಡಿ ನಗುತ್ತಿದ್ದಾಳೆ. ಅವಳಿಗೆ ಟೈಮ್ ಟರ್ನರ್ ಅನ್ನು ಮತ್ತೆ ನೋಡಿ ಸಂತೋಷವಾಗಿದೆ. ಅದನ್ನು ಬಳಸಲು ಸಂತೋಷವಾಗಿದೆ.

ಇದು ಕೆಲಸ ಮಾಡುತ್ತದೆಂದು ಆಶಿಸೋಣ.

ಅವಳು ಟೈಮ್ ಟರ್ನರ್ ಅನ್ನು ತೆಗೆದುಕೊಳ್ಳುತ್ತಾಳೆ, ಅದು ಕಂಪಿಸಲು ಪ್ರಾರಂಭವಾಗುತ್ತದೆ ಹಾಗೂ ನಂತರ ಅದು ಜೋರಾಗಿ ಚಲಿಸುತ್ತಿದೆ.

ನಂತರ ಅದೊಂದು ದೊಡ್ಡ ಬೆಳಕಿದೆ ಒಂದು ದೊಡ್ಡ ಶಬ್ದವಿದೆ ಹಾಗೂ ಸಮಯ ನಿಲ್ಲುತ್ತದೆ.

ಸ್ವಲ್ಪ ವಿಚಾರ ಮಾಡುತ್ತದೆ ಹಿಮ್ಮುಖವಾಗಿ ಚಲಿಸಲು ಪ್ರಾರಂಭಿಸುತ್ತದೆ.

ಮೊದಲು ನಿಧಾನವಾಗಿ ನಂತರ ಅದು ಜೋರಾಗಿ ಚಲಿಸುತ್ತಿದೆ ಹಾಗೂ ನಮ್ಮ ಹುಡುಗರು ಕಾಣೆಯಾಗಿದ್ದಾರೆ.

ಆಕ್ಟ್ ಮೂರು ದೃಶ್ಯ ಎಂಟು

ನಿರ್ಬಂಧಿತ ಅರಣ್ಯದ ತುದಿ, 1994

ಭಾಗ ಒಂದರ ದೃಶ್ಯವು ಮತ್ತೆ ಬರುತ್ತಿದೆ ಆದರೆ ಇದು ವೇದಿಕೆಯ ಮುಂಭಾಗದಲ್ಲಲ್ಲದೇ ಹಿಂಭಾಗದಲ್ಲಿ ನಡೆಯುತ್ತಿದೆ. ಆಲ್ಬಸ್ ಹಾಗೂ ಸ್ಕಾರ್ಪಿಯಸ್ ಅವರ ಡರ್ಮ್‌ಸ್ಟ್ರಾಂಗ್ ನಿಲುವಂಗಿಗಳಲ್ಲಿದ್ದಾರೆ ಹಾಗೂ ನಮಗೆ ಅದ್ಭುತ (ಮತ್ತೆ ಅವನ ಶಬ್ದಗಳು) ಲ್ಯೂಡೋ ಬಾಗ್ಮನ್ *ಎನ್ನುವ ಮಾತು ಕೇಳುತ್ತಿದೆ.*

ಸ್ಕಾರ್ಪಿಯಸ್, ಹರ್ಮಿಯಾನ್, ರಾನ್ *ಹಾಗೂ* ಸ್ನೇಪ್ *ಕಾತರದಿಂದ ನೋಡುತ್ತಿದ್ದಾರೆ.*

ಲ್ಯೂಡೋ ಬಾಗ್ಮನ್

ಹಾಗೂ ಸೆಡ್ರಿಕ್ ವೇದಿಕೆಯ ಮೇಲೆ ಬಂದಿದ್ದಾನೆ. ಅವನು ಸಿದ್ಧವಾಗಿರುವಂತೆ ಕಾಣುತ್ತಿದೆ ಅವನು ಹೆದರಿದ್ದರೂ ಸಿದ್ಧವಾಗಿದ್ದಾನೆ. ಅವನು ಈ ಕಡೆ ತಪ್ಪಿಸಿಕೊಂಡು ಬರುತ್ತಾನೆ ಅವನು ಆಕಡೆ ತಪ್ಪಿಸಿಕೊಂಡು ಹೋಗುತ್ತಾನೆ. ಅವನು ತಪ್ಪಿಸಿಕೊಳ್ಳಲು ಪ್ರಯತ್ನಿಸುತ್ತಿದ್ದ ಹಾಗೆ ಹುಡುಗಿಯರು ಅವನನ್ನು ಮೆಚ್ಚುಗೆಯಿಂದ ನೋಡುತ್ತಿದ್ದಾರೆ. ಅವರು ಒಟ್ಟಾಗಿ ಕೂಗುತ್ತಿದ್ದಾರೆ. ಸೆಡ್ರಿಕ್‌ಗೆ ಹಾನಿ ಮಾಡಬೇಡ ಮಿಸ್ಟರ್ ಡ್ರಾಗನ್. ಹಾಗೂ ಸೆಡ್ರಿಕ್ ಎಡಕ್ಕೆ ಹಾಗೂ ಬಲಕ್ಕೆ ಹಾರಿ ತಪ್ಪಿಸಿಕೊಳ್ಳುತ್ತಿದ್ದಾರೆ. ಅವನು ತನ್ನ ಮಂತ್ರದಂಡವನ್ನು ಸಿದ್ಧಗೊಳಿಸುತ್ತಿದ್ದಾನೆ.

ಸ್ನೇಪ್

ಇದು ಬಹಳ ಸಮಯ ತೆಗೆದುಕೊಳ್ಳುತ್ತಿದೆ. ಟೈಮ್ ಟರ್ನರ್ ತಿರುಗುತ್ತಿದೆ.

ಲ್ಯೂಡೋ ಬಾಗ್ಮನ್

ಈ ಯುವ ಧೈರ್ಯಶಾಲಿ ಸುಂದರವಾದ ಯುವಕ ಈಗೇನು ಮಾಡುತ್ತಾನೆ?

ಆಲ್ಬಸ್ *ಸೆಡ್ರಿಕ್‌ನ ಮಂತ್ರದಂಡವನ್ನು ತೆಗೆದುಕೊಳ್ಳಲು ಪ್ರಯತ್ನಿಸುತ್ತಿದ್ದ ಹಾಗೆ* ಹರ್ಮಿಯಾನ್ *ಅವನ ಮಂತ್ರವನ್ನು*

ತಡೆಯುತ್ತಾಳೆ. ಆಲ್ಬಸ್ ತನ್ನ ಮಂತ್ರದಂಡವನ್ನು ಆಶ್ಚರ್ಯದಿಂದ ನೋಡುತ್ತಿದ್ದಾನೆ. ಅದು ಏಕೆ ಕೆಲಸ ಮಾಡುತ್ತಿಲ್ಲ ಎಂದು ಅವನಿಗೆ ಅರ್ಥವಾಗುತ್ತಿಲ್ಲ.

ಹಾಗೂ ನಂತರ ಟೈಮ್ ಟರ್ನರ್ ತಿರುಗುತ್ತಿದೆ ಹಾಗೂ ಅವರು ಅದರಲ್ಲಿ ಎಳೆದುಕೊಂಡ ಹಾಗೆ ಅವರು ಅದನ್ನು ಗಾಬರಿಯಿಂದ ನೋಡುತ್ತಿದ್ದಾರೆ.

ಒಂದು ನಾಯಿ. ಅವರು ಒಂದು ಕಲ್ಲನ್ನು ನಾಯಿಯಾಗಿ ಪರಿವರ್ತಿಸಿದ್ದಾರೆ. ನಾಯಿ ಡಿಜಿಟಿ ಸೆಡ್ರಿಕ್ ಡಿಗಾರಿ. ನೀವೊಬ್ಬ ಡಾಗಿ ಡೈನಮೋ.

ಆಕ್ಟ್ ಮೂರು ದೃಶ್ಯ ಒಂಬತ್ತು

ನಿರ್ಬಂಧಿತ ಅರಣ್ಯದ ತುದಿ

ಅವರು ಕಾಲದಿಂದ ಮರಳಿದ್ದಾರೆ ಹಾಗೂ ನಿರ್ಬಂಧಿತ ಅರಣ್ಯದ ಅಂಚಿನಲ್ಲಿದ್ದಾರೆ. ರಾನ್ ತುಂಬಾ ನೋವಿನಲ್ಲಿದ್ದಾನೆ. ಸ್ನೇಪ್ ಸುತ್ತಲೂ ನೋಡುತ್ತಾನೆ ಹಾಗೂ ತಾವು ಇರುವ ಅಸ್ತವ್ಯಸ್ತತೆ ಅವನಿಗೆ ತಿಳಿಯುತ್ತದೆ.

ರಾನ್

ಆವ್. ಆವ್. ಆವ್

ಹರ್ಮಿಯಾನ್

ರಾನ್. ರಾನ್. ಅದು ನಿನಗೇನು ಮಾಡಿದೆ?

ಸ್ನೇಪ್

ಇಲ್ಲ. ನನಗೆ ಗೊತ್ತಿತ್ತು.

ಸ್ಕಾರ್ಪಿಯಸ್

ಟೈಮ್ ಟರ್ನರ್ ಆಲ್ಬಸ್‌ಗೆ ಕೂಡ ಏನೋ ಮಾಡಿತ್ತು. ನಾವು ಮೊದಲ ಬಾರಿ ವಾಪಸ್ ಹೋದಾಗ.

ರಾನ್

ನಮಗೆ ಹೇಳಲು ತುಂಬಾ ಸರಿಯಾದ ಕಾಲ.

ಸ್ನೇಪ್

ನಾವು ನೆಲದ ಮೇಲಿದ್ದೇವೆ. ನಾವು ಚಲಿಸಬೇಕು. ಈಗ.

ಹರ್ಮಿಯಾನ್

ರಾನ್, ನೀನು ಈಗಲೂ ನಡೆಯಬಹುದು, ಬಾ...

ರಾನ್ ನೋವಿನಿಂದ ಕೂಗುತ್ತಾ ಮೇಲಕ್ಕೇಳುತ್ತಾನೆ. ಸ್ನೇಪ್ ತನ್ನ ಮಂತ್ರದಂಡವನ್ನು ಮೇಲಕ್ಕೆತ್ತುತ್ತಾನೆ.

ಸ್ಕಾರ್ಪಿಯಸ್

ಅದು ಕೆಲಸ ಮಾಡಿತೇ?

ಹರ್ಮಿಯಾನ್

ನಾವು ಮಂತ್ರವನ್ನು ತಡೆಗಟ್ಟಿದೆವು. ಸೆಡ್ರಿಕ್ ಅವನ ಮಂತ್ರದಂಡವನ್ನು ಇಟ್ಟುಕೊಂಡ. ಹೌದು ಅದು ಕೆಲಸ ಮಾಡಿತು.

ಸ್ನೇಪ್

ಆದರೆ ನಾವು ತಪ್ಪಾದ ಜಾಗಕ್ಕೆ ಬಂದಿದ್ದೇವೆ. ನಾವು ಹೊರಗಿದ್ದೇವೆ. ನಾವೆಲ್ಲರೂ ಹೊರಗಿದ್ದೇವೆ.

ರಾನ್

ನಾವು ಟೈಮ್ ಟರ್ನರ್ ಅನ್ನು ಮತ್ತೆ ಬಳಸಬೇಕು - ಇಲ್ಲಿಂದ ಹೊರಗಡೆ ಹೋಗಬೇಕು -

ಸ್ನೇಪ್

ನಾವು ಉಳಿಯಲು ಜಾಗ ಹುಡುಕಬೇಕು. ನಮ್ಮನ್ನು ಎಲ್ಲರೂ ನೋಡಿದ್ದಾರೆ.

ಇದ್ದಕ್ಕಿದ್ದಂತೆ ಆಡಿಟೋರಿಯಂನಲ್ಲಿ ಒಂದು ತಣ್ಣಗಿನ ಗಾಳಿ ಉಸಿರಾಡುವ ಧ್ವನಿ ಕೇಳುತ್ತಿದೆ ಜನರ ಸುತ್ತಲೂ ಕೆಲವು ಕಪ್ಪಾದ ನಿಲುವಂಗಿಗಳು ಮೇಲಕ್ಕೇಳುತ್ತಿವೆ. ಕಪ್ಪು ಆಕಾರಗಳಾಗುತ್ತಿರುವ ಕಪ್ಪು ನಿಲುವಂಗಿಗಳು ಅವುಗಳು ಡಿಮೆಂಟರ್‌ಗಳಾಗುತ್ತಿವೆ.

ಹರ್ಮಿಯಾನ್

ಬಹಳ ತಡವಾಗಿದೆ.

ಸ್ನೇಪ್

ಇದು ದುರಂತ.

ಹರ್ಮಿಯಾನ್ (*ಅವಳಿಗೆ ತಾನೇನು ಮಾಡಬೇಕೆಂದು ಅರಿವಾಗುತ್ತಿದೆ*)

ಅವರು ನನ್ನ ಹಿಂದೆ ಬಿದ್ದಿದ್ದಾರೆ. ನಿಮ್ಮ ಯಾರ ಹಿಂದೆಯೂ ಅಲ್ಲ. ರಾನ್ ನಾನು ನಿನ್ನನ್ನು ಪ್ರೀತಿಸುತ್ತೇನೆ ಹಾಗೂ ಯಾವಾಗಲೂ ಪ್ರೀತಿಸಿದ್ದೇನೆ. ಆದರೆ ನೀವು ಮೂರು ಜನರೂ ಓಡಿ ಹೋಗಬೇಕು. ಈಗಲೇ. ಹೋಗಿ.

ರಾನ್

ಏನು?

ಸ್ಕಾರ್ಪಿಯಸ್

ಏನು?

ರಾನ್

ನಾವು ಮೊದಲು ಪ್ರೀತಿಯ ಬಗ್ಗೆ ಮಾತನಾಡಬಹುದೇ?

ಹರ್ಮಿಯಾನ್

ಇದು ಈಗಲೂ ವಾಲ್ಡೆರ್‌ಮಾರ್ಟ್‌ನ ಜಗತ್ತು. ಹಾಗೂ ನನಗೆ ಇದು ಸಾಕಾಗಿದೆ. ಮುಂದಿನ ಸವಾಲನ್ನು ಹಿಮ್ಮುಖಗೊಳಿಸಿದಲ್ಲಿ ಅದು ಎಲ್ಲವನ್ನೂ ಬದಲಿಸುತ್ತದೆ.

ಸ್ಕಾರ್ಪಿಯಸ್

ಆದರೆ ಅವರು ನಿನಗೆ ಮುತ್ತು ಕೊಡುತ್ತಾರೆ. ಅವರು ನಿನ್ನ ಆತ್ಮವನ್ನು ಹೀರಿಕೊಳ್ಳುತ್ತಾರೆ.

ಹರ್ಮಿಯಾನ್

ನಂತರ ನೀನು ಭೂತಕಾಲವನ್ನು ಬದಲಾಯಿಸುತ್ತೀಯಾ. ನಂತರ ಅವರು ಹಾಗೆ ಮಾಡುವುದಿಲ್ಲ. ಹೋಗು. ಈಗಲೇ.

ಡೆಮೆಂಟರ್‌ಗಳಿಗೆ ಅವರು ಇರುವುದು ಅರಿವಾಗುತ್ತಿದೆ. ಈಗ ಎಲ್ಲಾ ಕಡೆಗಳಿಂದಲೂ ಕೂಗುತ್ತಿರುವ ಆಕಾರಗಳು ಬರುತ್ತಿವೆ.

ಸ್ನೇಪ್

ಹೋಗಿ! ನಾವು ಹೋಗುತ್ತೇವೆ.

ಅವನು ಸ್ಕಾರ್ಪಿಯಸ್‌ನ ತೋಳನ್ನು ಹಿಡಿದು ಎಳೆಯುತ್ತಾನೆ ಸ್ಕಾರ್ಪಿಯಸ್ ಇಷ್ಟವಿಲ್ಲದಿದ್ದರೂ ಅವನ ಜೊತೆ ಹೋಗುತ್ತಾನೆ ಹರ್ಮಿಯಾನ್ ರಾನ್ ಕಡೆ ನೋಡಿದಾಗ ಅವನು ಇನ್ನೂ ಚಲಿಸುತ್ತಿಲ್ಲ.

ಹರ್ಮಿಯಾನ್

ನೀನೂ ಹೋಗಬೇಕು.

ರಾನ್

ಅವರು ನನ್ನ ಹಿಂದೆಯೂ ಬಿದ್ದಿದ್ದಾರೆ ಹಾಗೂ ನನಗೆ ತುಂಬಾ ನೋವಿದೆ. ಅಲ್ಲದೆ ನಾನು ಇಲ್ಲೇ ಇರುತ್ತೇನೆ. ಏಕ್ಸ್ ಪೆಕ್ಟೋ-

ಅವನು ತನ್ನ ಮಂತ್ರವನ್ನು ಹೇಳಲು ಪ್ರಾರಂಭಿಸುತ್ತಿದ್ದ ಹಾಗೆ ಹರ್ಮಿಯಾನ್ ಅವನ ತೋಳನ್ನು ಹಿಡಿದು ಅವನನ್ನು ನಿಲ್ಲಿಸುತ್ತಾಳೆ.

ಹರ್ಮಿಯಾನ್

ಅವರನ್ನು ಇಲ್ಲೇ ಇಟ್ಟುಕೊಳ್ಳೋಣ ಹಾಗೂ ಆ ಹುಡುಗನಿಗೆ ಸಾಧ್ಯವಾದಷ್ಟೂ ಒಳ್ಳೆಯ ಅವಕಾಶವನ್ನು ಕೊಡೋಣ.

ರಾನ್ ಅವಳನ್ನು ನೋಡುತ್ತಾನೆ ಹಾಗೂ ನಂತರ ದುಃಖದಿಂದ ತಲೆಯಲ್ಲಾಡಿಸುತ್ತಾನೆ.

ಹರ್ಮಿಯಾನ್

ಒಬ್ಬ ಮಗಳು ಹಾಗೂ ಮಗ

ಅವನು ಅವಳನ್ನು ನೋಡಿ ಸೌಮ್ಯವಾಗಿ ನಗುತ್ತಾನೆ ಹಾಗೂ ಅವರ ಪ್ರೀತಿ ನಿಜವಾಗಿದೆ ಹಾಗೂ ಸಂಪೂರ್ಣವಾಗಿದೆ.

ರಾನ್

ಹಾಗೂ ಒಬ್ಬ ಮಗ. ನನಗೆ ಆ ವಿಚಾರ ಕೂಡ ಇಷ್ಟವಾಯಿತು.

ಅವನು ಸುತ್ತಲೂ ನೋಡುತ್ತಾನೆ. ಅವನಿಗೆ ತನ್ನ ಹಣೆಬರಹ ತಿಳಿದಿದೆ.

ನನಗೆ ಭಯವಾಗಿದೆ.

ಹರ್ಮಿಯಾನ್

ನನಗೆ ಮುತ್ತು ಕೊಡು.

ರಾನ್ ಸ್ವಲ್ಪ ಆಲೋಚಿಸಿ ನಂತರ ಮುತ್ತು ಕೊಡುತ್ತಾನೆ. ನಂತರ ಡಿಮೆಂಟರ್‌ಗಳು ಅಲ್ಲಿ ಬರುತ್ತವೆ ಹಾಗೂ ಇಬ್ಬರನ್ನೂ ಬೇರೆ ಮಾಡುತ್ತವೆ. ಅವರನ್ನು ನೆಲಕೆ ಹಿಡಿದು ಒತ್ತಲಾಗುತ್ತದೆ ಹಾಗೂ ನಂತರ ಗಾಳಿಯಲ್ಲಿ ಮೇಲಕ್ಕೆ ಎಳೆಯಲಾಗುತ್ತದೆ. ಅವರ ದೇಹಗಳಿಂದ ಒಂದು ಬಂಗಾರ-ಬಿಳಿ ಬಣ್ಣದ ಪ್ರಭಾವಳಿಯನ್ನು ಎಳೆಯುವುದನ್ನು ನಾವು ನೋಡುತ್ತೇವೆ ಹಾಗೂ ಅವರ ಆತ್ಮಗಳನ್ನು ಅವರಿಂದ ಹೀರಿಕೊಳ್ಳಲಾಗಿದೆ ಹಾಗೂ ಅದು ಭಯ ಹುಟ್ಟಿಸುವಂತಿದೆ, ಸ್ಕಾರ್ಪಿಯಸ್ ಹಾಗೂ ಸ್ನೇಪ್ ವೇದಿಕೆಯ ಹಿಂಭಾಗದಲ್ಲಿ ಮತ್ತೆ ಬರುತ್ತಾರೆ. ಅವರಿಗೆ ಈಗಾಗಲೇ ಏನು ಕಳೆದುಕೊಳ್ಳಲಾಗಿದೆ ಎಂದು ತಿಳಿದಿದೆ.

ಸ್ನೇಪ್

ನೀರಿಗೆ ಹೋಗೋಣ. ನಡೆದುಕೊಂಡು ಹೋಗು. ಓಡಬೇಡ.

ಸ್ನೇಪ್ ಸ್ಕಾರ್ಪಿಯಸ್ ಅನ್ನು ನೋಡುತ್ತಾನೆ

ಶಾಂತವಾಗಿರು ಸ್ಕಾರ್ಪಿಯಸ್. ಅವುಗಳು ಕುರುಡರಾಗಿದ್ದರೂ ಅವುಗಳಿಗೆ ನಿನ್ನ ಭಯ ಅರಿವಾಗುತ್ತದೆ.

ಸ್ಕಾರ್ಪಿಯಸ್

ಅವುಗಳು ಅವರ ಆತ್ಮವನ್ನು ಹೀರಿಕೊಂಡವು.

ಒಂದು ಡಿಮೆಂಟರ್ ಕೆಳಗಡೆ ಬಂದು ಸ್ಕಾರ್ಪಿಯಸ್ ಎದುರು ನಿಲ್ಲುತ್ತದೆ.

ಸ್ನೇಪ್

ಬೇರೇನಾದರೂ ವಿಚಾರಮಾಡು ಸ್ಕಾರ್ಪಿಯಸ್. ನಿನ್ನ ಆಲೋಚನೆಗಳಲ್ಲಿ ಬೇರೇನಾದರೂ ತುಂಬಿಕೋ.

ಆದರೆ ಸ್ಕಾರ್ಪಿಯಸ್‌ಗೆ ತನ್ನ ಆಲೋಚನೆಗಳನ್ನು ತುಂಬಿಕೊಳ್ಳಲು ಸಾಧ್ಯವಾಗುತ್ತಿಲ್ಲ.

ಸ್ಕಾರ್ಪಿಯಸ್

ನನಗೆ ತಣ್ಣಗೆನಿಸುತ್ತಿದೆ. ನನಗೆ ನೋಡಲು ಸಾಧ್ಯವಾಗುತ್ತಿಲ್ಲ, ನನ್ನೊಳಗಡೆ ಮಂಜಿದೆ - ನನ್ನ ಸುತ್ತಲೂ.

ಸ್ನೇಪ್

ನೀನೊಬ್ಬ ರಾಜ, ಹಾಗೂ ನಾನು ಪ್ರೊಫೆಸರ್. ಅವರಿಗೆ ಧಾಳಿ ಮಾಡಲು ಒಳ್ಳೆಯ ಕಾರಣವಿದೆ. ನೀನು ಪ್ರೀತಿಸುವವರ ಬಗ್ಗೆ ಆಲೋಚಿಸು, ನೀನಿದನ್ನು ಏಕೆ ಮಾಡುತ್ತಿದ್ದೀಯಾ ಎಂದು ಆಲೋಚಿಸು.

ಸ್ಕಾರ್ಪಿಯಸ್ (*ಪೂರ್ಣವಾಗಿ ಆಲೋಚಿಸುತ್ತ*)

ನನಗೆ ನನ್ನ ತಾಯಿಯ ಧ್ವನಿ ಕೇಳುತ್ತಿದೆ. ಅವಳಿಗೆ ನನ್ನ ಅವಶ್ಯಕತೆಯಿದೆ - ನನ್ನ - ಸಹಾಯ - ಆದರೆ ನನಗೆ ಸಹಾಯ ಮಾಡಲು ಸಾಧ್ಯವಿಲ್ಲವೆಂದು ಅವಳಿಗೆ ಗೊತ್ತು.

ಸ್ನೇಪ್

ನಾನು ಹೇಳುವುದನ್ನು ಕೇಳು ಸ್ಕಾರ್ಪಿಯಸ್. ಆಲ್ಬಸ್ ಬಗ್ಗೆ ಆಲೋಚಿಸು ನೀನು ನಿನ್ನ ರಾಜ್ಯವನ್ನು ಅಲ್ಬಸ್ ಸಲುವಾಗಿ ಬಿಡುತ್ತಿದ್ದೀಯಾ, ಅಲ್ಲವೇ?

ಸ್ಕಾರ್ಪಿಯಸ್ ಅಸಹಾಯಕನಾಗಿದ್ದಾನೆ. ಡೆಮೆಂಟರ್ ಅವನ ಮನಸ್ಸಿನಲ್ಲಿ ತುಂಬುತ್ತಿರುವ ಆಲೋಚನೆಗಳಿಂದ ಅವನು ಖಿನ್ನನಾಗಿದ್ದಾನೆ ಹಾಗೂ ಅವನನ್ನು ಉಳಿಸಲು ಅವನ ಹೃದಯವನ್ನು ತೆರೆಯಬೇಕೆಂದು ಸ್ನೇಪ್‌ಗೆ ತಿಳಿದಿದೆ.

ಸ್ನೇಪ್

ಒಬ್ಬ ವ್ಯಕ್ತಿ. ಇದಕ್ಕೆ ಬರೀ ಒಬ್ಬ ವ್ಯಕ್ತಿ ಸಾಕು. ನನಗೆ ಲಿಲ್ಲಿಗಾಗಿ ಹ್ಯಾರಿಯನ್ನು ಉಳಿಸಲು ಸಾಧ್ಯವಾಗಲಿಲ್ಲ. ಹೀಗಾಗಿ ನಾನು ನನ್ನೆಲ್ಲ ಸಹಕಾರವನ್ನು ನಾನು ನಂಬಿದ್ದ ಕಾರಣಕ್ಕಾಗಿ ನೀಡುತ್ತಿದ್ದೇನೆ. ಹಾಗೂ ಇದು ಸಾಧ್ಯವಿದೆ - ಈ ಕಡೆ ಬರುತ್ತೆ ಅದನ್ನು ನಾನು ಕೂಡ ನಂಬಲು ಪ್ರಾರಂಭಿಸಿದ್ದೇನೆ.

ಸ್ಕಾರ್ಪಿಯಸ್ ದೃಢ ನಿರ್ಧಾರ ಮಾಡಿ ಡಿಮೆಂಟರ್‌ಗಳಿಂದ ಆ ಕಡೆ ಹೋಗಿದ್ದಾನೆ.

ಸ್ಕಾರ್ಪಿಯಸ್

ಜಗತ್ತು ಬದಲಾಗುತ್ತಿದೆ ಹಾಗೂ ನಾವು ಅದರ ಜೊತೆ ಬದಲಾಗುತ್ತೇವೆ. ನಾನು ಇದೇ ಜಗತ್ತಿನಲ್ಲಿಯೇ ಚೆನ್ನಾಗಿರುತ್ತೇನೆ... ಆದರೆ ಜಗತ್ತು ಉತ್ತಮವಾಗಿಲ್ಲ ಹಾಗೂ ನನಗೆ ಅದು ಬೇಡ.

ಇದ್ದಕ್ಕಿದ್ದಂತೆ ಡೋಲೋರೆಸ್ ಅಂಬ್ರಿಡ್ಜ್ ಅವನ ಹಿಂದೆ ಪ್ರತ್ಯಕ್ಷಳಾಗುತ್ತಾಳೆ.

ಡೋಲೋರೆಸ್ ಅಂಬ್ರಿಡ್ಜ್

ಪ್ರೊಫೆಸರ್ ಸ್ನೇಪ್!

ಸ್ನೇಪ್

ಪ್ರೊಫೆಸರ್ ಅಂಬ್ರಿಡ್ಜ್.

ಡೋಲೋರೆಸ್ ಅಂಬ್ರಿಡ್ಜ್

ನೀವು ಸುದ್ದಿಯನ್ನು ಕೇಳಿದ್ದೀರೇ? ನಾವು ದ್ರೋಹಿಯಾದ ಮಡ್‌ಬ್ಲಡ್ ಹರ್ಮಿಯಾನ್ ಗ್ರಾಂಗರ್ ಅನ್ನು ಹಿಡಿದಿದ್ದೇವೆ ಅವಳು ಈಗ ತಾನೆ ಇಲ್ಲಿದ್ದಳು.

ಸ್ನೇಪ್

ಅದು-ತುಂಬ ಒಳ್ಳೆಯದು.

ಡೋಲೋರಸ್ ಸ್ನೇಪ್ ಅನ್ನು ನೋಡುತ್ತಿದ್ದಾಳೆ. ಅವನು ಮತ್ತೆ ನೋಡುತ್ತಾನೆ.

ಡೋಲೋರಸ್ ಅಂಬ್ರಿಡ್ಜ್

ನೀವು ಹಾಗೂ ಸ್ಕಾರ್ಪಿಯಸ್ ಮಲ್ಫಾಯ್ ಜೊತೆಗೆ. ಆ ವಿದ್ಯಾರ್ಥಿಯ ಬಗ್ಗೆ ನನಗೆ ಹೆಚ್ಚು ಹೆಚ್ಚು ಚಿಂತೆಯಾಗುತ್ತಿದೆ.

ಸ್ಕಾರ್ಪಿಯಸ್

ಸರಿ...

ಸ್ನೇಪ್

ಡೊಲೋರೆಸ್ ನಮಗೆ ತರಗತಿಗೆ ಹೋಗಲು ತಡವಾಗುತ್ತಿದೆ. ಹೀಗಾಗಿ ನಾವು ಹೋಗಬೇಕು.

ಡೋಲೋರಸ್ ಅಂಬ್ರಿಡ್ಜ್

ನಿಮಗೆ ತರಗತಿಗೆ ಹೋಗಲು ತಡವಾಗುತ್ತಿದ್ದಲ್ಲಿ ಅಲ್ಲಿ ನೀವು ಶಾಲೆಯ ಕಡೆ ಯಾಕೆ ಹೋಗುತ್ತಿಲ್ಲ? ನೀವು ಕೆರೆಯ ಕಡೆ ಯಾಕೆ ಹೋಗುತ್ತಿದ್ದೀರಿ?

ಅಲ್ಲೊಂದು ಶುದ್ಧ ಮೌನದ ಕ್ಷಣವಿದೆ. ನಂತರ ಸ್ನೇಪ್ ತುಂಬ ಅಸಹಜವಾಗಿದ್ದನ್ನು ಮಾಡುತ್ತಾನೆ. ಅವನು ನಗುತ್ತಾನೆ.

ಸ್ನೇಪ್

ನೀನು ಎಷ್ಟು ಕಾಲದಿಂದ ಅನುಮಾನ ಪಟ್ಟಿದ್ದೆ?

ಡೋಲೋರಸ್ ಅಂಬ್ರಿಡ್ಜ್ ನೆಲದಿಂದ ಮೇಲಕ್ಕೇಳುತ್ತಾಳೆ. ಅವಳು ತನ್ನ ತೋಳುಗಳನ್ನು ವಿಶಾಲವಾಗಿ ತೆರೆಯುತ್ತಾಳೆ. ಅವಳಲ್ಲಿ ಈಗ ಮಾಟ ತುಂಬಿಕೊಂಡಿದೆ. ಅವಳು ತನ್ನ ಮಂತ್ರದಂಡವನ್ನು ತೆಗೆಯುತ್ತಾಳೆ.

ಡೋಲೋರಸ್ ಅಂಬ್ರಿಡ್ಜ್

ಅನೇಕ ವರ್ಷಗಳಿಂದ. ನಿಜ ಹೇಳಬೇಕೆಂದರೆ ನಾನು ಇದರ ಬಗ್ಗೆ ಮೊದಲೇ ಕ್ರಮ ಕೈಗೊಳ್ಳಬೇಕಿತ್ತು.

ಸ್ನೇಪ್ ತನ್ನ ಮಂತ್ರದಂಡವನ್ನು ವೇಗವಾಗಿ ತೆಗೆಯುತ್ತಾನೆ.

ಸ್ನೇಪ್

ಡೆಪುಲ್ಸೋ!

ಡೋಲೋರಸ್ ಗಾಳಿಯಲ್ಲಿ ಹಿಂದಕ್ಕೆ ತಳ್ಳಲ್ಪಡುತ್ತಾಳೆ.

ಅವಳು ಯಾವತ್ತೂ ತಾನು ಇರುವುದಕ್ಕಿಂತ ದೊಡ್ಡವಳು ಎಂದು ಅಂದುಕೊಂಡಿದ್ದಳು. ಈಗ ನಾವು ವಾಪಸ್ ಹೋಗಲು ಸಾಧ್ಯವಿಲ್ಲ.

ಈಗ ಅವರ ಸುತ್ತಲೂ ಇರುವ ಆಕಾಶವು ಇನ್ನು ದಟ್ಟವಾಗುತ್ತಿದೆ.

ಎಕ್ಸ್ ಪೆಕ್ಟೋ ಪಾಟ್ರೋನಿಯಂ!

ಸ್ನೇಪ್ ಒಂದು ಪಾಟ್ರೋನಸ್ ಅನ್ನು ಮುಂದಕ್ಕೆ ಕಳಿಸುತ್ತಾನೆ, ಹಾಗೂ ಅದೊಂದು ಸುಂದರವಾದ, ಬಿಳೀ ಬಣ್ಣದ ಡೋವ್ ಆಗಿದೆ.

ಸ್ಕಾರ್ಪಿಯಸ್

ಒಂದು ಡೋ? ಲಿಲ್ಲಿಯ ಪಾಟ್ರೋನಸ್.

ಸ್ನೇಪ್

ಅದು ವಿಚಿತ್ರವಲ್ಲವೇ? ಒಳಗಿನಿಂದ ಬರುವುದು.

ಡೆಮೆಂಟರ್‌ಗಳು ಅವರ ಸುತ್ತಲೂ ಕಾಣಿಸಿಕೊಳ್ಳುತ್ತಿವೆ. ಸ್ನೇಪ್‌ಗೆ ಅದೇನೆಂದು ತಿಳಿದಿದೆ.

ನೀನು ಓಡಿ ಹೋಗಬೇಕು. ನಾನು ಸಾಧ್ಯವಾದಷ್ಟು ಕಾಲ ಅವರನ್ನು ದೂರವಿಡುತ್ತೇನೆ.

ಸ್ಕಾರ್ಪಿಯಸ್

ಈ ಕತ್ತಲಿನಲ್ಲಿ ನನ್ನ ಬೆಳಕಾಗಿದ್ದಕ್ಕಾಗಿ ಧನ್ಯವಾದಗಳು

ಸ್ನೇಪ್ ಈಗ ಅವನನ್ನು ನೋಡುತ್ತಾನೆ. ಅವನು ಸಂಪೂರ್ಣವಾಗಿ ಮುಂದಾಳುವಾಗಿದ್ದಾನೆ ಹಾಗೂ ಅವನು ನಗುತ್ತಾನೆ.

ಸ್ನೇಪ್

ಆಲ್ಬಸ್‌ಗೆ ಹೇಳು - ಆಲ್ಬಸ್ ಸೆವೆರಸ್‌ಗೆ ಹೇಳು - ಅವನು ನನ್ನ ಹೆಸರನ್ನು ಇಟ್ಟುಕೊಂಡಿದ್ದಕ್ಕೆ ನನಗೆ ಹೆಮ್ಮೆಯಾಗುತ್ತಿದೆ. ಈಗ ಹೋಗು. ಹೋಗು!

ಸ್ನೇಪ್ ಅವನನ್ನು ನೋಡುತ್ತಾನೆ ಹಾಗೂ ಅವನು ತಲೆಯಲ್ಲಾಡಿಸುತ್ತಾನೆ. ಅದು ಮತ್ತೆ ಸ್ಕಾರ್ಪಿಯಸ್‌ನನ್ನು ನೋಡುತ್ತದೆ. ಅನಂತರ ಅದು ಓಡಲು ಪ್ರಾರಂಭಿಸುತ್ತದೆ.

ಸ್ಕಾರ್ಪಿಯಸ್ ಚಿಂತಿಸುತ್ತಿದ್ದಾನೆ ಹಾಗೂ ಅವನು ಅದರ ಹಿಂದೆ ಓಡಿ ಹೋಗುತ್ತಾನೆ ಹಾಗೂ ಅವನ ಸುತ್ತಲಿನ ಜಗತ್ತು ಭಯಾನಕವಾಗುತ್ತಿದೆ. ಒಂದು ರಕ್ತ ಹೆಪ್ಪುಗಟ್ಟಿಸುವ ಕೂಗು ಒಂದು ಬದಿಗೆ ಕೇಳುತ್ತಿದೆ. ಅವನು ಕೆರೆಯನ್ನು ನೋಡಿ ಅಲ್ಲಿ ಹಾರುತ್ತಾನೆ.

ಸ್ನೇಪ್ ಸಿದ್ಧವಾಗುತ್ತಿದ್ದಾನೆ.

ಡಿಮೆಂಟರ್‌ಗಳು ಬರುತ್ತಿವೆ ಹಾಗೂ ಅವನನ್ನು ಗಟ್ಟಿಯಾಗಿ ನೆಲಕ್ಕೆ ಇಳಿಯುತ್ತಿವೆ ಹಾಗೂ ನಂತರ ಅವನನ್ನು ಗಾಳಿಯಲ್ಲಿ ಮೇಲೇರಿಸುತ್ತಿವೆ. ಅವನ ಆತ್ಮವನ್ನು ಅವನಿಂದ ಹೀರಿಕೊಳ್ಳಲಾಗುತ್ತಿದೆ ಕೂಗುವಿಕೆಗಳು ಹೆಚ್ಚಾದಂತೆ ಕಾಣುತ್ತಿವೆ.

ಡೋ ಅವನ ಕಡೆ ತಿರುಗುತ್ತಿದೆ, ಅದರ ಕಣ್ಣುಗಳು ಸುಂದರವಾಗಿವೆ ಹಾಗೂ ಅದು ಮಾಯವಾಗುತ್ತದೆ.

ಅಲ್ಲೊಂದು ದೊಡ್ಡ ಶಬ್ದವಿದೆ ಹಾಗೂ ಕಣ್ಣು ಕೋರೈಸುವ ಬೆಳಕಿದೆ. ಅಲ್ಲಿ ಮೌನವಿದೆ ನಂತರ ಅಲ್ಲಿ ಇನ್ನೂ ಹೆಚ್ಚು ಮೌನವಿದೆ.

ಅದು ತುಂಬಾ ಶಾಂತವಾಗಿದೆ ಎಲ್ಲವೂ ಶಾಂತಿಯಿಂದಿದೆ ಹಾಗೂ ಅದು ಪರಿಪೂರ್ಣವಾಗಿ ಸಮಾಧಾನಕರವಾಗಿದೆ.

ನಂತರ ಸ್ಕಾರ್ಪಿಯಸ್ ಮೇಲ್ಮೈಯಲ್ಲಿ ಕಾಣಿಸಿಕೊಳ್ಳುತ್ತಾನೆ. ಅವನು ಆಳವಾಗಿ ಉಸಿರಾಡುತ್ತಿದ್ದಾನೆ. ಅವನು ತನ್ನ ಸುತ್ತಲೂ ನೋಡುತ್ತಾನೆ. ಅವನು ಆಳವಾಗಿ ಉಸಿರಾಡುತ್ತಿದ್ದಾನೆ ಹಾಗೂ ಹೆದರಿ ಉಸಿರಾಡುತ್ತಿದ್ದಾನೆ ಅವನು ಆಕಾಶವನ್ನು ನೋಡುತ್ತಾನೆ ಆಕಾಶವು ಮೊದಲಿದ್ದಕ್ಕಿಂತ ಖಂಡಿತವಾಗಿಯೂ ನೀಲಿಯಾಗಿ ಕಾಣುತ್ತಿದೆ.

ಅಲ್ಲಿ ಶುದ್ಧ ಶಾಂತತೆಯ ಇನ್ನೊಂದು ಕ್ಷಣವೂ ಇದೆ.

ನಂತರ ಆಲ್ಬಸ್ ಸ್ಕಾರ್ಪಿಯಸ್ ಹಿಂದೆ ಬರುತ್ತಾನೆ. ಅಲ್ಲೊಂದು ಮೌನವಿದೆ. ಸ್ಕಾರ್ಪಿಯಸ್ ಆಲ್ಬಸ್‌ನನ್ನು ನೋಡುತ್ತಾನೆ. ಅವನಿಗೆ ತನ್ನನ್ನು ತಾನು ನಂಬಲಾಗುತ್ತಿಲ್ಲ. ಇಬ್ಬರೂ ಹುಡುಗರು ಜೋರಾಗಿ ಉಸಿರಾಡುತ್ತಿದ್ದಾರೆ.

ಆಲ್ಬಸ್

ವಾಹ್!

ಸ್ಕಾರ್ಪಿಯಸ್ ಮುಖದ ಮೇಲೆ ಒಂದು ದಿವ್ಯವಾದ ನಗುವಿದೆ.

ಸ್ಕಾರ್ಪಿಯಸ್

ಆಲ್ಬಸ್!

ಆಲ್ಬಸ್

ಇದು ತುಂಬಾ ಅಪಾಯಕಾರಿಯಾಗಿತ್ತು! ನೀನು ಆ ಮರ್ಮಾನ್ ಅನ್ನು ನೋಡಿದೆಯಾ? ಅವನಿಗೆ - ಮತ್ತು - ವಾಹ್!

ಸ್ಕಾರ್ಪಿಯಸ್

ಅದು ನೀನೇ!

ಆಲ್ಬಸ್

ಆದರೆ ಅದು ವಿಚಿತ್ರವಾಗಿತ್ತು. ಸೆಡ್ರಿಕ್ ದೊಡ್ಡದಾಗಲು ಪ್ರಾರಂಭಿಸಿದ್ದನ್ನು ನಾನು ನೋಡಿದೆ ಎಂದು ನಾನು ಅಂದುಕೊಂಡಿದ್ದೆ. ಆದರೆ ಅವನು ಮತ್ತೆ ಕುಗ್ಗಲು ಪ್ರಾರಂಭಿಸಿದ. ಆಮೇಲೆ ನಾನು ನಿನ್ನನ್ನು ನೋಡಿದೆ ಹಾಗೂ ನೀನು ನಿನ್ನ ಮಂತ್ರದಂಡವನ್ನು ತೆಗೆದುಕೊಂಡಿದ್ದೆ...

ಸ್ಕಾರ್ಪಿಯಸ್

ನಿನ್ನನ್ನು ಮತ್ತೆ ನೋಡಿ ನನಗೆ ಎಷ್ಟು ಸಂತೋಷವಾಗಿದೆಯೆಂದು ಎಂದು ನಿನಗೆ ತಿಳಿದಿಲ್ಲ.

ಆಲ್ಬಸ್

ನೀನು ಕೇವಲ ಎರಡು ನಿಮಿಷಗಳ ಹಿಂದಷ್ಟೇ ನನ್ನನ್ನು ನೋಡಿದ್ದೆ.

ಸ್ಕಾರ್ಪಿಯಸ್ ನೀರಿನಲ್ಲಿ ಆಲ್ಬಸ್‌ನನ್ನು ಅಪ್ಪಿಕೊಳ್ಳುತ್ತಾನೆ. ಅದೊಂದು ಕಷ್ಟಕರವಾದ ಕೆಲಸ.

ಸ್ಕಾರ್ಪಿಯಸ್

ಆನಂತರ ತುಂಬಾ ವಿಷಯಗಳಾದವು.

ಆಲ್ಬಸ್

ಎಚ್ಚರ ನೀನು ನನ್ನನ್ನು ಮುಳುಗಿಸುತ್ತಿದ್ದೀಯಾ. ನೀನೇನು ಹಾಕಿಕೊಂಡಿದ್ದೀಯಾ?

ಸ್ಕಾರ್ಪಿಯಸ್

ನಾನೇನು ಹಾಕಿಕೊಂಡಿದ್ದೇನೇ? (*ಅವನು ನನ್ನನ್ನು ತನ್ನ ನಿಲುವಂಗಿಯನ್ನು ತೆಗೆಯುತ್ತಾನೆ*) ನೀನೇನು ಹಾಕಿಕೊಂಡಿದ್ದೀಯಾ? ಹೌದು ನೀನು ಸ್ಲಿಥೆರಿನ್‌ನಲ್ಲಿದ್ದೀಯಾ.

ಆಲ್ಬಸ್

ಅದು ಕೆಲಸ ಮಾಡಿತೇ? ನಾವೇನಾದರೂ ಮಾಡಿದ್ದೇವೇ?

ಸ್ಕಾರ್ಪಿಯಸ್

ಇಲ್ಲ. ಹಾಗೂ ಅದು ಅದ್ಭುತವಾಗಿದೆ.

ಆಲ್ಬಸ್ ನಂಬಲು ಸಾಧ್ಯವಾಗದೇ ಅವನನ್ನು ನೋಡುತ್ತಾನೆ.

ಆಲ್ಬಸ್

ಏನು? ನಾವು ವಿಫಲವಾದೆವೇ?

ಸ್ಕಾರ್ಪಿಯಸ್

ಹೌದು. ಹೌದು. ಹಾಗೂ ಅದು ಅದ್ಭುತವಾಗಿದೆ.

ಅವನು ಜೋರಾಗಿ ನೀರನ್ನು ಬಡಿಯುತ್ತಾನೆ. ಅಲ್ಬಸ್ ದೂರ ಹೋಗುತ್ತಾನೆ.

ಆಲ್ಬಸ್

ಸ್ಕಾರ್ಪಿಯಸ್. ನೀನು ಮತ್ತೆ ಬಹಳಷ್ಟು ಸಿಹಿ ತಿಂಡಿ ತಿನ್ನುತ್ತಿದ್ದೀಯಾ?

ಸ್ಕಾರ್ಪಿಯಸ್

ಮತ್ತೆ ನೀನು ಅದನ್ನೇ ಮಾಡುತ್ತಿದ್ದೀಯಾ. ಎಲ್ಲಾ ಒಣ ಹಾಸ್ಯ ಹಾಗೂ ಪಕ್ಕಾ ಆಲ್ಬಸ್‌ನಂತೆ. ನನಗೆ ಅದು ತುಂಬಾ ಇಷ್ಟ!

ಆಲ್ಬಸ್

ನನಗೆ ಚಿಂತೆಯಾಗುತ್ತಿದೆ ...

ಹ್ಯಾರಿ ಬರುತ್ತಾನೆ ಹಾಗೂ ನೀರಿನ ಬದಿಗೆ ಧುಮುಕುತ್ತಾನೆ. ಅವನ ನಂತರದ ಡ್ರಾಕೋ, ಜಿನ್ನಿ ಹಾಗೂ ಪ್ರೊಫೆಸರ್ ಮ್ಯಾಕ್‌ಗೊನಾಗಲ್ ಬರುತ್ತಾರೆ.

ಹ್ಯಾರಿ

ಆಲ್ಬಸ್. ಆಲ್ಬಸ್. ನೀನು ಹುಶಾರಾಗಿದ್ದೀಯಾ?

ಸ್ಕಾರ್ಪಿಯಸ್ (*ಸಂತೋಷದಿಂದ*)

ಹ್ಯಾರಿ! ಇದು ಹ್ಯಾರಿ ಪಾಟರ್! ಮತ್ತೆ ಜಿನ್ನಿ. ಹಾಗೂ ಪ್ರೊಫೆಸರ್ ಮ್ಯಾಕ್‌ಗೊನಾಗಲ್. ಮತ್ತು ಅಪ್ಪ. ನನ್ನಪ್ಪ. ಹಾಯ್. ಅಪ್ಪಾ.

ಡ್ರಾಕೋ

ಹಲೋ. ಸ್ಕಾರ್ಪಿಯಸ್.

ಆಲ್ಬಸ್

ನೀವೆಲ್ಲರೂ ಇಲ್ಲಿದ್ದೀರಿ.

ಜಿನ್ನಿ

ಹಾಗೂ ಮರ್ಟೈಲ್ ನಮಗೆ ಎಲ್ಲವನ್ನೂ ಹೇಳಿದಳು.

ಆಲ್ಬಸ್

ಏನು ನಡೆಯುತ್ತಿದೆ?

ಪ್ರೊಫೆಸರ್ ಮ್ಯಾಕ್‌ಗೊನಾಗಲ್

ಈಗ ತಾನೆ ಕಾಲ ಚಕ್ರದಿಂದ ಬಂದವನು ನೀನು. ನೀನೇಕೆ ನಮಗೆ ಹೇಳಬಾರದು?

ಸ್ಕಾರ್ಪಿಯಸ್ ತಕ್ಷಣ ಅವರಿಗೆ ಏನು ತಿಳಿದಿದೆಯೆಂದು ಅರ್ಥ ಮಾಡಿಕೊಳ್ಳುತ್ತಾನೆ.

ಸ್ಕಾರ್ಪಿಯಸ್

ಇಲ್ಲ. ಚಿಂತಿಸಬೇಡಿ. ಅದೆಲ್ಲಿದೆ?

ಆಲ್ಬಸ್

ಈಗ ತಾನೇ ಎಲ್ಲಿಂದ ಬಂದೆ?

ಸ್ಕಾರ್ಪಿಯಸ್

ನಾನು ಅದನ್ನು ಕಳೆದುಕೊಂಡಿದ್ದೇನೆ. ನಾನು ಟೈಮ್-ಟರ್ನರ್ ಅನ್ನು ಕಳೆದುಕೊಂಡಿದ್ದೇನೆ

ಆಲ್ಬಸ್ (*ಸ್ಕಾರ್ಪಿಯಸ್‌ನನ್ನು ನೋಡುತ್ತಾ ತುಂಬಾ ಕಿರಿಕಿರಿಯಿಂದ*)

ನೀನು ಏನು ಕಳೆದುಕೊಂಡೆ?

ಹ್ಯಾರಿ

ನಾಟಕವಾಡುವುದು ಬೇಡ. ಆಲ್ಬಸ್.

ಪ್ರೊಫೆಸರ್ ಮ್ಯಾಕ್‌ಗೊನಾಗಲ್

ನೀನು ತುಂಬಾ ವಿವರಣೆ ಕೊಡುವುದು ಇದೆ ಎಂದು ನನಗೆ ಅನಿಸುತ್ತಿದೆ.

ಆಕ್ಟ್ ಮೂರು ದೃಶ್ಯ ಹತ್ತು

ಹಾಗ್‌ವಾರ್ಟ್ಸ್, ಮುಖ್ಯೋಪಾಧ್ಯಾಯಿನಿಯ ಕಛೇರಿ

ಡ್ರಾಕೋ, ಜಿನ್ನಿ ಹಾಗೂ ಹ್ಯಾರಿ ಬೇಸರದಿಂದ ನಿಂತಿರುವ ಸ್ಕಾರ್ಪಿಯಸ್ ಹಾಗೂ ಆಲ್ಬಸ್ ಹಿಂದೆ ನಿಂತಿದ್ದಾರೆ. ಪ್ರೊಫೆಸರ್ ಮ್ಯಾಕ್‌ಗೊನಾಗಲ್ ಕೋಪ ಮಾಡಿಕೊಂಡಿದ್ದಾನೆ.

ಪ್ರೊಫೆಸರ್ ಮ್ಯಾಕ್‌ಗೊನಾಗಲ್

ಇದನ್ನೆಲ್ಲಾ ಸ್ಪಷ್ಟವಾಗಿ ಅರ್ಥ ಮಾಡಿಕೊಳ್ಳೋಣ - ನೀವು ಕಾನೂನುಬಾಹಿರವಾಗಿ ಹಾಗ್‌ವಾರ್ಟ್ಸ್ ಎಕ್ಸ್ ಪ್ರೆಸ್‌ನಿಂದ ಹಾರಿದಿರಿ, ನೀವು ಇಂದ್ರಜಾಲದ ಮಂತ್ರಾಲಯವನ್ನು ದಾಳಿ ಮಾಡಿ ಅಲ್ಲಿಂದ ಕದ್ದಿರಿ, ಅದು ಅಲ್ಲದೆ ನೀವೇ ಖುದ್ದಾಗಿ ಸಮಯವನ್ನು ಬದಲಾಯಿಸಿದಿರಿ ಹಾಗೂ ಇಬ್ಬರನ್ನು ಕಾಣೆ ಮಾಡಿದಿರಿ -

ಆಲ್ಬಸ್

ಇದು ಕೇಳಲು ಚೆನ್ನಾಗಿಲ್ಲವೆಂದು ನನಗೆ ಗೊತ್ತು

ಪ್ರೊಫೆಸರ್ ಮ್ಯಾಕ್‌ಗೊನಾಗಲ್

ಹಾಗೂ ಹ್ಯುಗೋ ಹಾಗೂ ರೋಸ್ ಗ್ರಾಂಗರ್-ವೀಸ್ಲಿಯನ್ನು ಕಾಣೆ ಮಾಡಿದ್ದಕ್ಕೆ ನಿಮ್ಮ ಪ್ರತಿಕ್ರಿಯೆ ಏನೆಂದರೆ ನೀವು ಮತ್ತೆ ಸಮಯದಲ್ಲಿ ಹೋದಿರಿ -ಈ ಬಾರಿ ಇಬ್ಬರನ್ನು ಕಳೆದುಕೊಳ್ಳುವ ಬದಲು ನೀವು ದೊಡ್ಡ ಸಂಖ್ಯೆಯ ಜನರನ್ನು ಕಳೆದುಕೊಂಡಿರಿ ಹಾಗೂ ನಿಮ್ಮ ತಂದೆಯನ್ನು ಕೊಂದು ಹಾಕಿದಿರಿ - ಹಾಗೂ ಹಾಗೆ ಮಾಡುವಾಗ ನೀವು ಈ ಜಗತ್ತು ಕಂಡ ಅತ್ಯಂತ ಕೆಟ್ಟ ಮಾಂತ್ರಿಕನಿಗೆ ಮರುಜನ್ಮ ನೀಡಿದಿರಿ ಮಾಟದ ಒಂದು ಹೊಸ ಯುಗವನ್ನು ಪ್ರಾರಂಭಿಸಿದಿರಿ. (*ತಣ್ಣಗೆ*) ನೀನು ಸರಿಯಾಗಿ ಹೇಳುತ್ತಿದ್ದೀಯಾ ಪಾಟರ್. ಇದು ಖಂಡಿತವಾಗಿಯೂ ಕೇಳಲು ಚೆನ್ನಾಗಿಲ್ಲ. ಅಲ್ಲವೇ? ನೀವು ಎಷ್ಟು ಮೂರ್ಖರಾಗಿದ್ದೀರಿ ಎಂದು ನಿಮಗೆ ತಿಳಿದಿದೆಯೇ?

ಸ್ಕಾರ್ಪಿಯಸ್

ಹೌದು ಪ್ರೊಫೆಸರ್.

ಆಲ್ಬಸ್ ಒಂದು ಕ್ಷಣ ಹಿಂಜರಿಯುತ್ತಾನೆ. ಅವನು ಹ್ಯಾರಿಯನ್ನು ನೋಡುತ್ತಾನೆ.

ಆಲ್ಬಸ್

ಹೌದು.

ಹ್ಯಾರಿ

ಪ್ರೊಫೆಸರ್, ನಾನೇನು ಹೇಳುತ್ತೇನೆ ಎಂದರೆ

ಪ್ರೊಫೆಸರ್ ಮ್ಯಾಕ್‌ಗೊನಾಗಲ್ (*ಕಟುವಾಗಿ*)

ನೀವು ಏನೂ ಹೇಳುವುದು ಬೇಡ. ತಂದೆತಾಯಿಗಳಾಗಿ ನೀವೇನು ಮಾಡುತ್ತೀರಿ ಎನ್ನುವುದು ನಿಮಗೆ ಬಿಟ್ಟ ವಿಚಾರ, ಆದರೆ ಇದು ನನ್ನ ಶಾಲೆ, ಇವರು ನನ್ನ ವಿದ್ಯಾರ್ಥಿಗಳು ಹಾಗೂ ಅವರು ಯಾವ ಶಿಕ್ಷೆಯನ್ನು ಎದುರಿಸುತ್ತಾರೆಂದು ನಾನು ನಿರ್ಧರಿಸುತ್ತೇನೆ

ಡ್ರಾಕೋ

ಸರಿ ಅನ್ನಿಸುತ್ತಿದೆ.

ಹ್ಯಾರಿ ಜಿನ್ನಿಯನ್ನು ನೋಡುತ್ತಾನೆ ಅವಳು ತಲೆಯಲ್ಲಾಡಿಸುತ್ತಾಳೆ.

ಪ್ರೊಫೆಸರ್ ಮ್ಯಾಕ್‌ಗೊನಾಗಲ್

ನಾನು ನಿಮ್ಮನ್ನು ಉಚ್ಚಾಟಿಸಬೇಕು (*ಅವನು ಹ್ಯಾರಿಯನ್ನು ನೋಡುತ್ತಾ ಹೇಳುತ್ತಾನೆ*) ಆದರೆ ಎಲ್ಲವನ್ನು ಪರಿಗಣಿಸಿದ ಮೇಲೆ - ನೀವಿಬ್ಬರೂ ನನ್ನ ಆರೈಕೆಯಲ್ಲಿ ಇರುವುದು ಸುರಕ್ಷಿತವೆಂದು ನನಗೆ ಅನಿಸುತ್ತಿದೆ. ನೀವು ವರ್ಷದ ಉಳಿದ ಭಾಗದಲ್ಲಿ ಉಚ್ಚಾಟನೆಯಲ್ಲಿರುತ್ತೀರಿ ಎಂದು ಪರಿಗಣಿಸಬಹುದು. ನಿಮಗೆ ಕ್ರಿಸ್ಮಸ್ ಅನ್ನು ರದ್ದುಗೊಳಿಸಲಾಗಿದೆ ನೀವು ಮತ್ತೆ ಎಂದೂ ಹಾಗ್ಸ್ ಮೀಡ್‌ಗೆ ಹೋಗುವುದನ್ನು ಮರೆತುಬಿಡಬಹುದು. ಹಾಗೂ ಅದು ಕೇವಲ ಪ್ರಾರಂಭ ಮಾತ್ರ.

ಇದ್ದಕ್ಕಿದ್ದಂತೆ ಹರ್ಮಿಯಾನ್ ಒಳಗಡೆ ಬರುತ್ತಾಳೆ. ಅವಳು ಸಂಪೂರ್ಣವಾಗಿ ದೃಢ ನಿಶ್ಚಯ ಮಾಡಿದ್ದಾಳೆ.

ಹರ್ಮಿಯಾನ್

ನಾನೇನು ತಪ್ಪಿಸಿಕೊಂಡೆ?

ಪ್ರೊಫೆಸರ್ ಮ್ಯಾಕ್‌ಗೊನಾಗಲ್ (*ಗಟ್ಟಿಯಾಗಿ*)

ಒಂದು ಕೋಣೆಯ ಒಳಗಡೆ ಬರುವಾಗ ಬಾಗಿಲು ತಟ್ಟಬೇಕು ಎಂದು ನಿರೀಕ್ಷಿಸಲಾಗುತ್ತದೆ. ನೀವು ಬಹುಶಃ ಅದನ್ನು ತಪ್ಪಿಸಿಕೊಂಡಿರಬಹುದು.

ಹರ್ಮಿಯಾನ್ (*ಅವಳು ಸ್ವಲ್ಪ ಅತಿಯಾಗಿ ಆಡಿದ್ದಾಳೆ ಎಂದು ಅರ್ಥ ಮಾಡಿಕೊಂಡು*)

ಓಹೋ

ಪ್ರೊಫೆಸರ್ ಮ್ಯಾಕ್‌ಗೊನಾಗಲ್

ನಿಮ್ಮನ್ನು ಕೂಡ ಉಚ್ಛಾಟಿಸಬಹುದಾದಲ್ಲಿ ನಾನು ಹಾಗೇ ಮಾಡುತ್ತಿದ್ದೆ. ಎಲ್ಲ ಮೂರ್ಖ ವಿಷಯಗಳಲ್ಲಿ ನೀವು ಟೈಮ್ ಟರ್ನರ್ ಅನ್ನು ಹಿಡಿದಿಟ್ಟುಕೊಂಡಿರಿ.

ಹರ್ಮಿಯಾನ್

ನನ್ನ ರಕ್ಷಣೆಯಲ್ಲಿ -

ಪ್ರೊಫೆಸರ್ ಮ್ಯಾಕ್‌ಗೊನಾಗಲ್

ಹಾಗೂ ಒಂದು ಪುಸ್ತಕದ ಹೊದಿಕೆಯಲ್ಲಿ. ಅದನ್ನು ಒಂದು ಪುಸ್ತಕದ ಹೊದಿಕೆಯಲ್ಲಿಟ್ಟಿದ್ದಿರಿ. ನನಗೆ ನಗು ಬರುತ್ತಿದೆ.

ಹರ್ಮಿಯಾನ್

ಮಿನರ್ವ *(ಅಲ್ಲಿ ಉಸಿರು ಒಳಗೆಳೆದುಕೊಳ್ಳುವ ಶಬ್ದ ಕೇಳುತ್ತದೆ. ಹರ್ಮಿಯಾನ್ ತನ್ನ ತಪ್ಪನ್ನು ಅರಿತುಕೊಳ್ಳುತ್ತಾಳೆ)*

ಪ್ರೊಫೆಸರ್ ಮ್ಯಾಕ್‌ಗೊನಾಗಲ್

ನಿನ್ನ ಮಕ್ಕಳು ಅಸ್ತಿತ್ವದಲ್ಲಿಲ್ಲ!

ಹರ್ಮಿಯಾನ್ ಅದಕ್ಕೆ ಯಾವುದೇ ಉತ್ತರವನ್ನು ಹೊಂದಿಲ್ಲ.

ಇದು ನನ್ನ ಶಾಲೆಯಲ್ಲಾಗಿದೆ, ನನ್ನ ಉಸ್ತುವಾರಿಯಲ್ಲಿ ಆಗಿದೆ. ಡಂಬಲ್‌ಡೋರ್ ಇಷ್ಟೆಲ್ಲಾ ಮಾಡಿದ ನಂತರ, ನನಗೆ ಅದರ ಜೊತೆ ಬದುಕಲು ಸಾಧ್ಯವಾಗುತ್ತಿರಲಿಲ್ಲ ...

ಹರ್ಮಿಯಾನ್

ನನಗೆ ಗೊತ್ತು

ಪ್ರೊಫೆಸರ್ ಮ್ಯಾಕ್‌ಗೊನಾಗಲ್ ತನ್ನನ್ನು ತಾನು ಸಂಭಾಳಿಸಿಕೊಳ್ಳುತ್ತಾಳೆ ಹಾಗೂ ನಂತರ ಅವಳು ದೃಢವಾಗಿ ಹುಡುಗರ ಕಡೆಗೆ ತಿರುಗುತ್ತಾಳೆ.

ಪ್ರೊಫೆಸರ್ ಮ್ಯಾಕ್‌ಗೊನಾಗಲ್ (*ಆಲ್ಬಸ್ ಹಾಗೂ ಸ್ಕಾರ್ಪಿಯಸ್‌ಗೆ*)

ಸೆಡ್ರಿಕ್‌ನನ್ನು ಉಳಿಸುವ ನಿಮ್ಮ ಉದ್ದೇಶ ತಪ್ಪು ದಿಕ್ಕಿನಲ್ಲಿ ಹೋಗುತ್ತಿದ್ದರೂ ಅದಕ್ಕೊಂದು ಗೌರವವಿತ್ತು. ನಿಮ್ಮನ್ನು ನೋಡಿದರೆ ನೀವು ಧೈರ್ಯಶಾಲಿಗಳು ಎಂದು ಅನಿಸುತ್ತಿದೆ, ಸ್ಕಾರ್ಪಿಯಸ್, ಹಾಗೂ ನೀನು ಆಲ್ಬಸ್. ಆದರೆ ಕೆಲವೊಮ್ಮೆ ನಿನ್ನ ತಂದೆ ಕೂಡ ಕಲಿತುಕೊಳ್ಳಲು ವಿಫಲನಾದ ಪಾಠವೆಂದರೆ ಶೂರತ್ವವು ಮೂರ್ಖತೆಯನ್ನು ಕ್ಷಮಿಸುವುದಿಲ್ಲ. ಯಾವತ್ತೂ ವಿಚಾರ ಮಾಡಿ. ಏನು ಸಾಧ್ಯವಿದೆಯೆಂದು ವಿಚಾರ ಮಾಡಿ. ವಾಲ್ಡೆರ್‌ಮಾರ್ಟ್‌ನಿಂದ ನಿಯಂತ್ರಿಸಲ್ಪಟ್ಟ ಒಂದು ಜಗತ್ತು-

ಸ್ಕಾರ್ಪಿಯಸ್

ಒಂದು ಭಯಾನಕ ಜಗತ್ತಾಗಿರುತ್ತದೆ

ಪ್ರೊಫೆಸರ್ ಮ್ಯಾಕ್‌ಗೊನಾಗಲ್

ನೀನಿನ್ನೂ ತುಂಬಾ ಎಳಸು (ಅವಳು ಹ್ಯಾರಿ, ಡ್ರಾಕೋ, ಜಿನ್ನಿ ಹಾಗೂ ಹರ್ಮಿಯಾನ್ ಅನ್ನು ನೋಡುತ್ತಾಳೆ). ನಾವೆಲ್ಲರೂ ತುಂಬಾ ಚಿಕ್ಕವರು. ಮಂತ್ರವಾದಿಗಳ ಯುದ್ಧ ಎಷ್ಟು ಭಯಾನಕವಾಗಿರುತ್ತದೆ ಎಂದು ನಿಮಗೆ ಯಾರಿಗೂ ತಿಳಿದಿಲ್ಲ. ನೀವು ನನ್ನ ಕೆಲವು ಆತ್ಮೀಯ ಸ್ನೇಹಿತರು ಹಾಗೂ ನಿಮ್ಮ ಆತ್ಮೀಯ ಸ್ನೇಹಿತರು ಸೃಷ್ಟಿಸಲು ತುಂಬಾ ತ್ಯಾಗ ಮಾಡಿದ ಜಗತ್ತಿನ ಬಗ್ಗೆ - ತುಂಬಾ ನಿರ್ಲಕ್ಷದಿಂದ ಇದ್ದೀರಿ.

ಆಲ್ಬಸ್

ಹೌದು, ಪ್ರೊಫೆಸರ್,

ಸ್ಕಾರ್ಪಿಯಸ್

ಹೌದು, ಪ್ರೊಫೆಸರ್,

ಪ್ರೊಫೆಸರ್ ಮ್ಯಾಕ್‌ಗೊನಾಗಲ್

ಹೋಗಿ. ಹೊರಗಡೆ ಹೋಗಿ. ನೀವೆಲ್ಲರೂ ಹೋಗಿ ಹಾಗೂ ಆ ಟೈಮ್ ಟರ್ನರ್ ಅನ್ನು ತೆಗೆದುಕೊಂಡು ಬನ್ನಿ.

ಆಕ್ಟ್ ಮೂರು ದೃಶ್ಯ ಹನ್ನೊಂದು

ಹಾಗ್‌ವಾರ್ಟ್ಸ್, ಸ್ಲಿಥರಿನ್ ಪಡಸಾಲೆ

ಅಲ್ಬಸ್ ತನ್ನ ಕೋಣೆಯಲ್ಲಿ ಕುಳಿತಿದ್ದಾನೆ, ಹ್ಯಾರಿ ಬಂದು ತನ್ನ ಮಗನನ್ನು ನೋಡುತ್ತಾನೆ ಅವನು ತುಂಬಾ ಕೋಪದಲ್ಲಿದ್ದಾನೆ, ಆದರೆ ಇದು ಹೊರಚೆಲ್ಲದಂತೆ ಎಚ್ಚರ ವಹಿಸುತ್ತಿದ್ದಾನೆ.

ಹ್ಯಾರಿ

ನನಗೆ ಬರಲು ಅವಕಾಶ ನೀಡಿದ್ದಕ್ಕಾಗಿ ಧನ್ಯವಾದಗಳು.

ಅಲ್ಬಸ್ ತಿರುಗುತ್ತಾನೆ, ಅವನು ತನ್ನ ತಂದೆಯನ್ನು ನೋಡಿ ಬಳಿಗೆ ತಲೆಯಲ್ಲಾಡಿಸುತ್ತಾನೆ. ಅವನೂ ಕೂಡ ಎಚ್ಚರದಿಂದಿದ್ದಾನೆ.

ಟೈಮ್-ಟರ್ನರ್ ಹುಡುಕಾಟದಲ್ಲಿ ಇನ್ನೂ ಅದೃಷ್ಟ ಒಲಿದಿಲ್ಲ. ಅವರು ಕೆರೆಯ ಹೂಳನ್ನು ತೆಗೆಯಲು ಮರ್ಪೀಪಲ್ ಜೊತೆಗೆ ಸಮಾಲೋಚಿಸುತ್ತಿದ್ದಾರೆ.

ಅವನು ಕುಳಿತುಕೊಳ್ಳುತ್ತಾನೆ, ಅಹಿತಕರವಾಗಿ.

ಇದು ಒಳ್ಳೆಯ ಕೊಠಡಿ.

ಆಲ್ಬಸ್

ಹಸಿರು ಹಿತವಾದ ಬಣ್ಣವಲ್ಲವೇ? ಗ್ರಿಫಿನ್‌ಡೋರ್ ಕೊಠಡಿಗಳೂ ಕೂಡ ಚೆನ್ನಾಗಿಯೇ ಇವೆ. ಆದರೆ ಕೆಂಪಿನ ಸಮಸ್ಯೆಯೆಂದರೆ - ಅದು ಸ್ವಲ್ಪ ಕೋಪ ಬರಿಸುತ್ತದೆಂದು ಹೇಳಲಾಗುತ್ತದೆ - ನಾನು ಅಪೇಕ್ಷೆ ಮಾಡುತ್ತಿಲ್ಲ...

ಹ್ಯಾರಿ

ನೀನು ಇದನ್ನು ಏಕೆ ಮಾಡಲು ಪ್ರಯತ್ನಿಸಿದೆ ಎಂದು ನೀನು ವಿವರಿಸಬಹುದೇ?

ಆಲ್ಬಸ್

ನಾನು - ವಿಷಯಗಳನ್ನು ಬದಲಾಯಿಸಬಹುದೆಂದು ನಾನು ಚಿಂತಿಸಿದೆ - ನಾನು ಸೆಡ್ರಿಕ್ ಬಗ್ಗೆ ಯೋಚಿಸಿದೆ- ಅದು ಅನ್ಯಾಯ.

ಹ್ಯಾರಿ

ಖಂಡಿತವಾಗಿಯೂ ಅದು ಅನ್ಯಾಯ ಆಲ್ಬಸ್, ನನಗೆ ಅದು ತಿಳಿದಿದೆ ಎಂದು ನಿನಗೆ ಅನಿಸುವುದಿಲ್ಲವೇ? ನಾನು ಅಲ್ಲಿದ್ದೆ. ನಾನು ಅವನನ್ನು ಸಾಯುವುದನ್ನು ನೋಡಿದೆ... ಆದರೆ ಇದೆಲ್ಲವನ್ನೂ ಅಪಾಯಕ್ಕೆ ಒಡ್ಡುವುದು...

ಆಲ್ಬಸ್

ನನಗೆ ಗೊತ್ತು.

ಹ್ಯಾರಿ (*ಅವನ ಕೋಪವನ್ನು ನಿಯಂತ್ರಿಸಲು ವಿಫಲನಾಗಿ*)

ನಾನು ಮಾಡಿದಂತೆ ನೀನು ಮಾಡಲು ಪ್ರಯತ್ನಿಸುತ್ತಿದ್ದರೆ, ನೀನು ತಪ್ಪು ದಾರಿಯಲ್ಲಿ ಹೋಗಿದ್ದೀಯಾ. ನಾನು ಸಾಹಸಕ್ಕಾಗಿ ಮುಂದೆ ಬರಲಿಲ್ಲ, ನನ್ನನ್ನು ಬಲವಂತವಾಗಿ ಅದರೊಳಗೆ ತುರುಕಲಾಯಿತು. ನೀನು ನಿಜವಾಗಿಯೂ ನಿರ್ಲಕ್ಷ್ಯ ತೋರಿಸಿದ್ದೀಯಾ - ನಿಜವಾಗಿಯೂ ಮೂರ್ಖ ಮತ್ತು ಅಪಾಯಕಾರಿಯಾಗಿದ್ದು - ಇದು ಎಲ್ಲವನ್ನೂ ನಾಶಮಾಡಬಹುದಿತ್ತು-

ಆಲ್ಬಸ್

ನನಗೆ ಗೊತ್ತು. ಸರಿ, ನನಗೆ ಗೊತ್ತು.

ವಿರಾಮ, ಆಲ್ಬಸ್ ಕಣ್ಣೀರನ್ನು ಒರೆಸಿಕೊಳ್ಳುತ್ತಾನೆ, ಹ್ಯಾರಿ ಅದನ್ನು ಗಮನಿಸುತ್ತಾನೆ ಮತ್ತು ಉಸಿರು ತೆಗೆದುಕೊಳ್ಳುತ್ತಾನೆ. ಅವನು ತನ್ನನ್ನು ತಾನು ನಿಯಂತ್ರಿಸಿಕೊಳ್ಳುತ್ತಾನೆ.

ಹ್ಯಾರಿ

ನಾನು ಸಹ ತಪ್ಪಾಗಿದ್ದೆ - ಸ್ಕಾರ್ಪಿಯಸ್ ವಾಲ್ಡೆರ್‌ಮಾರ್ಟ್ ಮಗ ಎಂದು ಯೋಚಿಸಿದ್ದಕ್ಕೆ. ಅವನು ಕಪ್ಪು ಮೋಡವಾಗಿರಲ್ಲ.

ಆಲ್ಬಸ್

ಇಲ್ಲ.

ಹ್ಯಾರಿ

ಮತ್ತು ನಾನು ನಕ್ಷೆಯನ್ನು ಅಡಗಿಸಿಟ್ಟಿದ್ದೇನೆ. ನೀನು ಅದನ್ನು ಮತ್ತೆ ನೋಡುವುದಿಲ್ಲ. ನಿನ್ನಮ್ಮ ನಿನ್ನ ಕೊಠಡಿಯನ್ನು ನೀನು ಓಡಿಹೋದಾಗ ಹೇಗಿತ್ತೋ ಹಾಗೇ ಇಟ್ಟಿದ್ದಾಳೆ - ನಿನ್ನಗೆ ಗೊತ್ತೇ? ನನ್ನನ್ನು ಕೂಡ ಒಳಗೆ ಹೋಗಲು ಬಿಡಲಿಲ್ಲ - ಯಾರನ್ನೂ ಕೂಡ ಒಳಗೆ ಹೋಗಲು ಬಿಡಲಿಲ್ಲ - ನೀನು ನಿಜವಾಗಿಯೂ ಅವಳನ್ನು ಹೆದರಿಸಿದ್ದೆ... ಮತ್ತು ನನ್ನನ್ನು.

ಆಲ್ಬಸ್

ನಿಜವಾಗಿಯೂ ನಿನನ್ನು ಹೆದರಿಸಿದೆನೇ?

ಹ್ಯಾರಿ

ಹೌದು.

ಆಲ್ಬಸ್

ನಾನು ಹ್ಯಾರಿ ಪಾಟರ್ ಯಾವುದಕ್ಕೂ ಹೆದರುವುದಿಲ್ಲವೆಂದುಕೊಂಡಿದ್ದೆ?

ಹ್ಯಾರಿ

ನನ್ನನ್ನು ನೋಡಿದರೆ ನಿನಗೆ ಹಾಗನಿಸುತ್ತದೆಯೇ?

ಅಲ್ಬಸ್ ಆತನ ತಂದೆಯನ್ನು ನೋಡುತ್ತಾನೆ, ಅವನನ್ನು ಅರ್ಥಮಾಡಿಕೊಳ್ಳಲು ಪ್ರಯತ್ನಿಸುತ್ತಾನೆ.

ಆಲ್ಬಸ್

ಸ್ಕಾರ್ಪಿಯಸ್ ಹಾಗೆ ಹೇಳಿದ್ದನೆಂದು ನನಗನಿಸುವುದಿಲ್ಲ, ಆದರೆ ನಾವು ಮೊದಲ ಸವಾಲನ್ನು ಸರಿಪಡಿಸಲು ವಿಫಲರಾಗಿ ಹಿಂದಿರುಗಿದಾಗ, ನಾನು ಇದ್ದಕ್ಕಿದ್ದಂತೆ ಗ್ರಿಫಿನ್‌ಡೋರ್ ಮನೆಯಲ್ಲಿದ್ದೆ, ನಮ್ಮ ನಡುವೆ ಕೂಡ ಯಾವುದೂ ಸರಿಯಿರಲಿಲ್ಲ - ಆದ್ದರಿಂದ ನಾನು ಸ್ಲಿಥರಿನ್ನಲ್ಲಿರುವುದರಿಂದ - ಅದು ನಮ್ಮ ಸಮಸ್ಯೆಗಳಿಗೆ ಕಾರಣವಲ್ಲ. ಇದು ಕೇವಲ ಅದರ ಬಗ್ಗೆ ಮಾತ್ರವಲ್ಲ.

ಹ್ಯಾರಿ

ಇಲ್ಲ. ನನಗೆ ಗೊತ್ತು. ಇದು ಕೇವಲ ಅದರ ಬಗ್ಗೆ ಮಾತ್ರವಲ್ಲ.

ಹ್ಯಾರಿ ಆಲ್ಬಸ್‌ನನ್ನು ನೋಡುತ್ತಾನೆ.

ನೀನು ಹುಶಾರಾಗಿದ್ದೀಯಾ, ಅಲ್ಬಸ್?

ಆಲ್ಬಸ್

ಇಲ್ಲ.

ಹ್ಯಾರಿ

ಇಲ್ಲ. ನಾನು ಇಲ್ಲ.

ಆಕ್ಟ್ ಮೂರು ದೃಶ್ಯ ಟ್ವೆಲ್ವ್

ಕನಸು, ಗಾಡ್ರಿಕ್‌ನ ಪ್ರಭಾವಳಿ, ಸ್ಮಶಾನ

ಯುವ ಹ್ಯಾರಿ ಹೂವಿನಿಂದ ಮುಚ್ಚಿರುವ ಒಂದು ಸಮಾಧಿಯ ಎದುರು ನಿಂತಿದ್ದಾನೆ. ಅವನ ಕೈಯಲ್ಲಿ ಸಣ್ಣ ಹೂವುಗಳ ಗೊಂಚಲಿದೆ.

ಆಂಟ್ ಪೆಟ್ಯೂನಿಯಾ

ಹೋಗು, ನಿನ್ನ ಕೊಳೆತ ಹೂವುಗಳನ್ನು ಹಾಕಿದ ನಂತರ ನಾವು ಹೋಗೋಣ. ನಾನು ಈಗಾಗಲೇ ಈ ಪುಟ್ಟ ಕಳಪೆ ಹಳ್ಳಿಯನ್ನು ದ್ವೇಷಿಸುತ್ತಿದ್ದೇನೆ, ನನಗೆ ಈ ವಿಚಾರ ಏಕೆ ಬಂದಿತು ಎಂದೂ ನನಗೆ ಗೊತ್ತಿಲ್ಲ - ಗಾಡ್ರಿಕ್ಸ್ ನ ಪ್ರಭಾವಳಿ, ದೇವರಿಲ್ಲದ ಪ್ರಭಾವಳಿ, ಈ ಜಾಗದಲ್ಲಿ ಸ್ಪಷ್ಟವಾಗಿ ಕೊಳಕಿದೆ ಹೋಗು, ಚಾಪ್ ಚಾಪ್.

ಯುವ ಹ್ಯಾರಿ ಸಮಾಧಿಯನ್ನು ಸಮೀಪಿಸುತ್ತಾನೆ. ಅವನು ಒಂದು ಕ್ಷಣ ಹೆಚ್ಚು ನಿಂತಿದ್ದಾನೆ.

ಈಗಲೇ, ಹ್ಯಾರಿ... ನನಗೆ ಇದಕ್ಕೆ ಸಮಯವಿಲ್ಲ. ಈವತ್ತು ರಾತ್ರಿ ಡಡ್ಡಿ ಮರಿಗಳನ್ನು ಹೊಂದಿದ್ದಾನೆ ಮತ್ತು ಅವನು ತಡವಾಗುವುದನ್ನು ದ್ವೇಷಿಸುತ್ತಾರೆ ಎಂದು ನಿನಗೆ ತಿಳಿದಿದೆ.

ಯುವ ಹ್ಯಾರಿ

ಆಂಟ್ ಪೆಟ್ಯೂನಿಯಾ. ನಾವು ಅವರ ಕೊನೆಯ ಜೀವಂತ ಸಂಬಂಧಿಗಳಾಗಿದ್ದೇವೆ, ಅಲ್ಲವೇ?

ಆಂಟ್ ಪೆಟ್ಯೂನಿಯಾ

ಸರಿ. ನೀನು ಮತ್ತು ನಾನು. ಹೌದು.

ಯುವ ಹ್ಯಾರಿ

ಮತ್ತು - ಅವರು ಜನಪ್ರಿಯರಾಗಿಲಿಲ್ಲವೇ? ಅವರಿಗೆ ಯಾರೂ ಸ್ನೇಹಿತರಿಲಿಲ್ಲ ಎಂದು ನೀನು ಹೇಳಿದ್ದೆ?

ಆಂಟ್ ಪೆಟ್ಯೂನಿಯಾ

ಲಿಲಿ ಪ್ರಯತ್ನಿಸಿದರು - ಅವಳಿಗೆ ಒಳ್ಳೆಯದಾಗಲಿ- ಅವಳು ಪ್ರಯತ್ನಿಸಿದಳು - ಅದು ಅವಳ ತಪ್ಪಾಗಿರಲಿಲ್ಲ, ಆದರೆ ಅವಳು ಅವಳ ಸ್ವಭಾವದಿಂದ - ಜನರನ್ನು ಹಿಮ್ಮೆಟ್ಟಿಸುತ್ತಿದ್ದಳು -. ಅದು ಅವಳ ತೀವ್ರತೆ, ಅದು ಅವಳ ವರ್ತನೆ - ಅದು ಅವಳ - ಮಾರ್ಗವಾಗಿತ್ತು. ಮತ್ತು ನಿನ್ನ ತಂದೆ - ಹೇಸಿಗೆಯ ಮನುಷ್ಯ - ಅಸಾಮಾನ್ಯ ಹೇಸಿಗೆಯವನು. ಸ್ನೇಹಿತರಿಲ್ಲ.ಅವರಲ್ಲಿ ಯಾರೂ ಇಲ್ಲ.

ಯುವ ಹ್ಯಾರಿ

ಆದ್ದರಿಂದ ನನ್ನ ಪ್ರಶ್ನೆ ಏನೆಂದರೆ - ಇಲ್ಲಿ ಇಷ್ಟೇಕೆ ಹೂವುಗಳಿವೆ? ಈ ಹೂವುಗಳು ಏಕೆ ಅವರ ಸಮಾಧಿಯ ಮೇಲಿವೆ?

ಆಂಟ್ ಪೆಟ್ಯೂನಿಯಾ ಸುತ್ತಲೂ ನೋಡುತ್ತಾಳೆ, ಅವಳು ಎಲ್ಲಾ ಹೂವುಗಳನ್ನು ಮೊದಲ ಬಾರಿಗೆ ಎನ್ನುವಂತೆ ನೋಡುತ್ತಾಳೆ ಮತ್ತು ಅದು ಅವಳನ್ನು ಬಹಳವಾಗಿ ತಟ್ಟುತ್ತದೆ. ಅವಳು ಬಂದು ಆಕೆಯ ಸಹೋದರಿಯ ಸಮಾಧಿಯ ಪಕ್ಕದಲ್ಲಿ ಕೂತುಕೊಳ್ಳುತ್ತಾಳೆ, ಭಾವನೆಗಳು ಅವರು ಅವಳ ಬಳಿಗೆ ಬಂದರೂ ಅವಳು ಅದರ ವಿರುದ್ಧ ಹೋರಾಟ ಮಾಡಲು ಪ್ರಯತ್ನಿಸುತ್ತಾಳಾದರೂ ಅದೇ ಸಮಯದಲ್ಲಿ ಅವುಗಳಿಗೆ ಶರಣಾಗುತ್ತಿದ್ದಾಳೆ.

ಆಂಟ್ ಪೆಟ್ಯೂನಿಯಾ

ಓಹ್. ಸರಿ . ಸರಿ, ಇಲ್ಲಿ - ಕೆಲವು. ಇರಬೇಕು. ಇತರ ಸಮಾಧಿಗಳಿಂದ ಹಾರಿ ಬಂದಿರಬೇಕು. ಅಥವಾ ಯಾರದೋ ಏನೋ ತಮಾಷೆ ಮಾಡುತ್ತಿದ್ದಾರೆ. ಹೌದು, ಬಹುಶಃ ಅದೇ ಆಗಿರಬಹುದು, ಸಿಕ್ಕಾಪಟ್ಟೆ ಸಮಯವಿದ್ದ ಯಾರೋ ಯುವ ರಾಪ್‌ಸ್ಕಾಲಿಯನ್ ಎಂದು ನಾನು ಭಾವಿಸುತ್ತೇನೆ, ಎಲ್ಲಾ ಕಡೆ ತಿರುಗಾಡಿ ಇತರ ಸಮಾಧಿಗಳಿಂದ ಹೂವುಗಳನ್ನು ಸಂಗ್ರಹಿಸಿ ಹಾಕಿದ್ದಾನೆ.

ಯುವ ಹ್ಯಾರಿ

ಆದರೆ ಅವುಗಳಲ್ಲಿ ಅವಳ ಹೆಸರಿದೆ... ಲಿಲಿ ಮತ್ತು ಜೇಮ್ಸ್, ನೀನು ಮಾಡಿದ್ದನ್ನು, ನಾವು ಎಂದಿಗೂ ಮರೆಯುವುದಿಲ್ಲ ... ಲಿಲಿ ಮತ್ತು ಜೇಮ್ಸ್, ನಿನ್ನ ತ್ಯಾಗ-

ವಾಲ್ಡೆರ್‌ಮಾರ್ಟ್

ನನಗೆ ತಪ್ಪಿತಸ್ಥ ಭಾವನೆಯ ವಾಸನೆ ಬರುತ್ತಿದೆ, ಗಾಳಿಯಲ್ಲಿ ತಪ್ಪಿತಸ್ಥ ಭಾವನೆಯ ದುರ್ನಾತವಿದೆ.

ಆಂಟ್ ಪೆಟ್ಯೂನಿಯಾ (ಯುವ ಹ್ಯಾರಿಗೆ)

ದೂರ ನಡೆ. ಅಲ್ಲಿಂದ ದೂರ ನಡೆ.

ಅವಳು ಅವನನ್ನು ಹಿಂದಕ್ಕೆಳೆಯುತ್ತಾಳೆ, ವಾಲ್ಡೆರ್‌ಮಾರ್ಟ್‌ನ ಕೈ ಗಾಳಿಯಲ್ಲಿ ಪಾಟರ್‌ನ ಗೋರಿಯ ಮೇಲಕ್ಕೇರುತ್ತದೆ, ಅವನ ಉಳಿದ

ಭಾಗವು ನಂತರ ಏರುತ್ತದೆ. ನಾವು ಅವನ ಮುಖವನ್ನು ನೋಡದಿದ್ದರೂ ಆದರೆ ಅವನ ದೇಹವು ಮೊನಚಾದ, ಭಯಾನಕ ಆಕಾರವನ್ನು ಪಡೆದುಕೊಳ್ಳುತ್ತದೆ.

ನನಗೆ ಗೊತ್ತಿತ್ತು. ಈ ಸ್ಥಳವು ಅಪಾಯಕಾರಿ. ಗಾಡ್ರಿಕ್‌ನ ಪ್ರಭಾವಳಿಯನ್ನು ನಾವು ಎಷ್ಟು ಬೇಗ ಪಡೆಯುತ್ತೇವೋ ಅಷ್ಟು ಒಳ್ಳೆಯದು.

ಯುವ ಹ್ಯಾರಿಯನ್ನು ವೇದಿಕೆಯಿಂದ ಎಳೆಯಲಾದರೂ, ಅವನು ವಾಲ್ಡೆರ್‌ಮಾರ್ಟ್ ಅನ್ನು ಎದುರಿಸಲು ತಿರುಗುತ್ತಾನೆ.

ವಾಲ್ಡೆರ್‌ಮಾರ್ಟ್

ನೀನಿನ್ನೂ ನನ್ನ ಕಣ್ಣುಗಳೊಂದಿಗೆ ನೋಡುತ್ತಿದ್ದೀಯಾ ಹ್ಯಾರಿ ಪಾಟರ್?

ಯುವ ಹ್ಯಾರಿ ಆಲ್ಬಸ್ ವಾಲ್ಡೆರ್‌ಮಾರ್ಟ್‌ರ್ನ ನಿಲುವಂಗಿಯಿಂದ ಚಿಮ್ಮುತ್ತಿದ್ದ ಹಾಗೆ ಯುವ ಹ್ಯಾರಿಗೆ ಅಡ್ಡಿಯಾಗಿ ಅವನು ನಿರ್ಗಮಿಸುತ್ತಾನೆ. ಅವನು ತನ್ನ ತಂದೆಯ ಕಡೆಗೆ ಹತಾಶನಾಗಿ ಕೈ ಚಾಚುತ್ತಾನೆ.

ಆಲ್ಬಸ್

ಅಪ್ಪಾ... ಅಪ್ಪಾ...

ಪಾರ್ಸೆಲ್‌ಟಂಗ್‌ನಲ್ಲಿ ಕೆಲವು ಪದಗಳನ್ನು ಮಾತನಾಡಲಾಗಿದೆ.

ಅವರು ಬರುತ್ತಿದ್ದಾನೆ. ಅವನು ಬರುತ್ತಿದ್ದಾನೆ. ಅವರು ಬರುತ್ತಿದ್ದಾನೆ.

ತದನಂತರ ಒಂದು ಕೂಗು.

ತದನಂತರ ಕೋಣೆಯ ಹಿಂಭಾಗದಿಂದ ಮತ್ತು ಎಲ್ಲಾ ಸುತ್ತಲೂ ಪಿಸುಗುಡುತ್ತ. ಗುರುತು ತಪ್ಪಲಾರದ ಧ್ವನಿಯಲ್ಲಿ ಹೇಳಿದ ಪದಗಳು.

ವಾಲ್ಡೆರ್‌ಮಾರ್ಟ್‌ನ ಧ್ವನಿ...

ಆಕ್ಟ್ ಮೂರು ದೃಶ್ಯ ಹದಿಮೂರು

ಹ್ಯಾರಿ ಮತ್ತು ಜಿನ್ನಿ ಪಾಟರ್ ಮನೆ, ಅಡುಗೆಮನೆ

ಹ್ಯಾರಿ ಭಯಂಕರ ಸ್ಥಿತಿಯಲ್ಲಿದ್ದಾನೆ. ಅವನು ತನ್ನ ಕನಸುಗಳು ಏನು ಹೇಳುತ್ತಿವೆ ಎಂದು ಯೋಚಿಸಿ ಗಾಬರಿಯಾಗಿದ್ದಾನೆ.

ಜಿನ್ನಿ

ಹ್ಯಾರಿ? ಹ್ಯಾರಿ? ಏನದು? ನೀನು ಕಿರಿಚುತ್ತಿದ್ದೆ...

ಹ್ಯಾರಿ

ಅವುಗಳು ನಿಂತಿಲ್ಲ. ಕನಸುಗಳು.

ಜಿನ್ನಿ

ಅವರು ತಕ್ಷಣವೇ ನಿಲ್ಲುವ ಸಾಧ್ಯತೆಯೂ ಇಲ್ಲ. ಇದು ಒತ್ತಡದಿಂದ ಕೂಡಿದ ಸಮಯ ಹಾಗೂ-

ಹ್ಯಾರಿ

ಆದರೆ ನಾನು ಪೆಟ್ಯೂನಿಯಾ ಜೊತೆಗೆ ಗಾಡ್ರಿಕ್ಸ್ ನ ಪ್ರಭಾವಳಿಯಲ್ಲಿ ಎಂದಿಗೂ ಇರಲಿಲ್ಲ. ಇದು-

ಜಿನ್ನಿ

ಹ್ಯಾರಿ, ನೀನು ನಿಜವಾಗಿಯೂ ನನ್ನನ್ನು ಹೆದರಿಸುತ್ತಿದ್ದೀಯಾ.

ಹ್ಯಾರಿ

ಅವರು ಇನ್ನೂ ಇಲ್ಲಿದ್ದಾನೆ, ಜಿನ್ನಿ.

ಜಿನ್ನಿ

ಯಾರು ಇನ್ನೂ ಇಲ್ಲಿದ್ದಾರೆ?

ಹ್ಯಾರಿ

ವಾಲ್ಡೆರ್‌ಮಾರ್ಟ್ . ನಾನು ವಾಲ್ಡೆರ್‌ಮಾರ್ಟ್ ಮತ್ತು ಆಲ್ಬಸ್‌ನನ್ನು ನೋಡಿದೆ.

ಜಿನ್ನಿ

ಮತ್ತು ಅಲ್ಬಸ್...?

ಹ್ಯಾರಿ

ಅವನು ಹೇಳಿದ - ವಾಲ್ಡೆರ್‌ಮಾರ್ಟ್ ಹೇಳಿದ - 'ನನಗೆ ತಪ್ಪಿತಸ್ಥ ಭಾವನೆಯ ವಾಸನೆ ಬರುತ್ತಿದೆ, ಗಾಳಿಯಲ್ಲಿ ತಪ್ಪಿತಸ್ಥ ಭಾವನೆಯ ದುರ್ನಾತವಿದೆ.' ಅವರು ನನ್ನೊಂದಿಗೆ ಮಾತನಾಡುತ್ತಿದ್ದ.

ಹ್ಯಾರಿ ಅವಳನ್ನು ನೋಡುತ್ತಾನೆ. ಅವನು ತನ್ನ ಗಾಯವನ್ನು ಮುಟ್ಟುತ್ತಾನೆ. ಅವಳ ಮುಖ ಬಾಡುತ್ತದೆ.

ಜಿನ್ನಿ

ಹ್ಯಾರಿ, ಆಲ್ಬಸ್ ಇನ್ನೂ ಅಪಾಯದಲ್ಲಿದ್ದಾನೆಯೇ?

ಹ್ಯಾರಿ ಮುಖ ಬಿಳಿಚಿಕೊಳ್ಳುತ್ತದೆ.

ಹ್ಯಾರಿ

ನಾವೆಲ್ಲರೂ ಇದ್ದೇವೆ ಎಂದು ನನಗೆ ಅನಿಸುತ್ತಿದೆ.

ಆಕ್ಟ್ ಮೂರು ದೃಶ್ಯ ಹದಿನಾಲ್ಕು

ಹಾಗ್‌ವಾರ್ಟ್ಸ್, ಸ್ಲಿಥರಿನ್ ಪಡಸಾಲೆ

ಇಬ್ಬರು ಹುಡುಗರೂ ನಿದ್ರಿಸಿರಬೇಕಿತ್ತು, ಆದರೆ ಸ್ಕಾರ್ಪಿಯಸ್‌ಗೆ ನಿದ್ರೆ ಮಾಡಲು ಸಾಧ್ಯವಾಗುತ್ತಿಲ್ಲ.

ಅವನು ಹಾಸಿಗೆಯಿಂದ ಹೊರಬರುತ್ತಾನೆ ಮತ್ತು ಅಪಾಯಕಾರಿಯಾಗಿ ಆಲ್ಬಸ್ ಹಾಸಿಗೆಯ ಮೇಲೆ ಬಾಗುತ್ತಾನೆ.

ಸ್ಕಾರ್ಪಿಯಸ್

ಆಲ್ಬಸ್ ... ಶ್ ... ಅಲ್ಬಸ್.

ಆದರೆ ಆಲ್ಬಸ್ ಏಳುವದಿಲ್ಲ, ಆದ್ದರಿಂದ ಸ್ಕಾರ್ಪಿಯಸ್ ಚಿಕ್ಕದಾಗಿ ಕೆಲಸ ಮಾಡುತ್ತಿದ್ದಾನೆ.

ಅಲ್ಬಸ್!

ಆಲ್ಬಸ್ ಆಘಾತದಿಂದ ಎಚ್ಚರಗೊಳ್ಳುತ್ತಾನೆ, ಸ್ಕಾರ್ಪಿಯಸ್ ನಗುತ್ತಾನೆ.

ಆಲ್ಬಸ್

ಅಹ್ಲಾದಕರ. ಅದು ಎಚ್ಚರಗೊಳಿಸಲು ಒಂದು ಆಹ್ಲಾದಕರ ಮತ್ತು ಭಯಾನಕವಲ್ಲದ ಮಾರ್ಗವಾಗಿದೆ.

ಸ್ಕಾರ್ಪಿಯಸ್

ಇದು ತುಂಬಾ ವಿಚಿತ್ರವಾಗಿದ್ದರೂ ನಾನು ಅತ್ಯಂತ ಭಯಾನಕ ಸ್ಥಳದಲ್ಲಿದ್ದಾಗಿನಿಂದ ನಾನು ಹೆದರಿಕೆಯನ್ನು ಚೆನ್ನಾಗಿ ನಿರ್ವಹಿಸುತ್ತಿದ್ದೇನೆ. ನಾನು - ಸ್ಕಾರ್ಪಿಯಸ್ ಅಂಜದ ಗಂಡು. ನಾನು - ಮಾಲ್ಫೋಯ್ ಅಂಜದ ಗಂಡು.

ಆಲ್ಬಸ್

ಒಳ್ಳೆಯದು.

ಸ್ಕಾರ್ಪಿಯಸ್

ಅಂದರೆ, ಸಾಮಾನ್ಯವಾಗಿ, ನನ್ನನ್ನು ಬಂಧಿಸಿಟ್ಟಲ್ಲಿ, ನಿರಂತರ ಬಂಧನದಲ್ಲಿಟ್ಟಲ್ಲಿ. ಅದು ನನ್ನನ್ನು ಮುರಿದು ಹಾಕುತ್ತದಾದರೂ ಆದರೆ ಈಗ - ಇನ್ನೂ ಏನು ಕೆಟ್ಟದಾಗಬಹುದು? ಮೊಲ್ಡಿ ವೊಲ್ಡಿಯನ್ನು ಮತ್ತೆ ಕರೆದುಕೊಂಡು ಬಂದು ನನ್ನನ್ನು ಹಿಂಸಿಸುತ್ತಾರೆಯೇ? ಇಲ್ಲ.

ಆಲ್ಬಸ್

ನೀನು ಉತ್ತಮ ಮನಸ್ಥಿತಿಯಲ್ಲಿರುವಾಗ ನೀನು ಭಯ ಹುಟ್ಟಿಸುತ್ತೀಯಾ, ನಿನಗೆ ಗೊತ್ತಾ?

ಸ್ಕಾರ್ಪಿಯಸ್

ಇಂದು ರೋಸ್ ಕಷಾಯಗಳಲ್ಲಿ ನನ್ನ ಬಳಿ ಬಂದು ನನಗೆ ಬ್ರೆಡ್ ಹೆಡ್ ಅಂದಾಗ, ನಾನು ಹೆಚ್ಚೂ ಕಡಿಮೆ ಅವಳನ್ನು ಅಪ್ಪಿಕೊಂಡೆ. ಇಲ್ಲ, ಅದರ ಬಗ್ಗೆ ಬಹುತೇಕ ಎಂದೇನಿಲ್ಲ, ನಾನು ಅವಳನ್ನು ತಬ್ಬಿಕೊಳ್ಳಲು ಪ್ರಯತ್ನಿಸಿದೆ, ಮತ್ತು ನಂತರ ಅವಳು ನನಗೆ ಮೊಣಕಾಲಿನ ಮೇಲೆ ಒದ್ದಳು.

ಆಲ್ಬಸ್

ಭಯವಿಲ್ಲದವನಾಗಿರುವುದು ನಿನ್ನ ಆರೋಗ್ಯಕ್ಕೆ ಒಳ್ಳೆಯದು ಎಂದು ನನಗೆ ಖಚಿತತೆಯಿಲ್ಲ.

ಸ್ಕಾರ್ಪಿಯಸ್ ಆಲ್ಬಸ್‌ನನ್ನು ನೋಡುತ್ತಾನೆ; ಅವನ ಮುಖ ಹೆಚ್ಚು ಚಿಂತನಶೀಲವಾಗಿದೆ.

ಸ್ಕಾರ್ಪಿಯಸ್

ಇಲ್ಲಿಗೆ ಮರಳುವುದು ಎಷ್ಟು ಒಳ್ಳೆಯದಾಗಿದೆ ಎಂದು ನಿನಗೆ ತಿಳಿದಿಲ್ಲ, ಅಲ್ಬಸ್. ನಾನು ಅಲ್ಲಿ ಅದನ್ನು ದ್ವೇಷಿಸುತ್ತಿದ್ದೆ.

ಆಲ್ಬಸ್

ಪಾಲಿ ಚಾಪ್‌ಮನ್ ಮತ್ತು ನಿನ್ನನ್ನು ತುಂಡು ಮಾಡುತ್ತೇನೆಂದು ಕನಸು ಕಾಣುವುದನ್ನು ಬಿಟ್ಟು.

ಸ್ಕಾರ್ಪಿಯಸ್

ಸೆಡ್ರಿಕ್ ಸಂಪೂರ್ಣವಾಗಿ ವಿಭಿನ್ನ ವ್ಯಕ್ತಿಯಾಗಿದ್ದ - ನಿಗೂಢ, ಅಪಾಯಕಾರಿ. ನನ್ನ ತಂದೆ - ಅವರು ಏನು ಹೇಳಿದರೂ ಮಾಡುತ್ತಿದ್ದ. ಮತ್ತು ನಾನು? ನಾನು ಮತ್ತೊಂದು ಸ್ಕಾರ್ಪಿಯಸ್‌ನನ್ನೇ ಕಂಡುಕೊಂಡೆ ಗೊತ್ತೇ? ಅಧಿಕಾರಯುತ, ಕೋಪ ಮಾಡಿಕೊಂಡ, ದುಷ್ಟ - ಜನರು ನನ್ನನ್ನು ನೋಡಿ ಹೆದರಿದ್ದರು. ನಮ್ಮೆಲ್ಲರನ್ನು ಪರೀಕ್ಷಿಸಿದ್ದರು ಹಾಗೂ ನಾವು ವಿಫಲರಾಗಿರುವಂತೆ ಭಾಸವಾಗುತ್ತದೆ.

ಆಲ್ಬಸ್

ಆದರೆ ನೀನು ವಿಷಯಗಳನ್ನು ಬದಲಾಯಿಸಿದ್ದೀಯಾ. ನಿನಗೆ ಅವಕಾಶವಿತ್ತು ಮತ್ತು ನೀನು ಸಮಯ ಬದಲಾಯಿಸಿದ್ದೀಯಾ. ನಿನ್ನನ್ನು ಮರಳಿ ಬದಲಾಯಿಸಿಕೊಂಡೆ.

ಸ್ಕಾರ್ಪಿಯಸ್

ಏಕೆಂದರೆ ನಾನು ಏನಾಗಿರಬೇಕೆಂದು ನನಗೆ ಗೊತ್ತಿತ್ತು.

ಆಲ್ಬಸ್ ಇದನ್ನು ಜೀರ್ಣಿಸಿಕೊಳ್ಳುತ್ತಾನೆ.

ಆಲ್ಬಸ್

ನನ್ನನ್ನು ಪರೀಕ್ಷಿಸಲಾಗಿದೆ ಎಂದು ನಿನಗೆ ಅನಿಸುತ್ತದೆಯೇ? ನನ್ನನ್ನು ಮಾಡಲಾಗಿದೆಯೇ, ಇಲ್ಲವೇ?

ಸ್ಕಾರ್ಪಿಯಸ್

ಇನ್ನೂ ಇಲ್ಲ.

ಆಲ್ಬಸ್

ನೀನು ತಪ್ಪಾಗಿದ್ದೀಯಾ. ಆ ಮೂರ್ಖ ವಿಷಯ ಒಮ್ಮೆಯೂ ಹಿಂದಕ್ಕೆ ಹೋಗುತ್ತಿರಲಿಲ್ಲ - ಯಾರಾದರೂ ಆ ತಪ್ಪನ್ನು ಮಾಡಬಹುದು - ಆ ಮೂರ್ಖ ವಿಷಯ ಎರಡು ಬಾರಿ ಹಿಂತಿರುಗುವಷ್ಟು ಸೊಕ್ಕನ್ನು ಹೊಂದಿತ್ತು .

ಸ್ಕಾರ್ಪಿಯಸ್

ನಾವಿಬ್ಬರೂ ಹಿಂದಕ್ಕೆ ಹೋದೆವು, ಅಲ್ಬಸ್.

ಆಲ್ಬಸ್

ಮತ್ತು ನಾನು ಇದನ್ನು ಮಾಡಲು ಅಷ್ಟೇಕೆ ಧೃಢನಿರ್ಧಾರ ಹೊಂದಿದ್ದೆ? ಸೆಡ್ರಿಕ್? ನಿಜವಾಗಿಯೂ? ಇಲ್ಲ. ನನಗೆ ಏನಾದರೂ ಸಾಬೀತುಪಡಿಸಬೇಕಿತ್ತು. ನನ್ನ ತಂದೆ ಹೇಳುವುದು ಸರಿ- ಅವರು ಯಾವತ್ತೂ ಸಾಹಸಕ್ಕಾಗಿ ನೋಡಲಿಲ್ಲ - ನಾನು, ಇದೆಲ್ಲವೂ ನನ್ನ ತಪ್ಪು, ಮತ್ತು ನೀನಿರದಿದ್ದಲ್ಲಿ ಎಲ್ಲವೂ ಕತ್ತಲಾಗಬಹುದಿತ್ತು.

ಸ್ಕಾರ್ಪಿಯಸ್

ಆದರೆ ಅದಾಗಲಿಲ್ಲ. ಮತ್ತು ಅದಕ್ಕೆ ನಿನಗೂ ಕೂಡ ನನ್ನಷ್ಟೇ ಧನ್ಯವಾದಗಳನ್ನು ಹೇಳಬೇಕು. ಡಿಮೆಂಟರ್‌ಗಳು - ನನ್ನ ತಲೆಯೊಳಗಿದ್ದಾಗ - ಸೆವೆರಸ್ ಸ್ನೇಪ್ ನಿನ್ನ ಬಗ್ಗೆ ಯೋಚಿಸಲು ಹೇಳಿದ. ನೀನು ಅಲ್ಲಿ ಇರದೇ ಇರಬಹುದು ಅಲ್ಬಸ್, ಆದರೆ ನೀನು ಹೋರಾಡುತ್ತಿದ್ದೆ - ನನ್ನೊಂದಿಗೆ ಹೋರಾಡುತ್ತಿದ್ದೆ.

ಅಲ್ಬಸ್ ತಲೆಯಲ್ಲಾಡಿಸುತ್ತಾನೆ. ಅವನಿಗೆ ಇದು ತಟ್ಟಿದೆ.

ಮತ್ತು ಸೆಡ್ರಿಕ್‌ನನ್ನು ಉಳಿಸುವುದು - ಅದು ಅಂಥ ಕೆಟ್ಟ ವಿಚಾರವಾಗಿಲಿಲ್ಲ - ನನ್ನ ತಲೆಯಲ್ಲಂತೂ ಅಲ್ಲ - ಆದರೂ, ನಿನಗೆ ತಿಳಿದಿದೆಯಲ್ಲವೇ - ನಾವು ಖಂಡಿತವಾಗಿಯೂ ಮತ್ತೆ ಪ್ರಯತ್ನಿಸಲು ಸಾಧ್ಯವಿಲ್ಲ.

ಆಲ್ಬಸ್

ಹೌದು . ನನಗೆ ಗೊತ್ತು. ನನಗೆ ಅದು ಗೊತ್ತು

ಸ್ಕಾರ್ಪಿಯಸ್

ಒಳ್ಳೆಯದು. ಹಾಗಾದರೆ ನೀನು ಇದನ್ನು ನಾಶಮಾಡಲು ನನಗೆ ಸಹಾಯ ಮಾಡಬಹುದು.

ಸ್ಕಾರ್ಪಿಯಸ್ ತನ್ನ ಮೆತ್ತೆಯ ಅಡಿಯಿಂದ ಟೈಮ್-ಟರ್ನರ್ ಅನ್ನು ಎಳೆಯುತ್ತಾನೆ ಮತ್ತು ಅದನ್ನು ಆಶ್ಚರ್ಯಚಕಿತನಾದ ಆಲ್ಬಸ್‌ಗೆ ತೋರಿಸುತ್ತಾನೆ.

ಆಲ್ಬಸ್

ಅದೊಂದು ಕೆರೆಯ ತಳದಲ್ಲಿದೆ ಎಂದು ಎಲ್ಲರಿಗೂ ನೀನು ಹೇಳಿದ್ದೀಯಾ ಎಂದು ನನಗೆ ಖಚಿತತತೆಯಿದೆ.

ಸ್ಕಾರ್ಪಿಯಸ್

ಮಾಲ್ಫೊಯ್ ಅನಾಕ್ಷಿಯಸ್ ಒಳ್ಳೆಯ ಸುಳ್ಳುಗಾರ ಎಂದಾಯಿತು.

ಆಲ್ಬಸ್

ಸ್ಕಾರ್ಪಿಯಸ್, ನಾವು ಇದನ್ನು ಯಾರಿಗಾದರೂ ಹೇಳಬೇಕು ...

ಸ್ಕಾರ್ಪಿಯಸ್

ಯಾರಿಗೆ? ಸಚಿವಾಲಯವು ಅದನ್ನು ಮೊದಲು ಇಟ್ಟುಕೊಂಡಿದೆ, ನೀನು ಅವರು ಅದನ್ನು ಮತ್ತೆ ಇಟ್ಟುಕೊಳ್ಳುವುದಿಲ್ಲವೆಂದು ನಿಜವಾಗಿಯೂ ನಂಬುತ್ತೀಯಾ? ನೀನು ಮತ್ತು ನಾನು ಮಾತ್ರ ಅದು ಎಷ್ಟು ಅಪಾಯಕಾರಿ ಎಂದು ನೋಡಿದ್ದೇವೆ, ಇದರರ್ಥ ನೀನು ಮತ್ತು ನಾನು ಅದನ್ನು ನಾಶ ಮಾಡಬೇಕು. ನಾವು ಮಾಡಿದ್ದನ್ನು ಯಾರಿಗೂ ಮಾಡಲು ಸಾಧ್ಯವಿಲ್ಲ ಅಲ್ಬಸ್. ಯಾರಿಗೂ ಇಲ್ಲ. ಇಲ್ಲ, (*ಭವ್ಯವಾಗಿ*) ಇದು ಕಾಲದ ಪ್ರಯಾಣವು ಭೂತಕಾಲದ ವಿಷಯವಾಗುವ ಸಮಯ.

ಅಲ್ಬಸ್ (*ಅವನ ಸ್ನೇಹಿತನನ್ನು ನೋಡಿ ನಗುತ್ತಿದ್ದಾನೆ*)

ಆ ವಾಕ್ಯದ ಮೇಲೆ ನಿನಗೆ ತುಂಬಾ ಹೆಮ್ಮೆಯಿದೆ, ಅಲ್ಲವೇ?

ಸ್ಕಾರ್ಪಿಯಾಸ್ (*ಮರಳಿ ನಗುತ್ತ*)

ಅದರ ಮೇಲೆ ಇಡೀ ದಿನ ಕೆಲಸ ಮಾಡುತ್ತಿದ್ದೆ.

ಆಕ್ಟ್ ಮೂರು ದೃಶ್ಯ ಹದಿನೈದು

ಹಾಗ್‌ವಾರ್ಟ್ಸ್, ಸ್ಲಿಥರಿನ್ ಪಡಸಾಲೆ

ಹ್ಯಾರಿ ಮತ್ತು ಜಿನ್ನಿ ಪಡಸಾಲೆಯಲ್ಲಿ ಬೇಗನೇ ಹೋಗುತ್ತಿದ್ದಾರೆ, ಕ್ರೈಗ್ ಬೌಕರ್ ಜ್ಯೂನಿಯರ್ ಬೇಗ ಬೇಗ ಅವರ ಹಿಂದೆ ಬರುತ್ತಿದ್ದಾನೆ.

ಕ್ರೈಗ್ ಬೌಕರ್ ಜ್ಯೂನಿಯರ್

ನಾನು ಮತ್ತೊಮ್ಮೆ ಪುನರಾವರ್ತಿಸಬಹುದೇ? ಇದು ನಿಯಮಗಳಿಗೆ ವಿರುದ್ಧವಾಗಿದೆ ಮತ್ತು ಇದು ಮಧ್ಯರಾತ್ರಿಯಾಗಿದೆ.

ಹ್ಯಾರಿ

ನನಗೆ ನನ್ನ ಮಗನನ್ನು ಹುಡುಕಬೇಕು.

ಕ್ರೈಗ್ ಬೌಕರ್ ಜ್ಯೂನಿಯರ್

ನೀನು ಯಾರೆಂದು ನನಗೆ ಗೊತ್ತು, ಶ್ರೀ ಪಾಟರ್, ಆದರೆ ನೀನು ಕೂಡಾ ಏನು ತಿಳಿದುಕೊಳ್ಳಬೇಕೆಂದರೆ ಪೋಷಕರು ಅಥವಾ ಪ್ರಾಧ್ಯಾಪಕರು ಸ್ಪಷ್ಟವಾದ ಪರವಾನಗಿಯಿಲ್ಲದೇ ಹೌಸ್ ಕ್ವಾರ್ಟರ್ಸ್ ಅನ್ನು ಪ್ರವೇಶಿಸುವುದು ಶಾಲೆಯ ಒಪ್ಪಂದಕ್ಕೆ ವಿರುದ್ಧವಾಗಿದೆ ...

ಪ್ರೊಫೆಸರ್ ಮ್ಯಾಕ್‌ಗೊನಾಗಲ್ ಅವರ ಹಿಂದೆ ಬರುತ್ತಾಳೆ.

ಪ್ರೊಫೆಸರ್ ಮ್ಯಾಕ್‌ಗೊನಾಗಲ್

ದಯವಿಟ್ಟು ಸುಸ್ತು ಹೊಡೆಸಬೇಡ, ಕ್ರೈಗ್.

ಹ್ಯಾರಿ

ನಿಮಗೆ ನಮ್ಮ ಸಂದೇಶ ತಲುಪಿತೇ? ಒಳ್ಳೆಯದು.

ಕ್ರ್ಯಾಗ್ ಬೋಕರ್ ಜ್ಯೂನಿಯರ್ *(ಆಘಾತದಿಂದ)*

ಮುಖ್ಯೋಪಾಧ್ಯಾಯಿನಿಯವರೇ. ನಾನು - ನಾನು ಕೇವಲ-

ಹ್ಯಾರಿ ಒಂದು ಹಾಸಿಗೆಯ ಪರದೆಯನ್ನು ತೆರೆಯುತ್ತಾನೆ.

ಪ್ರೊಫೆಸರ್ ಮ್ಯಾಕ್‌ಗೊನಾಗಲ್

ಅವನು ಹೋದನೇ?

ಹ್ಯಾರಿ

ಹೌದು.

ಪ್ರೊಫೆಸರ್ ಮ್ಯಾಕ್‌ಗೊನಾಗಲ್

ಮತ್ತು ಯುವ ಮಾಲ್ಫೋಯ್?

ಜಿನ್ನಿ ಮತ್ತೊಂದನ್ನು ತೆರೆಯುತ್ತಾಳೆ.

ಜಿನ್ನಿ

ಅಯ್ಯೋ ದೇವರೇ.

ಪ್ರೊಫೆಸರ್ ಮ್ಯಾಕ್‌ಗೊನಾಗಲ್

ಹಾಗಾದರೆ ನಾವು ಈ ಶಾಲೆಯನ್ನು ತಲೆಕೆಳಗಾಗಿಸೋಣ. ಕ್ರೆಗ್, ನಮಗೆ ಮಾಡಲು ಕೆಲಸವಿದೆ...

ಜಿನ್ನಿ ಮತ್ತು ಹ್ಯಾರಿ ಹಾಸಿಗೆ ನೋಡುತ್ತಿದ್ದಾರೆ.

ಜಿನ್ನಿ

ನಾವು ಇಲ್ಲಿ ಮೊದಲು ಬಂದಿರಲಿಲ್ಲವೇ?

ಹ್ಯಾರಿ

ಈ ಬಾರಿ ಏನೋ ಇನ್ನೂ ಕೆಟ್ಟದಾಗಿರುವಂತಿದೆ.

ಜಿನ್ನಿ ತನ್ನ ಗಂಡನನ್ನು ನೋಡುತ್ತಾಳೆ, ಅವನು ಭಯದಲ್ಲಿದ್ದಾನೆ.

ಜಿನ್ನಿ

ನೀನು ಮೊದಲು ಅವನ ಜೊತೆ ಮಾತಾಡಿದ್ದೀಯಾ?

ಹ್ಯಾರಿ

ಹೌದು.

ಜಿನ್ನಿ

ನೀನು ಈ ಪಡಸಾಲೆಗೆ ಬಂದು ಅವನ ಜೊತೆ ಮಾತಾಡಿದ್ದೀಯಾ?

ಹ್ಯಾರಿ

ನಾನು ಹಾಗೆ ಮಾಡಿದ್ದೇನೆಂದು ನಿನಗೆ ಗೊತ್ತು.

ಜಿನ್ನಿ

ನೀನು ನಮ್ಮ ಮಗನಿಗೆ ಏನು ಹೇಳಿದೆ, ಹ್ಯಾರಿ?

ಹ್ಯಾರಿಗೆ ಅವಳ ಧ್ವನಿಯಲ್ಲಿ ಆಪಾದನೆ ಕೇಳಿಸುತ್ತಿದೆ.

ಹ್ಯಾರಿ

ನಾನು ಹೇಳಿದಂತೆ ನಾನು ಪ್ರಾಮಾಣಿಕವಾಗಿರಲು ಪ್ರಯತ್ನಿಸಿದೆ - ನಾನು ಏನನ್ನೂ ಹೇಳಲಿಲ್ಲ.

ಜಿನ್ನಿ

ಮತ್ತು ನಿನ್ನನ್ನು ನೀನು ನಿಯಂತ್ರಿಸಿಕೊಂಡೆಯಾ? ಅದು ಎಷ್ಟು ಜೋರಾಗಿತ್ತು?

ಹ್ಯಾರಿ

... ನನಗೆ ಹಾಗನಿಸುವುದಿಲ್ಲ... ನಾನು ಅವನನ್ನು ಮತ್ತೆ ಹೆದರಿಸಿದೆ ಎಂದು ನಿನಗನಿಸುತ್ತದೆಯೇ?

ಜಿನ್ನಿ

ನಿನ್ನ ಒಂದು ತಪ್ಪನ್ನು ನಾನು ಕ್ಷಮಿಸಬಲ್ಲೆ ಹ್ಯಾರಿ, ಬಹುಶಃ ಎರಡನ್ನೂ ಕ್ಷಮಿಸಬಲ್ಲೆ, ಆದರೆ ನೀನು ಹೆಚ್ಚು ತಪ್ಪುಗಳನ್ನು ಮಾಡುತ್ತಿದ್ದ ಹಾಗೆ, ನಿನ್ನನ್ನು ಕ್ಷಮಿಸುವುದು ಇನ್ನೂ ಕಷ್ಟವಾಗುತ್ತದೆ.

ಆಕ್ಟ್ ಮೂರು ದೃಶ್ಯ ಹದಿನಾರು

ಹಾಗ್‌ವಾರ್ಟ್ಸ್, ಗೂಬೆಮನೆ

ಸ್ಕಾರ್ಪಿಯಸ್ ಮತ್ತು ಅಲ್ಬಸ್ ಬೆಳ್ಳಿಯ ಬೆಳಕಿನಲ್ಲಿ ಮಿಂದ ಛಾವಣಿಯ ಮೇಲಿದ್ದಾರೆ. ಅವುಗಳ ಸುತ್ತಲೂ ಮೃದುವಾದ ಕೂಗುವಿಕೆಯಿದೆ.

ಸ್ಕಾರ್ಪಿಯಸ್

ಹಾಗಾಗಿ, ಒಂದು ಸರಳವಾದ ಕಾನ್‌ಫ್ರಿಂಗೋ ಎಂದು ನನಗೆ ಅನಿಸುತ್ತದೆ.

ಆಲ್ಬಸ್

ಖಂಡಿತವಾಗಿಯೂ ಇಲ್ಲ. ಈ ರೀತಿಯದಕ್ಕೆ ನಿನಗೆ ಎಕ್ಸ್ ಪಲ್ಸೋ ಬೇಕು.

ಸ್ಕಾರ್ಪಿಯಸ್

ಎಕ್ಸ್ ಪಲ್ಸೋ? ಎಕ್ಸ್ ಪಲ್ಸೋ ಮಾಡಿದರೆ ನಾವು ಟೈಮ್-ಟರ್ನರ್‌ನ ತುಣುಕುಗಳನ್ನು ಅನೇಕ ದಿನಗಳ ಕಾಲ ಈ ಗೂಬೆ ಮನೆಯಿಂದ ತೆರವುಗೊಳಿಸುತ್ತೇವೆ.

ಆಲ್ಬಸ್

ಬೊಂಬಾರ್ಡಾ?

ಸ್ಕಾರ್ಪಿಯಸ್

ಹಾಗ್‌ವಾರ್ಟ್ಸ್ ನಲ್ಲಿ ಎಲ್ಲರನ್ನೂ ಎಚ್ಚರಿಸಬೇಕೇ? ಬಹುಶಃ ನಿದ್ರೆಗೊಳಗಾಗಿಸಬಹುದು. ಅವರನ್ನು ಮೂಲತಃ ಸ್ಟುಪಿಫೈ ಬಳಸಿ ನಾಶಪಡಿಸಲಾಯಿತು...

ಆಲ್ಬಸ್

ನಿಖರವಾಗಿ, ಮೊದಲು ಇದನ್ನು ಮಾಡಲಾಗಿತ್ತು - ನಾವು ಹೊಸದನ್ನೇನಾದರೂ ಮಾಡೋಣ, ಏನಾದರೂ ವಿನೋದವಾದದ್ದನ್ನು.

ಸ್ಕಾರ್ಪಿಯಸ್

ವಿನೋದ? ನೋಡು, ಅನೇಕ ಮಂತ್ರವಾದಿಗಳು ಸರಿಯಾದ ಮಂತ್ರವನ್ನು ಆರಿಸಿಕೊಳ್ಳುವ ಪ್ರಾಮುಖ್ಯತೆಯನ್ನು ಕಡೆಗಣಿಸುತ್ತಾರೆ, ಆದರೆ ಇದು

ನಿಜಕ್ಕೂ ಮುಖ್ಯವಾಗಿದೆ. ಇದು ಆಧುನಿಕ ವಾಮಾಚಾರದ ತುಂಬ ಕಡಿಮೆ ಮೌಲ್ಯ ನೀಡಲ್ಪಟ್ಟ ಭಾಗವೆಂದು ನಾನು ಭಾವಿಸುತ್ತೇನೆ.

ಡೆಲ್ಫಿ

'ಆಧುನಿಕ ಮಾಟದಲ್ಲಿ ಬಹಳ ಕಡಿಮೆ ಮೌಲ್ಯವಿರುವ ಭಾಗ' - ನೀವಿಬ್ಬರೂ ಇರುವವರಲ್ಲಿ ಅತ್ಯುತ್ತಮರು, ನಿಮಗೆ ಗೊತ್ತೇ?

ಸ್ಕಾರ್ಪಿಯಸ್ ಮೇಲಕ್ಕೆ ನೋಡುತ್ತಾನೆ, ಡೆಲ್ಫಿ ಅವರ ಹಿಂದೆ ಹೊರಹೊಮ್ಮಿರುವುದನ್ನು ನೋಡಿ ಆಶ್ಚರ್ಯಗೊಂಡಿದ್ದಾನೆ.

ಸ್ಕಾರ್ಪಿಯಸ್

ಅದ್ಭುತ. ನೀನು... ನೀನು ಇಲ್ಲೇನು ಮಾಡುತ್ತಿದ್ದೀಯಾ?

ಆಲ್ಬಸ್

ಗೂಬೆ ಕಳುಹಿಸುವುದು ಮುಖ್ಯವೆಂದು ನಾನು ಅಂದುಕೊಂಡೆ- ನಾವೇನು ಮಾಡುತ್ತಿದ್ದೇವೆಂದು ಅವಳಿಗೆ ಹೇಳಲು?

ಸ್ಕಾರ್ಪಿಯಸ್ ತನ್ನ ಸ್ನೇಹಿತನನ್ನು ದೂಷಿಸುವಂತೆ ನೋಡುತ್ತಾನೆ.

ಇದು ಅವಳಿಗೂ ಸಂಬಂಧಿಸಿದೆ.

ಸ್ಕಾರ್ಪಿಯಸ್ ಯೋಚಿಸುತ್ತಾನೆ, ತದನಂತರ ಇದನ್ನು ಒಪ್ಪಿಕೊಂಡು ತಲೆಯಲ್ಲಾಡಿಸುತ್ತಾನೆ.

ಡೆಲ್ಫಿ

ನನಗೇನು ಸಂಬಂಧಿಸಿದೆ? ಇದೆಲ್ಲ ಯಾವುದರ ಬಗ್ಗೆ?

ಅಲ್ಬಸ್ ಟೈಮ್-ಟರ್ನರ್ ಅನ್ನು ತೆಗೆಯುತ್ತಾನೆ.

ಆಲ್ಬಸ್

ನಾವು ಟೈಮ್-ಟರ್ನರ್ ಅನ್ನು ನಾಶ ಮಾಡಬೇಕು. ಎರಡನೇ ಸವಾಲಿನ ನಂತರ ಸ್ಕಾರ್ಪಿಯಸ್ ನೋಡಿದ ವಿಷಯಗಳು... ಕ್ಷಮಿಸು. ನಾವು ಮತ್ತೆ ಹೋಗಿ ಅಪಾಯಕ್ಕೊಳಗಾಗಲು ಸಾಧ್ಯವಿಲ್ಲ. ನಿನ್ನ ಸೋದರಸಂಬಂಧಿಯನ್ನು ಉಳಿಸಲು ನಮಗೆ ಸಾಧ್ಯವಿಲ್ಲ.

ಡೆಲ್ಫಿ ಅವನನ್ನು ನೋಡುತ್ತಾಳೆ ಮತ್ತು ನಂತರ ಅವರಿಬ್ಬರನ್ನೂ ನೋಡುತ್ತಾಳೆ.

ಡೆಲ್ಫಿ

ನಿನ್ನ ಗೂಬೆ ತುಂಬಾ ಕಡಿಮೆ ಹೇಳಿತು...

ಆಲ್ಬಸ್

ಅತ್ಯಂತ ಕೆಟ್ಟ ಜಗತ್ತನ್ನು ಊಹಿಸಿಕೋ, ನಂತರ ಅದನ್ನು ದ್ವಿಗುಣಗೊಳಿಸು. ಜನರು ಹಿಂಸೆಗೆ ಒಳಗಾಗುವುದು - ಎಲ್ಲೆಡೆ ಡೆಮೆಂಟರ್‌ಗಳು - ದ್ವಂದ್ವಯುತ ವಾಲ್ಡರ್‌ಮಾರ್ಟ್ - ನನ್ನ ತಂದೆ ಸತ್ತಿರುವುದು, ನಾನು ಜನಿಸದೇ ಇರುವುದು, ಮಾಟ ಮಂತ್ರ. ನಾವು ಕೇವಲ - ನಾವು ಅದನ್ನು ಅನುಮತಿಸಲಾಗುವುದಿಲ್ಲ.

ಡೆಲ್ಫಿ ಹಿಂಜರಿಯುತ್ತಾಳೆ. ತದನಂತರ ಅವಳ ಮುಖ ಬಾಡುತ್ತದೆ.

ಡೆಲ್ಫಿ

ವಾಲ್ಡೆರ್‌ಮಾರ್ಟ್‌ಆಳ್ವಿಕೆನಡೆಸುವುದು? ಅವನುಜೀವಂತವಾಗಿದ್ದಾನೆಯೇ?

ಸ್ಕಾರ್ಪಿಯಸ್

ಅವನು ಎಲ್ಲವನ್ನೂ ಆಳಿದ . ಅದು ಭಯಾನಕವಾಗಿತ್ತು.

ಡೆಲ್ಫಿ

ನಾವು ಮಾಡಿದ್ದರಿಂದಾಗಿ?

ಸ್ಕಾರ್ಪಿಯಸ್

ಸೆಡ್ರಿಕ್‌ನನ್ನು ಅವಮಾನಿಸಿದ್ದು ಅವನನ್ನು ತುಂಬಾ ಕೋಪಗೊಂಡ ಯುವಕನನ್ನಾಗಿ ಪರಿವರ್ತಿಸಿತು ಹಾಗೂ ಅವನು ಸತ್ತದ್ದನ್ನು ತಿನ್ನಲು ಪ್ರಾರಂಭಿಸಿದ ಮತ್ತು - ಮತ್ತು ಎಲ್ಲಾ ತಪ್ಪಾಯಿತು. ನಿಜಕ್ಕೂ ತಪ್ಪಾಯಿತು.

ಡೆಲ್ಫಿ ಸ್ಕಾರ್ಪಿಯಸ್ ಮುಖವನ್ನು ಎಚ್ಚರಿಕೆಯಿಂದ ನೋಡುತ್ತಾನೆ. ಅವಳ ಮುಖ ಬಾಡುತ್ತದೆ.

ಡೆಲ್ಫಿ

ಸತ್ತದ್ದನ್ನು ತಿನ್ನುವವನು?

ಸ್ಕಾರ್ಪಿಯಸ್

ಮತ್ತು ಒಬ್ಬ ಕೊಲೆಗಾರ. ಅವರು ಪ್ರೊಫೆಸರ್ ಲಾಂಗ್‌ಬಾಟಮ್ ಅನ್ನು ಕೊಂದ.

ಡೆಲ್ಫಿ

ನಂತರ - ಸಹಜವಾಗಿಯೇ - ನಾವು ಅದನ್ನು ನಾಶ ಮಾಡಬೇಕು.

ಆಲ್ಬಸ್

ನಿನಗೆ ಅರ್ಥವಾಯಿತೇ?

ಡೆಲ್ಫಿ

ನಾನು ಅದಕ್ಕಿಂತಲೂ ಮುಂದೆ ಹೋಗುತ್ತೇನೆ - ಸೆಡ್ರಿಕ್ ಅರ್ಥಮಾಡಿಕೊಳ್ಳುತ್ತಿದ್ದ ಎಂದು ನಾನು ಹೇಳುತ್ತೇನೆ. ನಾವು ನಾವು ಅದನ್ನು ಒಟ್ಟಿಗೆ ನಾಶ ಮಾಡೋಣ, ನಂತರ ನಾವು ನನ್ನ ಚಿಕ್ಕಪ್ಪನಿದ್ದಲ್ಲಿ ಹೋಗೋಣ. ಪರಿಸ್ಥಿತಿಯನ್ನು ವಿವರಿಸೋಣ.

ಆಲ್ಬಸ್

ಧನ್ಯವಾದಗಳು.

ಡೆಲ್ಫಿ ವಿಷಾದದಿಂದ ಅವರನ್ನು ನೋಡಿ ನಗುತ್ತಾಳೆ, ನಂತರ ಟೈಮ್-ಟರ್ನರ್ ಅನ್ನು ತೆಗೆದುಕೊಳ್ಳುತ್ತಾಳೆ. ಅವಳು ಅದನ್ನು ನೋಡುತ್ತಾಳೆ ಮತ್ತು ಅವಳ ಭಾವನೆಗಳು ಸ್ವಲ್ಪ ಬದಲಾಗುತ್ತವೆ.

ಓಹ್, ಒಳ್ಳೆಯ ಗುರುತು.

ಡೆಲ್ಫಿ

ಏನು?

ಡೆಲ್ಫಿ ನಿಲುವಂಗಿ ಸಡಿಲಗೊಂಡಿದೆ. ಅವಳ ಅವಳ ಕತ್ತಿನ ಹಿಂಭಾಗದಲ್ಲಿ ಒಂದು ಅಗುರೆ ಹಚ್ಚೆ ಕಾಣುತ್ತಿದೆ.

ಆಲ್ಬಸ್

ನಿನ್ನ ಹಿಂದೆ. ನಾನು ಅದನ್ನು ಮೊದಲು ಗಮನಿಸಲಿಲ್ಲ. ರೆಕ್ಕೆಗಳು. ಅದನ್ನು ಮಗಲ್‌ಗಳು ಹಚ್ಚೆ ಎಂದು ಕರೆಯುತ್ತಾರೆಯೇ?

ಡೆಲ್ಫಿ

ಓಹ್. ಹೌದು. ಅದು ಆಗುರೆ.

ಸ್ಕಾರ್ಪಿಯಸ್

ಆಗುರೆ?

ಡೆಲ್ಫಿ

ಮಾಂತ್ರಿಕ ಜೀವಿಗಳ ಆರೈಕೆಯಲ್ಲಿ ನೀನು ಅವರನ್ನು ಭೇಟಿಯಾಗಲಿಲ್ಲವೇ? ಅವುಗಳು ಮಳೆ ಬರುವಾಗ ಕೂಗುವ ಕೆಟ್ಟದಾಗಿ ಕಾಣುವ ಕಪ್ಪು ಹಕ್ಕಿಗಳು. ಮಂತ್ರವಾದಿಗಳ ನಂಬಿಕೆಯ ಪ್ರಕಾರ ಅಗುರೆಯ ಕೂಗು ಸಾವಿನ ಭವಿಷ್ಯ ನುಡಿಯುತ್ತಿತ್ತು. ನಾನು ಬೆಳೆಯುತ್ತಿರುವಾಗ ನನ್ನ ಪಾಲಕರು ಪಂಜರದಲ್ಲಿ ಒಂದನ್ನು ಇಟ್ಟಿದ್ದರು.

ಸ್ಕಾರ್ಪಿಯಸ್

ನಿನ್ನ... ಪಾಲಕರು?

ಡೆಲ್ಫಿ ಸ್ಕಾರ್ಪಿಯಸ್‌ನನ್ನು ನೋಡುತ್ತಾಳೆ. ಈಗ ಅವಳ ಕೈಯಲ್ಲಿ ಟೈಮ್-ಟರ್ನರ್ ಇದೆ. ಅವಳು ಈ ಆಟವನ್ನು ಆನಂದಿಸುತ್ತಿದ್ದಾಳೆ.

ಡೆಲ್ಫಿ

ನನ್ನ ಅಂತ್ಯ ಸರಿಯಾಗಿ ಇರದೇ ಇರುವುದರಿಂದ ಅದು ಅಳುತ್ತಿತ್ತು ಎಂದು ನನ್ನ ಪಾಲಕರು ಹೇಳುತ್ತಿದ್ದರು. ಅವಳಿಗೆ ನಾನು ಇಷ್ಟವಾಗುತ್ತಿರಲಿಲ್ಲ. ಯೂಫೇಮಿಯಾ ರೌಲ್... ಅವರು ನನ್ನನ್ನು ಕೇವಲ ಚಿನ್ನಕ್ಕಾಗಿ ಸಾಕಿದಳು.

ಆಲ್ಬಸ್

ಹಾಗಿದ್ದರೆ ಅವಳ ಪಕ್ಷಿಗಳ ಹಚ್ಚೆಯನ್ನು ನೀನು ಯಾಕೆ ಹಾಕಿಕೊಂಡಿದ್ದೀಯಾ?

ಡೆಲ್ಫಿ

ಭವಿಷ್ಯವು ನನ್ನದು ಎಂದು ಅದು ನನಗೆ ನೆನಪಿಸುತ್ತದೆ.

ಆಲ್ಬಸ್

ಒಳ್ಳೆಯದು. ನಾನು ಕೂಡ ಆಗುರೆ ಹಚ್ಚೆ ಹಾಕಿಸಿಕೊಳ್ಳಬಹುದು.

ಸ್ಕಾರ್ಪಿಯಸ್

ರೌಲ್ಸ್ ಗಳು ತೀವ್ರವಾದ ಶವ ತಿನ್ನುವವರು.

ಸ್ಕಾರ್ಪಿಯಸ್ ತಲೆ ಒಳಗೆ ಸಾವಿರ ಆಲೋಚನೆಗಳಿವೆ.

ಆಲ್ಬಸ್

ಬನ್ನಿ, ನಾವು ನಾಶಪಡಿಸೋಣ... ಕಾನ್ಫ್ರಿಂಗೋ? ಸ್ಟುಪಿಫೈ? ಬೊಂಬಾರ್ಡಾ? ನೀನು ಏನನ್ನು ಬಳಸುತ್ತೀರಿ?

ಸ್ಕಾರ್ಪಿಯಸ್

ಅದನ್ನು ಹಿಂದಿರುಗಿಸು. ಟೈಮ್-ಟರ್ನರ್ ಅನ್ನು ನಮಗೆ ಮರಳಿಸು.

ಡೆಲ್ಫಿ

ಏನು?

ಆಲ್ಬಸ್

ಸ್ಕಾರ್ಪಿಯಸ್? ನೀನು ಏನು ಮಾಡುತ್ತಿದ್ದೀಯಾ?

ಸ್ಕಾರ್ಪಿಯಸ್

ನಿನಗೆ ಅನಾರೋಗ್ಯವಾಗಿತ್ತು ಎಂದು ನಾನು ನಂಬುವುದಿಲ್ಲ. ನೀನು ಹಾಗ್‌ವಾರ್ಟ್ಸ್ ಗೆ ಯಾಕೆ ಬರಲಿಲ್ಲ? ನೀನು ಈಗ ಇಲ್ಲಿ ಯಾಕೆ ಬಂದಿದ್ದೀಯಾ?

ಡೆಲ್ಫಿ

ನಾನು ನನ್ನ ಸೋದರಸಂಬಂಧಿಯನ್ನು ವಾಪಸ್ ತರಲು ಪ್ರಯತ್ನಿಸುತ್ತಿದ್ದೇನೆ!

ಸ್ಕಾರ್ಪಿಯಸ್

ಅವರು ನಿನ್ನನ್ನು ಅಗುರೆ ಎಂದು ಕರೆದರು. ಇನ್ನೊಂದು - ಜಗತ್ತಿನಲ್ಲಿ - ಅವರು ನಿನ್ನನ್ನು ಅಗುರೆ ಎಂದು ಕರೆದರು.

ಡೆಲ್ಫಿ ಮುಖದ ಮೇಲೆ ನಿಧಾನವಾಗಿ ನಗು ದೊಡ್ಡದಾಗುತ್ತಿದೆ.

ಡೆಲ್ಫಿ

ಆಗುರೆ? ನಾನು ಅದನ್ನು ಇಷ್ಟಪಡುತ್ತೇನೆ.

ಆಲ್ಬಸ್

ಡೆಲ್ಫಿ?

ಅವಳು ತೀರಾ ವೇಗವಾಗಿದ್ದಾಳೆ. ಅವಳ ಮಂತ್ರಮಂತ್ರದಂಡವನ್ನು ಹಿಡಿದಿದ್ದಾಳೆ, ಅವಳುಸ್ಕಾರ್ಪಿಯಸ್‌ನನ್ನು ಹಿಮ್ಮೆಟ್ಟಿಸುತ್ತಾಳೆ . ಮತ್ತು ಅವಳು ತುಂಬಾ ಬಲಶಾಲಿಯಾಗಿದ್ದಾಳೆ- ಸ್ಕಾರ್ಪಿಯಸ್ ಅವಳನ್ನು ಹಿಮ್ಮೆಟ್ಟಿಸಲು ಪ್ರಯತ್ನಿಸುತ್ತಾನೆ, ಆದರೆ ಅವಳು ಬೇಗನೆ ಅವನ ಮೇಲೆ ಮೇಲುಗೈ ಸಾಧಿಸುತ್ತಾಳೆ.

ಡೆಲ್ಫಿ

ಫಲ್ಗಾರಿ!

ಸ್ಕಾರ್ಪಿಯಸ್‌ನ ತೋಳುಗಳು ಕೆಟ್ಟದಾದ, ಹೊಳೆಯುವ ಹಗ್ಗಗಳಲ್ಲಿ ಬಂಧಿಸಲ್ಪಟ್ಟಿವೆ.

ಸ್ಕಾರ್ಪಿಯಸ್

ಆಲ್ಬಸ್. ಓಡು.

ಆಲ್ಬಸ್ ಸುತ್ತಲೂ ನೋಡುತ್ತಾನೆ, ಅವನು ಬೆಚ್ಚಿಬಿದ್ದಿದ್ದಾನೆ. ತದನಂತರ ಅವನು ಓಡಲು ಪ್ರಾರಂಭಿಸುತ್ತಾನೆ.

ಡೆಲ್ಫಿ

ಫಲ್ಗಾರಿ!

ಆಲ್ಬಸ್‌ನನ್ನು ನೆಲಕ್ಕೆ ತಳ್ಳಲಾಗಿದೆ, ಅವನ ಕೈಗಳನ್ನು ಅದೇ ಕ್ರೂರ ಹಗ್ಗಗಳಿಂದ ಕಟ್ಟಲಾಗಿದೆ.

ಮತ್ತು ಇದು ನಾನು ನಿನ್ನ ಮೇಲೆ ಬಳಸಬೇಕಾದ ಮೊದಲ ಮಂತ್ರ. ನಾನು ಇನ್ನೂ ಹೆಚ್ಚು ಬಳಸಬೇಕಾಗಬಹುದೆಂದು ನನಗೆ ಅನಿಸುತ್ತಿತ್ತು. ಆದರೆ ನೀನು ಅಮೋಸ್‌ಗಿಂತಲೂ ನಿಯಂತ್ರಿಸಲು ತುಂಬಾ ಸುಲಭ - ಮಕ್ಕಳು, ವಿಶೇಷವಾಗಿ ಗಂಡು ಮಕ್ಕಳು, ಸ್ವಾಭಾವಿಕವಾಗಿ ಹೇಳಿದ್ದನ್ನು ಕೇಳುತ್ತಾರಲ್ಲವೇ? ಈಗ, ಈ ಗೊಂದಲವನ್ನು ಶಾಶ್ವತವಾಗಿ ಸರಿಪಡಿಸೋಣ...

ಆಲ್ಬಸ್

ಆದರೆ ಯಾಕೆ? ಆದರೆ ಏನು? ಆದರೆ ನೀನು ಯಾರು?

ಡೆಲ್ಫಿ

ಅಲ್ಬಸ್. ನಾನು ಹೊಸ ಭೂತಕಾಲ.

ಅವಳು ಅಲ್ಬಸ್‌ನ ಮಂತ್ರದಂಡವನ್ನು ಎಳೆದುಕೊಂಡು ಅದನ್ನು ಮುರಿಯುತ್ತಾಳೆ.

ನಾನು ಹೊಸ ಭವಿಷ್ಯ.

ಅವಳು ಸ್ಕಾರ್ಪಿಯಸ್‌ನ ಮಂತ್ರದಂಡವನ್ನು ಎಳೆದುಕೊಂಡು ಅದನ್ನು ಮುರಿಯುತ್ತಾಳೆ.

ನಾನು ಈ ಪ್ರಪಂಚ ಹುಡುಕುತ್ತಿದ್ದ ಉತ್ತರ.

ಆಕ್ಟ್ ಮೂರು ದೃಶ್ಯ ಹದಿನೇಳು

ಮಿನಿಸ್ಟ್ರಿ ಆಫ್ ಮ್ಯಾಜಿಕ್, ಹರ್ಮಿಯಾನ್‌ಳ ಕಚೇರಿ

ರಾನ್ ಹರ್ಮಿಯಾನ್ ಡೆಸ್ಕ್ ಎದುರು ಕುಳಿತಿದ್ದಾನೆ ಹಾಗೂ ಅವಳು ಕೆಲವು ಫೈಲುಗಳನ್ನು ನೋಡುತ್ತಿದ್ದಾಳೆ.

ರಾನ್

ನಾನು ಅದನ್ನು ನಿಜವಾಗಿಯೂ ಮರೆಯಲು ಸಾಧ್ಯವಾಗುತ್ತಿಲ್ಲ. ವಾಸ್ತವವಾಗಿ ನಾವು ಕೆಲವು ವಾಸ್ತವದಲ್ಲಿ ನಮಗಿಬ್ಬರಿಗೂ, ಮದುವೆಯೂ ಆಗಿಲ್ಲ.

ಹರ್ಮಿಯಾನ್

ರಾನ್ ಇದೇನೇ ಆಗಿದ್ದರೂ- ಗ್ಲೋಬಿನ್‌ಗಳು ಗ್ರಿಂಗೊಟ್‌ನಲ್ಲಿ ಭದ್ರತೆಯ ಬಗ್ಗೆ ಮಾತನಾಡಲು ಬರುವವರೆಗೆ ನನ್ನ ಬಳಿ ಹತ್ತು ನಿಮಿಷಗಳಿವೆ-

ರಾನ್

ಅಂದರೆ, ನಾವು ಬಹಳ ಕಾಲ ಒಟ್ಟಿಗೆ ಇದ್ದೇವೆ - ಮತ್ತು ಬಹಳ ಕಾಲದಿಂದ ಮದುವೆಯಾಗಿದ್ದೇವೆ - ಅಂದರೆ, ಬಹಳ ಕಾಲದಿಂದ

ಹರ್ಮಿಯಾನ್

ಇದು ಒಂದು ವೈವಾಹಿಕ ವಿರಾಮ ಬೇಕು ಎಂದು ಹೇಳುವ ನಿನ್ನ ವಿಧಾನವೇ ರಾನ್, ಹಾಗಿದ್ದಲ್ಲಿ, ಸ್ಪಷ್ಟವಾಗಿ ಹೇಳಬೇಕೆಂದರೆ, ನಾನು ಈ ಗರಿಯಿಂದ ನಿನ್ನನ್ನು ಓಡಿಸುತ್ತೇನೆ.

ರಾನ್

ಬಾಯಿ ಮುಚ್ಚು. ಒಮ್ಮೆಯಾದರೂ ಬಾಯಿ ಮುಚ್ಚುತ್ತೀಯಾ? ನಾನು ಓದಿದ ಒಂದು ವಿವಾಹ ನವೀಕರಣವನ್ನು ನಾನು ಮಾಡಬಯಸುತ್ತೇನೆ. ವಿವಾಹ ನವೀಕರಣ - ನಿನಗೇನನಿಸುತ್ತದೆ?

ಹರ್ಮಿಯಾನ್ (*ಕರಗುತ್ತ*)

ನೀನು ನನ್ನನ್ನು ಮತ್ತೆ ಮದುವೆಯಾಗಬಯಸುತ್ತೀಯಾ?

ರಾನ್

ನಾವು ಮೊದಲ ಬಾರಿಗೆ ಅದನ್ನು ಮಾಡಿದಾಗ ನಾವು ಚಿಕ್ಕವರಾಗಿದ್ದೆವು ಮತ್ತು ನಾನು ತುಂಬಾ ಕುಡಿದಿದ್ದೆ ಮತ್ತು - ಪ್ರಾಮಾಣಿಕವಾಗಿ ಹೇಳಬೇಕೆಂದರೆ, ನನಗೆ ಅದು ನೆನಪೇ ಇಲ್ಲ, ಮತ್ತು ಸತ್ಯ ಏನೆಂದರೆ ನಾನು ನಿನ್ನನ್ನು ಸಿಕ್ಕಾಪಟ್ಟೆ ಪ್ರೀತಿಸುತ್ತೇನೆ ಹರ್ಮಿಯಾನ್ ಗ್ರ್ಯಾಂಗರ್ - ಮತ್ತು ಇನ್ನೂ ಹಲವಾರು ಜನರ ಎದುರು ಅದನ್ನು ಹೇಳುವ ಅವಕಾಶ ಪಡೆಯಬಯಸುತ್ತೇನೆ. ಅದೂ ಕುಡಿಯದಿದ್ದಾಗ.

ಅವಳು ಅವನನ್ನು ನೋಡುತ್ತಾಳೆ, ಅವಳು ಅವಳನ್ನು ತನ್ನ ಬಳಿ ಎಳೆದುಕೊಳ್ಳುತ್ತಾಳೆ, ಅವಳು ಅವನನ್ನು ಚುಂಬಿಸುತ್ತಾಳೆ.

ಹರ್ಮಿಯಾನ್

ನೀನು ಮುದ್ದಾಗಿದ್ದೀಯಾ.

ರಾನ್

ಮತ್ತು ನೀನು ಮಿಠಾಯಿ ರುಚಿ ಹೊಂದಿದ್ದೀಯಾ.

ಹರ್ಮಿಯಾನ್ ನಗುತ್ತಾಳೆ. ಅವರು ಮತ್ತೆ ಮುತ್ತು ಕೊಡಲು ಬರುತ್ತಿರುವಾಗ ಹ್ಯಾರಿ, ಜಿನ್ನಿ ಮತ್ತು ಡ್ರಾಕೋ ಅಲ್ಲಿ ಬರುತ್ತಾರೆ ಹಾಗೂ ಅವರು ಬೇರೆಯಾಗುತ್ತಾರೆ.

ಹರ್ಮಿಯಾನ್

ಹ್ಯಾರಿ, ಜಿನ್ನಿ ಮತ್ತು - ನಾನು, ಓಹ್ - ಡ್ರಾಕೋ - ನಿಮ್ಮನ್ನು ನೋಡಿ ಬಹಳ ಸಂತೋಷವಾಯಿತು.

ಹ್ಯಾರಿ

ಕನಸುಗಳು. ಅವುಗಳು ಮತ್ತೆ ಪ್ರಾರಂಭವಾಗಿವೆ, ನಿಜ ಹೇಳಬೇಕೆಂದರೆ, ಅವುಗಳು ನಿಂತೇ ಇಲ್ಲ.

ಜಿನ್ನಿ

ಮತ್ತು ಅಲ್ಬಸ್ ಕಾಣೆಯಾಗಿದ್ದಾನೆ. ಮತ್ತೊಮ್ಮೆ.

ಡ್ರಾಕೊ

ಸ್ಕಾರ್ಪಿಯಸ್ ಕೂಡ. ಮ್ಯಾಕ್‌ಗೊನಾಗಲ್ ಸಂಪೂರ್ಣ ಶಾಲೆಯನ್ನು ಪರೀಕ್ಷಿಸಿದ್ದಾರೆ. ಅವರು ಓಡಿ ಹೋಗಿದ್ದಾರೆ.

ಹರ್ಮಿಯಾನ್

ನಾನು ತಕ್ಷಣವೇ ಅರೋರ್‌ಗಳನ್ನು ಕರೆಸಿಕೊಳ್ಳುತ್ತೇನೆ, ನಾನು-

ರಾನ್

ಇಲ್ಲ, ನೀನು ಹಾಗೆ ಮಾಡುವುದಿಲ್ಲ, ಎಲ್ಲವೂ ಚೆನ್ನಾಗಿದೆ. ಆಲ್ಬಸ್, ನಾನು ಕಳೆದ ರಾತ್ರಿ ಅವನನ್ನು ನೋಡಿದೆ. ಎಲ್ಲವೂ ಚೆನ್ನಾಗಿದೆ.

ಡ್ರಾಕೊ

ಎಲ್ಲಿ?

ಅವರೆಲ್ಲರೂ ರಾನ್‌ನನ್ನು ನೋಡುತ್ತಿದ್ದಾರೆ, ಅವರು ಸಂಕ್ಷಿಪ್ತವಾಗಿ ಅಸ್ಪಷ್ಟವಾಗಿ ಮಾತಾಡುತ್ತಿದ್ದರೂ ಅದನ್ನು ಮುಂದುವರಿಸುತ್ತಾನೆ.

ರಾನ್

ನಾನು ಹಾಗ್ಸ್ ಮೀಡ್‌ನಲ್ಲಿ ನೆವಿಲ್ಲೆಯೊಂದಿಗೆ ಒಂದೆರಡು ಫ್ಯೆರ್‌ವಿಸ್ಕಿಗಳ ಜೋಡಿಯನ್ನು ಹೊಂದಿದ್ದೇನೆ - ನೀನು ಮಾಡುವಂತೆ - ಜಗತ್ತಿನ ಹಕ್ಕುಗಳನ್ನು ಹೊಂದಿಸುವುದು - ನಾವು ಮಾಡುವಂತೆ - ಮತ್ತು ನಾವು ಹಿಂತಿರುಗುತ್ತಿದ್ದೇವೆ - ತೀರಾ ತಡವಾಗಿ, ತೀರಾ ತಡವಾಗಿ, ಮತ್ತು ನಾನು ಯಾವಾಗ ಫ್ಲೂ ಅನ್ನು ಬಳಸಬಹುದೆಂದು ಚಿಂತಿಸಲು ಪ್ರಯತ್ನಿಸುತ್ತಿದ್ದೇನೆ, ಏಕೆಂದರೆ ಕೆಲವೊಮ್ಮೆ ನೀನು ಬಿಗಿಯಾಗಿದ್ದನ್ನು ಅಥವಾ ಮಾದಕವಾಗಿದ್ದನ್ನು ಬಳಸಲು ಬಯಸುವುದಿಲ್ಲ ಅಥವಾ -

ಜಿನ್ನಿ

ರಾನ್, ನಾವೆಲ್ಲರೂ ನಿನ್ನ ಕುತ್ತಿಗೆ ಹಿಸುಕುವುದಕ್ಕಿಂತ ಮುಂಚಿತವಾಗಿ ನೀನು ವಿಷಯ ಹೇಳಬಹುದೇ7

ರಾನ್

ಅವನು ಓಡಿಹೋಗಿಲ್ಲ - ಅವರು ಶಾಂತವಾದ ಒಂದು ಕ್ಷಣವನ್ನು ಹೊಂದಿದ್ದಾನೆ - ಅವನಿಗೆ ಅವನ ಹಳೆಯ ಗೆಳತಿ ಸಿಕ್ಕಿದ್ದಾಳೆ-

ಹ್ಯಾರಿ

ವಯಸ್ಸಾದ ಗೆಳತಿ?

ರಾನ್

ಅವಳು ಅದ್ಭುತವಾಗಿದ್ದಾಳೆ - ಆಕರ್ಷಕವಾದ ಬೆಳ್ಳಿ ಬಣ್ಣದ ಕೂದಲು. ಅವರನ್ನು ಹಂಚಿನ ಮೇಲೆ ಒಟ್ಟಿಗೆ ನೋಡಿದೆ, ಗೂಬೆಮನೆಯ ಬಳಿ, ಅಲ್ಲಿ ಸ್ಕೂಪಿಯಸ್ ಗೂಸ್‌ಬೆರಿ ಆಡುತ್ತಿದ್ದ. ನನ್ನ ಪ್ರೀತಿಯ ಕಷಾಯವನ್ನು ಚೆನ್ನಾಗಿ ಬಳಸುವುದನ್ನು ನೋಡಿ ಸಂತೋಷವಾಯಿತು.

ಹ್ಯಾರಿಗೆ ಒಂದು ಆಲೋಚನೆ ಬಂದಿದೆ. ತದನಂತರ ಅವರಿಗೆ ಇನ್ನೂ ಹಲವಾರು ಬಂದಿದೆ. ಮತ್ತು ಯಾವ ಆಲೋಚನೆಗಳೂ ಒಳ್ಳೆಯವಲ್ಲ.

ಹ್ಯಾರಿ

ಅವಳ ಕೂದಲು - ಅದು ಬೆಳ್ಳಿ ಮತ್ತು ನೀಲಿ ಬಣ್ಣದ್ದಾಗಿತ್ತೇ?

ರಾನ್

ಹೌದು - ಬೆಳ್ಳಿ, ನೀಲಿ - ಹೌದು.

ಹ್ಯಾರಿ

ಅವರು ಡೆಲ್ಫಿ ಡಿಗಾರಿ ಬಗ್ಗೆ ಮಾತನಾಡುತ್ತಿದ್ದಾನೆ - ಅಮೋಸ್ ಡಿಗಾರಿಯ ಸೋದರ ಸಂಬಂಧಿ.

ಜಿನ್ನಿ

ಇದು ಮತ್ತೆ ಸೆಡ್ರಿಕ್ ಬಗ್ಗೆಯೇ?

ಹರ್ಮಿಯನ್ ಬಾಗಿಲಿನ ಹೊರಗಿನಿಂದ ಕೂಗುತ್ತಾಳೆ.

ಹರ್ಮಿಯಾನ್

ಎಥೆಲ್. ಗಾಬ್ಲಿನ್‌ಗಳನ್ನು ರದ್ದುಮಾಡು.

ಆಕ್ಟ್ ಮೂರು ದೃಶ್ಯ ಹದಿನೆಂಟು

ಹಳೆಯ ಮಾಟಗಾತಿಯರು ಮತ್ತು ಮಾಟಗಾರರಿಗೆ ಸೇಂಟ್ ವಿಜಾರ್ಡ್ಸ್ ಹೋಮ್, ಎಮಾಸ್‌ನ ಕೋಣೆ

ಡ್ರಾಕೋನೊಂದಿಗೆ ಹ್ಯಾರಿ ಬರುತ್ತಾನೆ, ಮಂತ್ರದಂಡವನ್ನು ಚಾಚಿದ್ದಾನೆ.

ಹ್ಯಾರಿ

ಅವರು ಎಲ್ಲಿದ್ದಾರೆ?

ಎಮಾಸ್

ಹ್ಯಾರಿ ಪಾಟರ್, ಮತ್ತು ನಾನು ನಿಮಗಾಗಿ ಏನು ಮಾಡಬಹುದು? ಮತ್ತು ಡ್ರಾಕೊ ಮಾಲ್ಫೋಯ್. ನಾನು ಪುಣ್ಯ ಮಾಡಿದ್ದೇನೆ.

ಹ್ಯಾರಿ

ನನ್ನ ಮಗನನ್ನು ನೀನು ಹೇಗೆ ಬಳಸಿದ್ದೀಯಾ ಎಂದು ನನಗೆ ತಿಳಿದಿದೆ.

ಎಮಾಸ್

ನಾನು ನಿನ್ನ ಮಗನನ್ನು ಬಳಸಿದ್ದೇನಾ? ಇಲ್ಲ. ನೀವು ಸ್ವಾಮಿ- ನೀವು ನನ್ನ ಸುಂದರವಾದ ಮಗನನ್ನು ಬಳಸಿದ್ದೀರಿ.

ಡ್ರಾಕೊ

ನಮಗೆ ಹೇಳು - ಈಗಲೇ - ಅಲ್ಬಸ್ ಮತ್ತು ಸ್ಕಾರ್ಪಿಯಸ್ ಎಲ್ಲಿದ್ದಾರೆ ಎಂದು ಹೇಳು ಅಥವಾ ಪರಿಣಾಮಗಳನ್ನು ಎದುರಿಸು.

ಎಮಾಸ್

ಆದರೆ ಅವರೆಲ್ಲಿದ್ದಾರೆಂದು ನನಗೇಕೆ ತಿಳಿದಿರಬೇಕು?

ಡ್ರಾಕೊ

ನಮ್ಮ ಜೊತೆ ಹುಚ್ಚನಾಗಿರುವಂತೆ ನಟಿಸಬೇಡ ಮುದುಕ. ನೀನು ಅವನಿಗೆ ಗೂಬೆಗಳನ್ನು ಕಳುಹಿಸುತ್ತಿದ್ದೆ ಎಂದು ನಮಗೆ ಗೊತ್ತು.

ಎಮಾಸ್

ನಾನು ಹಾಗೇನೂ ಮಾಡಿಲ್ಲ.

ಹ್ಯಾರಿ

ಅಮೋಸ್, ನೀನು ಅಜ್ಜಾಬಾನ್‌ಗೆ ಬಹಳ ವಯಸ್ಸಾದವನೇನೂ ಅಲ್ಲ. ಅವರು ಕಣ್ಮರೆಯಾಗುವ ಮೊದಲು ಕೊನೆಯ ಬಾರಿ ಹಾಗ್‌ವಾರ್ಟ್ಸ್ ಗೋಪುರದ ಮೇಲೆ ನಿನ್ನ ಸೋದರ ಸಂಬಂಧಿಯೊಂದಿಗೆ ಕಂಡರು.

ಎಮಾಸ್

ನೀನು ಏನು ಹೇಳುತ್ತಿದ್ದೀಯಾ ಎಂದು... (*ಅವನು ನಿಲ್ಲುತ್ತಾರೆ, ಒಂದು ಬೀಟ್, ಗೊಂದಲ.*) ನನ್ನ ಸೋದರಸಂಬಂಧಿ?

ಹ್ಯಾರಿ

ನೀನು ಮಾಡದೆ ಇರುವ ಯಾವುದೇ ಮೋಸಗಳಿಲ್ಲ. ಹೌದು ನಿನ್ನ ಸೋದರ ಸಂಬಂಧಿ. ನೀನು ಹೇಳಿದ್ದಕ್ಕೇ ಅವಳು ಅಲ್ಲಿದ್ದಳು ಎಂದು ನೀನು ನಿರಾಕರಿಸುತ್ತಿದ್ದೀಯಾ...

ಎಮಾಸ್

ಹೌದು, ನಾನು ನಿರಾಕರಿಸುತ್ತಿದ್ದೇನೆ - ನನಗೆ ಯಾವುದೇ ಸೋದರ ಸಂಬಂಧಿಯಿಲ್ಲ.

ಇದು ಹ್ಯಾರಿಯನ್ನು ನಿಲ್ಲಿಸುತ್ತದೆ.

ಡ್ರಾಕೊ

ಹೌದು ನೀನೇ ಇದನ್ನು ಮಾಡಿದ್ದೀಯಾ, ಒಬ್ಬಳು ನರ್ಸ್, ಇಲ್ಲಿ ಕೆಲಸ ಮಾಡುತ್ತಿದ್ದಾರೆ. ನಿನ್ನ ಸೋದರ ಸಂಬಂಧಿ... ಡೆಲ್ಫಿನಿ ಡಿಗಾರಿ.

ಎಮಾಸ್

ನನಗೆ ಯಾವುದೇ ಸೋದರ ಸಂಬಂಧಿಗಳಿರಲಿಲ್ಲ ಎಂದು ನನಗೆ ಗೊತ್ತು. ಏಕೆಂದರೆ ನನಗೆ ಯಾರೂ ಅಣ್ಣ-ತಂಗಿಯರಿರಲಿಲ್ಲ. ನನ್ನ ಹೆಂಡತಿಗೂ ಕೂಡ.

ಹ್ಯಾರಿ ಮತ್ತು ಡ್ರಾಕೋ ಪರಸ್ಪರ ನೋಡುತ್ತಾರೆ - ಅದರರ್ಥವೇನೆಂದು ಇಬ್ಬರಿಗೂ ಅರಿವಾಗುತ್ತದೆ.

ಡ್ರಾಕೊ

ಆಕೆ ಯಾರೆಂಬುದನ್ನು ನಾವು ತಿಳಿದುಕೊಳ್ಳಬೇಕಾಗಿದೆ - ಈಗಲೇ.

ಆಕ್ಟ್ ಮೂರು ದೃಶ್ಯ ಹತ್ತೊಂಬತ್ತು

ಹಾಗ್‌ವಾರ್ಟ್ಸ್, ಕ್ವಿಡ್ಡಿಚ್ ಪಿಚ್

ನಾವು ತನ್ನ ಮಾರ್ಪಡಿಸಿದ ಗುರುತನ್ನು ಪ್ರತಿ ಸೆಕೆಂಡಿನಲ್ಲೂ ಆನಂದಿಸುತ್ತಿರುವ ಡೆಲ್ಫಿಯನ್ನು ತೋರಿಸುತ್ತೇವೆ. ಅಲ್ಲಿ ಅಸ್ವಸ್ಥತೆ ಮತ್ತು ಅಭದ್ರತೆ ಇತ್ತು, ಆದರೆ ಈಗ ಕೇವಲ ಶಕ್ತಿಯಿದೆ.

ಆಲ್ಬಸ್

ಕ್ವಿಡ್ಡಿಚ್ ಪಿಚ್‌ನಲ್ಲಿ ನಾವೇನು ಮಾಡುತ್ತಿದ್ದೇವೆ?

ಸ್ಕಾರ್ಪಿಯಸ್ ವೇಗವಾಗಿ ಲೆಕ್ಕಾಚಾರ ಮಾಡುತ್ತಾನೆ.

ಸ್ಕಾರ್ಪಿಯಸ್

ಟ್ರಿವಿಜಾರ್ಡ್ ಟೂರ್ನಮೆಂಟ್. ಮೂರನೆಯ ಸವಾಲು. ಕಗ್ಗಂಟು. ಕಗ್ಗಂಟು ಇಲ್ಲೇ ಇತ್ತು. ನಾವು ಸೆಡ್ರಿಕ್‌ಗೆ ಹಿಂದಿರುಗುತ್ತಿದ್ದೇವೆ.

ಡೆಲ್ಫಿ

ಹೌದು. ನಾವು ಸೆಡ್ರಿಕ್‌ಗಾಗಿ ಹಿಂದಿರುಗುತ್ತೇವೆ ಮತ್ತು ಹಾಗೆ ಮಾಡುವಾಗ ನಾವು ನೀನು ನೋಡಿದ ಪ್ರಪಂಚದ ಪುನರುತ್ಥಾನ ಮಾಡುತ್ತೇವೆ ಸ್ಕಾರ್ಪಿಯಸ್...

ಸ್ಕಾರ್ಪಿಯಸ್

ನರಕ. ನೀನು ನರಕದ ಪುನರುತ್ಥಾನ ಮಾಡಬಯಸುತ್ತೀರಾ?

ಡೆಲ್ಫಿ

ನಾನು ಶುದ್ಧ ಮತ್ತು ಬಲವಾದ ಇಂದ್ರಜಾಲ ಹಿಂದಿರುಗಬೇಕೆಂದು ಬಯಸುತ್ತೇನೆ. ನಾನು ಕತ್ತಲಿನ ಮರುಹುಟ್ಟನ್ನು ಬಯಸುತ್ತೇನೆ.

ಸ್ಕಾರ್ಪಿಯಸ್

ನೀನು ವಾಲ್ಡೆರ್‌ಮಾರ್ಟ್ ಹಿಂದಿರುಗಬೇಕೆಂದು ಬಯಸುತ್ತೀಯಾ?

ಡೆಲ್ಫಿ

ಮಾಂತ್ರಿಕ ಜಗತ್ತಿನ ನಿಜವಾದ ಸಾಮ್ರಾಟ. ಅವನು ಹಿಂದಿರುಗುತ್ತಾನೆ.

ಬೀಟ್.

ಈಗ ನೀವು ಮೊದಲ ಎರಡು ಸವಾಲುಗಳು ಇಂದ್ರಜಾಲದಿಂದ ಸ್ವಲ್ಪ ಮುಚ್ಚಿಹೋಗಿರುವುದನ್ನು ಖಾತರಿಪಡಿಸಿಕೊಂಡ ಮೇಲೆ - ಅವೆರಡರಲ್ಲೂ ಭವಿಷ್ಯದಲ್ಲಿ ಕನಿಷ್ಠ ಎರಡು ಭೇಟಿಗಳಿವೆ ಮತ್ತು ನಾನು ಬಹಿರಂಗಗೊಳ್ಳುವ ಅಥವಾ ಗಮನ ಬೇರೆ ಕಡೆಗೆ ಹೋಗುವ ಅಪಾಯವನ್ನು ಎಳೆದುಕೊಳ್ಳಲು ಸಿದ್ಧವಿಲ್ಲ. ಮೂರನೆಯ ಸವಾಲು ಶುದ್ಧವಾಗಿದೆ, ಆದ್ದರಿಂದ ನಾವು ಅಲ್ಲಿಂದ ಪ್ರಾರಂಭಿಸೋಣವೇ?

ಆಲ್ಬಸ್

ನಾವು ಅವನನ್ನು ತಡೆಯುವುದಿಲ್ಲ - ನೀನು ನಮಗೆ ಏನು ಮಾಡಲು ಒತ್ತಾಯಿಸಿದರೂ - ಅವನು ನನ್ನ ತಂದೆಯೊಂದಿಗೆ ಪಂದ್ಯಾವಳಿಯನ್ನು ಗೆಲ್ಲಬೇಕು ಎಂದು ನಮಗೆ ಗೊತ್ತು.

ಡೆಲ್ಫಿ

ನೀನು ಕೇವಲ ಅವನನ್ನು ನಿಲ್ಲಿಸುವುದಷ್ಟೇ ಅಲ್ಲ. ಅವನನ್ನು ಅವಮಾನಿಸಬೇಕೆಂದು ನಾನು ಬಯಸುತ್ತೇನೆ. ಅವರು ಆ ಕಗ್ಗಂಟಿನಿಂದ ಹೊರಗೆ ಕೆನ್ನೇರಳೆ ಹೊದಿಕೆಯ ದಸ್ತರ್‌ಗಳಿರುವ ಪೊರಕೆಯ ಮೇಲೆ ಬೆತ್ತಲೆಯಾಗಿ ಹಾರಬೇಕು. ಅವಮಾನ ನಿನ್ನನ್ನು ಮೊದಲು ಅಲ್ಲಿ ಕರೆದುಕೊಂಡು ಹೋಗಿತ್ತು ಹಾಗೂ ಅದು ಮತ್ತೆ ನಮ್ಮನ್ನು ಅಲ್ಲಿ ಕರೆದುಕೊಂಡು ಹೋಗಲಿದೆ. ಮತ್ತು ಭವಿಷ್ಯವಾಣಿಯು ಪೂರ್ಣಗೊಳ್ಳುತ್ತದೆ.

ಸ್ಕಾರ್ಪಿಯಸ್

ಒಂದು ಭವಿಷ್ಯವಾಣಿಯಿದೆಯೆಂದು ತಿಳಿದಿರಲಿಲ್ಲ - ಯಾವ ಭವಿಷ್ಯವಾಣಿ?

ಡೆಲ್ಫಿ

ನೀನು ಜಗತ್ತನ್ನು ಅದು ಹೇಗಿರಬೇಕೋ ಹಾಗೇ ನೋಡಿದ್ದೀಯಾ ಸ್ಕಾರ್ಪಿಯಸ್, ಇಂದು ನಾವು ಅದರ ಹಿಂದಿರುಗುವಿಕೆಯನ್ನು ಖಚಿತಪಡಿಸಿಕೊಳ್ಳುತ್ತೇವೆ.

ಆಲ್ಬಸ್

ನಾವು ಮಾಡುವುದಿಲ್ಲ. ನಾವು ನೀನು ಹೇಳಿದ್ದನ್ನು ಕೇಳುವುದಿಲ್ಲ. ನೀನು ಯಾರೇ ಆದರೂ. ನೀನೇನೇ ಮಾಡಿದರೂ.

ಡೆಲ್ಫಿ

ಖಂಡಿತವಾಗಿಯೂ ನೀವು ಮಾಡುತ್ತೀರಿ.

ಆಲ್ಬಸ್

ನೀನು ಇಂಪೀರಿಯೋವನ್ನು ಬಳಸಬೇಕಾಗುತ್ತದೆ. ನೀನು ನನ್ನನ್ನು ನಿಯಂತ್ರಿಸಬೇಕಾಗುತ್ತದೆ.

ಡೆಲ್ಫಿ

ಇಲ್ಲ. ಭವಿಷ್ಯವಾಣಿಯನ್ನು ಪೂರೈಸಲು, ಇದು ನೀನಾಗಿರಬೇಕು, ನಿನ್ನ ಕೈಗೊಂಬೆಯಾಗಿರಬಾರದು... ನೀನು ಸೆಡ್ರಿಕ್‌ನನ್ನು ಅವಮಾನಿಸಬೇಕು, ಆದ್ದರಿಂದ ಇಂಪೀರಿಯೋ ಕೆಲಸ ಮಾಡುವುದಿಲ್ಲ - ನಾನು ಇತರ ವಿಧಾನಗಳ ಮೂಲಕ ನಿನ್ನನ್ನು ಒತ್ತಾಯಿಸಬೇಕು.

ಅವಳು ಅವಳ ಮಂತ್ರದಂಡವನ್ನು ತೆಗೆದುಕೊಳ್ಳುತ್ತಾಳೆ. ಅವಳು ಆಲ್ಬಸ್ ಕಡೆ ತೋರಿಸುತ್ತಾಳೆ. ಅವನು ತನ್ನ ಕೆನ್ನೆಯನ್ನು ತೋರಿಸುತ್ತಾನೆ

ಆಲ್ಬಸ್

ನಿನಗೆ ಸಾಧ್ಯವಿರುವಷ್ಟೂ ಕೆಟ್ಟದ್ದನ್ನು ಮಾಡು.

ಡೆಲ್ಫಿ ಅವನನ್ನು ನೋಡುತ್ತಾಳೆ. ತದನಂತರ ತನ್ನ ಮಂತ್ರದಂಡವನ್ನು ಸ್ಕಾರ್ಪಿಯಸ್ ಕಡೆ ತಿರುಗಿಸುತ್ತಾಳೆ.

ಡೆಲ್ಫಿ

ನಾನು ಮಾಡುತ್ತೇನೆ.

ಆಲ್ಬಸ್

ಇಲ್ಲ!

ಡೆಲ್ಫಿ

ಹೌದು, ನಾನು ಯೋಚಿಸಿದಂತೆ - ಇದು ನಿನಗೆ ಹೆಚ್ಚು ಭಯ ತರುತ್ತದೆ.

ಸ್ಕಾರ್ಪಿಯಸ್

ಆಲ್ಬಸ್, ಅವಳು ನನಗೆ ಏನೇ ಮಾಡಿದರೂ - ನಾವು ಅವಳನ್ನು-

ಡೆಲ್ಫಿ

ಕ್ರುಸಿಯೊ!

ಸ್ಕಾರ್ಪಿಯಸ್ ನೋವಿನಿಂದ ನರಳುತ್ತಾನೆ.

ಆಲ್ಬಸ್

ನಾನು ಮಾಡುತ್ತೇನೆ...

ಡೆಲ್ಫಿ (ನಗುತ್ತ)

ಏನು? ನೀನು ಏನು ಮಾಡಬಹುದೆಂದು ನೀನು ಯೋಚಿಸುತ್ತೀಯಾ? ಮಾಂತ್ರಿಕರಿಗೆ ನಿರಾಶೆ? ನಿನ್ನ ಕುಟುಂಬದ ಹೆಸರು ಹಾಳು ಮಾಡುವುದು? ಒಂದು ಉಳಿಸುವಿಕೆ? ನಿನ್ನ ಒಬ್ಬನೇ ಸ್ನೇಹಿತನನ್ನು ನಾನು ನೋಯಿಸುವುದನ್ನು ನೀನು ತಡೆಯಬಯಸುತ್ತೀಯಾ? ಹಾಗಾದರೆ ನಿನಗೆ ಹೇಳಿದ್ದನ್ನು ಮಾಡು.

ಅವಳು ಆಲ್ಬಸ್‌ನನ್ನು ನೋಡುತ್ತಾಳೆ. ಅವನ ಕಣ್ಣುಗಳು ನಿರೋಧಿಸುತ್ತಿವೆ.

ಇಲ್ಲವೇ? ಕ್ರುಸಿಯೊ!

ಆಲ್ಬಸ್

ನಿಲ್ಲಿಸು! ದಯವಿಟ್ಟು.

ಕ್ರೆಗ್ ಪೂರ್ಣ ಶಕ್ತಿಯಿಂದ ಓಡಿ ಬರುತ್ತಾನೆ.

ಕ್ರೆಗ್ ಬೌಕರ್ ಜ್ಯೂನಿಯರ್

ಸ್ಕಾರ್ಪಿಯಸ್? ಆಲ್ಬಸ್? ಎಲ್ಲರೂ ನಿನ್ನನ್ನು ಹುಡುಕುತ್ತಿದ್ದಾರೆ-

ಆಲ್ಬಸ್

ಕ್ರೆಗ್! ದೂರ ಹೋಗು. ಸಹಾಯ ಪಡೆ!

ಕ್ರೆಗ್ ಬೌಕರ್ ಜ್ಯೂನಿಯರ್

ಇಲ್ಲೇನು ನಡೆಯುತ್ತಿದೆ?

ಡೆಲ್ಫಿ

ಅವಾಡಾ ಕೆಡಾವ್ರಾ!

ಡೆಲ್ಫಿ ಹಸಿರು ಬೆಳಕಿನ ಒಂದು ಸ್ಫೋಟವನ್ನು ವೇದಿಕೆಯ ಮೇಲೆ ಕಳುಹಿಸುತ್ತಾಳೆ, ಕ್ರೆಗ್ ಅದರಿಂದ ಹಿಂದಕ್ಕೆ ದೂಡಲ್ಪಟ್ಟಿದ್ದಾನೆ- ಮತ್ತು ತಕ್ಷಣ ಕೊಲ್ಲಲ್ಪಟ್ಟಿದ್ದಾನೆ.

ಅಲ್ಲೊಂದು ಮೌನವಿದೆ. ಸುದೀರ್ಘ ಕಾಲ ಉಳಿಯುವಂತಹ ಮೌನ.

ನಿನಗೆ ಅರ್ಥವಾಗಲಿಲ್ಲವೇ? ನಾವು ಇಲ್ಲಿ ಆಡುತ್ತಿರುವುದು ಬಾಲಿಶ ಆಟಗಳಲ್ಲ. ನೀನು ನನಗೆ ಉಪಯುಕ್ತವಾಗಿದ್ದೀಯಾ, ನಿನ್ನ ಸ್ನೇಹಿತರಲ್ಲ.

ಆಲ್ಬಸ್ ಮತ್ತು ಸ್ಕಾರ್ಪಿಯಸ್ ಕ್ರೆಗ್‌ನ ದೇಹವನ್ನು ನೋಡುತ್ತಾರೆ - ಅವರ ಮನಸ್ಸಿನಲ್ಲಿ ಹಿಂಸೆಯಾಗುತ್ತಿದೆ.

ನಿನ್ನ ದೌರ್ಬಲ್ಯವನ್ನು ಕಂಡುಹಿಡಿಯಲು ನನಗೆ ಬಹಳ ಸಮಯ ಹಿಡಿಯಿತು, ಅಲ್ಬಸ್ ಪಾಟರ್. ನಾನು ಅದನ್ನು ಹೆಮ್ಮೆ ಅಂದುಕೊಂಡೆ, ಅದು ನಿನ್ನ ತಂದೆಯನ್ನು ಮೆಚ್ಚಿಸುವ ಅಗತ್ಯ ಎಂದುಕೊಂಡೆ, ಆದರೆ ನಂತರ ನಾನು ನಿನ್ನ ದೌರ್ಬಲ್ಯ ನಿನ್ನ ತಂದೆಯಂಥದ್ದೇ ಎಂದು ಅರಿತುಕೊಂಡೆ, ಸ್ನೇಹ. ನೀನು ನಿನಗೆ ಹೇಳಿದ ಹಾಗೇ ಮಾಡುತ್ತೀಯಾ, ಇಲ್ಲದಿದ್ದರೆ ಸ್ಕಾರ್ಪಿಯಸ್ ಸಾಯುತ್ತಾನೆ, ಆ ಸ್ಪೇರ್‌ನಂತೆ.

ಅವಳು ಅವರಿಬ್ಬರೂ ನೋಡುತ್ತಾಳೆ.

ವಾಲ್ಡೆರ್‌ಮಾರ್ಟ್ ಹಿಂತಿರುಗುತ್ತಾನೆ ಮತ್ತು ಆಗುರೆ ಅವನ ಪಕ್ಕದಲ್ಲಿ ಕುಳಿತುಕೊಳ್ಳುತ್ತದೆ. ಭವಿಷ್ಯವಾಣಿಯಲ್ಲಿ ಹೇಳಿದಂತೆ. 'ಯಾವಾಗ ಸ್ಪೇರ್‌ಗಳನ್ನು ಉಳಿಸಲಾಗುತ್ತದೆಯೋ, ಯಾವಾಗ ಕಾಣದ ಮಕ್ಕಳು ತಮ್ಮ ತಂದೆಯರನ್ನು ಕೊಲ್ಲುತ್ತಾರೋ ಆಗ: ಕಾಳ ಮಾಂತ್ರಿಕನು ಹಿಂದಿರುಗುತ್ತಾನೆ.'

ಅವಳು ನಗುತ್ತಾಳೆ. ಅವಳು ಸ್ಕಾರ್ಪಿಯಸ್‌ನನ್ನು ತನ್ನ ಕಡೆಗೆ ಅಪಾಯಕಾರಿಯಾಗಿ ಎಳೆಯುತ್ತಿದ್ದಾಳೆ.

ಸೆಡ್ರಿಕ್ ಒಬ್ಬ ಸ್ಪೇರ್, ಮತ್ತು ಅಲ್ಬಸ್-

ಅವಳು ಆಲ್ಬಸ್‌ನನ್ನು ತನ್ನ ಕಡೆಗೆ ಅಪಾಯಕಾರಿಯಾಗಿ ಎಳೆಯುತ್ತಿದ್ದಾಳೆ.

- ಸಮಯವನ್ನು ಪುನಃ ಬರೆಯುವ ಮೂಲಕ ತನ್ನ ತಂದೆಯನ್ನು ಕೊಲ್ಲುವ ಕಾಣದ ಮಗು ಮತ್ತು ಹೀಗಾಗಿ ಕಾಳ ಮಾಂತ್ರಿಕನು ಹಿಂದಿರುಗುತ್ತಾನೆ.

ಟೈಮ್-ಟರ್ನರ್ ತಿರುಗಲು ಪ್ರಾರಂಭವಾಗುತ್ತದೆ. ಅವಳು ಅವರ ಕೈಗಳನ್ನು ಅದಕ್ಕೆ ಎಳೆಯುತ್ತಾಳೆ.

ಈಗ!

ಮತ್ತು ಈಗ ಅಲ್ಲಿ ಒಂದು ದೈತ್ಯ ಬೆಳಕಿದೆ. ದೊಡ್ಡ ಶಬ್ದವಿದೆ.

ಹಾಗೂ ಸಮಯ ನಿಂತಿದೆ . ತದನಂತರ ಅದು ತಿರುಗುತ್ತದೆ, ಸ್ವಲ್ಪ ಯೋಚಿಸುತ್ತದೆ, ಮತ್ತು ಹಿಂದಕ್ಕೆ ಹೋಗಲು ಪ್ರಾರಂಭವಾಗುತ್ತದೆ , ಮೊದಲಿಗೆ ನಿಧಾನವಾಗಿ...

ತದನಂತರ ಅದು ವೇಗವನ್ನು ಹೆಚ್ಚಿಸುತ್ತದೆ.

ತದನಂತರ ಅಲ್ಲಿ ಒಂದು ಹೀರುವ ಶಬ್ದವಿದೆ. ಒಂದು ದೊಡ್ಡ ಅಪ್ಪಳಿಸುವಿಕೆ.

ಆಕ್ಟ್ ಮೂರು ದೃಶ್ಯ ಟ್ವೆಂಟಿ

ಟ್ರಿವಿಜಾರ್ಡ್ ಟೂರ್ನಮೆಂಟ್, ಕಗ್ಗಂಟು, 1995

ಕಗ್ಗಂಟು ಸುರುಳಿಯಾಕಾರದ ಬೇಲಿಗಳನ್ನು ಹೊಂದಿದ್ದು ಅದು ಚಲಿಸುವುದನ್ನು ನಿಲ್ಲಿಸುತ್ತಿಲ್ಲ. ಡೆಲ್ಫಿ

ಅದರ ಮೂಲಕ ದೃಢವಾಗಿ ಹೋಗುತ್ತಾಳೆ. ಅವಳ ಹಿಂದೆ ಅವಳು ಆಲ್ಬಸ್ ಮತ್ತು ಸ್ಕಾರ್ಪಿಯಸ್‌ನನ್ನು ಎಳೆದುಕೊಂಡು ಹೋಗುತ್ತಾಳೆ. ಅವರ ಕೈಗಳನ್ನು ಬಂಧಿಸಲಾಗಿದೆ, ಅವರ ಕಾಲುಗಳು ಇಷ್ಟವಿಲ್ಲದೆ ಚಲಿಸುತ್ತಿವೆ.

ಲುಡೋ ಬಾಗ್ಮನ್

ಮಹಿಳೆ ಮತ್ತು ಮಹನೀಯರೇ, ಹುಡುಗರೇ ಮತ್ತು ಹುಡುಗಿಯರೇ, ಪ್ರಸ್ತುತಪಡಿಸುತ್ತಿದ್ದೇನೆ - ಅದ್ಭುತವಾದ-ಅತ್ಯಾಕರ್ಷಕವಾದ - ಏಕೈಕವಾದ-ಟ್ರಿವಿಜಾರ್ಡ್ ಟೂರ್ನಮೆಂಟ್!

ಜೋರಾದ ಚಪ್ಪಾಳೆಯಿದೆ. ಡೆಲ್ಫಿ ಎಡಕ್ಕೆ ತಿರುಗುತ್ತಾಳೆ.

ನೀವು ಹಾಗ್‌ವಾರ್ಟ್ಸ್‌ನಿಂದ ಬಂದಿದ್ದರೆ. ಚಪ್ಪಾಳೆ ತಟ್ಟಿ.

ಒಂದು ಜೋರಾದ ತಪ್ಪಾಳೆ.

ನೀವು ಡರ್ಮ್‌ಸ್ಟ್ರಾಂಗ್‌ನಿಂದ ಬಂದಿದ್ದರೆ. ಚಪ್ಪಾಳೆ ತಟ್ಟಿ.

ಒಂದು ಜೋರಾದ ತಪ್ಪಾಳೆ.

ನೀವು ಬ್ಯೂಕ್ಸ್ ಬೇಟನ್ನಿನಿಂದ ಬಂದಿದ್ದರೆ. ಚಪ್ಪಾಳೆ ತಟ್ಟಿ.

ಅಲ್ಲಿ ಪೂರ್ಣವಾದ ಚಪ್ಪಾಳೆಯಿದೆ.

ಬೇಲಿ ಅವರ ಮೇಲೆ ಮುಚ್ಚಿದಾಗ ಡೆಲ್ಫಿ ಮತ್ತು ಹುಡುಗರು ಬಲವಂತವಾಗಿ ಚಲಿಸಬೇಕಾಗಿದೆ.

ಅಂತಿಮವಾಗಿ ಫ್ರೆಂಚರು ಅವರ ಸಾಮರ್ಥ್ಯವನ್ನು ನಮಗೆ ತೋರಿಸಿದ್ದಾರೆ. ಮಹಿಳೆಯರೇ ಮತ್ತು ಮಹನಿಯರೇ, ಪ್ರಸ್ತುಪಡಿಸುತ್ತಿದ್ದೇನೆ - ಟ್ರಿವಿಜಾರ್ಡ್ ಸವಾಲುಗಳ ಅಂತಿಮ ಘಟ್ಟ. ರಹಸ್ಯಗಳ ಕಗ್ಗಂಟು, ಅನಿಯಂತ್ರಿತ

ಅಂಧಕಾರದ ಒಂದು ಜಟಿಲ ರೋಗ, ಈ ಕಗ್ಗಂಟಿಗೆ - ಇದು ಬದುಕುತ್ತದೆ. ಇದು ಬದುಕುತ್ತದೆ.

ವಿಕ್ಟರ್ ಕ್ರುಮ್ ವೇದಿಕೆಯಲ್ಲಿ ಹೋಗುತ್ತಾನೆ, ಕಗ್ಗಂಟಿನ ಮೂಲಕ ಚಲಿಸುತ್ತಾನೆ.

ಮತ್ತು ಈ ಜೀವಂತ ದುಃಸ್ವಪ್ನವನ್ನು ಏಕೆ ಅನುಭವಿಸಬೇಕು? ಏಕೆಂದರೆ ಈ ಕಗ್ಗಂಟಿನ ಒಳಗೆ ಒಂದು ಕಪ್ ಇದೆ - ಮತ್ತು ಇದು ಅಂತಿಂಥ ಕಪ್ ಅಲ್ಲ - ಹೌದು, ಟ್ರಿವಿಝಾರ್ಡ್ ಟ್ರೋಫಿ ಈ ಸಸ್ಯರಾಶಿಯ ಒಳಗೆ ನಿಂತಿದೆ.

ಡೆಲ್ಫಿ

ಅವನೆಲ್ಲಿದ್ದಾನೆ? ಸೆಡ್ರಿಕ್ ಎಲ್ಲಿದ್ದಾನೆ?

ಒಂದು ಬೇಲಿ ಆಲ್ಬಸ್ ಮತ್ತು ಸ್ಕಾರ್ಪಿಯಸ್ ಅನ್ನು ಬಹುತೇಕ ವಿಭಜಿಸುತ್ತದೆ.

ಸ್ಕಾರ್ಪಿಯಸ್

ಬೇಲಿಗಳೂ ನಮ್ಮನ್ನೂ ಕೊಲ್ಲಲು ಬಯಸುತ್ತವೆ? ಇದು ಇನ್ನೂ ಉತ್ತಮವಾಗುತ್ತಿದೆ.

ಡೆಲ್ಫಿ

ನೀನು ಮುಂದುವರಿಯದಿದ್ದರೆ ಪರಿಣಾಮಗಳನ್ನು ಎದುರಿಸಬೇಕು.

ಲುಡೋ ಬ್ಯಾಗ್ಮನ್

ಅಪಾಯಗಳು ಹೇರಳವಾಗಿವೆ, ಆದರೆ ಬಹುಮಾನಗಳೂ ಆಕರ್ಷಕವಾಗಿವೆ. ಯಾರು ಇದರಲ್ಲಿ ಹೋರಾಡುತ್ತಾರೆ? ಅಂತಿಮ ತಡೆಯಲ್ಲಿ ಯಾರು ವಿಫಲರಾಗುತ್ತಾರೆ? ನಮ್ಮ ನಡುವೆಯೇ ನಾವು ಯಾವ ನಾಯಕರನ್ನು ಹೊಂದಿದ್ದೇವೆ? ಸಮಯ ಮಾತ್ರವೇ ಅದನ್ನು ಹೇಳಲಿದೆ, ಮಹಿಳೆಯರೇ ಮತ್ತು ಮಹನೀಯರೇ.

ಅವರು ಕಗ್ಗಂಟಿನ ಮೂಲಕ ಹಾದು ಹೋಗುತ್ತಾರೆ, ಸ್ಕಾರ್ಪಿಯಸ್ ಮತ್ತು ಅಲ್ಬಸ್‌ರನ್ನು ಡೆಲ್ಫಿ ಬಲವಂತವಾಗಿ ಎಳೆದುಕೊಂಡು ಹೋಗುತ್ತಿದ್ದಾಳೆ. ಅವಳು ಮುಂದಕ್ಕೆ ಹೋಗುತ್ತಿದ್ದಾಗ, ಹುಡುಗರಿಗೆ ಮಾತನಾಡಲು ಒಂದು ಅವಕಾಶ ಸಿಕ್ಕಿದೆ.

ಸ್ಕಾರ್ಪಿಯಸ್

ಆಲ್ಬಸ್, ನಾವು ಏನಾದರೂ ಮಾಡಬೇಕು.

ಆಲ್ಬಸ್

ನನಗೆ ಗೊತ್ತು, ಆದರೆ ಏನು? ಅವಳು ನಮ್ಮ ಮಂತ್ರದಂಡಗಳನ್ನು ಮುರಿದಿದ್ದಾಳೆ, ನಾವು ಬಂಧಿಸಲ್ಪಟ್ಟಿದ್ದೇವೆ ಮತ್ತು ಅವಳು ನಿನ್ನನ್ನು ಕೊಲ್ಲುತ್ತೇನೆಂದು ಬೆದರಿಕೆ ಹಾಕುತ್ತಿದ್ದಾಳೆ.

ಸ್ಕಾರ್ಪಿಯಸ್

ವಾಲ್ಡೆರ್‌ಮಾರ್ಟ್ ಹಿಂದಿರುಗುವುದನ್ನು ನಿಲ್ಲಿಸುವುದಾದರೆ ನಾನು ಸಾಯಲು ಸಿದ್ಧನಾಗಿದ್ದೇನೆ.

ಆಲ್ಬಸ್

ಹೌದಾ?

ಸ್ಕಾರ್ಪಿಯಸ್

ನೀನು ನನ್ನ ಸಲುವಾಗಿ ದೀರ್ಘಕಾಲ ದುಃಖಿಸಬೇಕಾಗಿಲ್ಲ, ಅವಳು ನನ್ನನ್ನು ಕೊಲ್ಲುತ್ತಾಳೆ ಮತ್ತು ತ್ವರಿತವಾಗಿ ನಿನ್ನನ್ನು ಕೂಡಾ ಕೊಲ್ಲುತ್ತಾಳೆ.

ಅಲ್ಬಸ್ (ಹತಾಶನಾಗಿ)

ಟೈಮ್-ಟರ್ನರ್‌ನಲ್ಲಿನ ದೋಷ. ಐದು ನಿಮಿಷಗಳ ನಿಯಮ. ನಾವು ಆ ಗಡಿಯಾರವನ್ನು ಚಲಾಯಿಸಲು ಸಾಧ್ಯವಿರುವುದೆಲ್ಲ ಮಾಡಬೇಕು.

ಸ್ಕಾರ್ಪಿಯಸ್

ಅದು ಕೆಲಸ ಮಾಡುವುದಿಲ್ಲ.

ಮತ್ತೊಂದು ಬೇಲಿ ದಿಕ್ಕನ್ನು ಬದಲಾಯಿಸುತ್ತಿದ್ದಂತೆ, ಡೆಲ್ಫಿ ಆಲ್ಬಸ್ ಮತ್ತುಸ್ಕಾರ್ಪಿಯಸ್‌ರನ್ನು ಅನ್ನು ಅವಳಹಿಂದೆಎಳೆಯುತ್ತಾಳೆ. ಅವರು ಈ ಖಿನ್ನತೆಯ ಕಗ್ಗಂಟಿನ ಮೂಲಕ ಮುಂದುವರಿಯುತ್ತಾರೆ.

ಲುಡೋ ಬಾಗ್ಮನ್

ಈಗ ಪ್ರಸ್ತುತ ಸ್ಥಾನಗಳ ಬಗ್ಗೆ ನೆನಪಿಸುತ್ತೇನೆ! ಮೊದಲ ಸ್ಥಾನದಲ್ಲಿ - ಶ್ರೀ ಸೆಡ್ರಿಕ್ ಡಿಗ್ಗೊರಿ ಮತ್ತು ಶ್ರೀ ಹ್ಯಾರಿ ಪಾಟರ್. ಎರಡನೇ ಸ್ಥಾನದಲ್ಲಿ - ಶ್ರೀ ವಿಕ್ಟರ್ ಕ್ರುಮ್! ಮತ್ತು ಮೂರನೇ ಸ್ಥಾನದಲ್ಲಿ - ಸೇಕರ್ ಬ್ಲೆವು, ಮಿಸ್ ಫ್ಲ್ಯೂರ್ ಡೆಲಾಕೋರ್.

ಇದ್ದಕ್ಕಿದ್ದಂತೆ, ಅಲ್ಬಸ್ ಮತ್ತು ಸ್ಕಾರ್ಪಿಯಸ್ ವೇದಿಕೆಯ ಹಿಂಭಾಗದಿಂದ ಬರುತ್ತಾರೆ. ಅವರು ಓಡುತ್ತಿದ್ದಾರೆ.

ಆಲ್ಬಸ್

ಅವಳು ಎಲ್ಲಿಗೆ ಹೋದಳು?

ಸ್ಕಾರ್ಪಿಯಸ್

ಅದೇನೂ ಮುಖ್ಯವಲ್ಲ? ನಿನಗೆ ಯಾವ ದಾರಿಯೆಂದು ಅನಿಸುತ್ತಿದೆ?

ಡೆಲ್ಫಿ ಅವರ ಪಕ್ಕದಲ್ಲಿ ಏರುತ್ತಾಳೆ. ಅವಳು ಹಾರುತ್ತಿದ್ದಾಳೆ, ಮತ್ತು ಕಸಬರಿಗೆ ಇಲ್ಲದೆ.

ಡೆಲ್ಫಿ

ಕಳಪೆ ಜೀವಿಗಳೇ.

ಆ ಹುಡುಗರನ್ನು ನೆಲಕ್ಕೆ ಎಸೆಯುತ್ತಾಳೆ.

ನೀವು ನನ್ನಿಂದ ತಪ್ಪಿಸಿಕೊಳ್ಳಬಹುದೆಂದು ಯೋಚಿಸುತ್ತಿದ್ದೀರಾ.

ಅಲ್ಬಸ್ (ಆಶ್ಚರ್ಯದಿಂದ)

ನೀನು ಕಸಬರಿಗೆಯ ಮೇಲೂ ಸಹ ಇಲ್ಲ.

ಡೆಲ್ಫಿ

ಕಸಬರಿಗೆಗಳು - ಎಂಥ ಅಗಾಧವಾದ ಅನಗತ್ಯ ವಸ್ತುಗಳು. ಮೂರು ನಿಮಿಷಗಳು ಕಳೆದುಹೋಗಿವೆ. ನಮ್ಮ ಬಳಿ ಎರಡು ನಿಮಿಷಗಳು ಉಳಿದಿವೆ. ಮತ್ತು ನೀವು ನಿಮಗೆ ಹೇಳಿದ್ದನ್ನು ಮಾಡುತ್ತೀರಿ.

ಸ್ಕಾರ್ಪಿಯಸ್

ಇಲ್ಲ.

ಡೆಲ್ಫಿ

ನೀನು ನನ್ನ ಜೊತೆ ಹೋರಾಡಬಹುದೆಂದು ಭಾವಿಸುತ್ತೀಯಾ?

ಸ್ಕಾರ್ಪಿಯಸ್

ಇಲ್ಲ ಆದರೆ ನಾವು ನಿನಗೆ ನಿರಾಕರಿಸಬಹುದು. ನಾವು ಹಾಗೆ ಮಾಡಲು ನಮ್ಮ ಜೀವ ಬಿಡಬೇಕಾದರೂ ಕೂಡ.

ಡೆಲ್ಫಿ

ಭವಿಷ್ಯವಾಣಿಯನ್ನು ನಿಜವಾಗಿಸಬೇಕು. ನಾವು ಅದನ್ನು ನಿಜವಾಗಿಸುತ್ತೇವೆ.

ಸ್ಕಾರ್ಪಿಯಸ್

ಭವಿಷ್ಯವಾಣಿಯನ್ನು ಸುಳ್ಳಾಗಿಸಬಹುದು.

ಡೆಲ್ಫಿ

ನೀನು ತಪ್ಪು ತಿಳಿದುಕೊಂಡಿದ್ದೀಯಾ, ಭವಿಷ್ಯವಾಣಿಗಳೇ ಭವಿಷ್ಯ.

ಸ್ಕಾರ್ಪಿಯಸ್

ಆದರೆ ಭವಿಷ್ಯವಾಣಿಯು ಆಗೇ ಆಗುವುದಾದರೆ ನಾವೇಕೆ ಅದನ್ನು ಪ್ರಭಾವಿಸಲು ಅದರ ಮೇಲೆ ಪ್ರಭಾವ ಬೀರಲು ಪ್ರಯತ್ನಿಸುತ್ತಿದ್ದೇವೆ? ನಿನ್ನ ಕ್ರಿಯೆಗಳು ನಿನ್ನ ಆಲೋಚನೆಗಳನ್ನು ವಿರೋಧಿಸುತ್ತವೆ: ಈ ಭವಿಷ್ಯವಾಣಿಯನ್ನು ಸಾಧ್ಯವಾಗಿಸಬೇಕು ಎಂದು ನೀನು ನಂಬಿರುವುದರಿಂದ ನೀನು ನಮ್ಮನ್ನು ಎಳೆದುಕೊಂಡು ಹೋಗುತ್ತಿದ್ದೀಯಾ - ಮತ್ತು, ಆ ತರ್ಕದ ಮೂಲಕ, ಭವಿಷ್ಯವಾಣಿಗಳನ್ನು ಪ್ರಭಾವಿಸಲೂಬಹುದು, ಮುರಿಯಬಹುದು - ತಡೆಗಟ್ಟಬಹುದು.

ಡೆಲ್ಫಿ

ನೀನು ಬಹಳ ಮಾತನಾಡುತ್ತೀಯಾ, ಮಗು. ಕ್ರುಸಿಯೊ!

ಸ್ಕಾರ್ಪಿಯಸ್ ನೋವಿನಿಂದ ನರಳುತ್ತಾನೆ.

ಆಲ್ಬಸ್

ಸ್ಕಾರ್ಪಿಯಸ್!

ಸ್ಕಾರ್ಪಿಯಸ್

ನಿನಗೊಂದು ಪರೀಕ್ಷೆ ಬೇಕಿತ್ತು, ಆಲ್ಬಸ್ - ಇದೇ ಅದು, ಮತ್ತು ನಾವು ಇದರಲ್ಲಿ ಉತ್ತೀರ್ಣರಾಗುತ್ತೇವೆ.

ಆಲ್ಬಸ್ ಸ್ಕಾರ್ಪಿಯಸ್‌ನನ್ನು ನೋಡುತ್ತಾನೆ, ಅಂತಿಮವಾಗಿ ಅವನಿಗೆ ಏನು ಮಾಡಬೇಕೆಂದು ತಿಳಿಯುತ್ತಿದೆ.

ಡೆಲ್ಫಿ

ಹಾಗಾದರೆ ನೀನು ಸಾಯುತ್ತೀಯಾ.

ಆಲ್ಬಸ್ *(ಪೂರ್ಣ ಬಲದೊಂದಿಗೆ)*

ಸರಿ. ನಾವು ಸಾಯುತ್ತೇವೆ. ಮತ್ತು ನಾವು ಅದು ನಿಲ್ಲಿಸಿದೆಯೆನ್ನುವ ಜ್ಞಾನದೊಡನೆ ನಾವು ಸಂತೋಷದಿಂದ ಸಾಯುತ್ತೇವೆ.

ಡೆಲ್ಫಿ ಕೋಪದಿಂದ ಮೇಲಕ್ಕೇಳುತ್ತಾಳೆ.

ಡೆಲ್ಫಿ

ಇದಕ್ಕಾಗಿ ನಮ್ಮ ಬಳಿ ಸಮಯವಿಲ್ಲ. ಕ್ರೂ-

ರಹಸ್ಯಮಯ ಧ್ವನಿ

ಎಕ್ಸ್ ಪೆಲಿಯಾರ್ಮಸ್!

ದೊಡ್ಡ ಶಬ್ದ. ಡೆಲ್ಫಿಯ ಮಂತ್ರದಂಡವನ್ನು ಅವಳಿಂದ ದೂರ ಎಳೆಯಲಾಗಿದೆ. ಸ್ಕಾರ್ಪಿಯಸ್ ಅಚ್ಚರಿಯಿಂದ ನೋಡುತ್ತಾನೆ.

ಬ್ರಾಚಿಯಾಬಿಂಡೋ!

ಮತ್ತು ಡೆಲ್ಫಿ ಬಂಧಿಸಲ್ಪಟ್ಟಿದ್ದಾಳೆ, ಸ್ಕಾರ್ಪಿಯಸ್ ಮತ್ತು ಅಲ್ಬಸ್ ನಂತರ ತಿರುಗುತ್ತಾರೆ ಮತ್ತು ಆ ಮಿಂಚು ಎಲ್ಲಿಂದ ಬಂದಿದೆಯೆಂದು ಆಶ್ಚರ್ಯದಿಂದ ನೋಡುತ್ತಿದ್ದಾರೆ; ಅದು ಹದಿನೇಳು ಅಥವಾ ಅದಕ್ಕಿಂತ ಕಡಿಮೆ ವಯಸ್ಸಿನ, ಸುಂದರವಾದ ಹುಡುಗನಾದ ಸೆಡ್ರಿಕ್‌ನಿಂದ ಬಂದಿದೆ.

ಸೆಡ್ರಿಕ್.

ಮುಂದಕ್ಕೆ ಬರಬೇಡ.

ಸ್ಕಾರ್ಪಿಯಸ್

ಆದರೆ ನೀನು...

ಸೆಡ್ರಿಕ್

ಸೆಡ್ರಿಕ್ ಡಿಗಾರಿ. ನಾನು ಕಿರಿಚುವುದನ್ನು ಕೇಳಿದೆ, ನಾನು ಬರಬೇಕಿತ್ತು. ನಿಮ್ಮ ಹೆಸರು ಹೇಳಿ ಮೃಗಗಳೇ, ನಾನು ನಿಮ್ಮ ಜೊತೆ ಹೋರಾಡುತ್ತೇನೆ.

ಅಲ್ಬಸ್ ತಿರುಗುತ್ತಾನೆ, ಆಶ್ಚರ್ಯಚಕಿತನಾಗಿ.

ಆಲ್ಬಸ್

ಸೆಡ್ರಿಕ್?

ಸ್ಕಾರ್ಪಿಯಸ್

ನೀನು ನಮ್ಮನ್ನು ಉಳಿಸಿದ್ದೀಯಾ.

ಸೆಡ್ರಿಕ್

ನೀನುಕೂಡಬಂದುಸವಾಲೇ? ಒಂದುತಡೆಗೋಡೆಯೇ? ಮಾತನಾಡಿ. ನಾನು ನಿಮ್ಮನ್ನು ಸಹ ಸೋಲಿಸಬೇಕೇ?

ಅಲ್ಲಿ ಮೌನವಿದೆ.

ಸ್ಕಾರ್ಪಿಯಸ್

ಇಲ್ಲ. ನೀನು ನಮ್ಮನ್ನು ಮುಕ್ತಗೊಳಿಸಿದರೆ ಸಾಕು. ಅದೇ ಸವಾಲು.

ಸೆಡ್ರಿಕ್ ಯೋಚಿಸುತ್ತಾನೆ, ಇದು ಬಲೆಯೇ ಎಂದು ತಿಳಿದುಕೊಳ್ಳಲು ಪ್ರಯತ್ನಿಸುತ್ತಿದ್ದಾನೆ, ಮತ್ತು ನಂತರ ತನ್ನ ಮಂತ್ರದಂಡವನ್ನು ತಿರುಗಿಸುತ್ತಾನೆ.

ಸೆಡ್ರಿಕ್

ಎಮಾನ್ಸಿಪೇರ್! ಎಮಾನ್ಸಿಪೇರ್!

ಹುಡುಗರು ಬಂಧಮುಕ್ತರಾಗಿದ್ದಾರೆ.

ಈಗ ನಾನು ಹೋಗಬಹುದೇ? ಕಗ್ಗಂಟನ್ನು ಬಿಡಿಸಬಹುದೇ?

ಹುಡುಗರು ಸೆಡ್ರಿಕ್‌ನನ್ನು ನೋಡುತ್ತಾರೆ - ಅವನು ಬಿಡಿಸಿದಲ್ಲಿ ನಿಖರವಾಗಿ ಏನಾಗಲಿದೆಯೆಂದು ಅವರಿಗೆ ತಿಳಿದಿದೆ.

ಆಲ್ಬಸ್

ನೀನು ಕಗ್ಗಂಟನ್ನು ಮುಗಿಸಬೇಕಿದೆ ಎಂದು ನನಗನಿಸುತ್ತಿದೆ.

ಸೆಡ್ರಿಕ್

ಹಾಗೇ ಮಾಡುತ್ತೇನೆ.

ಸೆಡ್ರಿಕ್ ಆತ್ಮವಿಶ್ವಾಸದಿಂದ ಹೊರಟುಹೋಗುತ್ತಾನೆ, ಆಲ್ಬಸ್ ಅವರನ್ನು ನೋಡುತ್ತಿದ್ದಾನೆ, ಏನೋ ಹೇಳಲು ಹತಾಶನಾಗಿ ಪ್ರಯತ್ನಿಸುತ್ತಿದ್ದಾನೆ, ಅವನಿಗೆ ಏನು ಹೇಳಬೇಕೆಂದು ಖಚಿತವಾಗಿಲ್ಲ.

ಆಲ್ಬಸ್

ಸೆಡ್ರಿಕ್-

ಸೆಡ್ರಿಕ್ ಅವನ ಕಡೆಗೆ ತಿರುಗುತ್ತಾನೆ.

ನಿನ್ನ ತಂದೆ ನಿನ್ನನ್ನು ತುಂಬಾ ಪ್ರೀತಿಸುತ್ತಾನೆ.

ಸೆಡ್ರಿಕ್ ಆಶ್ಚರ್ಯದಿಂದ ಹುಬ್ಬು ಗಂಟಿಕ್ಕುತ್ತಾನೆ.

ಸೆಡ್ರಿಕ್

ಏನು?

ಅವರ ಹಿಂದೆ, ಡೆಲ್ಫಿ ದೇಹವು ಚಲಿಸುತ್ತಿದೆ. ಅವಳು ನೆಲದ ಉದ್ದಕ್ಕೂ ತೆವಳುತ್ತಿದ್ದಾಳೆ.

ಆಲ್ಬಸ್

ನೀನು ಅದನ್ನು ತಿಳಿದುಕೊಳ್ಳಬೇಕು ಎಂದು ಅನಿಸಿತು.

ಸೆಡ್ರಿಕ್ *(ಇದನ್ನು ಹೇಗೆ ತಿಳಿದುಕೊಳ್ಳಬೇಕು ಎಂದು ಹೆಣಗಾಡುತ್ತ)*

ಸರಿ. ಧನ್ಯವಾದಗಳು.

ಸೆಡ್ರಿಕ್ ಆಲ್ಬಸ್‌ನನ್ನು ಇನ್ನೂ ಒಂದು ಕ್ಷಣ ಹೆಚ್ಚು ನೋಡುತ್ತಾನೆ, ತದನಂತರ ಹೋಗುತ್ತಾನೆ. ಅವನು ಹಾಗೆ ಮಾಡುವಾಗ, ಡೆಲ್ಫಿ ಟೈಮ್ ಟರ್ನರ್ ಅನ್ನು ತನ್ನ ನಿಲುವಂಗಿಯಿಂದ ಹೊರಕ್ಕೆ ಳೆಯುತ್ತಾಳೆ ಮತ್ತು ಸ್ಕಾರ್ಪಿಯಸ್ ಅವಳನ್ನು ನೋಡುತ್ತಾನೆ.

ಸ್ಕಾರ್ಪಿಯಸ್

ಅಲ್ಬಸ್!

ಆಲ್ಬಸ್

ಇಲ್ಲ ಇರು...

ಸ್ಕಾರ್ಪಿಯಸ್

ಟೈಮ್ ಟರ್ನರ್ ತಿರುಗುತ್ತಿದೆ... ಅವಳು ಏನು ಮಾಡುತ್ತಿದ್ದಾಳೆಂದು ನೋಡು... ಅವಳು ನಮ್ಮನ್ನು ಹಿಂದೆ ಬಿಡಬಾರದು.

ಅಲ್ಬಸ್ ಮತ್ತು ಸ್ಕಾರ್ಪಿಯಸ್ ಇಬ್ಬರೂ ಟೈಮ್-ಟರ್ನರ್‌ನ ಭಾಗವನ್ನು ಹಿಡಿಯಲು ಹೆಣಗಾಡುತ್ತಿದ್ದಾರೆ.

ಮತ್ತು ಈಗ ಅಲ್ಲಿ ಒಂದು ದೈತ್ಯ ಬೆಳಕಿದೆ. ದೊಡ್ಡ ಶಬ್ದವಿದೆ. ಹಾಗೂ ಸಮಯ ನಿಂತಿದೆ . ತದನಂತರ ಅದು ತಿರುಗುತ್ತದೆ, ಸ್ವಲ್ಪ ಯೋಚಿಸುತ್ತದೆ, ಮತ್ತು ಹಿಂದಕ್ಕೆ ಹೋಗಲು ಪ್ರಾರಂಭವಾಗುತ್ತದೆ , ಮೊದಲಿಗೆ ನಿಧಾನವಾಗಿ. . .

ತದನಂತರ ಅದು ವೇಗವನ್ನು ಹೆಚ್ಚಿಸುತ್ತದೆ..

ಆಲ್ಬಸ್...

ಆಲ್ಬಸ್

ನಾವೇನು ಮಾಡಿದೆವು?

ಸ್ಕಾರ್ಪಿಯಸ್

ನಾವು ಟೈಮ್-ಟರ್ನರ್‌ನೊಂದಿಗೆ ಹೋಗಬೇಕಿತ್ತು, ನಾವು ಅವಳನ್ನು ನಿಲ್ಲಿಸಲು ಪ್ರಯತ್ನಿಸಬೇಕಿತ್ತು.

ಡೆಲ್ಫಿ

ನನ್ನನ್ನು ನಿಲ್ಲಿಸುವುದೇ? ನೀವು ನನ್ನನ್ನು ಹೇಗೆ ನಿಲ್ಲಿಸಿದ್ದೀರಿ ಎಂದು ನಿಮಗನಿಸುತ್ತಿದೆ? ಇದರ ಜೊತೆಗಿನ ನನ್ನ ಕೆಲಸ ಮುಗಿಯಿತು.

ಅವಳು ಟೈಮ್-ಟರ್ನರ್ ಅನ್ನು ಜಜ್ಜುತ್ತಾಳೆ. ಅದು ಸಾವಿರ ತುಣುಕುಗಳಾಗಿ ಸ್ಫೋಟಗೊಳ್ಳುತ್ತದೆ.

ಸೆಡ್ರಿಕ್ ಅನ್ನು ಬಳಸಿಕೊಂಡು ಜಗತ್ತಿನಲ್ಲಿ ಕತ್ತಲೆ ತರುವ ನನ್ನ ಅವಕಾಶಗಳನ್ನು ನೀನು ನಾಶಗೊಳಿಸಿರಬಹುದು ಆದರೆ ಬಹುಶಃ ನೀನು ಸರಿಯಾಗಿ ಹೇಳಿದ್ದೆ ಸ್ಕಾರ್ಪಿಯಸ್ - ಬಹುಶಃ ಭವಿಷ್ಯವಾಣಿಗಳನ್ನು ತಡೆಯಬಹುದು, ಬಹುಶಃ ಭವಿಷ್ಯವಾಣಿಗಳನ್ನು ಮುರಿಯಬಹುದು. ಆದರೆ ನಿಸ್ಸಂದೇಹವಾದ ಸತ್ಯವೇನೆಂದರೆ ನಿಮ್ಮಂಥ ಕಿರಿಕಿರಿ ಹುಟ್ಟಿಸುವ, ಅಸಮರ್ಥ ಜೀವಿಗಳನ್ನು ನಾನು ಯಾವುದಕ್ಕಾದರೂ ಬಳಸಿಕೊಳ್ಳುವ ಪ್ರಮೇಯವೇ ಇಲ್ಲ. ನಿಮ್ಮಿಬ್ಬರ ಮೇಲೂ ಅಮೂಲ್ಯವಾದ ಕ್ಷಣಗಳನ್ನು ವ್ಯರ್ಥ ಮಾಡುವುದಿಲ್ಲ. ಈಗ ಏನಾದರೂ ಹೊಸತನ್ನು ಪ್ರಯತ್ನಿಸುವ ಸಮಯ.

ಡೆಲ್ಫಿ ಮತ್ತೆ ಗಾಳಿಯಲ್ಲಿ ಏರುತ್ತಾಳೆ. ಅವಳು ದೂರ ಹೊರಟು ಹೋಗುತ್ತಿದ್ದಂತೆ ಅವಳು ಸಂತೋಷದಿಂದ ನಗುತ್ತಾಳೆ..

ಹುಡುಗರು ಅವಳನ್ನು ಬೆನ್ನಟ್ಟಿ ಹೋಗಲು ಪ್ರಯತ್ನಿಸುತ್ತಾರೆ, ಆದರೆ ಅವರಿಗೆ ಸಣ್ಣ ಅವಕಾಶವೂ ಅಲ್ಲ. ಅವಳು ಹಾರುತ್ತಾಳೆ, ಅವರು ಓಡುತ್ತಿದ್ದಾರೆ.

ಆಲ್ಬಸ್

ಇಲ್ಲ... ಇಲ್ಲ... ನೀನು ಹಾಗೆ ಮಾಡಲು ಸಾಧ್ಯವಿಲ್ಲ...

ಸ್ಕಾರ್ಪಿಯಸ್ ಹಿಂತಿರುಗಿ ಟೈಮ್-ಟರ್ನರ್ ತುಣುಕುಗಳನ್ನು ತೆಗೆದುಕೊಳ್ಳಲು ಪ್ರಯತ್ನಿಸುತ್ತಾನೆ.

ಟೈಮ್-ಟರ್ನರ್? ಇದು ನಾಶಗೊಂಡಿದೆಯೇ?

ಸ್ಕಾರ್ಪಿಯಸ್

ಸಂಪೂರ್ಣವಾಗಿ. ನಾವು ಇಲ್ಲಿಸಿಕ್ಕಿಹಾಕಿಕೊಂಡಿದ್ದೇವೆ. ಸಮಯದಲ್ಲಿ. ನಾವು ಅವಳು ಎಲ್ಲೇ ಇದ್ದರೂ. ಅವಳು ಏನು ಮಾಡಬೇಕೆಂದು ಯೋಚಿಸುತ್ತಿದ್ದರೂ.

ಆಲ್ಬಸ್ ಹತಾಶನಾಗಿ ಸುತ್ತಲೂ ನೋಡುತ್ತಿದ್ದಾನೆ. ಅವನು ಏನಾಗಿದೆಯೆಂದು ತಿಳಿದುಕೊಳ್ಳಲು ಪ್ರಯತ್ನಿಸುತ್ತಿದ್ದಾನೆ.

ಆಲ್ಬಸ್

ಹಾಗ್‌ವಾರ್ಟ್ಸ್ ಹಾಗೇ ಕಾಣುತ್ತಿದ್ದಾರೆ.

ಸ್ಕಾರ್ಪಿಯಸ್

ಹೌದು. ಮತ್ತು ನಾವು ಇಲ್ಲಿ ಕಾಣಿಸಿಕೊಳ್ಳಬಾರದು. ನಮ್ಮನ್ನು ಗುರುತಿಸುವ ಮೊದಲು ಇಲ್ಲಿಂದ ಹೊರಡೋಣ.

ಆಲ್ಬಸ್

ನಾವು ಅವಳನ್ನು ನಿಲ್ಲಿಸಬೇಕು ಸ್ಕಾರ್ಪಿಯಸ್.

ಸ್ಕಾರ್ಪಿಯಸ್

ಅದು ನನಗೂ ಗೊತ್ತು - ಆದರೆ ಹೇಗೆ?

ಆಕ್ಟ್ ಮೂರು ದೃಶ್ಯ ಇಪ್ಪತ್ತೊಂದು

ಹಳೆಯ ಮಾಟಗಾತಿಗಯರು ಮತ್ತು ಮಂತ್ರವಾದಿಗಳ ಸೇಂಟ್ ಓಸ್ವಾಲ್ಡ್ಸ್ ಹೋಮ್, ಡೆಲ್ಫಿಯ ಕೋಣೆ

ಹ್ಯಾರಿ, ಹೆರ್ಮಿಯೆನ್, ರಾನ್, ಡ್ರಾಕೋ ಮತ್ತು ಜಿನ್ನಿ ಸರಳವಾಗಿ ಕಾಣುವ ಓಕ್ ಫಲಕವಿರುವ ಕೊಠಡಿಯನ್ನು ನೋಡುತ್ತಿದ್ದಾರೆ.

ಹ್ಯಾರಿ

ಇದು ಅವಳು ಅವನ ಮೇಲೆ ಬಳಸಿದ ಕನ್‌ಫಂಡಸ್ ಮಂತ್ರವಾಗಿರಬೇಕು. ಎಲ್ಲರ ಮೇಲೂ ಬಳಸಿದ್ದಾಳೆ. ಅವಳು ದಾದಿಯಾಗಿದ್ದಳೆಂದು ಸುಳ್ಳು ಹೇಳಿದ್ದಳು, ಆಕೆಯು ಅವನ ಸೋದರ ಸಂಬಂಧಿಯೆಂದು ಸುಳ್ಳು ಹೇಳಿದಳು.

ಹರ್ಮಿಯಾನ್

ನಾನು ಸಚಿವಾಲಯದಲ್ಲಿ ಪರಿಶೀಲಿಸಿದ್ದೇನೆ - ಆದರೆ ಅವಳ ದಾಖಲೆ ಅಲ್ಲಿಲ್ಲ. ಅವಳು ನೆರಳಾಗಿದ್ದಾಳೆ.

ಡ್ರಾಕೊ

ಸ್ಪೆಷಾಲಿಸ್ ರೆವೆಲಿಯೋ!

ಪ್ರತಿಯೊಬ್ಬರೂ ಡ್ರಾಕೋನನ್ನು ನೋಡಲು ತಿರುಗುತ್ತಾರೆ. ಅವನು ಮತ್ತೆ ತಣ್ಣಗೆ ಎಲ್ಲರನ್ನೂ ನೋಡುತ್ತಿದ್ದಾನೆ.

ಸರಿ, ಇದು ಪ್ರಯತ್ನಕ್ಕೆ ಯೋಗ್ಯವಾಗಿದೆ, ನೀವು ಏನನ್ನು ಕಾಯುತ್ತಿದ್ದೀರಿ? ನಮಗೆ ಏನೂ ತಿಳಿದಿಲ್ಲ, ಆದ್ದರಿಂದ ನಾವು ಈ ಕೊಠಡಿ ಏನನ್ನೋ ಬಹಿರಂಗಪಡಿಸುತ್ತದೆಂದು ಆಶಿಸಬೇಕಷ್ಟೇ.

ಜಿನ್ನಿ

ಅವಳು ಏನನ್ನಾದರೂ ಎಲ್ಲಿ ಮರೆಮಾಡಬಹುದು? ಇದು ತುಂಬಾ ಚಿಕ್ಕ ಕೊಠಡಿ.

ರಾನ್

ಈ ಫಲಕಗಳು, ಈ ಫಲಕಗಳು ಏನನ್ನಾದರೂ ಮರೆಮಾಡಿರಬೇಕು.

ಡ್ರಾಕೊ

ಅಥವಾ ಹಾಸಿಗೆ.

ಡ್ರಾಕೋ ಹಾಸಿಗೆಯನ್ನು ಪರೀಕ್ಷಿಸಲು ಆರಂಭಿಸುತ್ತಾನೆ, ಜಿನ್ನಿ ದೀಪ ನೋಡುತ್ತಿದ್ದಾಳೆ, ಉಳಿದವರು ಫಲಕಗಳನ್ನು ಪರಿಶೀಲಿಸಲು ಪ್ರಾರಂಭಿಸುತ್ತಾರೆ.

ರಾನ್ (*ಅವನು ಗೋಡೆಗಳ ಮೇಲೆ ಬಡಿಯುತ್ತ ಕೂಗುತ್ತಿದ್ದಾನೆ*)

ನೀನು ಏನು ಅಡಗಿಸಿಟ್ಟಿದ್ದೀಯಾ? ನಿನ್ನ ಬಳಿ ಏನಿದೆ?

ಹರ್ಮಿಯಾನ್

ಬಹುಶಃ ನಾವೆಲ್ಲರೂ ಸ್ವಲ್ಪ ಸಮಯದವರೆಗೆ ನಿಲ್ಲಬೇಕು ಮತ್ತು ಏನು ಮಾಡಿದ್ದಾರೆಂದು ಯೋಚಿಸಬೇಕು-

ಜಿನ್ನಿ ಎಣ್ಣೆಯ ದೀಪದಿಂದ ದೀಪದ ಸ್ಕ್ರೂಗಳನ್ನು ತಿರುಗಿಸುತ್ತಾಳೆ. ಅಲ್ಲಿ ಉಸಿರಾಡುವ ಶಬ್ದವಿದೆ. ತದನಂತರ ಭುಸುಗುಡುವ ಪದಗಳು. ಅವರು ಅದರ ಕಡೆಗೆ ತಿರುಗುತ್ತಾರೆ.

ಅದು ಏನಾಗಿತ್ತು?

ಹ್ಯಾರಿ

ಅದು - ನಾನು ಅರ್ಥಮಾಡಿಕೊಳ್ಳಬಾರದು - ಅದು ಪಾರ್ಸೆಲ್‌ಟಂಗ್.

ಹರ್ಮಿಯಾನ್

ಮತ್ತು ಅದು ಏನು ಹೇಳುತ್ತಿದೆ?

ಹ್ಯಾರಿ

ನಾನು ಹೇಗೆ...? ವಾಲ್ಡೆರ್‌ಮಾರ್ಟ್ ಮರಣಿಸಿದ ನಂತರ ನನಗೆ ಪಾರ್ಸೆಲ್‌ಟಂಗ್ ಅರ್ಥಮಾಡಿಕೊಳ್ಳಲು ಸಾಧ್ಯವಾಗಲಿಲ್ಲ.

ಹರ್ಮಿಯಾನ್

ಮತ್ತು ನಿನ್ನ ಗಾಯದಿಂದ ನೋವೂ ಆಗಿಲ್ಲ.

ಹ್ಯಾರಿ ಹರ್ಮಿಯಾನ್‌ಳನ್ನು ನೋಡುತ್ತಾನೆ.

ಹ್ಯಾರಿ

ಅದು 'ಅಗುರೆ ಸ್ವಾಗತ' ಎಂದು ಹೇಳುತ್ತಿದೆ . ನಾನು ಅದಕ್ಕೆ ಮತ್ತೆ ತೆರೆಯಲು ಹೇಳಬೇಕಾಗಿದೆ ಎಂದು ಭಾವಿಸುತ್ತೇನೆ ...

ಡ್ರಾಕೊ

ಹಾಗಾದರೆ ಅದನ್ನು ಮಾಡು.

ಹ್ಯಾರಿ ತನ್ನ ಕಣ್ಣುಗಳನ್ನು ಮುಚ್ಚುತ್ತಾನೆ. ಅವರು ಪಾರ್ಸೆಲ್‌ಟಂಗ್‌ನಲ್ಲಿ ಮಾತನಾಡುತ್ತಾನೆ. ಅವರ ಸುತ್ತಲಿನ ಕೊಠಡಿ

ರೂಪಾಂತರಗೊಳ್ಳುತ್ತದೆ, ಅದು ಗಾಢವಾಗುತ್ತಿದೆ, ಮತ್ತು ಹೆಚ್ಚು ಹತಾಶಗೊಳ್ಳುತ್ತಿದೆ. ಬಣ್ಣದ ಹಾವುಗಳ ಒಂದು ಸುತ್ತುತ್ತಿರುವ ಸಮೂಹ ಎಲ್ಲಾ ಗೋಡೆಗಳ ಮೇಲೆ ಹೊರಹೊಮ್ಮುತ್ತದೆ.

ಮತ್ತು ಅವುಗಳ ಮೇಲೆ, ಪ್ರತಿದೀಪಕ ಬಣ್ಣದಲ್ಲಿ ಒಂದು ಭವಿಷ್ಯವಾಣಿಯನ್ನು ಬರೆಯಲಾಗಿದೆ.

ಇದೇನು?

ರಾನ್

'ಸ್ಪೇರ್‌ಗಳನ್ನು ಉಳಿಸಿದಾಗ, ಸಮಯವನ್ನು ತಿರುಗಿಸಿದಾಗ, ಕಾಣದಿದ್ದ ಮಕ್ಕಳು ಅವರ ತಂದೆಯ ಕೊಲೆ ಮಾಡಿದಾಗ: ನಂತರ ಕಾಳಮಾಂತ್ರಿಕನು ಹಿಂತಿರುಗುತ್ತಾನೆ."

ಜಿನ್ನಿ

ಒಂದು ಭವಿಷ್ಯವಾಣಿ. ಒಂದು ಹೊಸ ಭವಿಷ್ಯವಾಣಿ.

ಹರ್ಮಿಯಾನ್

ಸೆಡ್ರಿಕ್ - ಸೆಡ್ರಿಕ್‌ನನ್ನು ಒಂದು ಸ್ಪೇರ್ ಎಂದು ಕರೆಯಲಾಗುತ್ತಿತ್ತು.

ರಾನ್

ಸಮಯ ತಿರುಗಿಹೋದಾಗ - ಟೈಮ್ ಟರ್ನರ್ ಹೊಂದಿರದಿದ್ದಿದ್ದನ್ನು ಅವಳು ಹೊಂದಿರುತ್ತಾಳೆ, ಅಲ್ಲವೇ?

ಅವರ ಮುಖಗಳು ಬಾಡುತ್ತವೆ.

ಹರ್ಮಿಯಾನ್

ಅವಳು ಮಾಡಬೇಕು.

ರಾನ್

ಆದರೆ ಅವಳಿಗೆ ಅಲ್ಬಸ್ ಅಥವಾ ಸ್ಕಾರ್ಪಿಯಸ್ ಅವಶ್ಯಕತೆ ಏಕಿರುತ್ತದೆ?

ಹ್ಯಾರಿ

ಏಕೆಂದರೆ ನಾನು ಮಗನನ್ನು ನೋಡಿರದ ಒಬ್ಬ ತಂದೆ. ತನ್ನ ಮಗನನ್ನು ಅರ್ಥಮಾಡಿಕೊಂಡಿರದವನು.

ಡ್ರಾಕೊ

ಅವಳು ಯಾರು? ಇದೆಲ್ಲದರ ಬಗ್ಗೆ ತಲೆ ಕೆಡಿಸಿಕೊಂಡಿರಲು?

ಜಿನ್ನಿ

ನನ್ನ ಬಳಿ ಅದಕ್ಕೆ ಉತ್ತರವಿದೆ ಎಂದು ನಾನು ಭಾವಿಸುತ್ತೇನೆ.

ಅವರೆಲ್ಲರೂ ಅವಳ ಕಡೆ ತಿರುಗುತ್ತಾರೆ. ಅವಳು ಮೇಲಕ್ಕೆ ತೋರಿಸುತ್ತಾಳೆ ... ಅವರ ಮುಖಗಳು ಸಾಮೂಹಿಕವಾಗಿ ಮತ್ತಷ್ಟು ಬಾಡುತ್ತವೆ ಹಾಗೂ ಅವುಗಳು ಭಯದಿಂದ ತುಂಬಿವೆ.

ಸಭಾಂಗಣದ ಎಲ್ಲಾ ಗೋಡೆಗಳ ಮೇಲೆ ಪದಗಳು ಕಾಣಿಸಿಕೊಳ್ಳುತ್ತಿವೆ. ಅಪಾಯಕಾರಿ ಪದಗಳು, ಭಯಾನಕ ಪದಗಳು.

'ನಾನು ಕತ್ತಲೆಗೆ ಮರುಜನ್ಮ ನೀಡುತ್ತೇನೆ. ನಾನು ನನ್ನ ತಂದೆಯನ್ನು ಮರಳಿ ತರುತ್ತೇನೆ.'

ರಾನ್

ಇಲ್ಲ, ಅವಳು ಹಾಗಾಗಿರಲು ಸಾಧ್ಯವಿಲ್ಲ...

ಹರ್ಮಿಯಾನ್

ಅದು ಹೇಗೆ ಸಾಧ್ಯ?

ಡ್ರಾಕೊ

ವಾಲ್ಡೆರ್‌ಮಾರ್ಟ್‌ಗೆ ಮಗಳಿದ್ದಾಳೆಯೇ?

ಅವರು ಭಯಭೀತರಾಗಿ ಮೇಲೆ ನೋಡುತ್ತಾರೆ, ಜಿನ್ನಿ ಹ್ಯಾರಿ ಕೈಯನ್ನು ಹಿಡಿದುಕೊಳ್ಳುತ್ತಾರೆ.

ಹ್ಯಾರಿ

ಇಲ್ಲ. ಇಲ್ಲ. ಇಲ್ಲ. ಅದಲ್ಲ. ಏನಾದರೂ ಆಗಲಿ ಆದರೆ ಅದಲ್ಲ.

ನಾವು ಕಪ್ಪಿಗೆ ಕಟ್ ಮಾಡುತ್ತೇವೆ.

ಮಧ್ಯಂತರ

ಭಾಗ ಎರಡು

ಆಕ್ಟ್ ನಾಲ್ಕು

ಆಕ್ಟ್ ನಾಲ್ಕು ದೃಶ್ಯ ಒಂದು

ಮಿನಿಸ್ಟ್ರಿ ಆಫ್ ಮ್ಯಾಜಿಕ್, ಗ್ರ್ಯಾಂಡ್ ಮೀಟಿಂಗ್ ರೂಮ್

ಎಲ್ಲ ಕಡೆಯ ಮಾಟಗಾರರು ಮತ್ತು ಮಾಟಗಾತಿಯರು ಸಭೆಯ ಕೋಣೆಯಲ್ಲಿ ಒತ್ತಟ್ಟಿಗೆ ಸೇರಿದ್ದಾರೆ. ನಾವು ಮೊದಲು ನೋಡಿದ್ದಕ್ಕಿಂತ ಹೆಚ್ಚು. ಮತ್ತು ಅವರ ಚಿಂತೆ ಅವರ ಮುಖಗಳ ಮೇಲೆ ದೊಡ್ಡದಾಗಿ ಬರೆದಿದೆ. ಹರ್ಮಿಯಾನ್ ತರಾತುರಿಯಿಂದ ಮಾಡಿದ ವೇದಿಕೆಯ ಮೇಲೆ ಬರುತ್ತಾಳೆ. ಅವಳು ಸುಮ್ಮನಿರುವಂತೆ ಅವಳ ಕೈ ಎತ್ತುತ್ತಾಳೆ. ಅಲ್ಲೀಗ ಮೌನವಿದೆ; ಅವಳು ನೀಡಬಹುದಾದ ಅನೇಕ ಉತ್ತರಗಳನ್ನು ಕೇಳಲು ಅವರು ಆಸಕ್ತಿ ಹೊಂದಿದ್ದಾರೆ.

ಹರ್ಮಿಯಾನ್

ಧನ್ಯವಾದಗಳು. ನಿಮ್ಮಲ್ಲಿ ಬಹಳಷ್ಟು ಜನರು ನಮ್ಮ ಎರಡನೆಯ ಅಸಾಧಾರಣ ಸಾಮಾನ್ಯ ಸಭೆಗೆ ಬರಲು ಸಾಧ್ಯವಾಗಿರುವುದನ್ನೊ ನೋಡಿ ನಾನು ತುಂಬಾ ಸಂತಸಗೊಂಡಿದ್ದೇನೆ. ನನ್ನ ಬಳಿ ಹೇಳಲು ಅನೇಕ ವಿಷಯಗಳಿವೆ - ನಾವು ಪ್ರಶ್ನೆಗಳನ್ನು ಎದುರಿಸಬೇಕೆಂದು ನಾನು ಕೇಳುತ್ತೇನೆ - ನಾನು ಮಾತನಾಡಿದ ನಂತರ ಬಹಳಷ್ಟು ಪ್ರಶ್ನೆಗಳಿರುತ್ತವೆ. ನಿಮಲ್ಲಿ ಅನೇಕರಿಗೆ ತಿಳಿದಿರುವಂತೆ, ಹಾಗ್‌ವಾರ್ಟ್ಸ್ ನಲ್ಲಿ ಒಂದು ದೇಹ ಕಂಡುಬಂದಿದೆ. ಅವನ ಹೆಸರು ಕ್ರೆಗ್ ಬೌಕರ್. ಅವನು ಒಳ್ಳೆಯ ಹುಡುಗನಾಗಿದ್ದ. ಇದಕ್ಕೆ ಕಾರಣವಾದವರು ಯಾರೆಂದು ನಮ್ಮ ಬಳಿ ಯಾವುದೇ ದೃಢ ಮಾಹಿತಿ ಇಲ್ಲವಾದರೂ ನಿನ್ನೆ ನಾವು ಸೇಂಟ್ ಓಸ್ವಾಲ್ಡ್ಸ್ ನಲ್ಲಿ ಹುಡುಕಿದೆವು. ಆ ಕೊಠಡಿಯಲ್ಲಿ ಎರಡು ವಿಷಯಗಳು ಬಹಿರಂಗಗೊಂಡವು: ಒಂದು, ಕತ್ತಲೆಯ ಮರಳುವಿಕೆಯ ಭರವಸೆ ನೀಡಿದ ಒಂದು ಭವಿಷ್ಯವಾಣಿ... - ಎರಡು, ಚಾವಣಿಯ ಮೇಲೆ ಬರೆದ, ಒಂದು ಘೋಷಣೆ - ಕಾಳ ಮಾಂತ್ರಿಕನು - ವಾಲ್ಡೆರ್‌ಮಾರ್ಟ್ ಒಂದು ಮಗು ಹೊಂದಿದ್ದನು.

ಸುದ್ದಿ ಕೋಣೆಯಲ್ಲೆಲ್ಲ ಪ್ರತಿಫಲಿಸುತ್ತಿದೆ.

ನಮಗೆ ಪೂರ್ಣ ವಿವರಗಳು ಗೊತ್ತಿಲ್ಲ. ನಾವು ಕೇವಲ ತನಿಖೆ ಮಾಡುತ್ತಿದ್ದೇವೆ- ಶವ ತಿನ್ನುವವರ ಸಂಪರ್ಕ ಹೊಂದಿರುವವರನ್ನು ಪ್ರಶ್ನಿಸುತ್ತಿದ್ದೇವೆ... ಮತ್ತು ಇಲ್ಲಿಯವರೆಗೂ ಮಗುವಿನ ಅಥವಾ ಭವಿಷ್ಯವಾಣಿಯ ಯಾವುದೇ ದಾಖಲೆ ಕಂಡುಬಂದಿಲ್ಲ, ಆದರೆ, ಅದರಲ್ಲಿ ಸ್ವಲ್ಪ ನಿಜವಿರುವಂತೆ ಕಾಣುತ್ತಿದೆ. ಈ ಮಗುವನ್ನು ಮಾಂತ್ರಿಕ ಜಗತ್ತಿನಿಂದ ಮರೆಮಾಡಿಡಲಾಗಿತ್ತು, ಮತ್ತು ಈಗ ಅವಳು - ಈಗ ಅವಳು-

ಪ್ರೊಫೆಸರ್ ಮ್ಯಾಕ್‌ಗೊನಾಗಲ್

ಅವಳು? ಮಗಳೇ? ಅವನಿಗೆ ಮಗಳಿದ್ದಳೇ?

ಹರ್ಮಿಯಾನ್

ಹೌದು. ಮಗಳು.

ಪ್ರೊಫೆಸರ್ ಮ್ಯಾಕ್‌ಗೊನಾಗಲ್

ಮತ್ತು ಅವರು ಈಗ ಬಂಧನದಲ್ಲಿದ್ದಾಳೆಯೇ?

ಹ್ಯಾರಿ

ಪ್ರೊಫೆಸರ್, ಅವಳು ಯಾವುದೇ ಪ್ರಶ್ನೆಗಳನ್ನು ಕೇಳಬೇಡ ಎಂದು ಹೇಳಿದ್ದಳು.

ಹರ್ಮಿಯಾನ್

ಪರವಾಗಿಲ್ಲ, ಹ್ಯಾರಿ. ಇಲ್ಲ, ಪ್ರೊಫೆಸರ್, ಇದು ಇಲ್ಲೇ ಇನ್ನೂ ಕೆಟ್ಟದಾಗುತ್ತಿದೆ. ನಾವು ಅವಳನ್ನು ಬಂಧನದಲ್ಲಿ ತೆಗೆದುಕೊಳ್ಳುವ ಯಾವುದೇ ಮಾರ್ಗವನ್ನು ಹೊಂದಿಲ್ಲ. ಅಥವಾ ವಾಸ್ತವವಾಗಿ, ಅವಳನ್ನು ಏನು ಮಾಡಲು ತಡೆಯುವುದೂ ನಮಗೆ ಸಾಧ್ಯವಾಗುತ್ತಿಲ್ಲ. ಅವಳು ನಮ್ಮಿಂದ ನಿಲುಕಿನಲ್ಲಿಲ್ಲ.

ಪ್ರೊಫೆಸರ್ ಮ್ಯಾಕ್‌ಗೊನಾಗಲ್

ನಾವು ಅವಳನ್ನು - ಹುಡುಕಲೂ ಸಾಧ್ಯವಿಲ್ಲವೇ?

ಅಲ್ಲೊಂದು ಬೀಟ್ ಇದೆ. ಇದಕ್ಕೆ ಧೈರ್ಯ ಬೇಕು.

ಹರ್ಮಿಯಾನ್

ಸಮಯ ಕಳೆದಂತೆ ಅವಳು ತನ್ನನ್ನು ತಾನೇ ಮರೆಮಾಡಿದ್ದಾಳೆ ಎಂದು ನಂಬಲು ನಮ್ಮ ಬಳಿ ಒಳ್ಳೆಯ ಕಾರಣವಿದೆ.

ಪ್ರೊಫೆಸರ್ ಮ್ಯಾಕ್‌ಗೊನಾಗಲ್ (ಕೋಪದಿಂದ)

ಎಲ್ಲಾ ಅಜಾಗರೂಕತೆಯ ಮೂರ್ಖತೆಗಳಲ್ಲಿ, ನೀವು ಈಗಲೂ ಟೈಮ್-ಟರ್ನರ್ ಅನ್ನು ಇಟ್ಟುಕೊಂಡಿದ್ದೀರಾ?

ಹರ್ಮಿಯಾನ್

ಪ್ರೊಫೆಸರ್, ನಾನು ನಿಮಗೆ ಭರವಸೆ ನೀಡುತ್ತೇನೆ-

ಪ್ರೊಫೆಸರ್ ಮ್ಯಾಕ್‌ಗೊನಾಗಲ್

ನಿನಗೆ ನಾಚಿಕೆಯಾಗಬೇಕು ಹರ್ಮಿಯಾನ್ ಗ್ರ್ಯಾಂಗರ್!

ಹರ್ಮಿಯಾನ್ ಅವಳ ಕೋಪದಿಂದ ಮುಖ ಕಿವಿಚುತ್ತಾಳೆ.

ಹ್ಯಾರಿ

ಇಲ್ಲ, ಆಕೆಗೆ ಹಾಗೆ ಮಾಡಬೇಕೆಂದಿಲ್ಲ. ಕೋಪಗೊಳ್ಳಲು ನಿಮಗೆ ಹಕ್ಕಿದೆ. ನಿಮಗೆಲ್ಲರಿಗೂ. ಆದರೆ ಇದು ಎಲ್ಲವೂ ಹರ್ಮಿಯಾನ್‌ನ ತಪ್ಪಲ್ಲ. ಆ ಮಾಟಗಾತಿಯ ಕೈಯಲ್ಲಿ ಟೈಮ್-ಟರ್ನರ್ ಹೇಗೆ ಬಂತೆಂದು ನಮಗೆ ತಿಳಿದಿಲ್ಲ. ನನ್ನ ಮಗನು ಅದನ್ನು ಅವಳಿಗೆ ಕೊಟ್ಟನೇ ಎಂದೂ ತಿಳಿದಿಲ್ಲ.

ಜಿನ್ನಿ

ನಮ್ಮ ಮಗ ಅದನ್ನು ಅವಳಿಗೆ ಕೊಟ್ಟಿದ್ದಾನೆಯೇ. ಅಥವಾ ಅದನ್ನು ಅವನಿಂದ ಕಳವು ಮಾಡಲಾಗಿದೆಯೇ.

ಜಿನ್ನಿ ವೇದಿಕೆಯಲ್ಲಿ ಹ್ಯಾರಿಯನ್ನು ಸೇರಿಕೊಳ್ಳುತ್ತಾನೆ.

ಪ್ರೊಫೆಸರ್ ಮ್ಯಾಕ್‌ಗೊನಾಗಲ್

ನಿನ್ನ ಒಗ್ಗಟ್ಟು ಪ್ರಶಂಸನೀಯವಾಗಿದೆ, ಆದರೆ ಅದು ನಿಮ್ಮ ಅಲಕ್ಷ್ಯವನ್ನು ಅಲಕ್ಷ್ಯ ಮಾಡುವುದಿಲ್ಲ.

ಡ್ರಾಕೊ

ಹಾಗಾದರೆ ಇದು ನಾನೂ ಕೂಡ ಎದುರಿಸಬೇಕಾದ ನಿರ್ಲಕ್ಷ್ಯವಾಗಿದೆ.

ಡ್ರಾಕೋ ವೇದಿಕೆಗೆ ತೆರಳಿ ಜಿನ್ನಿ ಪಕ್ಕದಲ್ಲಿ ನಿಲ್ಲುತ್ತಾನೆ. ಇದು ಬಹುತೇಕ ಸ್ಪಾರ್ಟಕಸ್ ಕ್ಷಣವಾಗಿದೆ. ಅಲ್ಲಿ ಪಿಸುಮಾತುಗಳಿವೆ.

ಹರ್ಮಿಯಾನ್ ಮತ್ತು ಹ್ಯಾರಿ ನಮ್ಮೆಲ್ಲರನ್ನೂ ರಕ್ಷಿಸಲು ಪ್ರಯತ್ನಪಟ್ಟಿರುವುದನ್ನು ಹೊರತುಪಡಿಸಿ ಏನೂ ತಪ್ಪು ಮಾಡಿಲ್ಲ. ಅವರು ತಪ್ಪಿತಸ್ಥರೆಂದುಕೊಂಡರೆ, ನಾನು ಕೂಡಾ ತಪ್ಪು ಮಾಡಿದ್ದೇನೆ.

ಹರ್ಮಿಯಾನ್‌ಗೆ ಇದು ತಟ್ಟುತ್ತದೆ ಹಾಗೂ ಅವಳು ತನ್ನ ಸಂಗಡಿಗನನ್ನು ನೋಡುತ್ತಾಳೆ. ರಾನ್ ಧೃಢಮನಸ್ಸಿನಿಂದ ಅವರನ್ನು ವೇದಿಕೆಯಲ್ಲಿ ಸೇರಿಕೊಳ್ಳುತ್ತಾನೆ.

ರಾನ್

ಕೇವಲ ಹೇಳುತ್ತಿದ್ದೇನೆ - ನಾನು ಅದರ ಬಗ್ಗೆ ಹೆಚ್ಚು ತಿಳಿದಿರಲಿಲ್ಲ, ಆದ್ದರಿಂದ ನಾನು ಬಹಳ ಜವಾಬ್ದಾರಿ ತೆಗೆದುಕೊಳ್ಳಲು ಸಾಧ್ಯವಿಲ್ಲ - ಮತ್ತು ಇದರಲ್ಲಿ ನನ್ನ ಯಾವ ಮಕ್ಕಳ ಪಾತ್ರವೂ ಏನೂ ಇರಲಿಲ್ಲ ಎಂದು ನನಗೆ ಖಚಿತತೆಯಿದೆ - ಆದರೆ ಇವರೆಲ್ಲ ಇಲ್ಲಿ ನಿಂತಿದ್ದರೆ, ನಾನೂ ಕೂಡ ನಿಲ್ಲುತ್ತೇನೆ.

ಜಿನ್ನಿ

ಅವರು ಎಲ್ಲಿದ್ದಾರೆ ಎಂಬುದು ಯಾರಿಗೂ ತಿಳಿಯ ಸಾಧ್ಯವಿಲ್ಲ. ಅವರು ಒಟ್ಟಿಗಿದ್ದರೂ ಅಥವಾ ಬೇರೆಯಾಗಿದ್ದರೂ ನಮ್ಮ ಮಕ್ಕಳು ಅವಳನ್ನು ತಡೆಯಲು ಸಾಧ್ಯವಿರುವ ಎಲ್ಲವನ್ನೂ ಮಾಡುತ್ತಾರೆಂದು ನಾನು ನಂಬುತ್ತೇನೆ...

ಹರ್ಮಿಯಾನ್

ನಾವು ಕೈಬಿಟ್ಟಿಲ್ಲ. ನಾವು ದೈತ್ಯರ ಕಡೆ ಹೋಗಿದ್ದೇವೆ. ಟ್ರೋಲ್‌ಗಳು. ನಾವು ಹುಡುಕಬಹುದಾದ ಎಲ್ಲವನ್ನೂ. ಆರರ್‌ಗಳು ಹಾರುತ್ತಿವೆ, ಹುಡುಕುತ್ತಿವೆ, ರಹಸ್ಯಗಳನ್ನು ತಿಳಿದಿರುವವರ ಜೊತೆ ಮಾತನಾಡುತ್ತಿವೆ, ರಹಸ್ಯಗಳನ್ನು ಬಹಿರಂಗಪಡಿಸದೇ ಇರುವವರ ಜೊತೆ ಮಾತಾಡುತ್ತಿವೆ.

ಹ್ಯಾರಿ

ಆದರೆ ನಾವು ತಪ್ಪಿಸಿಕೊಳ್ಳಲು ಸಾಧ್ಯವಿರದ ಒಂದು ಸತ್ಯವಿದೆ: ನಮ್ಮ ಭೂತಕಾಲದಲ್ಲ ಯಾರೋ ಒಬ್ಬಳು ಮಾಟಗಾತಿ ನಮಗೆ ತಿಳಿದಿರುವುದನ್ನೆಲ್ಲವೂ ಮರಳಿ ಬರೆಯಲು ಪ್ರಯತ್ನಿಸುತ್ತಿದ್ದಾಳೆ. ನಾವು ಹೆಚ್ಚೆಂದರೆ ನಿರೀಕ್ಷಿಸಬಹುದು - ಅವಳು ಯಶಸ್ವಿಯಾಗುವ ಅಥವಾ ವಿಫಲಗೊಳ್ಳುವ ಕ್ಷಣಕ್ಕಾಗಿ ಕಾಯಬಹುದು.

ಪ್ರೊಫೆಸರ್ ಮ್ಯಾಕ್‌ಗೊನಾಗಲ್

ಅವಳು ಯಶಸ್ವಿಯಾದರೆ?

ಹರ್ಮಿಯಾನ್

ನಂತರ - ಹಾಗೇ - ಈ ಕೋಣೆಯಲ್ಲಿರುವ ಹೆಚ್ಚಿನ ಜನರು ಮಾಯವಾಗುತ್ತಾರೆ, ನಾವು ಇನ್ನು ಮುಂದೆ ಅಸ್ತಿತ್ವದಲ್ಲಿರುವುದಿಲ್ಲ ಮತ್ತು ವಾಲ್ಡೆರ್‌ಮಾರ್ಟ್ ಮತ್ತೆ ಆಳುತ್ತಾನೆ.

ಆಕ್ಟ್ ನಾಲ್ಕು ದೃಶ್ಯ ಎರಡು

ಸ್ಕಾಟಿಷ್ ಹೈಲ್ಯಾಂಡ್ಸ್, ಅವೈಮೋರ್ ಟ್ರೈನ್ ಸ್ಟೇಷನ್, 1981

ಆಲ್ಬಸ್ ಮತ್ತು ಸ್ಕಾರ್ಪಿಯಸ್ ಸ್ಟೇಷನ್ ಮಾಸ್ಟರ್ ಅನ್ನು ಅನುಮಾನದಿಂದ ನೋಡುತ್ತಿದ್ದಾರೆ.

ಆಲ್ಬಸ್

ನಮ್ಮಲ್ಲಿ ಒಬ್ಬರು ಅವನ ಜೊತೆ ಮಾತನಾಡಬೇಕು, ನಿನಗೆ ಹಾಗನಿಸುವುದಿಲ್ಲವೇ?

ಸ್ಕಾರ್ಪಿಯಸ್

ಹಲೋ, ಶ್ರೀ ಸ್ಟೇಷನ್ ಮಾಸ್ಟರ್. ಶ್ರೀ ಮಗಲ್. ಪ್ರಶ್ನೆ: ನೀವು ಇಲ್ಲೊಂದು ಹಾರಾಡುವ ಒಂದು ಮಾಟಗಾತಿಯನ್ನು ನೋಡಿದ್ದೀರಾ? ಅಂದ ಹಾಗೆ, ಇದು ಯಾವ ವರ್ಷ? ಏಕೆಂದರೆ ನಾವು ನಾವು ವಿಷಯಗಳನ್ನು ಹೆಚ್ಚೂ ಕಡಿಮೆ ಮಾಡಿದ್ದೇವೆಂದುಕೊಂಡು ಓಡಿಹೋದೆವು. ಇದು ಪರವಾಗಿಲ್ಲವೆನಿಸುತ್ತದೆಯೇ?

ಆಲ್ಬಸ್

ನನಗೆ ಎಲ್ಲಕ್ಕಿಂತಲೂ ಹೆಚ್ಚು ಏನು ಕಿರಿಕಿರಿ ಉಂಟುಮಾಡುತ್ತದೆಂದು ಗೊತ್ತೇ? ಅಪ್ಪ ನಾವಿದನ್ನು ಉದ್ದೇಶಪೂರ್ವಕವಾಗಿ ಮಾಡಿದ್ದೇವೆ ಎಂದು ಆಲೋಚಿಸುತ್ತಾರೆ.

ಸ್ಕಾರ್ಪಿಯಸ್

ಅಲ್ಬಸ್. ನಿಜವಾಗಿಯೂ? ಅಂದರೆ, ನಿಜವಾಗಿಯೂ ನಿಜವೇ? ನಾವು ಸಿಕ್ಕಿಬಿದ್ದಿದ್ದೇವೆ - ಕಳೆದುಹೋಗಿದ್ದೇವೆ - ಸಮಯದಲ್ಲಿ - ಬಹುಶಃ ಶಾಶ್ವತವಾಗಿ - ಮತ್ತು ನೀನು ನಿನ್ನ ತಂದೆ ಅದರ ಬಗ್ಗೆ ಏನು ಯೋಚಿಸುತ್ತಾರೆ ಎಂದು ಚಿಂತೆ ಮಾಡುತ್ತಿದ್ದೀಯೇ? ನನಗೆ ನೀವಿಬ್ಬರೂ ಅರ್ಥವೇ ಆಗುವುದಿಲ್ಲ.

ಆಲ್ಬಸ್

ಅರ್ಥಮಾಡಿಕೊಳ್ಳುವುದು ಸಾಕಷ್ಟಿದೆ. ಅಪ್ಪ ಬಹಳ ಜಟಿಲ ಮನುಷ್ಯ.

ಸ್ಕಾರ್ಪಿಯಸ್

ಮತ್ತು ನೀನಲ್ಲವೇ? ಹುಡುಗಿಯರ ಬಗ್ಗೆ ನಿನ್ನ ಅಭಿರುಚಿಯನ್ನು ಪ್ರಶ್ನಿಸಬಾರದೆಂದರೂ ನೀನು ಯಾರ ಬಗ್ಗೆ ಆಲೋಚಿಸುತ್ತಿದ್ದೆ .... ಸರಿ...

ಅವರಿಬ್ಬರಿಗೂ ತಾವೇನು ಮಾತನಾಡುತ್ತಿದ್ದೇವೆಂದು ತಿಳಿದಿದೆ.

ಆಲ್ಬಸ್

ನಾನು ಮಾಡಿದ್ದೇನೆ, ಅಲ್ಲವೇ? ಅಂದರೆ ಅವಳು ಕ್ರೆಗ್‌ಗೆ ಏನು ಮಾಡಿದ್ದಾಳೆಂದರೆ...

ಸ್ಕಾರ್ಪಿಯಸ್

ಅದರ ಬಗ್ಗೆ ಯೋಚಿಸುವುದು ಬೇಡ. ನಮ್ಮ ಬಳಿ ಯಾವುದೇ ಮಂತ್ರದಂಡಗಳಿಲ್ಲ, ಯಾವುದೇ ಪೊರಕೆಗಳೂ ಇಲ್ಲ, ನಮ್ಮ ಸಮಯಕ್ಕೆ ಮರಳುವ ವಿಧಾನಗಳಿಲ್ಲ, ನಮ್ಮ ಬಳಿ ಇರುವುದೆಂದರೆ ನಮ್ಮ ಬುದ್ಧಿವಂತಿಕೆ ಮತ್ತು - ಇಲ್ಲ, ಕೇವಲ ಬುದ್ಧಿವಂತಿಕೆ ಮಾತ್ರ- ಮತ್ತು ನಾವು ಅವಳನ್ನು ತಡೆಯಬೇಕಾಗಿದೆ.

ಸ್ಟೇಶನ್ ಮಾಸ್ಟರ್ (*ಬಲವಾದ ಸ್ಕಾಟಿಷ್ ಉಚ್ಚಾರಣೆಯಲ್ಲಿ*)

ಯೆ ಕೆನ್ ಥ್'ಆಲ್ಡ್ ರೀಕಿ ರೈಲು ತಡವಾಗಿ ಹೋಗುತ್ತಿದೆ, ಹುಡುಗರೇ?

ಸ್ಕಾರ್ಪಿಯಸ್

ಕ್ಷಮಿಸಿ?

ಸ್ಟೇಶನ್ ಮಾಸ್ಟರ್

ನೀನು ಓನ್ ಥ್'ಆಡ್ ಎಲ್ಡಿ ರೀಕಿ ಟ್ರೈನ್‌ಗಾಗಿ ಕಾಯುತ್ತಿದ್ದರೆ , ನೀವು ಕಾಯುವ ಅಗತ್ಯವಿದೆ. ಯಾಕೆಂದರೆ ಅದು ತಡವಾಗಿ ಬರುತ್ತಿದೆ. ರೈಲು ಹಳಿಯ ಮೇಲೆ ಕೆಲಸ ಮಾಡುತ್ತಿದೆ. ಇದು ತಿದ್ದುಪಡಿ ಮಾಡಿದ ವೇಳಾಪಟ್ಟಿಯಲ್ಲಿದೆ.

ಅವರು ಅವರನ್ನು ನೋಡುತ್ತಾನೆ, ಅವರು ಗಾಬರಿಯಿಂದ ಅವನನ್ನು ನೋಡುತ್ತಿದ್ದಾರೆ. ಅವರು ಹುಬ್ಬುಗಂಟಿಕ್ಕಿ ತಿದ್ದುಪಡಿ ಮಾಡಿದ ವೇಳಾಪಟ್ಟಿಯನ್ನು ಅವರಿಗೆ ಕೊಡುತ್ತಾನೆ. ಅವನು ಅದರ ಬಲಬದಿಗೆ ತೋರಿಸುತ್ತಾನೆ.

ತಡ.

ಆಲ್ಬಸ್ ಇದನ್ನು ತೆಗೆದುಕೊಳ್ಳುತ್ತಾನೆ ಮತ್ತು ಅದನ್ನು ಪರಿಶೀಲಿಸುತ್ತಾನೆ. ಆ ಅಗಾಧ ಮಾಹಿತಿಯನ್ನು ತೆಗೆದುಕೊಂಡಾಗ ಅವನ ಮುಖ ಬದಲಾಗುತ್ತದೆ. ಸ್ಕಾರ್ಪಿಯಸ್ ಕೇವಲ ಸ್ಟೇಷನ್ ಮಾಸ್ಟರ್ ಅನ್ನು ದಿಟ್ಟಿಸುತ್ತಿದ್ದಾನೆ.

ಆಲ್ಬಸ್

ಅವಳು ಎಲ್ಲಿದ್ದಾಳೆಂದು ನನಗೆ ತಿಳಿದಿದೆ.

ಸ್ಕಾರ್ಪಿಯಸ್

ನೀನು ಅದನ್ನು ಅರ್ಥಮಾಡಿಕೊಂಡಿದ್ದೀಯಾ?

ಆಲ್ಬಸ್

ದಿನಾಂಕವನ್ನು ನೋಡಿ. ವೇಳಾಪಟ್ಟಿಯಲ್ಲಿ.

ಸ್ಕಾರ್ಪಿಯಸ್ ಬಾಗಿ ಅದನ್ನು ಓದುತ್ತಿದ್ದಾನೆ.

ಸ್ಕಾರ್ಪಿಯಸ್

ಅಕ್ಟೋಬರ್ 1981ರ ಮೂವತ್ತನೇ ದಿನಾಂಕ. ಹ್ಯಾಲೋಸ್ ಹಬ್ಬದ ಹಿಂದಿನ ದಿನ, ಮೂವತ್ತೊಂಬತ್ತು ವರ್ಷಗಳ ಹಿಂದೆ. ಆದರೆ - ಅವಳು ಯಾಕೆ? ಓಹ್.

ಅದನ್ನು ಅರಿತುಕೊಂಡಾಗ ಸ್ಕಾರ್ಪಿಯಸ್ ಮುಖ ಬಾಡುತ್ತದೆ.

ಆಲ್ಬಸ್

ನನ್ನ ಅಜ್ಜಅಜ್ಜಿಯರ ಮರಣ. ಮಗುವಾಗಿದ್ದಾಗ ನನ್ನ ತಂದೆಯ ಮೇಲೆ ದಾಳಿ... ವಾಲ್ಡೆರ್‌ಮಾರ್ಟ್‌ನ ಶಾಪ ಅವನ ಮೇಲೇ ಮರಳಿ ಬಡಿದ ಕ್ಷಣ. ಅವಳು ತನ್ನ ಭವಿಷ್ಯವನ್ನು ನಿಜವಾಗಿಸುವ ಪ್ರಯತ್ನ ಮಾಡುತ್ತಿಲ್ಲ - ಅವಳು ದೊಡ್ಡದನ್ನು ತಡೆಯಲು ಪ್ರಯತ್ನಿಸುತ್ತಿದ್ದಾಳೆ.

ಸ್ಕಾರ್ಪಿಯಸ್

ದೊಡ್ಡದು?

ಆಲ್ಬಸ್

'ಬರುತ್ತಿರುವ ಕಾಳ ಮಾಂತ್ರಿಕನನ್ನು ಬಂಧಿಸುವ ಬಲವಿರುವವರು...

ಸ್ಕಾರ್ಪಿಯಸ್ ಅವನನ್ನು ಸೇರಿಕೊಳ್ಳುತ್ತಾನೆ.

ಸ್ಕಾರ್ಪಿಯಸ್ ಮತ್ತು ಅಲ್ಬಸ್

.. ಮೂರು ಬಾರಿ ಅವನನ್ನು ಎದುರಿಸಿದವರಿಗೆ ಜನಿಸಿದವರು, ಏಳನೇ ತಿಂಗಳು ಸಾಯುತ್ತಿದ್ದ ಹಾಗೆ ಜನಿಸಿದವರು ... '

ಪ್ರತಿ ಪದಕ್ಕೂ ಸ್ಕಾರ್ಪಿಯಸ್ ಮುಖ ಬಾಡುತ್ತಿದೆ.

ಸ್ಕಾರ್ಪಿಯಸ್

ಅದು ನನ್ನ ತಪ್ಪು. ಭವಿಷ್ಯವಾಣಿಗಳನ್ನು ಮುರಿಯಬಹುದೆಂದು ನಾನು ಅವಳಿಗೆ ಹೇಳಿದೆ - ನಾನು ಭವಿಷ್ಯವಾಣಿಗಳ ಸಂಪೂರ್ಣ ತರ್ಕವೇ ಪ್ರಶ್ನಾರ್ಹವಾಗಿದೆಯೆಂದು ಅವಳಿಗೆ ಹೇಳಿದೆ-

ಆಲ್ಬಸ್

ಇಪ್ಪತ್ತನಾಲ್ಕು ಗಂಟೆಗಳಲ್ಲಿ ವಾಲ್ಡೆರ್‌ಮಾರ್ಟ್ ಶಿಶು ಹ್ಯಾರಿ ಪಾಟರ್ ಅನ್ನು ಕೊಲ್ಲಲು ತನಗೆ ತಾನೇ ಶಾಪ ಕೊಡಲು ಪ್ರಯತ್ನಿಸುತ್ತಾನೆ. ಡೆಲ್ಫಿ ಆ ಶಾಪವನ್ನು ತಡೆಯಲು ಪ್ರಯತ್ನಿಸುತ್ತಾಳೆ. ಅವಳು ಹ್ಯಾರಿಯನ್ನು ಸ್ವತಃ ಕೊಲ್ಲಲಿದ್ದಾಳೆ. ನಾವು ಈಗಲೇ ಗಾಡ್ರಿಕ್ಸ್ ನ ಹಾಲೋಗೆ ಹೋಗಬೇಕು.

ಆಕ್ಟ್ ನಾಲ್ಕು ದೃಶ್ಯ ಮೂರು

ಗಾಡ್ರಿಕ್ ನ ಹಾಲೋ, 1981

ಅಲ್ಬಸ್ ಮತ್ತು ಸ್ಕಾರ್ಪಿಯುಸ್ ಗಾಡ್ರಿಕ್ಸ್ ಹಾಲೊ ಮಧ್ಯದಲ್ಲಿ ನಡೆಯುತ್ತಾರೆ ಹಾಗೂ ಅದೊಂದು ಶಬ್ದಮಯ, ಸುಂದರವಾದ ಚಿಕ್ಕ ಗ್ರಾಮವಾಗಿದೆ.

ಸ್ಕಾರ್ಪಿಯಸ್

ಸರಿ, ನಾನು ನೋಡಬಹುದಾದಂತಹ ಧಾಳಿಯ ಯಾವುದೇ ಚಿಹ್ನೆಗಳು ಕಾಣುತ್ತಿಲ್ಲ ...

ಆಲ್ಬಸ್

ಇದು ಗಾಡ್ರಿಕ್‌ನ ಹಾಲೋವೇ?

ಸ್ಕಾರ್ಪಿಯಸ್

ನಿನ್ನ ತಂದೆ ನಿನ್ನನ್ನು ಯಾವತ್ತೂ ಕರೆದುಕೊಂಡು ಹೋಗಿಲ್ಲವೇ?

ಆಲ್ಬಸ್

ಇಲ್ಲ, ಅವರು ಕೆಲವು ಬಾರಿ ಪ್ರಯತ್ನಿಸಿದರೂ ನಾನು ನಿರಾಕರಿಸಿದೆ.

ಸ್ಕಾರ್ಪಿಯಸ್

ಸರಿ ಪ್ರವಾಸಕ್ಕಾಗಿ ಈಗ ಸಮಯವಿಲ್ಲ - ನಾವು ಜಗತ್ತನ್ನು ಒಬ್ಬಳು ಕೊಲೆಗಾತಿ ಮಾಟಗಾತಿಯಿಂದ ಉಳಿಸಬೇಕು - ಆದರೆ ಪರಿಗಣಿಸಿ ... ಚರ್ಚ್, ಸೇಂಟ್ ಜೆರೋಮ್ಸ್ ...

ಅವನು ಸೂಚಿಸುತ್ತಿದ್ದಂತೆ ಒಂದು ಚರ್ಚ್ ಗೋಚರಿಸುತ್ತದೆ.

ಆಲ್ಬಸ್

ಇದು ಭವ್ಯವಾಗಿದೆ.

ಸ್ಕಾರ್ಪಿಯಸ್

ಮತ್ತು ಸೇಂಟ್ ಜೆರೋಮ್‌ನ ಸ್ಮಶಾನವು ಬಹುಶಃ ಅತ್ಯದ್ಭುತವಾಗಿ ಶಾಪಗ್ರಸ್ತವಾಗಿದೆ (ಅವನು ಮತ್ತೊಂದು ದಿಕ್ಕಿನಲ್ಲಿ ಸೂಚಿಸುತ್ತಾನೆ), ಮತ್ತು ಅಲ್ಲಿ ಹ್ಯಾರಿ ಮತ್ತು ಅವನ ಹೆತ್ತವರ ಪ್ರತಿಮೆಗಳು ಅಲ್ಲಿರಬೇಕು.

ಆಲ್ಬಸ್

ನನ್ನ ತಂದೆಯ ಪ್ರತಿಮೆಯಿದೆಯೇ?

ಸ್ಕಾರ್ಪಿಯಸ್

ಓಹ್. ಇನ್ನೂ ಇಲ್ಲ. ಆದರೆಅವರುಸದ್ಯದಲ್ಲೇಹೊಂದುತ್ತಾರೆ. ಬಹುಶಃ. ಮತ್ತು ಈ - ಈ ಮನೆಯಲ್ಲಿ ಬಥಿಯಾಡಾ ಬಾಗ್ಯಾಟ್ ವಾಸಿಸುತ್ತಿದ್ದ, ವಾಸಿಸುತ್ತಿದ್ದಾನೆ...

ಆಲ್ಬಸ್

ಬಥಿಯಾಡಾ ಬಾಗ್ಯಾಟ್? A History of magicನ ಬಥಿಯಾಡಾ ಬಾಗ್ಯಾಟ್?

ಸ್ಕಾರ್ಪಿಯಸ್

ಅವರೇ. ಓಹ್, ಅದು ಅವರೇ. ನನಗೆ ಭಯವಾಗುತ್ತಿದೆ. ನನ್ನ ಬುದ್ಧಿವಂತಿಕೆ ಅವರೆದುರು ಮಂಡಿಯೂರುತ್ತಿದೆ.

ಆಲ್ಬಸ್

ಸ್ಕಾರ್ಪಿಯಸ್!

ಸ್ಕಾರ್ಪಿಯಸ್

ಮತ್ತು ಅದು ಇಲ್ಲಿದೆ-

ಆಲ್ಬಸ್

ಜೇಮ್ಸ್, ಲಿಲಿ ಮತ್ತು ಹ್ಯಾರಿ ಪಾಟರ್ ಮನೆ ...

ಒಂದು ಯುವ, ಆಕರ್ಷಕ ಜೋಡಿ ಒಂದು ಪುಶ್ ಚೇರ್‌ನಲ್ಲಿ ಮಗುವನ್ನು ಇಟ್ಟುಕೊಂಡು ಮನೆಯಿಂದ ಹೊರಗೆ ಬರುತ್ತಾರೆ. ಆಲ್ಬಸ್ ಅವರ ಕಡೆಗೆ ಹೋಗುತ್ತಾನೆ, ಸ್ಕಾರ್ಪಿಯಸ್ ಅವನನ್ನು ಮತ್ತೆ ಎಳೆಯುತ್ತಾನೆ.

ಸ್ಕಾರ್ಪಿಯಸ್

ಅವರು ನಿನ್ನನ್ನು ನೋಡಲು ಸಾಧ್ಯವಿಲ್ಲ, ಅಲ್ಬಸ್, ಇದು ಸಮಯವನ್ನು ಹಾನಿಗೊಳಿಸಬಹುದು, ಮತ್ತು ನಾವು ಅದನ್ನು ಮಾಡುತ್ತಿಲ್ಲ - ಈ ಸಮಯದಲ್ಲಲ್ಲ.

ಆಲ್ಬಸ್

ಆದರೆ ಇದರರ್ಥ, ಅವಳು ಮಾಡಿಲ್ಲ... ನಾವು ಅದನ್ನು ಮಾಡಿದ್ದೇವೆ... ಅವಳು ಇನ್ನೂ ಮಾಡಿಲ್ಲ...

ಸ್ಕಾರ್ಪಿಯಸ್

ನಾವು ಈಗೇನು ಮಾಡಬೇಕು? ಅವಳ ವಿರುದ್ಧ ಹೋರಾಡಲು ಸಿದ್ಧರಾಗಬೇಕೇ? ಏಕೆಂದರೆ ಅವಳು ಬಹಳ ... ಉಗ್ರಳಾಗಿದ್ದಾಳೆ.

ಆಲ್ಬಸ್

ಹೌದು. ನಾವು ಇದರ ಬಗ್ಗೆ ನಿಜವಾಗಿಯೂ ಯೋಚಿಸಿಲ್ಲ ಅಲ್ಲವೇ? ನಾವೀಗ ಏನು ಮಾಡಬೇಕು ? ನನ್ನ ತಂದೆಗೆ ನಾವು ಹೇಗೆ ರಕ್ಷಣೆ ನೀಡಬೇಕು?

ಆಕ್ಟ್ ನಾಲ್ಕು ದೃಶ್ಯ ನಾಲ್ಕು

ಮಿನಿಸ್ಟ್ರಿ ಆಫ್ ಮ್ಯಾಜಿಕ್, ಹ್ಯಾರಿಯ ಕಚೇರಿ

ಹ್ಯಾರಿ *ಅವಸರದಿಂದ ಕಡತಗಳನ್ನು ನೋಡುತ್ತಿದ್ದಾನೆ.*

ಡಂಬೆಲ್‌ಡೋರ್

ಶುಭ ಸಂಜೆ, ಹ್ಯಾರಿ.

ಬೀಟ್, ಹ್ಯಾರಿ *ಡಂಬೆಲ್‌ಡೋರ್ ಭಾವಚಿತ್ರವನ್ನು ನೋಡುತ್ತಾನೆ, ಅವನ ಮುಖ ನಿಷ್ಕ್ರಿಯವಾಗಿದೆ.*

ಹ್ಯಾರಿ

ಪ್ರೊಫೆಸರ್ ಡಂಬೆಲ್‌ಡೋರ್. ನನ್ನ ಕಚೇರಿಯಲ್ಲಿ, ನನಗೆ ಗೌರವವೆನಿಸುತ್ತಿದೆ. ಎಲ್ಲಿ ಕೆಲಸ ನಡೆಯುತ್ತಿದೆಯೋ ಈ ರಾತ್ರಿ ನಾನು ಅಲ್ಲೇ ಇರಬೇಕಲ್ಲವೇ?

ಡಂಬೆಲ್‌ಡೋರ್

ನೀನು ಏನು ಮಾಡುತ್ತಿದ್ದೀಯಾ?

ಹ್ಯಾರಿ

ಕಡತಗಳನ್ನು ನೋಡುತ್ತಿದ್ದೇನೆ, ನಾನು ತಪ್ಪಿಸಿಕೊಂಡಿರಬಾರದ ಏನನ್ನಾದರೂ ತಪ್ಪಿಸಿಕೊಂಡಿದ್ದೇನೆಯೇ ಎಂದು ನೋಡುತ್ತಿದ್ದೇನೆ. ನಮ್ಮ ಮಿತಿಯೊಳಗೆ ಹೋರಾಡಲು ಸೈನ್ಯವನ್ನು ಹೊಂದಿಸುತ್ತಿದ್ದೇನೆ. ಯುದ್ಧವು ನಮ್ಮಿಂದ ತುಂಬಾ ದೂರದಲ್ಲಿ ನಡೆಯುತ್ತಿದೆ ಎಂದು ತಿಳಿದ ಮೇಲೆ, ನಾವಿನ್ನೇನು ಮಾಡಬಹುದು?

ವಿರಾಮ, ಡಂಬೆಲ್‌ಡೋರ್ ಏನೂ ಹೇಳುತ್ತಿಲ್ಲ.

ನೀವು ಎಲ್ಲಿದ್ದಿರಿ, ಡಂಬೆಲ್‌ಡೋರ್?

ಡಂಬೆಲ್‌ಡೋರ್

ನಾನೀಗ ಇಲ್ಲಿದ್ದೇನೆ.

ಹ್ಯಾರಿ

ಇಲ್ಲಿ ಯುದ್ಧವನ್ನು ಸೋಲುತ್ತಿದ್ದ ಹಾಗೆ ಬಂದಿದ್ದೀರಿ. ಅಥವಾ ವಾಲ್ಡೆರ್‌ಮಾರ್ಟ್ ಮರಳಲಿದ್ದಾನೆ ಎನ್ನುವುದನ್ನು ನೀವು ನಿರಾಕರಿಸಿದ್ದೀರಾ?

ಡಂಬೆಲ್‌ಡೋರ್

ಇದು ಸಾಧ್ಯವಿದೆ.

ಹ್ಯಾರಿ

ಹೋಗಿ. ಬಿಟ್ಟುಬಿಡಿ. ನೀವಿಲ್ಲಿರುವುದು ನನಗಿಷ್ಟವಿಲ್ಲ, ನನಗೆ ನಿಮ್ಮ ಅಗತ್ಯವಿಲ್ಲ. ನೀವು ಬೇಕಾದಾಗ ಯಾವಾಗಲೂ ಇರಲಿಲ್ಲ. ನಾನು ನೀವಿಲ್ಲದೇ ಮೂರು ಬಾರಿ ಅವನ ಜೊತೆ ಹೋರಾಡಿದೆ. ಅಗತ್ಯವಿದ್ದರೆ ನಾನು ಅವರನ್ನು ಮತ್ತೆ ಎದುರಿಸುತ್ತೇನೆ - ಒಬ್ಬಂಟಿಯಾಗಿ.

ಡಂಬೆಲ್‌ಡೋರ್

ಹ್ಯಾರಿ, ನಾನು ನಿನ್ನ ಪರವಾಗಿ ಅವನ ವಿರುದ್ಧ ಹೋರಾಡಬಯಸುತ್ತಿದ್ದೆ ಎಂದು ನೀನು ಅನಿಸುವುದಿಲ್ಲವೇ? ನನಗೆ ಸಾಧ್ಯವಾದರೆ ನಾನು ನಿನ್ನನ್ನು ಬಿಟ್ಟುಬಿಡುತ್ತಿದ್ದೆ-

ಅದಕ್ಕೆ ಹ್ಯಾರಿ ಕೋಪದಿಂದ ಹೇಳುತ್ತಾನೆ.

ಹ್ಯಾರಿ

ಪ್ರೀತಿ ನಮ್ಮನ್ನು ಕುರುಡರಾಗಿಸುತ್ತದೆಯೇ? ಇದರ ಅರ್ಥವೇನೆಂದೆದಾರೂ ನಿನಗೆ ತಿಳಿದಿದೆಯೇ? ಆ ಸಲಹೆ ಎಷ್ಟು ಕೆಟ್ಟದಾಗಿತ್ತೆಂದಾದರೂ ನಿನಗೆ ಗೊತ್ತೇ? ನನ್ನ ಮಗ - ನನ್ನ ಮಗ ನಾನು ನಿನಗೋಸ್ಕರ ಯುದ್ಧ ಮಾಡಿದಂತೆಯೇ ಹೋರಾಡುತ್ತಿದ್ದಾನೆ. ಮತ್ತು ನೀನು ನನಗಾದಂತೆಯೇ ನಾನು ಅವನಿಗೆ ಕೆಟ್ಟ ತಂದೆಯಾಗಿದ್ದೇನೆ. ಅವನನ್ನು ಪ್ರೀತಿಸುವುದಿಲ್ಲ ಎಂದು ಅವನಿಗೆ ಅನಿಸುವ ಸ್ಥಳಗಳಲ್ಲಿ ಅವನನ್ನು ಬಿಟ್ಟಿದ್ದೇನೆ - ಅವನಲ್ಲಿ ಅವನು ಅರ್ಥಮಾಡಿಕೊಳ್ಳಲು ವರ್ಷಗಳ ಕಾಲ ತೆಗೆದುಕೊಳ್ಳಬಹುದಾದ ಅಸಮಾಧಾನಗಳನ್ನು ತಂದಿಟ್ಟಿದ್ದೇನೆ-

ಡಂಬೆಲ್‌ಡೋರ್

ನೀನು ಪ್ರಿವೆಟ್ ಡ್ರೈವ್ಸ್ ಬಗ್ಗೆ ಹೇಳುತ್ತಿದ್ದರೆ -

ಹ್ಯಾರಿ

ವರ್ಷಗಳು - ವರ್ಷಗಳ ಕಾಲ ನಾನು ಅಲ್ಲಿ ಏಕಾಂಗಿಯಾಗಿ ಕಳೆದಿದ್ದೇನೆ, ನಾನೇನೆಂದು ತಿಳಿಯದೆ, ನಾನು ಅಲ್ಲಿ ಏಕೆ ಇದ್ದಿದ್ದೆ, ಅಥವಾ ಯಾರಾದರೂ ತಲೆ ಕೆಡಿಸಿಕೊಳ್ಳುತ್ತಿದ್ದಾರೆಯೇ ಎಂದು ತಿಳಿದುಕೊಳ್ಳದೇ!

ಡಂಬೆಲ್‌ಡೋರ್

ನಾನು - ನಿನ್ನೊಂದಿಗೆ ಭಾವನಾತ್ಮಕ ಸಂಬಂಧ ಹೊಂದಬಯಸಲಿಲ್ಲ-

ಹ್ಯಾರಿ

ಆವಾಗಲೂ ನಿನ್ನನ್ನು ನೀನು ರಕ್ಷಿಸಿಕೊಳ್ಳುತ್ತಿದ್ದೆ!

ಡಂಬೆಲ್‌ಡೋರ್

ಇಲ್ಲ. ನಾನು ನಿನ್ನನ್ನು ರಕ್ಷಿಸುತ್ತಿದ್ದೆ. ನಿನ್ನನ್ನು ನೋಯಿಸಲು ನನಗೆ ಇಷ್ಟವಿರಲಿಲ್ಲ ...

ಡಂಬೆಲ್‌ಡೋರ್ ಭಾವಚಿತ್ರದಿಂದ ಹೊರಗೆ ಬರಲು ಪ್ರಯತ್ನಿಸುತ್ತಾನೆ, ಆದರೆ ಅವನಿಗೆ ಅದು ಸಾಧ್ಯವಾಗುತ್ತಿಲ್ಲ. ಅವನು ಅಳಲು ಪ್ರಾರಂಭಿಸುತ್ತಾನೆ ಆದರೆ ಅವನು ಅದನ್ನು ಮರೆಮಾಡಲು ಪ್ರಯತ್ನಿಸುತ್ತಾನೆ.

ಆದರೆ ನಾನು ಕೊನೆಯಲ್ಲಿ ನಿನ್ನನ್ನು ಭೇಟಿ ಮಾಡಬೇಕಿತ್ತು ... ಹನ್ನೊಂದು ವರ್ಷ ವಯಸ್ಸಿನವನು, ಮತ್ತು ನೀನು ತುಂಬಾ ಧೈರ್ಯಶಾಲಿಯಾಗಿದ್ದೆ. ಎಷ್ಟು ಒಳ್ಳೆಯವನಾಗಿದ್ದೆ. ನಿನ್ನ ಕಾಲ ಕೆಳಗೆ ಹಾಸಿದ ದಾರಿಯಲ್ಲಿ ನೀನು ಮುಜುಗರದಿಂದ ನಡೆದು ಹೋದೆ. ಖಂಡಿತವಾಗಿಯೂ ನಾನು ನಿನ್ನನ್ನು ಪ್ರೀತಿಸಿದೆ ... ಮತ್ತು ಅದು ಮತ್ತೊಮ್ಮೆ ಸಂಭವಿಸುತ್ತದೆ ಎಂದು ನನಗೆ ತಿಳಿದಿದೆ,... ನನ್ನನ್ನು ಪ್ರೀತಿಸಿದಲ್ಲೆಲ್ಲ, ನಾನು ಸರಿಪಡಿಸಲಾಗದಂತ ಹಾನಿಯನ್ನು ಉಂಟುಮಾಡುತ್ತೇನೆ.. ನಾನು ಪ್ರೀತಿಸಲು ಯೋಗ್ಯನಾದ ವ್ಯಕ್ತಿಯಲ್ಲ ... ನಾನು ಎಂದಿಗೂ ಹಾನಿ ಮಾಡದಂತೆ ಪ್ರೀತಿಸಲಿಲ್ಲ ...

ಬೀಟ್.

ಹ್ಯಾರಿ

ನೀನು ಇದನ್ನು ನನಗೆ ಆಗಲೇ ಹೇಳಿದ್ದಲ್ಲಿ ನನಗೆ ಕಡಿಮೆ ನೋವುಂಟು ಮಾಡುತ್ತಿದ್ದೆ.

ಡಂಬೆಲ್‌ಡೋರ್ (*ಈಗ ಬಹಿರಂಗವಾಗಿ ಅಳುತ್ತ*)

ನಾನು ಕುರುಡನಾಗಿದ್ದೆ. ಪ್ರೀತಿ ಅದನ್ನೇ ಮಾಡುತ್ತದೆ. ನಾನು ನಿನ್ನನ್ನು ನೋಡಲು ಸಾಧ್ಯವಾಗಲಿಲ್ಲ ಈ ಮುಚ್ಚಿದ, ಮೋಸಗಾರನಾದ, ಅಪಾಯಕಾರಿ ಮುದುಕ... ನಿನ್ನನ್ನು ಪ್ರೀತಿಸುತ್ತಿದ್ದ ಎಂದು ನೀನು ಕೇಳುವುದು ನನಗೆ ಇಷ್ಟವಿರಲಿಲ್ಲ...

ಒಂದು ವಿರಾಮ. ಇಬ್ಬರೂ ಭಾವನೆಗಳಿಂದ ತುಂಬಿ ಹೋಗಿದ್ದಾರೆ.

ಹ್ಯಾರಿ

ನಾನು ಎಂದಿಗೂ ದೂರಲಿಲ್ಲ ಎನ್ನುವುದು ನಿಜವಲ್ಲ.

ಡಂಬೆಲ್‌ಡೋರ್

ಹ್ಯಾರಿ, ಈ ಗೊಂದಲಮಯವಾದ ಭಾವನಾತ್ಮಕ ಜಗತ್ತಿನಲ್ಲಿ ಯಾವತ್ತೂ ಒಂದು ಪರಿಪೂರ್ಣ ಉತ್ತರವಿರುವುದಿಲ್ಲ, ಪರಿಪೂರ್ಣತೆ ಮಾನವಕುಲದ, ಇಂದ್ರಜಾಲದ ವ್ಯಾಪ್ತಿಯನ್ನು ಮೀರಿದೆ. ಸಂತೋಷದ ಪ್ರತಿ ಹೊಳೆಯುವ ಕ್ಷಣದಲ್ಲೂ ವಿಷದ ಹನಿಯಿದೆ: ಆ ನೋವು ಮತ್ತೆ ಬರುತ್ತದೆ ಎನ್ನುವ ಜ್ಞಾನ. ನೀನು ಪ್ರೀತಿಸುವವರೆಡೆಗೆ ಪ್ರಾಮಾಣಿಕವಾಗಿರು, ನಿನ್ನ ನೋವನ್ನು

ಅವರಿಗೆ ತೋರಿಸು. ದುಃಖಪಡುವುದು ಮಾನವರಿಗೆ ಉಸಿರಾಡುವಷ್ಟೇ ಸಹಜ.

ಹ್ಯಾರಿ

ನೀನು ನನಗೆ ಮೊದಲು ಒಮ್ಮೆ ಅದನ್ನು ಹೇಳಿದ್ದೆ.

ಡಂಬೆಲ್‌ಡೋರ್

ಈ ರಾತ್ರಿ ನಾನು ನಿನಗೆ ನೀಡಬಹುದಾಗಿದ್ದು ಅಷ್ಟೇ.

ಅವರು ಹೊರಟು ಹೋಗುತ್ತಾರೆ.

ಹ್ಯಾರಿ

ಹೋಗಬೇಡ!

ಡಂಬೆಲ್‌ಡೋರ್

ನಾವು ಪ್ರೀತಿಸುವವರು ನಿಜವಾಗಿಯೂ ನಮ್ಮನ್ನು ಎಂದಿಗೂ ಬಿಟ್ಟು ಹೋಗುವುದಿಲ್ಲ. ಸಾವಿಗೂ ಮುಟ್ಟಲಾಗದ ಕೆಲವು ವಿಷಯಗಳಿವೆ. ಚಿತ್ರಗಳು ... ಮತ್ತು ನೆನಪುಗಳು... ಮತ್ತು ಪ್ರೀತಿ.

ಹ್ಯಾರಿ

ನಾನು ಸಹ ನಿನ್ನನ್ನು ಪ್ರೀತಿಸಿದ್ದೆ, ಡಂಬೆಲ್‌ಡೋರ್

ಡಂಬೆಲ್‌ಡೋರ್

ನನಗೆ ಗೊತ್ತು.

ಅವನು ಹೋಗಿದ್ದಾನೆ. ಮತ್ತು ಹ್ಯಾರಿ ಏಕಾಂಗಿಯಾಗಿದ್ದಾನೆ, ಡ್ರಾಕೋ ಬರುತ್ತಾನೆ.

ಡ್ರಾಕೊ

ನಿನಗೆ ಗೊತ್ತೇ? ಈ ವಾಸ್ತವದಲ್ಲಿ - ಸ್ಕಾರ್ಪಿಯಸ್ ನೋಡಿದ ವಾಸ್ತವದಲ್ಲಿ - ನಾನು ಇಂದ್ರಜಾಲದ ಕಾನೂನು ಜಾರಿಗೊಳಿಸುವಿಕೆಯ ಮುಖ್ಯಸ್ಥನಾಗಿದ್ದೆ? ಬಹುಶಃ ಈ ಕೋಣೆ ಶೀಘ್ರದಲ್ಲೇ ನನ್ನದಾಗಲಿದೆ ಎಂದು ಅನಿಸುತ್ತದೆ.ನೀನು ಹುಶಾರಾಗಿದ್ದೀಯಾ?

ಹ್ಯಾರಿ ತನ್ನ ದುಃಖದಲ್ಲಿ ಮುಳುಗಿ ಹೋಗಿದ್ದಾನೆ.

ಹ್ಯಾರಿ

ಬಾ - ನಾನು ನಿನಗೆ ತೋರಿಸುತ್ತೇನೆ.

ಡ್ರಾಕೋ ಹಿಂಜರಿಯುತ್ತ ಒಳಗಡೆ ಬರುತ್ತಾನೆ. ಅವನು ಅಸಹ್ಯದಿಂದ ಸುತ್ತಲೂ ನೋಡುತ್ತಾನೆ.

ಡ್ರಾಕೊ

ಅದರೆ ವಿಷಯವೇನೆಂದರೆ - ನಾನು ಎಂದೂ ನನ್ನನ್ನು ಒಬ್ಬ ಸಚಿವಾಲಯವಾದ ವ್ಯಕ್ತಿಯೆಂದುಕೊಂಡಿರಲಿಲ್ಲ. ನಾನು ಮಗುವಾಗಿದ್ದಾಗಲೂ. ನನ್ನ ತಂದೆ - ಅವನಿಗೆ ಬರೀ ಅದೇ ಬೇಕಿತ್ತು- ನಾನು, ಇಲ್ಲ.

ಹ್ಯಾರಿ

ನೀನೇನು ಮಾಡಬಯಸಿದ್ದೆ?

ಡ್ರಾಕೊ

ಕ್ವಿಡ್ಡಿಚ್. ಆದರೆ ನಾನು ಸಾಕಷ್ಟು ಚೆನ್ನಾಗಿರಲಿಲ್ಲ. ಮುಖ್ಯವಾಗಿ ನಾನು ಸಂತೋಷವಾಗಿರಬಯಸಿದ್ದೆ.

ಹ್ಯಾರಿ ತಲೆಯಲ್ಲಾಡಿಸುತ್ತಾನೆ, ಡ್ರಾಕೋ ಅವನನ್ನು ಒಂದು ಕ್ಷಣ ಹೆಚ್ಚು ನೋಡುತ್ತಾನೆ, ಇದನ್ನು ಹೇಗೆ ಮಾಡಬೇಕೆಂದು ಅವನಿಗೆ ಗೊತ್ತಿಲ್ಲ.

ಕ್ಷಮಿಸಿ, ನನಗೆ ಚಿಕ್ಕ ಪುಟ್ಟ ಮಾತುಕತೆ ಬರುವುದಿಲ್ಲ, ನಾವು ಗಂಭೀರ ವ್ಯವಹಾರದ ಬಗ್ಗೆ ಮಾತಾಡೋಣವೇ?

ಹ್ಯಾರಿ

ಖಂಡಿತವಾಗಿ. ಏನು - ಗಂಭೀರ - ವ್ಯವಹಾರವೇ?

ಬೀಟ್.

ಡ್ರಾಕೊ

ಥಿಯೊಡೋರ್ ನಾಟ್ ಬಳಿ ಮಾತ್ರ ಟೈಮ್-ಟರ್ನರ್ ಇತ್ತು ಎಂದು ನೀನು ಯೋಚಿಸುತ್ತೀಯಾ?

ಹ್ಯಾರಿ

ಏನು?

ಡ್ರಾಕೊ

ಮಂತ್ರಿಮಂಡಲ ವಶಪಡಿಸಿಕೊಂಡ ಟೈಮ್ ಟರ್ನರ್ ಒಂದು ಮಾದರಿಯಾಗಿತ್ತು. ಅದನ್ನು ಅಗ್ಗದ ಲೋಹದಿಂದ ತಯಾರಿಸಲಾಗಿತ್ತು. ಇದು ಖಂಡಿತವಾಗಿಯೂ ಕೆಲಸ ಮಾಡುತ್ತದೆ. ಆದರೆ ಅದಕ್ಕೆ ಐದು ನಿಮಿಷಗಳವರೆಗೆ ಮಾತ್ರ ಸಮಯದಲ್ಲಿ ಹಿಂದಕ್ಕೆ ಹೋಗಲು ಸಾಧ್ಯವಾಗುತ್ತದೆ - ಅದೊಂದು ಗಂಭೀರ ನ್ಯೂನತೆ - ನಿಜವಾದ ಮಾಟದ ಸಂಗ್ರಾಹಕರಿಗೆ ನೀನು ಅದನ್ನು ಮಾರಲು ಸಾಧ್ಯವಿಲ್ಲ.

ಡ್ರಾಕೋ ಏನು ಹೇಳುತ್ತಿದ್ದಾನೆ ಎಂಬುದನ್ನು ಹ್ಯಾರಿ ಅರಿತುಕೊಂಡಿದ್ದಾನೆ.

ಹ್ಯಾರಿ

ಅವನು ನಿಮಗಾಗಿ ಕೆಲಸ ಮಾಡುತ್ತಿದ್ದನೇ?

ಡ್ರಾಕೊ

ಇಲ್ಲ ನನ್ನ ತಂದೆಗಾಗಿ. ಬೇರೆ ಯಾರೊಬ್ಬರ ಹತ್ತಿರವೂ ಇರದ ವಸ್ತುಗಳನ್ನು ಇಟ್ಟುಕೊಳ್ಳುವುದು ಅವನಿಗೆ ಸಂತೋಷವೆನಿಸುತ್ತಿತ್ತು. ಸಚಿವಾಲಯದ ಟೈಮ್-ಟರ್ನರ್‌ಗಳು - ಕ್ರೋಕರ್‌ಗೆ ಧನ್ಯವಾದಗಳು -

ಯಾವಾಗಲೂ ಅವನಿಗೆ ಸ್ವಲ್ಪ ಇಷ್ಟವಾಗಿದ್ದವು. ಅವನು ಸಮಯದಲ್ಲಿ ಹಿಂದಕ್ಕೆ ಹೋಗುವ ಸಾಮರ್ಥ್ಯವನ್ನು ಬಯಸಿದ್ದ. ಅವನು ಎಂದಿಗೂ ಅದನ್ನು ಬಳಸಲಿಲ್ಲ, ಅವನು ರಹಸ್ಯವಾಗಿ ವಾಲ್ಡೆರ್‌ಮಾರ್ಟ್ ಇಲ್ಲದ ಜಗತ್ತಿನ ಭಾಗವಹಿಸುವಿಕೆ ಬಯಸುತ್ತಿದ್ದ ಎಂದು ನನಗನಿಸುತ್ತಿದೆ. ಆದರೆ ಹೌದು, ಟೈಮ್-ಟರ್ನರ್ ಅನ್ನು ಅವನಿಗೆಂದೇ ನಿರ್ಮಿಸಲಾಗಿತ್ತು.

ಹ್ಯಾರಿ

ಮತ್ತು ನೀನು ಅದನ್ನು ಇಟ್ಟುಕೊಂಡೆಯಾ?

ಡ್ರಾಕೋ ಟೈಮ್-ಟರ್ನರ್ ಅನ್ನು ಬಹಿರಂಗಪಡಿಸುತ್ತಾನೆ.

ಡ್ರಾಕೊ

ಐದು ನಿಮಿಷಗಳ ಸಮಸ್ಯೆಯಿಲ್ಲ, ಮತ್ತು ಅದು ಚಿನ್ನದಂತೆಯೇ ಮಿನುಗುತ್ತದೆ, ಮಾಲ್‌ಫಾಯ್‌ಗಳಿಗೆ ಇಷ್ಟವಾಗುವ ಹೇಗೆ. ನೀನು ನಗುತ್ತಿದ್ದೀಯಾ.

ಹ್ಯಾರಿ

ಹರ್ಮಿಯಾನ್ ಗ್ರ್ಯಾಂಗರ್. ಆಕೆ ಮೊದಲನೆಯದನ್ನು ಇಟ್ಟುಕೊಂಡಿದ್ದ ಕಾರಣ ಎರಡನೆಯದು ಇರಬಹುದು ಎನ್ನುವ ಭಯ . ಇದರ ಮೇಲೆ ನಿನ್ನನ್ನು ಅಜ್ಕಾಬಾನ್‌ಗೆ ಕಳುಹಿಸಬಹಿದಿತ್ತು.

ಡ್ರಾಕೊ

ಪರ್ಯಾಯವನ್ನು ಪರಿಗಣಿಸು - ನನಗೆ ಸಮಯದಲ್ಲಿ ಪ್ರಯಾಣಿಸುವ ಸಾಮರ್ಥ್ಯವಿತ್ತು ಎಂದು ಜನರಿಗೆ ತಿಳಿದಿದ್ದರೆ ಏನಾಗುತ್ತಿತ್ತು ಎಂದು ಯೋಚಿಸು. ಅದಕ್ಕೆ ಹೆಚ್ಚು ಪುಷ್ಟಿ ಸಿಕ್ಕಿದ್ದಲ್ಲಿ ಯಾವ ರೀತಿಯ ವದಂತಿಗಳು ಹರಡುತ್ತಿತ್ತು ಎಂದು ಯೋಚಿಸು.

ಹ್ಯಾರಿ ಡ್ರಾಕೋನನ್ನು *ನೋಡುತ್ತಾನೆ, ಅವನನ್ನು ಸಂಪೂರ್ಣವಾಗಿ ಅರ್ಥಮಾಡಿಕೊಳ್ಳುತ್ತಿದ್ದಾನೆ.*

ಹ್ಯಾರಿ

ಸ್ಕಾರ್ಪಿಯಸ್.

ಡ್ರಾಕೊ

ನಾವು ಮಕ್ಕಳನ್ನು ಹೊಂದಲು ಸಮರ್ಥರಾಗಿದ್ದೇವೆ, ಆದರೆ ಆಸ್ಟೋರಿಯಾ ದುರ್ಬಲಳಾಗಿದ್ದಳು. ಒಂದು ರಕ್ತದ ದುರ್ಬಳಕೆ, ಗಂಭೀರವಾದದ್ದು. ಒಬ್ಬ ಪೂರ್ವಜರು ಶಾಪಗ್ರಸ್ತರಾಗಿದ್ದರು ... ಅದು ಅವಳಲ್ಲಿ ಕಾಣಿಸಿಕೊಂಡಿತು. ಈ ವಿಷಯಗಳು ತಲೆಮಾರುಗಳ ನಂತರ ಮತ್ತೆ ಹೇಗೆ ಕಾಣಿಸಿಕೊಳ್ಳಬಹುದು ಎಂದು ನಿನಗೆ ತಿಳಿದಿದೆಯಲ್ಲವೇ...

ಹ್ಯಾರಿ

ಕ್ಷಮಿಸು, ಡ್ರಾಕೊ.

ಡ್ರಾಕೊ

ನನಗೆ ಅವಳ ಆರೋಗ್ಯಕ್ಕೆ ಸಂಬಂಧಿಸಿದಂತೆ ಯಾವುದೇ ಅಪಾಯ ತೆಗೆದುಕೊಳ್ಳಲು ಮನಸ್ಸಿರಲಿಲ್ಲ. ಮಾಲ್‌ಫಾಯ್ ತಳಿ ನನ್ನ ಜೊತೆ ಸಾಯುವುದು ನನಗೆ ಇಷ್ಟವಿಲ್ಲ ಎಂದು ನಾನು ಹೇಳಿದ್ದೆ. ಇದು ನನ್ನ ತಂದೆ ಹೇಳಿದ್ದಾಗಿತ್ತು. ಆದರೆ ಆಸ್ಟೋರಿಯಾಗೆ ಮಾಲ್‌ಫೈವ್ ಹೆಸರಿಗೆ ಮಗು ಬೇಕಿರಲಿಲ್ಲ ಅಥವಾ ಅದರ ಶುದ್ಧ ರಕ್ತ ಅಥವಾ ವೈಭವಕ್ಕಾಗಿ ಬೇಕಿರಲಿಲ್ಲ. ಅದು ನಮಗಾಗಿ ಬೇಕಿತ್ತು. ನಮ್ಮ ಮಗು. ಸ್ಕಾರ್ಪಿಯಸ್ ಹುಟ್ಟಿದ. ಇದು ನಮ್ಮಿಬ್ಬರ ಜೀವನದಲ್ಲಿ ಅತ್ಯುತ್ತಮ ದಿನವಾಗಿತ್ತು ಆದರೆ ಅದು ಆ ಆಸ್ಟೋರಿಯಾಳನ್ನು ಗಣನೀಯವಾಗಿ ದುರ್ಬಲವಾಗಿಸಿತು. ನಾವು ನಮ್ಮನ್ನು ಅಡಗಿಸಿಕೊಂಡೆವು. ನಾವು ಮೂವರನ್ನೂ. ನಾನು ಅವಳ ಬಲವನ್ನು ಉಳಿಸಿಕೊಳ್ಳಬಯಸಿದೆ. ಅದಕ್ಕೆ ವದಂತಿಗಳು ಪ್ರಾರಂಭವಾದವು.

ಹ್ಯಾರಿ

ಅದು ಹೇಗಿತ್ತೆಂದು ನನಗೆ ಊಹಿಸಲೂ ಸಾಧ್ಯವಿಲ್ಲ.

ಡ್ರಾಕೊ

ಆಸ್ಟೋರಿಯಾಗೆ ಅವಳಿಗೆ ಯಾವಾಗಲೂ ನಾನು ವಯಸ್ಸಾಗಿಯೇ ಇರುವುದಿಲ್ಲ ಎಂದು ತಿಳಿದಿತ್ತು. ಅವಳು ನನ್ನನ್ನು ಬಿಟ್ಟು ಹೋದಾಗ ನಾನು ಯಾರನ್ನಾದರೂ ಹೊಂದಿರಬೇಕು ಎಂದು ಅವಳು ಬಯಸಿದ್ದಳು ಏಕೆಂದರೆ ಡ್ರ್ ಯಾಕೋ ಮ್ಯಾಪ್ಸ ಯಾಗಿರುವುದು ತುಂಬಾ ಒಬ್ಬಂಟಿಯಾಗಿ ಇರುತ್ತದೆ ಯಾವಾಗಲೂ ಅನುಮಾನಿಸಲಾಗಿದೆ ನಾನು ಭೂತಕಾಲವನ್ನು ತಪ್ಪಿಸಿಕೊಳ್ಳಲು ಸಾಧ್ಯವಿಲ್ಲ ಆದರೆ ನನ್ನ ಮಗನನ್ನು ಈ ವದಂತಿಯ ಅದ ಹೊರಿಸುವ ಜಗತ್ತಿನಿಂದ ದೂರವಿಟ್ಟು ಅವನು ಹೊರಗಡೆ ಬಂದಾಗ ಅವನು ಹಿಂದೆಂದಿಗಿಂತಲೂ ಅನುಮಾನದಲ್ಲಿ ಮುಳುಗುತ್ತಾನೆ ಎಂದು ನಾನು ಯಾವತ್ತೂ ಅಂದುಕೊಂಡಿರಲಿಲ್ಲ.

ಹ್ಯಾರಿ

ಪ್ರೀತಿ ಕುರುಡಾಗಿಸುತ್ತದೆ. ನಾವಿಬ್ಬರೂ ನಮ್ಮ ಮಕ್ಕಳಿಗೆ ಅವರಿಗೆ ಏನು ಬೇಕೋ ಅದನ್ನು ಕೊಡುವ ಬದಲು ನಮಗೆ ಬೇಕಾಗಿದ್ದನ್ನು ಕೊಡಲು ಪ್ರಯತ್ನಿಸಿದ್ದೇವೆ. ನಾವು ನಮ್ಮದೇ ಚರಿತ್ರೆಯನ್ನು ಮರಳಿ ಬರೆಯುವಲ್ಲಿ ಎಷ್ಟು ವ್ಯಸ್ತವಾಗಿದ್ದೆವೆಂದರೆ ಅವರ ವರ್ತಮಾನವನ್ನು ನಾವು ಹಾಳುಗೆಡವಿದ್ದೇವೆ.

ಡ್ರಾಕೊ

ಅದಕ್ಕಾಗಿಯೇ ನಿನಗೆ ಇದು ಬೇಕು. ಆಸ್ಟೋರಿಯಾಳೊಂದಿಗೆ ಮತ್ತೊಂದು ನಿಮಿಷ ಕಳೆಯಲು ನಾನು ನನ್ನ ಆತ್ಮವನ್ನು ಮಾರಾಟ ಮಾಡಲೂ ಸಿದ್ಧವಾಗಿದ್ದರೂ ನಾನು ಅದನ್ನು ಬಳಸುವುದನ್ನು ನಿರೋಧಿಸುತ್ತ ಅದನ್ನು ಹಾಗೆಯೇ ಇಟ್ಟುಕೊಂಡಿದ್ದೇನೆ ...

ಹ್ಯಾರಿ

ಓಹ್, ಡ್ರಾಕೊ ... ನಮಗೆ ಸಾಧ್ಯವಿಲ್ಲ. ನಾವು ಅದನ್ನು ಬಳಸಬಾರದು.

ಡ್ರಾಕೋ ಹ್ಯಾರಿಯನ್ನು ನೋಡುತ್ತಾನೆ, ಹಾಗೂ ಮೊದಲ ಬಾರಿಗೆ ಅವರು ತಲುಪಿದ ಆಳದಿಂದ ಮೇಲಕ್ಕೆ ಬಂದು ಅವರಿಬ್ಬರೂ ಒಬ್ಬರನ್ನೊಬ್ಬರು ಸ್ನೇಹಿತರಂತೆ ನೋಡುತ್ತಾರೆ.

ಡ್ರಾಕೋ

ನಾವು ಅವರನ್ನು ಹುಡುಕಬೇಕಾಗಿದೆ - ಇದು ಶತಮಾನಗಳನ್ನೂ ತೆಗೆದುಕೊಂಡರೂ, ನಾವು ನಮ್ಮ ಮಕ್ಕಳನ್ನು ಕಂಡುಹಿಡಿಯಬೇಕು ...

ಹ್ಯಾರಿ

ಯಾವ ಸಮಯದಲ್ಲಿ ಎಂದು ತಿಳಿಯದೆ ಸಮಯದಲ್ಲಿ ಹುಡುಕುವುದು ಮೂರ್ಖರ ಕೆಲಸವಾಗಿರುತ್ತದೆ. ಇಲ್ಲ, ಪ್ರೀತಿಯಿಂದ ಅದನ್ನು ಮಾಡಲು ಸಾಧ್ಯವಿಲ್ಲ. ಹಾಗೂ ಟೈಮ್ ಟರ್ನರ್ ಕೂಡ ಅದನ್ನು ಮಾಡಲು ಸಾಧ್ಯವಿಲ್ಲ ಎಂದು ನನಗೆ ಭಯವಾಗುತ್ತಿದೆ. ಈಗ ಇದು ನಮ್ಮ ಮಕ್ಕಳಿಗೆ ಬಿಟ್ಟಿದ್ದು. ಅವರು ಮಾತ್ರ ನಮ್ಮನ್ನು ಉಳಿಸಬಹುದು

ಆಕ್ಟ್ ನಾಲ್ಕು ದೃಶ್ಯ ಐದು

ಗಾಡ್ರಿಕ್ಸ್ ನ ಹಾಲೋ, ಜೇಮ್ಸ್ ಮತ್ತು ಲಿಲ್ಲಿ ಪಾಟರ್ ಮನೆಯ ಹೊರಗೆ, 1981

ಆಲ್ಬಸ್ ಮತ್ತು ಸ್ಕಾರ್ಪಿಯಸ್ ಹತಾಶರಾಗಿ ಸುತ್ತಲೂ ನೋಡುತ್ತಿದ್ದಾರೆ, ತಾವು ಎದುರಿಸುತ್ತಿರುವ ಅತ್ಯಂತ ದೊಡ್ಡ ಸಮಸ್ಯೆಗಳಿಂದ ಹೇಗೆ ಹೊರಗೆ ಬರುವುದೆಂದು ಚಿಂತಿಸಲು ಪ್ರಯತ್ನಿಸುತ್ತಿದ್ದಾರೆ.

ಆಲ್ಬಸ್

ನಾವು ನನ್ನ ಮುತ್ತಜ್ಜ ಮತ್ತು ಮುತ್ತಜ್ಜಿಗೆ ಹೇಳಬಹುದೇ?

ಸ್ಕಾರ್ಪಿಯಸ್

ಅವರು ತಮ್ಮ ಮಗ ಬೆಳೆಯುವುದನ್ನು ಅವರು ಎಂದಿಗೂ ನೋಡುವುದಿಲ್ಲವೆಂದೇ?

ಆಲ್ಬಸ್

ಅವಳು ಸಾಕಷ್ಟು ಗಟ್ಟಿಯಾಗಿದ್ದಾಳೆ - ಅವಳು ನನಗೆ ಗೊತ್ತು. ನೀನು ಅವಳನ್ನು ನೋಡಿದ್ದೀಯಾ

ಸ್ಕಾರ್ಪಿಯಸ್

ಆಕೆ ಅದ್ಭುತವಾಗಿದ್ದಾಳೆ, ಆಲ್ಬಸ್. ಮತ್ತು ನಾನು ನೀನಾಗಿದ್ದರೆ ನಾನು ಅವಳೊಂದಿಗೆ ಮಾತನಾಡಲು ಹೇಗಾದರೂ ಪ್ರಯತ್ನಿಸುತ್ತಿದ್ದೆ. ಆದರೆ ಅವಳು ಹ್ಯಾರಿಯ ಜೀವಕ್ಕಾಗಿ ವಾಲ್ಡೆರ್‌ಮಾರ್ಟ್ ಹತ್ತಿರ ಬೇಡಿಕೊಳ್ಳಲು ಸಾಧ್ಯವಾಗಬೇಕು, ಅವನು ಸಾಯಬಹುದೆಂದು ಅವಳು ಭಾವಿಸಬೇಕು, ಮತ್ತುಪ್ರಪಂಚದಲ್ಲಿನಿಜವಾಗದಅತ್ಯಂತಕೆಟ್ಟಭವಿಷ್ಯವಾಣಿಯಾಗಿದ್ದೀಯಾ...

ಆಲ್ಬಸ್

ಡಂಬೆಲ್‌ಡೋರ್. ಡಂಬೆಲ್‌ಡೋರ್ ಜೀವಂತವಾಗಿದ್ದಾನೆ. ನಾವು ಡಂಬೆಲ್‌ಡೋರ್‌ನನ್ನು ಒಳಗೊಳ್ಳುವಂತೆ ಮಾಡಬಹುದು. ನೀನು ಸ್ನೇಪ್ ಜೊತೆ ಮಾಡಿದ್ದನ್ನು ನಾವು ಮಾಡುತ್ತೇವೆ-

ಸ್ಕಾರ್ಪಿಯಸ್

ಅವನಿಗೆ ನಿನ್ನ ತಂದೆ ಬದುಕಿದ್ದಾನೆ ಎಂದು ಹೇಳುವ ಅಪಾಯವನ್ನು ನಾವು ತೆಗೆದುಕೊಳ್ಳಬಹುದೇ? ಅವನಿಗೆ ಮಕ್ಕಳಿದ್ದಾರೆ ಎಂದು ಹೇಳಬಹುದೇ?

ಆಲ್ಬಸ್

ಅವನು ಡಂಬೆಲ್‌ಡೋರ್! ಅವರು ಏನನ್ನಾದರೂ ನಿಭಾಯಿಸುತ್ತಾನೆ!

ಸ್ಕಾರ್ಪಿಯಸ್

ಆಲ್ಬಸ್, ಡಂಬಲ್‌ಡೋರ್‌ಗೆ ಏನು ತಿಳಿದಿತ್ತು, ಅವನು ಅದನ್ನು ಹೇಗೆ ತಿಳಿದಿದ್ದ, ಅಥವಾ ಅವನು ಮಾಡಿದ್ದನ್ನು ಯಾಕೆ ಮಾಡಿದ್ದ ಎನ್ನುವುದರ ಬಗ್ಗೆ ಸುಮಾರು ನೂರಕ್ಕೂ ಹೆಚ್ಚು ಪುಸ್ತಕಗಳನ್ನು ಬರೆದಿದ್ದಾರೆ. ಆದರೆ ನಿಸ್ಸಂದೇಹವಾಗಿ ನಿಜವಾಗಿರುವುದು - ಅವನು ಏನು ಮಾಡಿದ - ಏನು ಮಾಡಬೇಕು - ಎನ್ನುವುದನ್ನು ನಾನು ತಡವಿಕೊಳ್ಳಲು ಹೋಗುತ್ತಿಲ್ಲ (ಬೀಟ್, ಅವನು ತನ್ನ ಸ್ನೇಹಿತನನ್ನು ಪರೀಕ್ಷಿಸುತ್ತ ನೋಡುತ್ತಿದ್ದಾನೆ.) ನಾನು ಪರ್ಯಾಯ ವಾಸ್ತವದಲ್ಲಿದ್ದಿದ್ದರಿಂದ ನನಗೆ ಸಹಾಯಕ್ಕಾಗಿ ಕೇಳಲು ಸಾಧ್ಯವಾಯಿತು. ಈಗ ನಾವಿಲ್ಲ. ನಾವು ಭೂತಕಾಲದಲ್ಲಿದ್ದೇವೆ. ನಾವು ಹೆಚ್ಚಿನ ಸಮಸ್ಯೆಗಳನ್ನು ಉಂಟುಮಾಡಲು ಮಾತ್ರ ಸಮಯವನ್ನು ಸರಿಪಡಿಸಲು ಸಾಧ್ಯವಿಲ್ಲ. ನಮ್ಮ ಸಾಹಸಗಳು ನಮಗೆ ಏನಾದರೂ ಕಲಿಸಿದ್ದರೆ ಅದು ಅದನ್ನೇ ಕಲಿಸಿದೆ. ಯಾರ ಜೊತೆಗಾದರೂ ಮಾತನಾಡುವುದು ಸಮಯದ ಮೇಲೆ ಪ್ರಭಾವ ಬೀರುವುದು, ಇದರ ಅಪಾಯಗಳು ತುಂಬಾ ದೊಡ್ಡದಾಗಿವೆ.

ಆಲ್ಬಸ್

ಹಾಗಾಗಿ ನಾವು ಭವಿಷ್ಯದ ಜೊತೆ ಮಾತನಾಡಬೇಕು. ನಾವು ಅಪ್ಪನಿಗೆ ಒಂದು ಸಂದೇಶ ಕಳುಹಿಸಬೇಕು.

ಸ್ಕಾರ್ಪಿಯಸ್

ಆದರೆ ನಮ್ಮ ಬಳಿ ಸಮಯದಲ್ಲಿ ಹಾರಬಲ್ಲ ಗೂಬೆಯಿಲ್ಲ. ಮತ್ತು ಅವರ ಬಳಿ ಟೈಮ್-ಟರ್ನರ್ ಇಲ್ಲ.

ಆಲ್ಬಸ್

ನಾವು ಅಪ್ಪನಿಗೆ ಸಂದೇಶ ಕಳಿಸಿದರೆ. ಇಲ್ಲಿಗೆ ಹಿಂತಿರುಗಲು ಅವನು ಒಂದು ದಾರಿ ಹುಡುಕುತ್ತಾನೆ. ಅವರು ಸ್ವತಃ ಟೈಮ್ ಟರ್ನರ್ ಅನ್ನು ನಿರ್ಮಿಸುವುದಿದ್ದರೂ ಸಹ.

ಸ್ಕಾರ್ಪಿಯಸ್

ನಾವು ಪೆನ್ಸಿವ್ ತರಹದ ಒಂದು ನೆನಪನ್ನು ಕಳಿಸೋಣ - ಒಂದು ಸಂದೇಶವನ್ನು ಕಳುಹಿಸೋಣ, ಅವನು ಅದೇ ಸಮಯದಲ್ಲಿ ನಿಖರವಾಗಿ ಆ ನೆನಪನ್ನು ತಲುಪುತ್ತಾನೆಂದು ಆಶಿಸೋಣ. ಅದು ಆಗುವ ಸಾಧ್ಯತೆ

ಕಡಿಮೆಯಾದರೂ ನಾವು ಅದೇ ಸಮಯದಲ್ಲಿ ಮಗುವಿನ ಹತ್ತಿರ ನಿಂತು ದೊಡ್ಡದಾಗಿ ಸಹಾಯ ಮಾಡಿ. ಸಹಾಯ ಮಾಡಿ. ಸಹಾಯ ಮಾಡಿ ಎಂದು ಕೂಗಬೇಕು. ಅದು ಮಗುವಿಗೆ ಸ್ವಲ್ಪ ಗಾಬರಿ ಉಂಟುಮಾಡಬಹುದು .

ಆಲ್ಬಸ್

ಸ್ವಲ್ಪ ಮಾತ್ರವೇ.

ಸ್ಕಾರ್ಪಿಯಸ್

ಏನಾಗುತ್ತದೆ ಎನ್ನುವುದಕ್ಕೆ ಹೋಲಿಸಿದರೆ ಈಗ ಆಗುವ ಸ್ವಲ್ಪ ಆಘಾತ ಏನೂ ಅಲ್ಲ... ಮತ್ತು ಬಹುಶಃ ಅವನು ಯೋಚಿಸಿದಾಗ - ನಂತರ - ಅವನು ನಮ್ಮ ಮುಖಗಳನ್ನು ನಾವು ನೆನಪಿಸಿಕೊಳ್ಳಬಹುದು -

ಆಲ್ಬಸ್

ಸಹಾಯ ಮಾಡಿ.

ಸ್ಕಾರ್ಪಿಯಸ್ ಆಲ್ಬಸ್‌ನನ್ನು ನೋಡುತ್ತಾನೆ.

ಸ್ಕಾರ್ಪಿಯಸ್

ನೀನು ಹೇಳುವುದು ಸರಿ. ಇದೊಂದು ತುಂಬಾ ತಪ್ಪಾದ ವಿಚಾರ.

ಆಲ್ಬಸ್

ಅದು ನಿನ್ನ ಅತ್ಯಂತ ಕೆಟ್ಟ ಆಲೋಚನೆಗಳಲ್ಲಿ ಒಂದಾಗಿದೆ.

ಸ್ಕಾರ್ಪಿಯಸ್

ಅರ್ಥವಾಯಿತು! ನಾವೇ ಹೋಗಿ ಅದನ್ನು ಒಪ್ಪಿಸೋಣ- ನಾವು ನಲವತ್ತು ವರ್ಷಗಳ ಕಾಲ ಕಾಯುತ್ತೇವೆ - ನಾವು ಅದನ್ನು ತಲುಪಿಸುತ್ತೇವೆ-

ಆಲ್ಬಸ್

ಸಾಧ್ಯವೇ ಇಲ್ಲ - ಡೆಲ್ಫಿ ಮಾತ್ರ ಅವಳು ಬಯಸಿದ ರೀತಿಯಲ್ಲಿ ಸಮಯವನ್ನು ನಿಗದಿಪಡಿಸಿದ್ದಾಳೆ ಅವರು ನಮ್ಮನ್ನು ಹುಡುಕಲು ಹುಡುಕಲು ಮತ್ತು - ನಮ್ಮನ್ನು ಕೊಲ್ಲಲು ಸೈನ್ಯವನ್ನು ಕಳುಹಿಸುತ್ತಾಳೆ -

ಸ್ಕಾರ್ಪಿಯಸ್

ಹಾಗಾದರೆ ನಾವು ಹೊಂಡದಲ್ಲಿ ಅಡಗಿಕೊಳ್ಳಬೇಕೇ?

ಆಲ್ಬಸ್

ಮುಂದಿನ ನಲವತ್ತು ವರ್ಷಗಳ ಕಾಲ ನಿನ್ನೊಂದಿಗೆ ಹೊಂಡದಲ್ಲಿ ಅಡಗಿಕೊಳ್ಳುವುದು ಸಂತೋಷಕರವಾದರೂ... ಅವರು ನಮ್ಮನ್ನು ಹುಡುಕುತ್ತಾರೆ. ನಾವು ಸಾಯುತ್ತೇವೆ ಹಾಗೂ ಸಮಯ ತಪ್ಪು ಸ್ಥಾನದಲ್ಲಿ ಸಿಕ್ಕಿಹಾಕಿಕೊಂಡಿರುತ್ತದೆ. ಇಲ್ಲ. ನಾವು ನಿಯಂತ್ರಿಸಬಹುದಾದ ಏನಾದರೂ ನಮಗೆ ಬೇಕು. ಸರಿಯಾದ ಸಮಯವನ್ನು ಹೊರತೆಗೆಯುತ್ತದೆ ಎಂದು ತಿಳಿದಿರುವುದೇನಾದರೂ ನಮಗೆ ಬೇಕು.. ನಮಗೆ ಏನು ಬೇಕೆಂದರೆ...

ಸ್ಕಾರ್ಪಿಯಸ್

ಇಲ್ಲೇನೂ ಇಲ್ಲ. ಆದರೂ ಶಾಶ್ವತವಾದ ಕತ್ತಲು ವಾಪಸು ಬರುತ್ತಿರುವಾಗ ನಾನು ಯಾರಾದರೂ ಜೊತೆಗಾರರನ್ನು ಹುಡುಕಿಕೊಳ್ಳಬೇಕೆಂದರೆ ನಾನು ನಿನ್ನನ್ನೇ ಆರಿಸಿಕೊಳ್ಳುತ್ತಿದ್ದೆ.

ಆಲ್ಬಸ್

ತಪ್ಪು ತಿಳಿದುಕೊಳ್ಳಬೇಡ ಆದರೆ ನಾನು ಯಾರಾದರೂ ದೊಡ್ಡದಾಗಿರುವವರನ್ನು ಹಾಗೂ ಚೆನ್ನಾಗಿ ಇಂದ್ರಜಾಲ ಮಾಡುವವರನ್ನು ಆರಿಸಿಕೊಳ್ಳುತ್ತಿದ್ದೆ.

ಲಿಲ್ಲಿ ಶಿಶು ಹ್ಯಾರಿ ಜೊತೆ ಮನೆಯಿಂದ ಹೊರಬರುತ್ತಾಳೆ, ಅವಳು ಎಚ್ಚರಿಕೆಯಿಂದ ಅವನ ಮೇಲೆ ಹೊದಿಕೆ ಹಾಸುತ್ತಾಳೆ.

ಅವಳ ಹೊದಿಕೆ. ಅವಳು ಅವನನ್ನು ಹೊದಿಕೆಯಲ್ಲಿ ಸುತ್ತುತ್ತಿದ್ದಾಳೆ .

ಸ್ಕಾರ್ಪಿಯಸ್

ಹೌದು, ಇವತ್ತು ಸ್ವಲ್ಪ ಚಳಿಯ ದಿನವಾಗಿದೆ.

ಆಲ್ಬಸ್

ಅವನು ಯಾವಾಗಲೂ ಹೇಳುತ್ತಿದ್ದ - ಅದು ಅವನು ಅವಳಿದ ಪಡೆದ ಏಕೈಕ ವಸ್ತು. ಅವಳು ಎಷ್ಟು ಪ್ರೀತಿಯಿಂದ ಅವನಿಗೆ ಅದನ್ನು ಸುತ್ತಿದ್ದಾಳೆ ಎಂದು ನೋಡು. ಅವನು ಅದರ ಬಗ್ಗೆ ತಿಳಿದುಕೊಂಡಲ್ಲಿ ಅದು ಅವನಿಗೆ ಇಷ್ಟವಾಗುತ್ತದೆ ಎಂದು ನನಗೆ ಅನಿಸುತ್ತಿದೆ. ಅವನಿಗೆ ಅದನ್ನು ಹೇಳಬಹುದಿತ್ತು ಎಂದು ನನಗೆ ಅನಿಸುತ್ತಿದೆ.

ಸ್ಕಾರ್ಪಿಯಸ್

ನಾನು ನನ್ನ ತಂದೆಗೆ ಹೇಳಬಹುದಿತ್ತೆಂದು ನಾನು ಬಯಸುತ್ತೇನೆ -ಆದರೆ ಏನು ಹೇಳಬೇಕಿತ್ತೆಂದು ನನಗೆ ಗೊತ್ತಿಲ್ಲ. ನನಗೆ ಆಗಾಗ ಅವನು ಅಂದುಕೊಂಡಿರುವುದಕ್ಕಿಂತಲೂ ಹೆಚ್ಚಿನ ಶೌರ್ಯ ಪ್ರದರ್ಶನದ ಸಾಮರ್ಥ್ಯವಿದೆ ಎಂದು ನಾನು ಹೇಳಬಯಸುತ್ತೇನೆ ಎಂದು ನನಗೆ ಅನಿಸುತ್ತಿದೆ.

ಆಲ್ಬಸ್ ಚಿಂತಿಸುತ್ತಿದ್ದಾನೆ.

ಆಲ್ಬಸ್

ಸ್ಕಾರ್ಪಿಯಸ್. ನನ್ನ ತಂದೆಯ ಬಳಿ ಈಗಲೂ ಆ ಹೊದಿಕೆಯಿದೆ.

ಸ್ಕಾರ್ಪಿಯಸ್

ಅದು ಕೆಲಸ ಮಾಡುವುದಿಲ್ಲ. ನಾವು ಈಗ ಅದರ ಮೇಲೆ ಒಂದು ಸಂದೇಶವನ್ನು ಬರೆದಲ್ಲಿ, ಚಿಕ್ಕದಾದರೂ ಕೂಡ, ಅವನು ಬಹಳ ಬೇಗ ಅದನ್ನು ಓದುತ್ತಾನೆ. ಸಮಯ ಹಾಳಾಗುತ್ತದೆ.

ಆಲ್ಬಸ್

ಪ್ರೀತಿಯ ಕಷಾಯಗಳ ಬಗ್ಗೆ ನಿನಗೇನು ಗೊತ್ತು? ಅವೆಲ್ಲವೂ ಯಾವ ಪದಾರ್ಥವನ್ನು ಹೊಂದಿವೆ?

ಸ್ಕಾರ್ಪಿಯಸ್

ಇತರ ವಿಷಯಗಳ ಜೊತೆ, ಹವಳದ ಪುಡಿ.

ಆಲ್ಬಸ್

ಹವಳದ ಪುಡಿ ಹೋಲಿಕೆಯಲ್ಲಿ ಅಪರೂಪದ ಪದಾರ್ಥವಾಗಿದೆ, ಅಲ್ಲವೇ?

ಸ್ಕಾರ್ಪಿಯಸ್

ಏಕೆಂದರೆ ಇದು ಮುಖ್ಯವಾಗಿ ಬಹಳ ದುಬಾರಿಯಾಗಿದೆ. ಇದನ್ನ ಯಾವುದರ ಬಗೆಗೆ, ಆಲ್ಬಸ್ ?

ಆಲ್ಬಸ್

ನಾನು ಶಾಲೆಗೆ ಹೋಗುವ ಹಿಂದಿನ ದಿನ ನಾನು ಮತ್ತೆ ನನ್ನ ತಂದೆ ಜಗಳವಾಡಿದ್ದೆವು.

ಸ್ಕಾರ್ಪಿಯಸ್

ಅದು ನನಗೆ ತಿಳಿದಿದೆ. ಅದೇ ನಮ್ಮನ್ನು ಈ ಅವ್ಯವಸ್ಥೆಗೆ ಸಿಲುಕಿಸಿದೆ ಎಂದು ನಾನು ನಂಬುತ್ತೇನೆ.

ಆಲ್ಬಸ್

ನಾನು ಪ್ರೀತಿಯ ಕಷಾಯವನ್ನು ಕೋಣೆಯಲ್ಲಿ ಎಸೆದೆ. ಅದು ಅಂಕಲ್ ರಾನ್ ನನಗೆ ತಮಾಷೆಗೆಂದು ಕೊಟ್ಟಿದ್ದ ಪ್ರೀತಿಯ ಕಷಾಯಕ್ಕೆ ತಾಗಿತ್ತು. ಪ್ರೀತಿಯ ಕಷಾಯ ಕೆಳಗೆ ಚೆಲ್ಲಿತು ಹಾಗೂ ಕಂಬಳಿ ಅದರಿಂದ ಮುಚ್ಚಿಹೋಯಿತು ಹಾಗೂ ನಾನು ಕೋಣೆಯನ್ನು ಬಿಟ್ಟಾಗಿನಿಂದ ಅಮ್ಮ ಅಪ್ಪನನ್ನು ಕೋಣೆಯ ಕಡೆಗೆ ಹೋಗಲು ಬಿಟ್ಟಿಲ್ಲ ಎಂದು ನನಗೆ ಗೊತ್ತು.

ಸ್ಕಾರ್ಪಿಯಸ್

ಹಾಗಾದರೆ?

ಆಲ್ಬಸ್

ಆದ್ದರಿಂದ ಇದು ಅವರ ಸಮಯದಲ್ಲಿ ಹಾಗೂ ನಮ್ಮ ಸಮಯದಲ್ಲೂ ಹಾಲೋಸ್ ಹಬ್ಬಗಳಾಗಿದೆ. ಹಾಲೋಸ್ ಹಬ್ಬದ ಸಮಯದಲ್ಲಿ ಅವನು ಆ ಕಂಬಳಿಯ ಜೊತೆ ಇರಲು ಅವನು ಅದನ್ನು ಯಾವತ್ತೂ ಹುಡುಕುತ್ತಾನೆಂದು ನನಗೆ ಗೊತ್ತು. ಅವನು ಅದನ್ನು ಹುಡುಕುತ್ತಾನೆ ಹಾಗೂ ಅವನು ಆನ್ನು ನೋಡಿದಾಗ...

ಸ್ಕಾರ್ಪಿಯಸ್

ಈಗಲೂ ನೀನು ಹೇಳಿದ್ದು ನನಗೆ ಅರ್ಥವಾಗುತ್ತಿಲ್ಲ.

ಆಲ್ಬಸ್

ಹವಳದ ಪುಡಿಯೊಂದಿಗೆ ಏನು ಪ್ರತಿಕ್ರಿಯಿಸುತ್ತದೆ?

ಸ್ಕಾರ್ಪಿಯಸ್

ಡೆಮಿಗ್ಯೂಸ್‌ನ ಟಿಂಕ್ಚರ್ ಹಾಗೂ ಹವಳದ ಪುಡಿ ಸೇರಿಅಲ್ಲಿ ಅವುಗಳು ಉರಿಯುತ್ತವೆ ಎಂದು ಕೇಳಿದ್ದೇನೆ.

ಆಲ್ಬಸ್

ಹಾಗೂ ಡೆಮಿಗ್ಯೂಸ್‌ನ ಟಿಂಕ್ಚರ್ (*ಅವನಿಗೆ ಆ ಪದವನ್ನು ಹೇಗೆ ಹೇಳಬೇಕೆಂದು ಖಚಿತವಾಗಿಲ್ಲ*) ಬರಿಗಣ್ಣಿಗೆ ಗೋಚರಿಸುತ್ತದೆಯೇ?

ಸ್ಕಾರ್ಪಿಯಸ್

ಇಲ್ಲ.

ಆಲ್ಬಸ್

ಹಾಗಾದರೆ ಡೆಮಿಗ್ಯೂಸ್‌ನ ಟಿಂಕ್ಚರ್ ಪಡೆದು ಆ ಹೊದಿಕೆಯ ಮೇಲೆ ಬರೆದಲ್ಲಿ ಆಗ...

ಸ್ಕಾರ್ಪಿಯಸ್ (*ಯುರೇಕಾ*)

ಅದು ಪ್ರೀತಿ ಕಷಾಯದ ಸಂಪರ್ಕಕ್ಕೆ ಬರುವವರೆಗೂ ಅದು ಯಾವುದಕ್ಕೂ ಪ್ರತಿಕ್ರಿಯಿಸುವುದಿಲ್ಲ. ನಿನ್ನ ಕೋಣೆಯಲ್ಲಿ. ಪ್ರಸ್ತುತದಲ್ಲಿ, ವರ್ತಮಾನದಲ್ಲಿ. ಡಂಬೆಲ್‌ಡೋರ್ ಮೂಲಕ, ನಾನು ಇದನ್ನು ಪ್ರೀತಿಸುತ್ತೇನೆ.

ಆಲ್ಬಸ್

ನಾವು ಸ್ವಲ್ಪ ...ಡೆಮಿಗ್ಯೂಸ್ ಅನ್ನು ಎಲ್ಲಿ ನೋಡಬಹುದೆಂದು ವಿಚಾರಿಸಬೇಕು.

ಸ್ಕಾರ್ಪಿಯಸ್

ನಿನಗೆ ಗೊತ್ತಾ, ಬಥಿಲ್ಡಾ ಬಾಗ್‌ಶಾಟ್ ಮಾಟಗಾತಿಯರು ಮತ್ತು ಮಾಂತ್ರಿಕರು ತಮ್ಮ ಬಾಗಿಲುಗಳಿಗೆ ಬೀಗ ಹಾಕುವುದರಲ್ಲಿ ಯಾವುದೇ ಅರ್ಥ ನೋಡಿರಲಿಲ್ಲ.

ಬಾಗಿಲು ತೆರೆಯುತ್ತದೆ.

ವದಂತಿಯು ಸರಿಯಾಗಿದೆ. ಕೆಲವು ಮಂತ್ರದಂಡಗಳನ್ನು ಕದ್ದು ಕಷಾಯ ಪಡೆಯುವ ಸಮಯ.

ಆಕ್ಟ್ ನಾಲ್ಕು ದೃಶ್ಯ ಆರು

ಹ್ಯಾರಿ ಮತ್ತು ಜಿನ್ನಿ ಪಾಟರ್ ಮನೆ, ಆಲ್ಬಸ್‌ನ ಕೋಣೆ

ಹ್ಯಾರಿ ಆಲ್ಬಸ್ ಹಾಸಿಗೆಯ ಪಕ್ಕದಲ್ಲಿ ಕುಳಿತಿದ್ದಾನೆ. ಜಿನ್ನಿ ಪ್ರವೇಶಿಸುತ್ತಾಳೆ, ಅವಳು ಅವನನ್ನು ನೋಡುತ್ತಾಳೆ.

ಜಿನ್ನಿ

ನಿನ್ನನ್ನು ಇಲ್ಲಿ ನೋಡಿ ಆಶ್ಚರ್ಯವಾಗಿದೆ

ಹ್ಯಾರಿ

ಚಿಂತಿಸಬೇಡ, ನಾನು ಏನನ್ನೂ ಮುಟ್ಟಲಿಲ್ಲ. ನಿನ್ನ ದೇವಾಲಯ ಹಾಗೇ ಇದೆ. *(ಅವನು ನೋವಿನಿಂದ ಮುಖ ಕಿವಿಚುತ್ತಾನೆ.)* ಕ್ಷಮಿಸು .. ಪದಗಳ ಕೆಟ್ಟ ಆಯ್ಕೆ.

ಜಿನ್ನಿ ಏನನ್ನೂ ಹೇಳುವುದಿಲ್ಲ, ಹ್ಯಾರಿ ಅವಳನ್ನು ನೋಡುತ್ತಾನೆ.

ನಾನು ಕೆಲವು ಬಹಳ ಕೆಟ್ಟದಾದ ಹಾಲೋಸ್ ಹಬ್ಬಗಳನ್ನು ಹೊಂದಿದ್ದೇನೆ ಎಂದು ನಿನಗೂ ಗೊತ್ತು- ಆದರೆ ಇದು ನಿಸ್ಸಂದೇಹವಾಗಿ ಕನಿಷ್ಠವಾಗಿದ್ದು- ಎರಡನೆಯ ಕೆಟ್ಟದ್ದು.

ಜಿನ್ನಿ

ನಾನು ತಪ್ಪು ಮಾಡಿದೆ - ನಿನ್ನನ್ನು ದೂಷಿಸಿ - ನಾನು ಯಾವಾಗಲೂ ನಿನ್ನನ್ನು ಗಡಿಬಿಡಿ ಮಾಡಿಕೊಳ್ಳುವುದಕ್ಕಾಗಿ ದೂಷಿಸುತ್ತಿದ್ದೆ ಹಾಗೂ ಈ ಬಾರಿ ನಾನೇ ಅದನ್ನು ಮಾಡಿದೆ- ಆಲ್ಬಸ್ ಕಾಣೆಯಾದಾಗ ಅದು ನಿನ್ನ ತಪ್ಪು ಎಂದು ನಾನು ಭಾವಿಸಿದೆ. ನಾನು ಹಾಗೆ ಮಾಡಿದ್ದಕ್ಕೆ ಕ್ಷಮಿಸು.

ಹ್ಯಾರಿ

ಇದು ನನ್ನ ತಪ್ಪು ಎಂದು ನಿನಗೆ ಅನಿಸುವುದಿಲ್ಲವೇ?

ಜಿನ್ನಿ

ಹ್ಯಾರಿ ಅವನನ್ನು ಪ್ರಬಲನಾದ ಒಬ್ಬ ಕಾಳ ಮಾಂತ್ರಿಕ ಅಪಹರಿಸಿದ, ಅದು ನಿನ್ನ ತಪ್ಪು ಹೇಗಾಗುತ್ತದೆ?

ಹ್ಯಾರಿ

ನಾನು ಅವನನ್ನು ಓಡಿಸಿದೆ. ನಾನು ಅವನನ್ನು ಅವಳ ಹತ್ತಿರ ಓಡಿಸಿದೆ.

ಜಿನ್ನಿ

ನಾವು ಯುದ್ಧದಲ್ಲಿ ಈಗಾಗಲೇ ಸೋತಂತೆ ನಾವಿದನ್ನು ಪರಿಗಣಿಸಲಾಗುವುದಿಲ್ಲ ಅಲ್ಲವೇ?

ಜಿನ್ನಿ ತಲೆಯಲ್ಲಾಡಿಸುತ್ತಾಳೆ, ಹ್ಯಾರಿ ಅಳಲು ಪ್ರಾರಂಭಿಸುತ್ತಾನೆ.

ಹ್ಯಾರಿ

ನನ್ನನ್ನು ಕ್ಷಮಿಸು ಜಿನ್-

ಜಿನ್ನಿ

ನೀನು ನನ್ನ ಮಾತನ್ನು ಕೇಳುತ್ತಿಲ್ಲವೇ? ನನ್ನನ್ನು ಸಹ ಕ್ಷಮಿಸು.

ಹ್ಯಾರಿ

ನಾನು ಬದುಕುಳಿದಿರಬಾರದಿತ್ತು - ಸಾಯುವುದು ನನ್ನ ಗುರಿಯಾಗಿತ್ತು - ಡಂಬಲ್‌ಡೋರ್ ಸಹ ಅದನ್ನೇ ಚಿಂತಿಸುತ್ತಿದ್ದ - ಆದರೂ ನಾನು ಬದುಕುಳಿದೆ. ನಾನು ವಾಲ್ಡೆರ್‌ಮಾರ್ಟ್‌ನ್ನನ್ನು ಸೋಲಿಸಿದೆ. ಇವರೆಲ್ಲರೂ - ಇವರೆಲ್ಲರೂ - ಈ ಹುಡುಗ ಕ್ರೆಗ್, ನನ್ನ ಪೋಷಕರು, ಫ್ರೆಡ್, ಫಾಲನ್ ಫಿಫ್ಟಿ - ಇವರೆಲ್ಲರಲ್ಲಿ ನಾನೊಬ್ಬನೇ ಬದುಕಬೇಕೇ? ಅದು ಹೇಗೆ? ಈ ಹಾನಿಯೆಲ್ಲವೂ ನನ್ನದೇ ತಪ್ಪು.

ಜಿನ್ನಿ

ಅವರು ವಾಲ್ಡೆರ್‌ಮಾರ್ಟ್‌ನಿಂದ ಕೊಲ್ಲಲ್ಪಟ್ಟರು.

ಹ್ಯಾರಿ

ಆದರೆ ನಾನು ಅವನನ್ನು ಬೇಗ ತಡೆದಿದ್ದರೆ? ನನ್ನ ಕೈಯಲ್ಲಿ ಆ ಎಲ್ಲ ರಕ್ತವಿದೆ. ಮತ್ತು ಈಗ ನಮ್ಮ ಮಗನನ್ನೂ ತೆಗೆದುಕೊಳ್ಳಲಾಗಿದೆ-

ಜಿನ್ನಿ

ಅವನು ಸತ್ತಿಲ್ಲ. ನಾನು ಹೇಳುವುದು ಕೇಳಿಸುತ್ತಿದೆಯಾ ಹ್ಯಾರಿ? ಅವನು ಸತ್ತಿಲ್ಲ.

ಅವಳು ಹ್ಯಾರಿಯನ್ನು ಅಪ್ಪಿಕೊಳ್ಳುತ್ತಾಳೆ. ಅಲ್ಲಿ ಶುದ್ಧ ಅಸಂತೋಷದಿಂದ ಕೂಡಿದ ದೊಡ್ಡ ವಿರಾಮವಿದೆ.

ಹ್ಯಾರಿ

ಬದುಕಿದ ಹುಡುಗ. ಬದುಕಿದ ಹುಡುಗನಿಗಾಗಿ ಎಷ್ಟು ಜನರು ಸಾಯಬೇಕು?

ಹ್ಯಾರಿ ಒಂದು ಕ್ಷಣ ಅನಿಶ್ಚಿತವಾಗಿದ್ದಾನೆ. ನಂತರ ಅವನು ಹೊದಿಕೆಯನ್ನು ನೋಡಿ ಅದರ ಕಡೆಗೆ ನಡೆಯುತ್ತಾನೆ.

ಈಗ ನನ್ನ ಬಳಿ ಇರುವುದು ಈ ಕಂಬಳಿ ಮಾತ್ರ... ಹ್ಯಾಲೋಸ್ ಹಬ್ಬದ ಕಂಬಳಿ. ನಾನು ಅವರನ್ನು ನೆನಪಿಟ್ಟುಕೊಳ್ಳಲು ಇರುವ ಏಕೈಕ ವಸ್ತು. ಮತ್ತು ಅವರು-

ಅವನು ಹೊದಿಕೆಯನ್ನು ಎತ್ತಿಕೊಂಡಿದ್ದಾನೆ. ಅದರಲ್ಲಿ ಅವನಿಗೆ ರಂಧ್ರಗಳು ಕಾಣುತ್ತಿವೆ. ಅವನು ಅದನ್ನು ನಿರಾಶೆಯಿಂದ ನೋಡುತ್ತಾನೆ.

ಇದು ರಂಧ್ರಗಳನ್ನು ಹೊಂದಿದೆ. ರಾನ್‌ನ ಮೂರ್ಖತನದ ಪ್ರೀತಿಯ ಕಷಾಯ ಇದರಲ್ಲಿ ರಂಧ್ರ ಮಾಡಿದೆ, ನೇರವಾಗಿ ಇದರಲ್ಲಿ. ಇದನ್ನು ನೋಡು. ಇದು ನಾಶವಾಗಿದೆ.

ಅವನು ಹೊದಿಕೆಯನ್ನು ಕೆಳಗೆ ಎಸೆಯುತ್ತಾನೆ, ಜಿನ್ನಿ ಅದನ್ನು ಎತ್ತಿಕೊಂಡು ಅದನ್ನು ಪರೀಕ್ಷಿಸುತ್ತಿದ್ದಾಳೆ.

ಜಿನ್ನಿ

ಹ್ಯಾರಿ...

ಹ್ಯಾರಿ

ಏನು?

ಜಿನ್ನಿ

ಹ್ಯಾರಿ, ಇದರಲ್ಲಿ ಏನೋ ಬರೆದಿದೆ

ಮತ್ತು ಯಾವುದೇ ಎಚ್ಚರಿಕೆ ಇಲ್ಲದೆ, ಅಲ್ಬಸ್ ಮತ್ತು ಸ್ಕಾರ್ಪಿಯಸ್ ಕಾಣಿಸಿಕೊಳ್ಳುತ್ತಾರೆ, ಅವರು ಸಮಯದಿಂದ ಬೇರ್ಪಡಿಸಲ್ಪಟ್ಟಿದ್ದರೂ ಹ್ಯಾರಿ ಮತ್ತು ಜಿನ್ನಿಯೊಂದಿಗೆ ವೇದಿಕೆ ಹಂಚಿಕೊಳ್ಳುತ್ತಿದ್ದಾರೆ.

ಆಲ್ಬಸ್

'ಅಪ್ಪಾ...'

ಸ್ಕಾರ್ಪಿಯಸ್

ನಾವು 'ಅಪ್ಪಾ' ಎನ್ನುವುದರೊಂದಿಗೆ ಪ್ರಾರಂಭಿಸುತ್ತಿದ್ದೇವೆಯೇ?

ಆಲ್ಬಸ್

ಅವನಿಗೆ ಅದು ನನ್ನಿಂದ ಬಂದಿದೆ ಎಂದು ತಿಳಿಯುತ್ತದೆ.

ಸ್ಕಾರ್ಪಿಯಸ್

ಹ್ಯಾರಿ ಅವರ ಹೆಸರು. ನಾವು ಹ್ಯಾರಿಯೊಂದಿಗೆ ಪ್ರಾರಂಭಿಸಬೇಕು.

ಅಲ್ಬಸ್ (ಧೃಢವಾಗಿ)

ನಾವು 'ಅಪ್ಪಾ' ಎನ್ನುವುದರೊಂದಿಗೆ ಪ್ರಾರಂಭಿಸುತ್ತಿದ್ದೇವೆ.

ಹ್ಯಾರಿ

'ಅಪ್ಪ', ಇದು 'ಅಪ್ಪ' ಎಂದು ಹೇಳುತ್ತಿದೆಯೇ? ಅದು ಅಷ್ಟೇನೂ ಬೇರೆಯಾಗಿಲ್ಲ...

ಸ್ಕಾರ್ಪಿಯಸ್

'ಅಪ್ಪ, ಸಹಾಯ ಮಾಡು.'

ಜಿನ್ನಿ

'ಹಲೋ'? ಅದು 'ಹಲೋ' ಎಂದು ಹೇಳುತ್ತದೆಯೇ? ತದನಂತರ... 'ಒಳ್ಳೆಯದು'...

ಹ್ಯಾರಿ

'ಅಪ್ಪಾ ಹಲೋ ಒಳ್ಳೆಯದು ಹಲೋ'? ...ಇದೊಂದು ವಿಚಿತ್ರ ಜೋಕ್.

ಆಲ್ಬಸ್

'ಅಪ್ಪಾ. ಸಹಾಯ ಮಾಡು. ಗಾಡ್ರಿಕ್ಸ್ ನ ಹಾಲೋ. '

ಜಿನ್ನಿ

ಅದನ್ನು ಕೊಡು. ನನ್ನ ದೃಷ್ಟಿ ನಿನಗಿಂತ ಉತ್ತಮವಾಗಿದೆ. ಹೌದು . 'ಅಪ್ಪಾ ಹಲೋ ಒಳ್ಳೆಯದು '- ಇದು ಮತ್ತೆ' ಹಲೋ 'ಅಲ್ಲ - ಅದು' ಹಬ್ಬ 'ಅಥವಾ 'ಹಾಲೋ'? ತದನಂತರ ಕೆಲವು ಸಂಖ್ಯೆಗಳು - ಇವುಗಳು ಸ್ಪಷ್ಟವಾಗಿವೆ - 3 ... 1 ... 1 ... 0 ... 8 ... ಇದೇನಾದರೂ ಮಗಲ್ಸ್ ಗಳ ದೂರವಾಣಿ ಸಂಖ್ಯೆಗಳೇ? ಅಥವಾ ಗ್ರಿಡ್ ಉಲ್ಲೇಖ ಅಥವಾ ...

ಹ್ಯಾರಿ ಮೇಲಕ್ಕೆ ನೋಡುತ್ತಾನೆ, ಅವನ ಮನಸ್ಸಿನಲ್ಲಿ ಒಂದೇ ಬಾರಿ ಹಲವಾರು ಆಲೋಚನೆಗಳು ಬರುತ್ತಿವೆ.

ಹ್ಯಾರಿ

ಅಪ್ಪಾ ಸಹಾಯ ಮಾಡು. ಇದೊಂದು ದಿನಾಂಕ. 31/10/1981. ಬುದ್ಧಿವಂತ ಹುಡುಗ ಸಂದೇಶ ಬಿಟ್ಟಿದ್ದಾನೆ.

ಹ್ಯಾರಿ ಜಿನ್ನಿಗೆ *ಗಟ್ಟಿಯಾಗಿ ಮುತ್ತು ಕೊಡುತ್ತಾನೆ.*

ಜಿನ್ನಿ

ಆಲ್ಬಸ್ ಇದನ್ನು ಬರೆದಿದ್ದಾನೆಯೇ?

ಹ್ಯಾರಿ

ಅವರು ಎಲ್ಲಿದ್ದಾರೆ ಮತ್ತು ಯಾವಾಗ ಇದ್ದಾರೆ ಎಂದು ನನಗೆ ಹೇಳಿದ್ದಾನೆ ಅವರು ಮತ್ತು ಅವರು ನನಗೆ ಅದನ್ನು ಹೇಳಿರುವುದರಿಂದ ಈಗ ಅವಳು ಎಲ್ಲಿದ್ದಾಳೆಂದು ನಮಗೆ ತಿಳಿದಿದೆ, ನಾವು ಈಗ ಅವಳು ಜೊತೆ ಹೋರಾಡಬಹುದು.

ಅವನು ಮತ್ತೆ ಅವಳನ್ನು ಚುಂಬಿಸುತ್ತಾನೆ.

ಜಿನ್ನಿ

ನಾವಿನ್ನೂ ಅವನನ್ನು ಮರಳಿ ಪಡೆದಿಲ್ಲ.

ಹ್ಯಾರಿ

ನಾನು ಹರ್ಮಿಯಾನ್‌ನೆ ಗೂಬೆ ಕಳುಹಿಸುತ್ತೇನೆ. ನೀನು ಒಂದನ್ನು ಡ್ರಾಕೋಗೆ ಕಳುಹಿಸು. ಅವರಿಗೆ ಗಾಡ್ರಿಕ್ಸ್ ನ ಹಾಲೋದಲ್ಲಿ ಟೈಮ್ ಟರ್ನರ್ ಜೊತೆ ನಮ್ಮನ್ನು ಭೇಟಿ ಮಾಡಲು ಹೇಳುತ್ತೇನೆ.

ಜಿನ್ನಿ

ಮತ್ತು ಇದು ನಾವು 'ಸರಿಯೇ? ನಾನಿಲ್ಲದೇ ಹಿಂದಿರುಗುವುದನ್ನು ಯೋಚಿಸಲೂಬೇಡ ಹ್ಯಾರಿ.

ಹ್ಯಾರಿ ತನ್ನ ಹೆಂಡತಿಯನ್ನು ಚುಂಬಿಸುತ್ತಾನೆ - ಕೃತಜ್ಞತೆ ಮತ್ತು ಪ್ರೀತಿ ತುಂಬಿ.

ಹ್ಯಾರಿ

ನೀನು ಖಂಡಿತವಾಗಿಯೂ ಬರುತ್ತಿದ್ದೀಯಾ. ನಮಗೆ ಒಂದು ಅವಕಾಶವಿದೆ ಜಿನ್ನಿ, ಡಂಬೆಲ್‌ಡೋರ್ ಮೂಲಕ - ಇದೇ ನಮಗೆ ಬೇಕಾಗಿರುವುದು - ಒಂದು ಅವಕಾಶ.

ಆಕ್ಟ್ ನಾಲ್ಕು ದೃಶ್ಯ ಏಳು

ಗಾಡ್ರಿಕ್ಸ್ ನ ಹಾಲೋ

ರಾನ್, ಹರ್ಮಿಯಾನ್, ಡ್ರಾಕೋ, ಹ್ಯಾರಿ ಮತ್ತು ಜಿನ್ನಿ ವರ್ತಮಾನ ಕಾಲದ ಗಾಡ್ರಿಕ್ಸ್ ಹಾಲೋ ಮೂಲಕ ಹೋಗುತ್ತಿದ್ದಾರೆ. ಒಂದು ಬಿಡುವಿಲ್ಲದ ಮಾರುಕಟ್ಟೆ (ಇದು ವರ್ಷಗಳಲ್ಲಿ ವಿಸ್ತರಿಸಿದೆ).

ಹರ್ಮಿಯಾನ್

ಗಾಡ್ರಿಕ್ಸ್ ಹಾಲೋ. ಇದು ಇಪ್ಪತ್ತು ವರ್ಷಗಳಾಗಿರಬೇಕು ...

ಜಿನ್ನಿ

ಅದು ಬರೀ ನಾನಾ ಅಥವಾ ಇಲ್ಲಿ ಹೆಚ್ಚು ಮಗ್ಗಲ್ಸ್ ಇದ್ದಾರಾ?

ಹರ್ಮಿಯಾನ್

ಇದು ವಾರಾಂತ್ಯದ ವಿರಾಮವಾಗಿ ಸಾಕಷ್ಟು ಜನಪ್ರಿಯವಾಗಿದೆ.

ಡ್ರಾಕೋ

ಏಕೆಂದು ನನಗೆ ಅರ್ಥವಾಗುತ್ತಿದೆ - ಹುಲ್ಲು ಛಾವಣಿಗಳನ್ನು ನೋಡು. ಮತ್ತು ಅದೊಂದು ರೈತರ ಮಾರುಕಟ್ಟೆಯೇ?

ಹರ್ಮಿಯಾನ್ ಹ್ಯಾರಿಯನ್ನು ಸಮೀಪಿಸುತ್ತಿದ್ದಾಳೆ - ಅವನು ತನ್ನ ಸುತ್ತಲೂ ನೋಡುತ್ತಿದ್ದಾನೆ, ಅದೆಲ್ಲವನ್ನು ನೋಡಿ ಅವನಿಗೆ ಆಶ್ಚರ್ಯವಾಗಿದೆ.

ಹರ್ಮಿಯಾನ್

ನಾವು ಕೊನೆಯ ಬಾರಿ ಇಲ್ಲಿದ್ದದ್ದು ನೆನಪಿದೆಯೇ? ಇದು ಹಳೆಯ ಸಮಯದಂತೆ ಭಾಸವಾಗುತ್ತಿದೆ.

ರಾನ್

ಕೆಲವೊಂದು ಇಷ್ಟವಿಲ್ಲದ ಪೋನಿಟೇಲ್‌ಗಳನ್ನು ಹಳೆಯ ಕಾಲದ ಮಿಶ್ರಣಕ್ಕೆ ಸೇರಿಸಲಾಗಿದೆ.

ಡ್ರಾಕೋಗೆ ಹಾಸ್ಯವನ್ನು ಕೇಳಿದಾಗ ಅದು ಅರ್ಥವಾಗುತ್ತದೆ.

ಡ್ರಾಕೊ

ನಾನು ಹೇಳಬಹುದೇ...

ರಾನ್

ಮಾಲ್ಫೋಯ್, ಹ್ಯಾರಿಯೊಂದಿಗೆ ನಿನ್ನ ಸಂಬಂಧ ಚೆನ್ನಾಗಿಯೇ ಇರಬಹುದು, ಮತ್ತು ನೀನು ಚೆನ್ನಾಗಿರುವ ಮಗುವನ್ನೇ ಹುಟ್ಟಿಸಿರಬಹುದು, ಆದರೆ ನೀನು ನನಗೆ ಹಾಗೂ ನನ್ನ ಪತ್ನಿಯ ಬಗ್ಗೆ ಮತ್ತು ಕೆಲವು ತುಂಬಾ ಕೆಟ್ಟ ವಿಷಯಗಳನ್ನು ಹೇಳಿದ್ದೀಯಾ ...

ಹರ್ಮಿಯಾನ್

ಮತ್ತು ನಿನ್ನ ಹೆಂಡತಿ ನಿನ್ನ ಯುದ್ಧಗಳನ್ನು ನಿನ್ನ ಪರವಾಗಿ ಹೋರಾಡುವ ಅಗತ್ಯವಿಲ್ಲ.

ಹರ್ಮಿಯಾನ್ ರಾನ್‌ನನ್ನು ಇಷ್ಟವಿಲ್ಲದೇ ನೋಡುತ್ತಾಳೆ. ರಾನ್ ಅದನ್ನು ಅರ್ಥ ಮಾಡಿಕೊಳ್ಳುತ್ತಾನೆ.

ರಾನ್

ಒಳ್ಳೆಯದು. ಆದರೆ ನೀನು ಅವಳ ಅಥವಾ ನನ್ನ ಬಗ್ಗೆ ಒಂದು ವಿಷಯ ಹೇಳುವುದಾದರೆ ...

ಡ್ರಾಕೊ

ನೀನೇನು ಮಾಡುತ್ತೀಯಾ ವೀಸ್ಲಿ?

ಹರ್ಮಿಯಾನ್

ಅವನು ನಿನ್ನನ್ನು ತಬ್ಬಿಕೊಳ್ಳುತ್ತಾನೆ. ಏಕೆಂದರೆ ನಾವೆಲ್ಲರೂ ಒಂದೇ ತಂಡದಲ್ಲಿದ್ದೇವೆ, ಅಲ್ಲವೇ ರಾನ್?

ರಾನ್ (*ಅವಳ ತೀಕ್ಷ್ಣವಾದ ನೋಟವನ್ನು ನೋಡಿ ಹಿಂಜರಿಯುತ್ತ*)

ಒಳ್ಳೆಯದು. ನಾನು, ನಿನ್ನ ಕೂದಲು ನಿಜವಾಗಿಯೂ ಚೆನ್ನಾಗಿದೆ ಎಂದು ನನಗನಿಸುತ್ತದೆ. ಡ್ರಾಕೊ.

ಹರ್ಮಿಯಾನ್

ಧನ್ಯವಾದಗಳು ಪತಿಯೇ. ಇದೀಗ ಇದು ಉತ್ತಮ ಸ್ಥಳವೆಂದು ತೋರುತ್ತದೆ. ನಾವು ಇದನ್ನು ಮಾಡೋಣ...

ಡ್ರಾಕೋ ಟೈಮ್-ಟರ್ನರ್ ಅನ್ನು ತೆಗೆದುಕೊಳ್ಳುತ್ತಾನೆ - ಅದು ಜೋರಾಗಿ ತಿರುಗುತ್ತಿದ್ದಂತೆ ಇತರರು ಅದರಲ್ಲಿ ತಮ್ಮ ಸ್ಥಳಗಳನ್ನು ತೆಗೆದುಕೊಳ್ಳುತ್ತಾರೆ.

ನಂತರ ಇದ್ದಕ್ಕಿದ್ದಂತೆ ಒಂದು ಕಣ್ಣು ಕೋರೈಸುವ ಬೆಳಕು ಬಂದಿದೆ. ದೊಡ್ಡ ಶಬ್ದವಾಗುತ್ತಿದೆ. ಹಾಗೂ ಸಮಯ ನಿಲ್ಲುತ್ತಿದೆ. ನಂತರ ಅದು ತನ್ನ ಬದಿಯನ್ನು ಬದಲಾಯಿಸುತ್ತದೆ. ಒಂದು ಸ್ವಲ್ಪ ಯೋಚಿಸುತ್ತದೆ ಹಾಗೂ ಅದು ಹಿಂದಕ್ಕೆ ಹೋಗಲು ಪ್ರಾರಂಭವಾಗುತ್ತಿದೆ, ಮೊದಲು

ನಿಧಾನವಾಗಿ...

ನಂತರ ಅದರ ವೇಗ ಹೆಚ್ಚಾಗುತ್ತದೆ...

ಅವರು ತಮ್ಮ ಸುತ್ತಲೂ ನೋಡುತ್ತಾರೆ.

ರಾನ್

ಏನಾಯಿತು? ಇದು ಕೆಲಸ ಮಾಡಿದೆಯೇ?

ಆಕ್ಟ್ ನಾಲ್ಕು ದೃಶ್ಯ ಎಂಟು

ಗಾಡ್ರಿಕ್ ಅವರ ಹಾಲೋ, ಎ ಕೊಟ್ಟಿಗೆ, 1981

ಆಲ್ಬಸ್ ಜಿನ್ನಿ ಮತ್ತು ನಂತರ ಹ್ಯಾರಿಯನ್ನು ನೋಡಿ ಆಶ್ಚರ್ಯಚಕಿತನಾಗಿದ್ದಾನೆ, ತದನಂತರ ಅವನು ಸಂತೋಷದಲ್ಲಿರುವ ಉಳಿದ ಬ್ಯಾಂಡ್‌ನ ಭಾಗವನ್ನು ನೋಡುತ್ತಾನೆ (ರಾನ್, ಡ್ರೇಕೊ ಮತ್ತು ಹರ್ಮಿಯಾನ್).

ಆಲ್ಬಸ್

ಅಮ್ಮಾ?

ಹ್ಯಾರಿ

ಆಲ್ಬಸ್ ಸೆವೆರಸ್ ಪಾಟರ್. ನಿನ್ನನ್ನು ನೋಡಲು ನಮಗೆ ಸಂತೋಷವೆನಿಸುತ್ತಿದೆಯೇ.

ಅಲ್ಬಸ್ ಓಡಿ ಹೋಗಿ ಜಿನ್ನಿಯನ್ನು ಅಪ್ಪಿಕೊಳ್ಳುತ್ತಾನೆ, ಜಿನ್ನಿ ಸಂತೋಷದಿಂದ ಅವನನ್ನು ಸ್ವಾಗತಿಸುತ್ತಾಳೆ.

ಆಲ್ಬಸ್

ನಿಮಗೆ ನಮ್ಮ ಚೀಟಿ ಸಿಕ್ಕಿತೇ...?

ಜಿನ್ನಿ

ನಮಗೆ ನಿಮ್ಮ ಚೀಟಿ ಸಿಕ್ಕಿತು.

ಸ್ಕಾರ್ಪಿಯಾಸ್ ತನ್ನ ತಲೆ ಮೇಲಕ್ಕೆತ್ತುತ್ತಾನೆ.

ಡ್ರಾಕೊ

ನಿನಗೆ ಇಷ್ಟವಾದರೆ ನಾವು ಕೂಡ ತಬ್ಬಿಕೊಳ್ಳಬಹುದು...

ಸ್ಕಾರ್ಪಿಯಸ್ ಒಂದು ಕ್ಷಣ ಅನಿಶ್ಚಿತನಾಗಿ ತನ್ನ ತಂದೆಯನ್ನು ನೋಡುತ್ತಾನೆ. ಮತ್ತು ನಂತರ ಅವರು ತುಂಬ ವಿಚಿತ್ರ ರೀತಿಯಲ್ಲಿ ಅರ್ಧ ಅಪ್ಪಿಕೊಳ್ಳುತ್ತಾರೆ. ಡ್ರಾಕೊ ನಗುತ್ತಿದ್ದಾನೆ.

ರಾನ್

ಈಗ, ಈ ಡೆಲ್ಫಿ ಎಲ್ಲಿದ್ದಾಳೆ?

ಸ್ಕಾರ್ಪಿಯಸ್

ನಿನಗೆ ಡೆಲ್ಫಿ ಬಗ್ಗೆ ಗೊತ್ತೇ?

ಆಲ್ಬಸ್

ಅವಳು ಇಲ್ಲಿದ್ದಾಳೆ - ಅವಳು ನಿನ್ನನ್ನು ಕೊಲ್ಲಲು ಪ್ರಯತ್ನಿಸುತ್ತಿದ್ದಾಳೆ ಎಂದು ನನಗನಿಸುತ್ತಿದೆ. ವಾಲ್ಡೆರ್‌ಮಾರ್ಟ್ ತನ್ನನ್ನು ತಾನೇ ಶಪಿಸಿಕೊಳ್ಳುವ ಮೊದಲು. ಅವಳು ನಿನ್ನನ್ನು ಕೊಲ್ಲುತ್ತಾಳೆ ಹಾಗೂ ಭವಿಷ್ಯವಾಣಿಯನ್ನು ಮುರಿಯುತ್ತಾಳೆ ಮತ್ತು...

ಹರ್ಮಿಯಾನ್

ಹೌದು, ಅದು ಕೂಡ ಆಗಿರಬಹುದು ಎಂದು ನಾವು ಅಂದುಕೊಂಡಿದ್ದೆವು. ಅವಳು ಈಗ ನಿರ್ದಿಷ್ಟವಾಗಿ ಎಲ್ಲಿದ್ದಾಳೆ ಎಂದು ನಿನಗೆ ಗೊತ್ತೇ?

ಸ್ಕಾರ್ಪಿಯಸ್

ಅವಳು ಕಣ್ಮರೆಯಾಗಿದ್ದಾಳೆ. ನೀವು ಹೇಗೆ - ಟೈಮ್-ಟರ್ನರ್ ಇಲ್ಲದೇ ನೀವು ಇದನ್ನು ಹೇಗೆ ಮಾಡಿದಿರಿ...

ಹ್ಯಾರಿ (ಮಧ್ಯೆ ಪ್ರವೇಶಿಸಿ)

ಅದು ಸುದೀರ್ಘವಾದ ಮತ್ತು ಸಂಕೀರ್ಣವಾದ ಕಥೆ, ಸ್ಕಾರ್ಪಿಯಸ್. ಮತ್ತು ನಮ್ಮ ಬಳಿ ಅದಕ್ಕೆ ಸಮಯವಿಲ್ಲ.

ಡ್ರೇಕೊ ಕೃತಜ್ಞತೆಯಿಂದ ಹ್ಯಾರಿಯನ್ನು ನೋಡಿ ನಗುತ್ತಾನೆ.

ಹರ್ಮಿಯಾನ್

ಹ್ಯಾರಿ ಹೇಳುವುದು ಸರಿ. ಸಮಯವು ಮುಖ್ಯವಾಗಿದೆ. ನಾವು ಜನರನ್ನು ಅವರವರ ಸ್ಥಾನದಲ್ಲಿ ಪಡೆಯಬೇಕಾಗಿದೆ. ಈಗಲೇ, ಗಾಡ್ರಿಕ್ಸ್ ಹಾಲೋ ದೊಡ್ಡ ಸ್ಥಳವೇನೂ ಅಲ್ಲ, ಆದರೆ ಅವಳು ಯಾವುದೇ ದಿಕ್ಕಿನಿಂದ ಬರುತ್ತಿರಬಹುದು. ಆದ್ದರಿಂದ ನಮಗೆ ಪಟ್ಟಣದ ಉತ್ತಮ ವೀಕ್ಷಣೆಯನ್ನು ನೀಡುವ ಒಂದು ಸ್ಥಳ ಬೇಕು - ಅದು ಅನೇಕ ಮತ್ತು ಸ್ಪಷ್ಟ ಅವಲೋಕನದ ಸ್ಥಳಗಳನ್ನು ಹೊಂದಿರಬೇಕು- ಮತ್ತು ಅದು ಮುಖ್ಯವಾಗಿ, ನಮ್ಮನ್ನು ಮರೆಮಾಡುತ್ತದೆ, ಏಕೆಂದರೆ ನಾವು ಕಾಣಿಸಿಕೊಳ್ಳಲು ಸಾಧ್ಯವಿಲ್ಲ.

ಅವರು ಎಲ್ಲರೂ ಚಿಂತಿಸುತ್ತಿದ್ದಾರೆ.

ಸೇಂಟ್ ಜೆರೋಮ್‌ನ ಚರ್ಚ್ ಆ ಎಲ್ಲಾ ಅವಶ್ಯಕತೆಗಳನ್ನೂ ಪೂರೈಸುತ್ತದೆಂದು ನನಗನಿಸುತ್ತಿದೆಯೇ?

ಆಕ್ಟ್ ನಾಲ್ಕು ದೃಶ್ಯ ಒಂಬತ್ತು

ಗಾಡ್ರಿಕ್‌ನ ಹಾಲೋ, ಚರ್ಚ್, ವಿಶ್ರಾಂತಿಧಾಮ, 1981

ಆಲ್ಬಸ್ ಕಟಾಂಜನದಲ್ಲಿ ಮಲಗಿದ್ದಾನೆ. ಜಿನ್ನಿ ಎಚ್ಚರಿಕೆಯಿಂದ ಅವನನ್ನು ನೋಡುತ್ತಿದ್ದಾಳೆ, ಹ್ಯಾರಿ ಎದುರಿಗಿರುವ ಕಿಟಕಿಯನ್ನು ನೋಡುತ್ತಿದ್ದಾನೆ.

ಹ್ಯಾರಿ

ಇಲ್ಲ. ಏನೂ ಇಲ್ಲ. ಅವಳು ಇಲ್ಲಿ ಯಾಕಿಲ್ಲ?

ಜಿನ್ನಿ

ನಾವು ಒಟ್ಟಿಗಿದ್ದೇವೆ, ನಿನ್ನ ಅಮ್ಮ ಮತ್ತು ತಂದೆ ಜೀವಂತವಾಗಿದ್ದಾರೆ, ನಾವು ಸಮಯವನ್ನು ತಿರುಗಿಸಬಹುದು ಹ್ಯಾರಿ, ನಾವು ಅದನ್ನು ವೇಗಗೊಳಿಸಲು ಸಾಧ್ಯವಿಲ್ಲ. ಅವಳು ಸಿದ್ಧಳಾದಾಗ ಅವಳು ಬರುತ್ತಾಳೆ ಮತ್ತು ನಾವು ಅವಳಿಗಾಗಿ ಸಿದ್ಧರಾಗಿರುತ್ತೇವೆ.

ಅವಳು ಆಲ್ಬಸ್ ನಿದ್ದೆ ಮಾಡುವ ರೀತಿಯನ್ನು ನೋಡುತ್ತಾಳೆ.

ಅಥವಾ ನಮ್ಮಲ್ಲಿ ಕೆಲವರು.

ಹ್ಯಾರಿ

ಪಾಪದ ಹುಡುಗ ತಾನು ಜಗತ್ತನ್ನು ಉಳಿಸಬೇಕೆಂದು ಭಾವಿಸಿದ್ದ.

ಜಿನ್ನಿ

ಪಾಪದ ಹುಡುಗ ಜಗತ್ತನ್ನು ಉಳಿಸಿದ್ದಾನೆ. ಆ ಹೊದಿಕೆ ತುಂಬಾ ಚೆನ್ನಾಗಿತ್ತು. ಅಂದರೆ, ಅವರು ಬಹುತೇಕ ಜಗತ್ತನ್ನು ಹಾಳು ಕೂಡ ಮಾಡಿದ್ದ, ಆದರೆ ನಾವು ಅದರ ಬಗ್ಗೆ ಗಮನ ಕೇಂದ್ರೀಕರಿಸದಿರುವುದು ಒಳ್ಳೆಯದು.

ಹ್ಯಾರಿ

ಅವನು ಹುಶಾರಾಗಿದ್ದಾನೆ ಎಂದು ನೀನು ಭಾವಿಸುತ್ತೀಯಾ?

ಜಿನ್ನಿ

ಅವನು ಅಲ್ಲಿಗೆ ಹೋಗುತ್ತಿದ್ದಾನೆ, ಅದು ಸ್ವಲ್ಪ ಸಮಯ ತೆಗೆದುಕೊಳ್ಳಬಹುದು - ಮತ್ತು ನಿನಗೂ ಸ್ವಲ್ಪ ಸಮಯ ತೆಗೆದುಕೊಳ್ಳಬಹುದು.

ಹ್ಯಾರಿ ನಗುತ್ತಾನೆ. ಅವಳು ಆಲ್ಬಸ್‌ನನ್ನು ನೋಡುತ್ತಾಳೆ. ಅವನು ಕೂಡಾ ನಗುತ್ತಾನೆ.

ನಾನು ಛೇಂಬರ್ ಆಫ್ ಸೀಕ್ರೇಟ್ಸ್ ಅನ್ನು ತೆರೆದ ನಂತರ- ವಾಲ್ಡೆರ್‌ಮಾರ್ಟ್ ಆ ಭಯಾನಕ ದಿನಚರಿಯಿಂದ ನನ್ನ ಮೇಲೆ ಮೋಡಿಮಾಡಿದ ನಂತರ ಹಾಗೂ ನಾನು ಬಹುತೇಕ ಎಲ್ಲವನ್ನೂ ನಾಶಮಾಡಿದ ನಂತರ -

ಹ್ಯಾರಿ

ನನಗೆ ನೆನಪಿದೆ.

ಜಿನ್ನಿ

ನಾನು ಆಸ್ಪತ್ರೆಯಿಂದ ಹೊರಬಂದ ಮೇಲೆ - ಪ್ರತಿಯೊಬ್ಬರೂ ನನ್ನನ್ನು ನಿರ್ಲಕ್ಷಿಸಿದರು, ನನ್ನನ್ನು ತಡೆಗಟ್ಟುತ್ತಿದ್ದರು - ಇತರ, ಅಂದರೆ, ಎಲ್ಲವನ್ನೂ ಹೊಂದಿರುವ ಹುಡುಗನನ್ನು ಬಿಟ್ಟು - ಅವನು ಗ್ರಿಫಿನ್‌ಡೋರ್ ಸಾಮಾನ್ಯ ಕೊಠಡಿಯಿಂದ ಬಂದು ನನ್ನನ್ನು ಎಕ್ಸ್ ಪ್ಲೋಡಿಂಗ್ ಸ್ನಾಪ್ಸ್ ಆಟಕ್ಕೆ ಬರುವಂತೆ ಸವಾಲೆಸೆದನು. ಜನರು ತಮಗೆ ಎಲ್ಲವೂ ತಿಳಿದಿದೆಯೆಂದು ಯೋಚಿಸುತ್ತಾರೆ. ಆದರೆ ನಿನ್ನ ಬಗೆಗಿನ ಅತ್ಯುತ್ತಮ ವಿಷಯಗಳು ನೀನು ಮೌನವಾಗಿ ಮುಂದಾಳತ್ವ ವಹಿಸಿಕೊಳ್ಳುವುದಾಗಿದೆ, ನಾನು ಹೇಳುವುದೇನೆಂದರೆ ಇದೆಲ್ಲ ಮುಗಿದ ನಂತರ - ವಿಶೇಷವಾಗಿ ಮಕ್ಕಳು - ಕೇವಲ ಎಕ್ಸ್ ಪ್ಲೋಡಿಂಗ್ ಸ್ನಾಪ್ಸ್ ಆಡಲು ಯಾರದ್ದಾದರೂ ಜೊತೆ ಬಯಸುತ್ತಾರೆ ಎಂದು ಅನಿಸುತ್ತದೆ.

ಹ್ಯಾರಿ

ನಾವು ಕಳೆದುಕೊಂಡಿದ್ದು ಅದೇ ಎಂದು ನಿನಗೆ ಅನಿಸುತ್ತದೆಯೇ - ಎಕ್ಸ್ ಪ್ಲೋಡಿಂಗ್ ಸ್ನಾಪ್ಸ್

ಜಿನ್ನಿ

ಇಲ್ಲ. ಆದರೆ ಆ ದಿನದಿಂದ ನಾನು ನಿನ್ನಿಂದ ಪಡೆದ ಪ್ರೀತಿಯನ್ನು - ಆಲ್ಬಸ್ ಪಡೆದಿದ್ದಾನೆ ಎಂದು ನನಗೆ ಖಚಿತವಿಲ್ಲ.

ಹ್ಯಾರಿ

ನಾನು ಅವನ ಸಲುವಾಗಿ ಏನು ಬೇಕಾದರೂ ಮಾಡುತ್ತೇನೆ.

ಜಿನ್ನಿ

ಹ್ಯಾರಿ, ನೀನು ಯಾರ ಸಲುವಾಗಿಯಾದರೂ ಏನು ಬೇಕಾದರೂ ಮಾಡುತ್ತೀಯಾ. ನೀನು ಜಗತ್ತಿಗಾಗಿ ನಿನ್ನನ್ನು ಬಲಿ ಕೊಡಲು ಮುಂದೆ ಬಂದಿದ್ದೆ. ಅವನಿಗೆ ಒಂದು ನಿರ್ದಿಷ್ಟ ಪ್ರೀತಿಯನ್ನು ಅನುಭವಿಸಬೇಕಾಗಿದೆ. ಅದು ಅವನನ್ನು ಬಲಶಾಲಿಯಾಗಿಸುತ್ತದೆ, ಮತ್ತು ನಿನ್ನನ್ನೂ ಬಲಶಾಲಿಯಾಗಿಸುತ್ತದೆ.

ಹ್ಯಾರಿ

ಅಲ್ಬಸ್ ಹೋಗಿದ್ದಾನೆ ಎಂದು ನಾವು ಭಾವಿಸುವವರೆಗೂ ನನ್ನ ತಾಯಿ ನನ್ನ ಸಲುವಾಗಿ ಮಾಡಿದ್ದನ್ನು ನಾನು ನಿಜವಾಗಿಯೂ ಅರ್ಥಮಾಡಿಕೊಳ್ಳಲು ಸಾಧ್ಯವಾಗಲಿಲ್ಲ. ಆ ತಿರುಮಂತ್ರ ಎಷ್ಟು ಪ್ರಬಲವಾಗಿತ್ತೆಂದರೆ ಅದು ಸಾವಿನ ಮಂತ್ರವನ್ನೂ ಹಿಮ್ಮೆಟ್ಟಿಸಲು ಸಾಧ್ಯವಾಯಿತು.

ಜಿನ್ನಿ

ಮತ್ತು ವಾಲ್ಡೆರ್‌ಮಾರ್ಟ್‌ಗೆ ಅರ್ಥವಾಗದ ಏಕೈಕ ಮಂತ್ರವೆಂದರೆ - ಪ್ರೀತಿ.

ಆ ಪದ ಕೋಣೆಯಲ್ಲಿ ಭಾರೀ ಮತ್ತು ಸುಂದರವಾಗಿದೆ.

ಹ್ಯಾರಿ

ನಾನು ಅವನನ್ನು ನಿರ್ದಿಷ್ಟವಾಗಿ ಪ್ರೀತಿಸುತ್ತೇನೆ, ಜಿನ್ನಿ.

ಜಿನ್ನಿ

ನನಗೆ ಗೊತ್ತು, ಆದರೆ ಅವನು ಅದನ್ನು ಅನುಭವಿಸಬೇಕು.

ಹ್ಯಾರಿ ದುಃಖದಿಂದ ತನ್ನ ಹೆಂಡತಿಯನ್ನು ನೋಡಿ ನಗುತ್ತಾನೆ, ಅವನಿಗೆ ಏನನ್ನು ಬದಲಿಸಬೇಕೆಂದು ಅವನಿಗೆ ತಿಳಿದಿದೆ.

ಹ್ಯಾರಿ

ನಿನ್ನನ್ನು ಹೊಂದಿದ ನಾನೇ ಅದೃಷ್ಟಶಾಲಿಯಾಗಿದ್ದೇನೆ ಅಲ್ಲವೇ?

ಜಿನ್ನಿ

ತುಂಬಾ. ಆದರೆ ಎಷ್ಟು ಅದೃಷ್ಟಶಾಲಿಯೆಂದು ನಾನು ಬೇರೆ ಯಾವಾಗಲಾದರೂ ಚರ್ಚಿಸಬಯಸುತ್ತೇನೆ. ಈಗ ಡೆಲ್ಫಿಯನ್ನು ಹೇಗೆ ನಿಲ್ಲಿಸುವುದೆಂದು ನೋಡೋಣ.

ಹ್ಯಾರಿ

ನಮ್ಮ ಬಳಿ ಸಮಯವಿಲ್ಲ.

ಜಿನ್ನಿಗೆ ಒಂದು ಯೋಚನೆ ಬರುತ್ತದೆ.

ಜಿನ್ನಿ

ಹೀಗಾಗದ ಹೊರತು - ಹ್ಯಾರಿ, ಯಾರಾದರೂ ಚಿಂತಿಸಿದ್ದೀರೇ - ಏಕೆ ಈಗ, ಈವತ್ತೇ ಯಾಕೆ ಆಯ್ಕೆ ಮಾಡಿದ್ದಾಳೆ ಎಂದು ನಿಮಗೆ ಗೊತ್ತೇ?

ಹ್ಯಾರಿ

ಏಕೆಂದರೆ ಈ ದಿನದಂದು ಎಲ್ಲವೂ ಬದಲಾಯಿತು ...

ಜಿನ್ನಿ

ಇದೀಗ ನಿನಗೆ ಒಂದು ವರ್ಷಕ್ಕಿಂತ ಹೆಚ್ಚು ವಯಸ್ಸಾಗಿದೆ, ಸರಿಯೇ?

ಹ್ಯಾರಿ

ಒಂದು ವರ್ಷ ಮತ್ತು ಮೂರು ತಿಂಗಳು.

ಜಿನ್ನಿ

ಅಂದರೆ ಒಂದು ವರ್ಷ ಮತ್ತು ಮೂರು ತಿಂಗಳುಗಳಲ್ಲಿ ಅವಳು ನಿನ್ನನ್ನು ಕೊಲ್ಲಬಹುದಿತ್ತು. ಈಗಲೂ ಅವಳು ಇಪ್ಪತ್ನಾಲ್ಕು ಗಂಟೆಗಳ ಕಾಲ ಗಾಡ್ರಿಕ್ಸ್ ನ ಹಾಲೋದಲ್ಲಿದ್ದಾಳೆ. ಅವಳು ಏನಕ್ಕಾಗಿ ಕಾಯುತ್ತಿದ್ದಾಳೆ?

ಹ್ಯಾರಿ

ನನಗೆ ಇನ್ನೂ ಸಂಪೂರ್ಣವಾಗಿ ಅರ್ಥವಾಗುತ್ತಿಲ್ಲ-

ಜಿನ್ನಿ

ಅವಳು ನಿನಗಾಗಿ ಕಾಯುತ್ತಿಲ್ಲವಾದರೆ - ಅವನಿಗಾಗಿ ಕಾಯುತ್ತಿದ್ದರೆ ... ಅವನನ್ನು ನಿಲ್ಲಿಸಲು ಕಾಯುತ್ತಿದ್ದರೆ?

ಹ್ಯಾರಿ

ಏನು?

ಜಿನ್ನಿ

ಡೆಲ್ಫಿ ಈವತ್ತು ರಾತ್ರಿಯನ್ನೇ ಏಕೆ ಆರಿಸಿಕೊಂಡಿದ್ದಾಳೆಂದರೆ ಅವನು ಇಲ್ಲಿದ್ದಾನೆ - ಏಕೆಂದರೆ ಅವಳ ತಂದೆ ಬರುತ್ತಿದ್ದಾನೆ. ಅವಳು ಅವನನ್ನು ಭೇಟಿಯಾಗಬಯಸುತ್ತಾಳೆ. ಅವನೊಂದಿಗೆ ಇರಲು ಬಯಸುತ್ತಾಳೆ, ಅವಳು ಪ್ರೀತಿಸುವ ತಂದೆಯ ಜೊತೆ. ವಾಲ್ಡೆರ್‌ಮಾರ್ಟ್‌ರ್ನ ಸಮಸ್ಯೆಗಳು ಅವನು ನಿನ್ನ ಮೇಲೆ ದಾಳಿ ಮಾಡಿದಾಗ ಪ್ರಾರಂಭವಾದವು. ಅವರು ಅದನ್ನು ಮಾಡಿರದಿದ್ದರೆ ...

ಹ್ಯಾರಿ

ಅವನು ಹೆಚ್ಚು ಶಕ್ತಿಯುತನಾಗಿರುತ್ತಿದ್ದ - ಕತ್ತಲೆ ಇನ್ನೂ ಗಾಢವಾಗುತ್ತಿತ್ತು.

ಜಿನ್ನಿ

ಭವಿಷ್ಯವಾಣಿಯನ್ನು ಮುರಿಯುವ ಉತ್ತಮ ಮಾರ್ಗವೆಂದರೆ ಹ್ಯಾರಿ ಪಾಟರ್‌ನನ್ನು ಕೊಲ್ಲದಿರುವುದು, ವಾಲ್ಡೆರ್‌ಮಾರ್ಟ್‌ರ್ನನ್ನು ಏನೂ ಮಾಡುವುದರಿಂದ ತಡೆಯುವುದು.

ಆಕ್ಟ್ ನಾಲ್ಕು ದೃಶ್ಯ ಹತ್ತು

ಗಾಡ್ರಿಕ್ಸ್ ನ ಹಾಲೋ, ಚರ್ಚ್, 1981

ಗುಂಪು ಸೇರಿದೆ ಹಾಗೂ ಅದು ಗೊಂದಲದಿಂದ ತುಂಬಿದೆ.

ರಾನ್

ನಾನು ಹೇಳುತ್ತಿರುವುದು ಸರಿಯಾಗಿದೆಯೇ - ನಾವು ವಾಲ್ಡೆರ್‌ಮಾರ್ಟ್‌ರ್‌ನನ್ನು ರಕ್ಷಿಸಲು ಹೋರಾಟ ಮಾಡುತ್ತಿದ್ದೇವೆಯೇ?

ಆಲ್ಬಸ್

ನನ್ನ ಅಜ್ಜ ಅಜ್ಜಿಯನ್ನು ಕೊಲ್ಲಲು ಪ್ರಯತ್ನಿಸುತ್ತಿರುವ ವಾಲ್ಡೆರ್‌ಮಾರ್ಟ್. ನನ್ನ ತಂದೆಯನ್ನು ಕೊಲ್ಲಲು ಪ್ರಯತ್ನಿಸುತ್ತಿರುವ ವಾಲ್ಡೆರ್‌ಮಾರ್ಟ್?

ಹರ್ಮಿಯಾನ್

ಸಹಜವಾಗಿ, ಜಿನ್ನಿ. ಡೆಲ್ಫಿ ಹ್ಯಾರಿಯನ್ನು ಕೊಲ್ಲಲು ಪ್ರಯತ್ನಿಸುತ್ತಿಲ್ಲ - ಅವಳು ವಾಲ್ಡೆರ್‌ಮಾರ್ಟ್ ಹ್ಯಾರಿಯನ್ನು ಕೊಲ್ಲುವುದನ್ನು ತಡೆಯಲು ಪ್ರಯತ್ನಿಸುತ್ತಿದ್ದಾಳೆ. ಅದ್ಭುತ.

ಡ್ರಾಕೊ

ಹಾಗಾದರೆ - ನಾವು ಬರೀ ನಿರೀಕ್ಷಿಸಬೇಕೇ? ವಾಲ್ಡೆರ್‌ಮಾರ್ಟ್ ಬರುವವರೆಗೂ?

ಆಲ್ಬಸ್

ಅವನು ಯಾವಾಗ ಬರುತ್ತಾನೆಂದು ಅವಳಿಗೆ ತಿಳಿದಿದೆಯೇ? ಅವಳು ಇಪ್ಪತ್ತನಾಲ್ಕು ಗಂಟೆಗಳ ಮುಂಚೆಯೇ ಇಲ್ಲಿಗೆ ಬಂದಿರುವುದೇಕೆಂದರೆ ಅವನು ಯಾವಾಗ ಯಾವ ದಿಕ್ಕಿನಲ್ಲಿ ಬರುತ್ತಾನೆಂದು ಅವಳಿಗೆ ಗೊತ್ತಿಲ್ಲದೇ ಇದ್ದಿದ್ದಕ್ಕೆ ಅಲ್ಲವೇ? ಇತಿಹಾಸ ಪುಸ್ತಕಗಳು - ನಾನು ತಪ್ಪಾಗಿದ್ದಲ್ಲಿ ನನ್ನನ್ನು ಸರಿ ಮಾಡು, ಸ್ಕಾರ್ಪಿಯಸ್ - ಅವನು ಗಾಡ್ರಿಕ್ಸ್ ನ ಹಾಲೋಗೆ ಯಾವಾಗ ಮತ್ತು ಹೇಗೆ ಬಂದನೆಂದು ಏನೂ ಹೇಳಿಲ್ಲ.

ಸ್ಕಾರ್ಪಿಯಸ್ ಮತ್ತು ಹರ್ಮಿಯಾನ್

ನೀನು ಹೇಳುವುದು ತಪ್ಪಲ್ಲ.

ರಾನ್

ಬ್ಲಿಮಿ! ಅವರು ಇಬ್ಬರಿದ್ದಾರೆ!

ಡ್ರಾಕೊ

ಆದ್ದರಿಂದ ನಾವು ಇದನ್ನು ನಮಗೆ ಅನುಕೂಲವಾಗುವಂತೆ ಹೇಗೆ ಉಪಯೋಗಿಸಬಹುದು?

ಆಲ್ಬಸ್

ನನಗೆ ನಿಜವಾಗಿಯೂ ಏನು ಚೆನ್ನಾಗಿ ಬರುತ್ತದೆ ಎಂದು ನಿನಗೆ ತಿಳಿದಿದೆಯೇ?

ಹ್ಯಾರಿ

ನೀನು ಚೆನ್ನಾಗಿ ಮಾಡುವುದು ಸಾಕಷ್ಟಿದೆ ಆಲ್ಬಸ್.

ಆಲ್ಬಸ್

ಪಾಲಿಜೂಸಿಂಗ್. ಮತ್ತು ಬಥಿಲ್ಡಾ ಬ್ಯಾಗ್‌ಶಾಟ್ ಬಳಿ ಅವಳ ನೆಲಮಾಳಿಗೆಯಲ್ಲಿ ಪಾಲಿಜೂಸಿಂಗ್‌ಗೆ ಬೇಕಾದ ಎಲ್ಲವೂ ಇರಬಹುದು ಎಂದು ನಾನು ಅಂದುಕೊಳ್ಳುತ್ತೇನೆ. ನಾವು ವಾಲ್ಡೆರ್‌ಮಾಟ್‌ಗೆ ಪಾಲಿಜ್ಯೂಸ್ ಮಾಡಬಹುದು ಮತ್ತು ಅವಳನ್ನು ನಮ್ಮ ಬಳಿಗೆ ತರಬಹುದು.

ರಾನ್

ಪಾಲಿಜ್ಯೂಸ್ ಅನ್ನು ಬಳಸಲು ನಿನಗೆ ಬೇರೊಬ್ಬರ ಸ್ವಲ್ಪ ಭಾಗವಾದರೂ ಅಗತ್ಯವಿರುತ್ತದೆ. ನಮ್ಮ ಬಳಿ ವಾಲ್ಡೆರ್‌ಮಾಟ್‌ನ ಭಾಗವಿಲ್ಲ.

ಹರ್ಮಿಯಾನ್

ಆದರೆ ನನಗೆ ಈ ಚಿಂತನೆ ಇಷ್ಟವಾಗುತ್ತದೆ, ಅವಳ ಇಲಿಗಾಗಿ ಒಂದು ಕೃತಕ ಬೆಕ್ಕು.

ಹ್ಯಾರಿ

ನಾವು ರೂಪಾಂತರದ ಮೂಲಕ ಎಷ್ಟು ಹತ್ತಿರ ಹೋಗಬಹುದು?

ಹರ್ಮಿಯಾನ್

ಅವನು ಹೇಗೆ ಕಾಣುತ್ತಾನೆಂದು ನಮಗೆ ಗೊತ್ತು. ನಮ್ಮಲ್ಲಿ ಕೆಲವು ಅತ್ಯುತ್ತಮವಾದ ಮಾಂತ್ರಿಕರು ಮತ್ತು ಮಾಟಗಾತಿಯರಿದ್ದಾರೆ.

ಜಿನ್ನಿ

ನೀನು ವಾಲ್ಡೆರ್‌ಮಾಟ್ ಆಗಿ ರೂಪಾಂತರಗೊಳ್ಳಬಯಸುತ್ತೀಯಾ?

ಆಲ್ಬಸ್

ಇದು ಇರುವ ಏಕೈಕ ಮಾರ್ಗವಾಗಿದೆ.

ಹರ್ಮಿಯಾನ್

ಹೌದು, ಅಲ್ಲವೇ?

ರಾನ್ ಧೈರ್ಯವಾಗಿ ಮುಂದಕ್ಕೆ ಹೆಜ್ಜೆ ಹಾಕುತ್ತಾನೆ.

ರಾನ್

ನಂತರ ನಾನು ಇದನ್ನೇ ಬಯಸುತ್ತೇನೆ - ನಾನು ಅವನ ಹಾಗೇ ಇರಬೇಕು ಎಂದು ನಾನು ಭಾವಿಸುತ್ತೇನೆ. ನನ್ನ ಪ್ರಕಾರ, ವಾಲ್ಡೆರ್‌ಮಾರ್ಟ್ ಆಗಿರುವುದು ಚೆನ್ನಾಗಿರುತ್ತದೆಂದೇನೂ ಅಲ್ಲ - ಆದರೆ ನನ್ನ ಬಗ್ಗೆ ನಾನೇ ಹೊಗಳಿಕೊಳ್ಳದೇ - ನಮ್ಮಲ್ಲಿ ಎಲ್ಲರಿಗಿಂತ ಆರಾಮಾಗಿರುವುವವನೆಂದರೆ ನಾನೇ ಮತ್ತು... ಬಹುಶಃ ವಾಲ್ಡೆರ್‌ಮಾರ್ಟ್ ಆಗಿ ರೂಪಾಂತರಗೊಳ್ಳುವುದು ನಿಮ್ಮಂಥ ತೀವ್ರವಾದವರಿಗೆ ಹೋಲಿಸಿದರೆ - ಕಾಳಮಾಂತ್ರಿಕನಾಗಿರುವುದು ನನಗೆ ಕಡಿಮೆ ಹಾನಿ ಮಾಡುತ್ತದೆ.

ಹ್ಯಾರಿ ದೂರ ಹೆಜ್ಜೆ ಹಾಕಿ, ಆತ್ಮಾವಲೋಕನ ಮಾಡಿಕೊಳ್ಳುತ್ತಿದ್ದಾನೆ.

ಹರ್ಮಿಯಾನ್

ನೀನು ಯಾರನ್ನು ತೀವ್ರ ಎಂದು ಕರೆಯುತ್ತಿದ್ದೀಯಾ?

ಡ್ರಾಕೊ

ನಾನೂ ಕೂಡ ಇದಕ್ಕೆ ಮುಂದೆ ಬರಲು ಇಷ್ಟಪಡುತ್ತೇನೆ. ವಾಲ್ಡೆರ್‌ಮಾರ್ಟ್ ಆಗಿರುವುದಕ್ಕೆ ನಿಖರವಾಗಿರಬೇಕು ಎಂದು ನಾನು ಭಾವಿಸುತ್ತೇನೆ.. ತಪ್ಪು ತಿಳಿದುಕೊಳ್ಳಬೇಡ ರಾನ್, ಮಾಟ ಮಂತ್ರದ ಜ್ಞಾನ, ಹಾಗೂ -

ಹರ್ಮಿಯಾನ್

ನಾನೂ ಕೂಡ ಇದಕ್ಕೆ ಮುಂದೆ ಬರಲು ಇಷ್ಟಪಡುತ್ತೇನೆ. ಇಂದ್ರಜಾಲದ ಮಂತ್ರಿಯಾಗಿ ಇದು ನನ್ನ ಜವಾಬ್ದಾರಿ ಮತ್ತು ಹಕ್ಕು ಕೂಡ.
ಸ್ಕಾರ್ಪಿಯಸ್ ಬಹುಶಃ ನಾವು ಚೀಟಿ ಎತ್ತಬೇಕು-

ಡ್ರಾಕೊ

ನೀನು ಮುಂದೆ ಬರುವುದಿಲ್ಲ, ಸ್ಕಾರ್ಪಿಯಸ್.

ಆಲ್ಬಸ್

ವಾಸ್ತವವಾಗಿ-

ಜಿನ್ನಿ

ಇಲ್ಲ, ಸಾಧ್ಯವೇ ಇಲ್ಲ. ನಿಮಗೆಲ್ಲರಿಗೂ ಹುಚ್ಚು ಹಿಡಿದಿದೆ ಎಂದು ನಾನು ಭಾವಿಸುತ್ತೇನೆ. ನಿನ್ನ ತಲೆಯೊಳಗೆ ಆ ಧ್ವನಿ ಏನು ಎಂದು ನನಗೆ ತಿಳಿದಿದೆ. ಅದು ಮತ್ತೆ ತಲೆಯ ಒಳಗೆ ಬರುವುದಿಲ್ಲ -

ಹ್ಯಾರಿ

ಮತ್ತು ಹೇಗಾದರೂ - ಅದು ನಾನೇ ಆಗಿರಬೇಕು.

ಪ್ರತಿಯೊಬ್ಬರೂ ಹ್ಯಾರಿ ಕಡೆ ತಿರುಗುತ್ತಾರೆ.

ಡ್ರಾಕೊ

ಏನು?

ಹ್ಯಾರಿ

ಈ ಯೋಜನೆ ಕೆಲಸ ಮಾಡಲು ಅವಳು ಅದು ಅವನೇ ಎಂದು ನಂಬಬೇಕು, ಯಾವುದೇ ಹಿಂಜರಿತವಿಲ್ಲದೇ. ಅವಳು ಪಾರ್ಸೆಲ್‌ಟಂಗ್ ಬಳಸುತ್ತಾಳೆ - ಮತ್ತು ಆ ಸಾಮರ್ಥ್ಯವಿರಲು ಒಂದು ಕಾರಣವಿರಬೇಕಿತ್ತೆಂದು ನನಗೆ ತಿಳಿದಿತ್ತು. ಆದರೆ ಅದಕ್ಕಿಂತ ಹೆಚ್ಚಾಗಿ, ಅವನ ಹಾಗೆ ಭಾವನೆ ಹೊಂದುವುದು ಏನೆಂದು ನನಗೆ ತಿಳಿದಿದೆ. ಅವನಾಗಿರುವುದು ಏನೆಂದು ನನಗೆ ತಿಳಿದಿದೆ. ಅದು ನಾನೇ ಆಗಿರಬೇಕು.

ರಾನ್

ಕಳಪೆ. ಸುಂದರವಾಗಿ ಹೇಳಿದ್ದರೂ, ಇದು ಸುಂದರವಾದ ಕಳಪೆ. ನೀನು ಹೋಗಲು ಸಾಧ್ಯವೇ ಇಲ್ಲ-

ಹರ್ಮಿಯಾನ್

ನನ್ನ ವಯಸ್ಸಾದ ಸ್ನೇಹಿತನೇ, ನೀನು ಹೇಳುವುದು ಸರಿ ಎಂದು ನನಗನಿಸುತ್ತಿದೆ.

ರಾನ್

ಹರ್ಮಿಯಾನ್, ನೀನು ಹೇಳುವುದು ತಪ್ಪು, ವಾಲ್ಡೆರ್‌ಮಾರ್ಟ್ ಹೇಗಾದರೂ ಆಗುವ ವಸ್ತುವಲ್ಲ - ಹ್ಯಾರಿ ಇದನ್ನು ಮಾಡಬಾರದು-

ಜಿನ್ನಿ

ಮತ್ತು ನನ್ನ ಸಹೋದರನೊಂದಿಗೆ ಒಪ್ಪಿಕೊಳ್ಳಲು ನನಗೆ ಕೆಟ್ಟದೆನಿಸಿದರೂ...

ರಾನ್

ಅವನು ಶಾಶ್ವತವಾಗಿ - ವಾಲ್ಡೆರ್‌ಮಾರ್ಟ್ - ಆಗಿರಬಹುದು.

ಹರ್ಮಿಯಾನ್

ನಿನ್ನ ಕಾಳಜಿಗಳು ಮಾನ್ಯವಾಗಿದ್ದರೂ...

ಹ್ಯಾರಿ

ಇರಿ, ಹರ್ಮಿಯಾನ್. ಜಿನ್.

ಜಿನ್ನಿ ಮತ್ತು ಹ್ಯಾರಿ ಒಬ್ಬರನ್ನೊಬ್ಬರು ನೋಡುತ್ತಿದ್ದಾರೆ.

ನೀವು ಇದನ್ನು ನಾನು ಮಾಡಬಯಸದಿದ್ದರೆ ನಾನು ಅದನ್ನು ಮಾಡುವುದಿಲ್ಲ. ಆದರೆ ಇದು ಏಕೈಕ ದಾರಿಯೆಂದು ನನಗೆ ಭಾಸವಾಗುತ್ತಿದೆ.

ಜಿನ್ನಿ ಒಂದು ಕ್ಷಣ ಯೋಚಿಸುತ್ತಾಳೆ ತದನಂತರ ಮೃದುವಾಗಿ ತಲೆಯಲ್ಲಾಡಿಸುತ್ತಾಳೆ, ಹ್ಯಾರಿ ಮುಖ ಧೃಢವಾಗಿದೆ.

ಜಿನ್ನಿ

ನೀನು ಹೇಳುವುದು ಸರಿ.

ಹ್ಯಾರಿ

ಹಾಗಾದರೆ ಇದನ್ನು ಮಾಡೋಣ.

ಡ್ರಾಕೊ

ನೀನು ತೆಗೆದುಕೊಳ್ಳುವ ಮಾರ್ಗವನ್ನು ನಾವು ಚರ್ಚಿಸಬೇಕಲ್ಲವೇ -

ಹ್ಯಾರಿ

ಅವಳು ಅವನಿಗಾಗಿ ಕಾಯುತ್ತಿದ್ದಾಳೆ. ಅವಳು ನನ್ನ ಬಳಿ ಬರುತ್ತಾಳೆ.

ಡ್ರಾಕೊ

ಮತ್ತು ನಂತರ ಏನು? ಅವಳು ನಿನ್ನೊಂದಿಗೆ ಇದ್ದಾಗ? ಇವಳು ಅತ್ಯಂತ ಶಕ್ತಿಯುತ ಮಾಟಗಾತಿ ಎಂದು ನಾನು ನಿನಗೆ ನೆನಪಿಸಬೇಕೇ.

ರಾನ್

ಸುಲಭ. ಅವನು ಅವಳನ್ನು ಇಲ್ಲಿಗೆ ಕರೆದುಕೊಂಡು ಬರುತ್ತಾನೆ. ನಾವು ಒಟ್ಟಾಗಿ ಅವಳನ್ನು ಬೀಳಿಸುತ್ತೇವೆ.

ಡ್ರಾಕೊ

'ಬೀಳಿಸುವುದೇ?'

ಹರ್ಮಿಯಾನ್ ಕೋಣೆಯ ಸುತ್ತಲೂ ನೋಡುತ್ತಾಳೆ.

ಹರ್ಮಿಯಾನ್

ನಾವು ಈ ಬಾಗಿಲುಗಳ ಹಿಂದೆ ನಾವು ಅಡಗಿಕೊಳ್ಳೋಣ. ನೀನು ಅವಳನ್ನು ಇಲ್ಲಿಯವರೆಗೂ ಕರೆದುಕೊಂಡು ಬರಲು ಸಾಧ್ಯವಾದಲ್ಲಿ ಹ್ಯಾರಿ (ಅವಳು ಚರ್ಚ್ ರೋಸ್ ಕಿಟಕಿಯಿಂದ ಬೆಳಕು ನೆಲದ ಮೇಲೆ ಬೀಳುತ್ತಿರುವ ಹಂತವನ್ನು ಸೂಚಿಸುತ್ತಾಳೆ), ನಂತರ ನಾವು ಹೊರಗೆ ಬಂದು ಅವಳು ತಪ್ಪಿಸಿಕೊಳ್ಳಲು ಯಾವುದೇ ಅವಕಾಶವಿಲ್ಲ ಎಂದು ಖಚಿತಪಡಿಸಿಕೊಳ್ಳುತ್ತೇವೆ.

ರಾನ್ (ಡ್ರಾಕೋನನ್ನು ನೋಡುತ್ತ)

ನಂತರ ನಾವು ಅವಳನ್ನು ಬೀಳಿಸುತ್ತೇವೆ.

ಹರ್ಮಿಯಾನ್

ಹ್ಯಾರಿ, ಕೊನೆಯ ಅವಕಾಶ, ನೀನು ಇದನ್ನು ಮಾಡಬಹುದು ಎಂದು ನಿನಗೆ ಖಚಿತವಾಗಿದೆಯೇ?

ಹ್ಯಾರಿ

ಹೌದು, ನಾನು ಇದನ್ನು ಮಾಡಬಹುದು.

ಡ್ರಾಕೊ

ಇಲ್ಲ, ಇಲ್ಲಿ ಹೀಗಾದರೆ ಹೇಗೆ ಎನ್ನುವ ಹಲವಾರು ವಿಷಯಗಳಿವೆ ತಪ್ಪಾಗಬಹುದಾದ ಅನೇಕ ವಿಷಯಗಳಿವೆ - ರೂಪಾಂತರ ಸರಿಯಾಗಿ ಆಗದಿದ್ದರೆ, ಆಕೆ ಅದರ ಹಿಂದಿರುವುದನ್ನು ನೋಡಬಹುದು, ಅವಳು ಈಗ

ನಮ್ಮಿಂದ ತಪ್ಪಿಸಿಕೊಂಡರೆ ಆಮೇಲೆ ಅವಳು ಮಾಡಬಹುದಾದ ಹಾನಿಗೆ ಎಣೆಯೇ ಇಲ್ಲ - ಸರಿಯಾಗಿ ಯೋಜಿಸಲು ನಮಗೆ ಸಮಯ ಬೇಕು -

ಆಲ್ಬಸ್

ಡ್ರಾಕೊ, ನನ್ನ ತಂದೆಯನ್ನು ನಂಬು. ಅವನು ನಮ್ಮನ್ನು ನಿರಾಸೆಗೊಳಿಸುವುದಿಲ್ಲ.

ಹ್ಯಾರಿ ಆಲ್ಬಸ್‌ನನ್ನು ನೋಡುತ್ತಾನೆ - ಅವನಿಗೆ ಇದು ತಟ್ಟಿದೆ.

ಹರ್ಮಿಯಾನ್

ಮಂತ್ರದಂಡಗಳು.

ಪ್ರತಿಯೊಬ್ಬರೂ ತಮ್ಮ ಮಂತ್ರದಂಡಗಳನ್ನು ತೆಗೆದುಕೊಳ್ಳುತ್ತಾರೆ, ಹ್ಯಾರಿ ತನ್ನ ಮಂತ್ರದಂಡವನ್ನು ಹಿಡಿದುಕೊಳ್ಳುತ್ತಾನೆ. ಅಲ್ಲಿ ಹೆಚ್ಚಾಗುತ್ತಿರುವ ಬೆಳಕಿದೆ - ಅದು ಅಗಾಧವಾಗುತ್ತಿದೆ. ವರ್ಗಾವಣೆ ನಿಧಾನವಾಗಿದೆ ಮತ್ತು ದೈತ್ಯರೂಪದ್ದಾಗಿದೆ. ಮತ್ತು ವಾಲ್ಡೆರ್‌ಮಾರ್ಟ್ ರೂಪವು ಹ್ಯಾರಿಯಿಂದ ಹೊರಹೊಮ್ಮುತ್ತದೆ. ಮತ್ತು ಇದು ಭಯಾನಕವಾಗಿದೆ. ಅವನು ತಿರುಗುತ್ತಾನೆ. ಅವನು ತನ್ನ ಸ್ನೇಹಿತರನ್ನು ಮತ್ತು ಕುಟುಂಬವನ್ನು ಹುಡುಕುತ್ತಾನೆ. ಅವರು ಹಿಂತಿರುಗಿ ನೋಡುತ್ತಾರೆ - ಗಾಬರಿಯಿಂದ.

ರಾನ್

ಅಯ್ಯೋ ದೇವರೇ.

ಹ್ಯಾರಿ/ವಾಲ್ಡೆರ್‌ಮಾರ್ಟ್

ಇದು ಕೆಲಸ ಮಾಡಿದೆ ಅಲ್ಲವೇ?

ಜಿನ್ನಿ (*ಗಂಭೀರವಾಗಿ*)

ಹೌದು. ಇದು ಕೆಲಸ ಮಾಡಿತು.

ಆಕ್ಟ್ ನಾಲ್ಕು ದೃಶ್ಯ ಹನ್ನೊಂದು

ಗಾಡ್ರಿಕ್ ಅವರ ಹಾಲೋ, ಚರ್ಚ್, 1981

ರಾನ್, ಹೆರ್ಮಿಯೆನ್, ಡ್ರಾಕೊ, ಸ್ಕಾರ್ಪಿಯಸ್ ಮತ್ತು ಆಲ್ಬಸ್ ಕಿಟಕಿಯ ಬಳಿ ನಿಂತಿದ್ದಾರೆ, ಅವರು ಹೊರಗೆ ನೋಡುತ್ತಿದ್ದಾರೆ. ಜಿನ್ನಿಗೆ ನೋಡಲಾಗುತ್ತಿಲ್ಲ. ಅವಳು ಮತ್ತಷ್ಟು ಹಿಂದೆ ಕೂರುತ್ತಾಳೆ.

ಆಲ್ಬಸ್ ತನ್ನಮ್ಮ ಪ್ರತ್ಯೇಕವಾಗಿ ಕುಳಿತಿದ್ದನ್ನು ಗಮನಿಸುತ್ತಾನೆ. ಅವನು ಅವಳ ಕಡೆಗೆ ಹೋಗುತ್ತಾನೆ.

ಆಲ್ಬಸ್

ಇದೆಲ್ಲವೂ ಸರಿಯಾಗುತ್ತಿದೆ, ನಿನಗೆ ಗೊತ್ತಾ, ಅಮ್ಮಾ?

ಜಿನ್ನಿ

ನನಗೆ ಗೊತ್ತು. ಅಥವಾ ನಾನು ಹಾಗೆ ಆಶಿಸುತ್ತೇನೆ. ನಾನು - ಅವನನ್ನು ಹಾಗೆ ನೋಡಲು ಬಯಸುವುದಿಲ್ಲ. ನಾನು ಪ್ರೀತಿಸುವ ವ್ಯಕ್ತಿ ನಾನು ದ್ವೇಷಿಸುವ ವ್ಯಕ್ತಿಯಾಗಿ ಪರಿವರ್ತನೆಗೊಂಡಿರುವುದು.

ಆಲ್ಬಸ್ ತನ್ನ ಅಮ್ಮನ ಪಕ್ಕದಲ್ಲಿ ಕೂರುತ್ತಾನೆ.

ಆಲ್ಬಸ್

ನಾನು ಅವಳನ್ನು ಇಷ್ಟಪಟ್ಟೆ, ಅಮ್ಮ. ನಿನಗೆ ಗೊತ್ತೇ? ನಾನು ಅವಳನ್ನು ನಿಜವಾಗಿಯೂ ಇಷ್ಟಪಟ್ಟೆ. ಡೆಲ್ಫಿ. ಮತ್ತು ಅವಳು - ವಾಲ್ಡೆರ್‌ಮಾರ್ಟ್‌ನ ಮಗಳು?

ಜಿನ್ನಿ

ಅವರಿಗೆ ಅದು ಚೆನ್ನಾಗಿ ಬರುತ್ತದೆ ಆಲ್ಬಸ್ - ಮುಗ್ಧರನ್ನು ಅವರ ಜಾಲದಲ್ಲಿ ಸೆರೆಹಿಡಿಯುವುದು.

ಆಲ್ಬಸ್

ಇದು ನನ್ನದೇ ತಪ್ಪು.

ಜಿನ್ನಿ ಆಲ್ಬಸ್‌ನನ್ನು ತನ್ನ ತೋಳುಗಳಲ್ಲಿ ತೆಗೆದುಕೊಳ್ಳುತ್ತಾಳೆ.

ಜಿನ್ನಿ

ಎಷ್ಟು ತಮಾಷೆಯಲ್ಲವೇ. ನಿನ್ನ ತಂದೆ ಅವೆಲ್ಲವೂ ತನ್ನ ತಪ್ಪು ಎಂದು ಯೋಚಿಸುತ್ತಿದ್ದಾನೆ. ವಿಚಿತ್ರ ಜೋಡಿ, ನೀವಿಬ್ಬರೂ.

ಸ್ಕಾರ್ಪಿಯಸ್ ಬಾಗಿಲಿಂದ ಶಬ್ದ ಮಾಡಿ ಅವಳಿಗೆ ಅಡ್ಡಿಪಡಿಸುತ್ತಾನೆ.

ಸ್ಕಾರ್ಪಿಯಸ್

ಅದು ಅವಳೇ. ಅದು ಅವಳೇ. ಅವಳು ಅವನನ್ನು ನೋಡಿದ್ದಾಳೆ.

ಹರ್ಮಿಯಾನ್

ಸ್ಥಾನಗಳಲ್ಲಿ. ಎಲ್ಲರೂ. ನೆನಪಿಡಿ, ಅವನು ಅವಳನ್ನು ಬೆಳಕಿನಲ್ಲಿ ತರುವವರೆಗೂ ಹೊರಬರಬೇಡಿ. ನಾವು ಇದಕ್ಕೆ ಒಂದೇ ಅವಕಾಶ ಹೊಂದಿದ್ದೇವೆ, ನಾವು ಅವ್ಯವಸ್ಥೆ ಮಾಡಲು ಬಯಸುತ್ತಿಲ್ಲ.

ಅವರೆಲ್ಲಾ ವೇಗವಾಗಿ ಚಲಿಸುತ್ತಾರೆ.

ಡ್ರಾಕೊ

ಹರ್ಮಿಯಾನ್ ಗ್ರ್ಯಾಂಗರ್, ನಾನು ಹರ್ಮಿಯಾನ್ ಗ್ರ್ಯಾಂಗರ್ ಹೇಳಿದ್ದನ್ನು ಕೇಳಬೇಕು. (*ಅವಳು ಅವನ ಕಡೆಗೆ ತಿರುಗುತ್ತಾಳೆ, ಅವನು ನಗುತ್ತಾನೆ.*) ಮತ್ತು ನಾನು ಸ್ವಲ್ಪಮಟ್ಟಿಗೆ ಅದನ್ನು ಆನಂದಿಸುತ್ತಿದ್ದೇನೆ.

ಸ್ಕಾರ್ಪಿಯಸ್

ಅಪ್ಪಾ...

ಅವರು ಚೆದುರುತ್ತಾರೆ. ಅವರು ಎರಡು ಪ್ರಮುಖ ಬಾಗಿಲುಗಳ ಹಿಂದೆ ಅಡಗಿದ್ದಾರೆ. ಹ್ಯಾರಿ/ವಾಲ್ಡೆರ್‌ಮಾರ್ಟ್ ಚರ್ಚ್ ಅನ್ನು ಮರು ಪ್ರವೇಶಿಸುತ್ತಾನೆ. ಅವನು ಸ್ವಲ್ಪ ದೂರ ಹೋಗಿ ನಂತರ ತಿರುಗುತ್ತಾನೆ.

ಹ್ಯಾರಿ/ವಾಲ್ಡೆರ್‌ಮಾರ್ಟ್

ಯಾವುದೇ ಮಾಟಗಾತಿ ಅಥವಾ ಮಾಂತ್ರಿಕರು ನನ್ನನ್ನು ಅನುಸರಿಸುತ್ತಿದ್ದರೂ, ನೀನು ಅದರ ಬಗ್ಗೆ ವಿಷಾದಿಸುತ್ತೀಯಾ ಎಂದು ನಾನು ನಿನಗೆ ಭರವಸೆ ನೀಡುತ್ತೇನೆ.

ಡೆಲ್ಫಿ ಅವನ ಹಿಂದೆ ಹೊರಹೊಮ್ಮುತ್ತಾಳೆ. ಅವಳು ಅವನನ್ನು ನೋಡಿ ಸಂತೋಷಗೊಂಡಿದ್ದಾಳೆ. ಇದು ಅವಳ ತಂದೆ ಮತ್ತು ಅವಳು ಇಡೀ ಜೀವನ ಕಾಯುತ್ತಿದ್ದ ಕ್ಷಣ ಇದಾಗಿದೆ.

ಡೆಲ್ಫಿ

ಲಾರ್ಡ್ ವಾಲ್ಡೆರ್‌ಮಾರ್ಟ್. ನಾನು. ನಾನು ನಿನ್ನನ್ನು ಅನುಸರಿಸುತ್ತಿದ್ದೇನೆ.

ಹ್ಯಾರಿ/ವಾಲ್ಡೆರ್‌ಮಾರ್ಟ್

ನನಗೆ ನೀನು ಗೊತ್ತಿಲ್ಲ. ದೂರ ಹೋಗು.

ಅವಳು ಆಳವಾಗಿ ಉಸಿರಾಡುತ್ತಾಳೆ.

ಡೆಲ್ಫಿ

ನಾನು ನಿನ್ನ ಮಗಳು.

ಹ್ಯಾರಿ/ವಾಲ್ಡೆರ್‌ಮಾರ್ಟ್

ನೀನು ನನ್ನ ಮಗಳಾಗಿದ್ದರೆ, ನನಗೆ ತಿಳಿದಿರುತ್ತಿತ್ತು.

ಡೆಲ್ಫಿ ಆತನನ್ನು ದೈನ್ಯತೆಯಿಂದ ನೋಡುತ್ತಿದ್ದಾಳೆ.

ಡೆಲ್ಫಿ

ನಾನು ಭವಿಷ್ಯದಿಂದ ಬಂದಿದ್ದೇನೆ. ಬೆಲ್ಲಾಟ್ರಿಕ್ಸ್ ಲೆಸ್ಟ್ರೇಂಜ್ ಮತ್ತು ನಿನ್ನ ಮಗು. ನಾನು ಹಾಗ್‌ವಾರ್ಟ್ಸ್ ಯುದ್ಧದ ಮುಂಚೆ ಮಾಲ್ಫೋಯ್ ಮಹಲಿನಲ್ಲಿ ಜನಿಸಿದೆನು. ನೀನು ಆ ಯುದ್ಧದಲ್ಲಿ ಸೋಲುತ್ತೀಯೆ. ನಾನು ನಿನ್ನನ್ನು ಉಳಿಸಲು ಬಂದಿದ್ದೇನೆ.

ಹ್ಯಾರಿ/ವಾಲ್ಡೆರ್‌ಮಾರ್ಟ್ ತಿರುಗುತ್ತಾನೆ. ಅವಳು ಅವನನ್ನೇ ನೋಡುತ್ತಿದ್ದಾಳೆ.

ಅದು ಬೆಲ್ಲಾಟ್ರಿಕ್ಸ್ ಳ ನಿಷ್ಠಾವಂತ ಗಂಡನಾದ ರೊಡೊಲ್ಫಸ್ ಲೆಸ್ಟ್ರೇಂಜ್ ಆಗಿದ್ದ, ಅವನು ಅಜ್ಕಾಬಾನ್‌ನಿಂದ ಹಿಂದಿರುಗಿದ ನಾನು ಮತ್ತು ನಾನು ಯಾರು ಎಂದು ಬಹಿರಂಗಪಡಿಸಿದ ಹಾಗೂ ಅವನ ಪ್ರಕಾರ ನಾನು ಪೂರೈಸಬೇಕಾಗಿರುವ ಭವಿಷ್ಯವಾಣಿಯನ್ನು ಹೇಳಿದ. ನಾನು ನಿನ್ನ ಮಗಳು, ಸ್ವಾಮಿ.

ಹ್ಯಾರಿ/ವಾಲ್ಡೆರ್‌ಮಾರ್ಟ್

ನನಗೆ ಬೆಲ್ಲಾಟ್ರಿಕ್ಸ್ ಗೊತ್ತು ಮತ್ತು ನಿನ್ನ ಮುಖದಲ್ಲಿ ಕೆಲವು ಹೋಲಿಕೆಗಳಿವೆ - ಆದರೆ ಅವಳ ಅತ್ಯುತ್ತಮ ಗುಣಗಳನ್ನು ನೀನು ಪಡೆದುಕೊಂಡಿಲ್ಲ. ಆದರೆ ಪುರಾವೆ ಇಲ್ಲದೆ...

ಡೆಲ್ಫಿ ಪಾರ್ಸೆಲ್‌ಟಂಗ್‌ನಲ್ಲಿ ವೇಗವಾಗಿ ಮಾತನಾಡುತ್ತಾಳೆ.

ಹ್ಯಾರಿ/ವಾಲ್ಡೆರ್‌ಮಾರ್ಟ್ ಕ್ರೂರವಾಗಿ ನಗುತ್ತಾನೆ.

ಇದೇ ನಿನ್ನ ಪುರಾವೆಯೇ?

ಡೆಲ್ಫಿ ಸಲೀಸಾಗಿ ಗಾಳಿಯಲ್ಲಿ ಏರುತ್ತಾಳೆ. ಹ್ಯಾರಿ/ವಾಲ್ಡೆರ್‌ಮಾರ್ಟ್ ಹಿಂದಕ್ಕೆ ಹೆಜ್ಜೆಯಿಡುತ್ತಾನೆ - ಅಚ್ಚರಿಯಿಂದ.

ಡೆಲ್ಫಿ

ನಾನು ನಿನ್ನ ಕಾಳ ಮಾಂತ್ರಿಕನಿಗೆ ಅಗುರೆ, ಮತ್ತು ನಾನು ನಿನಗೆ ಸೇವೆ ನೀಡಲು ಏನು ಬೇಕಾದರೂ ಮಾಡಲು ಸಿದ್ಧನಾಗಿದ್ದೇನೆ.

ಹ್ಯಾರಿ/ವಾಲ್ಡೆರ್‌ಮಾರ್ಟ್ (*ತನ್ನ ಆಘಾತವನ್ನು ತೋರಿಸದಿರಲು ಪ್ರಯತ್ನಿಸುತ್ತ*)

ನೀನು ಹಾರುವುದನ್ನು ನನ್ನಿಂದ ಕಲಿತಿದ್ದೀಯಾ?

ಡೆಲ್ಫಿ

ನೀನು ತೋರಿಸಿದ ಮಾರ್ಗವನ್ನು ಅನುಸರಿಸಲು ನಾನು ಪ್ರಯತ್ನಿಸಿದೆ.

ಹ್ಯಾರಿ/ವಾಲ್ಡೆರ್‌ಮಾರ್ಟ್

ನಾನು ಎಂದಿಗೂ ನನ್ನ ಸಮನಾಗಿರಲು ಪ್ರಯತ್ನಿಸಿದ ಮಾಟಗಾತಿ ಅಥವಾ ಮಾಂತ್ರಿಕರನ್ನು ಭೇಟಿಯಾಗಿಲ್ಲ.

ಡೆಲ್ಫಿ

ನನ್ನನ್ನು ತಪ್ಪಾಗಿ ತಿಳಿದುಕೊಳ್ಳಬೇಡಿ - ನಾನು ನಿಮಗೆ ಯೋಗ್ಯಳು ಎಂದು ಹೇಳಿಕೊಳ್ಳುವುದಿಲ್ಲ, ಸ್ವಾಮಿ. ಆದರೆ ನೀವು ಹೆಮ್ಮೆ ಪಡಬಹುದಾದ ಮಗಳಾಗಿರಲು ನನ್ನ ಜೀವನವನ್ನು ಮುಡಿಪಾಗಿಟ್ಟಿದ್ದೇನೆ.

ಹ್ಯಾರಿ/ವಾಲ್ಡೆರ್‌ಮಾರ್ಟ್ (ಅಡ್ಡಿಪಡಿಸುತ್ತ)

ನೀನೇನೆಂದು ನಾನು ನೋಡುತ್ತಿದ್ದೇನೆ ಮತ್ತು ನೀನು ಏನಾಗಬಹುದು ಎಂದೂ ನಾನು ನೋಡುತ್ತಿದ್ದೇನೆ. ಮಗಳೇ.

ಅವಳು ಅವನನ್ನು ನೋಡುತ್ತಾಳೆ, ಅವಳ ಮನಸ್ಸನ್ನು ತಟ್ಟಿದೆ.

ಡೆಲ್ಫಿ

ಅಪ್ಪಾ?

ಹ್ಯಾರಿ/ವಾಲ್ಡೆರ್‌ಮಾರ್ಟ್

ಒಟ್ಟಾಗಿ, ನಾವು ಬಳಸಬಹುದಾದ ಶಕ್ತಿ.

ಡೆಲ್ಫಿ

ಅಪ್ಪಾ...

ಹ್ಯಾರಿ/ವಾಲ್ಡೆರ್‌ಮಾರ್ಟ್

ಇಲ್ಲಿ ಬಾ, ಬೆಳಕಿನಲ್ಲಿ, ನನ್ನ ರಕ್ತ ಹೇಗೆ ರೂಪಗೊಂಡಿದೆಯೆಂದು ನಾನು ಪರಿಶೀಲಿಸಬೇಕು.

ಡೆಲ್ಫಿ

ನಿನ್ನ ಧ್ಯೇಯ ತಪ್ಪಾಗಿದೆ. ಹ್ಯಾರಿ ಪಾಟರ್ ಮೇಲೆ ದಾಳಿ ಮಾಡುವುದು ತಪ್ಪಾಗಿದೆ. ಅವನು ನಿನ್ನನ್ನು ನಾಶಮಾಡುತ್ತಾನೆ.

ಹ್ಯಾರಿಯ ಕೈ ವಾಲ್ಡೆರ್‌ಮಾರ್ಟ್ ಕೈಯಾಗುತ್ತದೆ. ಅವನು ಅದನ್ನು ಆಶ್ಚರ್ಯಚಕಿತನಾಗಿ ನಿರಾಶೆಯಿಂದ ನೋಡುತ್ತಾನೆ, ಮತ್ತು ನಂತರ ಶೀಘ್ರವಾಗಿ ಅದನ್ನು ತನ್ನ ಕೈತೋಳಿನ ಒಳಗೆ ಎಳೆಯುತ್ತಾನೆ.

ಹ್ಯಾರಿ/ವಾಲ್ಡೆರ್‌ಮಾರ್ಟ್

ಅವನು ಒಂದು ಮಗು.

ಡೆಲ್ಫಿ

ಅವನು ತನ್ನ ತಾಯಿಯ ಪ್ರೀತಿಯನ್ನು ಹೊಂದಿದ್ದಾನೆ, ನಿನ್ನ ಮಂತ್ರವು ಹಿಮ್ಮೆಟ್ಟುತ್ತದೆ, ಅದು ನಿನ್ನನ್ನು ನಾಶಗೊಳಿಸುತ್ತದೆ ಮತ್ತು ಅವನನ್ನು ತುಂಬಾ ಶಕ್ತಿಶಾಲಿಯಾಗಿಸುತ್ತದೆ ಮತ್ತು ನಿನ್ನನ್ನು ತುಂಬಾ ದುರ್ಬಲನಾಗಿಸುತ್ತದೆ. ನೀನು ಚೇತರಿಸಿಕೊಂಡು ಮುಂದಿನ ಹದಿನೇಳು

ವರ್ಷಗಳ ಕಾಲ ಅವನೊಂದಿಗೆ ಯುದ್ಧ ಮಾಡುತ್ತೀಯಾ- ಹಾಗೂ ಆ ಯುದ್ಧದಲ್ಲಿ ನೀನು ಸೋಲುತ್ತೀಯಾ.

ಹ್ಯಾರಿ/ವಾಲ್ಡೆರ್‌ಮಾರ್ಟ್ ಕೂದಲು ಮೊಳಕೆಯೊಡೆಯಲು ಪ್ರಾರಂಭವಾಗುತ್ತದೆ, ಅವನು ಅದನ್ನು ಅನುಭವಿಸುತ್ತಾನೆ ಅದನ್ನು ಮುಚ್ಚುವ ಪ್ರಯತ್ನ ಮಾಡುತ್ತಾನೆ. ಅವನು ತನ್ನ ತಲೆಯ ಮೇಲೆ ತನ್ನ ಹುಡ್ ಅನ್ನು ಎಳೆದುಕೊಳ್ಳುತ್ತಾನೆ.

ಹ್ಯಾರಿ/ವಾಲ್ಡೆರ್‌ಮಾರ್ಟ್

ಹಾಗಾದರೆ ನಾನು ಅವನ ಮೇಲೆ ದಾಳಿ ಮಾಡುವುದಿಲ್ಲ. ನೀನು ಹೇಳಿದ್ದು ಸರಿ.

ಡೆಲ್ಫಿ

ಅಪ್ಪಾ?

ಹ್ಯಾರಿ/ವಾಲ್ಡೆರ್‌ಮಾರ್ಟ್ ಕುಗ್ಗುತ್ತಾನೆ - ಅವನು ಈಗ ವಾಲ್ಡೆರ್‌ಮಾರ್ಟ್‌ಗಿಂತ ಹೆಚ್ಚು ಹ್ಯಾರಿಯಾಗಿದ್ದಾನೆ. ಅವನು ಡೆಲ್ಫಿ ಕಡೆ ತಿರುಗುತ್ತಾನೆ.

ಅಪ್ಪಾ?

ಹ್ಯಾರಿ (*ಈಗಲೂ ವಾಲ್ಡೆರ್‌ಮಾರ್ಟ್‌ನಂತೆ ಧ್ವನಿಸಲು ತುಂಬಾ ಪ್ರಯತ್ನಿಸುತ್ತಿದ್ದಾನೆ*)

ನಿನ್ನ ಯೋಜನೆ ಚೆನ್ನಾಗಿದೆ. ಹೋರಾಟ ಈಗ ನಿಲ್ಲಿಸೋಣ. ನೀನು ನನಗೆ ಚೆನ್ನಾಗಿ ಸೇವೆ ಸಲ್ಲಿಸಿದ್ದೀಯಾ ಈಗ ನೀನು ಬೆಳಕಿಗೆ ಬಂದರೆ, ನಾನು ನಿನ್ನನ್ನು ಪರಿಶೀಲಿಸಬಹುದು.

ಡೆಲ್ಫಿ ಒಂದು ಬಾಗಿಲು ಸ್ವಲ್ಪ ತೆರೆದಿರುವುದನ್ನು ನೋಡುತ್ತಾಳೆ ಹಾಗೂ ಅದು ಮುಚ್ಚಿಕೊಳ್ಳುತ್ತಿದೆ. ಆಕೆ ಚಿಂತಿಸುತ್ತಿದ್ದಾಳೆ ಆಕೆಯ ಅನುಮಾನ ಹೆಚ್ಚಾಗುತ್ತಿದೆ.

ಡೆಲ್ಫಿ

ಅಪ್ಪಾ...

ಅವಳು ಮತ್ತೆ ಅವನ ಮುಖ ನೋಡಲು ಪ್ರಯತ್ನಿಸುತ್ತಾಳೆ, ಅಲ್ಲಿ ಬಹುತೇಕ ನೃತ್ಯ ನಡೆಯುತ್ತಿದೆ.

ನೀನು ಲಾರ್ಡ್ ವಾಲ್ಡೆರ್‌ಮಾರ್ಟ್ ಅಲ್ಲ.

ಡೆಲ್ಫಿ ತನ್ನ ಕೈಯಿಂದ ಒಂದು ಮಿಂಚನ್ನು ಬಿಡುತ್ತಾಳೆ, ಹ್ಯಾರಿ ಅವಳಿಗೆ ಸಮನಾಗಿದ್ದಾನೆ.

ಇನ್‌ಸೆಂಡಿಯೋ!

ಹ್ಯಾರಿ

ಇನ್‌ಸೆಂಡಿಯೋ!

ಮಿಂಚುಗಳು ವೇದಿಕೆಯ ಮಧ್ಯದಲ್ಲಿ ಒಂದು ಸುಂದರ ಸ್ಫೋಟದಲ್ಲಿ ಭೇಟಿಯಾಗುತ್ತವೆ.

ಮತ್ತು ಅವಳ ಇನ್ನೊಂದು ಕೈಯಿಂದ ಡೆಲ್ಫಿ ಎರಡೂ ಬಾಗಿಲುಗಳಿಗೆ ಮಿಂಚುಗಳನ್ನು ಕಳುಹಿಸುತ್ತಾಳೆ ಹಾಗೂ

ಇತರರು ಅವುಗಳನ್ನು ತೆರೆಯಲು ಪ್ರಯತ್ನಿಸುತ್ತಿದ್ದಾರೆ.

ಡೆಲ್ಫಿ

ಪಾಟರ್. ಕೊಲೊರಾಪ್ಟಸ್!

ಹ್ಯಾರಿ ಬಾಗಿಲನ್ನು ನೋಡುತ್ತಿದ್ದಾನೆ, ನಿರಾಶೆಯಿಂದ.

ಜಿನ್ನಿ (ದೂರದಿಂದ)

ಅವರು ನಿನ್ನ ಕಡೆಯಿಂದ ಬಾಗಿಲುಗಳಿಗೆ ಬೀಗ ಹಾಕಿದ್ದಾಳೆ.

ಡೆಲ್ಫಿ

ಏನು? ನಿನ್ನ ಸ್ನೇಹಿತರು ನಿನ್ನನ್ನು ಸೇರಿಕೊಳ್ಳುತ್ತಾರೆ ಎಂದು ಯೋಚಿಸಿದ್ದೆಯಾ?

ಹರ್ಮಿಯಾನ್ (ದೂರದಿಂದ)

ಹ್ಯಾರಿ... ಹ್ಯಾರಿ...

ಹ್ಯಾರಿ

ಸರಿ. ನಾನೊಬ್ಬನೇ ನಿನ್ನನ್ನು ನೋಡಿಕೊಳ್ಳುತ್ತೇನೆ.

ಅವನು ಮತ್ತೆ ಅವಳ ಮೇಲೆ ದಾಳಿ ಮಾಡಲು ಚಲಿಸುತ್ತಾನೆ. ಆದರೆ ಅವಳು ತುಂಬಾ ಬಲಶಾಲಿಯಾಗಿದ್ದಾಳೆ. ಹ್ಯಾರಿ ಮಂತ್ರದಂಡವು ಅವಳ ಕಡೆಗೆ ಹೋಗುತ್ತಿದೆ. ಅವನು ನಿರಾಯುಧನಾಗಿದ್ದಾನೆ. ಅವನು ಅಸಹಾಯಕನಾಗಿದ್ದಾನೆ.

ನೀನು ಹೇಗೆ ...? ನೀನು ಯಾರು?

ಡೆಲ್ಫಿ

ನಾನು ನಿನ್ನನ್ನು ದೀರ್ಘಕಾಲದವರೆಗೆ ವೀಕ್ಷಿಸಿದ್ದೇನೆ ಹ್ಯಾರಿ ಪಾಟರ್,. ನನ್ನ ತಂದೆ ನಿನ್ನನ್ನು ತಿಳಿದಿರುವುದಕ್ಕಿಂತ ನನಗೆ ನೀನು ಚೆನ್ನಾಗಿ ಗೊತ್ತು.

ಹ್ಯಾರಿ

ನೀನು ನನ್ನ ದೌರ್ಬಲ್ಯಗಳನ್ನು ತಿಳಿದುಕೊಂಡಿದ್ದೀಯಾ?

ಡೆಲ್ಫಿ

ನಾನು ಅವನಿಗೆ ಯೋಗ್ಯಳಾಗಿರಲು ಅಧ್ಯಯನ ಮಾಡಿದ್ದೇನೆ! ಹೌದು, ಅವನು ಸಾರ್ವಕಾಲಿಕ ಸರ್ವೋಚ್ಚ ಮಾಂತ್ರಿಕನಾಗಿದ್ದರೂ, ಅವನು ನನ್ನ ಬಗ್ಗೆ ಹೆಮ್ಮೆಪಡುತ್ತಾನೆ. ಎಕ್ಸ್ ಪಲ್ಸೋ!

ನೆಲವು ಅವನ ಹಿಂದೆ ಸ್ಫೋಟಗೊಳ್ಳುತ್ತಿದ್ದಂತೆ ಹ್ಯಾರಿ ದೂರ ಹೋಗುತ್ತಾನೆ. ಅವನು ಒಂದು ಚರ್ಚ್ ಕಟಾಂಜನದ ಅಡಿಯಲ್ಲಿ

ತೀವ್ರವಾಗಿ ತೆವಳುತ್ತಿದ್ದಾನೆ, ಅವಳ ವಿರುದ್ಧ ಹೇಗೆ ಹೋರಾಡಬಹುದು ಎಂದು ತಿಳಿಯಲು ಪ್ರಯತ್ನಿಸುತ್ತಿದ್ದಾನೆ.

ನೀನು ನನ್ನಿಂದ ದೂರ ಹೋಗುತ್ತಿದ್ದೀಯಾ? ಹ್ಯಾರಿ ಪಾಟರ್. ಮಾಂತ್ರಿಕ ಜಗತ್ತಿನ ಮುಂದಾಳು. ಒಂದು ಇಲಿಯ ಹಾಗೆ ತೆವಳುತ್ತಿದ್ದಾನೆ. ವಿಂಗಾರ್ಡಿಯಮ್ ಲೆವಿಯೋಸಾ!

ಚರ್ಚ್ ಕಟಾಂಜನ ಗಾಳಿಯಲ್ಲಿ ಏರುತ್ತದೆ.

ಇಲ್ಲಿ ಪ್ರಶ್ನೆಯೆಂದರೆ ನಿನ್ನನ್ನು ಕೊಲ್ಲುವುದು ನನ್ನ ಸಮಯ ವ್ಯರ್ಥ ಮಾಡುವುದಾಗಿದೆಯೇ ಎನ್ನುವುದಾಗಿದೆ, ಏಕೆಂದರೆ ನಾನು ನನ್ನ ತಂದೆಯನ್ನು ತಡೆದ ತಕ್ಷಣ, ನಿನ್ನ ವಿನಾಶ ಖಚಿತವಾಗಿರುತ್ತದೆ. ನಾನು ಹೇಗೆ ನಿರ್ಧರಿಸಲಿ? ಓ, ನಾನು ಬೇಸರಗೊಂಡಿದ್ದೇನೆ, ನಾನು ನಿನ್ನನ್ನು ಕೊಲ್ಲುತ್ತೇನೆ.

ಅವಳು ಅವನ ಮೇಲೆ ಕಟಾಂಜನವನ್ನು ಜೋರಾಗಿ ಬೀಳಿಸುತ್ತಾಳೆ. ಅದು ಹ್ಯಾರಿಯ ಕಡೆ ಬರುತ್ತಿದ್ದಂತೆ ಅವನು ಪಕ್ಕಕ್ಕೆ ಸರಿದುಕೊಳ್ಳುತ್ತಾನೆ.

ಅಲ್ಬಸ್ ನೆಲದ ಮೇಲೆ ಚೂರಿನಿಂದ ಹೊರಹೊಮ್ಮುತ್ತಾನೆ, ಇಬ್ಬರೂ ಅವನನ್ನು ನೋಡಿಲ್ಲ.

ಅವಾಡಾ-

ಆಲ್ಬಸ್

ಅಪ್ಪಾ...

ಹ್ಯಾರಿ

ಅಲ್ಬಸ್! ಬೇಡ!

ಆಲ್ಬಸ್ ಹ್ಯಾರಿಯ ಕಡೆ ಒಂದು ಮಂತ್ರದಂಡವನ್ನು ಎಸೆಯುತ್ತಾನೆ, ಹ್ಯಾರಿ ಅದನ್ನು ಹಿಡಿಯುತ್ತಾನೆ, ತನ್ನ ಮಗನ ಮೇಲೆ ಬಂದಿರುವ ಅಪಾಯದ ಬಗ್ಗೆ ಅವನಿಗೆ ಆತಂಕ ಉಂಟಾಗಿದೆ.

ಡೆಲ್ಫಿ

ನೀವಿಬ್ಬರೂ? ಆಯ್ಕೆಗಳು, ಆಯ್ಕೆಗಳು. ನಾನು ಮೊದಲು ಹುಡುಗನನ್ನು ಕೊಲ್ಲುತ್ತೇನೆ ಎಂದು ನನಗನಿಸುತ್ತಿದೆ. ಅವಾಡಾ ಕೆದಾವ್ರಾ!

ಅವಳು ಆಲ್ಬಸ್ ಕಡೆ ಕೊಲ್ಲುವ ಶಾಪವನ್ನು ಬಿಡುತ್ತಾಳೆ- ಆದರೆ ಹ್ಯಾರಿ ಅವನನ್ನು ಅವನನ್ನು ದಾರಿಯಿಂದ ಹೊರಕ್ಕೆ ಎಸೆಯುತ್ತಾನೆ. ಮಿಂಚು ನೆಲಕ್ಕೆ ಬಡಿದಿದೆ. ಅವನು ಇನ್ನೊಂದು ಮಿಂಚನ್ನು ಬಿಡುತ್ತಾನೆ.

ನೀನು ನನಗಿಂತ ಪ್ರಬಲನಾಗಿದ್ದೀಯಾ ಎಂದು ನೀನು ಭಾವಿಸುತ್ತೀಯಾ?

ಹ್ಯಾರಿ

ಇಲ್ಲ.

ಅವರು ಪರಸ್ಪರರ ಮೇಲೆ ಕರುಣೆಯಿಲ್ಲದೇ ಮಿಂಚುಗಳನ್ನು ಬಿಡುತ್ತಿದ್ದಾರೆ ಹಾಗೂ ಆಲ್ಬಸ್ ಉರುಳುತ್ತ ಬೇಗ ಮಂತ್ರ ಹೇಳಿ ಒಂದು ಬಾಗಿಲನ್ನು ಎರೆಯುತ್ತಾನೆ ಮತ್ತು ನಂತರ ಇನ್ನೊಂದನ್ನು.

ಆಲ್ಬಸ್

ಅಲೋಹೋಮೊರಾ!

ಹ್ಯಾರಿ

ಆದರೆ ನಾವು.

ಆಲ್ಬಸ್

ಅಲೋಹೋಮೊರಾ!

ಹ್ಯಾರಿ

ನಾನು ಎಂದಿಗೂ ಒಬ್ಬಂಟಿಯಾಗಿ ಹೋರಾಡಲಿಲ್ಲ, ನಿನಗೆ ಗೊತ್ತೇ. ಮತ್ತು ನಾನು ಎಂದಿಗೂ ಹಾಗೆ ಮಾಡುವುದೂ ಇಲ್ಲ.

ಹರ್ಮಿಯಾನ್, ರಾನ್, ಜಿನ್ನಿ ಮತ್ತು ಡ್ರಾಕೋ ಬಾಗಿಲುಗಳಿಂದ ಬರುತ್ತಾರೆ, ಮತ್ತು ಡೆಲ್ಫಿ ಕಡೆ ತಮ್ಮ ಮಂತ್ರಗಳನ್ನು ಬಿಡುತ್ತಾರೆ, ಅವಳು ಸುಸ್ತಿನಿಂದ ಕೂಗುತ್ತಾಳೆ. ಅವಳು ಅದ್ಭುತವಾಗಿದ್ದರೂ ಅವಳಿಗೆ ಅವರೆಲ್ಲರ ಜೊತೆ ಒಬ್ಬಳೇ ಹೋರಾಟ ಮಾಡಲು ಸಾಧ್ಯವಿಲ್ಲ.

ಅಲ್ಲಿ ದೊಡ್ಡ ಶಬ್ದಗಳ ಸರಣಿಗಳಿವೆ - ಮತ್ತು ನಂತರ, ಎಲ್ಲರೂ ಸೇರಿ ಡೆಲ್ಫಿಯನ್ನು ನೆಲ ಕಚ್ಚಿಸುತ್ತಾರೆ.

ಡೆಲ್ಫಿ

ಇಲ್ಲ ಇಲ್ಲ ...

ಹರ್ಮಿಯಾನ್

ಬ್ರಾಚಿಯಾಬಿಂಡೊ!

ಅವಳನ್ನು ಬಂಧಿಸಲಾಗಿದೆ.

ಡೆಲ್ಫಿ ಕಡೆಗೆ ಹ್ಯಾರಿ ಬರುತ್ತಿದ್ದಾನೆ. ಅವನು ಅವಳಿಂದ ತನ್ನ ಕಣ್ಣುಗಳನ್ನು ತೆಗೆದಿಲ್ಲ. ಉಳಿದವರು ಹಿಂದೆಯೇ ನಿಂತಿದ್ದಾರೆ.

ಹ್ಯಾರಿ

ಅಲ್ಬಸ್, ನೀನು ಹುಶಾರಾಗಿದ್ದೀಯಾ?

ಆಲ್ಬಸ್

ಹೌದು, ಅಪ್ಪ, ನಾನು ಹುಶಾರಾಗಿದ್ದೇನೆ.

ಹ್ಯಾರಿ ಈಗಲೂ ತನ್ನ ಕಣ್ಣುಗಳನ್ನು ಡೆಲ್ಫಿ ಮೇಲೇ ಇಟ್ಟಿದ್ದಾನೆ. ಅವನು ಇನ್ನೂ ಅವಳನ್ನು ನೋಡಿ ಹೆದರುತ್ತಿದ್ದಾನೆ.

ಹ್ಯಾರಿ

ಜಿನ್ನಿ, ಅವನು ಗಾಯಗೊಂಡಿದ್ದಾನೆಯೇ? ಅವನು ಸುರಕ್ಷಿತವಾಗಿದ್ದಾನೆಂದು ನಾನು ತಿಳಿದುಕೊಳ್ಳಬೇಕಾಗಿದೆ ...

ಜಿನ್ನಿ

ಅವನು ಒತ್ತಾಯಿಸಿದ. ಗೇಟ್ ಮೂಲಕ ತೆವಳಿಕೊಂಡು ಬರಲು ಅವನು ಮಾತ್ರ ಚಿಕ್ಕವನಾಗಿದ್ದ. ನಾನು ಅವನನ್ನು ನಿಲ್ಲಿಸಲು ಪ್ರಯತ್ನಿಸಿದೆ.

ಹ್ಯಾರಿ

ಅವನು ಹುಶಾರಾಗಿದ್ದಾನೆ ಎಂದು ಹೇಳು ಸಾಕು.

ಆಲ್ಬಸ್

ನಾನು ಹುಶಾರಾಗಿದ್ದೇನೆ, ಅಪ್ಪಾ. ಖಂಡಿತವಾಗಿಯೂ.

ಹ್ಯಾರಿ ಡೆಲ್ಫಿ *ಕಡೆಗೆ ಮುಂದುವರಿಯುತ್ತಿದ್ದಾನೆ.*

ಹ್ಯಾರಿ

ಬಹಳಷ್ಟು ಜನರು ನನ್ನನ್ನು ನೋಯಿಸಲು ಪ್ರಯತ್ನಿಸಿದ್ದಾರೆ - ಆದರೆ ನನ್ನ ಮಗ! ನೀನು ನನ್ನ ಮಗನನ್ನು ನೋಯಿಸಲು ಪ್ರಯತ್ನಿಸಿದೆ!

ಡೆಲ್ಫಿ

ನನಗೆ ನನ್ನ ತಂದೆಯನ್ನು ತಿಳಿದುಕೊಳ್ಳಬೇಕಿತ್ತು.

ಇದನ್ನು ಕೇಳಿ ಹ್ಯಾರಿಗೆ ಆಶ್ಚರ್ಯವಾಗಿದೆ.

ಹ್ಯಾರಿ

ನಿನ್ನ ಜೀವನವನ್ನು ಮತ್ತೆ ನಿರ್ಮಿಸಲು ಸಾಧ್ಯವಿಲ್ಲ. ನೀನು ಯಾವಾಗಲೂ ಅನಾಥಳಾಗಿರುತ್ತೀಯಾ. ಅದು ಎಂದಿಗೂ ನಿನ್ನನ್ನು ಬಿಟ್ಟು ಹೋಗುವುದಿಲ್ಲ.

ಡೆಲ್ಫಿ

ಅವನನ್ನು ಒಮ್ಮೆ ನೋಡಲು ಬಿಡು.

ಹ್ಯಾರಿ

ನನಗೆ ಸಾಧ್ಯವಿಲ್ಲ ಮತ್ತು ನಾನು ಹಾಗೆ ಮಾಡುವುದಿಲ್ಲ.

ಡೆಲ್ಫಿ (*ನಿಜವಾಗಿಯೂ ಕರುಣಾಜನಕವಾಗಿ*)

ನಂತರ ನನ್ನನ್ನು ಕೊಲ್ಲು.

ಹ್ಯಾರಿ *ಒಂದು ಕ್ಷಣ ಯೋಚಿಸುತ್ತಾನೆ.*

ಹ್ಯಾರಿ

ನನಗೆ ಅದನ್ನೂ ಮಾಡಲು ಸಾಧ್ಯವಿಲ್ಲ ...

ಆಲ್ಬಸ್

ಏನು? ಅಪ್ಪಾ? ಅವಳು ಅಪಾಯಕಾರಿ.

ಹ್ಯಾರಿ

ಇಲ್ಲ, ಅಲ್ಬಸ್ ...

ಆಲ್ಬಸ್

ಆದರೆ ಅವಳು ಕೊಲೆಗಾತಿ - ನಾನು ಅವಳ ಕೊಲೆ ಮಾಡುವುದನ್ನು ನೋಡಿದ್ದೇನೆ -

ಹ್ಯಾರಿ ತನ್ನ ಮಗನನ್ನು ನೋಡುತ್ತಾನೆ ಮತ್ತು ನಂತರ ಜಿನ್ನಿಯನ್ನು ನೋಡುತ್ತಾನೆ.

ಹ್ಯಾರಿ

ಹೌದು. ಆಲ್ಬಸ್, ಅವಳು ಕೊಲೆಗಾತಿ, ಆದರೆ ನಾವಲ್ಲ.

ಹರ್ಮಿಯಾನ್

ನಾವು ಅವರಿಗಿಂತ ಉತ್ತಮವಾಗಿರಬೇಕು.

ರಾನ್

ಹೌದು, ಇದು ಕಿರಿಕಿರಿಯುಂಟುಮಾಡುತ್ತಿದ್ದರೂ ನಾವು ಕಲಿತದ್ದು ಇದೇ ಆಗಿದೆ.

ಡೆಲ್ಫಿ

ನನ್ನ ಮನಸ್ಸನ್ನು ತೆಗೆದುಕೊಳ್ಳಿ. ನನ್ನ ಸ್ಮರಣೆಯನ್ನು ತೆಗೆದುಕೊಳ್ಳಿ. ನಾನು ಯಾರೆಂದು ನಾನು ಮರೆತುಬಿಡುವಂತೆ ಮಾಡಿ.

ರಾನ್

ಇಲ್ಲ. ನಾವು ನಿನ್ನನ್ನು ನಮ್ಮ ಸಮಯಕ್ಕೆ ಕರೆದೊಯ್ಯುತ್ತೇವೆ.

ಹರ್ಮಿಯಾನ್

ಮತ್ತು ನೀನು ಅಜ್ಕಾಬಾನ್‌ಗೆ ಹೋಗುತ್ತೀಯಾ. ನಿನ್ನ ತಾಯಿಯಂತೆಯೇ.

ಡ್ರಾಕೊ

ನೀನು ಅಲ್ಲೇ ಕೊಳೆಯುತ್ತೀಯಾ.

ಹ್ಯಾರಿಗೆ ಒಂದು ಶಬ್ದ ಕೇಳುತ್ತದೆ. ಒಂದು ಭುಸುಗುಡುವ ಶಬ್ದ.

ತದನಂತರ ಸಾವಿನ ಹಾಗಿರುವ ಶಬ್ದವಿದೆ - ನಾವು ಮೊದಲು ಎಂದೂ ಕೇಳಿರದಂಥ ಶಬ್ದ.

ಹಾರಿ ಪಾಟರ್ . . .

ಸ್ಕಾರ್ಪಿಯಸ್

ಏನದು?

ಹ್ಯಾರಿ

ಇಲ್ಲ.ಇಲ್ಲ. ಈಗಲ್ಲ.

ಆಲ್ಬಸ್

ಏನು?

ರಾನ್

ವಾಲ್ಡೆರ್‌ಮಾರ್ಟ್ .

ಡೆಲ್ಫಿ

ಅಪ್ಪಾ?

ಹರ್ಮಿಯಾನ್

ಈಗ? ಇಲ್ಲಿ?

ಡೆಲ್ಫಿ

ಅಪ್ಪಾ!

ಡ್ರಾಕೊ

ಸಿಲೆನ್ಸಿಯೋ! (ಡೆಲ್ಫಿಯ ಬಾಯಿ ಕಟ್ಟಿದೆ.) ವಿಂಗಾರ್ಡಿಯಮ್ ಲೆವಿಯೋಸಾ! (ಅವಳನ್ನು ಮೇಲಕ್ಕೆ ಮತ್ತು ದೂರ ಕಳುಹಿಸಲಾಗಿದೆ.)

ಹ್ಯಾರಿ

ಅವನು ಬರುತ್ತಿದ್ದಾನೆ. ಅವನು ಇದೀಗ ಬರುತ್ತಿದ್ದಾನೆ.

ವಾಲ್ಡೆರ್‌ಮಾರ್ಟ್ ವೇದಿಕೆಯ ಹಿಂಭಾಗದಿಂದ ಬರುತ್ತಾನೆ, ಹಾಗೂ ಅದನ್ನು ದಾಟುತ್ತಾನೆ, ಮತ್ತು ಆಡಿಟೋರಿಯಂನಲ್ಲಿ ನಡೆಯುತ್ತಾನೆ. ಮತ್ತು ಗಾಳಿಯು ಅವನು ಹರಡುವ ದ್ವೇಷ ಮತ್ತು ಭಯದಿಂದ ತುಂಬಿಹೋಗಿದೆ. ಅವನು ತನ್ನ ಜೊತೆ ಮರಣವನ್ನು ತರುತ್ತಾನೆ ಮತ್ತು ಪ್ರತಿಯೊಬ್ಬರಿಗೂ ಇದು ತಿಳಿದಿದೆ.

ಆಕ್ಟ್ ನಾಲ್ಕು ದೃಶ್ಯ ಟ್ವೆಲ್ವ್

ಗಾಡ್ರಿಕ್ಸ್ ಅವರ ಹಾಲೋ, 1981

ಹ್ಯಾರಿ ವಾಲ್ಡೆರ್‌ಮಾರ್ಟ್ ಅನ್ನು ಅಸಹಾಯಕನಾಗಿ ನೋಡುತ್ತಿದ್ದಾನೆ.

ಹ್ಯಾರಿ

ವಾಲ್ಡೆರ್‌ಮಾರ್ಟ್ ನನ್ನ ಅಮ್ಮ ಮತ್ತು ಅಪ್ಪನನ್ನು ಕೊಲ್ಲುತ್ತಾನೆ ಮತ್ತು ಅವನನ್ನು ತಡೆಯಲು ನನಗೆ ಏನೂ ಮಾಡಲು ಸಾಧ್ಯವಿಲ್ಲ.

ಡ್ರಾಕೊ

ಅದು ನಿಜವಲ್ಲ.

ಸ್ಕಾರ್ಪಿಯಸ್

ಅಪ್ಪಾ, ಈಗ ಅದರ ಸಮಯವಲ್ಲ ...

ಆಲ್ಬಸ್

ಅವನನ್ನು ತಡೆಯಲು ನೀನೇನೋ ಮಾಡಬಹುದು. ಆದರೆ ನೀನು ಮಾಡುವುದಿಲ್ಲ.

ಡ್ರಾಕೊ

ಅದು ವೀರತ್ವದ್ದಾಗಿದೆ.

ಜಿನ್ನಿ ಹ್ಯಾರಿ ಕೈಯನ್ನು ತೆಗೆದುಕೊಳ್ಳುತ್ತಾಳೆ.

ಜಿನ್ನಿ

ನೀನು ನೋಡಬೇಕೆಂದಿಲ್ಲ, ಹ್ಯಾರಿ. ನಾವು ಮನೆಗೆ ಹೋಗಬಹುದು.

ಹ್ಯಾರಿ

ನಾನು ಅದು ಆಗಲು ಅವಕಾಶ ನೀಡುತ್ತಿದ್ದೇನೆ... ಖಂಡಿತ ನಾನು ಅದನ್ನು ನೋಡುತ್ತೇನೆ.

ಹರ್ಮಿಯಾನ್

ಹಾಗಾದರೆ ನಾವೆಲ್ಲರೂ ಅದನ್ನು ನೋಡೋಣ.

ರಾನ್

ನಾವೆಲ್ಲರೂ ಅದನ್ನು ನೋಡೋಣ.

ದೂರದಿಂದ ನಮಗೆ ಪರಿಚಯವಿಲ್ಲದ ಧ್ವನಿಗಳು ಕೇಳುತ್ತವೆ...

ಜೇಮ್ಸ್ (*ದೂರದಿಂದ*)

ಲಿಲಿ, ಹ್ಯಾರಿಯನ್ನು ಕರೆದುಕೊಂಡು ಹೋಗು! ಅದು ಅವನೇ! ಹೋಗು! ಓಡು! ನಾನು ಅವರನ್ನು ತಡೆಹಿಡಿಯುತ್ತೇನೆ...

ಒಂದು ಸ್ಫೋಟವಿದೆ, ಮತ್ತು ನಂತರ ಒಂದು ನಗು.

ನೀನು ದೂರವಿರು, ತಿಳಿಯಿತೇ - ನೀನು ದೂರವಿರು.

ವಾಲ್ಡೆರ್‌ಮಾರ್ಟ್ (*ದೂರದಿಂದ*)

ಅವಾಡಾ ಕೆದಾವ್ರಾ!

ಅಡಿಟೋರಿಯಂ ಸುತ್ತಲೂ ಹಸಿರು ಬೆಳಕು ಹೊಳೆಯುತ್ತಿರುವಾಗ ಹ್ಯಾರಿ ಮುಖ ಕಿವಿಚುತ್ತಾನೆ.

ಅಲ್ಬಸ್ ಅವನ ಕೈಯನ್ನು ತೆಗೆದುಕೊಳ್ಳುತ್ತಾನೆ, ಹ್ಯಾರಿ ಅದನ್ನು ಹಿಡಿದುಕೊಳ್ಳುತ್ತಾನೆ. ಅವನಿಗೆ ಅದರ ಅಗತ್ಯವಿದೆ.

ಆಲ್ಬಸ್

ಅವನು ಸಾಧ್ಯವಿರುವ ಎಲ್ಲವನ್ನೂ ಮಾಡಿದ್ದಾನೆ.

ಜಿನ್ನಿ ಹ್ಯಾರಿ ಪಕ್ಕದಲ್ಲಿ ಬರುತ್ತಾಳೆ, ಮತ್ತು ಅವನ ಇನ್ನೊಂದು ಕೈಯನ್ನು ತೆಗೆದುಕೊಳ್ಳುತ್ತಾಳೆ. ಅವನು ಅವರ ಕಡೆ ಬಾಗುತ್ತಾನೆ, ಅವರು ಈಗ ಅವನನ್ನು ಹಿಡಿದುಕೊಂಡಿದ್ದಾರೆ.

ಹ್ಯಾರಿ

ಕಿಟಕಿಯಲ್ಲಿ ನಿಂತಿರುವುದು ನನ್ನಮ್ಮ, ನಾನು ನನ್ನ ತಾಯಿಯನ್ನು ನೋಡಬಹುದು, ಅವಳು ಸುಂದರವಾಗಿ ಕಾಣುತ್ತಿದ್ದಾಳೆ.

ಬಾಗಿಲುಗಳು ಸ್ಫೋಟಗೊಳ್ಳುತ್ತಿರುವಂತೆ ದೊಡ್ಡ ಶಬ್ದವಾಗುತ್ತಿದೆ.

ಲಿಲ್ಲಿ (*ದೂರದಿಂದ*)

ಹ್ಯಾರಿ ಬೇಡ, ಹ್ಯಾರಿ ಬೇಡ, ದಯವಿಟ್ಟು ಹ್ಯಾರಿ ಬೇಡ...

ವಾಲ್ಡೆರ್‌ಮಾರ್ಟ್ (*ದೂರದಿಂದ*)

ಪಕ್ಕಕ್ಕೆ ನಿಂತುಕೋ, ಮೂರ್ಖ ಹುಡುಗಿ... ಈಗಲೇ ಪಕ್ಕಕ್ಕೆ ನಿಂತುಕೋ

ಲಿಲ್ಲಿ (*ದೂರದಿಂದ*)

ಹ್ಯಾರಿ ಬೇಡ, ದಯವಿಟ್ಟು ಬೇಡ, ನನ್ನನ್ನು ತೆಗೆದುಕೋ, ಬದಲಿಗೆ ನನ್ನನ್ನು ಕೊಲ್ಲು...

ವಾಲ್ಡೆರ್‌ಮಾರ್ಟ್ (*ದೂರದಿಂದ*)

ಇದು ನನ್ನ ಕೊನೆಯ ಎಚ್ಚರಿಕೆ-

ಲಿಲ್ಲಿ (*ದೂರದಿಂದ*)

ಹ್ಯಾರಿ ಬೇಡ! ದಯವಿಟ್ಟು... ಕರುಣೆಯಿಡು... ಕರುಣೆ ತೋರು... ನನ್ನ ಮಗ ಬೇಡ! ದಯವಿಟ್ಟು - ನಾನು ಏನು ಬೇಕಾದರೂ ಮಾಡುತ್ತೇನೆ.

ವಾಲ್ಡೆರ್‌ಮಾರ್ಟ್ (*ದೂರದಿಂದ*)

ಅವಾಡಾ ಕೆದಾವ್ರಾ!

ಮತ್ತು ಇದು ಹ್ಯಾರಿ ದೇಹದ ಮೂಲಕ ಮಿಂಚು ಹಾದು ಹೋದಂತೆ ಆಗುತ್ತಿದೆ. ಅವನು ನೆಲದ ಮೇಲೆ ಬಿದ್ದಿದ್ದಾನೆ, ದುಃಖದ ಪೂರ್ಣ ಗೊಂದಲವಾಗಿದ್ದಾನೆ. ಮತ್ತು ಕುಗ್ಗಿದ ಕಿರಿಚುವಿಕೆಯಂಥ ಶಬ್ದವು ನಮ್ಮ ಸುತ್ತ ಮುತ್ತ ಏರಿಳಿಯುತ್ತಿದೆ.

ಮತ್ತು ನಾವು ಕೇವಲ ನೋಡುತ್ತೇವೆ.

ಮತ್ತು ಅಲ್ಲಿ ನಿಧಾನವಾಗಿ ಅಲ್ಲಿ ಇರುವುದು ಅಲ್ಲಿಲ್ಲ.

ಮತ್ತು ವೇದಿಕೆ ರೂಪಾಂತರಗೊಳ್ಳುತ್ತದೆ ಮತ್ತು ತಿರುಗುತ್ತದೆ.

ಮತ್ತು ಹ್ಯಾರಿ ಮತ್ತು ಅವನ ಕುಟುಂಬ ಮತ್ತು ಅವನ ಸ್ನೇಹಿತರು ತಿರುಗುತ್ತ ದೂರ ಹೋಗುತ್ತಾರೆ.

ಆಕ್ಟ್ ನಾಲ್ಕು ದೃಶ್ಯ ಹದಿಮೂರು

ಗಾಡ್ರಿಕ್ಸ್ ಹಾಲೋ, ಜೇಮ್ಸ್ ಮತ್ತು ಲಿಲಿ ಪಾಟರ್ ಮನೆ ಒಳಗಡೆ, 1981

ನಾವು ಮುರಿದುಹೋದ ಮನೆಯ ಸುಟ್ಟ ಅವಶೇಷಗಳಲ್ಲಿದ್ದೇವೆ. ಕೆಟ್ಟ ಆಕ್ರಮಣಕ್ಕೆ ಒಳಗಾದ ಒಂದು ಮನೆ.

ಹ್ಯಾಗ್ರಿಡ್ ಅದರೊಳಗೆ ಬರುತ್ತಾನೆ ಮತ್ತು ಅವಶೇಷಗಳ ಮೂಲಕ ನಡೆಯುತ್ತಿದ್ದಾನೆ.

ಹ್ಯಾಗ್ರಿಡ್

ಜೇಮ್ಸ್?

ಅವನು ತನ್ನನ್ನು ತಾನೇ ನೋಡುತ್ತಾನೆ.

ಲಿಲಿ??

ಅವನು ನಿಧಾನವಾಗಿ ನಡೆದುಕೊಂಡು ಹೋಗುತ್ತಾನೆ, ಬಹಳ ಬೇಗನೆ ಬಹಳ ನೋಡುವುದು ಅವನಿಗೆ ಇಷ್ಟವಿಲ್ಲ. ಅವನು ಸಂಪೂರ್ಣವಾಗಿ ಆಘಾತಕ್ಕೊಳಕ್ಕಾಗಿದ್ದಾನೆ.

ಮತ್ತು ನಂತರ ಅವನು ಅವರನ್ನು ನೋಡುತ್ತಾನೆ, ಮತ್ತು ಅವನು ನಿಲ್ಲುತ್ತಾನೆ, ಮತ್ತು ಅವರು ಏನೂ ಹೇಳುತ್ತಿಲ್ಲ.

ನೋವು ಅವನ ಮುಖದಲ್ಲಿ ಬೆಳೆಯುತ್ತಿರುವುದನ್ನು ನಾವು ನೋಡುತ್ತೇವೆ.

ಓಹ್. ಓಹ್. ಅದಲ್ಲ - ಅದಲ್ಲ - ನಾನಲ್ಲ ... ಅವರು ನನಗೆ ಹೇಳಿದರೂ, - ನಾನು ಇನ್ನೂ ಒಳ್ಳೆಯದನ್ನು ನಿರೀಕ್ಷಿಸುತ್ತಿದ್ದೆ...

ಅವನು ಅದನ್ನು ನೋಡುತ್ತಿದ್ದಾನೆ, ಅದು ನಿಜವೆಂದು ನಂಬಲು ಇಷ್ಟವಿಲ್ಲದ ಹಾಗೆ, ಮತ್ತು ನಂತರ ಅವನ ತಲೆಯನ್ನು ಬಾಗಿಸುತ್ತಾನೆ. ಅವರು ಕೆಲವು ಪದಗಳನ್ನು ಹೇಳುತ್ತಾನೆ ಹಾಗೂ ಅವನ ಆಳವಾದ ಜೇಬುಗಳಿಂದ ಕೆಲವು ಮುದುಡಿದ ಹೂಗಳನ್ನು ತೆಗೆದುಕೊಳ್ಳುತ್ತಾನೆ ಹಾಗೂ ಅವುಗಳನ್ನು ನೆಲದ ಮೇಲೆ ಇಡುತ್ತಾನೆ.

ನನ್ನನ್ನು ಕ್ಷಮಿಸಿ, ಅವರು ನನಗೆ ಹೇಳಿದ್ದರು, ಡಂಬಲ್‌ಡೋರ್ ನನಗೆ ಹೇಳಿದ್ದರು, ನಾನು ನಿಮ್ಮ ಜೊತೆ ಕಾಯಲು ಸಾಧ್ಯವಿಲ್ಲ. ಆ ಮಗಲ್‌ಗಳು ಬರುತ್ತಿದ್ದಾರೆ ಹಾಗೂ ಅವರನ್ನು ಒಂದು ಮಿನುಗುವ ಬೆಳಕಿನ ಜೊತೆ ನೋಡಬಹುದು ಹಾಗೂ ನನ್ನಂಥ ದೊಡ್ಡ ಲುಮಾಕ್ಸ್ ಅಲ್ಲಿದ್ದಲ್ಲಿ ಅವರಿಗೆ ಅದು ಇಷ್ಟವಾಗುವುದಿಲ್ಲ ಅಲ್ಲವೇ?

ಅವನು ಅಳುತ್ತಿದ್ದಾನೆ.

ನಿಮ್ಮನ್ನು ಬಿಟ್ಟು ಹೋಗುವುದು ಕಷ್ಟವಾದರೂ ಸಹ. ನೀವು ಇದನ್ನು ತಿಳಿಯಬೇಕೆಂದು ಬಯಸುತ್ತೇನೆ - ನಿಮ್ಮನ್ನು ನಾನು ಮರೆತುಹೋಗುವುದಿಲ್ಲ - ನನ್ನಿಂದಂತೂ ಖಂಡಿತ ಅಲ್ಲ - ಯಾರಿಂದಲೂ ಅಲ್ಲ.

ತದನಂತರ ಅವನಿಗೆ ಧ್ವನಿ ಕೇಳುತ್ತಿದೆ - ಮಗು ಮೂಗಿನಲ್ಲಿ ಮಾತಾಡುತ್ತಿರುವ ಶಬ್ದ. ಹ್ಯಾಗ್ರಿಡ್ ಅದರ ಕಡೆ ತಿರುಗುತ್ತಾನೆ, ಈಗ ಹೆಚ್ಚು ತೀವ್ರತೆಯಿಂದ ನಡೆಯುತ್ತಿದ್ದಾನೆ.

ಅವರು ಕೆಳಕ್ಕೆ ನೋಡಿ ತೊಟ್ಟಿಲಿನ ಕಡೆ ನೋಡುತ್ತಾನೆ, ಅದೀಗ ಇನ್ನೂ ಬೆಳಗುತ್ತಿರುವಂತೆ ತೋರುತ್ತಿದೆ.

ಸರಿ. ಹಲೋ. ನೀನು ಹ್ಯಾರಿ ಆಗಿರಬೇಕು. ಹಲೋ, ಹ್ಯಾರಿ ಪಾಟರ್. ನಾನು ರುಬಿಸ್ ಹ್ಯಾಗ್ರಿಡ್. ಮತ್ತು ನಾನು ನಿನಗೆ ಇಷ್ಟವಾಗಿರಲಿ ಇಲ್ಲದಿರಲಿ ನಿನ್ನ ಗೆಳೆಯನಾಗಿದ್ದೇನೆ. ಏಕೆಂದರೆ ನಿನಗೆ ಇದು ಕಠಿಣವಾಗಿತ್ತು, ಅದು ನಿನಗೆ ಇನ್ನೂ ತಿಳಿದಿಲ್ಲ. ಮತ್ತು ನಿನಗೆ ಸ್ನೇಹಿತರು ಬೇಕು. ಈಗ ನೀನು ನನ್ನ ಜೊತೆ ಬರುವುದು ಚೆನ್ನಾಗಿರುತ್ತದೆಂದು ನಿನಗೆ ಅನಿಸುವುದಿಲ್ಲವೇ?

ಮಿನುಗುತ್ತಿರುವ ನೀಲಿ ದೀಪಗಳು ಕೋಣೆಯಲ್ಲಿ ತುಂಬಿದಾಗ ಅಲ್ಲೊಂದು ಅಲೌಕಿಕ ಹೊಳಪಿದೆ, ಅವನು ಹ್ಯಾರಿಯನ್ನು ನಿಧಾನವಾಗಿ ತನ್ನ ತೋಳುಗಳಲ್ಲಿ ಎತ್ತಿಕೊಳ್ಳುತ್ತಾನೆ. ತದನಂತರ - ಮರಳಿ ನೋಡದೆ - ಅವನು ಮನೆಯಿಂದ ದೂರ ಹೋಗುತ್ತಾನೆ.

ನಾವು ಮೃದುವಾದ ಕಪ್ಪು ಬಣ್ಣಕ್ಕೆ ಹೋಗುತ್ತೇವೆ.

ಆಕ್ಟ್ ನಾಲ್ಕು ದೃಶ್ಯ ಹದಿನಾಲ್ಕು

ಹಾಗ್‌ವಾರ್ಟ್ಸ್, ತರಗತಿ

ಸ್ಕಾರ್ಪಿಯಸ್ ಮತ್ತು ಅಲ್ಬಸ್ ಉತ್ಸಾಹದಿಂದ ಒಂದು ಕೊಠಡಿಯೊಳಗೆ ಓಡುತ್ತಾರೆ. ಅವರು ಜೋರಾಗಿ ಬಾಗಿಲು ಮುಚ್ಚಿಕೊಳ್ಳುತ್ತಾರೆ.

ಸ್ಕಾರ್ಪಿಯಸ್

ನಾನು ಅದನ್ನು ಮಾಡಿದೆ ಎಂದು ನನಗೆ ನಂಬಲು ಸಾಧ್ಯವಾಗುತ್ತಿಲ್ಲ.

ಆಲ್ಬಸ್

ನೀನು ಅದನ್ನು ಮಾಡಿದೆ ಎಂದು ನನಗೂ ನಂಬಲು ಸಾಧ್ಯವಾಗುತ್ತಿಲ್ಲ.

ಸ್ಕಾರ್ಪಿಯಸ್

ರೋಸ್ ಗ್ರ್ಯಾಂಗರ್ ವೀಸ್ಲಿ. ನಾನು ರೋಸ್ ಗ್ರ್ಯಾಂಗರ್-ವೀಸ್ಲಿಯನ್ನು ನನ್ನ ಜೊತೆ ಬರುವಂತೆ ಕೇಳಿದೆ.

ಆಲ್ಬಸ್

ಮತ್ತು ಅವಳು ಇಲ್ಲವೆಂದಳು.

ಸ್ಕಾರ್ಪಿಯಸ್

ಆದರೆ ನಾನು ಅವಳನ್ನು ಕೇಳಿದೆ. ನಾನು ನಾನು ಬೀಜ ನೆಟ್ಟಿದ್ದೇನೆ. ಅಂತಿಮವಾಗಿ ನಮ್ಮ ಮದುವೆಯಲ್ಲಿ ಪರ್ಯವಸಾನಗೊಳ್ಳುವ ಬೀಜ.

ಆಲ್ಬಸ್

ನೀನು ಬಹಳ ಕನಸು ಕಾಣುತ್ತೀಯಾ ಎಂದು ನಿನಗೆ ಗೊತ್ತೇ.

ಸ್ಕಾರ್ಪಿಯಸ್

ಮತ್ತು ನಾನು ನೀನು ಹೇಳುವುದನ್ನು ಒಪ್ಪುತ್ತೇನೆ - ಕೇವಲ ಪಾಲಿ ಚಾಪ್‌ಮನ್ ಮಾತ್ರ ನನ್ನನ್ನು ಸ್ಕೂಲ್ ಬಾಲ್‌ಗೆ ಬರುವಂತೆ ಕೇಳಿದಳು ...

ಆಲ್ಬಸ್

ಒಂದು ಪರ್ಯಾಯ ವಾಸ್ತವದಲ್ಲಿ - ನೀನು ನಿಜವಾಗಿಯೂ ಗಣನೀಯವಾಗಿ ಜನಪ್ರಿಯವಾಗಿದ್ದ ಪರ್ಯಾಯ ವಾಸ್ತವದಲ್ಲಿ - ಬೇರೊಬ್ಬಳು ಹುಡುಗಿ ನಿನ್ನನ್ನು ಹೊರಗಡೆ ಬರುವಂತೆ ಕೇಳಿದಳು - ಮತ್ತು ಇದರ ಅರ್ಥ-

ಸ್ಕಾರ್ಪಿಯಸ್

ಹೌದು, ತರ್ಕವು ನಾನು ಪಾಲಿ ಹಿಂದೆ ಹೋಗಬೇಕೆಂದು - ಅಥವಾ ಅವಳು ನನ್ನ ಹಿಂದೆ ಬರಲು ಅವಕಾಶ ಮಾಡಿಕೊಡಬೇಕೆಂದು ಹೇಳುತ್ತದೆ - ಎಷ್ಟೇ ಆದರೂ ಅವಳು ನಂತರ ಕುಖ್ಯಾತ ಸುಂದರಿ -

- ಆದರೆ ರೋಸ್ ಯಾವತ್ತಿದ್ದರೂ ರೋಸ್.

ಆಲ್ಬಸ್

ತರ್ಕದ ಪ್ರಕಾರ ನೀನೊಬ್ಬ ವಿಚಿತ್ರ ವ್ಯಕ್ತಿ ಎಂದು ನಿನಗೆ ತಿಳಿದಿದೆಯೇ? ರೋಸ್ ನಿನ್ನನ್ನು ದ್ವೇಷಿಸುತ್ತಾಳೆ.

ಸ್ಕಾರ್ಪಿಯಸ್

ತಿದ್ದುಪಡಿ, ಅವಳು ನನ್ನನ್ನು ದ್ವೇಷಿಸುತ್ತಿದ್ದಳು, ಆದರೆ ನಾನು ಕೇಳಿದಾಗ ನೀನು ಅವಳ ಕಣ್ಣುಗಳಲ್ಲಿನ ನೋಟವನ್ನು ನೋಡಿದೆಯಾ? ಅದು ದ್ವೇಷವಲ್ಲ, ಅದು ಮರುಕವಾಗಿತ್ತು.

ಆಲ್ಬಸ್

ಮತ್ತು ಮರುಕ ಒಳ್ಳೆಯದೇ?

ಸ್ಕಾರ್ಪಿಯಸ್

ಮರುಕ ಒಂದು ಪ್ರಾರಂಭ ಗೆಳೆಯಾ, ಒಂದು ಅರಮನೆ ನಿರ್ಮಿಸಲು ಅಡಿಪಾಯ - ಪ್ರೀತಿಯ ಅರಮನೆ.

ಆಲ್ಬಸ್

ನಮ್ಮಲ್ಲಿ ಗೆಳತಿಯನ್ನು ಪಡೆಯುವಲ್ಲಿ ನಾನೇ ಮೊದಲಿಗನಾಗಿರುತ್ತೇನೆ ಎಂದು ನಾನು ಪ್ರಾಮಾಣಿಕವಾಗಿ ಯೋಚಿಸುತ್ತಿದ್ದೆ.

ಸ್ಕಾರ್ಪಿಯಸ್

ಓಹ್, ನಿಸ್ಸಂದೇಹವಾಗಿ, ನೀನೇ ಆಗಿರುತ್ತೀಯೆ. ಬಹುಶಃ ಆ ಹೊಸ ಧೂಮ್ರವರ್ಣದ-ಕಣ್ಣುಗಳಿರುವ ಕಷಾಯದ ಪ್ರೊಫೆಸರ್ - ಅಷ್ಟು ವಯಸ್ಸಾದರೆ ನಿನಗೆ ಸಾಕೇ?

ಆಲ್ಬಸ್

ನನಗೆ ವಯಸ್ಸಾದ ಮಹಿಳೆಯರ ಬಗ್ಗೆ ಒಲವಿಲ್ಲ!

ಸ್ಕಾರ್ಪಿಯಸ್

ಮತ್ತು ನಿನ್ನ ಬಳಿ ಸಮಯವೂ ಇದೆ - ಸಾಕಷ್ಟು ಸಮಯವಿದೆ - ಅವಳನ್ನು ಆಕರ್ಷಿಸಲು. ಏಕೆಂದರೆ ರೋಸ್ ಮನವೊಲಿಸಲು ಅನೇಕ ವರ್ಷಗಳೇ ಆಗುತ್ತವೆ.

ಆಲ್ಬಸ್

ನಾನು ನಿನ್ನ ಆತ್ಮವಿಶ್ವಾಸವನ್ನು ಮೆಚ್ಚುತ್ತೇನೆ.

ರೋಸ್ ಮೆಟ್ಟಿಲುಗಳ ಮೇಲಿನಿಂದ ಅವರ ಕಡೆ ಬರುತ್ತಾಳೆ, ಅವಳು ಅವರಿಬ್ಬರನ್ನೂ ನೋಡುತ್ತಾಳೆ.

ರೋಸ್

ಹಾಯ್.

ಇಬ್ಬರಿಗೂ ಹೇಗೆ ಉತ್ತರಿಸುವುದು ಎಂದು ತಿಳಿದಿಲ್ಲ - ಅವಳು ಸ್ಕಾರ್ಪಿಯಸ್‌ನನ್ನು ನೋಡುತ್ತಾಳೆ.

ರೋಸ್

ನೀನು ಇದನ್ನು ವಿಲಕ್ಷಣವಾಗಿಸಿದರೆ ಮಾತ್ರ ಇದು ವಿಲಕ್ಷಣವಾಗಿರುತ್ತದೆ.

ಸ್ಕಾರ್ಪಿಯಸ್

ಸ್ವೀಕರಿಸಲಾಗಿದೆ ಮತ್ತು ಸಂಪೂರ್ಣವಾಗಿ ಅರ್ಥಮಾಡಿಕೊಳ್ಳಲಾಗಿದೆ.

ರೋಸ್

ಸರಿ. 'ಸ್ಕಾರ್ಪಿಯನ್ ಕಿಂಗ್'.

ಅವಳ ಮುಖದ ಮೇಲೆ ಒಂದು ನಗುವಿನೊಂದಿಗೆ ಅವಳು ಹೋಗುತ್ತಾಳೆ, ಸ್ಕಾರ್ಪಿಯಸ್ ಮತ್ತು ಆಲ್ಬಸ್ ಒಬ್ಬರನ್ನೊಬ್ಬರು ನೋಡುತ್ತಿದ್ದಾರೆ. ಆಲ್ಬಸ್ ನಗುತ್ತ ಸ್ಕಾರ್ಪಿಯಸ್ ತೋಳಿನ ಮೇಲೆ ಹೊಡೆಯುತ್ತಾನೆ.

ಆಲ್ಬಸ್

ಬಹುಶಃ ನೀನು ಹೇಳಿದ್ದು ಸರಿಯಿರಬಹುದು - ಮರುಕ ಒಂದು ಪ್ರಾರಂಭವಾಗಿದೆ.

ಸ್ಕಾರ್ಪಿಯಸ್

ನೀನು ಕ್ವಿಡ್ಡಿಚ್‌ಗೆ ಹೋಗುತ್ತಿದ್ದೀಯಾ? ಸ್ಲಿಥರಿನ್ ಹಪೆಲ್‌ಫಫ್ ಆಡುತ್ತಿದ್ದಾರೆ - ಅದು ದೊಡ್ಡದು -

ಆಲ್ಬಸ್

ನಾವು ಕ್ವಿಡ್ಡಿಚ್ ಅನ್ನು ದ್ವೇಷಿಸುತ್ತಿದ್ದೇವೆ ಎಂದು ನಾನು ಭಾವಿಸಿದ್ದೆ?

ಸ್ಕಾರ್ಪಿಯಸ್

ಜನರುಬದಲಾಗಬಹುದು. ಅಲ್ಲದೆ,ನಾನುಅಭ್ಯಾಸಮಾಡುತ್ತಿದ್ದೇನೆ. ನಾನು ಈ ವರ್ಷ ತಂಡಕ್ಕೆ ಆಯ್ಕೆಯಾಗಬಹುದು ಎಂದು ನಾನು ಭಾವಿಸುತ್ತೇನೆ. ನಡಿ.

ಆಲ್ಬಸ್

ನನಗೆ ಸಾಧ್ಯವಿಲ್ಲ. ನನ್ನ ಅಪ್ಪ ಬರುತ್ತಿದ್ದಾರೆ-

ಸ್ಕಾರ್ಪಿಯಸ್

ಅವರು ಸಚಿವಾಲಯದಿಂದ ಸಮಯ ತೆಗೆದುಕೊಳ್ಳುತ್ತಿದ್ದಾರೆಯೇ?

ಆಲ್ಬಸ್

ಅವನು ನಡೆದಾಡಲು ಹೋಗಬಯಸುತ್ತಾನೆ - ನನಗೆ ತೋರಿಸಲು ಏನಾದರೂ - ನನ್ನೊಂದಿಗೆ - ಏನನ್ನಾದರೂ ಹಂಚಿಕೋ

ಸ್ಕಾರ್ಪಿಯಸ್

ನಡೆದಾಡುವುದೇ?

ಆಲ್ಬಸ್

ನನಗೆ ಗೊತ್ತು, ಇದು ಒಂದು ಬಂಧದ ವಿಷಯ ಅಥವಾ ಇದೇ ರೀತಿ ಏನಾದರೂ ವಾಂತಿ ಬರುವಂಥ ವಿಷಯ. ಈಗಲೂ, ನಿನಗೆ ಗೊತ್ತು, ನಾನು ಹೋಗುತ್ತೇನೆ ಎಂದು ನನಗನ್ನಿಸುತ್ತಿದೆ.

ಸ್ಕಾರ್ಪಿಯಸ್ ಆಲ್ಬಸ್‌ನನ್ನು ಅಪ್ಪಿಕೊಳ್ಳುತ್ತಾನೆ.

ಇದೇನು? ನಾವು ತಬ್ಬಿಕೊಳ್ಳುವುದಿಲ್ಲ ಎಂದು ನಾವು ನಿರ್ಧರಿಸಿದ್ದೆವಲ್ಲ.

ಸ್ಕಾರ್ಪಿಯಸ್

ನನಗೆ ಖಚಿತತೆಯಿರಲಿಲ್ಲ. ನಾವು ಹೀಗೆ ಮಾಡಬೇಕೇ ಎಂದು. ನಮ್ಮ ಈ ಹೊಸ ಆವೃತ್ತಿಯಲ್ಲಿ ನಾನು ನನ್ನ ತಲೆಯನ್ನು ಹೊಂದಿದ್ದೆ.

ಆಲ್ಬಸ್

ಇದನ್ನು ಮಾಡುವುದು ಸರಿಯೇ ಎಂದು ರೋಸ್ ಅನ್ನು ಕೇಳುವುದು ಒಳ್ಳೆಯದು.

ಸ್ಕಾರ್ಪಿಯಸ್

ಹಾ! ಹೌದು. ಸರಿ.

ಇಬ್ಬರೂ ಹುಡುಗರು ಹಿಂದಕ್ಕೆ ಸರಿದು ಒಬ್ಬರನ್ನೊಬ್ಬರು ನಗುತ್ತ ನೋಡುತ್ತಿದ್ದಾರೆ.

ಆಲ್ಬಸ್

ನಾನು ರಾತ್ರಿಯ ಊಟದ ಸಮಯದಲ್ಲಿ ನಿನ್ನನ್ನು ನೋಡುತ್ತೇನೆ.

ಆಕ್ಟ್ ನಾಲ್ಕು ದೃಶ್ಯ ಹದಿನೈದು

ಸುಂದರವಾದ ಹಳ್ಳಿ

ಹ್ಯಾರಿ ಮತ್ತು ಆಲ್ಬಸ್ ಒಂದು ಸುಂದರವಾದ ಬೇಸಿಗೆಯ ದಿನದಲ್ಲಿ ಬೆಟ್ಟದ ಮೇಲೆ ನಡೆಯುತ್ತಿದ್ದಾರೆ.

ಅವರು ಏನನ್ನೂ ಹೇಳುತ್ತಿಲ್ಲ, ತಮ್ಮ ಮುಖಗಳ ಮೇಲೆ ಬರುವ ಬಿಸಿಲನ್ನು ಅವರು ಆನಂದಿಸುತ್ತಿದ್ದಾರೆ.

ಹ್ಯಾರಿ

ನೀನು ಸಿದ್ಧನಾಗಿದ್ದೀಯಾ?

ಆಲ್ಬಸ್

ಯಾವುದಕ್ಕೆ?

ಹ್ಯಾರಿ

ನಾಲ್ಕನೇ ವರ್ಷದ ಪರೀಕ್ಷೆಗಳು ಹತ್ತಿರ ಬರುತ್ತಿವೆ - ನಂತರ ಐದನೇ ವರ್ಷದ್ದು - ದೊಡ್ಡ ವರ್ಷ - ನನ್ನ ಐದನೇ ವರ್ಷದಲ್ಲಿ ನಾನು ಏನು ಮಾಡಿದ್ದೆನೆಂದರೆ-

ಅವರು ಆಲ್ಬಸ್‌ನನ್ನು ನೋಡುತ್ತಾನೆ. ಅವನು ನಗುತ್ತಾನೆ. ಅವನು ಶೀಘ್ರವಾಗಿ ಮಾತನಾಡುತ್ತಾನೆ.

ನಾನು ಬಹಳಷ್ಟನ್ನು ಮಾಡಿದ್ದೇನೆ. ಅದರಲ್ಲಿ ಕೆಲವು ಒಳ್ಳೆಯದು. ಕೆಲವು ಕೆಟ್ಟವು. ಇನ್ನೂ ಬಹಳಷ್ಟು ಸಾಕಷ್ಟು ಗೊಂದಲಮಯವಾಗಿವೆ.

ಆಲ್ಬಸ್

ಗೊತ್ತಾಗಿ ತುಂಬಾ ಸಂತೋಷವಾಯಿತು.

ಹ್ಯಾರಿ ನಗುತ್ತಾನೆ.

ನನಗೆ ಅವುಗಳನ್ನು ನೋಡಲು ಸಾಧ್ಯವಾಯಿತು - ಸ್ವಲ್ಪಮಟ್ಟಿಗೆ - ನಿನ್ನ ಅಮ್ಮ ಮತ್ತು ಅಪ್ಪ. ಅವರು - ನೀನು ಒಟ್ಟಿಗೆ ಸಂತೋಷವಾಗಿದ್ದೀರಿ. ನಿನ್ನ

ತಂದೆಗೆ ಈ ಹೊಗೆ ಉಂಗುರವನ್ನು ಮಾಡಲು ತುಂಬಾ ಪ್ರೀತಿಯೆನಿಸುತ್ತಿತ್ತು ಹಾಗೂ ನಿನಗೆ ನಗುವುದನ್ನು ನಿಲ್ಲಿಸಲೇ ಸಾಧ್ಯವಿರಲಿಲ್ಲ.

ಹ್ಯಾರಿ

ಹೌದೇ?

ಆಲ್ಬಸ್

ನೀನು ಅವುಗಳನ್ನು ಇಷ್ಟಪಡುತ್ತೀಯೆಂದು ನನಗೆ ಅನಿಸುತ್ತಿತ್ತು. ಮತ್ತು ನನಗೂ ಅವುಗಳು ಇಷ್ಟವಾಗುತ್ತಿತ್ತು ಎಂದು ನಾನು ಭಾವಿಸುತ್ತೇನೆ.

ಹ್ಯಾರಿ ತಲೆಯಲ್ಲಾಡಿಸುತ್ತಾನೆ. ಅಲ್ಲಿ ಅಹಿತಕರ ಮೌನವಿದೆ. ಇಬ್ಬರೂ ಪರಸ್ಪರರನ್ನು ಸಮಾಧಾನವಾಗಿಡಲು ಪ್ರಯತ್ನಿಸುತ್ತಿದ್ದಾರೆ, ಇಬ್ಬರೂ ವಿಫಲವಾಗುತ್ತಿದ್ದಾರೆ.

ಹ್ಯಾರಿ

ನಿನಗೆ ಗೊತ್ತೇ, ನಾನು ಅವನನ್ನು ಕಳೆದುಕೊಂಡೆನೆಂದು ಭಾವಿಸಿದ್ದೆ - ವಾಲ್ಡೆರ್‌ಮಾರ್ಟ್ - ನಾನು ನಾನು ಅವನನ್ನು ಕಳೆದುಕೊಂಡೆನೆಂದು ಭಾವಿಸಿದ್ದೆ - ನಂತರ ನನ್ನ ಗಾಯವು ಮತ್ತೆ ನೋಯಿಸಲಾರಂಭಿಸಿತು ಮತ್ತು ನಾನು ಅವನ ಬಗ್ಗೆ ಕನಸುಗಳನ್ನು ಹೊಂದಲು ಪ್ರಾರಂಭಿಸಿದೆ ಮತ್ತು ನನಗೆ ಮತ್ತೆ ಪಾರ್ಸೆಲ್‌ಟಂಗ್ ಕೂಡ ಮಾತಾಡಲು ಸಾಧ್ಯವಾಯಿತು ಹಾಗೂ ನಾನು ಬದಲಾಗಿಯೇ ಇಲ್ಲವೆಂದು ನನಗೆ ಅನಿಸಲು ಪ್ರಾರಂಭಿಸಿತು - ಅದು ನನ್ನನ್ನು ಎಂದಿಗೂ ಬಿಡುವುದಿಲ್ಲ -

ಆಲ್ಬಸ್

ಮತ್ತು ಅವನು ಬಿಟ್ಟಿದ್ದನೇ?

ಹ್ಯಾರಿ

ವಾಲ್ಡೆರ್‌ಮಾರ್ಟ್ ಆಗಿದ್ದ ನನ್ನ ಭಾಗ ಬಹಳ ಹಿಂದೆಯೇ ಸತ್ತುಹೋಗಿದ್ದರೂ ದೈಹಿಕವಾಗಿ ಅವನನ್ನು ತೊಡೆದುಹಾಕುವುದಷ್ಟೇ ಸಾಕಾಗಿರಲಿಲ್ಲ - ನಾನು ಮಾನಸಿಕವಾಗಿ ಕೂಡ ಅವನನ್ನು ತೊಡೆದುಹಾಕಬೇಕಿತ್ತು. ಮತ್ತು ಅದು - ಒಬ್ಬ ನಲವತ್ತು ವರ್ಷದ ಗಂಡಸು ಕಲಿಯಲು ಬಹಳವಾಯಿತು.

ಅವನು ಆಲ್ಬಸ್‌ನನ್ನು ನೋಡುತ್ತಾನೆ.

ನಾನು ನಿನಗೆ ಹೇಳಿದ್ದು- ಅದು ಕ್ಷಮಿಸಲು ಅರ್ಹವಾಗಿರಲಿಲ್ಲ, ಮತ್ತು ನಾನು ಅದನ್ನು ಮರೆತುಬಿಡು ಎಂದು ನಿನಗೆ ಹೇಳಲು ಸಾಧ್ಯವಿಲ್ಲದಿದ್ದರೂ ನಾವು ಅದನ್ನು ದಾಟಿ ಮುಂದಕ್ಕೆ ಹೋಗೋಣವೆಂದು ನಾನು ಹೇಳಬಹುದು. ಅಲ್ಬಸ್, ನಾನು ನಿನಗಾಗಿ ಒಳ್ಳೆಯ ತಂದೆಯಾಗಲು ಪ್ರಯತ್ನಿಸುತ್ತೇನೆ. ನಾನು ಪ್ರಯತ್ನಿಸುತ್ತೇನೆ ಮತ್ತು - ನಿನ್ನೊಂದಿಗೆ ಪ್ರಾಮಾಣಿಕವಾಗಿರುತ್ತೇನೆ ಮತ್ತು ...

ಆಲ್ಬಸ್

ಅಪ್ಪಾ, ಅದರ ಅಗತ್ಯವಿಲ್ಲ-

ಹ್ಯಾರಿ

ನಾನು ಯಾವುದಕ್ಕೂ ಹೆದರುವುದಿಲ್ಲ ಎಂದು ನೀನು ಹೇಳಿದ್ದೆ - ಅಂದರೆ, ನಾನು ಎಲ್ಲದಕ್ಕೂ ಹೆದರುತ್ತೇನೆ. ಅಂದರೆ, ನನಗೆ ಕತ್ತಲೆಯೆಂದರೆ ಹೆದರಿಕೆಯೆಂದು ನಿನಗೆ ಗೊತ್ತೇ?

ಆಲ್ಬಸ್

ಹ್ಯಾರಿ ಪಾಟರ್ ಕತ್ತಲೆಗೆ ಹೆದರುತ್ತಾನೆಯೇ?

ಹ್ಯಾರಿ

ನನಗೆ ಸಣ್ಣ ಜಾಗಗಳು ಇಷ್ಟವಿಲ್ಲ ಮತ್ತು ನಾನು ಯಾರಿಗೂ ಇದನ್ನು ಹೇಳಿಲ್ಲ ಆದರೆ ನನಗೆ ಪಾರಿವಾಳಗಳು ಹೆಚ್ಚು ಇಷ್ಟವಿಲ್ಲ - (ಅವರು ಇದನ್ನು ಹೇಳುವ ಮೊದಲು ಹಿಂಜರಿಯುತ್ತಾನೆ).

ಆಲ್ಬಸ್

ನಿನಗೆ ಪಾರಿವಾಳಗಳು ಇಷ್ಟವಿಲ್ಲವೇ?

ಹ್ಯಾರಿ (ಅವನು ತನ್ನ ಮುಖವನ್ನು ಕೆರೆದುಕೊಳ್ಳುತ್ತಿದ್ದಾನೆ)

ದುಷ್ಟ, ಕುಕ್ಕುವ, ಕೊಳಕು ವಸ್ತುಗಳು. ಅವೂಗಳು ನನ್ನಲ್ಲಿ ಭಯ ಹುಟ್ಟಿಸುತ್ತವೆ.

ಆಲ್ಬಸ್

ಆದರೆ ಪಾರಿವಾಳಗಳು ನಿರಪಾಯಕಾರಿ!

ಹ್ಯಾರಿ

ನನಗೆ ಗೊತ್ತು. ಆದರೆ ನನಗೆ ಹೆಚ್ಚು ಹೆದರಿಸುವ ವಿಷಯವೆಂದರೆ, ಅಲ್ಬಸ್ ಸೆವೆರಸ್ ಪಾಟರ್, ನಿನಗೆ ಅಪ್ಪನಾಗಿರುವುದಾಗಿದೆ. ಏಕೆಂದರೆ ನಾನು ಇಲ್ಲಿ ತಂತಿಗಳಿಲ್ಲದೇ ಕಾರ್ಯನಿರ್ವಹಿಸುತ್ತಿದ್ದೇನೆ. ಹೆಚ್ಚಿನ ಜನರು ಕನಿಷ್ಟ ಒಬ್ಬ ತಂದೆಯನ್ನಾದರೂ ಆಧಾರವಾಗಿ ಹೊಂದಿರುತ್ತಾರೆ - ಅವರು ಆಗಿರಲು ಅಥವಾ ಆಗದಿರಲು ಪ್ರಯತ್ನಿಸುತ್ತಾರೆ. ನನ್ನ ಬಳಿ ಏನೂ ಇಲ್ಲ- ಅಥವಾ ತುಂಬಾ ಕಡಿಮೆಯಿದೆ. ಹಾಗಾಗಿ ನಾನು ಕಲಿಯುತ್ತಿದ್ದೇನೆ, ಸರಿಯೇ? ಮತ್ತು ನಾನು ಪಡೆದಿರುವ ಎಲ್ಲದರೊಂದಿಗೆ ಪ್ರಯತ್ನಿಸುತ್ತಿದ್ದೇನೆ - ನಿನಗೆ ಒಳ್ಳೆಯ ಅಪ್ಪನಾಗಲು.

ಆಲ್ಬಸ್

ಮತ್ತು ನಾನು ಉತ್ತಮ ಮಗನಾಗಲು ಪ್ರಯತ್ನಿಸುತ್ತೇನೆ. ನಾನು ಜೇಮ್ಸ್ ಅಲ್ಲ, ಅಪ್ಪಾ, ನಾನು ಎಂದಿಗೂ ನಿಮ್ಮಿಬ್ಬರಂತೆ ಆಗುವುದಿಲ್ಲ-

ಹ್ಯಾರಿ

ಜೇಮ್ಸ್ ಸ್ವಲ್ಪವೂ ನನ್ನಂತೆ ಇಲ್ಲ.

ಆಲ್ಬಸ್

ಅಲ್ಲವೇ?

ಹ್ಯಾರಿ

ಜೇಮ್ಸ್ ಗೆ ಎಲ್ಲವೂ ಸುಲಭ. ನನ್ನ ಬಾಲ್ಯವು ಒಂದು ನಿರಂತರ ಹೋರಾಟವಾಗಿತ್ತು.

ಆಲ್ಬಸ್

ನನ್ನದೂ ಕೂಡ. ಆದ್ದರಿಂದ ನೀನು - ನಾನು - ನಿನ್ನಂತೆ ಎಂದು ಹೇಳುತ್ತಿದ್ದೀಯಾ?

ಆಲ್ಬಸ್ ಹ್ಯಾರಿಯನ್ನು ನೋಡಿ ನಗುತ್ತಿದ್ದಾನೆ.

ಹ್ಯಾರಿ

ವಾಸ್ತವವಾಗಿ ನೀನು ಹೆಚ್ಚು ನಿನ್ನ ಅಮ್ಮನಂತೆ - ಧೈರ್ಯಶಾಲಿ, ತೀವ್ರ, ತಮಾಷೆಯವನು - ನನಗೆ ಅದು ಇಷ್ಟವಾಗುತ್ತದೆ - ಇದರಿಂದಾಗಿ ನೀನು ಅದ್ಭುತವಾದ ಮಗನಾಗುತ್ತೀಯಾ.

ಆಲ್ಬಸ್

ನಾನು ಪ್ರಪಂಚವನ್ನು ಬಹುತೇಕ ನಾಶಪಡಿಸಿದ್ದೆ.

ಹ್ಯಾರಿ

ಡೆಲ್ಫಿ ಎಲ್ಲಿಯೂ ಹೋಗುತ್ತಿರಲಿಲ್ಲ, ಅಲ್ಬಸ್ - ನೀನು ಅವಳನ್ನು ಬೆಳಕಿಗೆ ಕರೆತಂದೆ ಮತ್ತು ನೀನು ಅವಳ ಜೊತೆ ಹೋರಾಡಲು ನಮಗೆ ಒಂದು ದಾರಿ ತೋರಿಸಿದೆ. ನೀನು ಈಗ ಅದನ್ನು ನೋಡದಿರಬಹುದು, ಆದರೆ ನೀನು ನಮ್ಮನ್ನು ಉಳಿಸಿದ್ದೀಯಾ.

ಆಲ್ಬಸ್

ಆದರೆ ನಾನು ಇನ್ನೂ ಉತ್ತಮವಾಗಿ ಮಾಡಬೇಕಿತ್ತಲ್ಲವೇ?

ಹ್ಯಾರಿ

ನಾನು ನನಗೂ ಅದೇ ಪ್ರಶ್ನೆಗಳನ್ನು ಕೇಳುತ್ತೇನೆಂದು ನೀನು ಯೋಚಿಸುವುದಿಲ್ಲವೇ?

ಆಲ್ಬಸ್ (*ಹೊಟ್ಟೆ ಇನ್ನೂ ಕುಗ್ಗುತ್ತಿದೆ, ಇದು ಅವನು ಮಾಡಬೇಕಾದ್ದಲ್ಲ ಎಂದು ಅವರಿಗೆ ತಿಳಿದಿದೆ ಎಂದು ಅವನಿಗೆ ತಿಳಿದಿದೆ*)

ತದನಂತರ - ನಾವು ಅವಳನ್ನು ಹಿಡಿದಾಗ - ನಾನು ಅವಳನ್ನು ಕೊಲ್ಲಬಯಸಿದ್ದೆ.

ಹ್ಯಾರಿ

ನೀನು ಅವಳು ಕ್ರೆಗ್‌ನನ್ನು ಕೊಲೆ ಮಾಡುವುದನ್ನು ನೋಡಿದ್ದೀಯಾ, ನಿನಗೆ ಕೋಪ ಬಂದಿತ್ತು, ಆಲ್ಬಸ್. ಮತ್ತು ಅದು ಸರಿಯಾಗಿತ್ತು. ಮತ್ತು ನೀನು ಅದನ್ನು ಮಾಡುತ್ತಿರಲಿಲ್ಲ.

ಆಲ್ಬಸ್

ನಿನಗೆ ಅದು ಹೇಗೆ ಗೊತ್ತು? ಬಹುಶಃ ಅದು ನನ್ನ ಸ್ಲಿಥರಿನ್ ಬದಿಯಾಗಿರಬಹುದು. ಬಹುಶಃ ಸಾರ್ಟಿಂಗ್ ಹ್ಯಾಟ್ ನನ್ನಲ್ಲಿ ಅದನ್ನೇ ನೋಡಿರಬಹುದು.

ಹ್ಯಾರಿ

ನನಗೆ ನಿನ್ನ ತಲೆ, ಅರ್ಥವಾಗುತ್ತಿಲ್ಲ ಆಲ್ಬಸ್ - ವಾಸ್ತವವಾಗಿ, ನಿನಗೆ ಗೊತ್ತೇ, ನೀನೊಬ್ಬ ಹದಿಹರೆಯದವನು, ನಿನ್ನ ತಲೆ ನನಗೆ ಅರ್ಥವಾಗಬಾರದು, ಆದರೆ ನಾನು ನಿನ್ನ ಮನಸ್ಸನ್ನು ಅರ್ಥಮಾಡಿಕೊಳ್ಳುತ್ತೇನೆ. ಬಹಳ ದಿನಗಳ ಕಾಲ ನನಗೆ ಅದೂ ಅರ್ಥವಾಗಿರಲಿಲ್ಲ - ಆದರೆ ಈ - 'ತಪ್ಪಿಸಿಕೊಳ್ಳುವಿಕೆಗೆ' ಧನ್ಯವಾದಗಳು - ನಿನಗೆ ಇಲ್ಲೇನಿದೆಯೆಂದು ನನಗೆ ಗೊತ್ತು. ಸ್ಲಿಥರಿನ್, ಗ್ರಿಫಿಂಡರ್, ನಿನಗೆ ಯಾವುದೇ ಹಣೆಪಟ್ಟಿಯನ್ನು ಅಂಟಿಸಿದ್ದರೂ - ನಿನ್ನ ಮನಸ್ಸು ಒಳ್ಳೆಯದೆಂದು ನನಗೆ ಗೊತ್ತು. ನೀನು ಇಷ್ಟಪಟ್ಟರೂ ಇಲ್ಲದಿದ್ದರೂ, ನೀನೊಬ್ಬ ಒಳ್ಳೆಯ ಮಾಂತ್ರಿಕನಾಗಲಿದ್ದೀಯಾ.

ಆಲ್ಬಸ್

ಓಹ್, ನಾನು ಮಾಂತ್ರಿಕನಾಗುತ್ತಿಲ್ಲ, ನಾನು ಪಾರಿವಾಳ ರೇಸಿಂಗ್‌ಗೆ ಹೋಗುತ್ತಿದ್ದೇನೆ. ನಾನು ಅದರ ಬಗ್ಗೆ ತುಂಬಾ ಉತ್ಸುಕನಾಗಿದ್ದೇನೆ.

ಹ್ಯಾರಿ ನಗುತ್ತಾನೆ.

ಹ್ಯಾರಿ

ನಿನ್ನ ಬಳಿ ಇರುವ ಆ ಹೆಸರುಗಳು - ಅವುಗಳು ಹೊರೆಯಾಗಿರಬಾರದು. ಅಲ್ಬಸ್ ಡಂಬಲ್‌ಡೋರ್ ಕೂಡ ತನ್ನ ವಿಚಾರಣೆಗಳನ್ನು ಹೊಂದಿದ್ದ, ನಿನಗೆ ಗೊತ್ತೇ - ಮತ್ತು ಸೆವೆರಸ್ ಸ್ನೇಪ್, ನಿನಗೆ ಅವನ ಬಗ್ಗೆ ಎಲ್ಲವೂ ಗೊತ್ತು -

ಆಲ್ಬಸ್

ಅವರು ಒಳ್ಳೆಯವರಾಗಿದ್ದರು.

ಹ್ಯಾರಿ

ಅವರು ಮಹಾಪುರುಷರಾಗಿದ್ದರು, ದೊಡ್ಡ ನ್ಯೂನತೆಗಳೊಂದಿಗೆ, ಮತ್ತು ನಿನಗೆ ಗೊತ್ತೇ - ಆ ನ್ಯೂನತೆಗಳು ಅವರನ್ನು ಬಹುತೇಕ ಮಹಾನ್ ಆಗಿಸಿತು.

ಅಲ್ಬಸ್ ಸುತ್ತಲೂ ನೋಡುತ್ತಾನೆ.

ಆಲ್ಬಸ್

ಅಪ್ಪಾ? ನಾವು ಇಲ್ಲಿ ಯಾಕಿದ್ದೇವೆ?

ಹ್ಯಾರಿ

ನಾನು ಇಲ್ಲಿ ಆಗಾಗ ಬರುತ್ತೇನೆ.

ಆಲ್ಬಸ್

ಆದರೆ ಇದೊಂದು ಸ್ಮಶಾನ...

ಹ್ಯಾರಿ

ಸೆಡ್ರಿಕ್ ಸಮಾಧಿ ಇಲ್ಲಿದೆ ...

ಆಲ್ಬಸ್

ಅಪ್ಪಾ?

ಹ್ಯಾರಿ

ಕೊಲ್ಲಲ್ಪಟ್ಟ ಹುಡುಗ - ಕ್ರೆಗ್ ಬೌಕರ್ - ನಿನಗೆ ಅವನು ಎಷ್ಟು ಚೆನ್ನಾಗಿ ಗೊತ್ತಿದ್ದ?

ಆಲ್ಬಸ್

ಅಷ್ಟೇನೂ ಚೆನ್ನಾಗಲ್ಲ.

ಹ್ಯಾರಿ

ನನಗೆ ಕೂಡ ಸೆಡ್ರಿಕ್ ಸಾಕಷ್ಟು ಚೆನ್ನಾಗಿ ಗೊತ್ತಿರಲಿಲ್ಲ. ಅವನು ಇಂಗ್ಲೆಂಡ್‌ಗೆ ಕ್ವಿಡ್ಡಿಚ್ ಆಡಿರಬಹುದು. ಅಥವಾ ಅದ್ಭುತನಾದ ಆರರ್ ಆಗಿರಬಹುದು. ಅವನು ಏನಾದರೂ ಆಗಿರಬಹುದು. ಮತ್ತು ಅಮೋಸ್ ಹೇಳುತ್ತಿದ್ದಿದ್ದು ಸರಿಯಾಗಿತ್ತು - ಅವರನ್ನು ಕದಿಯಲಾಯಿತು. ಹಾಗಾಗಿ ನಾನು ಇಲ್ಲಿಗೆ ಬರುತ್ತೇನೆ. ಕ್ಷಮಿಸು ಎಂದು ಹೇಳಲು. ನನಗೆ ಸಾಧ್ಯವಾದಾಗಲೆಲ್ಲ.

ಆಲ್ಬಸ್

ಅದನ್ನು ಮಾಡುವುದು ಒಳ್ಳೆಯದು.

ಆಲ್ಬಸ್ ತನ್ನ ತಂದೆಯ ಜೊತೆ ಸೆಡ್ರಿಕ್ ಸಮಾಧಿಯ ಎದುರು ನಿಂತಿದ್ದಾನೆ, ಹ್ಯಾರಿ ತನ್ನ ಮಗನನ್ನು ನೋಡಿ ನಗುತ್ತಾನೆ ಮತ್ತು ಆಕಾಶ ನೋಡುತ್ತಾನೆ.

ಹ್ಯಾರಿ

ಇದೊಂದು ಉತ್ತಮವಾದ ದಿನವಾಗಿರುತ್ತದೆ ಎಂದು ನಾನು ಭಾವಿಸುತ್ತೇನೆ.

ಅವನು ತನ್ನ ಮಗನ ಭುಜವನ್ನು ಮುಟ್ಟುತ್ತಾನೆ. ಮತ್ತು ಅವರಿಬ್ಬರೂ - ಕೇವಲ ಸ್ವಲ್ಪವೇ ಕರಗುತ್ತಾರೆ.

ಅಲ್ಬಸ್ (ನಗುತ್ತ)

ನಾನೂ ಕೂಡ.

ಅಂತ್ಯ

ಹ್ಯಾರಿ ಪಾಟರ್ ಅಂಡ್ ದಿ ಕರ್ಸಡ್ ಚೈಲ್ಡ್ ಭಾಗ ಒಂದು ಎರಡನ್ನು ಮೊದಲು ಸೋನಿಯಾ ಫ್ರೀಡ್ಮನ್ ಪ್ರೊಡಕ್ಷನ್ಸ್, ಕಾಲಿನ್ ಕ್ಯಾಲೆಂಡರ್ ಮತ್ತು ಹ್ಯಾರಿ ಪಾಟರ್ ಥಿಯಾಟ್ರಿಕಲ್ ಪ್ರೊಡಕ್ಷನ್ಸ್ ಅವರು ನಿರ್ಮಿಸಿದರು. ಇದು ಜುಲೈ 30, 2016ರಂದು ಪ್ಯಾಲೇಸ್ ಥಿಯೇಟರ್, ಲಂಡನ್‌ನಲ್ಲಿ, ಮೊದಲು ಪ್ರದರ್ಶನಗೊಂಡಿತು.

ವರ್ಣಮಾಲೆಯ ಕ್ರಮದಲ್ಲಿ ಮೂಲ ಲಂಡನ್ ಪಾತ್ರವರ್ಗ

ಕ್ರೆಗ್ ಬೌಕರ್ ಜ್ಯೂನಿಯರ್	ಜೆರೆಮಿ ಆಂಗ್ ಜೋನ್ಸ್
ಮೋನಿಂಗ್ ಮಾರ್ಟೈಲ್, ಲಿಲ್ಲಿ ಪಾಟರ್ ಸೀನಿಯರ್	ಅನ್ನಾಬೆಲ್ ಬಾಲ್ಡ್ ವಿನ್
ಅಂಕಲ್ ವರ್ನಾನ್, ಸೆವೆರಸ್ ಸ್ನೇಪ್, ಲಾರ್ಡ್ ವಾಲ್ಡೆರ್‌ಮಾರ್ಟ್	ಪಾಲ್ ಬೆಂಟಾಲ್
ಸ್ಕಾರ್ಪಿಯಸ್ ಮಾಲ್‌ಫಾಯ್	ಆಂಟನಿ ಬೋಯ್ಲ್
ಆಲ್ಬಸ್ ಪಾಟರ್	ಸ್ಯಾಮ್ ಕ್ಲೆಮೆಟ್
ಹರ್ಮಿಯಾನ್ ಗ್ರ್ಯಾಂಗರ್	ನೋಮಾ ದುಮೆಜ್ವೆನಿ
ಪಾಲಿ ಚಾಪ್‌ಮನ್	ಕ್ಲಾಡಿಯಾ ಗ್ರ್ಯಾಂಟ್
ಹ್ಯಾಗ್ರಿಡ್, ಸಾರ್ಟಿಂಗ್ ಹ್ಯಾಟ್	ಕ್ರಿಸ್ ಜಾರ್ಮನ್
ಯಾನ್ ಫ್ರೆಡ್ರಿಕ್ಸ್	ಜೇಮ್ಸ್ ಲೆ ಲಚೂರ್
ಆಂಟ್ ಪೆಟ್ಯೂನಿಯಾ, ಮೇಡಮ್ ಹೂಚ್, ಡೋಲೋರೆಸ್ ಅಂಬ್ರಿಡ್ಜ್	ಹೆಲೆನಾ ಲಿಂಬೆರಿ
ಎಮಾಸ್ ಡಿಗ್ಗೊರಿ, ಅಲ್ಬಸ್ ಡಂಬೆಲ್‌ಡೋರ್	ಬ್ಯಾರಿ ಮೆಕಾರ್ಥಿ
ಟ್ರಾಲಿ ವಿಚ್, ಪ್ರೊಫೆಸರ್ ಮ್ಯಾಕ್‌ಗೊನಾಗಲ್	ಸ್ಯಾಂಡಿ ಮ್ಯಾಕ್‌ಡೇಡ್
ಸ್ಟೇಶನ್ ಮಾಸ್ಟರ್	ಆಡಮ್ ಮೆಕ್ನಮರಾ
ಜಿನ್ನಿ ಪಾಟರ್	ಪಾಪ್ಪಿ ಮಿಲ್ಲರ್

ಸೆಡ್ರಿಕ್ ಡಿಗಾರಿ, ಜೇಮ್ಸ್ ಪಾಟರ್ ಜ್ಯೂನಿಯರ್, ಜೇಮ್ಸ್ ಪಾಟರ್ ಸೀನಿಯರ್	ಟಾಮ್ ಮಿಲ್ಲಿಗನ್
ಡಡ್ಲಿ ಡರ್ಸ್ಲಿ, ಕಾರ್ಲ್ ಜೆನ್ಕಿನ್ಸ್, ವಿಕ್ಟರ್ ಕ್ರಮ್	ಜ್ಯಾಕ್ ನಾರ್ತ್
ಹ್ಯಾರಿ ಪಾಟರ್	ಜೇಮೀ ಪಾರ್ಕರ್
ಡ್ರಾಕೋ ಮಾಲ್‌ಫಾಯ್	ಅಲೆಕ್ಸ್ ಪ್ರೈಸ್
ಬೇನ್	ನುನೊ ಸಿಲ್ವಾ
ರೋಸ್ ಗ್ರ್ಯಾಂಗರ್-ವೆಸ್ಲಿ, ಯುವ ಹರ್ಮಿಯಾನ್	ಚೆರೆಲ್ ಸ್ಕೀಟ್
ಡೆಲ್ಫಿ ಡಿಗಾರಿ	ಎಸ್ತರ್ ಸ್ಮಿತ್
ರಾನ್ ವೆಸ್ಲಿ	ಪಾಲ್ ಥಾರ್ನ್ಲಿ
ಯುವ ಹ್ಯಾರಿ ಪಾಟರ್	ರೂಡಿ ಗುಡ್‌ಮನ್ ಆಲ್ಫ್ರೆಡ್ ಜೋನ್ಸ್ ಬಿಲಿ ಕಿಯೋಗ್ ಇವಾನ್ ರುದರ್‌ಫೋರ್ಡ್ ನಥಾನಿಯಲ್ ಸ್ಮಿತ್ ಡೈಲನ್ ಸ್ಟ್ಯಾಂಡೆನ್
ಲಿಲ್ಲಿ ಪಾಟರ್ ಜ್ಯೂನಿಯರ್	ಜೊಯಿ ಬ್ರಾಫ್ ಕ್ರಿಸ್ಟಿನಾ ಫ್ರೇ ಕ್ರಿಶ್ಚಿಯಾನಾ ಹಚಿಂಗ್ಸ್

ಇತರ ಪಾತ್ರಗಳನ್ನು ನಿರ್ವಹಿಸಿದವರು

ನಿಕೊಲಾ ಅಲೆಕ್ಸಿಸ್, ಜೆರೆಮಿ ಆಂಗ್ ಜೋನ್ಸ್, ರೋಸ್ಮರಿ ಅನಾಬೆಲ್ಲ, ಅನಾಬೆಲ್ ಬಾಲ್ಡ್ ವಿನ್, ಜ್ಯಾಕ್ ಬೆನೆಟ್, ಪಾಲ್ ಬೆಂಟಾಲ್, ಕ್ಲೌಡಿಯಾ ಗ್ರ್ಯಾಂಟ್, ಜೇಮ್ಸ್ ಹೋವಾರ್ಡ್, ಲೊರಿ ಜೇಮ್ಸ್, ಕ್ರಿಸ್ ಜಾರ್ಮನ್, ಮಾರ್ಟಿನ್ ಜಾನ್‌ಸ್ಟನ್, ಜೇಮ್ಸ್ ಲೆ ಲಚೂರ್, ಹೆಲೆನಾ ಲಿಂಬೆರಿ, ಬ್ಯಾರಿ ಮೆಕಾರ್ಥಿ, ಆಂಡ್ರ್ಯೂ ಮೆಕ್‌ಡೊನಾಲ್ಡ್, ಆಡಮ್ ಮ್ಯಾಕ್‌ನಮೆರಾ, ಟಾಮ್ ಮಿಲ್ಲಿಗನ್, ಜ್ಯಾಕ್ ನಾರ್ತ್, ಸ್ಟುವರ್ಟ್ ರಾಮ್ಸೆ, ನುನೊ ಸಿಲ್ವಾ, ಚೆರ್ರೆಲ್ಲೆ ಸ್ಕೀಟ್

ಸ್ವಿಂಗ್‌ಗಳು

ಹೆಲೆನ್ ಅಲುಕೋ, ಮ್ಯಾಥ್ಯೂ ಬಾನ್‌ಕ್ರೊಫ್ಟ್, ಮೊರಾಗ್ ಕ್ರಾಸ್, ಚಿಪೋ ಕುರೆಯ, ಟಾಮ್ ಮ್ಯಾಕ್ಲೀ, ಜೋಶುವಾ ವ್ಯಾಟ್

ನುನೊ ಸಿಲ್ವಾ	ರೆಸಿಡೆಂಟ್ ಮೂಮೆಂಟ್ ಡೈರೆಕ್ಟರ್
ಜ್ಯಾಕ್ ನಾರ್ತ್	ಅಸಿಟಂಟ್ ಮೂಮೆಂಟ್ ಕ್ಯಾಪ್ಟನ್
ಮೊರಾಗ್ ಕ್ರಾಸ್	ವಾಯ್ಸ್ ಕ್ಯಾಪ್ಟನ್

ಸೃಜನಾತ್ಮಕ ಮತ್ತು ನಿರ್ಮಾಣ ತಂಡ 2017

ಮೂಲ ಕಥೆ	ಜೆ.ಕೆ. ರೌಲಿಂಗ್, ಜಾನ್ ಟಿಫಾನಿ, ನಾಟಕಕಾರರು ಜ್ಯಾಕ್ ಥಾರ್ನ್
ನಾಟಕಕರ್ತರು	ಜ್ಯಾಕ್ ಥಾರ್ನ್
ನಿರ್ದೇಶಕರು	ಜಾನ್ ಟಿಫಾನಿ
ಚಲನೆಯ ನಿರ್ದೇಶಕರು	ಸ್ಟೀವನ್ ಹಾಗ್ಗೆಟ್
ಸೆಟ್ ಡಿಸೈನರ್	ಕ್ರಿಸ್ಟಿನ್ ಜೋನ್ಸ್
ವಸ್ತ್ರ ವಿನ್ಯಾಸ	ಕತ್ರಿನಾ ಲಿಂಡ್ಸೆ
ಸಂಗೀತ ಹಾಗೂ ಅರೇಂಜರ್	ಮೋಜೆನ್ ಹೀಪ್
ಲೈಟಿಂಗ್ ಡಿಸೈನರ್	ನೀಲ್ ಆಸ್ಟಿನ್
ಸೌಂಡ್ ಡಿಸೈನರ್	ಗರೆಥ್ ಫ್ರೈ
ಇಲ್ಯೂಷನ್ಸ್ ಎಂಡ್ ಮ್ಯಾಜಿಕ್	ಜೇಮೀ ಹ್ಯಾರಿಸನ್
ಸಂಗೀತ ಮೇಲ್ವಿಚಾರಕರು &. ಅರೇಂಜರ್	ಮಾರ್ಟಿನ್ ಲೊವೆ
ಕಾಸ್ಟಿಂಗ್ ನಿರ್ದೇಶಕರು	ಜೂಲಿಯಾ ಹೊರಾನ್ ಸಿಡಿಜಿ
ಪ್ರೊಡಕ್ಷನ್ ಸ್ಟೇಜ್ ಮ್ಯಾನೇಜರ್	ಗೇರಿ ಬೀಸ್ಟೋನ್
ಪ್ರೊಡಕ್ಷನ್ ಸ್ಟೇಜ್ ಮ್ಯಾನೇಜರ್	ಸ್ಯಾಮ್ ಹಂಟರ್
ಸಹಾಯಕ ನಿರ್ದೇಶಕರು	ಡೆಸ್ ಕೆನಡಿ
ಸಹಾಯಕ ಚಲನೆಯ	ನಿರ್ದೇಶಕರು ನೀಲ್ ಬೆಟಲ್ಸ್
ಅಸೋಸಿಯೇಟ್ ಸೆಟ್ ಡಿಸೈನರ್	ಬ್ರೆಟ್ ಜೆ. ಬೆನಾಕಿಸ್
ಅಸೋಸಿಯೇಟ್ ಸೌಂಡ್ ಡಿಸೈನರ್	ಪೀಟ್ ಮಾಲ್ಕಿನ್
ಇಲ್ಯೂಷನ್ಸ್ & ಮ್ಯಾಜಿಕ್ ಅಸೋಸಿಯೇಟ್	ಕ್ರಿಸ್ ಫಿಷರ್

ಕಾಸ್ಟಿಂಗ್ ಅಸೋಸಿಯೇಟ್	ಲೊಟ್ಟೆ ಹೈನ್ಸ್
ಅಸೋಸಿಯೇಟ್ ಲೈಟಿಂಗ್ ಡಿಸೈನರ್	ಆಡಮ್ ಕಿಂಗ್
ವಸ್ತ್ರವಿನ್ಯಾಸ ಮೇಲ್ವಿಚಾರಣೆ	ಸಬೈನ್ ಲೆಮೈಟ್ರೆ
ಕೂದಲು, ವಿಗ್ಸ್ &. ಮೇಕಪ್	ಕೆರೋಲ್ ಹಾನ್‌ಕಾಕ್
ಪ್ರಾಪ್ಸ್ ಮೇಲ್ವಿಚಾರಕರು	ಲಿಸಾ ಬಕ್ಲಿ, ಮೇರಿ ಹಾಲಿಡೇ
ಸಂಗೀತ ಸಂಪಾದಕರು	ಫಿಜ್ ಆಡಮ್ಸ್
ಸಂಗೀತ ನಿರ್ಮಾಣ	ಇಮೋಜೆನ್ ಹೀಪ್
ಸ್ಪೆಷಲ್ ಎಫೆಕ್ಟ್ಸ್	ಜೆರೆಮಿ ಚರ್ನಿಕ್
ವೀಡಿಯೊ ವಿನ್ಯಾಸ	ಫಿನ್ ರಾಸ್, ಆಶ್ ವುಡ್‌ಲ್ಯಾಂಡ್
ಉಚ್ಚಾರಣಾ ತರಬೇತುದಾರರು	ಡೇನಿಯಲ್ ಲೈಡನ್
ಧ್ವನಿ ತರಬೇತುದಾರರು	ರಿಚರ್ಡ್ ರೈಡರ್
ರೆಸಿಡೆಂಟ್ ನಿರ್ದೇಶಕರು	ಪಿಪ್ ಮಿನಿಥಾರ್ಪೆ
ಕಂಪನಿ ಸ್ಟೇಜ್ ಮ್ಯಾನೇಜರ್	ರಿಚರ್ಡ್ ಕ್ಲೆಟನ್
ಸ್ಟೇಜ್ ಮ್ಯಾನೇಜರ್	ಜೋರ್ಡಾನ್ ನೋಬಲ್ ಡೇವಿಸ್
ಡೆಪ್ಯೂಟಿ ಸ್ಟೇಜ್ ಮ್ಯಾನೇಜರ್	ಜೆನ್ನಿಫರ್ ಟೇಟ್
ಸಹಾಯಕ ಸ್ಟೇಜ್ ಮ್ಯಾನೇಜರ್‌ಗಳು	ಆಲಿವರ್ ಬ್ಯಾಗ್ವೆಲ್ ಪ್ಯೂರ್ಫಾಯ್, ಟಾಮ್ ಗಿಲ್ಡಿಂಗ್, ಸ್ಯಾಲಿ ಇಂಚ್, ಬೆನ್ ಶೆರಾಟ್
ವಾರ್ಡ್ರೋಬ್ ಮುಖ್ಯಸ್ಥರು	ಆಮಿ ಗಿಲ್ಲೋಟ್
ವಾರ್ಡ್ರೋಬ್‌ನ ಉಪ ಮುಖ್ಯಸ್ಥರು	ಲಾರಾ ವಾಟ್‌ಕಿನ್ಸ್
ವಾರ್ಡ್ರೋಬ್ ಸಹಾಯಕರು	ಕೇಟ್ ಆಂಡರ್ಸನ್, ಲೀನ್ ಹೈರ್ಡ್
ಡ್ರೆಸ್ಸರ್ಸ್	ಜಾರ್ಜ್ ಅಮಿಲ್ಲೆ, ಮೆಲಿಸ್ಸಾ ಕುಕೆ, ರೋಸಿ ಎಥೆರಿಡ್ಜ್, ಜಾನ್ ಒವೆಂಡನ್, ಎಮಿಲಿ ಸ್ವಿಫ್ಟ್
ದಿನದ ಸಮಯದ ವಾರ್ಡ್ರೋಬ್ ಉಪ ಮುಖ್ಯಸ್ಥರು	ಮೆಲಿಸ್ಸಾ ಹ್ಯಾಡ್ಲಿ
ಕೂದಲು, ವಿಗ್ಸ್ & ಮೇಕಪ್ ಮುಖ್ಯಸ್ಥರು	ಅಲಿಸ್ ಟೌನೆಸ್
ಕೂದಲು, ವಿಗ್ಸ್ & ಮೇಕಪ್ ಸಹಾಯಕರು	ಜೇಕಬ್ ಫೆಸ್ಸೆ, ಕೇಸಿ ಮರ್ಫಿ ಜೋವಾನಾ ಸಿಮ್
ಶಬ್ದದ ಮುಖ್ಯಸ್ಥರು	ಕ್ರಿಸ್ ರೀಡ್
ಶಬ್ದದ ಉಪ ಮುಖ್ಯಸ್ಥರು	ರೊವೆನಾ ಎಡ್ವಾರ್ಡ್ಸ್

ಧ್ವನಿ ಸಂಖ್ಯೆ 3	ಲಾರಾ ಹೆಡ್
ಧ್ವನಿ ಸಂಖ್ಯೆ 4	ಬೆಥನಿ ವುಡ್‌ಫೋರ್ಡ್
SFX ಆಪರೇಟರ್	ಕಲ್ಲಮ್ ಡೊನಾಲ್ಡ್ ಸನ್
ಆಟೋಮೇಷನ್ ಮುಖ್ಯಸ್ಥರು	ಜೋಶ್ ಪೀಟರ್ಸ್
ಆಟೊಮೇಷನ್ ಉಪ ಮುಖ್ಯಸ್ಥರು	ಜೇಮೀ ಲಾರೆನ್ಸ್
ಆಟೋಮೇಷನ್ ಸಂಖ್ಯೆ 3	ಜೇಮೀ ರಾಬ್ಸನ್
ಶೋ ಚೀಫ್ ಎಲ್‌ಎಕ್ಸ್	ಡೇವಿಡ್ ಟ್ರೇನರ್
ಉಪ ಶೋ ಮುಖ್ಯ ಎಲ್‌ಎಕ್ಸ್	ಪ್ಯಾಡಿ ಮ್ಯಾಗಿ
ಹಾರುವ ಪ್ರದರ್ಶನ ತಂತ್ರಜ್ಞರು	ಪೌಲ್ ಗರ್ನಿ
ಸಹ ಕಲಾವಿದರು	ಡೇವಿಡ್ ರಸ್ಸೆಲ್, ಎಲೀನರ್ ಡೌಲಿಂಗ್
ಸಾಮಾನ್ಯ ನಿರ್ವಹಣೆ	ಸೋನಿಯಾ ಫ್ರೆಡ್ಮನ್ ಪ್ರೊಡಕ್ಷನ್ಸ್
ಕಾರ್ಯನಿರ್ವಾಹಕ ನಿರ್ದೇಶಕರು	ಡಯಾನ್ ಬೆಂಜಮಿನ್
ಕಾರ್ಯಕಾರಿ ನಿರ್ಮಾಪಕರು	ಪ್ಯಾಮ್ ಸ್ಕಿನ್ನರ್
ಸಹಾಯಕ ನಿರ್ಮಾಪಕರು	ಫಿಯೋನಾ ಸ್ಟೀವರ್ಟ್, ಬೆನ್ ಕ್ಯಾನ್ನಿಂಗ್
ಮುಖ್ಯ ಸಹಾಯಕ ವ್ಯವಸ್ಥಾಪಕರು	ಮ್ಯಾಕ್ಸ್ ಬಿಟಲ್‌ಸ್ಟನ್
ಸಹಾಯಕ ನಿರ್ಮಾಪಕರು (ಅಭಿವೃದ್ಧಿ)	ಲ್ಯೂಸೀ ಲೊವಾಟ್
ವಾಣಿಜ್ಯ ಪ್ರಭಂದಕರು	ಜಾಕ್ ಬ್ರಾಡ್ಲಿ
ಹೌಸ್ ಸೀಟ್ಸ್ ಅಸಿಸ್ಟಂಟ್	ಟೋಬಿಯಾಸ್ ಜೋನ್ಸ್

ಮೂಲ ಕಥೆಯ ತಂಡದ ಜೀವನಚರಿತ್ರೆ

ಜೆ.ಕೆ. ರೌಲಿಂಗ್

ಮೂಲ ಕಥೆ

ಜೆ.ಕೆ. ರೌಲಿಂಗ್ ಇತಿಹಾಸ ಸೃಷ್ಟಿಸಿದ, ಅನೇಕ ಪ್ರಶಸ್ತಿಗಳನ್ನು ಗೆದ್ದ ವಿಜೇತ ಹ್ಯಾರಿ ಪಾಟರ್ ಕಾದಂಬರಿಗಳ ಲೇಖಕರಾಗಿದ್ದಾರೆ. ವಿಶ್ವದಾದ್ಯಂತದ ಅಭಿಮಾನಿಗಳಿಂದ ಮೆಚ್ಚುಗೆ ಪಡೆದ ಈ ಸರಣಿಯ ಸುಮಾರು 500 ದಶಲಕ್ಷಕ್ಕೂ ಹೆಚ್ಚು ಪ್ರತಿಗಳು ಮಾರಾಟವಾಗಿವೆ, ೮೦ಕ್ಕಿಂತಲೂ ಹೆಚ್ಚು ಭಾಷೆಗಳಿಗೆ ಅನುವಾದವಾಗಿದೆ ಮತ್ತು ಇವುಗಳನ್ನು ಎಂಟು ಬ್ಲಾಕ್‌ಬಸ್ಟರ್ ಚಲನಚಿತ್ರಗಳಾಗಿ ನಿರ್ಮಿಸಲಾಗಿದೆ. ಅವರು ಧರ್ಮಾರ್ಥ ಸಂಸ್ಥೆಗಳ ಸಹಾಯಾರ್ಥವಾಗಿ ಮೂರು ಸಂಬಂಧಿತ ಸಂಪುಟಗಳನ್ನು ಬರೆದಿದ್ದಾರೆ: ಕ್ವಿಡ್ಡಿಚ್ ಥ್ರೂ ದ ಏಜಸ್ ಹಾಗೂ ಫೆಂಟಾಸ್ಟಿಕ್ ಬೀಸ್ಟ್ಸ್ ಅಂಡ್ ವೇರ್ ಟು ಫೈಂಡ್ ದೆಮ್ (ಕಾಮಿಕ್ ರಿಲೀಫ್ ಮತ್ತು ಲುಮೋಸ್ ನೆರವಿಗೆ), ಮತ್ತು ದ ಟೇಲ್ಸ್ ಆಫ್ ದ ಬೀಡಲ್ ದ ಬಾರ್ಡ್ (ಲುಮೊಸ್ ನೆರವಿಗೆ), ಜೊತೆಗೆ ಫೆಂಟಾಸ್ಟಿಕ್ ಬೀಸ್ಟ್ಸ್ ಎಂಡ್ ವೇರ್ ಟು ಫೈಂಡ್ ದೆಮ್‌ನಿಂದ ಸ್ಫೂರ್ತಿ ಪಡೆದ ಒಂದು ಚಿತ್ರಕಥೆ, ಇದು ಲೇಖಕರು ಬರೆದ ಐದು-ಚಲನಚಿತ್ರಗಳ ಸರಣಿಯ ಆರಂಭವನ್ನು ಗುರುತಿಸಿತು. ಅವರು ಹ್ಯಾರಿ ಪಾಟರ್ ಅಂಡ್ ದಿ ಕರ್ಸಡ್ ಚೈಲ್ಡ್ ಪಾರ್ಟ್ಸ್ ಒನ್ ಅಂಡ್ ಟೂ ಎನ್ನುವ ನಾಟಕದಲ್ಲೂ ಸಹಯೋಗ ನೀಡಿದ್ದು ಇದು 2016ರ ಬೇಸಿಗೆಯಲ್ಲಿ ಲಂಡನ್‌ನ ವೆಸ್ಟ್ ಎಂಡ್‌ನಲ್ಲಿ ಪ್ರಾರಂಭವಾಯಿತು. 2012ರಲ್ಲಿ, ಜೆ.ಕೆ. ರೌಲಿಂಗ್‌ರ ಡಿಜಿಟಲ್ ಕಂಪೆನಿ ಪಾಟಮೋರ್ ಅನ್ನು ಬಿಡುಗಡೆ ಮಾಡಲಾಯಿತು, ಹಾಗೂ ಇಲ್ಲಿ ಅಭಿಮಾನಿಗಳು ಸುದ್ದಿ, ವೈಶಿಷ್ಟ್ಯಗಳು ಮತ್ತು ಲೇಖನಗಳನ್ನು ಆನಂದಿಸಬಹುದು ಮತ್ತು ಜೆ.ಕೆ. ರೌಲಿಂಗ್ ಅವರು ಬರೆದ ಸಾಹಿತ್ಯವನ್ನು ಓದಬಹುದು. ಅವರು ವಯಸ್ಕ ಓದುಗರಿಗಾಗಿನ ಒಂದು ಕಾದಂಬರಿಯಾದ ದಿ ಕ್ಯಾಶುಯಲ್ ವೆಕೆನ್ಸಿ, ಮತ್ತು ರಾಬರ್ಟ್ ಗಾಲ್ಬ್ರೈತ್ ಎಂಬ ಗುಪ್ತನಾಮದ ಅಡಿಯಲ್ಲಿ ಬರೆಯಲ್ಪಟ್ಟ ಸ್ಟ್ರೈಕ್ ಎನ್ನುವ ಅಪರಾಧ ಸರಣಿಯ ಲೇಖಕರೂ ಆಗಿದ್ದಾರೆ. ಅವರು ಓಬಿಇ ಮತ್ತು ಕಂಪ್ಯಾನಿಯನ್ ಆಫ್ ಆನರ್ ಫ್ರಾನ್ಸ್ ಡಿ'ಲೆಜಿಯನ್ ಡಿ'ಹಾನರ್ ಮತ್ತು ಹ್ಯಾನ್ಸ್ ಕ್ರಿಶ್ಚಿಯನ್ ಆಂಡರ್ಸನ್ ಪ್ರಶಸ್ತಿಗಳೂ ಸೇರಿದಂತೆ ಅನೇಕ ಪ್ರಶಸ್ತಿಗಳು ಮತ್ತು ಗೌರವಗಳನ್ನು ಪಡೆದಿದ್ದಾರೆ.

ಜಾನ್ ಟಿಫಾನಿ

ಮೂಲ ಕಥೆ ಮತ್ತು ನಿರ್ದೇಶಕರು

ಜಾಕ್ ಥಾರ್ನ್ ರಂಗಭೂಮಿ, ಚಲನಚಿತ್ರ, ಟಿವಿ ಹಾಗೂ ರೇಡಿಯೋ ಮಾಧ್ಯಮಗಳಿಗೆ ಬರೆಯುತ್ತಾರೆ. ಅವರ ರಂಗಭೂಮಿಯ ಕೃತಿಗಳು ಜಾನ್ ಟಿಫಾನಿ ಅವರು ನಿರ್ದೇಶಿಸಿದ ಹೋಪ್ ಹಾಗೂ ಲೆಟ್ ದ ರೈಟ್ ಒನ್ ಇನ್, ಎ ಕ್ರಿಸ್‌ಮಸ್ ಕ್ಯಾರಲ್ ಹಾಗೂ ವಾಯ್‌ಜೆಕ್ ಎಟ್ ದ ಓಲ್ಡ್ ವಿಕ್, ಜಂಕ್‌ಯಾರ್ಡ್, ಎ ಹೆಡ್‌ಲಾಂಗ್, ರೋಸ್ ಥಿಯೇಟರ್ ಕಿಂಗ್‌ಸ್ಟನ್, ಬ್ರಿಸ್ಟಲ್ ಓಲ್ಡ್ ವಿಕ್ ಎಂಡ್ ಥಿಯೇಟರ್ ಕ್ಲೌಡ್ ಕೋ-ಪ್ರೊಡಕ್ಷನ್, ಗ್ರೇಯೀ ಥಿಯೇಟರ್ ಕಂಪನಿ ಹಾಗೂ ದ ನ್ಯಾಷನಲ್ ಥಿಯೇಟರ್‌ಗಾಗಿ ದ ಸಾಲಿಡ್ ಲೈಫ್ ಆಫ್ ಶುಗರ್ ವಾಟರ್, ನೊಬೋಕೋವ್/ಯುಕೆ ಟೂರ್‌ಗಾಗಿ ಬನ್ನಿ, ಟ್ರಾನ್, ಅರ್ಕೋಲಾ ಹಾಗೂ ಟ್ರಫಲ್ಗಾರ್ ಸ್ಟುಡಿಯೋಗಳಿಗಾಗಿ ಸ್ಟೇಸಿ, ಹಾಗೂ ಬುಶ್‌ಗಾಗಿ 2 ಮೇ 1997 ಹಾಗೂ ವೆನ್ ಯೂ ಕೇರ್ ಫಾರ್ ಮೀ ಗಳನ್ನು ಒಳಗೊಂಡಿದೆ. ಅವರ ರೂಪಾಂತರಗಳು ಡೊನ್ಮಾರ್ ವೇರ್‌ಹೌಸ್‌ಗೆ ದ ಫಿಸಿಸಿಟ್ಸ್ ಹಾಗೂ ಹೈಟ್ರೈಡ್‌ಗಾಗಿ ಸ್ಟುವರ್ಟ್: ಎ ಲೈಫ್ ಬ್ಯಾಕ್‌ವರ್ಡ್‌ಗಳನ್ನು ಒಳಗೊಂಡಿದೆ. ಅವರ ಚಲನಚಿತ್ರ ಕೃತಿಗಳು ವಂಡರ್, ವಾರ್ ಬುಕ್, ಎ ಲಾಂಗ್ ವೇ ಡೌನ್ ಹಾಗೂ ಸ್ಕೌಟಿಂಗ್ ಬುಕ್ ಫಾರ್ ದ ಬಾಯ್ಸ್ ಅನ್ನು ಒಳಗೊಂಡಿವೆ. ಅವರ ಟಿವಿ ಕೃತಿಗಳು ಎಲೆಕ್ಟ್ರಿಕ್ ಡ್ರೀಮ್ಸ್ ನ ಒಂದು ಸಂಚಿಕೆಯಾದ ಕಿರಿ, ದ ಲಾಸ್ಟ್ ಪ್ಯಾಂಥರ್ಸ್, ಡೋಂಟ್ ಟೇಕ್ ಮೈ ಬೇಬಿ, ದಿಸ್ ಇಸ್ ಇಂಗ್ಲಂಡ್, ದ ಫೇಡ್ಸ್ ಗ್ಲ್ಯೂ, ಕಾಸ್ಟ್ ಆಫ್ಸ್ ಹಾಗೂ ನ್ಯಾಷನಲ್ ಟ್ರೆಷರ್ ಗಳನ್ನು ಒಳಗೊಂಡಿವೆ 2017ರಲ್ಲಿ ಅವರು ಅತ್ಯುತ್ತಮ ಕಿರು-ಸರಣಿಗಾಗಿ (ನ್ಯಾಷನಲ್ ಟ್ರೆಷರ್) ಅವರು ಒಂದು ಬಾಫ್ತಾ ಹಾಗೂ ಒಂದು ಆರ್‌ಟಿಎಸ್ ಟೆಲೆವಿಷನ್ ಪ್ರಶಸ್ತಿಗಳನ್ನು ಗೆದ್ದರು. ಅವರು 2016ರಲ್ಲಿ ಅತ್ಯುತ್ತಮ ಕಿರು-ಸರಣಿಗಾಗಿ (ದಿಸ್ ಇಸ್ ಇಂಗ್ಲಂಡ್ '90) ಬಾಫ್ತಾ ಪ್ರಶಸ್ತಿ ಹಾಗೂ ಅತ್ಯುತ್ತಮ ಸಿಂಗಲ್ ಡ್ರಾಮಾ (ಡೋಂಟ್ ಟೇಕ್ ಮೈ ಬೇಬಿ), ಹಾಗೂ 201ರಲ್ಲಿ ಅತ್ಯುತ್ತಮ ನಾಟಕ ಸರಣಿ (ದ ಫೇಡ್ಸ್) ಹಾಗೂ ಅತ್ಯುತ್ತಮ ಕಿರು-ಸರಣಿ (ದಿಸ್ ಇಸ್ ಇಂಗ್ಲಂಡ್ '88) ಪ್ರಶಸ್ತಿಗಳನ್ನು ಗೆದ್ದಿದ್ದಾರೆ.

ಜ್ಯಾಕ್ ಥಾರ್ನೆ
ಮೂಲ ಕಥೆ ಮತ್ತು ನಾಟಕಕಾರರು

ಜಾನ್ ಟಿಫಾನಿಯವರು ಒನ್ಸ್ ಅನ್ನು ನಿರ್ದೇಶಿಸಿದ್ದು ಇದಕ್ಕಾಗಿ ಅವರು ಬ್ರಾಡ್‌ವೇ, ವೆಸ್ಟ್ ಹಾಗೂ ಅಂತರಾಷ್ಟ್ರೀಯ ಮಟ್ಟಗಳಲ್ಲಿ ಅನೇಕ ಪ್ರಶಸ್ತಿಗಳನ್ನು ಗೆದ್ದಿದ್ದಾರೆ. ಅವರ ಇತ್ತೀಚಿನ ಕೃತಿಗಳು ನ್ಯಾಷನಲ್ ಥಿಯೇಟರ್‌ನಲ್ಲಿ ಪಿನಾಕಿಯೋ, ಬ್ರಾಡ್‌ವೇ, ಇಐಎಫ್ ಹಾಗೂ ವೆಸ್ಟ್ ಎಂಡ್‌ನ ಎ.ಆರ್.ಟಿಯಲ್ಲಿ ದ ಗ್ಲಾಸ್ ಮೆನಜಾರಿ ಹಾಗೂ ಬಿಎಎಮ್‌ನಲ್ಲಿ ದ ಅಂಬಾಸಡರ್ ಅನ್ನು ಒಳಗೊಂಡಿವೆ. ರಾಯಲ್ ಕೋರ್ಟ್‌ನ ಸಹಾಯಕ ನಿರ್ದೇಶಕರಾಗಿ ಅವರ ಕೃತಿಗಳು ದ ಟ್ವಿಸ್ಟ್ಸ್, ಹೋಪ್ ಹಾಗೂ ದ ಪಾಸ್ ಅನ್ನು ಒಳಗೊಂಡಿವೆ. ಅವರು ದ ನ್ಯಾಷನಲ್ ಥಿಯೇಟರ್ ಆಫ್ ಸ್ಕಾಟ್‌ಲ್ಯಾಂಡ್‌ಗಾಗಿ ನಿರ್ಮಿಸಿದ ಲೆಟ್ ದ ರೈಟ್ ಒನ್ ಇನ್‌ನ ನಿರ್ದೇಶಕರಾಗಿದ್ದರು ಇದನ್ನು ರಾಯಲ್ ಕೋರ್ಟ್, ವೆಸ್ಟ್ ಎಂಡ್ ಹಾಗೂ ಸೇಂಟ್ ಆನ್ಸ್ ವೇರ್‌ಹೌಸ್‌ಗಳಿಗೆ ವರ್ಗಾಯಿಸಲಾಯಿತು ಹಾಗೂ ಇದು ಅಂತರಾಷ್ಟ್ರೀಯ ಪ್ರವಾಸವನ್ನೂ ಕೂಡ ಕೈಗೊಂಡಿದೆ. ನ್ಯಾಷನಲ್ ಥಿಯೇಟರ್ ಆಫ್ ಸ್ಕಾಟ್‌ಲ್ಯಾಂಡ್‌ಗಾಗಿ ಅವರ ಇತರ ಕೃತಿಗಳು ಮ್ಯಾಕ್‌ಬೆತ್ (ಲಿಂಕನ್ ಸೆಂಟರ್ ಹಾಗೂ ಬ್ರಾಡ್‌ವೇಗಾಗಿ ಕೂಡ), ಎನ್‌ಕ್ವೈರರ್ ದ ಮಿಸ್ಸಿಂಗ್, ಪೀಟರ್ ಪ್ಯಾನ್, ದ ಹೌಸ್ ಆಫ್ ಬರ್ನಾರ್ಡಾ ಅಲ್ಬಾ, ಟ್ರಾನ್ಸ್ ಫಾರ್ಮ್ ಕೇತ್‌ನೆಸ್: ಹಂಟರ್, ಬೀ ನಿಯರ್ ಮೀ, ನೋಬಡಿ ವಿಲ್ ಎವರ್ ಫಾರ್ಗಿವ್ ಅಸ್, ದ ಬಕ್ಕೀ (ಲಿಂಕನ್ ಸೆಂಟರ್‌ಗಾಗಿ ಕೂಡ), ಎಲಿಜಬೆತ್ ಗಾರ್ಡನ್ ಕ್ವಿನ್, ಹೋಂ: ಗ್ಲಾಸ್ಗೋ ಹಾಗೂ ಬ್ಲಾಕ್ ವಾಚ್‌ಗಳನ್ನು ಒಳಗೊಂಡಿದೆ, ಇವು ಅಂತರಾಷ್ಟ್ರೀಯ ಪ್ರವಾಸಗಳನ್ನು ಕೈಗೊಂಡಿವೆ ಹಾಗೂ ಇವುಗಳಿಗಾಗಿ ಅವರು ಓಲಿವರ್ ಹಾಗೂ ಕ್ರಿಟಿಕ್ಸ್ ಸರ್ಕಲ್ ಪ್ರಶಸ್ತಿಗಳನ್ನು ಗೆದ್ದಿದ್ದಾರೆ. ಅವರು 1996ರಿಂದ 2001ರವರೆಗೆ ಟ್ರಾವರ್ಸ್ ಥಿಯೇಟರ್, 2001ರಿಂದ 2005ರವರೆಗೆ ಪೇಯ್ನ್ಸ್ ಪ್ಲೋ, 2005ರಿಂದ 2012ರವರೆಗೆ ದ ನ್ಯಾಷನಲ್ ಥಿಯೇಟರ್ ಆಫ್ ಸ್ಕಾಟ್‌ಲ್ಯಾಂಡ್ ಸಹಾಯಕ ನಿರ್ದೇಶಕರಾಗಿದ್ದರು, ಹಾಗೂ 2010-2011ರ ಶೈಕ್ಷಣಿಕ ವರ್ಷದಲ್ಲಿ ಹಾರ್ವರ್ಡ್ ವಿಶ್ವವಿದ್ಯಾಲಯದಲ್ಲಿ ರಾಡ್‌ಕ್ಲಿಫ್ ಫೆಲೋ ಆಗಿದ್ದರು. ಹ್ಯಾರಿ ಪಾಟರ್ ಎಂಡ್ ದ ಕರ್ಸಡ್ ಚೈಲ್ಡ್ ನಲ್ಲಿನ ಅವರ ಕೆಲಸಕ್ಕಾಗಿ ಅವರು ಅತ್ಯುತ್ತಮ ನಿರ್ದೇಶಕರಾಗಿಗಿದ್ದ ಓಲಿವಿಯರ್ ಪ್ರಶಸ್ತಿಯನ್ನು ಪಡೆದರು ಹಾಗೂ ಇದು ಈ ನಿರ್ಮಾಣ ಸಂಸ್ಥೆ ಪಡೆದ ದಾಖಲೆ ನಿರ್ಮಿಸಿದ ಪ್ರಶಸ್ತಿಗಳಲ್ಲಿ ಒಂದಾಗಿದೆ

ಸ್ವೀಕೃತಿಗಳು

ಕರ್ಸಡ್ ಚೈಲ್ಡ್ ಕಾರ್ಯಾಗಾರಗಳ ಎಲ್ಲಾ ಪಾತ್ರಧಾರಿಗಳು, ಮೆಲ್ ಕೆನ್ಯನ್, ರೇಚೆಲ್ ಟೇಲರ್, ಅಲೆಕ್ಸಾಂಡ್ರಿಯಾ ಹಾರ್ಟನ್, ಇಮೋಜೆನ್ ಕ್ಲೇರ್-ವುಡ್, ಫ್ಲಾರೆನ್ಸ್ ರೀಸ್, ಜೆನೆಫರ್ ಟೇಟ್, ಡೇವಿಡ್ ನಾಕ್, ರೇಚೆಲ್ ಮೇಸನ್, ಕಾಲಿನ್, ನೀಲ್, ಸೋನಿಯಾ, ಎಸ್‌ಎಫ್‌ಪಿಯಲ್ಲಿನ ಎಲ್ಲರೂ ಮತ್ತು ದ ಬ್ಲೇರ್ ಪಾರ್ಟ್ನರ್‌ಶಿಪ್, ಜೆಕೆಆರ್ ಪಿಆರ್‌ನಿಂದ ರೆಬೆಕಾ ಸಾಲ್ಟ್, ನಿಕಾ ಬರ್ನ್ಸ್ ಮತ್ತು ಪ್ಯಾಲೇಸ್ ಥಿಯೇಟರ್‌ನಲ್ಲಿನ ಎಲ್ಲಾ ಸಿಬ್ಬಂದಿ, ಮತ್ತು, ನಮ್ಮ ಪ್ರತಿ ಪದಕ್ಕೂ ಆಕಾರ ನೀಡಿದ ನಮ್ಮ ಅದ್ಭುತವಾದ ಪಾತ್ರವರ್ಗ.

ಹ್ಯಾರಿ ಪಾಟರ್ ಕುಟುಂಬ ವೃಕ್ಷ

ಪುರಾತನ ಮಂತ್ರವಾದಿಗಳ ತಳಿಯಾದ, ಪಾಟರ್ಸ್‌ಗಳು ಹನ್ನೆರಡನೆಯ ಶತಮಾನದಷ್ಟು ಹಿಂದಿನವರೆಗೆ ವಂಶದ ತಳಿಯನ್ನು ಹೊಂದಿದ್ದಾರೆ. ಅಂದಿನಿಂದ, ಕುಟುಂಬವು ಅನೇಕ ಮಾಂತ್ರಿಕ ಮತ್ತು ಮಗಲ್ ಕುಟುಂಬಗಳಲ್ಲಿ ವಿಸ್ತರಿಸಿದೆ: ಪೆವೆರೆಲ್ಸ್, ವೆಸ್ಲೀಸ್, ಮತ್ತು ಡರ್ಸ್ಲೀಸ್ ಕೂಡ.

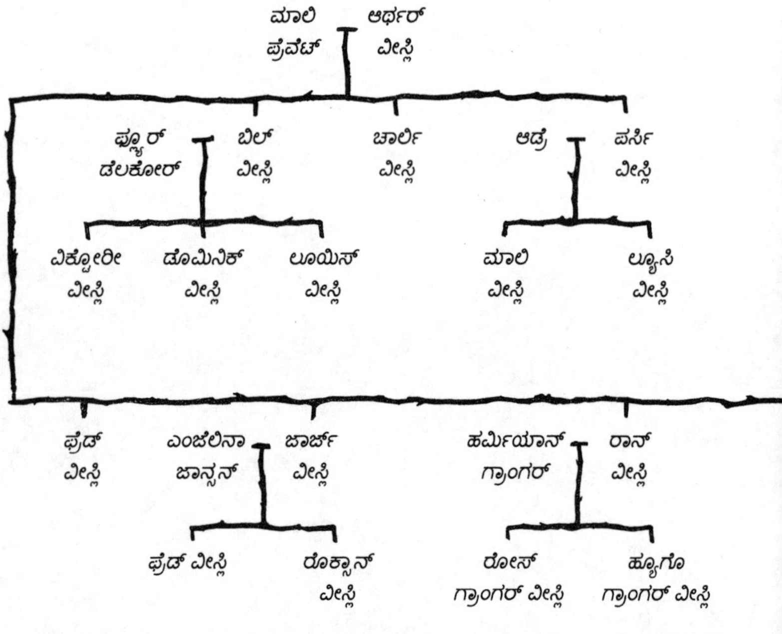

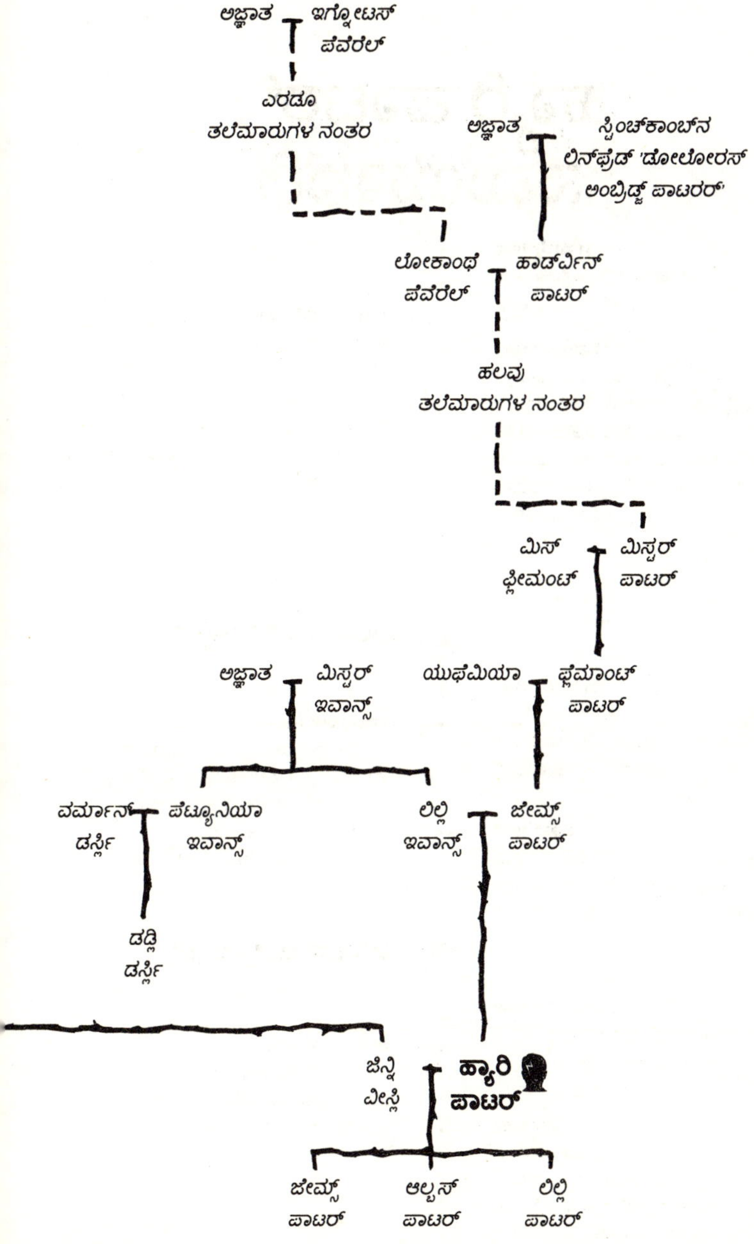
ಅಜ್ಞಾತ
ಇಗ್ನೋಟಸ್ ಪೆವೆರೆಲ್
ಎರಡೂ ತಲೆಮಾರುಗಳ ನಂತರ
ಅಜ್ಞಾತ
ಸ್ಟಿಂಚ್‌ಕಾಂಬ್‌ನ ಲಿನ್‌ಫ್ರೆಡ್ 'ದೋಲೋರಸ್ ಅಂಬ್ರಿಡ್ಜ್ ಪಾಟರರ್'
ಲೋಕಾಂಥೆ ಪೆವೆರೆಲ್
ಹಾರ್ಡ್‌ವಿನ್ ಪಾಟರ್
ಹಲವು ತಲೆಮಾರುಗಳ ನಂತರ
ಮಿಸ್ ಫ್ಲೀಮಂಟ್
ಮಿಸ್ಟರ್ ಪಾಟರ್
ಅಜ್ಞಾತ
ಮಿಸ್ಟರ್ ಇವಾನ್ಸ್
ಯುಫೆಮಿಯಾ
ಫ್ಲೆಮಾಂಟ್ ಪಾಟರ್
ವರ್ಮಾನ್ ದರ್ಸ್ಲಿ
ಪೆಟ್ಯೂನಿಯಾ ಇವಾನ್ಸ್
ಲಿಲ್ಲಿ ಇವಾನ್ಸ್
ಜೇಮ್ಸ್ ಪಾಟರ್
ಡಡ್ಲಿ ದರ್ಸ್ಲಿ
ಜಿನ್ನಿ ವೀಸ್ಲಿ
ಹ್ಯಾರಿ ಪಾಟರ್
ಜೇಮ್ಸ್ ಪಾಟರ್
ಆಲ್ಬಸ್ ಪಾಟರ್
ಲಿಲ್ಲಿ ಪಾಟರ್

ಹ್ಯಾರಿ ಪಾಟರ್ : ಸಮಯಾವಧಿ

31 ಜುಲೈ 1980

ಹ್ಯಾರಿ ಪಾಟರ್ ಗಾಡ್ರಿಕ್ಸ್ ಹಾಲೋ, ಇಂಗ್ಲೆಂಡ್‌ನಲ್ಲಿ ಜನಿಸಿದ

31 ಅಕ್ಟೋಬರ್ 1981

ಹ್ಯಾರಿಯ ತಂದೆತಾಯಿಯಾದ ಲಿಲ್ಲಿ ಮತ್ತು ಜೇಮ್ಸ್ ಪಾಟರ್ ಅವರನ್ನು ಲಾರ್ಡ್ ವಾಲ್ಡೆರ್‌ಮಾರ್ಟ್ ಅವರ ಮನೆಯಲ್ಲಿ ಕೊಲ್ಲುತ್ತಾನೆ. ಈಗ-ಅನಾಥನಾದ ಹ್ಯಾರಿ ವಾಲ್ಡೆರ್‌ಮಾರ್ಟ್‌ನ ಶಾಪ ತಿರುಗಿ ಬಡಿದಿರುವುದರಿಂದ ಅದರಲ್ಲಿ ಬದುಕುಳಿಯುತ್ತಾನೆ ಹಾಗೂ ಅದು ಒಂದು ಮಿಂಚಿನಾಕಾರದ ಗಾಯವನ್ನು ಅವನ ಹಣೆಯ ಮೇಲೆ ಬಿಡುತ್ತದೆ.

1 ನವೆಂಬರ್ 1981

ಹ್ಯಾರಿ ಹ್ಯಾಗ್ರಿಡ್‌ನಿಂದ ರಕ್ಷಿಸಲ್ಪಟ್ಟಿದ್ದಾನೆ ಮತ್ತು ಅವನ ಮಗಲ್ ಸಂಬಂಧಿಗಳ ಜೊತೆ ವಾಸಿಸಲು ಅವನನ್ನು ಕರೆತರಲಾಗುತ್ತದೆ ಡರ್ಲ್ಸಿ ಕುಟುಂಬವು ಹ್ಯಾರಿ ತಳಿಯ ಮೂಲದ ಯಾವುದೇ ಜ್ಞಾನವಿರುವುದನ್ನು ನಿರಾಕರಿಸುತ್ತಾರೆ.

ಹತ್ತು ವರ್ಷಗಳ ನಂತರ ...

ಫಿಲಾಸಾಫರ್ಸ್ ಸ್ಟೋನ್

31 ಜುಲೈ 1991

ಹ್ಯಾಗ್ರಿಡ್ ಹ್ಯಾರಿಗೆ ತನ್ನ ಹಾಗ್‌ವಾರ್ಟ್ಸ್ ಪತ್ರ ಕೊಡುತ್ತಾನೆ ಹಾಗೂ ಅವನಿಗೆ 'ಹ್ಯಾರಿ-ಎರ್ ವಿಜಾರ್ಡ್' ಬಗ್ಗೆ ಹೇಳುತ್ತಾನೆ

1 ಸೆಪ್ಟಂಬರ್ 1991

ಹಾಗ್‌ವಾರ್ಟ್ಸ್ ಎಕ್ಸ್ ಪ್ರೆಸ್‌ನಲ್ಲಿ, ಮೊದಲ ಬಾರಿ ಹಾಗ್‌ವಾರ್ಟ್ಸ್ ಸ್ಕೂಲ್ ಆಫ್ ವಿಚ್‌ಕ್ರಾಫ್ಟ್ ಎಂಡ್ ವಿಜಾರ್ಡ್ರಿಗೆ ಹೋಗುತ್ತಿದ್ದಾಗ ಹ್ಯಾರಿ ರಾನ್ ವೀಸ್ಲಿ ಹಾಗೂ ಹರ್ಮಿಯಾನ್ ಗ್ರ್ಯಾಂಗರ್‌ಳನ್ನು ಭೇಟಿಯಾಗುತ್ತಾನೆ.

ಜೂನ್ 1992

ಹ್ಯಾರಿ ಫಿಲಾಸಫರ್ಸ್ ಸ್ಟೋನ್ ಅನ್ನು ಪಡೆಯುವ ಪ್ರೊಫೆಸರ್ ಕ್ವಿರೆಲ್ ಅವರ ಯತ್ನವನ್ನು ತಡೆಯುತ್ತಾನೆ ಮತ್ತು ವಾಲ್ಡೆರ್‌ಮಾರ್ಟ್‌ನಿಂದ ಎರಡನೇ ಬಾರಿಗೆ ತಪ್ಪಿಸಿಕೊಳ್ಳುತ್ತಾನೆ.

ಚೇಂಬರ್ ಆಫ್ ಸೀಕ್ರೆಟ್ಸ್

31 ಅಕ್ಟೋಬರ್ 1992

ಚೇಂಬರ್ ಆಫ್ ಸೀಕ್ರೆಟ್ಸ್ ತೆರೆಯಲ್ಪಟ್ಟಿದೆ, ಮತ್ತು ಸ್ಲಿಥರಿನ್‌ನ ರಾಕ್ಷಸರು ದಾಳಿಯ ಸರಣಿಯನ್ನು ಪ್ರಾರಂಭಿಸುತ್ತಾರೆ.

25 ಡಿಸೆಂಬರ್ 1992

ಹ್ಯಾರಿ, ರಾನ್ ಮತ್ತು ಹರ್ಮಿಯಾನ್ ಮೊದಲ ಬಾರಿಗೆ ಪಾಲಿಜ್ಯೂಸ್ ಕಷಾಯವನ್ನು ತೆಗೆದುಕೊಳ್ಳುತ್ತಾರೆ.

ಮೇ 1993

ಹ್ಯಾರಿ ಮತ್ತು ರಾನ್ ಮೋನಿಂಗ್ ಮಾರ್ಟೈಲ್ ಬಾತ್ರೂಮ್ ಮೂಲಕ ಚೇಂಬರ್ ಆಫ್ ಸೀಕ್ರೆಟ್ಸ್ ಗೆ ಹೋಗುತ್ತಾರೆ. ಒಮ್ಮೆ ಒಳಗೆ ಹೋದ ಮೇಲೆ, ಹ್ಯಾರಿ ಬೇಸಿಲಿಕ್‌ನನ್ನು ಕೊಲ್ಲುತ್ತಾನೆ ಮತ್ತು ಜಿನ್ನಿ ವೀಸ್ಲಿಯ ಮೇಲೆ ಆವಾಹನೆಯಾಗಿರುವ ಟಾಮ್ ರಿಡಲ್‌ನ ದಿನಚರಿಯನ್ನು ಹಾಳುಮಾಡುತ್ತಾನೆ ಹ್ಯಾರಿ ಜಿನ್ನಿಯ ಜೀವ ಉಳಿಸುತ್ತಾನೆ.

ಪ್ರಿಸನರ್ ಆಫ್ ಅಜ್ಕಾಬಾನ್

ಆಗಸ್ಟ್ 1993

ಡೈಲಿ ಪ್ರಾಫೆಟ್‌ನಲ್ಲಿ, ಹ್ಯಾರಿ ತಪ್ಪಿಸಿಕೊಂಡ ಅಪರಾಧಿಯಾದ ಸಿರಿಯಸ್ ಬ್ಲ್ಯಾಕ್ ಬಗ್ಗೆ ಓದುತ್ತಾನೆ- 'ಬಹುಶಃ ಅಜ್ಕಾಬಾನ್ ಕೋಟೆಯಲ್ಲಿ ಬಂಧಿಸಿಟ್ಟ ಅತ್ಯಂತ ಕುಖ್ಯಾತ ಖೈದಿ'.

1 ಸೆಪ್ಟಂಬರ್ 1993

ಹಾಗ್‌ವಾರ್ಟ್ಸ್ ಎಕ್ಸ್ ಪ್ರೆಸ್ ಅನ್ನು ಡಿಮೆಂಟರ್‌ಗಳು ತಡೆಹಿಡಿದಿದ್ದಾರೆ.

6 ಜೂನ್ 1994

ಸಿರಿಯಸ್ ಮುಗ್ಧನಾಗಿದ್ದಾನೆ ಹಾಗೂ ಅವನ ಮೇಲೆ ತಪ್ಪಾಗಿ ಆರೋಪ ಹೊರಿಸಲಾಗಿದೆ ಎಂದು ಹ್ಯಾರಿ ಅರಿತುಕೊಂಡಿದ್ದಾನೆ. ಪೀಟರ್ ಪೆಟ್ಟಿಗ್ರೋ ನಿಜವಾದ ತಪ್ಪಿತಸ್ಥ.

ಹ್ಯಾರಿ ಮತ್ತು ಹರ್ಮಿಯಾನ್ ಸಿರಿಯಸ್ ಅನ್ನು ಉಳಿಸಲು ಟೈಮ್-ಟರ್ನರ್ ಅನ್ನು ಬಳಸುತ್ತಾರೆ ಮತ್ತು ತಪ್ಪಿತಸ್ಥನಾದ ಪೆಟ್ಟಿಗ್ರಿವ್ ಎರಡನೇ ಬಾರಿಗೆ ತಪ್ಪಿಸಿಕೊಳ್ಳುತ್ತಾನೆ.

ಗಾಬ್ಲೆಟ್ ಆಫ್ ಫೈರ್

ಆಗಸ್ಟ್ 1994

ದಿ ಡಾರ್ಕ್ ಮಾರ್ಕ್ ಅನ್ನು ಕ್ವಿಡಿಚ್ ವಿಶ್ವ ಕಪ್‌ನಲ್ಲಿ ಮಂತ್ರಿಸಲಾಗುತ್ತದೆ, ಹಾಗೂ ಇದು ವಾಲ್ಡೆರ್‌ಮಾರ್ಟ್‌ನ ಏರಿಕೆ ಮತ್ತು ಅಧಿಕಾರಕ್ಕೆ ಹಿಂತಿರುಗುವಿಕೆಯನ್ನು ಸೂಚಿಸುತ್ತದೆ.

ಸೆಪ್ಟಂಬರ್-ಅಕ್ಟೋಬರ್ 1994

ಪ್ರೊಫೆಸರ್ ಡಂಬೆಲ್‌ಡೋರ್ ಟ್ರೈವಿಜಾರ್ಡ್ ಪಂದ್ಯಾವಳಿಯನ್ನು ಒಂದು ಶತಮಾನಕ್ಕೂ ಹೆಚ್ಚಿನ ಸಮಯದ ನಂತರ ಮೊದಲ ಬಾರಿಗೆ ನಡೆಸಲಾಗುತ್ತಿದೆ ಎಂದು ಪ್ರಕಟಿಸುತ್ತಾನೆ. ಅನಿರೀಕ್ಷಿತವಾಗಿ, ಗೋಬ್ಲೆಟ್ ಆಫ್ ಫೈರ್ ಚಿಕ್ಕ ವಯಸ್ಸಿನ ಹ್ಯಾರಿಯನ್ನು ಆಯ್ಕೆ ಮಾಡುತ್ತದೆ ಹಾಗೂ ಹಾಗ್‌ವಾರ್ಟ್ಸ್ ನಲ್ಲಿ ಇಬ್ಬರು ಚಾಂಪಿಯನ್‌ಗಳಿದ್ದಾರೆ: ಹ್ಯಾರಿ ಪಾಟರ್ ಮತ್ತು ಸೆಡ್ರಿಕ್ ಡಿಗಾರಿ.

24 ನವೆಂಬರ್ 1994

ಮೊದಲ ಟ್ರೈವಿಜಾರ್ಡ್ ಸವಾಲಿನಲ್ಲಿ, ಹ್ಯಾರಿ ಅಗ್ನಿ ಉಗುಳುವ ಹಂಗೇರಿಯನ್ ಹೊರ್ನ್‌ಟೈಲ್ ಡ್ರ್ಯಾಗನ್‌ನಿಂದ ಒಂದು ಗೋಲ್ಡನ್ ಎಗ್ ಅನ್ನು ಹಿಂಪಡೆಯಲು ತನ್ನ ಹಾರುವ ಕೌಶಲ್ಯಗಳನ್ನು ಬಳಸುತ್ತಾನೆ.

ಡಿಸೆಂಬರ್ 1994

ಡರ್ಮ್‌ಸ್ಟ್ರ್ಯಾಂಗ್ ಚಾಂಪಿಯನ್ ಆದ ವಿಕ್ಟರ್ ಕ್ರುಮ್ ಯೂಲೆ ಬಾಲ್‌ಗೆ ಹರ್ಮಿಯಾನ್‌ಳನ್ನು ಆಹ್ವಾನಿಸುತ್ತಾನೆ. ಹ್ಯಾರಿ ಮತ್ತು ರಾನ್ ಪಾರ್ವತಿ ಮತ್ತು ಪದ್ಮ ಪಾಟೀಲ್ ಅನ್ನು ಕರೆಯುತ್ತಾರೆ.

24 ಫೆಬ್ರುವರಿ 1995

ಎರಡನೇ ಟ್ರೈವಿಜಾರ್ಡ್ ಸವಾಲಿನಲ್ಲಿ, ಹ್ಯಾರಿ ರಾನ್ ಮತ್ತು ಗೇಬ್ರಿಯಲ್ ಡೆಲಾಕೋರ್ ಇಬ್ಬರನ್ನೂ ರಕ್ಷಿಸಲು ಗ್ರೇಟ್ ಲೇಕ್‌ನಿಂದ ಜೆಲ್ಲಿವೀಡ್ ಅನ್ನು ಬಳಸುತ್ತಾನೆ; ನ್ಯಾಯಾಧೀಶರುಗಳು ಅವನ ನಾಯಕತ್ವದ ಬಗ್ಗೆ ಭಿನ್ನಾಭಿಪ್ರಾಯ ಹೊಂದಿದ್ದಾರೆ.

24 ಜೂನ್ 1995

ಅಂತಿಮ ಸವಾಲು ಅಪಾಯಕಾರಿ ಜೀವಿಗಳು ಮತ್ತು ಅಡೆತಡೆಗಳಿಂದ ತುಂಬಿರುವ ಒಂದು ಕಗ್ಗಂಟಿನಲ್ಲಿ ನಡೆಯುತ್ತದೆ. ಹ್ಯಾರಿ ಮತ್ತು ಸೆಡ್ರಿಕ್ ಜಂಟಿ ವಿಜೇತರಾಗಿದ್ದರೂ, ಬಹುಮಾನವು ಒಂದು ಪೋರ್ಟ್‌ಕೀ ಆಗಿದ್ದು ಇದು ಅವರನ್ನು ಒಂದು ಸ್ಮಶಾನಕ್ಕೆ ಸಾಗಿಸುತ್ತದೆ ಮತ್ತು ಅಲ್ಲಿ ವಾಲ್ಡೆರ್‌ಮಾರ್ಟ್ ಮತ್ತು ಅವನ ಶವ ತಿನ್ನುವವರು ಅವರಿಗಾಗಿ ಕಾಯುತ್ತಿದ್ದಾರೆ. ಸಿಡ್ರಿಕ್ ಕೊಲೆಯಾಗಿದ್ದಾನೆ ಮತ್ತು ಆಘಾತಕ್ಕೊಳಕ್ಕಾದ ಹ್ಯಾರಿ ಸೆಡ್ರಿಕ್ ದೇಹದ ಜೊತೆ - ಹಾಗೂ ವಾಲ್ಡೆರ್‌ಮಾರ್ಟ್ ಮತ್ತೆ ಬಲಶಾಲ್ಯಾದ ಸುದ್ದಿಯೊದನೆ ಹಾಗ್‌ವಾರ್ಟ್ಸ್ ಗೆ ಹಿಂದಿರುಗುತ್ತಾನೆ.

ಆರ್ಡರ್ ಆಫ್ ದ ಫೀನಿಕ್ಸ್

ಸೆಪ್ಟಂಬರ್ 1995

ಕಾರ್ನೆಲಿಯಸ್ ಫಡ್ಜ್, ಇಂದ್ರಜಾಲದ ಸಚಿವರು, ವಾಲ್ಡೆರ್‌ಮಾರ್ಟ್ ಹಿಂತಿರುಗಿರುವುದನ್ನು ನಂಬಲು ನಿರಾಕರಿಸುತ್ತಾರೆ. ಅವನು ಮಾಟ ಮಂತ್ರದ ಶಿಕ್ಷಕರ ಎದುರಾಳಿಯಾಗಿ ಡಂಬಲ್‌ಡೋರ್‌ನ ಒಬ್ಬರು ಎದುರಾಳಿಯಾದ ಡೋಲೋರಸ್ ಅಂಬ್ರಿಡ್ಜ್ ಅನ್ನು ನೇಮಿಸುತ್ತಾರೆ.

ಅಕ್ಟೋಬರ್ 1995

ಹ್ಯಾರಿ ಡಂಬಲ್‌ಡೋರ್‌ನ ಸೈನ್ಯವನ್ನು ಕಂಡುಹಿಡಿಯುತ್ತನೆ, ಇದು ಅಂಬ್ರಿಡ್ಜ್ ವಿರುದ್ಧ ಬಂಡಾಯವೇಳಲು ರಹಸ್ಯವಾಗಿ ಸಂಧಿಸುವ ಹಾಗೂ ಅವಳು ಕಲಿಸಲು ನಿರಾಕರಿಸುವ ಕೌಶಲ್ಯಗಳನ್ನು ಕಲಿಯುವ ವಿದ್ಯಾರ್ಥಿಗಳ ಸೈನ್ಯವಾಗಿದೆ.

ಜೂನ್ 1996

ವರ್ಷವಿಡೀ ವಾಲ್ಡೆರ್‌ಮಾರ್ಟ್‌ನ ಕನಸಿನ ವಿರುದ್ಧ ಹೋರಾಡಿದ ಹ್ಯಾರಿ ಸಿರಿಯಸ್‌ನನ್ನು ಅಪಾಯದಲ್ಲಿ ನೋಡುತ್ತಾನೆ. ಅವನ ತನ್ನ ಆಪ್ತ ಸ್ನೇಹಿತರ ಜೊತೆಗೂಡಿ ಮಿನಿಸ್ಟ್ರಿ ಆಫ್ ಮ್ಯಾಜಿಕ್‌ಗೆ ಹೋಗುತ್ತಾನೆ ಮತ್ತು ಮತ್ತೊಮ್ಮೆ ವಾಲ್ಡೆರ್‌ಮಾರ್ಟ್ ವಿರುದ್ಧ ಹೋರಾಡುತ್ತಾನೆ.

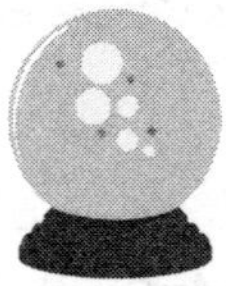

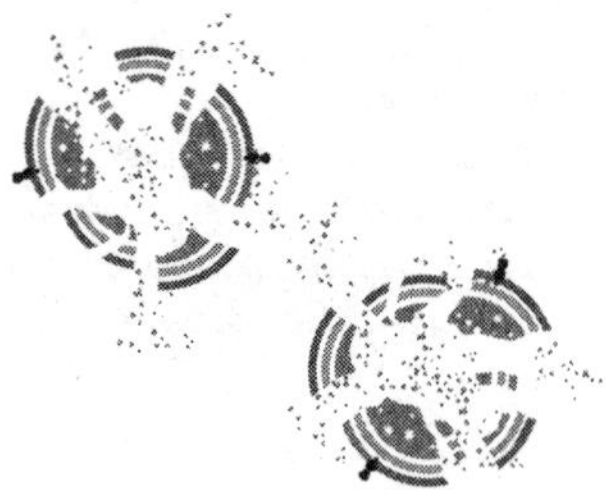

ಇಂದ್ರಜಾಲದ ಸಚಿವಾಲಯ

ಹ್ಯಾರಿ ಒಂದು ಪ್ರಮುಖ ಭವಿಷ್ಯವಾಣಿಯನ್ನು ಕಂಡುಹಿಡಿಯುತ್ತಾನೆ, ಅದು ಅವನ ಹಣೆಬರಹವನ್ನು ವಾಲ್ಡೆರ್‌ಮಾರ್ಟ್ ಜೊತೆ ಮತ್ತಷ್ಟು ಜೋಡಿಸುತ್ತದೆ.

ಇಂದ್ರಜಾಲದ ಸಚಿವಾಲಯ

ಸಿರಿಯಸ್‌ನನ್ನು ಶವ ತಿನ್ನುವವನಾದ ಬೆಲ್ಲಾಟ್ರಿಕ್ಸ್ ಲೆಸ್ಟ್ರೇಂಜ್ ಕೊಲ್ಲುತ್ತಾನೆ, ಮತ್ತು ಸಚಿವಾಲಯದ ಟೈಮ್-ಟರ್ನರ್‌ನ ಸಂಪೂರ್ಣ ಸಂಗ್ರಹವು ಡಿಪಾರ್ಟ್‌ಮೆಂಟ್ ಆಫ್ ಮಿಸ್ಟರೀಸ್‌ನ ಯುದ್ಧದಲ್ಲಿ ನಾಶವಾಗುತ್ತದೆ.

ಹ್ಯಾರಿ ಬ್ಲಡ್ ಪ್ರಿನ್ಸ್

ಜನವರಿ 1997

ವಾಲ್ಡೆರ್‌ಮಾರ್ಟ್ ಅನ್ನು ಸೋಲಿಸುವ ತನ್ನ ಯೋಜನೆಯ ಭಾಗವಾಗಿ, ಡಂಬಲ್‌ಡೋರ್ ಹ್ಯಾರಿಗೆ ಕಾಳ ಮಾಂತ್ರಿಕನ ಚರಿತ್ರೆಯ ಬಗ್ಗೆ ಶಿಕ್ಷಣ ನೀಡಲು ಪ್ರಾರಂಭಿಸುತ್ತಾನೆ.

ಮೇ 1997

ಗ್ರಿಫಿಂಡರ್‌ನ ಕ್ವಿಡ್ಡಿಚ್ ಕಪ್ ಗೆದ್ದ ನಂತರ ಹ್ಯಾರಿ ಅಂತಿಮವಾಗಿ ಜಿನ್ನಿಯನ್ನು ಚುಂಬಿಸುತ್ತಾನೆ.

ಜೂನ್ 1997

ಶವ ತಿನ್ನುವವರು ಹಾಗ್‌ವಾರ್ಟ್ಸ್ ಮೇಲೆ ದಾಳಿ ಮಾಡುತ್ತಾರೆ. ಡ್ರಾಕೊ ಮಾಲ್ಫೋಯ್ ವಾಲ್ಡೆರ್‌ಮಾರ್ಟ್ ಹೇಳಿದ ಕೊಲೆಯ ಕೆಲಸವನ್ನು ಪೂರ್ಣಗೊಳಿಸಲು ವಿಫಲವಾದ ನಂತರ ಸೆವೆರಸ್ ಸ್ನೇಪ್ ಬದಲಿಗೆ ಡಂಬಲ್‌ಡೋರ್ ಅನ್ನು ಕೊಲ್ಲುತ್ತಾನೆ.

ಡೆತ್ಲಿ ಹಾಲೋಸ್

ಆಗಸ್ಟ್ 1997

ಸಚಿವಾಲಯವು ನಾಶವಾಗಿದೆ ಹಾಗೂ ವಾಲ್ಡೆರ್‌ಮಾರ್ಟ್ ಅಧಿಕಾರವನ್ನು ಕಸಿದುಕೊಂಡಿದ್ದಾನೆ. ಹ್ಯಾರಿ, ರಾನ್ ಮತ್ತು ಹರ್ಮಿಯಾನ್ ಓಡಿ ಹೋಗುತ್ತಾರೆ, ಹಾಗೂ ಕೊನೆಗೂ ಕಾಳ ಮಾಂತ್ರಿಕನನ್ನು ಸೋಲಿಸಲು ಹುಡುಕುತ್ತಿದ್ದಾರೆ.

ಡಿಸೆಂಬರ್ 1997

ಹ್ಯಾರಿ, ರಾನ್ ಮತ್ತು ಹರ್ಮಿಯಾನ್ ಡೆತ್ಲಿ ಹಾಲೋಸ್ ಬಗ್ಗೆ ತಿಳಿದುಕೊಳ್ಳುತ್ತಾರೆ - ಈ ಮೂರು ವಸ್ತುಗಳನ್ನು ಸೇರಿಸಿದರೆ ಅದು ಅದರ ಧಾರಕರನ್ನು ಸಾವಿನ ಒಡೆಯರನ್ನಾಗಿಸುತ್ತದೆ.

ಮೇ 1998

ಹ್ಯಾರಿ, ರಾನ್ ಮತ್ತು ಹರ್ಮಿಯಾನ್ ಉಳಿದ ಹಾರ್‌ಕ್ರಕ್ಸ್ ಅನ್ನು ಕಂಡುಹಿಡಿಯಲು ಹಾಗ್‌ವಾರ್ಟ್ಸ್‌ಗೆ ಹಿಂದಿರುಗುತ್ತಾರೆ, ಮತ್ತು ಹಾಗ್‌ವಾರ್ಟ್ಸ್ ಕದನವು ಪ್ರಾರಂಭವಾಗುತ್ತದೆ.

ಹಾಗ್‌ವಾರ್ಟ್ಸ್ ಗಳ ಯುದ್ಧ

ಡೆತ್ಲಿ ಹಾಲೋಗಳನ್ನು ಒಟ್ಟಾಗಿಸುವ ತನ್ನ ಧ್ಯೇಯಕ್ಕಾಗಿ ಎಲ್ಡರ್ ವಾಂಡ್ ಅನ್ನು ಪಡೆಯಲು ವಾಲ್ಡೆರ್‌ಮಾರ್ಟ್ ಸ್ನೇಪ್ ಅನ್ನು ಕೊಲ್ಲುತ್ತಾನೆ. ಸ್ನೇಪ್ ತನ್ನ ತಾಯಿಯಾದ ಲಿಲ್ಲಿಯನ್ನು ಪ್ರೀತಿಸುತ್ತಿದ್ದ ಎಂದು ಹ್ಯಾರಿಗೆ ತಿಳಿಯುತ್ತದೆ; ಅವನ ನಿಷ್ಠೆ ಯಾವತ್ತೂ ಡಂಬಲ್‌ಡೋರ್ ಹಾಗೂ ತಾನು ಪ್ರೀತಿಸಿದ ಹೆಣ್ಣಿನ ಕಡೆಗಿತ್ತು, ಹಾಗೂ ಕಾಳ ಮಾಂತ್ರಿಕನ ಕಡೆಗಲ್ಲ ಎಂದು ಅವನು ತಿಳಿದುಕೊಳ್ಳುತ್ತಾನೆ.

ಹಾಗ್‌ವಾರ್ಟ್ಸ್ ಗಳ ಯುದ್ಧ

ತಾನು ಹಾರ್‌ಕಕ್ಸ್ ಎನ್ನುವುದನ್ನು ಅರ್ಥ ಮಾಡಿಕೊಂಡ ಹ್ಯಾರಿ ಮಾಂತ್ರಿಕ ಜಗತ್ತನ್ನು ಉಳಿಸಲು ತನ್ನನ್ನು ತಾನೇ ವಾಲ್ಡೆರ್‌ಮಾರ್ಟ್‌ಗೆ ಬಲಿ ಕೊಡುತ್ತಾನೆ.

ಹಾಗ್‌ವಾರ್ಟ್ಸ್ ಗಳ ಯುದ್ಧ

ಹ್ಯಾರಿಯ ಸ್ಥಳದಲ್ಲಿನ ಅಂತಿಮ ಹಾರ್‌ಕಕ್ಸ್ ಅನ್ನು ನಾಶ ಮಾಡಲು ನೆವಿಲ್ ಲಾಂಗ್‌ಬಾಟಮ್ ನಾಗಿಣಿಯನ್ನು ಕೊಲ್ಲುತ್ತಾನೆ.

ಹಾಗ್‌ವಾರ್ಟ್ಸ್ ಗಳ ಯುದ್ಧ

ಹ್ಯಾರಿ ವಾಲ್ಡೆರ್‌ಮಾರ್ಟ್‌ನ ಅಂತಿಮ ದಾಳಿಯಿಂದ ಉಳಿದುಕೊಳ್ಳುತ್ತಾನೆ, ಕೊನೆಗೂ ಅವನನ್ನು ಕೊಲ್ಲುತ್ತಾನೆ.

ಹತ್ತೊಂಬತ್ತು ವರ್ಷಗಳ ನಂತರ...

1 ಸಪ್ಟಂಬರ್ 2017

ಹ್ಯಾರಿ (ಈಗ 37 ವರ್ಷ) ಹಾಗೂ ಜಿನ್ನಿ ಮದುವೆಯಾಗಿದ್ದಾರೆ ಹಾಗೂ ಅವರಿಗೆ ಮೂರು ಮಕ್ಕಳಿದ್ದಾರೆ. ಅವರು ಕಿಂಗ್ಸ್ ಕ್ರಾಸ್ ಸ್ಟೇಷನ್ನಿನ ಪ್ಲಾಟ್‌ಫಾರ್ಮ್ ಒಂಬತ್ತು ಹಾಗೂ ಥ್ರೀ ಕ್ವಾರ್ಟರ್ಸ್‌ನಲ್ಲಿ ರಾನ್ ಹಾಗೂ ಹರ್ಮಿಯಾನ್ ಗ್ರ್ಯಾಂಗರ್-ವೀಸ್ಲಿಯನ್ನು ಭೇಟಿ ಮಾಡುತ್ತಾರೆ. ಅವರ ಮಕ್ಕಳಾದ ಆಲ್ಬಸ್ ಪಾಟರ್ ಹಾಗೂ ರೋಸ್ ಗ್ರ್ಯಾಂಗರ್-ವೀಸ್ಲಿ ಹಾಗ್‌ವಾರ್ಟ್ಸ್ ನಲ್ಲಿ ತಮ್ಮ ಮೊದಲ ವರ್ಷವನ್ನು ಪ್ರಾರಂಭಿಸುತ್ತಿದ್ದಾರೆ. ಆಲ್ಬಸ್ ತನ್ನನ್ನು ಸ್ಲಿಥೆರಿನ್‌ನಲ್ಲಿ ಹಾಕಲಾಗುತ್ತದೆ ಎಂದು ಹೆದರಿದಾಗ ಹ್ಯಾರಿ ಅವನಿಗೆ ಹೋಗಿ ಭರವಸೆ ನೀಡುತ್ತಾನೆ. 'ಆಲ್ಬಸ್ ಸೆವೆರಸ್, ನಿನ್ನನ್ನು ಹಾಗ್‌ವಾರ್ಟ್ಸ್‌ನ ಇಬ್ಬರು ಮುಖ್ಯೋಪಾಧ್ಯಾಯರ ನೆನಪಿನಲ್ಲಿ ಹೆಸರಿಸಲಾಗಿದೆ. ಅವರಲ್ಲಿ ಒಬ್ಬರು ಸ್ಲಿಥೆರಿನ್ ಆಗಿದ್ದರು ಹಾಗೂ ಅವರು ಬಹುಶಃ ನನಗೆ ತಿಳಿದ ಅತ್ಯಂತ ಶೂರನಾದ ವ್ಯಕ್ತಿಯಾಗಿದ್ದರು.' ಸಿಳ್ಳೆ ಹೊಡೆಯುತ್ತದೆ ಹಾಗೂ ಆಲ್ಬಸ್ ಹಾಗೂ ರೋಸ್‌ಳ ಪ್ರಯಾಣ ಪ್ರಾರಂಭವಾಗುತ್ತದೆ.

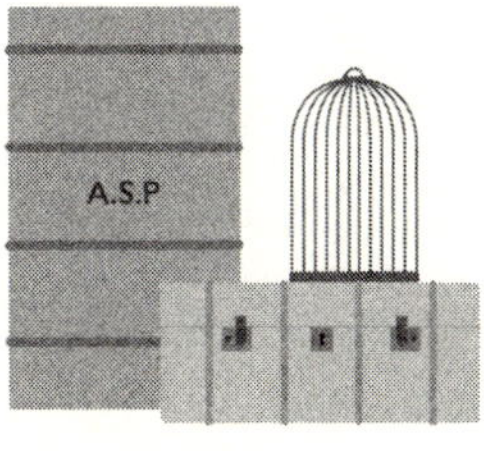